உள்ளத்தனைய . . .

கு. முத்துசாமி

முத்துசாமி 1951இல் சிவகாசியில் பிறந்தார். தந்தையார்: குமராண்டித் தேவர், தாயார்: சுப்பம்மாள். ராஜபாளையம், சிவகங்கை ஆகிய ஊர்களில் தொடக்கக் கல்வியும் நடுநிலைக் கல்வியும் கற்றார். பள்ளி இறுதி வகுப்பை நாகர்கோவில் எஸ்.எல்.பி. பள்ளியில் படித்தார். நாகர்கோவில் தெ.தி. இந்துக் கல்லூரியில் ஆங்கிலத்தில் இளங்கலைப் பட்டம் (1967-70) பெற்றார். அதே வருடமே பள்ளிக்கல்வித் துறையில் இளநிலை உதவியாளராகப் பணியில் சேர்ந்து இரணியல், தோவாளைப் பள்ளிகளில் 1974வரை பணியாற்றினார். 1974-75இல் சென்னை சைதாப்பேட்டை ஆசிரியர் கல்லூரியில் பி.எட். வகுப்பில் சேர்ந்து தேர்ச்சிபெற்றார். ஆங்கில இலக்கியத்தில் இளங்கலைப் பட்டம் பெற்றவர்களும் பி.எட். வகுப்பில் சேர அனுமதித்து ஆணைபிறப்பிக்கப்பட்ட பின்னர், படித்த முதல் அணி இவர் படித்ததுதான். பட்டதாரி ஆசிரியராக 1978வரை காட்டாத்துறை, தோவாளை பள்ளிகளில் பணியாற்றி, தமிழ்நாட்டில் மேனிலைக் கல்வி தொடங்கப்பட்ட ஆண்டில் மேனிலைப் பள்ளி ஆங்கில ஆசிரியராக உயர்வு பெற்றார். ஆரல்வாய்மொழி, நாகர்கோவில் எஸ்.எல்.பி. பள்ளிகளில் பணிபுரிந்தார். 1995இல் தலைமையாசிரியராகப் பதவி உயர்வு பெற்று விளாத்திகுளத்திலும் திட்டுவிளை, தோவாளைப் பள்ளிகளிலும் பணிபுரிந்தார். பின்னர் மாவட்டத் தொடக்கக் கல்வி அலுவலர் (நாகர்கோவில்), மாவட்டக் கல்வி அலுவலர் (திருநெல்வேலி) என உயர்ந்து முதன்மைக் கல்வி அலுவலர் நிலையில் 2009இல் பணி நிறைவு பெற்றார். பணி ஓய்வுக்குப் பின்னும், பள்ளிக்கல்வி இயக்ககத்தின் 'அனைவருக்குமான இடைநிலைக் கல்வி'த் திட்டத்தில் நிர்வாக ஆலோசகராக 2011முதல் 2018வரை பணிபுரிந்தார்.

டாக்டர் ராதாகிருஷ்ணன் நல்லாசிரியர் விருது (2001), ராஜீவ் காந்தி சிக்ஷ சிரோமணி விருது (2008) பெற்றவர்.

நாட்டு நலப்பணித்திட்டம் (என்.எஸ்.எஸ்) தமிழ் நாட்டில் மேனிலைப் பள்ளிகளில் அறிமுகப்படுத்தப்பட்டபோது அதன் திட்ட அலுவலராகவும், பின்னர் நாட்டு நலப்பணித்திட்ட மாவட்டத் தொடர்பு அலுவலராகவும் (District Liaison Officer) பணியாற்றியிருக்கிறார்.

கன்னியாகுமரி மாவட்டம் தோவாளையில் வசித்துவருகிறார். மனைவி: சாந்தா. மகன் இராஜ்குமார் பன்னாட்டு நிறுவனம் ஒன்றில் தலைமைத் தொழில்நுட்ப வல்லுநராகச் சிங்கப்பூரில் பணிபுரிகிறார்.

கு. முத்துசாமி

உள்ளத்தனைய...
ஒரு தன்னம்பிக்கையாளரின் வெற்றிக்கதை

சுதர்சன்
புக்ஸ் & கிராப்டல்ஸ்

தலைப்பு	:	உள்ளத்தனைய...
ஆசிரியர்	:	கு. முத்துசாமி
மொழி	:	தமிழ்
பதிப்பு	:	முதல் பதிப்பு: மே 2023
உரிமை	:	கு. முத்துசாமி
பக்கம்	:	376
விலை	:	390
பதிப்பாளர்	:	சுதர்சன் புக்ஸ் & கிராஃப்ட்ஸ் 151/4 கே.பி. சாலை நாகர்கோவில் 629 001
தொலைபேசி	:	04652 403422; கைப்பேசி: 9367510985
நூல் முகப்பு வடிவமைப்பு	:	தி. முரளி
அச்சாக்கம்	:	Printed at Clicto Print, Jaleel Towers, 42 KB Dasan Road, Teynampet Chennai 600018
விற்பனை உரிமை	:	சுதர்சன் புக்ஸ் & கிராஃப்ட்ஸ் 151/4 கே.பி. சாலை நாகர்கோவில் 629 001
மின்னஞ்சல்:		sudarsanbooks@yahoo.com
ISBN	:	978-93-83839-17-9

ஈன்று புறந்தந்த அன்புத் தாய்
சான்றோனாக்கிப் பார்க்கவிரும்பிய அருமைத் தந்தை
இருவரின் நீங்கா நினைவுகளுக்கு

முனைவர். அ. கருப்பசாமி
மேனாள் மெட்ரிக் பள்ளிகள் இயக்குநர்
உறுப்பினர் செயலர்
மாநிலக் கல்விக் கொள்கை உயர்மட்டக் குழு
சென்னை-25.

வாழ்த்துரை

கன்னியாகுமரி மாவட்டம் தோவாளையில் வசிக்கும் ஐயா கு. முத்துசாமி அவர்கள் கல்வித்துறையில் ஐம்பது ஆண்டுகள் உதவியாளர் நிலை முதல் முதன்மைக் கல்வி அலுவலர் நிலை வரையிலுள்ள பல்வேறு பொறுப்புகளில் தன் பெயர் நிலைக்கச் சிறப்பாகப் பணியாற்றியவர். நான் கன்னியாகுமரி மாவட்டத்தில் 2002ஆம் ஆண்டு முதன்மைக் கல்வி அலுவலராகப் பணியாற்றியபோது இவர் தோவாளை அரசு மேனிலைப் பள்ளியில் தலைமையாசிரியராகப் பணியாற்றினார். அப்போது எனக்கு இவர் அறிமுகமானார். ஐயா அவர்கள் சிறந்த கல்வியாளர், பண்பாளர், எடுத்த காரியத்தைச் சிறப்பாக முடிக்கும் வல்லமை பெற்றவர். நான் இவரது புலமையையும் பண்பையும் கண்டு மிகுந்த ஆச்சரியப்பட்டுள்ளேன். இவரைப் போன்று நாமும் இருக்க வேண்டும் என்று நினைப்பதுண்டு. இவரிடம் பல நேரங்களில் ஆலோசனைகளைக் கேட்டிருக்கிறேன். இவர் எழுதும் ‘உள்ளத்தனைய...’ என்ற தலைப்பைக் கொண்ட புத்தக வரிகள் என்னை மிகுந்த ஆச்சரியத்துக்குள்ளாக்கின. இவர் தனது புத்தகத்தில் தான் பிறந்து வளர்ந்த குடும்பம், தான் படித்த பள்ளிகள், கல்லூரிகள், பணிபுரிந்த இடங்கள், உடன் பணிபுரிந்த சக நண்பர்கள், பல்வேறு நிலைகளில் உள்ள உயர் அலுவலர்கள் ஆகிய அனைவரையும் பற்றித் தனது

பதிவைச் சிறிதும் மறைக்காமல் தெரியப்படுத்தியுள்ளது மிகவும் பாராட்டுக்குரியதாகும். இவர் தனது புத்தகத்தில் ஆரம்ப காலம் முதல் தனது பணிக்காலம் முடியும்வரை உள்ள நிகழ்வுகளைத் தேதி, வருடம் வாரியாகக் குறிப்பிட்டுள்ளது இவரது ஆழ்ந்த புலமையை வெளிக்காட்டுகிறது. நல்ல மனிதர் எழுதிய இந்தப் புத்தகத்தை அனைவரும் படித்து மகிழ வேண்டும்; குழந்தைகள் இவரை முன்மாதிரியாக எடுத்துக்கொண்டு இவரைப் போன்று உழைத்து முன்னேற விரும்ப வேண்டும் என்று மனமாரப் பாராட்டி வாழ்த்துகிறேன்.

நன்மதிப்புடன்,

(அ. கருப்பசாமி)

ஒப்பம்

முனைவர். ச. கண்ணப்பன்
உறுப்பினர் செயலர்
தமிழ்நாடு பாடநூல் மற்றும் கல்வியியல் பணிகள் கழகம்
ஈ.வி.கே. சம்பத் மாளிகை
பேராசிரியர் அன்பழகன் கல்வி வளாகம்
கல்லூரிச் சாலை
சென்னை-06.

அணிந்துரை

உள்ளத்தனைய உயர்வு அடைந்த கெழுதகையாளர் முத்துசாமி அவர்களுக்கு . . .

இந்தப் புத்தகத்தைப் படித்து முடிக்கையில், என் வாழ்க்கையில் நாற்பது ஆண்டுகள் கூடிவிட்டதைப் போலக் கனமாக உணர்கிறேன். வாழ்வாங்கு வாழ்ந்தவனின் பணிச் சுமையை இளைப்பாறுதலின்றி ஒரு தவம்போலச் சுமந்த உங்களின் தன் வரலாறு, உழைப்போரை ஊக்குவிக்கும் பொன் வரலாறு.

பள்ளிக் கூடத்தில் எழுத்தராகப் பணியைத் தொடங்கி, பலப் பலப் படிகள் மேலேறி, பணி ஓய்வு பெற்ற பிறகும் தருமமிகு சென்னையில் ஆர்.எம்.எஸ்.ஏ. திட்ட ஆலோசகராகப் பல்லாண்டுகள் பணியாற்றி மீண்டும் ஓய்வு பெற்ற உங்களின் உழைப்பை அனைத்தும் இழைத்து உருவாக்கிய உன்னத வரலாறு உங்களுடையது.

சாதாரணமாக ஓடுகளத்தில் ஓடத் தொடங்கும் வானூர்தி, வானேகுமுன் சட்டென்று வேகம் பிடிக்கும். எப்போது பூமியிலிருந்து மேலெழுந்தது என்று உணரவொண்ணாத வகையில் வான் தொடும்.

வேகமறியாப் பயணத்தில் மேக சஞ்சாரங்களுக்கிடையில் கடந்து போனவை புள்ளிகளாகத் தெரியும்.

உங்கள் வாழ்க்கைப் பயணக் கட்டுரையும் அப்படித்தான். கட்டுரைத் தொகுதி என்று சொல்வதையும் தாண்டி, தேர்ந்த ஒரு கதைசொல்லியின் போக்கு உங்கள் எழுத்தில் தெரிந்தது.

"என் வாழ்க்கையே திறந்த புத்தகம்!" என்று பலர் கதைக்கக் கேட்டிருக்கின்றேன். உண்மையாகவே திறந்து காட்டியிருக்கின்றீர்கள். அருமை! முத்துசாமி கோத்தவை அனைத்தும் முத்துக்கள் சாமி!

பூந்தோட்டத்தின் எல்லாப் பக்கங்களிலிருந்தும் வண்ணமும் வாசனையும் நம்மைத் திணறடிப்பது மாதிரி, உங்கள் எழுத்துக்களின் ஒவ்வொரு பக்கத்திலும் இருக்கும் எண்ணங்களும் உணர்வுகளும் வாசகரைத் திக்குமுக்காட வைக்கும். எந்த எதிர்பார்ப்புமின்றிப் பக்கங்களைப் புரட்டத் தொடங்கியவனை அசர அடித்துவிட்டீர்கள்!

தமிழ்நாட்டின் எல்லையோரச் சின்ன கிராமத்திலிருந்து படித்து, மருத்துவக் கனவுகள் கானலானபோதும், வேதியியல் படிக்க வாய்ப்பில்லாதபோதும் சோர்ந்துவிடாமல், பி.ஏ. ஆங்கிலம் படிக்கத் தொடங்கியதும், அரசு வேலைக்குத் தேர்வு எழுதிப் பள்ளியில் எழுத்தரானதும், பிறகு படிப்படியாய் முன்னேறியதும், முன்னேறத் துடிக்கும் ஒவ்வொரு மனிதனுள்ளும் எழுச்சியைத் தூண்டும்.

எழுத்தராக இருந்தபோது 'எப்படி வேலை கற்றுக்கொள்ள வேண்டும்' என்பதற்கு எடுத்துக்காட்டாகச் சில நிகழ்வுகளைக் குறிப்பிட்டிருந்தீர்கள். எழுத்தரோடு நின்றுவிடாமல், படிக்கும் வேட்கையைத் தணியவிடாமல், தணலாய் மூண்டிடச் சென்னையில் பி.எட். படிப்பதற்கு நீங்கள் எடுத்த முயற்சிகள், அங்குப் படிக்கும்போது ஏற்பட்ட நிகழ்வுகள் ஒவ்வொன்றும் உத்வேகத்தின் உருவம்.

கொண்ட இலக்கை அடையத் தண்ணீரில் பார்த்து, விண்ணில் சுற்றும் மீனின் கண்ணைக் குறிபார்த்து அம்பெய்த அர்ச்சுனன் மாதிரி, மனசில் உயர்ந்து நிற்கிறீர்கள்!

ஒருவன் கற்க வேண்டும் என்று முடிவெடுத்துவிட்டால், வேறெதையும் பொருட்படுத்தாமல், 'பசி நோக்காமலும் கண் துஞ்சாமலும் கருமமே கண்ணாயினராக' உழைத்து உயர்ந்ததை உரைத்திருக்கும் பக்கங்கள் இவை.

சாதாரண நிலையில் உள்ள கதாநாயகன், ஒரே பாடலில் உயர்ந்ததாகத் திரைப்படங்கள் காட்டும். ஆனால் உங்கள் வரலாற்றில் ஒவ்வொரு பக்கமும் உயர்வுதான்! வெல்லக் கட்டியை எந்த இடத்தில் கிள்ளினாலும் தித்திப்பாக இருப்பது மாதிரி, எந்தப் பக்கத்தைப் படித்தாலும் உயர்வதற்குரிய வழிகாட்டுதல் செய்தி இருக்கும்.

ஓர் ஆசிரியர் மாணவர்களுக்கு வழிகாட்டுவார்; ஆனால் நீங்கள் ஆசிரியர்களுக்கே வழிகாட்டியிருக்கின்றீர்கள்.

எழுத்தராகத் தொடங்கி ஆசிரியராக உயர்ந்தீர்கள்! எழுத்தர்களின் வழிகாட்டியானீர்கள்! பட்டதாரி ஆசிரியராக இருந்து படிப்படியாக உயர்ந்து மாவட்டக் கல்வி அலுவலராகி, ஆசிரியச் சமூகத்திற்கே வழிகாட்டினீர்கள்!

ஓர் ஆங்கில ஆசிரியராக மாணவர்களை ஆங்கிலம் பேசவைப்பதிலும் எழுதவைப்பதிலும் முனைப்புக் காட்டி, மாணவர்களின் அன்பையும் பெற்றோரின் மதிப்பையும் தலைமையாசிரியரின் பெருமிதத்தையும் உயர் அலுவலர்களின் நன்மதிப்பையும் நீங்கள் பெற்றதைப் பற்றிய பல நிகழ்வுகளை இந்நூல் கூறும்.

படித்த பிறகு எனக்குத் தோன்றியது – இன்னொரு நூல் ஒன்றை நீங்கள் எழுத வேண்டும்! மாணவர்களை வகுப்பறையில் கட்டிப்போடும் வித்தைகளையும், ஆங்கிலத்தை எளிமையாக மாணவர்களிடம் கொண்டு செல்ல நீங்கள் பயன்படுத்திய உத்திகளையும் சொல்லும் விதமாக அது அமைய வேண்டும் என்பது என் விருப்பம்.

உங்களுக்கு உதவியவர்களை நீங்கள் மறக்கவில்லை! உங்களை இடறியவர்களை நீங்கள் வெறுக்கவில்லை! உதவியவர்களின் பெயர் சொல்லி, அவர்களின் சிறப்பை எடுத்துச் சொல்லிப் பாராட்டியிருக்கிறீர்கள்! இவற்றில் நீங்கள் முன்னுதாரணம்! இடைஞ்சல் செய்தவர்களின் செயலைச் சொன்ன நீங்கள், அவர்கள் பெயரைச் சொல்லி இழிவு செய்யவில்லை! இதிலும் நீங்கள் முன்னுதாரணம்!

உங்கள் வாழ்க்கைப் பயணம் பற்றிய இந்நூல், பல நூறு மாணவர்களை ஏற்றிவிட்ட ஓர் ஏணியின் கதை! ஆனால் ஏற்றிவிட்ட ஏணியும் மேலேறியதுதான் ஆச்சரியம் மிகுந்த ஆனந்தம்!

தமிழ்நாட்டின் ஐம்பதாண்டுகாலக் கல்விச் சூழலின் பின்னணியில் உங்கள் நூல் அமைந்திருக்கிறது. மாணவர்களுக்காக

நீங்கள் நின்றதும் உங்களுக்காக மாணவர்கள் நின்றதும் மகிழ்ச்சியும் நெகிழ்ச்சியும் ஏற்படுத்துபவை! ஆசிரியராக நீங்கள் இருந்தபோது வந்த பணி மாறுதலை எதிர்த்து மாணவர்களும் பெற்றோர்களும் திரண்டெழுந்து போராடி மாறுதலை மாற்றியது, நீங்கள் பெற்ற சிறப்பைக் காட்டியது.

விளாத்திகுளம் பள்ளியின் தலைமையாசிரியராக இருந்து பணிமாறுதலாகையில் சின்ன வகுப்பு மாணவர்கள் நினைவுப் பரிசாகக் கொடுத்த எவர்சில்வர் தட்டு, நீங்கள் பெற்ற பரிசுகளுக் கெல்லாம் மேலானது என்று எழுதியிருப்பதைப் படிக்கும் ஒவ்வொரு ஆசிரியருக்கும் அவருடைய மாணவர்களையும், ஒவ்வொரு மாணவருக்கும் அவருடைய ஆசிரியர்களையும் நினைவுபடுத்தும்!

நாட்டு நலப் பணித் திட்ட அலுவலராக நீங்கள் இருந்தபோது, மாணவர்களைக் கொண்டு நடத்திய முகாம்கள் அனைத்தும் முத்துசாமி செய்த முத்தான சாதனைகள்!

பட்டதாரி ஆசிரியராகவும் முதுநிலை ஆசிரியராகவும் உதவித் தலைமையாசிரியராகவும் நாட்டு நலப் பணித் திட்ட அலுவலராகவும் தலைமை ஆசிரியராகவும் நீங்கள் பணியாற்றிய பள்ளிகள் அனைத்தும் அன்றும் இன்றும் என்றும் உங்களை மறக்கா.

அடங்காத மாணவர்களைக் கட்டுக்குள் கொண்டுவந்த காட்சியைப் படிக்கிற நானும் அந்த மாணவர் கூட்டத்துடன் மானசீகமாக நின்றேன்!

உங்கள் பாதை சரளைக் கற்களால் ஆனது! நம்பிக்கை விதைகளைப் போகும் வழியெல்லாம் விதைத்துச் சென்றீர்கள்! அவை முளைத்து மரங்களாகிப் பூக்களையும் கனிகளையும் உங்களுக்காகச் சுமந்து வந்தன! அந்தப் பூக்களையும் கனிகளையும் நீங்கள் மட்டுமே வைத்துக்கொள்ளவில்லை! நீங்கள் பணிபுரிந்த ஊர்களிலெல்லாம் மாணவர்களுக்கும் ஆசிரியர்களுக்கும் அதன் மூலம் ஊர் மக்களுக்கும் பூக்களால் மணம் பரப்பினீர்கள்! கனிகளைப் பகிர்ந்தளித்தீர்கள்! கனிகளிலிருந்து சிந்திய விதைகளைத் திரட்டி செல்லுமிடந்தோறும் மீண்டும் விதைத்தீர்கள்!

இந்த விதையின் கதையைப் படிப்பவர் அனைவருள்ளும் அன்பென்னும் விதையை அது ஊன்றட்டும் என்று மனமார வாழ்த்துகிறேன்.

"வாழ்வின் மற்றொரு அத்தியாயம். இதுவே கடைசி அத்தியாயமாகக்கூட இருக்கலாம்" என்ற இறுதியான உங்கள்

வாசகம் என்னைச் சற்று அசைத்துப்பார்த்தது. இன்னும் பணிகள் ஏராளமாக இருக்கின்றன. இந்த நூல் வெளிவரட்டும்! எழுத்துப் பணியில் இருந்து வழிகாட்ட இன்னும் காலம் காத்துக் கிடக்கிறது. கூடவே நாங்களும்!

இறுதியாக இது அணிந்துரையல்ல! என் உள்ளம் கனிந்த கனிந்துரை!

நன்மை விளைக.

வாழ்த்துக்கள் என் மனமார . . .

(ச. கண்ணப்பன்)

ஒப்பம்

முனைவர்.க. அறிவொளி
இயக்குநர்
தொடக்கக் கல்வி இயக்ககம்.
சென்னை-600 006.

முகவுரை

"ஒரு நாள் வாழ்வைத்தான் வருடம் முழுவதும் வாழ்ந்துவருபவர்கள்" என்று ஆசிரியர் பணியைப் பற்றிப் பொதுவாகச் சொல்லப்படுவதுண்டு. ஒவ்வொரு நாளும் புதிய புதிய அனுபவங்களோ, அதிரடித் திருப்பங்களோ, பரபரப்புகளோ அற்ற தெளிந்த நதியின் ஓட்டம் போலப் பயணிப்பதே ஆசிரியரது பணி அனுபவம். அந்த அனுபவங்களைப் புத்தகமாக எழுதும் போது, வாசிப்பாளனைக் கட்டிப்போட முடியுமா என்பது மிகப்பெரிய கேள்விக்குறியே. ஆனால் தனது 38+8 வருட வாழ்வனுபவங்களை எழுத்தில் வடித்து வாசிப்பவர்களைக் கட்டிப்போடுகிறார் திரு.கு. முத்துசாமி.

Non – Linear கதை சொல்லும் உத்தி மூலம் தமது அனுபவங்களைக் கால வரிசை பாராமல் கலைத்துப்போட்டு வரலாற்றை நகர்த்துகிறார். வழக்கமான வாழ்க்கை வரலாறுகள் குழந்தைப் பருவத்திலிருந்து துவங்கி நரைப்பருவம்வரை சீரான நேர்கோட்டில் பயணிக்கும். ஆனால் இவரோ தம்மை உதவித் தலைமையாசிரியர் பணியிலிருந்து பின் தலைமை ஆசிரியர் பணிக்குத் தலைமையிடத்து உத்தரவு பெறும் நாளிலிருந்து அறிமுகம் செய்துகொள்கிறார்.

ஒரே நாள், இரண்டு ஆணைகளைப் பெற்று எதை முதலில் செய்வது என்பதில் துவங்குகிறது அவரது வரலாற்று நூல். வளமான குமரி மாவட்டத்திலிருந்து வறட்சிக்கும், உக்கிரத்திற்கும் வாழ்க்கைப்பட்ட தூத்துக்குடி மாவட்ட விளாத்திகுளம் என்ற ஊரில் இருக்கும் அரசுப் பள்ளிக்குத் தலைமையாசிரியராகப் பதவி உயர்வு பெற்ற நாள்முதல், அத்தியாயம் தொடங்குகிறது.

ஒரே வருடத்தில் "தாழ்வுற்று வறுமை மிஞ்சி, விடுதலை தவறிக் கெட்டு, பாழ்பட்டு நின்ற" பள்ளியை எப்படி நிமிர்த்தினார் என்ற பகுதியே மிகச் சிறந்த செயல் வீரர் இவர் என்பதற்குச் சான்று.

ஒரு காவலரின் மகனாகப் பிறந்து, சராசரிக் குடும்பத்தின் பிள்ளையாய் அவர் பட்ட அனுபவங்கள் இன்றும் பலருக்குப் படிப்பினைகள். நல்லவேளை, அவர் தந்தையாரின் கனவுப்படி அவர் மருத்துவர் ஆகவில்லை. அப்படி நடந்திருந்தால் ஒரு மிகச் சிறந்த ஆளுமையைப் பள்ளிக் கல்வி இழந்திருக்கும்.

இளநிலை உதவியாளராய் அரசுப் பணியில் இணைந்தவர், மாவட்டக் கல்வி அலுவலராய், பள்ளிக் கல்வித் துறையில் அனைவருக்கும் இடைநிலைக் கல்வித் திட்டத்தின் மாநில ஆலோசகராய் உயர்ந்ததற்குக் காரணம், அவரது உழைப்பு, அறிவு, ஆற்றல் தவிர வேறெதுவும் இல்லை.

தனது வாழ்க்கை வரலாற்று நூலில் தம்மை மட்டுமே முதன்மைப்படுத்தித் தனது பிரதாபங்களைச் சொல்லிப் புளகாங்கிதப்பட்டுக்கொண்டிராமல், ஒவ்வொரு பணித் தளத்திலும் தம்மோடு பணிபுரிந்த உயர் அலுவலர் முதல் உதவியாளர்கள்வரை அனைவரையும் பதிவுசெய்கிறார்.

என்றோ, எப்போதோ அவர் ஒருங்கிணைத்து நடத்திய கருத்தரங்கில் யாரெல்லாம், என்னவெல்லாம் பேசினார்கள் என்பதையும் பதிவுசெய்கிறார். எனக்குத் தெரிந்து அவர் யாரையும் விட்டிருக்க வாய்ப்பே இல்லை.

ஒவ்வொரு சிக்கலையும் கையாண்ட விதம், சந்தித்த சவால்கள், கண்டறிந்த தீர்வுகள் என அவர் விவரிக்கும் விதமே அலாதியானது. அடுத்த தலைமுறை ஆசிரியர் ஒவ்வொருவருக்கும் தேவையான பாடங்கள் அதில் ஒளிந்திருக்கின்றன.

சிலரது வாழ்க்கை வரலாற்று நூலில் அகமே மிஞ்சியிருக்கும். சிலரது நூலிலோ புறமே தூக்கலாக இருக்கும். இவரது வாழ்க்கை வரலாற்று நூலில் ஒவ்வொரு அத்தியாயத்திலும் அகம் - புறம் இரண்டையும் சரிசமமாகக் கையாண்டிருக்கிறார்.

இந்நூலைப் படிப்பவர்கள் கு. முத்துசாமியின் வாழ்க்கை வரலாற்றை மட்டுமல்ல; பள்ளிக் கல்வித்துறையின் அனைத்துப் படிநிலைகளையும் தரிசிக்கலாம். துறையின் நிர்வாகக் கட்டமைப்பைப் புரிந்துகொள்ளலாம். நாற்பதாண்டுக் காலக் கல்வித் துறையின் வளர்ச்சியையும் அறிந்துகொள்ளலாம். ஒரு புத்தகம் வாசகனுக்கு அப்படி ஒரு பல்பரிமாண அனுபவத்தைத்தான் தர வேண்டும்; இப்புத்தகம் தருகிறது. வாசகனுக்கு 'உள்ளத்தனைய . . .' உயர்வு தரும் நூல் இது என்பதில் ஐயமில்லை.

நாஞ்சில் காடுகளிலிருந்து சென்னை என்ற கான்கிரீட் காடுகளில் கிட்டத்தட்டத் தமது அலுவலக வாழ்வின் நிறைவுப் பத்தாண்டுகளைக் கழித்தவர், இப்போது கான்கிரீட் காடுகளிலிருந்து தப்பித்து மீண்டும் நாஞ்சில் காடுகளுக்குள் மீள்குடியேற்றம் செய்திருக்கிறார். அங்கு அவர் ஒவ்வொரு நாளையும் வாழ்ந்து கழிக்கவில்லை. வாழ்ந்து 'களிக்கிறார்'.

எந்தையும் தாயும் மகிழ்ந்து "குலாவி" இருந்தது இந்நாடே என்று மகாகவி சொன்னது போல் இப்போதுதான் "மகிழ்ந்து குலாவி" இருப்பார் என்று நம்புகிறேன்.

அவரது நூலின் இறுதி அத்தியாயத்தில், "காலையில் தோட்டத்தில் வேலை . . . மாலை முல்லை நிலப் பகுதியில் நடைப்பயிற்சியில் நானும் மனைவியும். தொடர் வண்டி நிலையத்தின் நடைமேடையில் ஆற அமர அமர்ந்து பேச பழைய, புதிய நண்பர்கள் . . . கூடவே சுத்தமான காற்றும் நீரும் . . ." என்று சொல்லி இன்று சென்னை நகரத்தின் இண்டு, இடுக்குகளில் மூச்சுத் திணறிக்கொண்டிருக்கும் நம்மைப் பொறாமைப்படவைக்கிறார். எப்போது நமக்கும் ஓய்வுக்காலம் வரும் என்று ஏங்கச்செய்கிறார்.

அத்தனையையும் சொல்லிவிட்டு "என் வாழ்வின் மற்றொரு அத்தியாயம் இது . . . இதுவே கடைசி அத்தியாயமாகவும் இருக்கலாம்" என்று நிறுத்துகிறார்.

சமூகத்தின் உயர்வுக்காக உழைத்தவர்களுக்கு, சம்பளத்திற்காக மட்டுமே வேலை செய்யாமல், விளிம்பு

நிலை மக்களுக்காக உளமாரச் சேவை செய்தவர்களுக்கு, தான் பணியாற்றிய துறையில் அழுத்தமாய்த் தனது காலடித் தடங்களைப் பதித்தவர்களுக்கு, தனது அனுபவங்களை அடுத்த தலைமுறையும் அறிந்துகொள்ளும் வண்ணம் 'உள்ளத்தனைய...' நூலாய்ப் பதிவு செய்தவர்களுக்கு என்றுமே கடைசி என்று எதுவுமில்லை.

அவர்களின் அனுபவம் அடுத்த தலைமுறைக்கு முதலாய், மூலதனமாய், எரிபொருளாய் எப்போதும் இருக்கும்.

முத்துசாமி எப்போதும் இச்சமூகத்தின் மூலதனம்.

(க. அறிவொளி)

ஒப்பம்

என்னுரை

என்னுடைய தாய் தந்தையர் பெரிதும் படித்தவர்கள் அல்லர். தூத்துக்குடி மாவட்டத்தில் மெஞ்ஞானபுரம், நாசரேத் இரண்டுக்கும் இடைப் பட்டதும் நாற்பது வீடுகள் மட்டுமே இருந்ததும் கடும் வறட்சியால் ஊரிருந்த சுவடே இல்லாமல் அழிந்துவிட்டதுமான வடகரை மேலூர் என்னும் குக்கிராமத்தில் பிறந்து வளர்ந்த என் தந்தையார், எட்டுக் கிலோ மீட்டர் நடந்து சென்று மெஞ்ஞானபுரம் அம்புரோஸ் உயர்நிலைப் பள்ளியில் படித்தார். ஒன்பதாம் வகுப்போடு படிப்பை நிறுத்திக்கொண்டு வேலை தேடி மதுரையில் உறவினர் வீட்டுக்குச் சென்றுவிட்டார். காவல்துறை வாவென்று அழைக்க, பதினெட்டு வயதில் ஆயுதப் படையில் காவலராகச் சேர்ந்தார். ஐம்பத்தைந்து வயதில் நாகர்கோவிலில் ஓய்வுபெறும்போது அவர் ஒரு உதவி சப் இன்ஸ்பெக்டர்தான். சல்யூட் அடித்துக் கை ஓய்ந்துபோனவருக்குத் தனது பிள்ளைகளைப் படிக்கவைத்து நல்ல நிலைக்குக் கொண்டுவர வேண்டும் என்ற தீராத தாகம் இருந்தது. அரசு மருத்துவருக்கு இருந்த பெரிய மரியாதையைக் காணும்போதெல்லாம் தனது பிள்ளைகளில் ஒருவரை மருத்துவராக்கிப் பார்க்க வேண்டும் என்ற கனவும் இருந்தது. நன்றாகப் படிக்கக்கூடிய தன் மூத்த மகன் மூலம் அது நனவாகும் என்ற நம்பிக்கையும் இருந்தது.

ஆனால் அது கனவாகவே போய்விட்டது. அந்த மருத்துவக் கனவோடு உலா வந்த நானும்

தேவையான மதிப்பெண்கள் இருந்தும் தேர்வாகாமல் போய், பத்தொன்பது வயதில் பி.ஏ. ஆங்கிலம் பட்டத்துடன் அரசு உயர்நிலைப் பள்ளி ஒன்றில் இளநிலை உதவியாளராகப் பணியில் சேர்ந்தேன். 1970இல் மீண்டும் தொடங்கிய எனது கல்விப் பயணம் கிட்டத்தட்ட ஐம்பது ஆண்டுகள் தொடர்ந்தது. பல படிகளில் பல பதவிகள். இந்த ஐம்பதாண்டுக் காலமும் பள்ளிக் கல்வித் துறையின் வளர்ச்சியோடும் மாற்றங்களோடும் இணைந்து நானும் வளர்ந்திருக்கிறேன்.

அதுவும் நான் நீண்ட காலம் பணியாற்றிய கன்னியாகுமரி மாவட்டம், தனது பண்பாட்டு விழுமியங்களில் எப்படிப் பிற மாவட்டங்களிலிருந்து மாறுபட்டு நின்றதோ அதைப் போலவே கல்வித் துறையிலும் மாறுபாடுகள் ஏராளம். அவையனைத்தும் படிப்படியாகச் சரிசெய்யப்பட்டு, இப்போது அம்மாவட்டம் மைய நீரோட்டத்தில் இணைந்துவிட்டது. எழுபதுகளிலிருந்து நான் இந்த மாற்றங்கள் ஒவ்வொன்றையும் அவதானித்து வருகிறேன். இவற்றையெல்லாம் நான் பதிவுசெய்ய வேண்டும் என்று நண்பர்கள், மாணவர்கள் பலரும் என்னை வற்புறுத்தி வந்தார்கள்.

இந்த வித்து என்னுள் முளைவிட்டபோது, அதற்கு உரமிட்டு நீர்ப்பாய்ச்சி வளர்த்தவர், அரசு நிறுவனம் ஒன்றில் பணியாற்றி விருப்ப ஓய்வுபெற்றவரான எனது மாணவர் அ. ஸ்ரீனிவாஸன். இலக்கியப் பரிச்சயம் உள்ளவர்; மொழிபெயர்ப்பாளர். எனது இந்த நூலின் செம்மையாக்கத்தில் பெரிதும் உதவியவர். அவருக்கு என் நன்றிகள்.

எனது கையெழுத்துப் பிரதியை உடனுக்குடன் தட்டச்சு செய்த சகோதரி டி. மலர்விழி ஜூலியட், நூல் வடிவமைத்த இரா. ஹெமிலா, அட்டைப்பட வடிவாக்கம் செய்த தி. முரளி ஆகியோருக்கு என் நன்றிகள்.

பல்வேறு அலுவலகப் பணிகளுக்கிடையிலும் நேரம் ஒதுக்கி, இந்நூலுக்கு வாழ்த்துரை வழங்கிய முனைவர் அ. கருப்பசாமி - உறுப்பினர் செயலர், மாநிலக் கல்விக் கொள்கை உயர்மட்டக் குழு அவர்களுக்கும், அணிந்துரை வழங்கிய முனைவர் ச. கண்ணப்பன் - உறுப்பினர் செயலர், தமிழ்நாடு பாடநூல் மற்றும் கல்வியியல் கழகம் அவர்களுக்கும், முகவுரை வழங்கிய முனைவர் க. அறிவொளி, இயக்குநர், தொடக்கக் கல்வி இயக்ககம் அவர்களுக்கும் என் மனமார்ந்த நன்றிகள்.

சுதர்சன் வெளியீடாக இந்த நூலைக் கொண்டுவரும் காலச்சுவடு கண்ணனுக்கு என் மனமார்ந்த நன்றி.

எனது ஆசிரியர்கள், மாணவர்கள், உயர் அலுவலர்கள், உடன் பணியாற்றிய நண்பர்கள் அனைவரும் இந்நூலில் ஆங்காங்கே வருவர். அவர்களை நன்றியுடன் நினைத்துப் பார்க்கிறேன். சம்பவங்களின் போக்கில் வரும் கருத்துகள் யாரையும் புண்படுத்துவதற்காகச் சொல்லப்பட்டவையல்ல; அவ்வாறு எங்கேனும் அமைந்திருந்தால் அதற்காக மன்னிக்க வேண்டுகிறேன். நிஜ மாந்தர்களை வைத்து உள்ளதை உள்ளவாறு எழுதும்போது இந்தச் சிக்கல் தவிர்க்க இயலாததாகிவிடுகிறது.

என் உடன்பிறந்த சகோதரிக்கும் சகோதரர்களுக்கும் இந்தச் சந்தர்ப்பத்தில் என் நன்றியைத் தெரிவித்துக்கொள்கிறேன்.

என்னுடைய தாய் தந்தையர் மறைவுக்குப் பின், என்னுடைய ஏற்றத் தாழ்வுகளில் தாயாய்ப் பங்கேற்றுத் துணை நின்றவர் என் இணையர் சாந்தா. அவருக்கு நான் நன்றி சொல்வது எனக்கு நானே நன்றி சொல்வதற்கு ஒப்பானது.

எனது மகன் ராஜ்குமார், அவன் மனைவியும் எங்கள் மகள்போன்றவளுமான தீபா விஜி, 'தாத்தா உங்க புத்தகம் எப்ப முடியும்? எதுவரை வந்திருக்கீங்க?' என்று ஆவலுடன் கேள்விகேட்டு என்னைத் தொல்லைப்படுத்திக்கொண்டே இருந்த எங்களின் பேத்தி சாந்தா, பேரன் முத்து கார்த்திக் இவர்களுக்கு என் அன்பு.

கு. முத்துசாமி

1

நினைவுகள் 25 ஆண்டுகள் பின்னோக்கிச் செல்கின்றன. 1995 ஜனவரி மாதம், மறக்க முடியாத நாட்களில் அதுவும் ஒன்று. எஸ்.எல்.பி. அரசு மேனிலைப் பள்ளித் தலைமையாசிரியர் எஸ்.நடராஜன், முதன்மைக் கல்வி அலுவலர் கூட்டிய ஒரு கூட்டத்தில் கலந்து கொள்ளச் சென்றிருக்கிறார். பள்ளி தலைமைப் பொறுப்பில் நான். உதவித் தலைமையாசிரியர் என்பதால் அடிக்கடி இது நிகழும். பள்ளிக் கல்வி இயக்குநரிடமிருந்து ஒரு ஆணையைச் சில மாதங்களாகவே எதிர்பார்த்துக் கொண்டிருக்கிறேன். என்னைவிடப் பணியில் இளையோரெல்லாம் மேனிலைப் பள்ளித் தலைமையாசிரியர்களாகப் பதவி உயர்வு பெற்றுச் சென்றுவிட்டார்கள். எனது பெயர் விடுபட்டுவிட்டது. எனது மேல் முறையீடுகளுக்கெல்லாம் இன்று விடை கிடைக்கும் என்று தோன்றியது.

அதற்கு முந்திய வாரம் சென்னை சென்றிருந்த போது பள்ளிக் கல்வி இயக்குநர் நிலையில் திட்ட இயக்குநராக இருந்த, எனக்கு நன்கு அறிமுகமான சு. பரமசிவன் சார் கோடி காட்டினார். பள்ளிக் கல்வி இயக்குநராக இருந்த ரெங்கநாதன் அவர்களிடம் விளக்கிச் சொல்லி, விடுபட்டுப் போன எனது நண்பர்கள் ராதாபுரம் பெருமாள், தூத்துக்குடி பீட்டர் பத்திநாதன் உட்பட எட்டு பேருக்கு பதவி உயர்வு ஆணை வெளியிட ஆவன செய்துள்ளார். நாங்கள் மூவரும் (நேரில்) அலுவலகத்தில் சந்தித்த போது உத்தேச இடங்களையும் தெரிவித்துவிட்டார்.

பெருமாளுக்கு ராதாபுரம், பீட்டருக்கு வானரமுட்டியிலுள்ள மாவட்ட ஆசிரியர் கல்வி மற்றும் பயிற்சி நிறுவனம். இந்த இரண்டும் போக மீதமிருப்பது விளாத்திகுளம் மட்டும்தான். 'ஆனால், முத்துசாமி, விளாத்திகுளம் பிரச்சனைகள் நிறைந்த இடம். ஒரு வருடமாக தலைமையாசிரியர்

இல்லை. இதற்கு முன் இருந்தவர், பள்ளிக் கணக்கில் இருந்த பணத்தையெல்லாம் சுருட்டிக்கொண்டு போய்விட்டார். ஜாதிப் பூசல், பள்ளியில் போதிய கட்டடங்கள் இன்மை, கட்டுப்பாடில்லாத மாணவர்கள், மாணவர்களைக் கண்டு பயந்து நடுங்கும் ஆசிரியர்கள் என வரிசையாக பிரச்சனைகள். பள்ளியில் இருந்த ஒரு கூரைக் கட்டடத்துக்குச் சமூக விரோதிகள் தீ வைத்து விட்டார்கள். பெரிய ஊர். ஆனால் எந்தத் தலைமையாசிரியரும் போஸ்டிங் போட்டால் போவதில்லை. மதுரைக்குத் தெற்கே அந்த இடம் மட்டும்தான் காலியாக இருக்கிறது' என்றார்.

'இல்லை. எனக்கு விளாத்திகுளத்துக்கே ப்ரோமஷன் கொடுங்கள், சவால்களைச் சமாளிக்க முடியும் என்று நம்புகிறேன்" என்றேன். தொடர்ந்து, யாராவது ஒரு தலைமையாசிரியர் அங்கே போய் எல்லாவற்றையும் சந்திக்கத்தானே போகிறார்? அவரால் முடியும் என்றால் என்னாலும் முடியும்தானே' என்றேன்.

'குட் முத்துசாமி, அங்கேயே போடுவதற்கு ஏற்பாடு செய்கிறேன். தைரியமாகப் போகலாம். உங்களால் சமாளிக்க முடியாத பிரச்சனை என்றால் எனக்கு போன் செய்யுங்கள்' என்றார். நன்றி தெரிவித்துவிட்டு மூவரும் ஊர் திரும்பினோம்.

அந்த எதிர்பார்த்த நாளும் வந்தது. 1995, ஜனவரி 27, வெள்ளிக்கிழமை. மற்ற நாட்களை விடச் சற்று உற்சாகமாகவே பள்ளிக்குச் சென்றேன். தலைமையாசிரியர் நடராஜன் எனக்குப் பொறுப்பு எழுதித்தந்து விட்டு டிவிடி பள்ளியில் நடக்கும் தலைமையாசிரியர்கள் கூட்டத்துக்குச் சென்றுவிட்டார். உதவித் தலைமையாசிரியர் என்கிற முறையில் பள்ளிக்கு வந்த தபால்களை நோட்டமிட்டபோது பள்ளிக் கல்வி இயக்ககத்திலிருந்து வந்திருந்த தபால் என்னை ஈர்த்தது. அது பதவி உயர்வு ஆணைதான் என்று உறுதியாக நம்பினேன். நானே எடுத்துப் பிரித்துப் படித்திருக்கலாம். ஆனால் நான் விரும்பவில்லை; காத்திருந்தேன், தலைமையாசிரியருக்கு போன்செய்துவிட்டு. கூட்டம் முடிவதற்கு முன்னாலேயே கிளம்பித் தலைமையாசிரியர் வந்தார்.

'என்ன, முத்துசாமி, ப்ரமோஷன் ஆர்டர்தானே, நீங்களே உடைச்சுப் பார்க்க வேண்டியதுதானே?'

'இல்லை சார். நீங்க பார்த்து, உங்க கையாலே ஆர்டர் வாங்கணும்'.

அவருக்கு ரொம்ப சந்தோஷம். தபாலைப் பிரித்தார்.

'நீங்க நினைச்சது சரிதான்; உங்களுக்கு விளாத்திகுளம்தான் போட்டிருக்கு' என்று சொல்லிக்கொண்டே ஆர்டரைக் கொடுத்துக் கை குலுக்கினார்.

கு. முத்துசாமி

உடனே செய்தி ஆசிரியர் அறைக்குச் செல்ல, கூட்டம் கூட்டமாகச் சக ஆசிரியர், ஆசிரியைகள் வந்து வாழ்த்து சொன்னார்கள்.

'வாங்க, கீழே கேண்டின் போய் டீ சாப்பிடுவோம்' என்று வழக்கமான நண்பர்கள் அழைக்க, பல்வேறு உணர்வுகளும் எண்ணங்களும் ததும்ப உடன் சென்றேன்.

எனக்கு அந்தப் பள்ளியில் உதவித் தலைமையாசிரியராகப் பதவி உயர்வு கிடைத்ததே ஒரு தற்செயல் நிகழ்வுதான். 1988 என்று எண்ணுகிறேன். உதவித் தலைமையாசிரியராக இருந்த அய்யாக்கண்ணு மேனிலைப் பள்ளித் தலைமையாசிரியராக பதவி உயர்வு பெற்றுச் சென்றுவிட்ட காரணத்தால் அடுத்த நிலையில் உள்ள முதுநிலைத் தமிழாசிரியை லலிதாம்பாள் உதவித் தலைமையாசிரியராக நியமிக்கப்பட வேண்டும். இந்தப் பேச்சு வந்தவுடனேயே லலிதாம்பாள் ஆசிரியர் அறைக்கு வந்தார்.

'உதவித் தலைமையாசிரியருக்குப் பாராட்டுக்கள்' என்றேன்; தொடர்ந்து மற்றவர்கள்.

'ஐயா, நான் வாழ்த்து பெற வரல. வாழ்த்து சொல்லத்தான் வந்தேன்'.

'யாருக்கு? எதுக்கு?'

'முத்துசாமி சாருக்குத்தான்! அவர் தானே அடுத்த ஏஹெச்எம்?' நான் வியந்து போனேன். 'என்ன டீச்சர்? என்ன சொல்றீங்க, நீங்க தானே சீனியர்?'

'ஐயோ சாமி, எனக்கு வேண்டாம். என்னால சமாளிக்க முடியாது. அய்யாக்கண்ணு சார் என்ன பாடுபட்டார்னு நான் பார்த்துக்கிட்டுதானே இருந்தேன். நீங்கதான் சமர்த்து, நீங்க சமாளிச்சிருவீங்க'. அறையிலிருந்த பிற நண்பர்களும் வற்புறுத்த ஆரம்பித்தார்கள்.

'சரி, ஆனா இதை நானோ டீச்சரோ நீங்களோ முடிவு பண்ண முடியாது. ஹெட்மாஸ்டரிடம் முதலில் டீச்சர் சொல்லட்டும்; பிறகு முடிவெடுத்துக்கலாம்.'

டீச்சர் ஹெட்மாஸ்டரைப் போய்ப் பார்த்து எழுதியே கொடுத்துவிட்டார். 'இப்போது மட்டுமல்ல எப்போதுமே எனக்கு ஏஹெச்எம் பதவி வேண்டாம். க்ளெய்ம் பண்ணமாட்டேன்' என்று.

உடனே ஹெட்மாஸ்டர் நடராஜன் சார் என்னை அழைத்தார். 'என்ன முத்துசாமி, அடுத்த சீனியர் நீங்கள்தான். வேறு யாரிடமும் நான் கன்சல்ட் பண்ணப் போவதில்லை. இன்றைக்கே ஆர்டர் போட்டுவிடுகிறேன், சம்மதம்தானே?'

“உங்கள் சப்போர்ட்டும் கைடன்ஸூம் இருந்தால் சம்மதம் தான் சார்.” ஆர்டர் டைப்ஆகி, கைக்கு வந்து உதவித் தலைமை யாசிரியர் நாற்காலியிலும் அமர்ந்தேன். ஆனால் எனக்கிருந்த சவால்கள் ஏராளம். நான் அதே பள்ளியில்தான் படித்தேன். எனக்கு ஆசிரியர்களாக இருந்த பி.வி. சிங், சத்தியநேசன் போன்றவர்கள் இப்போதும் இருந்தார்கள். தலைமையாசிரியர்களே கண்டிக்கத் தயங்கும் புலவர் செல்லப்பா, தமிழ் கிருஷ்ணன் போன்றவர்களும் உண்டு. சற்று மலைப்பாக முதலில் இருந்தாலும் அனைவரையும் அரவணைத்து, சவால்களை எதிர்கொண்டு பாராட்டுடன் அங்கு பணியாற்றியது எனது பணிக்காலத்தில் முக்கியமான கட்டம்.

எஸ்.எல்.பி. அரசு மேனிலைப் பள்ளியில் 1982 மார்ச் முதல் 1995 ஜனவரி வரை 14 வருடங்கள் மறக்க முடியாத அனுபவம். உச்சம் தொட்ட மாணவர்கள் பலர்; இரண்டே தலைமை யாசிரியர்கள்: முதலாமவர் ஒரு பேருருவம். என்னுடைய, ஒரு ஹீரோ, சந்திர சேகர பாண்டியன் சார். அவரைப் பற்றியும் பின்னால் பார்த்துக்கொள்ளலாம். டீக்கடையில் அன்பையும் சமோசாவையும் அசைபோட்டுக்கொண்டிருந்தபோது, ‘சார் கூரியர்’ என்று பணியாள் அங்கேயே வந்துவிட்டார். இப்போது என்ன கூரியர், ஆணையில் ஏதும் மாற்றமா என்று எண்ணிக் கொண்டே, அங்கேயே பிரித்துப் பார்த்தேன். ஆம். இதுவும் ஆணைதான். ஆனால் வேறொரு ஆணை. அப்போதைய பணியாளர் தொகுதி இணை இயக்குநர் டாக்டர் ராஜாராம் கையெழுத்திட்ட ஆணை. (அவரைப் பற்றிச் சிறு குறிப்பு: விளாத்திகுளத்திலிருந்து 15கி.மீ. தொலைவில் புதூர் என்ற ஊரில் ஒரு நடுத்தரக் குடும்பத்தில் பிறந்து, அங்கே உள்ள அரசு உயர்நிலைப் பள்ளியில் படித்து, பின்னர் ஆங்கில முதுநிலைப் பட்டதாரி ஆசிரியராக அரசு மேனிலைப் பள்ளி ஒன்றில் பணியாற்றிக்கொண்டிருந்தபோதே போட்டித் தேர்வு எழுதி நேரடி மாவட்டக் கல்வி அலுவலராகப் பணி நியமனம் பெற்றவர். பிற்காலத்தில் என் நண்பர். கடின உழைப்பின் மூலம் அரசின் மிக உயர்ந்த பதவிகளை எட்ட முடியும் என்பதற்கு நல்ல உதாரணம். இந்திய ஆட்சிப் பணிக்குப் பதவி உயர்வு பெற்றுப் பல துறைகளில் முதன்மைச் செயலராக, முன்னாள் முதலமைச்சர் ஜெயலலிதா அவர்களின் நம்பிக்கையான அலுவலராக, பணி நிறைவுக்குப் பின் தமிழ்நாடு தேர்வாணையக்குழு உறுப்பினராக, தமிழ்நாடு லோக்பால் உறுப்பினராகப் பணியாற்றியவர். நல்ல படிப்பாளி, சிறந்த படைப்பாளி – திருக்குறள் ஆங்கில மொழி பெயர்ப்பு, திருக்குறளில் நிர்வாக மேலாண்மை என்பன ஒரு சில).

புதிய பாடத்திட்டத்தின் கீழ் பதினொன்றாம் வகுப்புக்கான ஆங்கிலப் பாடநூல் தயாரிக்கும் பணிக்கு நியமனம்: இது

சார்ந்த ஆலோசனைக் கூட்டம் சென்னையில் தமிழ்நாடு பாடநூல் நிறுவனக் கூட்டரங்கில் 30.01.1995 திங்கட்கிழமை நடைபெறும் என்று தெரிவிக்கப்பட்டிருந்தது. என் அருகில் நின்றிருந்த நண்பர்கள் தங்களது மகிழ்ச்சியையும் பாராட்டுக்களையும் பகிர்ந்துகொண்டனர். உண்மையான மகிழ்ச்சியா, போட்டி பொறாமைகள் இருக்குமே என்று எண்ணலாம். உதவித் தலைமையாசிரியராக இருந்தாலும் எல்லோருடனும் தோழமை உணர்வுடன் நான் பழகி வந்ததால், நிச்சயமாக அப்படி ஏதும் இல்லை.

ஆனால் எனக்கு மகிழ்ச்சி ஒருபுறம். தவிப்பு மறுபுறம். வெள்ளிக்கிழமை, அதாவது இன்று பள்ளியிலிருந்து ரிலீவ் ஆகித் திங்கட்கிழமை புதிய பள்ளியில், புதிய பொறுப்பில் சேரலாம் என்று திட்டமிட்டிருந்தேன். இப்போது என்ன செய்வது? மணி பிற்பகல் 2.30. தலைமையாசிரியரிடம் தகவல் தெரிவித்து ஆலோசனை பெறலாம் என்று விரைந்தேன்.

நடராஜன் சார் மற்றவர்களுக்கு உதவுவதில் எப்போதும் முன் நிற்பார். சனிக்கிழமை வேலை நாளாக இருப்பதால், நண்பகல் உணவுடன் சிறப்பாக எனக்கு வழியனுப்பு விழா நடத்தலாம் என்று முதலில் முடிவுசெய்திருந்தார்கள். இப்போது வேறு யோசனை வந்துவிட்டது. 'இன்று மாலையே நடத்திவிடலாம்; சனிக்கிழமை விளாத்திகுளம் சென்று பணியில் சேர்ந்துவிட்டு அங்கிருந்தே சென்னைக்குப் பயணப்பட்டு, திங்கட்கிழமை கூட்டத்தில் கலந்துகொள்ளுங்கள்' என்று தலைமையாசிரியர் ஆலோசனை வழங்கினார்.

இப்போது புதிய கேள்விகள் முளைத்தன. சனிக்கிழமை அங்கு பள்ளிக்கூடம் இருக்குமா, அன்று பள்ளி விடுமுறையென்றால் பணியில் சேர முடியுமா? இந்தக் கேள்விகளுக்கு உடனே விடை கிடைத்தது. தலைமையாசிரியர் Non-Vacation Department என்ற நிலைக்கு வருகிறார். அவர் ஆசிரியர் மட்டுமல்ல, அலுவலர் கூட. எனவே அன்று பணியில் சேரலாம். இதற்குப் பல உதாரணங்கள் உண்டு. சரி, அன்று பள்ளி இயங்கினால் பணியில் சேரலாம்; இல்லையென்றால்? தலைமையாசிரியர் இல்லாத நிலையில் உதவித் தலைமையாசிரியர்தான் பொறுப்பில் இருப்பார். அவர் எப்படி பள்ளிக்கு வருவார்? யார் அவர்? எப்படி தொடர்பு கொள்வது? பள்ளியே பூட்டப்பட்டிருக்குமே? பள்ளிக்குத் தொலைபேசி உண்டா? அலைபேசி அதிகமாகப் பயனுக்கு வராத காலம் அது. உதவித் தலைமையாசிரியரிடம் அலைபேசி இருந்தாலும், எண்ணை எப்படித் தெரிந்துகொள்வது?

உள்ளத்தனைய . . .

எல்லாவற்றுக்கும் நடராஜன் சார் ஒரே நொடியில் வழி கண்டுபிடித்தார். அவரது நண்பர் பாலசுப்பிரமணியம், அப்போது காவல்துறை புலனாய்வு (எஸ்பிசிஐடி என்றெண்ணுகிறேன்) பிரிவில் டி.எஸ்.பி. ஆக இருந்தார். எனது தந்தையார் உதவி சப்இன்ஸ்பெக்டராகக் கோட்டாறு காவல் நிலையத்தில் பணிபுரிந்த போது, உதவி ஆய்வாளராக நேரடியாகப் பணியில் சேர்ந்தவர். அவரிடம் போனில் பேசினார். "நான் பார்த்துக் கொள்கிறேன்; கவலையை விடுங்கள். அவர் சனிக்கிழமை ஜாய்ன் பண்ண நான் ஏற்பாடு செய்கிறேன்" என்றார். உடனடியாக ஒயர்லெஸ் மூலம் விளாத்திகுளம் காவல் நிலையத்தைத் தொடர்பு கொண்டார். 'எனது நண்பர் நாகர்கோவில் எஸ்.எல். பி. அரசு மேனிலைப் பள்ளியிலிருந்து உங்கள் ஊர் பள்ளிக்குத் தலைமையாசிரியராகப் பணியேற்க வருகிறார். உடனடியாகப் பொறுப்புத் தலைமையாசிரியருக்குத் தகவல் கொடுத்து நாளை (28.01.1995 அன்று) காலை பத்து மணிக்குப் பள்ளிக்கு வரச் சொல்லுங்கள்'. ஒயர்லெஸ் மூலம் செய்தி வருகிறதென்றால், வரும் தலைமையாசிரியர் செல்வாக்கு படைத்தவராகத்தான் இருப்பார். இன்ஸ்பெக்டர் ராமச்சந்திரன் உடனே பள்ளிக்கு விரைந்தார். அவர் சைக்கிள் மட்டும் ஓட்டுவார்; வயதானவர். பைக் ஓட்டத் தெரியாது. பைக் பின்னால் அமர மாட்டார். ஜீப் இருந்தால் போவார்; இல்லையென்றால் சைக்கிள்தான். மணி நான்கு. பள்ளி வளாகத்துக்குள் இன்ஸ்பெக்டரைப் பார்த்ததில் ஆசிரியர்களுக்கு ஆச்சரியமில்லை. போலீஸ், வளாகத்துக்குள் வருவது சகஜமாகி விட்டது. சட்டம், ஒழுங்கு பிரச்சனையும் புதிதல்ல. உதவித் தலைமையாசிரியர் ஓடிவர, 'நாளை உங்களுக்குப் புதிய தலைமையாசிரியர் வருகிறார். நாகர்கோவில்காரர். காவல்துறை செய்தி. நாளை தயாராய் இருங்கள்' என்று சொல்லிவிட்டுச் சென்றார். பள்ளி முழுவதும் பரபரப்பு. வரக்கூடிய தலைமையாசிரியர் எப்படி இருப்பார், பெரிய ஆளாகத்தான் இருப்பார் போலிருக்கிறது. நாளை பள்ளி வேலைநாள் இல்லையே, இருந்தாலும் பார்ப்பதற்கு வர வேண்டும்' என்று பேசப்பட்டதாகப் பின்னர் சொன்னார்கள். அவர்களின் எதிர்பார்ப்பிற்குக் காரணம் இருந்தது பிறகுதான் புரிந்தது.

ஆக, படித்த பள்ளியிலேயே பதினான்கு ஆண்டுகள் பணியாற்றிய பின் இன்று கடைசி நாள் என்று எண்ணும்போது சற்றுச் சங்கடமாகத்தான் இருந்தது. காரியங்கள் வேகமாக நடந்தன. உடற்கல்வி இயக்குநர் சத்தியநேசன் போன்ற நெருங்கிய நண்பர்களுக்கும் செல்லப்பா, நீதியப்பன் போன்ற மூத்த ஆசிரியர்களுக்கும் அவர்கள் இருக்கும் இடம் சென்று அவர்களது சகோதர பாசத்துக்கு நன்றி தெரிவித்து வந்தேன். பிரிவுபசார விழா

துரித கதியில் ஏற்பாடாயிற்று. அதற்கிடையில் முதன்மைக் கல்வி அலுவலகம், மாவட்டக் கல்வி அலுவலகம் சென்று வாழ்த்து பெற்று வந்தேன்.

பிரிவுபசார விழா தொடங்கியது. பெற்றோர் ஆசிரியர் கழகத் தலைவர் ராதாகிருஷ்ணன் உட்பட பல நண்பர்களும் வந்திருந்தனர். எல்லோரும், சிறந்த ஆங்கில ஆசிரியர், இனிய முகத்துடன் தட்டிக் கொடுத்து வேலை வாங்குபவர், தலைமையாசிரியர் இல்லை யென்றாலும் பள்ளியைச் சிறப்பாக நிர்வகிக்கும் திறன் எனப் பல்வேறு சிறப்புகளையும் பட்டியலிட்டுப் பேசினர்.

எனது ஏற்புரையில், எனது வாழ்வில் எஸ்.எல்.பி. அரசு மேனிலைப் பள்ளி முக்கிய பங்கு வகிப்பதை எடுத்துக் கூறினேன். மாணவனாக, முதுநிலைப் பட்டதாரி ஆசிரியராக, என்.எஸ்.எஸ். திட்ட அலுவலராக, பின் மாவட்ட தொடர்பு அலுவலராக, இன்ட்ராக்ட் ஸ்டாப் அட்வைசராக, கேரியர் மாஸ்டராக, நிறைவாக இம்மாபெரும் பள்ளியின் உதவித் தலைமையாசிரியராகப் பணியாற்றித் தனி முத்திரையுடன் பதவி உயர்வுடன் பிரிந்து செல்கிறேன் என்று கண்ணீர் மல்க சொல்லி விடைபெற்றேன்.

2

மறுநாள் 28ஆம் தேதி விளாத்திகுளம். நாகர்கோவிலில் இருந்து அதற்கு இரண்டு மார்க்கமாகச் செல்லலாம். கோவில்பட்டி சென்று விட்டால் அங்கிருந்து அரைமணி நேரத்துக்கு ஒரு பஸ், எட்டையபுரம் வழியாக. அடுத்தது தூத்துக்குடி சென்று அங்கிருந்து குறுக்குச் சாலை போய்ப் பின் வலது பக்கம் திரும்பி வேடநத்தம், குளத்தூர், துளசிப்பட்டி வழியாக. இரண்டும் கிட்டத்தட்ட நான்கு மணி நேரப் பயணம். ஒரே தூரம். தூத்துக்குடி வழியாகச் சென்றால் வழி நெடுகச் சிறு கிராமங்கள், கருவேல மரங்கள், அந்த மரங்களை வெட்டிக் கரிமூட்டம் போடும் உழைத்துக் கருத்த வறிய முகங்கள், முதல் நாள் இந்த மார்க்கத்தைத்தான் தேர்ந்தெடுத்தேன். குறுக்குச்சாலை தாண்டியவுடன் அலுப்பான பயணம்.

பத்துமணிக்கு அப்புதிய மண்ணில் காலடி எடுத்துவைத்தேன். பேருந்து நிலையத்தில் வழி கேட்டுக்கொண்டு நடந்தேன். பேருந்து நிலையத்தை விட்டு வெளியே வருவதற்கு முன் 'தம்பி' என்ற குரல் கேட்டு வியப்புடன் திரும்பினேன். முருகேசன் அண்ணாச்சி. எனது நெருங்கிய உறவினர்தான். ஆனால் அதிகம் பழக்கமில்லை. ஏட்டாக இருக்கிறார் என்று கேள்விப்பட்டிருக்கிறேன். ஆனால் விளாத்திகுளத்தில் இருக்கிறார் என்று இப்போதுதான் தெரிந்தது. அவரது குடும்பத்தில் எல்லோரையும் போல் ஆறடிக்கு மேல் உயர்ந்த ஆஜானுபாகுவான தோற்றம். 'தம்பி நீங்க இன்னைக்கு வர்றீங்கன்னு கேள்விப்பட்டேன். காலையிலேயிருந்து உங்களுக்காகக் காத்திருக்கேன்'. அவர் நீண்ட காலமாக விளாத்திகுளத்தில்தான் பணிபுரிகிறார். புலனாய்வுப்பிரிவு; எனவே யூனிபார்ம் போட வேண்டாம். உளவுப்பிரிவு என்பதால் அந்தப் பகுதி முழுவதும் அத்துப்படி. குடும்பத்துடன்

குவார்டர்ஸில் இருந்தார். எனக்கும் அந்த ஊரில் உளவுத்துறை அவர்தான்; மிகவும் ஆதரவாக இருந்தார்.

பள்ளி வளாகத்துக்குள் நுழைந்தோம். தலைமையாசிரியர் அறைமுன் ஆசிரியர்கள் கூட்டம். ஆசிரியர்களை வரச் சொல்லவில்லை. ஆனால் எதிர்பார்ப்பில் வந்திருந்தார்கள். உதவித் தலைமையாசிரியர் ஞானப்பிரகாசம் முன்வந்து வரவேற்றார். எல்லோருக்கும் கை கூப்பி வணக்கம் தெரிவித்துவிட்டு அறைக்குள் நுழைந்து இருக்கையில் அமர்ந்தேன். என்னுடைய வருகையைப் பதிவுசெய்துவிட்டு மற்ற சம்பிரதாயங்களை நிறைவு செய்ய இளநிலை உதவியாளரை (உலகநாதன்) பணித்தேன். ஆசிரியர்கள் ஒவ்வொருவராக அறிமுகம் செய்துகொண்டார்கள். ஆங்கில முதுநிலைப் பட்டதாரி ஆசிரியை மலர்க்கொடி மட்டும் விடைத்தாள் திருத்தும் மையம் மூலம் ஏற்கெனவே அறிமுகமானவர். சற்று நேரத்தில் பெற்றோர் ஆசிரியர் கழகத் தலைவர் டாக்டர் ஆத்திமுத்து பிற உறுப்பினர்களுடன் வந்து வரவேற்றார். எல்லோர் முகங்களிலும் ஒரு வியப்பைக் காண முடிந்தது. அவர்கள் எதிர்பார்த்தது, வயது முதிர்ந்து முடி நரைத்த தலைமையாசிரியரை! வந்து நின்றதோ, முடி வெளுக்காத நாற்பத்து நான்கு வயது இளமைத் தோற்றம் கொண்ட மனிதர். (இந்த வார்த்தைகள் அவர்களே பின்னர் சொன்னது). பதிவறை எழுத்தர் உமயணனையும், அலுவலக உதவியாளர் சுந்தர் சிங்கையும் அழைத்து எல்லோருக்கும் இனிப்புடன் கூடிய சிற்றுண்டியை வாங்கிவரச் செய்தேன்.

அறையை நோட்டமிட்டேன். அரண்மனை போன்ற எஸ்.எல்.பி. பள்ளியில் பணிபுரிந்த எனக்கு, முழுவதும் ஓடு வேய்ந்த தலைமையாசிரியர் அறையும் வகுப்பறைகளும் வித்தியாசமாக இருந்தன. அமர்ந்திருந்தவர்களிடம் பேசியபோது பள்ளியின் பிரச்சினைகள் வரிசை கட்டி நின்றதை அறிந்தேன்.

மாணவர் எண்ணிக்கை அதிகம். அந்தத் தாலுகாவிலேயே மிகப்பெரிய பள்ளி. ஆனால் போதிய வகுப்பறைகள் இல்லை. வெயிலில், மண்தரையில் அமர்ந்து படிக்க வேண்டும். காற்றிலும் மழையிலும் அவதி.

மாணவர்களுக்குக் கட்டுப்பாடு இல்லவே இல்லை. மாணவர்களைக் கண்டு ஆசிரியர்கள் நடுங்கும் நிலை. கண்டித்தால், தண்டித்தால், ஒன்றுசேர்ந்துகொண்டு வெளிநடப்பு, சாலை மறியல் என சட்டம் ஒழுங்குப் பிரச்சினை.

என்னுடைய முன்னுரிமைகளை நான் முடிவுசெய்து கொண்டேன். வந்திருந்தவர்களிடம், 'நான் குடும்பத்துடன்

ஊரிலேயே தங்கப்போகிறேன். எனது முழுக் கவனமும் பள்ளிதான். நான் எடுக்கும் நல்ல நடவடிக்கைகளுக்கு உங்கள் ஒத்துழைப்பும் ஆதரவும் தேவை' என்றேன்.

'கண்டிப்பாக' என்று உறுதிகூறி, அவர்கள் கலைந்து சென்றனர். உதவித் தலைமையாசிரியரையும் உடற்கல்வி ஆசிரியர்களையும் அழைத்துக்கொண்டு பள்ளி வளாகம் முழுவதும் சுற்றி வந்தேன். ஐந்து ஏக்கர் பரப்பளவு கொண்ட பெரிய மைதானம். ஆனால் முறையாகப் பயன்படுத்தப்படவில்லை என்று தெரிந்தது. வழியில் கூரையின்றிச் சுவரெல்லாம் கருப்பாக ஒரு கட்டடம். 'யாரோ' தீவைத்துவிட்டார்களாம். செயல்பாடுகள் நிறுத்தப்பட்டுவிட்டன. என்.எஸ்.எஸ். மாணவர்களின் கைவண்ணம் அனைத்துச் சுவர்களிலும் தெரிந்தது. தண்ணீர் தட்டுப்பாடு; பள்ளியில் உள்ள ஊராட்சி மன்றக் குடிநீர்க் குழாயில் பள்ளி நேரத்தில் தண்ணீர் வருவதில்லை. மாணவர்கள் மதிய உணவு வேளையில் வளாகத்துக்கு வெளியே சென்று தெருக் குழாயில் கைகழுவிவிட்டு நீர் அருந்தி வருவார்கள். பள்ளிக் கணக்கில் இருந்த பெரும்பாலான நிதியை முன்பு பணியாற்றிய தலைமையாசிரியர் தனக்குப் பணி நீட்டிப்பு கொடுக்காத கோபத்தில், தானே காசோலைகளில் கையொப்பமிட்டு, எந்த ரசீதும் இல்லாமல் எடுத்துச்சென்றுவிட்டார். ஆனால் அவர் எதற்கும் கவலைப்படாமல் எந்த ஆணையையும் மதிக்காமல் தனது சொந்த ஊரில் ஒன்றும் நடக்காததுபோல உலா வருகிறார் என்று சொன்னார்கள்; ஓய்வூதியம் வழங்காமல் நிறுத்தினார்கள்; ஆனால் வழக்குத் தொடர்ந்து அதையும் பெற்றுவிட்டார். தற்போது பணிக்கொடை மட்டும் நிறுத்திவைக்கப்பட்டிருக்கிறது.

(நான் பணியில் சேர்ந்த ஒரு மாதம் கழித்துப் பல முறை சொல்லியனுப்பிய பின் ஒருநாள் வந்தார். 'சார், நீங்கள் எடுத்த பணத்துக்கு ரசீதும் கணக்கும் கொடுத்துவிடுங்கள். நான் உயர் அலுவலர்களிடம் பேசி கிராஜூவிடி வழங்குவதற்கு நடவடிக்கை எடுக்கிறேன்' என்றேன். அவர் சிரித்துக்கொண்டே சொன்னார். 'கிராஜூவிடி எவ்வளவு வரும், மூன்று லட்சம் வருமா? நான் எடுத்த பணம் ஐந்து லட்சம். நான் கணக்கு கொடுக்கப் போவதுமில்லை; பணத்தைத் திருப்பிக் கட்டப் போவதுமில்லை' என்றார்.) அவர் மீது என்ன நடவடிக்கை? மதுரையில் இருந்து சிறப்பு தணிக்கைக் குழு வந்து ஓய்வூதியத்திலிருந்து பிடித்தம் செய்யப் போகிறோம் என்று சொன்ன பிறகு தவணை முறையில் கட்டினார்.'

நண்பகல் உணவுக்கான நேரம் வந்துவிட்டது. முருகேசன் அண்ணாச்சி வற்புறுத்தி போலீஸ் குவாட்டர்ஸில் உள்ள அவர் வீட்டுக்குச் சாப்பாட்டுக்கு அழைத்துச் சென்றார். இனி

தோவாளை சென்று மறுநாள் ஞாயிற்றுக்கிழமை சென்னைக்குப் புறப்பட வேண்டும்.

மாலையில் கோவில்பட்டி பஸ்ஸில் ஏறி அமர்ந்தேன். எண்ணங்கள் முழுவதும் பள்ளியையே சுற்றி வந்தன. இரவில் தோவாளை வந்துசேர்ந்தேன். அடுத்த நாள், ஞாயிற்றுக்கிழமை மாலை சென்னை புறப்பட்டேன். மறுநாள் ஜனவரி 30, திங்கட்கிழமை காலையில் பாடநூல் நிறுவனக் கூட்ட அரங்கில் பொதுவான ஆலோசனைக் கூட்டம். மேனிலை வகுப்புகளுக்கான அனைத்துப் பாடங்களிலும் தேர்ந்தெடுக்கப்பட்ட ஆசிரியர்கள் வந்திருந்தனர். 1995–96ஆம் ஆண்டு முதல் பதினொன்றாம் வகுப்புக்கும், 1996–97ஆம் ஆண்டு முதல் பன்னிரண்டாம் வகுப்புக்கும் புதிய பாடநூல்கள் தயாரிப்பு தொடர்பான அறிவுரைகள் வழங்கப்பட்டன. இதற்கிடையில் அப்போது பாடநூல் கழகத் தலைவராக இருந்த, குமரி மாவட்டத்தைச் சேர்ந்த எப்.எம். ராஜரத்தினத்தை மரியாதை நிமித்தமாகப் பார்த்துப் பேசினேன். அதன் பின்னர் பாடவாரியாகத் தனித்தனிக் குழுக்களாகப் பிரிந்தோம். எங்கள் குழுவுக்குத் தலைவர் நந்தனம் அரசு கலைக் கல்லூரி ஆங்கிலத்துறைத் தலைவர் டாக்டர் விக்டர்; மிக எளிமையானவர். எங்கள் குழுவில் மற்ற உறுப்பினர்களாக ராஜேஸ்வரி விஸ்வநாதன், கே.என். இளங்கோவன், பெரியசாமி, ஆசிர்வாதம், சரோஜா, ருக்மணி ஆகியோர் இருந்தனர். பிப்ரவரி முதல் தேதி புதனன்று காலை மீண்டும் கூடினோம். எங்களுக்குரிய பொறுப்புகள் வரையறுக்கப்பட்டன. ஒவ்வொருவரும் ஒரு *Prose Lesson*, ஒரு *Poem*, ஒரு *Non-detailed Text*, இரண்டு *Grammar Exercises* தயார்செய்து இரண்டு வாரங்களுக்குப் பின் மீண்டும் வர வேண்டும். நந்தனம் கல்லூரியில் அவருடைய அறையிலேயே இனி கூடலாம் என்று சொல்லி அனுப்பிவைத்தார்.

நேரே விளாத்திகுளம் செல்வதா இல்லை தோவாளைக்கா என்று யோசித்து, குளிப்பது, உடை மாற்றுவது போன்ற தேவைகளுக்காகவும், பாடங்கள் தயாரிப்பதற்கான விஷயங்களைச் சேகரிப்பதற்காகவும் தோவாளைக்கே வந்து சேர்ந்தேன். பதவி உயர்வுக்கு வாழ்த்து தெரிவித்து நிறைய கடிதங்கள் வந்திருந்தன. நான் அன்று வீட்டில் இருப்பேன் என்று தெரிந்துகொண்டு (நேரில்) வந்தவர்களும் பலர்.

அடுத்த நாள் – வெள்ளிக்கிழமை – பள்ளி தொடங்கும்முன் சென்றுவிட வேண்டுமென்று காலை 4.30 மணிக்கு பஸ் ஏறினேன். இப்போது கோவில்பட்டி வழி. எட்டையபுரத்தை பஸ் கடக்கும்போது பாரதி பற்றிய எண்ணங்கள். காலை 9.00 மணிக்கு விளாத்திகுளம் தியேட்டர் ஸ்டாப்பில் இறங்கிப்

பள்ளி நோக்கி நடந்தேன். இன்றுதான் மாணவ, மாணவியரைப் பார்க்கப் போகிறேன். நான் நடந்துசெல்லும்போதே முன்னும் பின்னும் மாணவ, மாணவியரைப் பார்க்கும்போது வித்தியாசம் தெரிந்தது. எஸ்.எல்.பி. பள்ளி பெரும்பாலும் நடுத்தர, வசதி படைத்த குடும்பங்களிலிருந்து வரும் மாணவர்கள் நிறைந்தது. காட்டாத்துறை, தோவாளை, ஆரல்வாய்மொழி போன்ற கிராமப்புறப் பள்ளிகளிலும் பணியாற்றியிருக்கிறேன். அந்தப் பள்ளிகளைவிட எளிய மாணவர்கள் இங்கு அதிகமாக இருப்பதாகத் தோன்றியது. புதிய தலைமையாசிரியர் தங்களுடனே நடந்துவருகிறார் என்று தெரியாததால் ஒருவருக்கொருவர் கிண்டல் செய்துகொண்டும், ஆசிரியர்களின் பட்டப் பெயர்களைச் சொல்லிக் கேலிசெய்துகொண்டும் கும்மாளமிட்டு வந்தனர்.

பள்ளி வளாகத்துக்குள் நுழைந்தேன். ஒரே கூச்சல், விளையாட்டு. வகுப்பறைகளில் மாணவிகளைத் தவிர மாணவர்களெல்லாம் வெளியே சுற்றிக்கொண்டிருந்தார்கள். அறைக்குச் சென்றவுடன், உதவித் தலைமையாசிரியர்களையும், உடற்கல்வி ஆசிரியர்களையும் அழைத்து அஸெம்பிளி–வழிபாட்டுக் கூட்டம் ஏற்பாடு செய்யச் சொன்னேன். ஆசிரியர்களையும் மாணவர்களையும் ஒன்றாகப் பார்த்துப் பேச வேண்டும் என்றேன். வகுப்பாசிரியர்கள், தங்கள் வகுப்பு மாணவர்களை அழைத்து வருவதிலும், வரிசையாக நிற்கவைப்பதிலும் பட்ட சிரமம் கண்கூடாகத் தெரிந்தது.

பிற ஆசிரியர்கள் மாணவர்களை விட்டு விலகித் தொலைதூரத்தில் நின்றுகொண்டார்கள். பேசுவதற்கு மைக் வசதி ஏற்பாடு செய்யச் சொல்லியிருந்தேன். பேருக்குத்தான் வரிசை; மாணவர்கள் ஒருவருக்கொருவர் பேசிக்கொண்டும் ஆடிக்கொண்டும் இருந்தார்கள். நான் கொடிக்கம்பம் அருகே வந்ததும், 'இது யார், புது ஆள்?' என்று வியப்பு கண்களில் தெரிந்தது. உள்ளூர் மாணவர்கள் சிலருக்கு ஏற்கெனவே தகவல் தெரிந்து பரிமாறிக்கொண்டார்கள்.

நான் எஸ்.எல்.பி. பாணியைக் கையிலெடுத்தேன். மேனிலை வகுப்பு மாணவர்கள் நின்ற வரிசையைத் தேர்ந்தெடுத்து உள்ளே சென்றேன். யூனிபார்ம் அணியாத மாணவர்கள் ஆங்காங்கே தென்பட்டனர். ஜீன்ஸ் பேண்டுடன் நின்ற ஒரு மாணவன் அருகில் சென்று, 'ஏன் யூனிபார்ம்ல வரலே?' என்று உரத்த குரலில் கேட்டேன். அவன் முறைத்துக்கொண்டு, குரலை என்னை விட உயர்த்தி, 'இதுதான் சார் யூனிபார்ம். என்ன மிரட்டுறீங்களா?' என்றான். விட்டேன் ஒன்று கையால் தோள்பட்டையில்! மொத்த கூட்டமும் அதிர்ந்தது; ஒரு நொடியில் நிசப்தமானது.

‘தொலைந்தார், புதிய ஹெட்மாஸ்டர்’ என்ற எண்ணம் ஆசிரியர்கள் மனத்தில் தோன்றியதாகப் பின்னர் கேள்விப்பட்டேன்.

மொத்த கூட்டமும் அமைதியான பின் பேச ஆரம்பித்தேன். ‘அருமையான மாணவச் செல்வங்கள் அனைவருக்கும் எனது அன்பான வணக்கங்கள். விளாத்திகுளம் அரசு பள்ளியைத் தேர்ந்தெடுத்து நான் தலைமையாசிரியராகப் பணியாற்ற வந்திருக்கிறேன். நானும் உங்களைப் போல அரசு பள்ளியில் படித்தவன்தான். எனது மகனும் அரசு பள்ளியில் படித்து இன்று பொறியியல் கல்லூரியில் படித்து வருகிறார். விளாத்திகுளம் போன்ற கிராமங்களின் பள்ளிகளில் நான் ஆசிரியராகப் பணியாற்றியிருக்கிறேன். இப்பள்ளி 49 ஆண்டுகளைக் கடந்து 50ஆம் ஆண்டில், பொன் விழாவினை நோக்கி அடியெடுத்து வைக்கிறது. மாவட்டத்தின் மிகப்பெரிய அரசு பள்ளிகளில் இதுவும் ஒன்று. இப்பள்ளியில் படித்த பலர் இன்று சமுதாயத்தில் உயர்ந்த நிலையில் டாக்டர்களாகவும் இன்ஜினியர்களாகவும் ஆசிரியர்களாகவும் வணிகர்களாகவும் அரசியலிலும் இருக்கிறார்கள். நீங்கள் அந்த நிலைக்கு வர வேண்டும். இந்த பள்ளியில் கட்டடம், தண்ணீர் வசதி உட்பட என்னென்ன குறைகள் இருக்கின்றன என்று எனக்கு நன்றாகத் தெரியும். அனைத்தையும் நிவர்த்திசெய்து உங்கள் தேவைகள் அனைத்தையும் நிறைவேற்றுவேன் என்று உறுதி கூறுகிறேன். காந்தியடிகள் மாணவர்களுக்குச் சொன்ன ஒரே அறிவுரையைச் சொல்லி முடிக்கிறேன். படியுங்கள் ! படியுங்கள் ! படியுங்கள் !’

பல கைதட்டல்கள் விழுந்தன. நம்பிக்கை பிறந்தது. ஆனால் அந்த நம்பிக்கை, சில நிமிடங்கள்கூட நீடிக்கவில்லை. மாணவர்கள் வகுப்புகளுக்குத் திரும்பிய பின் நான் எனது அறையில் சென்று அமர்ந்தேன். ஒரு சலசலப்பு கேட்டது. எழுந்து வெளியே வந்தேன். எனது எதிர்புறம் இயற்பியல் ஆய்வகம். அதற்கு அடுத்தாற்போல மூன்று வகுப்பறைகள் கொண்ட கட்டடம். 12 ஏ (கணிதம்), 12 பி (அறிவியல்), 12 சி (கலைப்பிரிவு).

12 சி வகுப்பறையிலிருந்து மாணவர்கள் வெளியேறி எனது அறை நோக்கிக் கூச்சலிட்டவாறு வந்துகொண்டிருந்தனர். ‘மன்னிப்புக் கேள், மன்னிப்புக் கேள் ! தலைமையாசிரியரே மன்னிப்புக் கேள் !’ ஆங்காங்கே ஆசிரியர்கள் வகுப்பறைகளை விட்டு வெளியே வந்து வேடிக்கை பார்த்துக்கொண்டிருந்தனர். உதவித் தலைமையாசிரியர் சங்கரப்பன் மட்டும் என் அருகில் நின்றிருந்தார். இரண்டு ஸ்டாப் ரூமிலிருந்தவர்களும் வெளியே வந்து, ‘நமக்கெதுக்கு வம்பு’ என்பதுபோல் நின்றுகொண்டிருந்தனர்.

‘எப்படி சார் நீங்க அடிக்கலாம்? இதுவரைக்கும் யாரும் அடிச்சதில்லை, ஒழுங்கா அடிச்சதுக்கு மன்னிப்பு கேளுங்க, இல்லைன்னா நடக்குறதே வேற’.

‘*I can’t tolerate this.* முதல்லே வகுப்புக்குப் போங்க. நான் அங்கேயே வாரேன்’

‘டேய், ஹெட்மாஸ்டர் இங்கிலீஸ்ல பேசுறார்டா. அதெல்லாம் போக முடியாது. முதல்ல மன்னிப்பு கேளுங்க. இல்லன்னா நாங்க போலீஸ்ல கம்ப்ளெய்ண்ட் செய்வோம். சாலை மறியல் பண்ணுவோம்’.

‘சரி. இது முதல் தடவை. ஸோ மன்னிச்சு விட்டுறலாம்னு நினைச்சேன். இனிமே நீங்க பேரண்ட்ஸோட வந்தாத்தான் நானே அலவ் பண்ணுவேன்’.

‘பேரண்ட்ஸைக் கூட்டிட்டு வரணுமா!’ ‘ஹே’ என்ற பெரிய சிரிப்பு. ‘வருவோம், அருவாளோட வருவோம்’ என்று கூச்சலிட்டுக் கொண்டே வளாகத்தை விட்டு வெளியே சென்றனர்.

நான் துரித கதியில் செயல்பட ஆரம்பித்தேன். “முதலில் எல்லா அறைகளிலும் ஆசிரியர்கள் இருக்குமாறு பார்த்துக் கொள்ளுங்கள்” என்று மற்ற உதவித் தலைமையாசிரியர்களிடமும் உடற்கல்வி ஆசிரியர்களிடமும் கூறினேன். டி.ஆர்.எஸ் ராமகிருஷ்ணன் என்னும் உயர்நிலை வகுப்பு ஆசிரியரைக் கூப்பிட்டேன். அவர் சண்முக வேலாண்டி என்ற, சொன்னாலே ‘அதிரும்’ என்றளவுக்கு சப் இன்ஸ்பெக்டராகக் குமரி, நெல்லை மாவட்டங்களில் பணிபுரிந்து புகழ்பெற்றிருந்த கூடுதல் காவல் கண்காணிப்பாளரின் சகோதரர். நான் வேலையில் சேர்ந்த அன்றே தன்னை அறிமுகப்படுத்திக்கொண்டிருந்தார்; பைக்கில் வருவார். அவருக்குத் துளசிப்பட்டி என்ற மூன்று மைல் தொலைவில் உள்ள கிராமம். ‘நீங்கள் போலீஸ் ஸ்டேஷன் சென்று நடந்ததைச் சொல்லி இன்ஸ்பெக்டரை அலர்ட் செய்துவிடுங்கள்’ என்றேன். பதிவறை எழுத்தர் உமையணனிடம் ‘12சி வருகைப் பதிவேட்டைக் கொண்டு வாருங்கள்; அதில் பெற்றோர் முகவரி இருக்கிறதா என்று பாருங்கள்; இல்லையென்றால், சேர்க்கைப் பதிவேட்டைப் பார்த்துச் சேகரியுங்கள்’ என்றேன். முகவரிகள் கிடைத்தன. பள்ளியில் தோட்டக்காரர், அலுவலக உதவியாளர்கள், காவலர் ஆகியோரை அழைத்து, உள்ளூரில் இருக்கக்கூடிய முகவரிகளை டிக் செய்து ‘அந்த வீடுகளுக்கெல்லாம் பிரிந்து செல்லுங்கள். தந்தையர் அல்லது தாயாரைத் தலைமையாசிரியர் அவரசமாக அழைத்தார். உடனே வாருங்கள் என்று வரச் சொல்லுங்கள்’ என்று ஆணை பிறப்பித்தேன். சைக்கிள்களை எடுத்துக்கொண்டு விரைந்தார்கள். அருகில் வந்த ஆசிரியர்களிடம்

"நீங்கள் பதட்டப்பட வேண்டாம். நான் சமாளித்துக்கொள்கிறேன். நீங்கள் நடப்பதை மட்டும் பாருங்கள்" என்றேன். என்னுடைய ஸ்ட்ரேட்டஜியை முடிவுசெய்துவிட்டேன். 'பிரித்தாளும் முறை'தான். ஒரு சில மாணவர்களையாவது வகுப்பில் உட்கார வைத்து விட வேண்டும்.

இதற்கிடையில் மாணவர்கள் நேரே தாசில்தாரிடம் சென்றிருக்கிறார்கள். அவர், 'உங்களுக்கு இதே வேலையாப் போச்சு. போங்கடா வெளியே' என்று விரட்டி விட்டிருக்கிறார். பின்னர் போலீஸ் ஸ்டேஷன் சென்றிருக்கிறார்கள். ஏற்கெனவே பள்ளிக்கு வந்த இன்ஸ்பெக்டர்தான் அங்குமிருந்தார்.

"என்னடா கூட்டமா வந்திருக்கீங்க? ஆரம்பிச்சிட்டீங்களா? என்ன வேணும்?"

"புதுசா வந்திருக்கிற ஹெட்மாஸ்டர் எங்களை அடிச்சிட்டாரு சார். அவர்மேலே நீங்க ஆக்சன் எடுக்கணும்".

'ஆஹா! இப்பத்தான்டா ஒரு ஆம்பளை உங்க ஸ்கூலுக்கு வந்திருக்காரு. ஏய் 103, 224, வந்திருக்க பயலுகளையெல்லாம் நியுசென்ஸ் கேஸ்ல உள்ளே பிடிச்சுப் போடுங்க. படிக்க வந்தீங்களா, போராட்டம் பண்ண வந்தீங்களா?" அவ்வளவுதான் மாணவர்கள் மெதுவாகப் பின்வாங்கத் தொடங்கிவிட்டனர்.

இதற்கிடையில் பள்ளிக்கு அருகில் இருந்த பெற்றோர்கள் ஏழுபேர் என்னைப் பார்க்க வந்துவிட்டார்கள். பார்த்தவுடனேயே அவர்கள் குடும்பச் சூழ்நிலை தெரிந்து விட்டது. ஒருவர் சலவைத் தொழிலாளி, ஒருவர் ஆடுகளை வைத்துப் பிழைப்பவர், மற்றவர்கள் கரிசல் காட்டில் கூலி வேலை செய்பவர்கள், கரிமூட்டம் போடுபவர்கள்.

முதலில் எல்லோரையும் அங்கே இருந்த சேர்களிலும் பெஞ்சிலும் உட்காரவைத்தேன். 'ஐயா, நீங்களெல்லாம் என்னென்ன வேலையில இருந்தீங்களோ, உங்களை அவசரமா கூப்பிட வேண்டியதாயிருச்சு. வருத்தப்படாதீங்க. ஒரு நிமிஷத்துல போயிரலாம்' என்று ஆரம்பித்தேன்.

'இந்த ஸ்கூல்ல என்னென்ன பிரச்சனை என்றெல்லாம் உங்களுக்குத் தெரியும். நான் இருநூறு கி.மீ.க்கு மேலேயிருந்து இங்கு வந்திருக்கேன். என் பையன், ஒரே பையன், திண்டுக்கல்ல இன்ஜினியரிங் படிச்சிக்கிட்டிருக்கான். இங்கேயே வீடு பார்த்துக்கிட்டிருக்கேன். இருந்தால் நீங்களும் சொல்லுங்க. நான் குடும்பத்தோடு குடியேறிடுவேன். இன்னைக்கு என்ன நடந்துச்சு தெரியுமா?' என்று விவரித்தேன்.

உள்ளத்தனைய . . .

‘பிப்ரவரி முடியப் போகுது. இன்னும் ஒரு மாசம்தான், பரீட்சை வந்திரும். இது கஷ்டப்பட்டுப் படிக்கிற நேரம். படிக்க வைக்கத்தான் நானும் வந்திருக்கேன். பையன் நம்மளை மாதிரி கஷ்டப்படாம, ஏதாவது ஒரு வேலைக்குப் போயிர மாட்டானான்னு கனவு கண்டுக்கிட்டிருக்கீங்க. ஆனா அவங்க இப்படி பண்ணுறாங்க. இப்ப தாலுகா ஆபீஸ்லேயோ போலீஸ் ஸ்டேஷன்லேயோ இல்ல, ரோட்டிலேயோ நிப்பாங்கன்னு சொல்றாங்க. போங்க, போய் புத்திமதி சொல்லி அனுப்பிவையுங்க.’

‘ஐயா, எங்களுக்கு எங்க பிள்ளைங்க படிச்சு பாஸாகி ஏதோ ஒரு வேலைக்குப் போகணும். அதுக்குத்தான் வெயில்லேயும் மழையிலேயும் கஷ்டப்படுறோம். நாங்க சத்தம் போட்டு அனுப்பி வைக்கிறோம். நீங்க உங்க பிள்ளையைப் போல பார்த்துக்குங்க ஐயா’ என்று சொல்லிக் கும்பிட்டுவிட்டுச் சென்றார்கள்.

இதன் விளைவு கொஞ்ச நேரத்தில் தெரிந்தது. ஐந்து மாணவர்கள் பெற்றோருடன் வந்து நின்றார்கள். ‘உங்க அப்பாவைப் பாருங்கடா, எவ்வளவு கஷ்டப்பட்டு உங்களைப் படிக்க வைக்கிறாங்க. பார்த்தியா? உன் கையில வாட்ச், காச்சுப் போன அவரு கையைப்பாருங்க, வெயில்லே வேலை செய்ற அவர் கால்ல செருப்புகூட இல்ல. ஒரு நாளக் கூட நீங்க இனி வீணாக்கக் கூடாது. சரி நேரே கிளாசுக்குப் போங்க. எகனாமிக்ஸ் சார், கிளாஸ் எடுப்பார்’ என்று சொல்லி அனுப்பிவைத்தேன். அதிகம் அதட்டவில்லை; வந்த பெற்றோர்களுக்கும் மகிழ்ச்சி. ‘நன்றி சார். பார்த்துக்கங்க’ என்று சொன்னார்கள். நன்றி சொல்லி அனுப்பினேன்.

ராமகிருஷ்ணன் திரும்பி வந்தார். ‘சார், இன்ஸ்பெக்டருக்கு உண்மையிலேயே சந்தோஷம். சாரைத் தைரியமாக இருக்கச் சொல்லுங்க. நான் சப்போர்ட்டா இருப்பேன் என்று சொன்னார் சார். ஆனால் பையங்க இப்ப டி.ஒய்.எப்.ஐ ஆட்களைத் தேடிப் போயிருக்காங்க. இப்ப வருவாங்க சார்’.

மறுபடியும் உதவித் தலைமையாசிரியர்களை அழைத்தேன். ‘உங்களுக்கு கிளாஸ் இருந்தா, போங்க. மற்ற நேரம் அப்படியே ரவுண்ட்ஸ் வந்துகிட்டே இருங்க. சங்கரப்பன் சார், உங்களுக்கு கிளாஸ் இருக்கா?’ ‘இல்ல சார்’ அவர் சற்று மூத்தவர். ‘அப்ப, நீங்க இங்கேயே இருங்க. நீங்க எதுவும் பேச வேண்டாம். கவனிச்சிக்கிட்டே இருங்க’.

எதிர்பார்த்தது போலவே, மாணவர்களுடன் சிலர் வந்தனர். டி.ஒய்.எப்.ஐ என்றால், இளைஞர்களாக இருக்க வேண்டும். அப்படி இல்லை. சிவப்புத் துண்டுடன் பலதரப்பட்ட வயதினரும்

இருந்தார்கள். நான் எதிர்பார்த்துக் காத்திருந்தேன். அவர்கள் நடை, ஏதோ போருக்கு வருவது போலிருந்தது.

'ஐயா வாங்க வணக்கம்' என்று கை குவித்தேன். ஒரு சிலர் வணக்கம் சொன்னார்கள். அவர்கள் உட்கார பெஞ்ச், சேர் தயாராக இருந்தது. 'உள்ளே வாருங்க, உட்காருங்க' என்றேன்.

'நாங்க உட்காரவோ, கதை பேசவோ வரல. ஏன் பையனை அடிச்சீங்க?'

'ஐயா உங்களுக்குப் பதில் சொல்றது என் கடமை. உட்காரச் சொல்றது தப்பா? முதல்லே உட்காருங்க. நான் யாரையும் நிக்க வைச்சுப் பேசுறதில்ல' என்றேன்.

தயக்கத்துடன் அறைக்குள் வந்தார்கள்; அமர்ந்தார்கள்.

'இப்ப சொல்லுங்க, ஏன் அடிச்சீங்க?'

'ஏன் அடிச்சேன்னு பையன்ட கேட்டீங்களா?'

'அது எங்களுக்கு முக்கியமில்லை.'

'ஹெட்மாஸ்டர்ங்கிற முறையில எனக்கு முக்கியம். இப்பவாவது கேளுங்க'. பின்னால் வேடிக்கைபார்த்துக் கொண்டிருந்த மாணவர்களில் அவனும் இருந்தான். நானே கூப்பிட்டேன். 'நீயே சொல்லு'. அவன் நடந்ததைச் சொன்னான்.

வந்தவர்களுக்குச் சப்பென்று ஆகிவிட்டது. நான் பேச ஆரம்பித்தேன். 'நான் அரசுப் பணியாளர்தான். ஆனால் பொதுவுடைமைத் தத்துவத்தில் நம்பிக்கையும் ஈடுபாடும் உள்ளவன். இயக்க உணர்வு கொண்டவன். உங்கள் தோழர்கள் பலர் எனது நண்பர்கள். பொன்னீலன் சார் தெரியுமா? கோவில்பட்டி டி.இ.ஓ.வா இருந்தார். செந்தீ நடராசன், இப்ப தமிழ்நாடு கலை இலக்கியப் பெருமன்ற மாநிலச் செயலாளரா இருக்கிறார். நான் இங்கு வரும்போது வழியனுப்பி வைச்சவரு. எங்க ஸ்கூல்லதான் இருக்கிறார். எங்க தோழர்கள் பலர் அங்கே இருக்கிறாங்க. உங்களுக்கு சப்போர்ட் பண்ணுவாங்கன்னு சொன்னார்.

நான் ஏழை மாணவர்களை நேசிப்பவன். பஸ்ஸிலே நான் வரும்போது பல மைல் தூரம், ஸ்டூடன்ட்ஸ் நடந்தோ, சைக்கிளிலோ வாரத பார்த்து சங்கடப்பட்டிருக்கேன். எனக்கும் சொந்த ஊர் இந்த மாவட்டம்தான்.'

'அப்படியா' என்ற குரல்கள் இடைமறித்தன.

'ஆமாம். நாசரேத், மெஞ்ஞானபுரத்துக்கு இடையிலே பிள்ளைவிளையை ஒட்டிய ஊர். அம்மாவுக்குத் தூத்துக்குடி.

என் மனைவியின் ஊர் இங்கிருந்து 20கி.மீ. தூரத்திலிருக்கிற கச்சேரி தளவாய்புரம்தான்'. வந்தவர்கள் ஆச்சரியத்துடன் வட்டார உணர்வு மேலோங்க நெருங்கி வந்தார்கள். 'ஸோ இது என்னுடைய மாவட்டம். இந்த ஸ்கூலைப் பத்தியெல்லாம் கேள்விப்பட்டுத்தான் நான் வந்திருக்கேன். நாம எல்லோருமா இதை மாத்திக் காட்டுவோம். அதுக்கு நீங்கல்லாம் சப்போர்ட் பண்ணுவீங்கன்னு நினைச்சுத்தான் வந்தேன். பையனை அடிச்ச விஷயத்துக்கு வர்ரேன். நீங்க தோளிலே ஏன் ஒரே மாதிரி சிவப்பு கலர்ல துண்டு போட்டிருக்கீங்க? அது உங்களுக்கு ஒரு அடையாளம். ஸ்டூடண்டுக்கு அடையாளம் யூனிபார்ம்தான். ஏழை பணக்காரங்கிற வித்தியாசம் தெரியக்கூடாதுங்கிறதுக்காக' என்று சொல்லி நிறுத்தினேன்.

அதற்குள் எல்லோருக்கும் டீ வந்தது. 'சாப்பிடுங்க. முதல் தடவையா பார்க்கிறோம்'.

தயங்கித் தயங்கி எடுத்துக்கொண்டார்கள்.

'நான் இப்ப விஷயத்துக்கு வாரேன். பாருங்க. ஜீன்ஸ் பேண்ட் போட்டு ஸ்கூலுக்கு வந்திருக்கான். ஏன் யூனிபார்ம்ல வரலேன்னு மட்டும்தான் கேட்டேன். அதுக்கு ஏதாவது ஒரு காரணம் சொல்லியிருந்தான்னா சரி, நாளைக்குப் போட்டுட்டு வான்னு சொல்லிவிட்டிருப்பேன். அவன் முறைச்சிக்கிட்டே 'இதுதான் சார் யூனிபார்ம்'னு சொன்னான். அடிச்சேன். பிரம்பால் இல்லை. கையாலேதான். அதுவும் தோள்ல' அறையிலே நிசப்தம். டீ குடித்து முடிக்கட்டும் என்று காத்திருந்தேன். சங்கரப்பன் சார் வேடிக்கைபார்த்துக்கொண்டிருந்தார்.

'கொஞ்ச நேரத்தில இந்த ஒரு கிளாஸ் ஸ்டூடன்ட்ஸ் மட்டும் வகுப்பை விட்டு வெளியே வந்து ஹெட்மாஸ்டர் மன்னிப்பு கேட்கணும்னு கோஷம் போட்டாங்க. அரிவாளோடு வாரோம்னு சொல்லிட்டு உங்ககிட்ட வந்திருக்காங்க' என்று அவர்கள் மனத்தில் படுமாறு விளக்கினேன். இப்போது அவர்கள் கோபம் மாணவர்கள் மீது திரும்பியது.

'ஒழுங்கா கிளாசுக்குப் போய் படிக்கிற வேலையைப் பாருங்கடா' என்று சத்தம் போட்டார்கள்.

'ஒரு நிமிஷம், அவங்க பேரன்ட்ஸ்ஸைக் கூப்பிட்டு வந்துட்டு கிளாசுக்குப் போகட்டுமே'.

'வேண்டாம் சார். அது உடனே நடக்காது. அதான் நாங்க வந்திருக்கோமே'.

பார்த்துக்கொண்டிருந்த சங்கரப்பன் சார் என்னிடம் கண்ணசைவில் பேசினார்.

'சரி. இனிமே இப்படிச் செய்ய மாட்டோம்; டீச்சர்ஸ் சொல்றதைக் கேட்டுக்கிட்டு ஒழுங்காப் படிப்போம்னு சொல்லிட்டுப் போகட்டும். இது உங்க சொல்லுக்கு மரியாதை கொடுக்கணுங்கிறதுக்காக'.

காரியங்கள் வேகமாக நடந்தன. மாணவர்கள் வகுப்புக்குத் திரும்பினர். நான் வகுப்பறைகளை ஒருமுறை சுற்றி வந்தேன். வகுப்புகள் அமைதியாக நடந்துகொண்டிருந்தன.

நான் செய்ய வேண்டியது ஏராளம் இருப்பதை உணர்ந்து கொண்டேன். மேனிலை வகுப்புகளுக்கு ஒரே ஒரு ஆங்கில ஆசிரியைதான். மலர்க்கொடி டீச்சர். அவர்களை அழைத்தேன். 'டீச்சர் நானும் கிளாஸ் எடுக்கலாம்னு நினைக்கேன். உங்களுக்கு ஆட்சேபணை இல்லையே?'

'என்ன சார் இது? ரொம்ப சந்தோஷம்'.

'சரி, நான் ட்வெல்த்துக்கு கிராமர், பொயட்ரி இரண்டும் பார்த்துக்கிறேன். மற்ற வகுப்புக்களை நீங்க பார்த்துக்குங்க' என்றேன்.

ஸ்ட்ரைக் செய்த 12 சி வகுப்பில், விடுப்பில் இருந்த தமிழாசிரியர் பீரியடைத் தேர்ந்தெடுத்தேன். எல்லோரும் சிரமப்படக் கூடிய Simple, Compound Complex Clauses, Phrases—வேடிக்கையான எடுத்துக்காட்டுகளுடன் விளக்க ஆரம்பித்தேன். இடையிடையே சின்னச் சின்ன எக்சர்சைஸ். முதலில் உம்மென்றிருந்தவர்களுக்குப் படிப்படியாக ஆர்வம் வர ஆரம்பித்துவிட்டது. பொதுவாகவே நான் பணியாற்றிய பள்ளிகளில் கிராமரைப் பொறுத்தவரை எனக்கு நல்ல பெயர் உண்டு. வித்தியாசமாக யோசித்து, சில பார்முலாக்கள் கூட தயாரித்து வந்து சொல்லிக் கொடுப்பது என் பழக்கம். நான் ஆசிரியப் பணிக்கு வருவதற்கும் முன்பே, கோட்டாறு கம்பளம் ரோட்டில் நண்பன் கே. சரவணன் நடத்தி வந்த கே.எஸ் ட்யூஷன் சென்டரில் ஆங்கிலம் மட்டும் எடுத்தபோது அவன் பல டிப்ஸ் கொடுப்பான். இவ்வளவுக்கும் அவன் பி.காம் ஸ்டூடண்ட். 'நமக்குத் தெரிந்ததைச் சுவையாகச் சொல்லிக் கொடுக்க வேண்டும்' என்று அவன் கொள்கை. அதைத்தான், அங்கு என்னுடன் கணக்கு எடுத்த பார்வதிநாதன் (பின்னாளில் பழவூர், அரசு உயர்நிலைப் பள்ளியில் கணித ஆசிரியராகவும், லால்குடி மாவட்டக் கல்வி அலுவலராகவும் பணியாற்றி பணிநிறைவு பெற்றவர்) தன்னுடைய மாதிரி வகுப்பு மூலம் இயக்குநர் டாக்டர் இளங்கோவன் சார் வியந்து பாராட்டும் அளவுக்கு ஜொலித்தவர்.

எந்த மாணவர்கள் அரிவாளோடு வருவோம் என்றும் சொன்னார்களோ, அவர்கள் மனங்களிலேயே ஒரு நேசம் கலந்த மரியாதை உணர்ச்சியை ஏற்படுத்திவிட்டேன்.

உள்ளத்தனைய . . .

அடுத்தபடியாக, அன்று பள்ளிமுடிந்தபின் பன்னிரண்டாம் வகுப்பு மாணவர்கள் அனைவருக்கும் ஆங்கிலச் சிறப்பு வகுப்பு என்று அறிவிக்கச் செய்தேன்.

நூறு மாணவர்கள் ஒன்றாக அமரக் கூடிய விசாலமான அறை ஏதும் இல்லை. எனவே வேப்பமரங்கள் அடர்த்தியாக இருந்த ஒரு பகுதியில் தேவையான பெஞ்ச், டெஸ்க் போடச் செய்தேன். ஸ்டாண்டுடன் கூடிய கரும்பலகை தயாரானது. மாணவர்கள் ஒரு பக்கமும், மாணவிகள் ஒரு பக்கமும் அமர்ந்தனர். மற்ற ஆசிரியர்களெல்லாம் வகுப்புகள் முடிந்து போய்விட்டனர். ஏதாவது ஸ்டாப் மீட்டிங் போடுவேன் என்று எதிர்பார்த்தார்கள். எல்லாவற்றையும் ஓரிரு நாள் நெருக்கமாகக் கவனித்துவிட்டுப் பேசலாம் என்று முடிவு செய்திருந்தேன். உதவித் தலைமையாசிரியர் ஞானப்பிரகாசை மட்டும் இருக்கச் சொன்னேன்; வீடு பார்க்க வேண்டும்.

வகுப்பு தொடங்கியது. "*Norman Mac Caig* எழுதிய *Visiting Hour* என்ற கவிதை. தொடங்குவதற்கு முன் சுற்றுப்புறக் கிராமங்களிலிருந்து வரும் மாணவர்களுக்கான பஸ் நேரம் பற்றி விசாரித்தேன். இரண்டுபேருக்கு நாலரை மணி பஸ். அதை விட்டால், அடுத்த பஸ் எட்டு மணிக்குத்தான். அவர்களைப் போகச் சொல்லிவிட்டேன்.

எனக்கு, ஆசிரியர் என்கிற உற்சாகம் மீண்டும் தொற்றிக் கொண்டது. ஒரு மணி நேரம் போனதே தெரியவில்லை. எனது உற்சாகம் மாணவர்களிடமும் பரவியதை உணர முடிந்தது. பத்திரமாகப் போய் வாருங்கள் என்று அனுப்பிவைத்தேன். ஞானப்பிரகாசம் அருகில் வந்தார். 'பின்னிவிட்டீர்கள் ஐயா' என்று கண்களில் வியப்பு மலரத் தெரிவித்தார்.

மிச்சமிருந்த அலுவலகப் பணிகளை முடித்துவிட்டு இருவரும் புறப்பட்டோம். வீடுபார்க்கிறவரை தினமும் தோவாளை சென்று திரும்புவது என்பது முடிவு. முருகேசன் அண்ணன் பஸ்ஸ்டாண்ட் பக்கம் காத்திருந்தார். 'வீடு பார்க்கிற விஷயமா இளையராஜாகிட்ட சொல்லியிருக்கேன். இங்கே வாரேன்னு சொல்லியிருக்கார்' இளையராஜா என்றவுடன், அந்தப் பக்கத்து ஜமீந்தார் குடும்பத்தைச் சேர்ந்தவராயிருப்பாரோ என்று யோசித்தேன். சைக்கிளில் வேகமாக வந்தார்! ஒரு ஸ்வீட் ஸ்டால் வைத்திருக்கிறார். 'இளையராஜா ஸ்வீட் ஸ்டால்.' அவர் இயற்பெயர் மாரியப்பன். ஆனால் எல்லோருக்கும் இளையராஜா மாரியப்பன்தான். மூவருமாகப் பேசி சன்னதித் தெருவில் வீடு பார்த்தாகி விட்டது. டாக்டர் ஆத்திமுத்து வீட்டுப் பக்கம். டாக்டர் ஆத்திமுத்துதான் பெற்றோர் ஆசிரியர் கழகத் தலைவர்.

அந்தக் கழகம் தற்போது செயல்படாமல் உள்ளது என்று சொன்னார்கள்.

தோவாளை சென்று சாந்தாவுடன் கலந்துபேசி ஒரு நல்ல நாளில் குடியேறலாம் என்ற முடிவுடன் பஸ் ஏறினேன். மனத்தில் ஒரு தெளிவும் நம்பிக்கையும் பிறந்தது.

அடுத்த நாள் அசெம்பிளி அமைதியாக நடந்தது. எல்லோரும் சீருடையில் இருந்தார்கள். அடிவாங்கிய பையன் அருகில் சென்று வெரிகுட் என்று சொன்னேன். அவன் முகம் மலர்ந்தது. இன்று அலுவலகப் பணிகளைப் பார்க்க வேண்டும். குறிப்பாக கணக்கு வழக்குகள், பெற்றோர் ஆசிரியர் கழகத்தை மீண்டும் செயல்பட வைக்க ஏற்பாடுகள் போன்றவற்றை மேற்கொள்ள வேண்டும். பிற்பகலில் கோவில்பட்டி சென்று மாவட்டக் கல்வி அலுவலரையும் அப்படியே தூத்துக்குடி சென்று முதன்மைக் கல்வி அலுவலரையும் பார்க்க வேண்டும் என்று முடிவு செய்தேன். பெற்றோர் ஆசிரியர் கழகத் தலைவர் டாக்டர் ஆத்திமுத்து எனது அழைப்பின் பேரில் வந்தார். அவர் படித்த பள்ளி. ஆர்வத்துடன் பேசினார். செயல்திட்டம் வகுத்தோம். 'நாளை மாலை நான்கு மணிக்கு ஆசிரியர் கூட்டம்' என்று சுற்றறிக்கை அனுப்பினேன்.

மாவட்டக் கல்வி அலுவலர் டேவிட் நாயகம். நான் விளாத்திகுளம் வருவதற்கும் முன்பே அவரை ஞாயிறு அன்று நாகர்கோவில் வீட்டில் சென்று சந்தித்திருக்கிறேன். அலுவலகத்தில் சந்தித்தபோது, அதே அன்புடன் சில நல்ல ஆலோசனைகள் வழங்கினார். "உங்களுக்கு ஒரு நிர்வாக ஆணை வழங்குகிறேன். நிதி விவகாரங்களில் முன்னர் நடந்ததை விட்டுவிடுங்கள். ஒவ்வொரு அக்கவுண்டிலும் நிதி இருப்பு வங்கியில் எவ்வளவு இருக்கிறது என்று அறிக்கை அனுப்புங்கள். அதையே ஓப்பனிங் பேலன்ஸ் ஆக வைத்துக்கொண்டு நீங்கள் செயல்படலாம். அடுத்த வாரம் ஸ்கூலுக்கு வருகிறேன்".

முதன்மைக் கல்வி அலுவலர் கண்ணப்பன், (பின்னர் இயக்குநராக வந்தவர் அல்ல) நேசத்துடன் காணப்பட்டார். "உங்களைப் பற்றி மாவட்டக் கல்வி அலுவலர் நிறைய சொல்லியிருக்கிறார். எங்களுக்கு விளாத்திகுளம் பெரிய தலைவலி கொடுத்துக்கொண்டிருந்த பள்ளி. எப்போதும் பிரச்சனைதான். நீங்கள்தான் சரிசெய்ய வேண்டும். உங்களுக்கு என்ன தேவையோ என்னிடம் சொல்லுங்கள்' என்று நம்பிக்கை தரும் வகையில் பேசி அனுப்பினார். அவரது பி.ஏ.வான முத்து வீரப்பன் விளாத்திகுளத்துக்காரர்தான். அவரும் கை கொடுத்து அனுப்பினார்.

வாரத்தின் கடைசி நாள். ஆசிரியர் கூட்டம் தொடங்கியது. அனைவருக்கும் சிற்றுண்டி ஏற்பாடு செய்திருந்தேன். ஆசிரியர் மன்றச் செயலர் என்று யாரும் இல்லை; தேர்ந்தெடுக்கச் செய்தேன். சுப்புராஜ், உயர்நிலைப் பள்ளித் தமிழாசிரியர், தேர்வானார். அவர் என்னுடனேயே மாவட்டக் கல்வி அலுவலராகப் பின்னாளில் பதவி உயர்வு பெற்றவர்.

"என்னிடம் உங்கள் குறைகளையும் தேவைகளையும் ஆலோசனைகளையும் தயக்கமின்றிக் கூறலாம். தடைகளைத் தாண்டி இணைந்து வெற்றி காண்போம். தவறு செய்யும் மாணவர்களைக் கண்டிப்பதற்கும் நல்வழிப்படுத்துவதற்கும் உங்களுக்கு உரிமையும் கடமையும் உண்டு. பயம்தான் நமக்கு எதிரி. எந்தச் சூழ்நிலையிலும் நான் உங்களுடனே நிற்பேன்" என்றேன்.

காலை வழிபாட்டுக் கூட்டங்களில் நடுநிலை, உயர்நிலை, மேனிலை வகுப்பு மாணவ, மாணவியர் எவ்வாறு நிற்க வேண்டும், எவ்வாறு கலைந்து வரிசையாக வகுப்புகளுக்குத் திரும்பச் செல்ல வேண்டும் என்று கூறி, ஒவ்வொன்றுக்குமான இசைத்தட்டு, பேண்ட் இசை என அனைத்துக்கும் அறிவுரை வழங்கினேன். அப்பள்ளியில் என்.சி.சி இருந்தது மகிழ்ச்சியைத் தந்தது. இளந்தமிழன் என்.சி.சி. அலுவலர். 'உங்களுக்குப் பொறுப்பு அதிகம். திங்கட்கிழமை கொடியேற்று நிகழ்ச்சி ராணுவ மிடுக்குடன் மாணவர்களுக்குப் புதிய அனுபவத்தைத் தர வேண்டும். உடற்கல்வி இயக்குநரும் ஆசிரியர்களும்தான் ஒரு பள்ளியின் கட்டுப்பாட்டுத் தளபதிகள். மாணவர்களது வேகமும் வீரமும் விளையாட்டுத் திடலில் வெளிப்பட வேண்டும். விளையாட்டுப் பாடவேளைகளை முழுவதும் பயன்படுத்திக்கொள்ளுங்கள். அடுத்த ஆண்டுக்கான விளையாட்டுப் போட்டிகளுக்கு மாணவர்களை இப்போதே தேர்வுசெய்துகொள்ளுங்கள். வட்டம், மாவட்டம், மாநில அளவிலான போட்டிகளில் நமது மாணவர்கள் வெற்றிபெறும் வகையில் உங்கள் பயிற்சி அமைய வேண்டும். அடுத்த ஆண்டு விளையாட்டு விழா உண்டு. மாவட்ட விழா போல் நடத்துவோம்' என்று கூறினேன்.

கூட்டம் முடிந்தது. எப்படியோ போகட்டும் என்றிருந்தது போல் இனி இருக்க முடியாது என்று எல்லோருக்கும் புரிந்திருக்கும். எல்லா பள்ளிகளிலும் மணிகளும் உண்டு, பதர்களும் உண்டு. மணிகளுக்கெல்லாம் உற்சாகம்; குளிர் காய்ந்த சிலருக்கு மட்டும், காலம் மாறிவிட்டது என்று தெரிந்திருக்கும். பள்ளிக்குள்ளே, எனக்கு ஆசிரியர்களைப் பற்றியும், ஊரில் என்னென்ன பேசிக் கொள்கிறார்கள் என்பதைப் பற்றியும் நான் கேட்காமலேயே வந்து கொட்டக் கூடியவர்கள் இருந்தார்கள்.

கு. முத்துசாமி

3

ஞாயிற்றுக்கிழமை தோவாளை வீட்டைக் காலி செய்துவிட்டு நானும் சாந்தாவும் புதிய வீட்டில் குடியேறிவிட்டோம். விளாத்திகுளத்தில் நிறைய பேர் உறவாக மாறிவிட்டார்கள். குறிப்பாக சின்னச்சாமி குடும்பத்தினரும் பள்ளியில் இடைநிலை ஆசிரியரான சாமி என்று எல்லோராலும் அழைக்கப் பட்ட சங்கர நாராயணன் குடும்பத்தினரும். இந்த வாரம் மீண்டும் சென்னை செல்ல வேண்டும். பாடநூல் பணிதான். "ஒரு ஆப்ரிக்கன் அல்லது லத்தீன் அமெரிக்கன் கவிதை ஒன்றைத் தேர்ந்தெடுத்துக் கொள்ளலாம். உரைநடையைப் பொறுத்தவரை, உங்களுக்கு விருப்பமான ஒன்றைத் தேர்ந்தெடுத்து ஒப்புதல் பெற்றுக்கொள்ளுங்கள் என்று தலைவர் சொல்லியிருந்தார். நான் உரைநடைப்பகுதிக்கு Stephen Leacock எழுதிய With the Photographer என்னும் கட்டுரையையும் கவிதைப் பகுதிக்கு David Diop என்ற ஆப்பிரிக்க கவிஞரின் Africa my Africa கவிதையையும் இலக்கணப் பகுதிக்கு Tensesஐயும் தேர்ந்தெடுத்திருந்தேன்.

சென்னை செல்லும்முன், பெற்றோர் ஆசிரியர் கழகத்தைக் கூட்டினேன். செயல்படாமல் இருக்கின்ற நிலையை, விதிகளின்படி மாற்ற வேண்டும். புதிய கட்டடங்கள் பெறுவதற்கு நாடாளுமன்ற உறுப்பினரின் நிதியைப் பெற முயற்சிகள் மேற்கொள்ள வேண்டும் என்று முடிவு செய்தோம். பெற்றோர் ஆசிரியர் கழகப் பணி அமைதி யாகவும் பிரச்சினை இல்லாமலும் முடிந்தது.

கன்னியாகுமரி மாவட்டத்துக்கும் பிற தென் மாவட்டங்களுக்கும், அலுவலர்களை ஊர்மக்கள் பார்க்கும் கண்ணோட்டத்தில் ஒரு பெரிய வேறுபாடு உண்டு. சாதியக் கண்ணோட்டம் பிற மாவட்டங ்களில் மிக அதிகம். புதிதாக வந்திருப்பவர் என்ன சாதி என்று அறிந்துகொள்வதிலும், அதற்கேற்ப

உள்ளத்தனைய . . .

தங்களைக் காண்பித்துக்கொள்வதிலும் ரொம்பவும் அக்கறை காட்டுவார்கள். ஆனால் கன்னியாகுமரி மாவட்டத்தில் நான் பிறப்பால் எந்த சாதி என்ற விவரம் என் பையன் திருமண அழைப்பிதழைக் கொடுக்கும்வரை நிறைய பேருக்குத் தெரியாது. 'அப்படியா? நம்ப முடியவில்லையே' என்பார்கள். ஒவ்வொருவரும் தத்தம் சாதிக்காரனாக என்னை எண்ணிவந்திருக்கிறார்கள். நான் சைதாப்பேட்டையில் பி.எட்., படித்துக்கொண்டிருக்கும்போது நியூ ஹாஸ்டலில் டி 16 எனது அறை. அங்கு ஒருவருக்கு ஒரு அறை. இருந்தாலும் என் அறையில் நண்பர்கள் கூட்டம் மாலையில் அதிகமாக இருக்கும். எல்லா ஹாஸ்டல்களையும் போல பிரிக்கப்படாத நெல்லை, குமரி மாவட்ட மாணவர்கள் ஒன்றாகவே திரிவோம். நான் பணியிலிருந்தே படித்துக் கொண்டிருந்ததால், 23 வயதிலும் எனக்கு 'சார்' பட்டம் உண்டு. பெயரைச் சொல்லி கூப்பிடுங்கள் என்றாலும் கேட்க மாட்டார்கள். ஆனாலும் எல்லோரையும் போல கிண்டல், கேலி எல்லாம் உண்டு. எனக்குப் பூணூல் போட்டு, 'ஐயரே, ஒரு மந்திரம் சொல்லுங்கள்' என்பார்கள். அக்காலகட்டத்தில் சைதாப்பேட்டையில் அடையாறு கொசுவும், கோஆபரேடிவ் சொஸைட்டி ஹோட்டலின் வடகறியும் மிகப் பிரபலம். அதேபோல ஒரு தர்ம கிளினிக்கும் ரெயில்வே ஸ்டேஷன் செல்லும் வழியில் இருந்தது. ஒரே ஒரு டாக்டர், அரசுப் பணியிலிருந்து ரிடையர்டு ஆனவர். பேச்சில் ப்ரெஸ்டிஜ் பத்மநாபன் நெடி அடிக்கும். சேவை மனப்பான்மையில் மாலைமுதல் இரவுவரை இலவசமாக வைத்தியம் பார்ப்பார். ஒருமுறை சென்ற என்னை அவருக்கு ஏனோ பிடித்துப்போய்விட்டது. 'சும்மாவேனும் அடிக்கடி வாருங்கள். பேசிக்கொண்டிருக்கலாம்' என்றார்.

அப்படி ஒருநாள் போகும்போது, 'நீங்கள் என்ன கோத்திரம்?' என்றார். 'ஏன் கேட்கிறீர்கள்?' என்றேன். 'எனது தங்கை மகள் உங்களைப் போல, க்ரூப் போர் செலக்ட் ஆகி ரெவின்யு டிபார்ட்மெண்டில் வேலை பார்க்கிறாள். உங்களுக்குப் பொருத்தமாக இருக்கும்', என்றார். நான் உண்மையைச் சொன்னேன். அவருக்கு ஏமாற்றமாகப் போய்விட்டது.

அதைப் போல நான் எஸ்.எல்.பி.யில் உதவித் தலைமை யாசிரியராக இருந்தபோதும், நான் தோவாளையிலிருந்து வருகிறேன் என்று தெரிந்தவுடன் வடமதியிலிருந்து வரக் கூடியவர்கள் (புத்தேரியிலிருந்து கடுக்கரை, அழகிய பாண்டியபுரம் வரையான பகுதியை வடமதி என்று சொல்வார்கள். ஜீவா, நாஞ்சில் நாடன் எல்லோரும் வடமதிக்காரர்கள்தான்) உறவு கொண்டாட ஆரம்பித்துவிடுவார்கள். எல்லாம் அட்மிஷனுக்காகத்தான். 'நீங்கள் வடக்கூரா, தெக்கூரா, நாராயண

பிள்ளை சொந்தமா?' என்பார்கள். 'இரண்டும் இல்லை, நான் கமல் நகரில் இருக்கிறேன்' என்று சொல்லி முடித்துவிடுவேன்.

விளாத்திகுளத்தில் இது முடியாமற் போய்விட்டது. முருகேசன் அண்ணாச்சியை வைத்துக் கண்டுபிடித்து, பேரவையைச் சேர்ந்தவர்கள் அன்று மாலையே வீட்டுக்கு வந்துவிட்டார்கள். 'இந்தப் பள்ளி தொடங்கி 50 வருஷம் ஆகப் போகிறது. நமது இனத்தில் நீங்கள்தான் முதல் தலைமையாசிரியர். பேரவை சார்பில் உங்களுக்குப் பாராட்டு விழா நடத்த வேண்டும்; உங்களுக்கு வசதியான தேதியைச் சொல்லுங்கள்' என்றார். அவர்கள் எதிர்பாராத விதமாகயிருந்தது என் பதில்.

'நீங்கள் அழைத்ததற்கு மகிழ்ச்சி. நீங்கள் சொன்னதில் எனக்கும் பெருமைதான். இதே பெருமை நீடிக்க வேண்டுமானால், என்னை ஒரு சின்ன வட்டத்துக்குள்ள அடைச்சிராதீங்க. மற்றவங்களும் பாராட்டுற மாதிரி நடக்கணும்னு நினைக்கிறேன். தவிர ஒரு அரசுப் பள்ளி ஹெட்மாஸ்டர்ங்கிறதுல நான் எல்லாருக்கும் பொதுவானவன். அப்படித்தான் நடந்துக்கணும். என்னை மன்னிச்சிருங்க'.

அதற்குப் பிறகு அவர்கள் வரவில்லை. ஆனால் ஒரு செய்தியைச் சொல்லி வாழ்த்திச் சென்றார்கள். 'பொன்னுசாமி பாண்டியன்னு ஒரு எஸ்.ஐ. இருந்தாரு. சுத்துப்பட்டி எல்லா கிராமத்துலேயும் அவருக்கு நல்ல பேரு. இன்னைக்கும் அவரைப் பத்திப் பேசுறாங்க. அவரைப் போல நீங்களும் பேரு வாங்கணும்' என்று வாழ்த்திப் போனார்கள்.

நான் பணியாற்றிய காலம் 1995 ஜனவரி முதல் 1996 ஆகஸ்ட் வரை. கொடியங்குளம் பிரச்சனை கொழுந்துவிட்டு எரிந்த காலம். தூத்துக்குடி மாவட்டத்தில் எல்லா ஊர்களும் சாதியால் பிளவுபட்டிருந்த நேரம். மணியாச்சி அரசு உயர்நிலைப் பள்ளி தலைமையாசிரியர் பள்ளியிலிருந்து சைக்கிளில் வீடு திரும்பும் போது வெட்டிக் கொலைசெய்யப்பட்டார். இன்று வரை எல்லா சமுதாயத்துக்கும் பொதுவாக ஏழைப்பங்காளராக, ஒதுக்கப்பட்ட மக்களுக்கு ஓயாமல் போராடி வரும், வாழும் காந்தியாக போற்றப்படும் தோழர் நல்லகண்ணுவின் மாமனார் அவரது தோட்டத்திலேயே வெட்டுண்டு இறந்து போனார். ஆனால் இந்தச் செய்திகளெல்லாம் சற்றும் என்னை நிலை பிறழச் செய்யவில்லை.

விளாத்திகுளத்திலேயே நான் குடியேறிவிட்டதால் பள்ளிக்காகச் செலவிட அதிக நேரம் கிடைத்தது. இதுவரை மாலை நேர வகுப்புகள் இல்லை. பத்து, பன்னிரண்டாம் வகுப்புகளுக்குத் தொடங்கினேன். தங்கள் வீடுகளில் அமைதியாகவும் வசதியாகவும்

படிக்க முடியாத மாணவர்களுக்கு, இரவு படிப்பு வகுப்பு தொடங்கினால் என்ன என்று யோசித்தேன். ஆசிரியர்கள், நம்மை உட்காரவைத்துவிடுவாரோ என்று பயந்தார்கள். 'நீங்கள் யாரும் இருக்க வேண்டாம். நானே பார்த்துக்கொள்கிறேன்' என்று சொன்னவுடன், ஊரிலேயே குடியிருந்த சில ஆசிரியர்கள் தாமாகவே முன்வந்தார்கள். பள்ளிக்கூடத் தெருவில் இருந்த பரமசிவம் அவர்களில் ஒருவர். எல்லாச் சூழ்நிலைகளிலும் என்னுடன் இருந்தவர்; இடைநிலை ஆசிரியர்தான். நான் காலை 8.30 மணிக்குப் பள்ளிக்கு வரும்போது அவரும் இருப்பார்.

அடுத்தது பள்ளிக்குக் கட்டடங்கள் வேண்டும். அப்போது தூத்துக்குடி நாடாளுமன்ற உறுப்பினராக இருந்தவர் கடம்பூர் ஜனார்த்தனம். அவர் கட்சியின் தூத்துக்குடி மாவட்டச் செயலாளராகவும் இருந்தார். அவரைப் பல இடங்களில் தேடிச் சென்று சந்தித்தோம், நானும், உதவித் தலைமையாசிரியர் ஞானப்பிரகாசும். பைக்கில்தான் செல்வோம்; எனது பைக் அல்லது அவரது பைக்; தூத்துக்குடியில் எம்.பியை அவரது அலுவலகத்தில் முதன் முதலில் சந்தித்தபோது சற்று விலகியே பேசினார். 'உங்களுக்கு எந்த ஊர்?'

'கன்னியாகுமரி மாவட்டம் சார்.'

'எந்த ஊர் என்று சொல்லுங்கள்.'

'தோவாளை.'

'அப்படின்னா, தளவாய் சுந்தரத்தைத் தெரியுமா?'

'தெரியும் சார்.'

'எப்படித் தெரியும்? உங்களுக்குச் சொந்தமா?'

எங்கு வருகிறார் என்று புரிந்தது. நானும் பிடி கொடுக்காம லேயே பேசினேன்.

'இல்லை சார், எங்க ஸ்கூல் ஸ்டூடண்ட்'.

அவர் விரும்பியதை அவரால் அறிந்துகொள்ள முடிய வில்லை; விட்டுவிட்டார்.

'சரி, வேணுங்கிறத ஒரு கோரிக்கையாக எழுதிக் கொடுத்து விட்டுப் போங்கள், இந்த வருட அலாட்மெண்ட் முடிஞ்சிருச்சி. அடுத்த வருடம் பார்க்கலாம்' என்று முடித்துவிட்டார். ஆனால் நான் விடவில்லை. கோடை விடுமுறையில் ஒரு நாள் காலையில் 7, 8 மணியிருக்கும். கடம்பூரில் இருக்கும் அவரது வீட்டுக்குச் சென்று விட்டோம். பழைய பாரம்பரிய வீடு. 'ஐயா, பூசை ரூமில் இருக்கிறார். வர ஒரு மணி நேரம் ஆகும். உட்காருங்கள்'

என்றார்கள். ஒரு மணி நேரம் எப்படி வீட்டுக்குள் உட்கார்ந்திருப்பது? வெளியில் வந்தோம். டீக் கடையைத் தேடிப்பார்த்தால், டிபன் கடையே கிடைத்தது. இது போன்ற கிராமங்களில் சுவையான, சுகாதாரமான, கலப்படமில்லாத உணவு கிடைக்கும்; சென்றோம். சூடான இட்லி இலையில் விழுந்தது. கூடவே அந்தப் பகுதிகளில் பிரபலமான 'சிந்தாமணி'. சிந்தாமணி என்றால் வேறொன்றுமில்லை; அவித்து, மசாலா கலந்து தாளித்த வெள்ளை மொச்சைதான்.

திரும்ப நாங்கள் வீட்டுக்குள் நுழையும்போதும் அவர் வரவில்லை. ஒன்றிரண்டு கட்சிக்காரர்கள் மட்டும் வீட்டுக்கு வெளியே நின்று பேசிக்கொண்டிருந்தார்கள். சற்று நேரத்தில் அவர், சைவப் பழமாக வெளியே வந்தார். எங்களைப் பார்த்ததும், சிரித்துக்கொண்டே, 'என்னைத் துரத்தித் துரத்திப் பிடிக்கிறீங்க. நான் பண்ட் ஒதுக்காம விடமாட்டீங்க போல. எனக்கு சென்ட்ரல்ல இருந்து பண்ட் அலாட் ஆனதும் உங்க ஸ்கூலுக்கு அலாட் செய்றேன். சரி, எவ்வளவு வேணும்?' என்று கேட்டார்.

நான், வகுப்பறை இல்லாமல் மணலில் உட்கார்ந்து படிக்கும் மாணவர்களின் பரிதாப நிலையை எடுத்துச் சொல்லி, 'குறைஞ்சது அஞ்சு கிளாஸ்ரூமாவது கட்டுற மாதிரி அலாட் பண்ணுங்க சார்' என்றேன்.

'ரொம்ப ஆசைப்படுறீங்க. எனக்கு ஐந்து சட்டமன்றத் தொகுதி இருக்கு. நான் இதுவரைக்கும் எந்த ஸ்கூலுக்கும் மூன்று லட்சத்துக்கு மேலே கொடுத்ததில்ல. ஆனா உங்களுக்கு ஐந்து லட்சம் அலாட் பண்றேன். எத்தனை ரூம் முடியுமோ கட்டிக்கீங்க' என்று முகம் மலரச் சொல்லி விடை கொடுத்தார். முயற்சி திருவினையாக்கிய மகிழ்ச்சியில் வெளியே வந்தோம். கடம்பூர் என்றால் போளி வாங்காமலா, என்று அதற்கான கடையை டிபன் சாப்பிட்ட கடையிலேயே விசாரித்தோம். 'கடம்பூர் போளின்னா இப்ப பேருக்குத்தான் சார். பெரியவரை வச்சுத்தான், கடம்பூர் போளின்னா உலகப் பிரசித்தம். அவர் போயி பல வருஷமாச்சி. இப்ப எல்லாமே போலிதான்' என்று சொல்லி அதிர்ச்சி தந்தார்.

விளாத்திகுளத்தில் இருந்தபோது, விடுமுறை நாட்களில் ஏதாவது ஒரு ஊருக்குச் சென்று வருவோம். குறுக்குச் சாலையை ஒட்டி இருக்கும் மனைவியின் சொந்த ஊரான கச்சேரி தளவாய்புரம், தூத்துக்குடியில் உறவினர்கள் வீடு, இருக்கன்குடி மாரியம்மன் கோவில், கழுகுமலை முருகன் கோவில், அங்குள்ள சமணப்படுக்கை, வேட்டுவான் கோவில் (கண்டிப்பாக பார்க்க வேண்டிய ஒரு வரலாற்றுச் சிறப்பிடம், மாமல்லபுரம் கடற்கரைக் கோவில் போலத் திட்டமிடப்பட்டு முழுமை பெறாமலே நின்று

உள்ளத்தனைய...

போன ஒற்றைப் பாறை அதிசயம்) எல்லாமே பைக்கில்தான். முருகேச அண்ணனுடன் ஒருநாள் வேம்பார் கடற்கரைக்குச் சென்று வந்தோம். அமைதியான, அழகான கடற்கரைக் கிராமம்.

என்.எஸ்.எஸ். யூனிட் பள்ளியில் இருந்தும் ஏன் செயல் படாமல் இருக்கிறது என்று ஞானப்பிரகாசிடம் கேட்டேன். அவர்தான் என்.எஸ்.எஸ். திட்ட அலுவலர்கூட. “பழைய தலைமையாசிரியர் எல்லா பண்டையும் காலி பண்ணி எடுத்துட்டுப் போயிட்டார் ஐயா” என்றார். ‘பரவாயில்லை, டிபன் செலவு நான் பார்த்துக்கிடுறேன்’ என்று சொல்லி, அன்று மாலையே பதினொன்றாம் வகுப்பு என்.எஸ்.எஸ். மாணவர்களை வரச் செய்தேன். ‘இந்த வருஷம் ஏதாவது கேம்ப் போனீங்களா?’ என்று கேட்டதும் ‘இல்லை சார்,’ என்றார்கள். எப்படிப்பட்ட ஒரு நல்ல அனுபவத்தை இந்த மாணவர்கள் இழந்திருக்கிறார்கள் என்று எண்ணிக்கொண்டேன். ‘வேறே ஏதாவது ஆக்டிவிடி?’ ஞானப்பிரகாசே முந்திக்கொண்டு, ‘ஹெட்மாஸ்டர் எதற்கும் பெர்மிஷன் கொடுக்க மாட்டார், செலவழிக்கவும் விடமாட்டார் ஐயா’ என்றார்.

என்.எஸ்.எஸ். மேனிலைப் பள்ளிகளில் தொடங்கப்பட்ட காலம் முதல் திட்ட அலுவலராகவும் பின்னர் மாவட்டத் தொடர்பு அலுவலராகவும் இருந்த எனக்கு, என்ன நடந்திருக்கும் என்று புரிந்தது. ரசீதுகளில் செலவு இருக்கும். ஆனால் மாணவர் களைச் சென்று சேர்ந்திராது. அதே சமயம் கன்னியாகுமரி மாவட்டத்தில் அனைத்து என்.எஸ்.எஸ். செயல்பாடுகளும் பிறர் போற்றும்படி இருக்கும்.

பள்ளி வளாகத்துக்குள் எருக்குமண்டிக் கிடந்த ஒரு பகுதியைத் தேர்ந்தெடுத்தேன். சந்திரசேகர பாண்டியன் எஸ்.எல்.பி தலைமையாசிரியராக இருந்தபோது, “பள்ளி வளாகத்துக்குள் ஒரு எருக்கன் செடி இருக்கக்கூடாது, அது உங்கள் பொறுப்பு” என்பார். 25 மாணவர்களும் வரிசையாக வந்து நின்றார்கள். போதிய மண்வெட்டிகள் இல்லை. பக்கத்துத் தோட்டத்திலிருந்து வாங்கி வரச் செய்தேன். நானும் ஞானப்பிரகாசும் ஆளுக்கொரு மண்வெட்டி எடுத்துக் கொண்டோம். மாணவர்களுக்கு உற்சாகமும் வேகமும் வந்து விட்டது. நாற்பது நிமிடங்களில் எல்லாம் அகற்றப்பட்டு விட்டன.

மாணவர்களுக்கு என்ன பிடிக்கும் என்று கேட்டேன். புரோட்டா சால்னா என்றார்கள். எனக்கு அதில் உடன்பாடு இல்லையென்றாலும், முதல் தடவை, மாணவர்கள் ஆசைப்படு கிறார்கள், மதியம் கட்டுச்சாதம்தான் சாப்பிட்டிருப்பார்கள் என்றெண்ணி, வாட்ச்மேனிடம் சொல்லி சற்று அதிகமாகவே

வாங்கிவரச் சொல்லி, அவர்கள் விருப்பம் போல் சாப்பிடச் செய்தேன். மாணவர்களின் நேசமும் பள்ளியின் மேல் அவர்களின் ஈடுபாடும் வளர்ந்தன. இரவு படிப்புக்கு வரும் எண்ணிக்கையும் உயர்ந்தது. ஒரு நாள் இரவுப் படிப்பை மேற்பார்வையிட்டுக் கொண்டு, என் அறையில் அமர்ந்து கோப்புகளைப் பார்த்துக் கொண்டிருந்தபோது, எனது எதிரில் சற்றுத் தொலைவில் லேபை ஒட்டிய பகுதியில் ஓர் ஆள் நடமாட்டம் தெரிந்தது. இந்த நேரத்தில் யார்? வாட்ச்மேனைக் கூப்பிட்டு, அழைத்து வரச் செய்தேன். தெரிந்த முகம்தான். பெற்றோர் ஆசிரியச்சங்க உறுப்பினர். 'என்னங்க, இருட்டிலே ஏதோ தேடிக் கொண்டிருந்த மாதிரி இருந்தது?'

'ஒண்ணுமில்லேங்க, ஒரு உருப்படியைக் காணோம். அதான் தேடிக்கிட்டிருந்தேன்.'

எனக்கு ஷாக் ஆகிவிட்டது. 'உருப்படியா? செயினா, பாப்பா கம்மலா? என்ன காணாமப்போச்சு?'

'அதெல்லாம் ஒண்ணுமில்லேங்க. நான் வளர்க்கிற பன்னிக்குட்டியிலே ஒண்ணைக் காணோம். இங்கே வந்திருக்குமோனு தேடி வந்தேன்'.

வளர்ப்புப் பன்றிகளை உருப்படியென்று அந்தப் பக்கம் சொல்வார்கள் என்று அதற்குப்பின் தெரிந்தது.

நான் இரவில் மணி 8, 8.30 வரை பள்ளியில் மாணவர்களுடன் நேரத்தைச் செலவழிக்கும் போது, எங்கள் வீட்டில் மாணவிகளில் பலர் கூடிவிடுவார்கள். எனது மனைவியிடம் அவர்களுக்கு மிகுந்த பிரியம். அங்கேயே படிப்பார்கள்; சாப்பிடுவார்கள். பள்ளியில் பி.டி.ஏ டீச்சராக வேலை பார்த்த மாரியம்மாள், ஒரு குடும்ப உறுப்பினர் போலவே பழகிவந்தார்.

இதற்கிடையில் பாடநூல் தயாரிக்கும் பணிக்காகச் சென்னைக்குப் பலமுறை சென்று எனது பகுதியை முடித்துக் கொடுத்து ஒப்புதலும் பெற்று வந்துவிட்டேன்.

ஆங்கிலக் கையேடுகள் தயாரிக்கும் நிறுவனங்கள் சார்பாக என்னைச் சிலர் வந்து பார்த்தனர். "என்னென்ன பாடங்கள், பாடல்கள் உள்ளன என்று தெரிந்தால் எங்களுக்கு உதவியாக இருக்கும். தயவு செய்து சொல்லுங்கள், விற்பனையில் உங்களுக்கும் ஒரு ஷேர் தருகிறோம்" என்றனர். எனக்குத் தெரிந்த நண்பர்களையும் சிபாரிசுக்கு அழைத்து வந்தனர். ஒரேடியாக மறுத்துவிட்டேன். இப்படித்தான் பாடநூல்கள் வெளிவருவதற்கு முன்பே கைடுகள் வந்துவிடுகின்றன.

உள்ளத்தனைய . . .

மாவட்டக் கல்வி அலுவலர் டேவிட் நாயகம் ஒவ்வொரு முறை பள்ளிக்கு வரும்போதும் ஆசிரியர்கள் முன்னாலேயே எனக்குப் பாராட்டு தெரிவித்துவிட்டு, 'யாராவது பிரச்சினை பண்ணினால் சொல்லுங்கள், சரிப்படுத்திவிடுகிறேன்' என்று சொல்லிவிட்டுச் செல்வார். ஆனால் அப்படி ஒரு சூழ்நிலை கடைசிவரை ஏற்படவேயில்லை.

அரசுத் தேர்வுகள் தொடங்கின. பத்து, பன்னிரண்டாம் வகுப்புகளுக்கு அந்த வட்டாரத்திலுள்ள அனைத்து அரசு தனியார் உயர்நிலைப் பள்ளிகளுக்கும் மேனிலைப் பள்ளிகளுக்கும் விளாத்திகுளம்தான் தேர்வு மையம். எனவே ஆயிரம் மாணவ, மாணவியர் தேர்வு எழுதுவார்கள். அதற்கு வசதியான அறைகளும் இல்லை, பெஞ்சு டெஸ்குகளும் இல்லை. முதன்மைக் கல்வி அலுவலரிடமும் மாவட்டக் கல்வி அலுவலரிடமும், இதனைப் பிரித்துப் புதூர் போன்ற ஊர்களில் மையங்கள் அமைக்க முயற்சி எடுக்க முடியுமா என்று கேட்டேன். 'அது இந்த ஆண்டு முடியாது, அடுத்த ஆண்டு ப்ரப்போசல் அனுப்பலாம்' என்று சொல்லி விட்டார்கள். ஆனால் மாவட்டக் கல்வி அலுவலர் ஒரு உதவி செய்தார். 'கோ ஆபரேடிவ் சொஸைட்டி மூலம் தேவையான பர்னிச்சர்களை வாடகைக்கு எடுத்துக்கொள்ளுங்கள். ரசீது என்னிடம் அனுப்புங்கள்; நான் ஸ்பெஷல் ஃபண்டு சாங்ஷன் செய்கிறேன்' என்றார்.

ஆனால் போதிய வகுப்பறைகள் இல்லையே என்று யோசித்தோம். சென்ற வருடமெல்லாம் மரத்தடியில் பெஞ்ச் டெஸ்குகளைப் போட்டு தேர்வு நடத்தியிருக்கிறார்கள். ஆனால் அது ஒரு பிரிவு மாணவர்களைப் பாரபட்சம் காட்டியதுபோல ஆகி விடும் என்று நான் கருதினேன். பள்ளியை ஒட்டி, அண்ணாமலை ரெட்டியார் மெட்ரிக் பள்ளி தொடங்கியிருந்தார்கள். அங்கே சுமார் இருநூறு மாணவர்களை உட்காரச்செய்து தேர்வு நடத்தலாமா, ஒரு கூடுதல் கண்காணிப்பாளரை அங்கேயே இருக்குமாறு செய்து விடலாமா என்று கேட்டேன். 'பொதுவாக அனுமதி அளிக்கப்பட்ட பள்ளிக்கு வெளியே தேர்வை நடத்த முடியாது. இருந்தாலும் அரசுத் தேர்வு இயக்குநரிடம் பேசிப் பார்க்கிறோம்' என்றார். சிறப்பு நிகழ்வாக அனுமதி கிடைத்தது. ஒரு கூடுதல் தலைமைக் கண்காணிப்பாளரும் காவலரும் பணிக்காக அனுமதிக்கப்பட்டனர். தேர்வு எந்தக் குறையும் இல்லாமல் சிறப்பாக நடைபெற்றது.

பள்ளித் தேர்வுகளும் முடிந்து கோடை விடுமுறைக் காலம்; இருந்தாலும் தலைமையாசிரியர் பணிக்கு ஓய்வில்லை. வாய்ப்பு கிடைக்கும் விடுமுறை நாட்களில் நாகர்கோவில் சென்று

நலிவுற்றிருக்கும் அம்மாவைப் பார்த்து விட்டு வருவேன்.'விரைவில் இங்கு வந்து விடு' என்ற வேண்டுகோள் எப்போதும் உண்டு.

புதிய கல்வியாண்டும் (1995–1996) பிறந்தது. பதினொன்றாம் வகுப்புக்கான புதிய பாடநூல்களும் வெளிவந்துவிட்டன. ஆங்கிலப் பாடநூலின் முதற்பக்கத்தில் ஆசிரியர் குழுவில் எனது பெயர் இடம் பெற்றிருந்தது. பள்ளியில் அனைவருக்கும் பெருமையாக இருந்தது. தூத்துக்குடி மாவட்ட தலைமை யாசிரியர் கூட்டங்களில், நண்பர்கள் எனக்கு மாவட்ட அளவில் புதிய பொறுப்புகள் அளிக்க அணி திரட்டினர். குறிப்பாக மாவட்ட தேர்வு அமைப்பாளர் பொறுப்புக்குத் தேர்ந்தெடுக்க விழைந்தனர். கோவில்பட்டி வ.உ.சி. ஆண்கள் மேனிலைப் பள்ளி தலைமையாசிரியர் கோமதிநாயகம் (பின்னர் குமரி சி.இ.ஓ), அரியநாயகிபுரத்தில் தலைமையாசிரியராக இருந்த நண்பர் முருகன் முதலியார் (பின்னர் குமரி மாவட்ட முதன்மைக் கல்வி அலுவலரின் நேர்முக உதவியாளர், தொடக்கக் கல்வி அலுவலர் தூத்துக்குடி) ஆகியோர் முக்கியமானவர்கள். ஆனால் அன்புடன் மறுத்துவிட்டேன். குமரி மாவட்டத்துக்கு மாறுதல் பெறும் எண்ணம் அடிமனத்தில் இருந்தது ஒரு காரணம். பள்ளி, இப்போது ஒரு முன் மாதிரிப் பள்ளியாக வளர்ந்து கொண்டிருந்தது. பல சிரமங்களுக்கிடையேயும் மாணவ, மாணவியர் நேரத்துக்குப் பள்ளிக்கு வர ஆரம்பித்தனர். பள்ளியை விட்டுச் செல்லும் போது அமைதியாக, வரிசையாக, மாணவியர் முதலில், அதன்பின் மாணவர்கள் என்று செல்வதைப் பார்ப்பது மகிழ்ச்சியாக இருந்தது. கோவில்பட்டி கம்மவார் மேனிலைப்பள்ளி தலைமையாசிரியை இந்திராணி ஒருமுறை பள்ளிக்கு வந்தபோது, 'இந்த முறையை எங்களைப் போன்ற மகளிர் பள்ளியிலேயே நடைமுறைப்படுத்த முடியவில்லையே' என்று வியந்தார்.

நடந்து முடிந்த பத்து, பன்னிரண்டாம் வகுப்பு பொதுத்தேர்வு முடிவுகளில் ஏழு முதல் பத்து விழுக்காடு தேர்ச்சி அதிகரித்திருந்தது. உச்ச மதிப்பெண்களும் மன நிறைவைத் தந்தன. பொதுவாக பத்தாம் வகுப்பில் உயர்ந்த மதிப்பெண்கள் பெற்ற மாணவர்களில் பெரும்பாலோர் இங்கேயே படிப்பைத் தொடருவதில்லை. வசதி படைத்தவர்கள் பேரிலோவன்பட்டி அல்லது அருப்புக்கோட்டை எஸ்.கே.பி பள்ளிகளில், விடுதிகளில் தங்கி படிப்பதற்காகச் சென்றுவிடுவார்கள். இந்த ஆண்டு அதுவும் நின்றது.

பள்ளி திறந்த முதல் நாளிலேயே ஆசிரியர்கள் கைகளில் புதிய கால அட்டவணை. உதவித் தலைமையாசிரியர்களைத் தவிர 'Three Musketeers' ஆகச் செயல்பட்டு வந்த மலர்க்கொடி

உள்ளத்தனைய . . . 55

(பின்னாளில் விளாத்திகுளம், எட்டையாபுரம் தலைமையாசிரியை) சண்முக வடிவு (குளத்தூர், நாலாட்டின்புதூர் தலைமையாசிரியை), மனோகரி ஆகியோர் கோடை விடுமுறையிலேயே வந்திருந்து கால அட்டவணை தயாரித்துத் தந்தனர்.

முதல் நாள் முற்பகல் வகுப்புகள் முடிந்தவுடன் பிற்பகலில் ஆசிரியர்கள் கூட்டமும் அதனைத் தொடர்ந்த பெற்றோர் ஆசிரியர் கழகச் செயற்குழுக் கூட்டமும் நடைபெற்றன. நாடாளுமன்ற உறுப்பினர், தான் உறுதியளித்தவாறே ரூ. ஐந்து லட்சம் ஒதுக்கீடு செய்திருப்பதையும், நபார்டு திட்டத்தின்கீழ் சுமார் ஒரு கோடி நிதி பரிந்துரைக்கப்பட்ட செய்தியையும் பகிர்ந்து கொண்டேன். இவ்வாண்டு பள்ளி பொன்விழா ஆண்டு. அதனை எவ்வாறு கொண்டாடுவது என்பது பற்றி ஆலோசித்து முக்கிய முடிவுகள் எடுக்கப்பட்டன. பொன்விழாவோடு இணைந்து விளையாட்டு விழாவையும் சிறப்பாக நடத்துவது என்றும் முடிவு செய்யப்பட்டது.

4

மாவட்டக் கல்வி அலுவலராக புதிதாகப் பொறுப்பேற்றிருந்த சண்முகம், முதன்மைக் கல்வி அலுவலர் ஜோசப்ராஜ் ஆகியோரை முதலில் சந்தித்து ஆலோசனைகள் பெற்றேன். (இதற்கிடையே நடைபெற்ற ஒரு துயரச் செய்தி. பள்ளிமீதும் என்மீதும் தனிப்பட்ட பரிவுகொண்டிருந்த முதன்மைக் கல்வி அலுவலர் கண்ணப்பன், சென்னை சென்று திரும்பும் போது அவர் வந்த முத்துநகர் எக்ஸ்பிரஸ் வழியில் தடம்புரண்டு அகால மரணமடைந்தார். என்னை மிகவும் அதிர்ச்சிக்குள்ளாக்கிய செய்தி இது) புதிய அலுவலர்கள் இருவருமே விளாத்திகுளம் பள்ளியைப் பற்றித் தங்கள் நேர்முக உதவியாளர்கள், குறிப்பாக ஜீப் டிரைவர்கள் மூலம் கேள்விப்பட்டிருந்தனர்; பள்ளிக்கும் வருகை தந்திருந்தனர்.

புதிய வகுப்பறைகள் கட்டுவதற்கான ஆயத்தப் பணிகள் பொதுப்பணித் துறையால் தொடங்கப் பட்டு விட்டன. விளாத்திகுளம் உதவிப் பொறியாளர் தமிழ்செல்வன் நெருங்கிய நண்பரானார். மிகப் பரந்த விளையாட்டு மைதானமோ மரங்களோ பாதிக்காதவாறு இடத்தைத் தேர்வு செய்தோம்.

கட்சியின் மாவட்டச் செயலாளராகவும் நாடாளுமன்ற உறுப்பினராகவும் இருந்த கடம்பூர் ஜனார்த்தனத்தைச் சந்தித்து, நிதி ஒதுக்கீடு செய்தமைக்கு நன்றி தெரிவித்துவிட்டுப் பொன்விழா பற்றியும் எனது நண்பரும் அறநிலையத்துறை அமைச்சருமாகிய டாக்டர் அம்மமுத்துவை அழைப்பது குறித்தும் தெரிவித்தேன். அமைச்சர் எனது நண்பர் என்பது அவருக்குப் புதிய செய்தி. தானும் அமைச்சரை அழைப்பதாகவும் கூறி, தொகுதி சட்டமன்ற உறுப்பினர், மாவட்ட ஆட்சித் தலைவர் ஆகியோரையும் அழைத்திட ஆலோசனை வழங்கினார். மாவட்ட ஆட்சித்

தலைவராக அப்போது இருந்தவர் தேவ ஜெகஜோதிராஜன் இ.ஆ.ப. இவர் பின்னாளில் பள்ளிக் கல்வித் துறைச் செயலாளராகவும் திறம்பட பணியாற்றினார்.

நானும் ஞானப்பிரகாசும், ஒரு காலை நேரத்தில் தூத்துக்குடியில் அவரது முகாம் அலுவலகத்துக்குச் சென்றோம். கன்னியாகுமரி மாவட்ட ஆட்சித் தலைவரின் முகாம் அலுவலகத்துக்குப் பலமுறை சென்றிருக்கிறேன். ஆனால் தூத்துக்குடியில் முகாம் அமைந்திருந்த இடம் மாறுபட்ட அனுபவமாக இருந்தது. பழைய துறைமுகப் பகுதியில், கடல் அலைகள் வீட்டுச் சுவர்களில் தனது நீர்த்திவலைகளை ஓங்கித் தெளிக்கும் வகையில் பிரிட்டிஷாரால், உறுதியான மரப்பலகை களை அதிக அளவில் பயன்படுத்திக் கட்டப்பட்ட சொகுசுக் கட்டடம். வராந்தாவில் எங்களுக்கு முன் பலர் காத்திருந்தனர். வழக்கம்போல, எனது பெயரைத் தலைமையாசிரியர், அரசு மேனிலைப் பள்ளி, விளாத்திகுளம் என்றும் எழுதிக் கொடுத்து அனுப்பினேன். அவர் உள்ளே சென்ற அடுத்த நிமிடம் நான் உள்ளே அழைக்கப்பட்டேன். ஆச்சரியம். ஆட்சித் தலைவர் ஆசிரியர்களுக்கு மிகுந்த முன்னுரிமை கொடுப்பவர்; ஒருவரைக் காக்க வைத்தால், ஆயிரம் மாணவர்களைக் காக்க வைப்பதற்குச் சமம் என்ற கொள்கை உடையவர் என்று பின்னால் தெரிந்துகொண்டேன். கை குவித்து வரவேற்று அமரச் செய்தார். 'சொல்லுங்கள்' என்று அவரே தொடங்கினார்; சொன்னேன். 'அமைச்சர் வருகிறார் என்றால், மாவட்டச் செயலாளருக்குத் தகவல் தந்தீர்களா' என்று கேட்டார்; சொன்னேன். பொன்விழா நிகழ்வுகளுடன், கட்டடத் திறப்பு விழாவும் இருப்பதால், தாங்கள் தலைமை தாங்கி நடத்தித் தர வேண்டும் என்று கேட்டுக்கொண்டேன். அமைச்சர் வருவதால், தான் முன்னதாகவே வந்து விடுவதாகச் சொன்னதுடன், தன்னுடைய கேம்ப் கிளார்க்கை அழைத்து, அமைச்சர் அலுவலகத்துடன் தொடர்புகொண்டு அவர் வருவதை உறுதிப்படுத்திக் கொள்ளுமாறும், அன்றைய தினம் வேறு எந்தெந்த நிகழ்ச்சிகளில் கலந்துகொள்ளவிருக்கிறார் என்ற தகவலைப் பெறுமாறும் அறிவுறுத்தினார்; மகிழ்ச்சியுடன் திரும்பினோம்.

இதற்கு முன்னதாக நடைபெற்ற ஆகஸ்ட் 15 சுதந்திர தின நிகழ்ச்சிகளைப் பற்றியும் சொல்லியாக வேண்டும். எனக்கு எப்போதும் மனநிறைவும் பெருமையும் கொள்ளத்தக்க நிகழ்வு அது.

நாற்பத்தெட்டாவது சுதந்திர தினம். எனவே அன்றைய தினம் நாற்பத்தெட்டு மாணவ, மாணவியருக்கு இலவசச் சீருடை வழங்க வேண்டும் என்று திட்டமிட்டேன். பலதரப்பினரும் கருத்தை வரவேற்று விளாத்திகுளத்தில் இது சிரமமேயில்லை,

கண்டிப்பாக ஏற்பாடு பண்ணிவிடுவோம் என்றனர். நான் உட்பட பதினைந்துக்கும் மேற்பட்ட ஆசிரியர்கள் தாமாகவே சீருடை வழங்க முன்வந்தனர். நடுநிலை, உயர்நிலை, மேனிலை வகுப்புகளில் தகுதியான மாணவர்களைத் தேர்ந்தெடுக்க ஒரு குழுவையும் அமைத்தேன். சீருடை வழங்க முன்வருவோர் எண்ணிக்கை நாற்பத்தெட்டையும் தாண்டி, நூறாகியது. அனைவரும் சுதந்திர தினத்தன்று காலையில் கொடியேற்றத்துக்கு வந்திருந்து, தங்கள் கைகளாலேயே மாணவ, மாணவியருக்கு அளித்து மகிழ வேண்டும் என்று கேட்டுக்கொண்டேன்.

சுதந்திர தின அணிவகுப்பு ராணுவ பாணியில் அமைய வேண்டும் என்ற விருப்பத்தினை என்.சி.சி. அலுவலர் இளந்தமிழனிடம் தெரிவித்தேன். 'அன்றைய பெரேடை நானே சீருடையுடன், தலைமை தாங்கி நடத்துகிறேன்' என்று முன்வந்தார். பேண்ட் வாத்தியங்கள் தயார் செய்யப்பட்டன.

என்.சி.சி. மாணவர்கள் அனைவரும் அதன் சீருடையுடன் அணிவகுக்க, இளந்தமிழன் கமாண்டர் சீருடையுடன் தலைமையேற்று ஆணைகள் வழங்க, கொடிக்கம்பத்தின் முன்வந்து தலைமையாசிரியருக்கு சல்யூட் அடித்து, கொடியேற்றுமாறு கேட்டுக் கொள்ள, கொடியேற்றி, மூவண்ணக்கொடி பட்டொளி வீசி பறக்கும்போது, வந்திருந்த பெற்றோர்கள், பெரியோர்கள் உட்பட அனைவரும் கொடிவணக்கம் செய்ய, உணர்ச்சிபூர்வமான நிகழ்வாக அது அமைந்தது. மாணவர்கள் ஒரு ராணுவ அணிவகுப்பை நேரில் பார்வையிட்ட உணர்வைப் பெற்றனர்.

உள்ளத்தனைய . . .

5

பொன்விழாவுக்கான நாள் நெருங்கியது. பெற்றோர் ஆசிரியர் கழக விதிமுறைகளின்படி பொதுக்குழு, செயற்குழு ஒப்புதலோடு தனியே ரசீது புத்தகம் அச்சிடப்பட்டு, வரவு செலவுக் கணக்குகள் முழுவதும் தமிழாசிரியர் சுப்புராஜுடன் ஒப்படைக்கப்பட்டது. நன்கொடைகள் பெரும் பாலும் பள்ளிக்குத் தேவையான பொருட்களாகக் குவிய ஆரம்பித்தன. ஆசிரியர்களும் தங்களை இதில் இணைத்துக்கொண்டனர். கலைநிகழ்ச்சிகள் பொறுப்பை ஒரு பட்டதாரி ஆசிரியர் உட்பட முதுநிலைப் பட்டதாரி ஆசிரியைகள் ஏற்றனர்.

பொன்விழாவுக்கு முதல் நாள், விளையாட்டு விழா; இன்ஸ்பெக்டர் ராமச்சந்திரன் தினமும் நேரம் கிடைக்கும்போதெல்லாம் வந்திருந்து பள்ளி நிர்வாகத்தில் தானும் ஒருவர்போல ஆர்வத்துடன் 'எதிலாவது சிரமங்கள் இருந்தால் என்னிடம் சொல்லுங்கள்' என்பார். விளையாட்டு விழா அணிவகுப்பை அவர் தலைமை தாங்கி ஏற்றிடக் கேட்டுக்கொண்டேன். ஒலிம்பிக் தீபம் ஏற்றப்படுவதிலும் அவ்வூருக்கு ஒரு புதுமை காத்திருந்தது. ஊரின் ஒரு எல்லையில் மீனாட்சி சுந்தரேஸ்வரர் கோயில் இருக்கிறது. முன்னே போலீஸ் ஜீப் வர, அதன் பின்னால் பள்ளியின் விளையாட்டு வீரன் ஒருவன் ஒலிம்பிக் தீபம் ஏந்தி ஓடி வர, அவனுக்கு இருபுறமும் பதினெட்டு வயது நிரம்பிய, டிரைவிங் லைசன்ஸ் பெற்றுள்ள இரு மாணவர்கள் பைக் ஓட்டி வர, போலீஸ் ஜீப்பிலிருந்து ஒருவர் குரல் கொடுக்க, ஊரின் முக்கிய சாலைகள் வழியாக, ரிலே ரேஸ் போல, முக்கிய சந்திப்புகளில் மற்றொரு மாணவன் தீபத்தைப் பெற்றுக்கொள்ள, இப்படியே பள்ளி வாசல்வரை வந்து மைதானத்துக்குள் தீபம் நுழையும்போது, பள்ளி மாணவர் தலைவன் அதைப் பெற்றுக் கொண்டு மிக வேகமாக ஓடிப் பள்ளி மைதானத்தை

கு. முத்துசாமி

வலம் வந்து ஏற்கெனவே அமைக்கப்பட்டிருந்த தூணில் ஏற்ற, மைதானத்தைச் சுற்றி அமர்ந்திருந்த அனைத்து மாணவ, மாணவியரும் கரவொலி எழுப்பி உற்சாகமூட்டினர். பின்னர் மாணவர் அணிவகுப்பு தொடங்கியது, அதைப் பார்வையிட்டு, அணிவகுப்பு மரியாதையை இன்ஸ்பெக்டர் ஏற்றுக்கொண்டார். தேசியக் கொடியைப் பெற்றோர் ஆசிரியர் கழகத் தலைவர் ஏற்ற, விளையாட்டுக் கொடியை நான் ஏற்றிப் பறக்கவிட்டேன்.

விளையாட்டுப் போட்டிகள் தொடங்கி, பிற்பகலுடன் நிறைவு பெற்றன. மாணவர்களுக்குக் குடிநீர் வழங்கவும், விளையாட்டு வீரர்களுக்குக் குளிர்பானம் உள்ளிட்டவை வழங்கவும் பலர் முன்வந்திருந்தனர். ஆசிரியர்கள் அனைவரும் மைதானத்தில் பல்வேறு போட்டிகளுக்கும் நடுவர்களாக கடமையாற்றினர். மாலை நான்கு மணிக்குப் பொன்விழா நிகழ்ச்சிகள் தொடங்குவதாக நிகழ்ச்சிநிரலில் குறிப்பிடப்பட்டிருந்தது.

3.30 மணிக்கு மாவட்ட ஆட்சித் தலைவரின் வாகனம் பள்ளி வளாகத்துள் நுழைந்தது; அவருடன் தத்தம் வாகனங்களுடன் பல அதிகாரிகள். முதன்மைக் கல்வி அலுவலர், மாவட்டக் கல்வி அலுவலர், நான் அனைவரும் ஒன்றுசேர்ந்து வரவேற்றோம். 'அமைச்சர் எப்போது வருவார்' என்றார். 'வந்து கொண்டிருக்கிறார், அறநிலையத்துறை அமைச்சர் என்பதால் பொதுமக்கள் அழைப்பின் பேரில் முதலில் உள்ளூர் கோவிலுக்குச் சென்றுவிட்டு வருவார். அங்கிருந்து புறப்படும்போது நமக்குத் தகவல் தருவார்கள் சார்' என்றேன்.

'சரி, அவர் வருவதற்கு முன் பள்ளியைச் சுற்றிப் பார்த்து வருவோம்' என்றார் மாவட்ட ஆட்சித் தலைவர். செல்லும்போது மாணவர் எண்ணிக்கை, தேர்ச்சி விழுக்காடு போன்ற விவரங்களைக் கேட்டுத் தெரிந்துகொண்டார். திறப்பு விழாவுக்குத் தயாராக இருக்கும் மூன்று வகுப்பறை கொண்ட புதிய கட்டடத்தையும் வெளியில் நின்றவாறே பார்வையிட்டார்.

அனைத்தையும் முடித்து, அமைச்சர் வருகைக்காகக் காத்திருந்தபோது, 'சார், ஒரு தாழ்மையான வேண்டுகோள் சொல்லலாமா சார்?' என்றேன்.

'தாராளமாகச் சொல்லுங்கள்' என்றார்.

குடிதண்ணீர் பிரச்சினையை விரிவாக எடுத்துச் சொன்னேன்.

உடனே யூனியன் கமிஷனரை அழைத்தார். 'இந்தப் பள்ளிக்குப் பஞ்சாயத்துக் குடிநீர் இணைப்பு இருக்கிறதா?' என்று கேட்டார்.

உள்ளத்தனைய . . .

'இருக்கிறது சார்.'

'கூட ஒரு பாயிண்ட் கொடுங்க. அதோட ஒரு போர்வெல் போட்டுக் கொடுங்க.'

'சார், நாம பள்ளிக்கூடத்துக்கு போர்வெல் போட ரூல் இல்லையே சார்'.

'சரி, அப்ப ஒண்ணு செய்யுங்க. வறட்சி நிவாரணத்திட்டத்தின் கீழ் ஸ்கூல் தெருன்னு, மார்க் பண்ணி, ஸ்கூல் கேட்டை ஒட்டி உள்ளேயே ஒரு போர்வெல் போட்டிருங்க. அதுவும் நாளைக்கே செஞ்சிருங்க'.

'சரி சார்'.

நான், 'ரொம்ப நன்றி சார், இதை இவ்வளவு சீக்கிரமா நான் எதிர்பார்க்கலே' என்றேன்.

'ஆனா நீங்க ஒண்ணு செய்யணும். வறட்சி நிவாரணம்ங்கிற அடிப்படையில போடறதினாலே, ஸ்கூல் இல்லாத நேரம் தெருவில யாராவது தண்ணீர் பிடிக்கனும்னா அலவ் பண்ணுங்க'.

'கண்டிப்பா சார்'.

மாவட்ட ஆட்சித் தலைவருக்கு அருகில் நின்றிருந்த முதன்மைக் கல்வி அலுவலர், மாவட்டக் கல்வி அலுவலர், பெற்றோர் ஆசிரியர் கழகத் தலைவர் அனைவரும் நன்றி தெரிவித்துக்கொண்டனர். புதிய கட்டடம் மாவட்ட ஆட்சித் தலைவரால் திறந்துவைக்கப்பட்டது. கூட்டம் தொடங்கியது. ஊர்த்திருவிழா போல வளாகம் முழுவதும் மக்கள் கூட்டம். மாணவர்கள் முன்வரிசையில் ஆசிரியர்கள் மேற்பார்வையின் கீழ் அமரவைக்கப்பட்டிருந்தனர்.

வந்திருந்த பெரியவர்கள் எல்லோரும் தங்களின் உரையில் விளாத்திகுளம் பள்ளி புத்துயிர்பெற்றிருப்பதைப் பாராட்டிப் பேசினார்கள்.

இதனைத் தொடர்ந்து பரிசளிப்பு விழா. ஒவ்வொரு துறையிலும் ஏராளமான பரிசுகள். இதற்குப் பின் மாணவர்களது கலை நிகழ்ச்சிகள். கேபிள் டிவி கலாசாரம் அதிகம் பரவாத நாட்களில் விளாத்திகுளம் போன்ற கிராமப்பகுதிகளில் வாழும் மக்களுக்கு மாணவர்கள் கலைநிகழ்ச்சிகள் நல்விருந்தாக அமைந்தன. உள்ளூர் கேபிள் டிவியில் அந்தப்பகுதி முழுவதும் ஒளிபரப்பு செய்தனர். அது அந்தக் கல்வியாண்டின் கிளைமாக்ஸ் என்று சொல்லலாம்.

கு. முத்துசாமி

6

விடுமுறை நாட்களில் நாகர்கோவில் சென்று அம்மாவைப் பார்த்து வருவேன். 'சீக்கிரம் வந்து விடு' என்ற கோரிக்கைதான் வலுத்து ஒலிக்கும். தோவாளை வீட்டை வாடகைக்குக் கொடுத்து விட்டதால், ஒரு பார்வைதான். துறை நண்பர்களும் 'We miss you a lot' என்பார்கள். 'உறுமீன் வருமளவும் வாடியிருக்குமாம் கொக்கு' என்பது போல் காத்திருந்தேன். விளாத்திகுளத்தில் மற்றொரு வகை நெருக்கடி. 'போகக் கூடாது; போகவிடமாட்டோம்' என்று ஊர்மக்களின் அன்புச் சங்கிலி; அந்த ஊரில் எந்த நிகழ்ச்சியானாலும் நால்வருக்குக் கண்டிப்பாக அழைப்பு உண்டு. தாசில்தார், இன்ஸ்பெக்டர், 'ஏட்டையா' முருகேசன், நான். தவிர்க்காமல் கலந்துகொள்வேன். காலனி பகுதிகள் உட்பட, பல திருமணங்கள், காதுகுத்து விழாக்கள் என் தலைமையில் நடைபெற்றிருக்கின்றன. ஒன்றாக அமர்ந்து உணவருந்தித் திரும்புவேன். சகோதரப் பாசத்துடன் பழகிய சில குடும்பங்களை இங்கு கண்டிப்பாகக் குறிப்பிட்டாக வேண்டும். ஆற்றுப் பாலத்துக்கு முன்னால் சுப்பிரமணியபுரத்தில் இருந்த ஜோசியர் அண்ணாச்சி அவரது பாசமிக்க துணைவியார், அன்பு மக்கள் மூவர்; இளையராஜா மாரியப்பன் குடும்பத்தினர்; சின்னச்சாமித்தேவர் அவரது மகள் மாரியம்மாள், மகன் மகராஜன்; துளசிப்பட்டி ராமகிருஷ்ணன், பிரியமான துணைவியார். இன்னும் பலர் உண்டு. 18 மாதங்களே நாங்கள் அந்த ஊரில் வசித்தாலும் ஏராளமான குடும்ப உறவுகள். 25 ஆண்டுகளானாலும், அழியாத சித்திரங்களாக மனத்தில் பதிந்துவிட்டவை.

வீட்டில் மனைவி இல்லையென்றாலும், இவர்கள் வீடுகளிலிருந்து சாப்பாடு என் வீடு தேடி வந்துவிடும்.

இந்த உறவுகளுடன் மற்றொரு ரத்த உறவும் இணைந்தது. பிள்ளைவிளை சந்தனச் சித்தியும் சிதம்பரம் அப்பாவும், பாசத்தால் எங்கள் தாய் தந்தையருக்கு இணையானவர்கள். இருவருக்கும் தாங்கள் பெற்ற குழந்தைகள், மற்றவர்கள் என்ற வேறுபாடு கிடையாது. மற்றவர்களிடம் பாசம் ஓரளவு அதிகம் என்றுதான் சொல்ல வேண்டும். பிள்ளைவிளைக்கு வருவதற்கு முன் அவர்கள் எழுவரை முக்கி என்ற கிராமத்தில் வசித்தபோது, கோடைவிடுமுறையில் அவர்கள் வீட்டில் ஒரே திருவிழாக் கூட்டம்தான். எல்லா வீட்டுப் பிள்ளைகளும் ஒன்று கூடிவிடுவோம். பந்திப் பாய் விரித்துத்தான் சித்தி சாப்பாடு பரிமாறுவாள். மாலை மயங்கி இரவு வரும்போது பாட்டு, நடனம், நாடகம் என்று வீட்டு முற்றம் அமர்க்களப்படும். அந்த காலத்தில் அது ஒரு அழகான கிராமம். வீட்டையொட்டி ஒரு குடி நீர்க் கிணறு. வேப்பமரத்தில் கட்டப்பட்டுத் தொங்கும் ஊஞ்சல், சுற்றிலும் வயல்கள், நடுவே பம்பு செட், சதுரக்கிணறு, வஞ்சமும் பஞ்சமும் இல்லாத காலம். தண்ணீர் மேல்மட்டம்வரை ததும்பிக் கிடக்கும். எங்களில் பலர் நீச்சல் படித்தது அங்குதான். உள்ளூர் அண்ணன்மார்கள் பம்புசெட்டின் மேலேயிருந்து குட்டிக் கரணம் போட்டுக் குளிப்பார்கள். அவ்வளவு தைரியம் நகரவாசிகளுக்கு இல்லாததால், கிணற்றுக் கரையிலிருந்து தாவிப் பாய்ந்து குளிப்போம். எங்கள் சாகசம் அவ்வளவுதான். காரைக் கிணற்றின் பொந்துகளிலிருந்து தண்ணீர்ப் பாம்பு எட்டிப் பார்க்கும்போது கரையேறிவிடுவேன்.

சித்தப்பா, மூன்று கி.மீ. தொலைவில் மெயின் ரோட்டில் ஐந்து ஏக்கரில் மாளிகைபோல காட்சியளிக்கும் ஒரு வீட்டை வாங்கி அங்கே குடியேறிவிட்டார். எழுவரை முக்கிக்கு ஒரு பதினைந்து ஆண்டுகளுக்கு முன் போயிருந்தேன். கிராமமே பாழடைந்து போயிருந்தது. ஒரே ஒரு வீட்டைத் தவிர எந்த வீட்டிலும் ஆட்கள் இல்லை. தண்ணீர்ப் பஞ்சம், வறட்சி என்ற காரணங்களால் இடம் பெயர்ந்து சென்றுவிட்டார்கள். பழைய நினைவுகள் மட்டும்தான் எஞ்சியிருந்தன.

சித்தியின் மூன்றாவது மகன் ராமர் திருவையாற்றில் ஹோட்டல் நடத்திக்கொண்டிருந்தான். அவனது மனைவி இடைநிலை ஆசிரியையாக நியமனம் விளாத்திகுளம் அருகே ஒரு ஊராட்சி ஒன்றியப் பள்ளியில்! தங்களது குழந்தைகளை அழைத்துக்கொண்டு, துணையாக சித்தி, விளாத்திகுளத்தில் குடியேறிவிட்டாள். எனவே எங்கள் குடும்பம் பெரிதாகி ஒருவருக்கொருவர் ஒத்தாசையாகச் சொந்த ஊர் போலவே இருந்து வந்தோம்.

பி.டி.ஏ தலைவர் தனது கிளினிக் முடிந்தவுடன் பள்ளிக்கு அவ்வப்போது வருவார். ஒருமுறை பேசிக்கொண்டிருக்கும்போது, 'சார், உங்களுக்கு சுகர் இருக்கிறதா?' 'இல்லையே சார்', என்றேன்.

'இல்லை, எனக்கு டவுட்டாக இருக்கிறது. நீங்க இங்க வரும்போது இருந்ததை விட இப்ப மெலிஞ்சாப்ல இருக்கு. எதுக்கும் டெஸ்ட் பண்ணிருவோம். வீட்டுக்குப் போகும்போது, கிளினிக்குக்கு வந்துட்டுப் போங்க,' என்றார்.

முதலில் சிறுநீர் சோதனை; நிறம் மாறியது.

"ப்ளட் டெஸ்டும் எடுத்துவிடுவோம். ரேண்டம்தான். இரவு நான் வீட்டுக்கு வந்து ரிசல்ட் சொல்கிறேன்" என்றார்.

இரவு வந்தார். 'சார், நான் சந்தேகப்பட்டது சரியாகப் போய்விட்டது. 200க்கு மேல் இருக்கிறது'.

'உடனே மாத்திரை எடுத்துக்கொள்ள வேண்டுமா?'

'இப்பதானே பாத்திருக்கோம். தெரியாம தொடர்ந்து ஸ்வீட் சாப்பிட்டிருப்பீங்க. ஸ்வீட் சாப்பிடுறதை நிறுத்திருங்க. நம்ம ஸ்கூல் கிரவுண்ட்ல, காலையில இரண்டு மூன்று தடவை சுத்தி வந்திடுங்க. ஒரு மாசம் கழிச்சுப் பார்ப்போம்'.

அனுபவம்மிக்க டாக்டர் என்பது சரியாக இருந்தது. அவர் சொன்னதைக் கேட்டு நடந்ததால் சுகர் ஏறவேயில்லை, ஒரு வருடம்.

அடுத்த கல்வியாண்டு பிறந்தது. குமரி மாவட்டத்தில் தலைமையாசிரியர் காலிப் பணியிடங்களைக் கவனிக்க ஆரம்பித்தேன்.

திட்டுவிளை அரசு உயர்நிலைப் பள்ளி தரம் உயர்த்தப்பட்டு, மேனிலைப் பள்ளியான தகவல் நண்பர்கள் மூலம் என்னை வந்து சேர்ந்தது. முயற்சிகளை ஆரம்பித்தேன். அப்போது நாகர்கோவில் சட்டமன்ற உறுப்பினராகவும், சுற்றுலாத்துறை அமைச்சராகவும் இருந்த சுரேஷ்ராஜன் அவர்களைத் தலைமைச் செயலகத்தில் அமைச்சர் அறையில் சந்தித்து, வேண்டுகோள் விடுத்தேன். இனிமையுடன் பேசி, ஆவன செய்வதாக உறுதி அளித்தார். அவரது தொகுதிக்குட்பட்ட, அவரது முயற்சியால் தரம் உயர்த்தப்பட்ட பள்ளி என்பதால் முயற்சி வெற்றிபெறும் என்ற நம்பிக்கை பெரிதும் இருந்தது.

என்னுடைய முன்னாள் மாணவர் ஒருவர் அமைச்சரைச் சந்திக்கும்போது உடனிருந்தார். 'இனி நான் பார்த்துக்கொள்கிறேன்

உள்ளத்தனைய . . .

சார்' என்று பணிவுடன் கூற, அமைச்சரிடம் நான் கொடுத்த மாறுதல் விண்ணப்பம் அவர் வசம் சென்றது.

சிலரது வாக்குறுதிகள் ஆழ்மனத்தில் இருந்து வருவதால் பொய்யாவதில்லை. அவரே பள்ளிக் கல்வி இயக்குநரை நேரில் சந்தித்து விண்ணப்பத்தை வழங்கிய செய்தியும் என்னை வந்தடைந்தது. மூன்றே நாட்களில் மாறுதல் ஆணையும் பெற்றேன். ஒருபுறம் மகிழ்ச்சி; ஒருபுறம் பிரிவுத் துயரம்.

ஆசிரியர்களுக்கு நான் மாறுதலாகிச் சென்று விடுவேன் என்று தெரியும்; ஒரு சிலருக்கு 'அப்பாடா' என்று கூட இருந்திருக்கலாம். மாணவர்களுக்கும் பெற்றோர்களுக்கும் பெரிய அதிர்ச்சி. இடைவேளையின்போது என் அறைமுன் கூடிவிட்டனர். பெற்றோர்களும் வரிசையாக வர ஆரம்பித்தனர். எல்லோரையும் சமாதானப்படுத்திக் காரணங்களைக் கூறி அனுப்பி வைத்தேன். வாடிய முகங்களுடன் திரும்பிச் சென்றனர். அவர்களது உணர்வுகளைப் பார்க்கும்போது இங்கேயே தங்கிவிடலாமா என்று கூடத் தோன்றியது. மிகவும் கலங்கி நின்றவர்கள், விளாத்திகுளத்தில் இருந்த பிற்பட்டோர், ஆதி திராவிடர், மிகவும் பிற்பட்டோர் நல விடுதிகளைச் சார்ந்த மாணவர்களும் மாணவியரும்தாம். கன்னியாகுமரி மாவட்டத்தில் இதுபோன்ற விடுதிகளில் சேர, மாணவர்களை விடுதி காப்பாளர்கள் பள்ளி பள்ளியாகச் சென்று தேடிப் பிடித்துச் சேர்ப்பார்கள். ஆனால் விளாத்திகுளத்தில் சேர சட்டமன்ற, நாடாளுமன்ற உறுப்பினர்களின் சிபாரிசுக் கடிதங்கள் வரும். இவ்விடுதி களுக்கு ஒரு நிர்வாகக் குழு உண்டு. அந்தந்தத் துறை சார்ந்த அலுவலர்களுடன் தலைமையாசிரியரும் ஒரு உறுப்பினராக இருப்பார். விண்ணப்பங்கள் ஏற்பு, குழுவின் முடிவுக்குட்பட்டது. குழு உறுப்பினர்கள் விடுதிகளைப் பார்வையிட உரிமை உண்டு. நான் அவ்வப்போது சென்று உணவின் தரம், பிற வசதிகளைப் பார்வையிட்டு, அரசு வழங்கும் நிதிக்குட்பட்டு அவற்றை மேம்படுத்திட வார்டனுக்கு ஆலோசனை வழங்கி வருவேன்.

ஒரு காலைவேளையில், ஆதி திராவிடர் விடுதியில் தங்கி யிருந்த மாணவியர் எனது அறைக்கு முன் கூட்டமாக நின்றபடி சொல்லலாமா, வேண்டாமா என்று தயங்கிக்கொண்டிருப்பதைப் பார்த்தேன்.

'என்னம்மா, என்ன விஷயம், தைரியமாச் சொல்லுங்க.'

'காலையிலே நாங்க சாப்பிடல சார். சாப்பாடு இல்ல.'

'ஏம்மா? வார்டன் இல்லையா? சமையற்காரர் என்னாச்சு?'

'வார்டன் லீவு சார். சமையற்காரர் ஸ்டோர் ரூமைப் பூட்டிட்டுப் போனவர், வரவேயில்லை'.

நிர்வாகப் பிரச்சினையைப் பிறகு பார்த்துக்கொள்ளலாம் என்று முடிவு செய்துவிட்டு உடனடியாக இவர்கள் அனைவருக்கும் பக்கத்து ஹோட்டல்களிலிருந்து இட்லி, தோசை என்று வாங்கிவரச் செய்து, ஒரு வகுப்பறையில் அமர்ந்து சாப்பிடச் செய்தேன். பிற்பகல் உணவுக்கும் ஏற்பாடு செய்துவிட்டேன். மாலையில் நிலைமை சீராகிவிட்டது. எனவே விடுதி மாணவர்களுக்கும் மாணவியருக்கும் என்மீது தனிப்பிரியம்.

பள்ளியிலிருந்து விடை பெறுவதற்கான நடைமுறைகளை முடித்தேன். மாவட்டக் கல்வி அலுவலகம், முதன்மைக் கல்வி அலுவலகம் சென்று எல்லோருக்கும் நன்றி தெரிவித்து விடைபெற்றேன். மாலை ஆறுமணிக்கு நானும் சாந்தாவும் மீனாட்சிபுரம் சென்று ஜோசியர் அண்ணாச்சியிடம் பேசி விட்டு வீடு திரும்பும்போது சீருடையணிந்த சின்னஞ்சிறு மாணவர்கள் வாசற்படியிலேயும் தரையிலும் அமர்ந்து எங்களை எதிர்பார்த்துக் காத்திருப்பதைப் பார்த்துப் பதறிப் போனேன்.

'டேய், என்ன விஷயம்டா, எதுக்காக வந்திருக்கீங்க?'

'உங்களைப் பார்க்கத்தான் ஐயா, வந்தோம்'.

'வாங்க, வாங்க, வீட்டுக்குள்ள வாங்க'.

வந்தார்கள். தயங்கி நின்றவர்களைக் கட்டாயப்படுத்தி உட்காரவைத்தோம். சாந்தா, வீட்டிலிருந்த தின்பண்டங்கள் எல்லாவற்றையும் அவர்கள் முன் பரப்பிவைத்து, 'சாப்பிடுங்கப்பா' என்றாள்.

'ஐயா, நீங்க ஸ்கூலை விட்டுப் போறீங்களா ஐயா?' கண்ணீர் மல்கக் கேட்டார்கள்.

அவர்களைச் சமாதானப்படுத்துவதற்குள், போதும் போதும் என்றாகிவிட்டது. 'ஐயா நாங்க ஆறாப்பு. உங்க ஊருக்குப் போனா, எங்கள மறந்திருவீங்களா?'

'எப்பவும் மறக்க மாட்டேம்பா. உங்களைப் பாக்க மறுபடியும் வருவேன்'.

'எங்க ஞாபகமா, இத வைச்சுக்குங்க சார்.'

ஒரு எவர்சில்வர் தட்டை எடுத்து நீட்டினார்கள்.

'இத எப்படிப்பா வாங்கினீங்க?'

‘மிட்டாய், ஐஸ் எல்லாம் வாங்க வச்சிருந்த காசை வச்சு வாங்கினோம் சார்.’

என்னுடைய நீண்ட பணிக்காலத்தில் எத்தனையோ பரிசுகளை, விருதுகளைப் பெற்றிருக்கிறேன். மிக வறிய குடும்பங்களிலிருந்து வந்த இந்த மாணவர்கள் தந்த பரிசு கள்ளம் கபடமில்லாத, எதையும் எதிர்பார்க்காத தூய அன்பில், பாசத்தில் வடித்தெடுக்கப்பட்டது. இன்றும் இதை என் நெஞ்சில் போற்றிப் பாதுகாக்கிறேன். இது குசேலன் கொடுத்த அவல்.

12.08.1996 பணியிலிருந்து விடுவிக்கப்படும் நாள். காலை வழிபாட்டுக் கூட்டம். நான் பணியேற்றபோது நடந்த கூட்டத்துக்கும் இதற்கும் எத்தனை வேறுபாடு? மாணவர்கள் என்னுடைய வழிகாட்டுதலுக்கேற்ப தொடர்ந்து நடந்து வந்ததற்கு மனம் நெகிழ்ந்து நன்றி கூறினேன். இனிவரும் நாட்களிலும் நல்ல மாணவர்களாக வளர்ந்து சிறந்த மனிதர்களாக மலர வேண்டும் என்று குரல் கம்ம வாழ்த்துக் கூறினேன். அனைவருக்கும் என் சார்பில் இனிப்பு – லட்டு வழங்க ஏற்பாடு செய்திருந்தேன். மாலையில் பள்ளியிலிருந்து முறையாக விடுவிக்கப்பட்டு, உதவித் தலைமையாசிரியரிடம் பொறுப்பு களை ஒப்படைத்து விடைபெற்றேன். பேணிக்காத்து வளர்த்த பிள்ளையை மற்றவர்களிடம் பாதியிலேயே ஒப்படைத்துத் திரும்புவது போன்ற உணர்வு மேலோங்கி நின்றது.

வீட்டுச் சாமான்கள் லாரியில் ஏற்றப்பட்டுத் தோவாளை சென்றுகொண்டிருந்தன. குடும்ப நண்பரின் மகன் மகராஜன் தலைமையில் ஒரு குழுவினர் உடன் சென்றனர். நாங்கள் இருவரும் அதே நாளில் மாலை விளாத்திகுளம் பஸ் ஸ்டாண்டு சென்று கோவில்பட்டி செல்லும் பஸ்ஸூக்காகக் காத்திருந்தோம். முருகேசன் அண்ணன், ராமகிருஷ்ணன், இளையராஜா, ஞானப்பிரகாசம் உள்ளிட்ட ஏராளமான நண்பர்களும் பெற்றோர்களும் எங்களை வழியனுப்புவதற்காகக் கூடிவிட்டனர். தகவல் தெரிந்து உள்ளூர் மாணவர்களும் வந்துவிட்டனர். பஸ் ஸ்டாண்டில் நிற்க இடமில்லை. இன்ஸ்பெக்டரே வந்து விட்டார்.

வந்தவர்கள் எங்களை பஸ்ஸில் ஏற அனுமதிக்கவில்லை. கார் வந்து நின்றது. நான் பொன்விழா கூட்டத்தில் சொன்னதைப் போல மண் கறுத்தாலும், மனம் கறுக்காத மனிதர்களைப் பிரிந்து, வாழ்வின் ஒரு இனிய அத்தியாயத்தை நிறைவுசெய்து வீடு நோக்கிப் புறப்பட்டேன்.

7

காரில் பயணிக்கும்போதும் அந்த ஊரைப் பற்றிய எண்ணங்கள்தான் மனத்தில் நிறைந்திருந்தன. தூத்துக்குடி மாவட்ட வடகிழக்கு மூலையில், விருதுநகர், இராமநாதபுரம் மாவட்ட எல்லைகளைத் தொட்டபடி மூன்று மாவட்ட பண்பாட்டுக் கூறுகளையும் உள்ளடக்கிய ஊர்; வானம் பார்த்த பூமிதான்; கரிசல்காடு; எனவே புஞ்சை தானியங்கள்தான் அதிகம் விளையும்; எனவே ஊர் பஜாரில் மல்லி, வத்தல், வெங்காய மண்டிகள் அதிகம். சமூகவனம் என்ற பெயரில் விதைக்கப்பட்ட கருவேல மரங்கள், மண்ணின் ஈரத்தை உறிஞ்சி இருந்த கொஞ்ச நஞ்ச விவசாயத்தையும் பாழ்படுத்தி விட்டாலும், அந்தக் கருவேலமரங்கள்தான் இன்றும் பெரும்பாலான குடும்பங்களுக்குக் கஞ்சி ஊற்றுகின்றன. தூத்துக்குடியிலிருந்து குளத்தூர் வழியாகச் சென்றாலும், கோவில்பட்டியிலிருந்து எட்டையாபுரம் வழியாகச் சென்றாலும், 'கரிமூட்டங்களைப்' பார்க்கலாம். கருவேல மரக் கிளைகளை முழுவதும் வெட்டி, தீமூட்டி, கரியாக்கி, மூட்டை மூட்டையாக ஏஜண்டுகள் மூலம் மும்பைக்கு ஏற்றுமதி செய்வார்கள். நான் எதற்காக என்று விசாரித்தபோது, 'பெயிண்ட் கம்பெனி களுக்காக' என்ற பதில் வந்தது.

கோவில்பட்டி, சிவகாசிப் பக்கம் தீப்பெட்டித் தொழிலில் சிறுவர்கள் ஈடுபடுவதுபோல, பள்ளிக்கு வருவதற்கு முன்னும் பின்னும் சிறுவர் சிறுமிகள், முள் நிறைந்த கிளைகளை அரிவாளால் வெட்டிக் குவிப்பதையும், தீயில் எரிந்த கரிக்கட்டை களில் சூடு சரிபார்ப்பதையும் காண முடியும். இதற்கிடையேதான் பள்ளியும் படிப்பும். கோவில்பட்டியில் பார்க்கும் நகரத் தோற்றத்தை விளாத்திகுளத்தில் பார்க்க முடியாது. நான் வேலை பார்க்கும்போது ஒரேயொரு தியேட்டர்

இருந்தது. பின்னர் அதுவும் மூடப்பட்டுவிட்டது என்று அறிந்தேன். ஊருக்கு நுழைவாயில், வைப்பாறுதான். ஏழையின் சிரிப்பைப் போல் தண்ணீர் எப்போதாவதுதான் வரும்; வந்தால் காட்டாற்று வெள்ளமாகத்தான் வரும். போக்குவரத்துக்கு ஒரே வழியான தரைப்பாலம், முழுவதும் மூழ்கி ஊர் முற்றிலும் துண்டிக்கப்பட்டு விடும். நீண்ட காலப் போராட்டத்துக்குப் பின், தற்போது அங்கு உயர்ந்த தூண்களுடன் பாலம் கட்டப்பட்டிருக்கிறது.

விளாத்திகுளத்தின் ஒரே அடையாளம் ஊர்க் கடைசியில் இருக்கும் மீனாட்சி அம்மன் கோவில்தான். இந்து அறநிலையத் துறை கட்டுப்பாட்டில் இருப்பதால் அனைத்து இனத்தவருக்கும் பொதுவான கோவில். கோவில் திருவிழாவும், பள்ளி ஆண்டு விழாவும்தான் எல்லாரும் ஒன்றாகக் கூடக்கூடிய விழாக்கள்.

விளாத்திகுளத்தை விட்டு நிகழ்காலத்துக்கு நகர்ந்தேன். கார் கோவில்பட்டியை நெருங்கிக்கொண்டிருந்தது. டிரைவரிடம் 'தம்பி, டீ சாப்பிடுறீங்களா?' என்றேன். 'இல்ல, சார் விளாத்திகுளத்தி லேயே சாப்பிட்டுவிட்டேன்'. 'சரி, திருநெல்வேலியில் டிபனே சாப்பிட்டு விடலாம். உங்களுக்கு எந்த ஊர் தம்பி?'

'சிவகாசி சார். அப்பா அம்மா மட்டும்தான் அங்க இருக்காங்க. நான் விளாத்திகுளத்திலேயே செட்டிலாயிட்டேன்'. சிவகாசி என்று கேட்டவுடனேயே நான் அமைதியாகிவிட்டேன். 'ஆகா, நாம் பிறந்த ஊரல்லவா?'

பொதுவாகச் சொல்வார்கள், எங்கோ பிறந்து, எங்கோ வாழ்ந்து என்று. அது எங்கள் குடும்பத்துக்கு முற்றிலும் பொருந்தும். எட்டுப் பேரில் கடைசியாகப் பிறந்த எங்கள் அப்பா, மெஞ்ஞானபுரம் அம்புரோஸ் பள்ளியில் எட்டாம் வகுப்புவரை படித்துவிட்டு வேலை தேடி, வெளியே வந்து, மதுரை மாவட்டத்தில் போலீஸ் கான்ஸ்டபிளாகத் தேர்வாகித் தனது பணிக்காலத்தின் பாதிப் பகுதியை ஆயுதப்படையிலேயே கழித்தவர்கள். எனது அக்காள் பர்வதவர்த்தினியை, மூன்று குழந்தைகள் தவறிப்போய் அதற்குப் பிறகு ராமேஸ்வரம் கோவிலில் விரதம் இருந்து பிறந்த செல்வம் என்று சொல்வார்கள். அதனால் அவருக்கு அந்த அம்மன் பெயரால்தான் பர்வதவர்த்தினி என்று பெயர் சூட்டப்பட்டார். நான் சிவகாசியில்; அடுத்த தம்பி ராஜபாளையத்திலும் கடைசித் தம்பி சிவகங்கையிலும் பிறந்தவர்கள்.

இப்படியே, ஊர்விட்டு ஊர், வீடுவிட்டு வீடு மாறிக் கொண்டிருந்ததால் சிறு வயது நண்பர்கள் என்று யாரும் இல்லை. ஆனால் சிவகங்கையில் நான் படித்த பள்ளி, வகுப்பாசிரியர், தலைமையாசிரியர், ஒரு சில நண்பர்கள் இன்றும் என்னில்

உறைந்திருக்கிறார்கள். கல்வித் துறையில் ஒரு மாணவனாகத் தொடங்கி, ஆசிரியராக, தலைமையாசிரியராக, அலுவலராக இன்னும் பல பொறுப்புகளில் ஓர் இலக்கோடும் உறுதியோடும் கடமையாற்றிட எனக்குத் தளம் அமைத்து களம் தந்த பள்ளி, சிவகங்கை மன்னர் உயர்நிலைப்பள்ளிதான்; தற்போது மேனிலைப் பள்ளி; சிவகங்கை சமஸ்தானத்தால் நடத்தப்பட்டு வரும் பள்ளி.

நான் 6, 7ஆம் வகுப்புகள் அங்கே படித்தேன். வளாகத்தில் உள்வாங்கி நின்ற பள்ளியின் முகப்பு ஓர் அரண்மனையின் முகப்பை ஒத்திருக்கும். எஸ்.எல்.பி. பள்ளிபோல விரிந்த மைதானத்தைக் கொண்டது. சற்றுத் தள்ளியிருந்த ஊருணியின் குளிர்காற்று வெம்மையிலும் எங்களைத் தழுவிச் செல்லும்.

பள்ளிக்குள் நுழையும்போது, முதலில் நாங்கள் 'தரிசிப்பது' பள்ளியின் தலைமையாசிரியர் – நாராயண சேர்வை எம்.ஏ., எல்.டி. அவர்களை – முகப்பில் கம்பீரமாக, அக்கால வழக்கப்படிக் கையில் நீண்ட பிரம்புடன் பெரிய மருது, வாளுடன் நின்றது போல் காட்சியளிப்பார். அந்தத் தோற்றம் போதும். யாரையும் அவர் அடித்து நான் பார்த்ததில்லை. பின்னர் எஸ்.எல்.பி–யில் நான் ஆசிரியராகப் பணியாற்றியபோது சந்திரசேகர பாண்டியன் சாரிடம் அவரின் பிரதிபலிப்பைப் பார்த்திருக்கிறேன்.

தலைமையாசிரியரைப் பார்த்தவுடன் 'அண்ணன்மார்கள்' தலைதெறிக்க வகுப்புக்குள் ஓடி மறைவதைப் பார்த்திருக்கிறேன். நான் ஆறாம் வகுப்பு படிக்கும்போதே, நூலகத்துக்குள் நாங்கள் நுழையலாம்; விரும்பிய புத்தகத்தை எடுத்துப் படிக்கலாம். வெள்ளிக்கிழமை மாலையில் மேசைகளில் மாணவர்கள் வீட்டுக்குக் கொண்டு சென்று படிப்பதற்காக, புத்தகங்கள் வரிசையாக அடுக்கி வைக்கப்பட்டிருக்கும். விருப்பமுள்ள புத்தகத்தை வீட்டுக்கு எடுத்துச் செல்லலாம். சனி, ஞாயிற்றுக் கிழமைகளில் படித்துவிட்டுத் திங்கட்கிழமை திருப்பிக் கொடுத்துவிட வேண்டும். 'சிங்கப்பூர் சிங்காரம்' என்ற புத்தகத்தை எடுப்பதற்கு எங்களுக்குள் கடும் போட்டி இருக்கும். ஏற்கெனவே படித்து முடித்த என் நண்பன் பாண்டியராஜன், முதல் வரிசையில் நின்றவன் அதை எடுத்து எனக்குக் கொடுத்தான். புத்தகங்களை வாசிக்கும், நேசிக்கும் பழக்கம் அங்குதான் எனக்கு வேர்விட்டது. நாங்கள் வசித்து வந்த போலீஸ் குவார்ட்டர்சின் அருகில் இருந்த கம்யூனிஸ்ட் நூலகத்துக்கு நேரம் கிடைக்கும்போதெல்லாம் சென்றுவிடுவேன். ஜீவாவை ஆசிரியராகக் கொண்டு *தாமரையும்*, *ஜனசக்தியும்* வெளிவந்த காலம். *தாமரையில்* வரும் சிறுகதைகள் மனதைப் பெரிதும் ஈர்த்தன. அப்போது படித்த ஒரு கதை

வருடங்கள் உருண்டோடிய பின்னும் இன்றும் நினைவில் இருக்கிறது.

நாகர்கோவிலுக்குக் குடிபெயர்ந்த பின்னும் இந்தப் புத்தகப் பைத்தியம் தொடர்ந்தது. அன்றைய ட்ரெயினிங் ஸ்கூல் (இன்று கவிமணி என்று நாமகரணம்) எதிரே மாடியில் இருந்த நூலகம், திலகர் வாசிப்புச் சாலை, செட்டித் தெரு வாசிப்புச் சாலை, ஆசாத் லைப்ரரி, செங்குந்தர் நூலகம், பார்க் லைப்ரரி என்று தேடித் தேடிச் சென்று வாசிப்பேன். நாஞ்சில் நாட்டின் எல்லாக் கிராமங்களிலும் நூலகங்களோடு இணைந்து வாசிப்புச் சாலைகள் உண்டு.

சிவகங்கைப் பள்ளியில் எனக்கு வகுப்பாசிரியராக இருந்த பாஸ்கரன் சார் பன்முகத் தன்மைகொண்ட இளைஞர். எங்களையெல்லாம் வரலாற்றுச் சிறப்புமிக்க சிவகங்கை அரண்மனை, நாட்டரசன் கோட்டை, காளையார்கோவில் போன்ற இடங்களுக்குக் கூட்டிச் சென்று வீரவேலுநாச்சியாரும் மருது சகோதரர்களும் வெள்ளையரை எதிர்த்துப் போரிட்ட இடங்களைக் காண்பித்து வரலாறு சொல்லுவார்.

அப்பள்ளியின் பொன்விழா என்று நினைக்கிறேன், பொதுக்கல்வி இயக்குநராக இருந்த நெது. சுந்தர வடிவேலு வந்திருந்து கேட்டோரைப் பிணைக்கும் விதத்தில் உரையாற்றினார். அவர் கல்வித் துறையில் வரலாற்றுச் சிறப்புமிக்க சாதனைகளை நிகழ்த்தியவர் என்பது நான் ஆசிரியரான பின்தான் தெரிந்தது.

உடற்பயிற்சி ஆசிரியரும் சளைத்தவரல்ல. ஆறாம் வகுப்பிலிருந்தே மாணவர்களுக்கு, கிரிக்கெட் பரவலாகாத நேரத்திலேயே பயிற்சி அளித்தார். ஹாக்கியில் ட்ரிப்ளிங் எப்படிச் செய்வது என்று சொல்லிக்கொடுத்தார்.

நான் சிவகங்கையில் வளர்ந்த கால கட்டம், (1960–62) அரசியலில் முக்கிய திருப்பத்தை ஏற்படுத்திய காலகட்டம். தோழர்கள் ஜீவா, ராமமூர்த்தி, பாலதண்டாயுதம் போன்றவர்கள் பெரியாரோடு இணைந்து, சில நேரங்களில் பிணக்குற்றுத் தயார்ப்படுத்தி வைத்திருந்த பகுத்தறிவுத் தளத்தைக் களமாகக் கொண்டு, தி.மு.க. ஆழமாக வேரூன்றிக் கிளைகள் பரப்பத் தொடங்கியிருந்த காலம் அது. (ஜீவா மறைந்தது, ஜனவரி 18, 1963) இதன் தாக்கத்தை இளவயதினரிடம் அதிகம் காண முடிந்தது. சிவகங்கை போலீஸ் குவார்ட்டர்ஸில் ஒரு அண்ணன் பாண்டியராஜன், ஒன்பதாம் வகுப்புதான் படித்துக்கொண் டிருந்தான். ஒரு சந்திர கிரகணம் அன்று, குவார்ட்டர்ஸில் பெரும்பாலான பெண்கள், ஓர் உரலை வாசல் முன் நிறுத்தி,

அதில் சாணத்தைக் கரைத்து ஊற்றி, கிரகணம் தொடங்கும்போது, அந்த உலக்கையை நேராக நிறுத்தி வைத்தனர். அது கீழே விழாமல் நேராக நின்றது. எல்லாருக்கும் அது ஆச்சரியம். பாண்டியராஜனுக்கு இதில் நம்பிக்கையில்லை. எல்லோரையும் கேலிசெய்துகொண்டிருந்தான். இதெல்லாம் மூட நம்பிக்கை. கிரகணம் முடிந்த பிறகு நானும் நிறுத்திக் காண்பிக்கிறேன் என்று சவால் விட்டான். எல்லாரும் அவனைத் திட்ட ஆரம்பித்தார்கள். கிரகணம் முடிந்தது. உலக்கைகள் ஆங்காங்கே கீழே விழத் தொடங்கின. பாண்டியராஜன் தனது வீட்டு உலக்கையில் தனது வேலையைத் தொடங்கினான். அதேபோல சாணக்கரைசலை ஊற்றி, உலக்கையை நிறுத்தினான். கீழே விழாமல் நின்றது. நான் உட்பட பார்த்த எல்லோருக்கும் வியப்பால் பேச்சு வரவில்லை.

பாண்டியராஜனுக்கு அதன் அறிவியல் அடிப்படையை, விளக்கத் தெரியவில்லை; எனக்கும்தான். ஆனால் ஒரு மூட நம்பிக்கையை உடைத்தெறிந்த பெருமை அவனுக்கு.

அந்தச் சிவகங்கையை விட்டு நாங்கள் கிளம்பிவந்த பிறகு இன்றுவரை அந்த பாண்டியராஜனைத் தேடிக்கொண்டிருக்கிறேன்.

கிழக்கே தனுஷ்கோடி, ராமேஸ்வரத் தீவிலிருந்து மேற்கே சாத்தூர், ராஜபாளையம்வரை, தமிழகத்தின் ஒரு எல்லையிலிருந்து மறு எல்லைவரை, வங்கக் கடலிலிருந்து மேற்குத் தொடர்ச்சி மலை வரை அனுமார் வால் போல் நீண்டு கிடந்தது இராமநாதபுரம் மாவட்டம். அதற்கு அக்காலத்தில் தலைநகரம் மதுரைதான். இரண்டு மாவட்டங்களுக்கு ஒரு தலைநகரம். (அன்று அது ஒரு பொது அறிவுக் கேள்வி.) அதன் மையப்புள்ளியில் கிட்டத்தட்ட இருந்தது சிவகங்கை.

இம்மாவட்டத்திலிருந்து, தொடர்பே இல்லாத கன்னியாகுமரி மாவட்டத்துக்கு எப்படிக் குடியேறினோம்? எங்கள் பிள்ளைகளுக்கெல்லாம் இதனை எப்படி சொந்த மாவட்டமாக ஆக்கிக்கொண்டோம்?

ஓர் ஆட்கொல்லி நோயிலிருந்து எங்கள் அம்மாவைக் காப்பாற்ற குடும்பத்துடன் நாகர்கோவில் குடிபெயர்ந்தோம். ஆம். அம்மாவுக்கு காசநோய், அதுவும் முற்றிய நிலையில். அதற்கு இங்கு – மதுரையில் கூட – மருத்துவம் இல்லை. ஒன்று தாம்பரம் சானடோரியம் செல்லுங்கள் அல்லது நாகர்கோவில் பக்கம் ஆசாரிப்பள்ளம் செல்லுங்கள், இந்த இடங்களில்தான் இதற்கான சிறப்பு மருத்துவமனைகள் இருக்கின்றன என்று டாக்டர்கள் சொல்லிவிட்டார்கள். அப்பா காவல்துறைக் கண்காணிப்பாளரை நேரில் சந்தித்து முறையிட்டு, நாகர்கோவில் கோட்டாறு போலீஸ்

ஸ்டேஷனுக்கு மாறுதல் பெற்றார்கள். அப்போது நாகர்கோவில் முழுவதற்கும் அதுதான் ஒரே போலீஸ் ஸ்டேஷன். ஒரே ஒரு சப் இன்ஸ்பெக்டர். 'பச்சத்தண்ணீ' மாணிக்கம், பட்டுசாமி போன்ற துணிச்சலுக்குப் பெயர் போன சப் இன்ஸ்பெக்டர்கள் பணிபுரிந்த ஸ்டேஷன். பிற்காலத்தில் சண்முக வேலாண்டி, பாலசுப்பிரமணியம், கிருஷ்ணபிள்ளை போன்றோர் பயிற்சிக்காக இணைந்தார்கள்

அம்மாவை ஆசாரிப்பள்ளம் மருத்துவமனையில் சேர்ப்பதற்கு அப்பாவுடன் நானும் போனேன். 1961ஆம் வருடம். போகும் வழியின் இரண்டு பக்கங்களும் கொல்லமாவு (முந்திரி) மரங்கள், அடர்த்தியான காடு போல. ராணித்தோட்டம் போக்குவரத்துப் பணிமனையெல்லாம் அப்போது தொடங்கப்படவில்லை. மருத்துவமனையில் ஆரம்பகாலப் பரிசோதனைகள் முடிந்து அம்மாவைச் சிகிச்சைக்காகச் சேர்த்துக்கொண்டார்கள்; பெரிய வளாகம். அதன் ஒரு பக்கம் உள்நோயாளிகள் பிரிவு. நாம் பொதுவாக அரசு மருத்துவமனைகளில் பார்ப்பதுபோல, ஒரு நீண்ட ஹால், அதில் வரிசையாகப் படுக்கைகள் என இல்லை. நான்கு படுக்கைகள் மட்டுமே கொண்ட தனித்தனி வார்டுகள்; குடில்கள் என்றுகூடச் சொல்லலாம். ஆண், பெண், தனித்தனி பாத்ரூம் வசதி. தனியார் மருத்துவமனைகள் தோற்றுப் போகும். அப்போது ராணுவத்தில் தனது பணிக்காலம் முடிந்து வந்திருந்த ஒரு முதிர்ந்த மருத்துவர் கண்காணிப்பாளராகப் பொறுப்பு வகித்தார்; அர்ப்பணிப்பு உணர்வுடன் பணியாற்றியவர். நவராத்திரி படத்தில் டாக்டர் சிவாஜியைப் பார்த்தபோது எனக்கு அவர் ஞாபகம்தான் வந்தது.

காலையில் ஒரு கப் பசும்பால், காலை உணவுடன் கண்டிப்பாக முட்டை, ஏத்தன் பழம், நண்பகல் வாரம் ஒரு முறை அசைவ உணவு, மாலை சுண்டல், பிரட், பிஸ்கட்கள், பால் என உணவே மருந்து என்ற முறையில் சிகிச்சை நடக்கும். மாசற்ற காற்று. தாதியரின் நல்ல கவனிப்பு என்ற காரணத்தால் அம்மா பத்து மாதங்களில் பூரண குணமடைந்து வீடு திரும்பி வந்தார்; போலீஸ் குவார்டர்ஸ்தான்.

அப்போது எங்களை யார் கவனித்துக்கொண்டார்கள்? அன்றைய கால குடும்பப் பிணைப்புதான் நாங்கள் வளரக் காரணம். பெரியம்மா, இரண்டு சித்திமார்கள் என்று முறை வைத்துச் சொந்த ஊர்களில் இருந்த குடும்பங்களை, பிள்ளைகளை விட்டுவிட்டு எங்களைக் கவனித்துக்கொண்டார்கள். அவர்கள் திசை நோக்கித் தொழுகின்றேன். எல்லாவற்றுக்கும் மேலாக எங்கள் அப்பா.

பதின்மூன்று வயது நிரம்பிய அக்காள், பின் நான், எனக்குப் பின் இரண்டு தம்பிகள். எந்த நேரமும் அழைப்பு வரலாம் என்றிருக்கும் தன் போலீஸ் வேலையையும் பார்த்துக் கொண்டு, எங்களையும், எங்களுக்குள் ஏற்படும் சண்டை சச்சரவுகளையும் சமாளித்து, பத்துகல் தொலைவில் மருத்துவமனையில் தீவிரமான நிலையில் அனுமதிக்கப்பட்டிருக்கும் மனைவியையும் சென்று பார்த்துக்கொண்டு...

இதற்கிடையில், எங்கள் அம்மா ஆஸ்பத்திரியில் சேர்ந்த இரண்டு மாதங்களிலேயே, அக்காளுக்கும் நோய் தொற்றியிருப்பது கண்டுபிடிக்கப்பட்டது; புனித ஜோசப் கான்வென்டில் படித்துக் கொண்டிருந்தவளின் படிப்பு இடையிலேயே தடைபட்டு, ஒரு படுக்கையில் அம்மா, பக்கத்துப் படுக்கையில் அக்காள்...

அம்மாதான் மருத்துவமனை என்றால், எங்களுக்கு ஆறுதலாக இருந்த அக்காளும் அங்கே, தூரத்தில் ... என் அப்பா பட்டிருக்கும் மனவேதனையை, ஒரு தந்தையாக இப்போது என்னால் உணர முடிகிறது.

சில மாதங்களில் இருவரும் பூரண நலமாகி மீண்டு வந்தனர். அக்காள் படிப்பு பாதியிலேயே நின்று போனாலும், குறைவாகப் படித்திருந்த அப்பா விட்டுவிடவில்லை. எட்டாம் வகுப்பு முடித்தவர்களுக்கும் அப்போது ஆசிரியர் பயிற்சி வாய்ப்பு உண்டு. *Elementary Grade Teachers Training* என்று அழைப்பார்கள். எஸ்.எஸ்.எல்.சி முடித்தவர்களுக்கு *Secondary Grade Teachers Training* இரண்டுமே தற்போது கே.டி.வி.பி என்றழைக்கப்படும் பள்ளியில் நடந்தது. இப்போதும் பழைய ஆட்களுக்கு அந்தப் பள்ளியை 'ட்ரெய்னிங் ஸ்கூல்' என்றால்தான் தெரியும், ஆசிரியர் பயிற்சி இப்போது இல்லாவிட்டாலும் கூட. படித்து முடித்தவுடன் வேலை. நாட்டாராயன் என்ற மாவட்டக் கல்வி அலுவலர் திருப்பதிசாரம் பள்ளியில் நியமனம் வழங்கினார். (அப்போது கன்னியாகுமரி மாவட்டத்துக்கென முதன்மைக் கல்வி அலுவலர் பணியிடம் கிடையாது. இரண்டு மாவட்டங்களுக்கும் சேர்த்துத் திருநெல்வேலியில் டிவிசனல் இன்ஸ்பெக்டர் ஆப் ஸ்கூல்ஸ் இருப்பார்.) பின்னர் பதவிப் பெயர் சீப் எஜுகேஷனல் ஆபிசர் என்று மாற்றப்பட்டது. 1974ஆம் கல்வியாண்டில்தான் கன்னியாகுமரி மாவட்ட முதன்மைக் கல்வி அலுவலர் பணியிடம் உருவாக்கப்பட்டது. 05.09.1974 அன்று ஜீவன்னராவ் முதல் சி.இ.ஓ.வாகப் பொறுப்பேற்றார்.

அதே ட்ரெய்னிங் ஸ்கூலில் நான் ஏழாம் வகுப்பு சேர்ந்து படித்து வந்தேன். எட்டுவரைதான் வகுப்புகள் உண்டு. பக்கத்தில் கிருஷ்ணா தியேட்டர் – பின்னர் அது ராஜ்குமார் தியேட்டர்

என்று பெயர் மாற்றம் – இப்போது மண்டபம். வகுப்பில் தனிவட்டி, கூட்டுவட்டி நடக்கும்போது தியேட்டரில் நண்பகல் காட்சியில், ‘சாந்தா, உட்கார், ஏன் பாட்டை நிறுத்திவிட்டாய்?’ என்று ஜெமினி ஆரம்பிப்பார். எங்களுக்கு எதைக் கவனிப்பது என்று தெரியாது.

எனது தம்பிமார்கள் இருவரும் டி.வி.டி. பள்ளியில் படித்து வந்தார்கள். நான் எட்டாம் வகுப்பு முடிந்தவுடன், மேலே படிப்பதற்காக எஸ்.எல்.பி. பள்ளிக்கு அப்பா அழைத்துச் சென்றார்கள். அதற்கு முக்கிய காரணம் வைத்தியநாதபுரத்தில் இருக்கும் மூன்று அத்தான்மார்களும்தான். “படித்தால் எஸ்.எல்.பி.யில் தான் படிக்க வேண்டும், போய்ப் பார்” என்றார்கள். வளாகத்துக்குள் நுழைந்தவுடனேயே நான் மலைத்துப் போனேன். இது பள்ளியா இல்லை அரண்மனையா? சிவகங்கை ராஜா பள்ளிக்கூடத்தையே பார்த்து வியந்துபோன எனக்கு இங்கு வியப்புடன் பயமும் வந்தது. “இங்கேயா படிக்கப் போகிறோம்?” கோட்டைவாசல் போன்ற கதவுகளின் உள்ளே, பரந்திருந்த படிக்கட்டுகளின் வழியே, ஆள் உயரத்துக்குச் சட்டம் போட்டு உயிருடன் இருப்பது போன்ற முன்னாள் தலைமையாசிரியர்களின் வண்ணப்படங்கள் வேறு ‘வா, வா, பார்த்துக்கொள்கிறோம்’ என்று பயம்காட்ட, விரிந்த வராந்தா வழியே அலுவலகம் சென்று அட்மிஷன் வாங்கினோம். அப்பாவின் யூனிபார்முக்கு எங்கும் மரியாதைதான். எனக்குக் கீழ்தளத்தில் 9 ஜே வகுப்பு. பள்ளியில் ‘கே’ வரை பிரிவுகள் உண்டு. பள்ளியின் ஒவ்வோர் அமைப்பும் கல்லூரியைப் போன்றே இருந்தது. அப்போதே தனித்தனி ஆய்வகங்கள், மேல் தளத்தில் தேர்வுக் கூடம், கீழ்தளத்தில் அசெம்ப்ளி ஹால், ஒவ்வொரு விளையாட்டுக்கும் தனித்தனி மைதானங்கள்.

ஒன்பது, பத்து, பதினொன்று என மூன்று வகுப்புகள் அங்கு படித்தேன். தமிழ் சதாசிவம் பிள்ளை சார், கணக்கு லாரன்ஸ் சார், சயின்ஸ் வில்சன் சார் (இவரது பெயர் குளோப் என்றுதான் ரொம்ப நாள் நினைத்திருந்தேன். அந்தப் பெயர் பட்டப் பெயர் என்று பின்னர்தான் தெரிய வந்தது.) வகுப்பாசிரியர் அப்துல் காதர் சார்; எல்லாமே மறக்க முடியாத பெயர்கள்.

அதைப் போல வகுப்புத் தோழர்கள் என்ற வகையில் திருமால் அண்ணன் (ஒவ்வொரு வகுப்பிலும் நின்று நிதானமாகப் படித்ததால் எங்களுக்கு அண்ணன்) முன்னாள் எம்.பி. பொன். விஜயராகவன், (டாக்டர்) எம். பகவதிப் பெருமாள், டாக்டர் (பின்னாள் அமைச்சர்) அம்மமுத்து, கந்தசாமி, நெஹ்ரூஸ், பொன்னையா, சுந்தரபால கதிரேசன், ராமச்சந்திரன் என்று இந்தப் பட்டியல் நீண்டுகொண்டே போகும்.

நூலகங்களில் நேரம் செலவழித்ததன் பயன், ஒன்பதாம் வகுப்பு படிக்கும்போது கிடைத்தது. *1964ஆம் ஆண்டு நேரு மறைந்தார்.* அவரது நினைவைப் போற்றும் வகையில் நாகர்கோவில் ரோட்டரி கிளப், அனைத்து உயர்நிலைப் பள்ளி மாணவர்களுக்குமாக ஒரு வினாடிவினாப் போட்டியினை பயோனியர் லாட்ஜ் அரங்கத்தில் (அப்போது அதுதான் நாகர்கோவிலிலேயே பெரிய லாட்ஜ்) நடத்தியது. ஒவ்வொரு பள்ளியிலிருந்தும் தேர்வு செய்து மாணவர்களை அனுப்பி வைத்தார்கள். எங்கள் பள்ளியிலிருந்து நான் போட்டியில் கலந்துகொண்டு வென்றேன். முதல் பரிசாக நேருவின் *'Discovery of India'* கிடைத்தது.

8

என் தந்தைக்கு, நான் எம்.பி.பி.எஸ் படித்து டாக்டராக வேண்டும் என்று மிகப்பெரும் கனவாக இருந்தது. அவர்கள் சொல்லச் சொல்ல, எனக்கும் அந்த ஆசை துளிர்விட ஆரம்பித்தது. நடுத்தரக் குடும்பத்தைச் சேர்ந்த எனக்கு இருந்த ஒரே வழி படி, படி, படி என்பதுதான். பத்தாம் வகுப்புவரை சாதாரண மாணவனாக இருந்த நான், சோம்பிக் கிடந்த மார்க் ஆண்டனி, ஜூலியஸ் சீசர் கொலையுண்ட பிறகு வீறுகொண்டெழுந்தது போல், பதினொன்றாம் வகுப்பில் விழித்தெழுந்தேன். எப்போது படுப்பேன், எப்போது எழுவேன் என்று எனக்கே தெரியாது. அப்பா அம்மாவின் ஆதரவு தவிர, வழிகாட்ட குடும்பத்தில் யாரும் இல்லை. அப்பா தன்னுடைய வேலை முடிந்து இரவு மணி பத்துக்கு மேல் வரும்போதும் படித்துக்கொண்டிருப்பேன். அப்பா பழங்கள் வாங்கி வருவார்கள்; அம்மாவின் சிறப்புக் கவனமும் உண்டு.

இவ்வாறு படித்ததன் விளைவு, பொதுத்தேர்வு தொடங்குவதற்கு ஒருநாள் முன்பு வேறு வகையில் வெளிவந்தது. எழுந்து உட்கார முடியாத அளவுக்கு ஒரே வயிற்று வலி, வாந்தி. எல்லோருக்கும் பயமும் கவலையும். அடுத்த நாள் காலையில் தேர்வு எழுதச் செல்ல வேண்டும். அப்போது ஆட்டோ வசதியெல்லாம் கிடையாது. அப்பா என்னை சைக்கிளில் அமர வைத்துக் கொண்டு உருட்டியே, போலீஸ் குவார்ட்டர்ஸின் மேல் பகுதியில் இருந்த ராமமூர்த்தி மருத்துவமனைக்கு அழைத்துச் சென்றார்கள். டாக்டர் பரிசோதித்து விட்டு, 'பயப்படும் மாதிரி ஒன்றுமில்லை; தூக்கம் இல்லாதது தான் காரணம். இரண்டு நாளில் சரியாகிவிடும். நன்றாக ரெஸ்ட் எடுக்கட்டும்' என்றார். 'டாக்டர் நாளை காலை எஸ்.எஸ்.எல்.சி. எக்சாம் எழுதப் போக வேண்டும்' என்றார் அப்பா.

கு. முத்துசாமி

'எழுதட்டும், மாத்திரை தாரேன். காலையில் சாப்பிட்டுப் போகட்டும். மத்தியானம் சாப்பிட்ட பிறகு ஒண்ணு போட்டுக்கிடட்டும். வலி வந்தால் இன்னொரு மாத்திரை தாரேன். வலி வந்தா மட்டும் அதைச் சாப்பிடட்டும். பயப்படாம அனுப்பி வைங்க. அப்பெண்டிக்ஸ், அல்சர் பிரச்சனை இருக்குற மாதிரி தெரியல.'

எனது வாழ்நாளில் நான் மறக்க முடியாத இன்னொரு நபர், சப் இன்ஸ்பெக்டர் மாணிக்கத்தின் தம்பி தங்கசாமி. சப் இன்ஸ்பெக்டர் வீடு குவார்ட்டர்ஸ் தொடக்கத்தில் இருக்கும். அப்போது பொதுத் தேர்வு முற்பகல், பிற்பகல் இரண்டு வேளையும் இருக்கும். தங்கசாமி, சைக்கிளில் என்னை உட்கார வைத்து பள்ளிக்கு அழைத்து வருவான். தேர்வுமுடியும்வரை மைதானத்தில் மர நிழலில் காத்திருந்துவிட்டு மாலையில் திரும்ப அழைத்து வருவான். சப் இன்ஸ்பெக்டர் தம்பி என்பதால் போலீஸ்காரர்கள் ஒன்றும் சொல்ல மாட்டார்கள்.

இரண்டு நாளில் எனது உடல் நிலை சீராகிவிட்டது. ஆனால் தமிழ், ஆங்கிலம் இரண்டும் நான் தயாரானதுபோல எழுத முடியவில்லை. இருப்பினும் தமிழில், பள்ளியில் நான்தான் உச்ச மதிப்பெண்கள்! இது எனது மொத்த மதிப்பெண்ணைக் கூட்டியது. 411 மதிப்பெண்கள். இதற்கு முக்கிய காரணம் எனது தமிழாசிரியர் சதாசிவம் பிள்ளை சார். அவர் கவிமணியின் சீடர் என்று பிற்காலத்தில் அறிந்துகொண்டேன்.

தெ.தி. இந்துக்கல்லூரியில் பி.யூ.சி. அறிவியல் பிரிவில் சேர்ந்தேன். அப்போதுதான் எம்.பி.பி.எஸ். சேர முடியும். அந்த வருடம் கல்லூரியில் பி.யூ.சி. சேர்க்கையில் ஒரு முறை வைத்திருந்தார்கள். எஸ்.எஸ்.எல்.சி. யில் 400க்கு மேல் மதிப்பெண் எடுத்தவர்கள் எல்லாம் ஒரு பேட்ச். மற்றவர்கள் இன்னொரு பேட்ச். எங்களைப் பந்தயக் குதிரை போல் தயார் செய்தார்கள். அன்றைய துறைத் தலைவர்களான விலங்கியல் குமார பிள்ளை, தாவரவியல் பறவைக்கரசு, வேதியியல் பேச்சிநாதன் போன்றவர்களிடம் படிக்கும் அரிய வாய்ப்பு பி.யூ.சி.யிலேயே கிடைத்தது. எஸ்.எஸ்.எல்.சி வரை தமிழ்வழியில் படித்துவிட்டு, திடீரென்று கல்லூரியில் ஆங்கில வழியில் நுழைந்தது பெரும் சிரமமாக இருந்தது. சயின்ஸ் டெர்ம்ஸ் புரியவே இல்லை. விலங்கியலில் தவளையின் மூளையைப் பற்றிப் படிக்கும்போது படித்த – படித்த என்று சொல்வதை விட மனப்பாடம் செய்த – ஒரு டெர்ம் இப்போதும் ஞாபகத்தில் இருக்கிறது. "சுப்ரோ ஈசோபேகல் கேங்லியான்". புரிந்து படித்தேனோ, புரியாமல் படித்தேனோ, நன்றாகப் படித்தேன். எந்தச் சலனமும் எந்தத்

திசை மாறலும் இல்லாமல் படித்தேன். ஒரே எண்ணம்தான், ஒரே குறிக்கோள்தான். எம்.பி.பி.எஸ், எம்.பி.பி.எஸ் எனது கடின உழைப்புக்கு உயர்ந்த மதிப்பெண்கள், இரண்டு 'டி பிளஸ்', ஒரு 'டி' பரிசாகக் கிடைத்தன.

அப்பாவுக்கு ரொம்ப பெருமை. 'என் மகன் சாதிச்சிட்டான்.' ஆனால், பாவம் இன்னும் எத்தனை ஏமாற்றங்களையும் வேதனைகளையும் சந்திக்க வேண்டியிருக்கும் என்று அப்போது அவருக்குத் தெரியவில்லை. 'இந்த மார்க்குக்குக் கண்டிப்பாக சீட் கிடைக்கும்; கவலைப்படாதீர்கள்' என்று அப்பாவின் அதிகாரிகள் உட்பட எல்லோரும் நம்பிக்கை கொடுத்தார்கள். விண்ணப்பம் அனுப்பும் நேரமும் வந்தது. எம்.பி.பி.எஸ், பி.டி.எஸ், வெடிரனரி, பி.எஸ்.சி அக்ரி என ஏராளமான கதவுகள் திறந்திருந்தன. மற்றவர்கள் கொடுத்த தைரியத்தால், அப்பா, 'எம்.பி.பி.எஸ், தவிர வேறு எதற்கும் அப்ளை பண்ண வேண்டாம். எல்லாரிட்டயும் கேட்டுட்டேன்' என்று சொல்லி விட்டார்கள்.

நண்பர்கள் பி.ஏ., பி.எஸ்.சி என்று கல்லூரிக்குப் போய்க் கொண்டிருந்தார்கள். நான் கனவுலகில் மிதந்துகொண்டிருந்தேன். வெள்ளை கோட்டுடனும் கழுத்தில் ஸ்டெத்துடனும் பாதி டாக்டர் ஆகிவிட்டேன். இண்டர்வியூ நாளும் வந்தது. நானும் அப்பாவும் புறப்பட்டோம். மதுரை மருத்துவக் கல்லூரி வளாகத்தில்தான் இண்டர்வியூ. எஸ்.சி, பி.சி கோட்டாபோல மாவட்ட வாரியாக, ஜனத்தொகைக்கேற்ப கோட்டா அப்போது இருந்தது. இராமநாதபுரம் மாவட்டத்துக்கு எழுபத்தெட்டு. குமரி மாவட்டத்துக்கு இருபதோ, இருபத்தைந்தோ. நான் பிறப்பிடச் சான்றை வைத்து இராமநாதபுரம் கோட்டாவில் விண்ணப்பித்திருந்தேன்.

இன்டர்வியூ நாள். தனித்தனி அறைகளில் மூவர் இருந்தார்கள். ஒருவர் பெயர் மட்டும் இன்னும் ஞாபகம் இருக்கிறது. என்னிடம், குடும்பச் சூழ்நிலை அறிந்து கனிவாகப் பேசியவர்; மணவாள ராமானுஜம், அண்ணாமலைப் பல்கலைக் கழகத் துணை வேந்தராக இருந்து பணி நிறைவு பெற்றவர். கேட்ட கேள்விகளுக்கு மூவரிடமும் நன்றாகப் பதில் சொன்னதாகத்தான் நினைவிருக்கிறது.

மீனாட்சி அம்மன் கோவில் போய் சாமி கும்பிட்டுவிட்டு, நம்பிக்கையுடன் வீடு திரும்பினோம். மருத்துவக் கல்லூரி மாணவர்கள் மிடுக்காக வகுப்புகளுக்கும் பெரியாஸ்பத்திரிக்கும் (அன்று எர்ஸ்கின், இன்று ராஜாஜி மருத்துவமனை) சென்று வந்ததைப் பார்த்தவுடன் கனவுகள் மேலும் பரந்தன; சிறகுகள்

விரிந்தன. சிவாஜி நடித்த படங்களில் எனக்கு 'பாலும் பழமும்' மிகவும் பிடிக்கும். குறிப்பாக அந்த டாக்டர் பாத்திரம்.

அப்போதெல்லாம் எம்.பி.பி.எஸ் அட்மிஷன் ரிசல்ட், பத்திரிகையில் வரும். அதற்காகவே வீட்டுக்குத் தினமலர் வந்தது; ரிசல்ட்டும் வந்தது. எங்கு தேடிப் பார்த்தாலும் என்னுடைய நம்பர் இல்லை. சின்ன வயதில் எனக்குக் கிடைத்த முதல் தோல்வி, முதல் ஏமாற்றம். குடும்பத்தின் எதிர்பார்ப்புகள், குறிப்பாக அப்பாவின் ஆசைச் சிறகுகள் அறுபட்டு விழுந்தன. அவர்களுக்கு வாழ்வில் எப்போதும் அடிமேல் அடிதான். வேறொருவர் இதே துறையில் இருந்திருந்தால், குடிப்பழக்கத்துக்கு அடிமையாகி இருப்பார். அனுசரணையான அன்பு மனைவி, அருமை மக்கள் நால்வர் என்ற இந்த இனிய குடும்பம் அவர்களைக் கடைசிவரை தாங்கிப் பிடித்தது.

இனி என்ன செய்வது? இந்துக் கல்லூரியை நோக்கி நடந்தோம். ஆகஸ்ட் மாதம் பி.எஸ்.சி., பி.ஏ., எல்லாவற்றுக்கும் சேர்க்கை முடிந்திருக்கும். இருந்தாலும் பி.எஸ்.சி கெமிஸ்ட்ரி அட்மிஷன் கிடைக்கும் என்ற நம்பிக்கை, மூளையின் மூலையில் இருந்தது. வி.எம். ஸ்ரீதர மேனன், கல்லூரி முதல்வர். அவருடைய மகன் மோகன் எனது வகுப்புத் தோழர். எனவே, முதல்வருக்கு என்னை நன்றாகவே தெரியும். நானும் அப்பாவும் அனுமதி பெற்று முதல்வர் அறையில் நுழைந்தோம். என்னைப் பார்த்தவுடனேயே எகிற ஆரம்பித்துவிட்டார். 'நீ கேட்ட கெமிஸ்ட்ரி குரூப்பை உடனே கொடுத்தேன். ஒரு முந்நூறு ரூபாய் கட்டிட்டு காலேஜூக்கு வந்து போய்க்கிட்டிருக்கலாம்ல. இப்ப, ரெண்டு மாசம் கழிச்சு வந்து நிக்கிற?'

அப்பா எதுவும் பேசாமல் நின்றார்.

'*Anyway I pity you. I don't want to lose a good student.* எல்லா குருப்புலேயும் அட்மிஷன் முடிஞ்சு போச்சு. யுனிவர்சிட்டிக்கும் லிஸ்ட் அனுப்பியாச்சு. புதுசா ஒரு குரூப் வந்திருக்கு. பி.ஏ, இங்லீஸ் லிட்ரேச்சர். போன வருஷம்தான் ஆரம்பிச்சிருக்கோம். அதுலே அஞ்சு சீட் கூடுதலாகக் கேட்டு வாங்கியிருக்கேன். இன்னைக்குத்தான் பெர்மிஷன் வந்துச்சு. அதுல இடம் தாரேன். நாளைக்கு பீஸ்கட்டி சேர்ந்துக்கோ'.

அது என்ன குரூப், அது படித்தால் மேலே என்ன செய்யலாம், சேரலாம வேண்டாமா, சேராமல் என்ன செய்வது? ஒன்றும் புரியவில்லை; தெரியவில்லை. 'சரி சார், நாளைக்கு வாரோம். தேங்க்ஸ் சார்' என்று சொல்லிவிட்டு வெளியேறினோம். அப்போது முதல்வரின் அறை கல்லூரியின் மேற்பக்கம் மூலையில்

இருந்தது. கெமிஸ்ட்ரி லேப் வழியே திரும்பிக்கொண்டிருந்தபோது, என்னுடன் பி.யூ.சி. படித்த மாணவரில் சிலர் கண்டுகொண்டு ஓடி வந்தார்கள். 'மக்கா என்னாச்சு ? பிரின்ஸ்பால் என்ன சொன்னார் ?'

'பி.ஏ. லிட்ரேச்சர் தாரென்னு சொன்னார்டா ?

'மக்கா, பார்த்துக்க.என்னவெல்லாமோ பேப்பர்ஸ் இருக்கு. கண்ணு முழி பிதுங்கி நிக்கிறோம். சரி, பரவாயில்லை. நீ வா. நாங்கெல்லாம் இருக்கோம்ல. இதுவரைக்கும் நடந்த பாடத்துக்கு எடுத்து நோட்ஸ் எல்லாம் தாரோம். நீ சமாளிச்சிருவ'.

இதைக் கேட்டவுடன் என்னைவிட அப்பாவுக்கு இன்னும் மனம் கலங்கியது. வரும்வழியில் அப்பாவுக்குத் தெரிந்த தமிழ் விரிவுரையாளர் தியாகராஜன், மதுரைக்காரர் எதிர்பட்டார்.

'பி.ஏ. லிட்ரேச்சர் நல்ல கோர்ஸ். முடிச்சா நல்ல சான்ஸ் இருக்கு. காலேஜ்ல ட்யூட்டராக்கூட போகலாம். எம்.ஏ., முடிச்சு லெக்சரரா போகலாம். வாண்டட் நிறைய இருக்கும்' என்றார். இருந்தாலும் அப்பாவுக்கு பி.எஸ்.சி.ஐவிட பி.ஏ. என்றால் கொஞ்சம் தரக் குறைவு என்ற எண்ணம். நாளைக்குத்தானே வரச் சொல்லியிருக்கிறார் என்று வேறு கல்லூரிகளில் பி.எஸ்.சி. கிடைக்காதா என்று அப்பா முயற்சி பண்ணினார்கள். ஸ்காட் கிறித்தவக் கல்லூரி இப்போது மகளிர் கல்லூரி இருக்கும் கட்டடத்தில் செயல்பட்டு வந்தது. எந்த குரூப்லேயும் இடம் இல்லை. அகஸ்தீசுவரத்தில் புதிதாக விவேகானந்தர் கல்லூரி ஆரம்பித்திருக்கிறார்கள்; அங்கே கண்டிப்பாக இடம் கிடைக்கும் என்று சென்றோம். அது அப்போது கல்லூரிபோலவே தெரியவில்லை. கூரைக் கட்டடங்களில் வகுப்புகள் நடந்து கொண்டிருந்தன. முதல்வர் நல்ல மனிதர்! 'பி.ஏ இங்லீஸ் லிட்ரேச்சர் மட்டும் இருக்கு. ஆயிரம் ரூபாய் டொனேஷன் கட்டி சேர்ந்துக்கங்க' என்றார்.

அடுத்த நாள் இந்து கல்லூரியிலேயே இருநூறு ருபாய் பீஸ் கட்டிச் சேர்ந்துவிட்டேன். செமஸ்டர் சிஸ்டம் அப்போது கிடையாது. விட்டதைப் பிடிக்க முதல் மூன்று மாதங்கள் சிரமப்பட்டேன். பின்னர் எல்லோருடனும் சேர்ந்து ஓட ஆரம்பித்தேன். எல்லோருடைய கல்வி வாழ்க்கையைப் போலத்தான் என் கல்லூரி வாழ்க்கையும். கொஞ்சம் படிப்பு, கொஞ்சம் அரட்டை, கேலி, கிண்டல் எல்லாம்தான். முதலாம் ஆண்டு படிக்கும் போது எனது தந்தை பணியிலிருந்து ஓய்வு பெற்றுவிட்டார்கள். அப்போதெல்லாம் ஆசிரியர்களுக்கு மட்டும் ரிடையர்மென்ட் ஐம்பத்தெட்டு வயது; மற்றவர்களுக்கு ஐம்பத்தைந்துதான். ஓய்வு பெற்றதால் நாங்கள் போலீஸ்

குவாட்டர்ஸில், வசதியான வீட்டைக் காலி செய்ய வேண்டிய கட்டாயம். அக்காள் ஆசிரியை வேலைக்குப் போய்க்கொண்டிருந்தார். எனக்கு அடுத்த தம்பி மனோகரப் பாண்டியன் பத்தாம் வகுப்பு. அடுத்தவன் ராமசுந்தர் ஆறாம் வகுப்பு.

கல்லூரியில் படித்ததில் மறக்க முடியாத வகுப்பு, முதல்வர் மேனன் சார் எடுத்த ஷேக்ஸ்பியர்தான். அதிலும் குறிப்பாக ஜூலியஸ் சீசர் நாடகம். அரசவைக்குச் செல்லும் முன் சீசரின் வீர உரைகள் – 'Caesar shall go forth' என்று தொடங்கி முடியும். கொலையுண்ட பிறகு, இறுதிச் சடங்கின்போது, மார்க் ஆண்டனியின் உலகப் புகழ்மிக்க உரை... "Friends, Romans, Country men... (இவ்வுரை எக்கால கட்டத்துக்கும், எந்த அரசியல்வாதிக்கும் பொருந்தக்கூடிய, அடித்தட்டு மாந்தரின் நெஞ்சங்களைத் தட்டி எழுப்பும் மனோதத்துவ நுணுக்கங்களை உள்ளடக்கிய உரை) இவற்றை, மேனன் சார் எங்கள் முன்னால் இருக்கும் உயர்மேடையில் தனது கோட்டை ஒரு கையால் பிடித்துக்கொண்டே நடித்துக் காட்டுவது மறக்க முடியாத காட்சி. சிவாஜியின் கட்டபொம்மன், மனோகரா வசனங்களை நினைவுபடுத்தும்.

நான் இரண்டாம் ஆண்டு படிக்கும்போது அக்காளுக்குத் திருமணம் நிச்சயமாகி வீட்டு முன்புறம் பந்தலிட்டு, சிறப்பாக நடந்தேறியது. எங்கள் அத்தான், குடும்பத்தில் மூத்தவராக எங்களுக்கும் துணையாக அமைந்தது சிறப்பு.

என்னை எம்.பி.பி.எஸ். ஆக்க வேண்டும் என்ற கனவு முதல் முயற்சியில் சிதைந்தாலும் அந்த ஆசை அப்பாவுக்கு இருந்து கொண்டுதான் இருந்தது. அடுத்த ஆண்டும் விண்ணப்பித்தேன், அரை மனத்துடன்தான். இந்தத் தடவை இண்டர்வியூவுக்கு, அத்தானுடன் மதுரை சென்றேன். மீண்டும் தோல்விதான். ஆனால் முதல் தோல்வி போல் இரண்டாம் தோல்வி ஏமாற்றம் தரவில்லை; எதிர்பார்த்ததுதான். அன்று இருந்த சேர்க்கை விதிமுறைகள் அப்படி இருந்தன. மொத்தம் நூறு மதிப்பெண்கள். பி.யூ.சி.யில் எடுத்த மதிப்பெண்களுக்கு ஐம்பது விழுக்காடு, இண்டர்வியூவுக்கு ஐம்பது விழுக்காடு. இரண்டையும் சேர்த்து வரும் மதிப்பெண்கள் தான் சேர்க்கைக்கு எடுத்துக் கொள்ளப்படும். பொதுவாக இண்டர்வியூ எப்படி இருக்கும் என்பது நமக்குத் தெரிந்ததுதான். என்னிடம் கேட்கப்பட்ட ஒரு கேள்வி, "பாயாசத்துக்கு உப்பு போட வேண்டுமா?"

இண்டர்வியூவில் மகன் வெற்றி பெறுவதற்கான சூட்சமங்கள் எல்லாம் அப்பாவுக்குத் தெரிந்திருக்கவில்லை.

பின்னர் முதலமைச்சராக இருந்த எம்.ஜி.ஆர். காலத்தில்தான் இந்த இண்டர்வியூ சிஸ்டம் ஒழிக்கப்பட்டு, நுழைவுத் தேர்வு

முறை கொண்டு வரப்பட்டு எந்தச் செல்வாக்கும் இல்லாத ஏழை, எளிய, நடுத்தரக் குடும்பத்து மாணவர்களும் தாங்கள் பெற்ற மதிப்பெண்கள் அடிப்படையில் எம்.பி.பி.எஸ். படிக்க வாய்ப்பு ஏற்பட்டது.

பின்னர் நுழைவுத் தேர்வும் ஒழிக்கப்பட்டு ப்ளஸ்டூ மதிப்பெண்கள் அடிப்படையிலேயே சேர்க்கை நடைபெற்று வந்ததும் அனைவரும் அறிந்ததே.

எனக்கு எம்.பி.பி.எஸ். இல்லை என்று உறுதியானவுடன் அப்பாவுக்கு இன்னொரு ஆசை. என்னை சப் இன்ஸ்பெக்டராக்கி விடவேண்டும்; அது எளிது என்று நினைத்தார்கள். அதற்குக் காரணமும் இருந்தது. அப்போதெல்லாம் போலீஸ் குடும்பத்துப் பிள்ளைகளுக்கு உடல் தகுதி மட்டும் இருந்தால் போதும்; காவல் துறைப் பணியில் முன்னுரிமை கொடுக்க வேண்டும் என்று எழுதாத சட்டமாக இருந்தது. இதனை முன்னிலைப்படுத்தியவர் காவலரின் காவலராக நீண்ட காலம் தலைமைப் பொறுப்பில் இருந்த ஐ.ஜி. அருள்.

‘ஐயா, உன்னை சப் இன்ஸ்பெக்டராக்கி விடுகிறேன்’ என்று அப்பா மிகுந்த ஆசையுடன் சொன்னபோது உறுதியாக மறுத்துவிட்டேன். ‘நம்ம கேரக்டருக்கு செட் ஆகாது’ என்று தெரியும். ஆனால் காவல்துறை தந்தையர்களுக்குத் தங்கள் வாரிசுகளை அதே துறையில் சேர்த்து விட வேண்டும் என்ற ஆசை பரவலாக உண்டு. அந்த ஆசையை அப்பா, எனது தம்பி மனோகரப் பாண்டியன் மூலம் நிறைவேற்றிக் கொண்டார்கள். 1970–71இல் கிரேடு 1 கான்ஸ்டபிள் என்ற பதவிக்கு ரெக்ரூட்மென்ட் நடந்தது. படித்தவர்கள் காவலர்களாக வரவேண்டும் என்ற நோக்கம். இந்து கல்லூரியில் பி.எஸ்.சி படித்துக்கொண்டிருந்த எனது தம்பி, உடற் தேர்வுகளையெல்லாம் முடித்து, மதுரையில் நடந்த நேர்முகத் தேர்விலும் வென்று கோவை காவல் பயிற்சிப் பள்ளியில் பயிற்சி முடித்து என்னால் நிறைவேறாத அப்பாவின் கனவை நனவாக்கினான். தனது நேர்மையான பணியின் மூலம் பதவி உயர்வு பெற்று சி.பி.சி.ஐ.டி, எஸ்.பி.சி.ஐ.டி. போன்ற தனித்துவம் மிக்க துறைகளில் சப் இன்ஸ்பெக்டராகக் கடமை யாற்றி ஓய்வு பெற்றான். ஆக போலீஸ் குவார்ட்டர்ஸ் வாழ்க்கை எங்கள் குடும்பத்தில் மேலும் தொடர்ந்தது.

9

‘சார், திருநெல்வேலி நெருங்குகிறோம். எங்க டிபன் சாப்பிட நிறுத்தலாம்’?

டிரைவரின் குரல் எண்ண ஓட்டங்களுக்குத் தடை போட்டது. ‘ஜானகி ராமில நிறுத்துங்க தம்பி’.

நாங்கள் மூவரும் சாப்பிட்டுவிட்டுத் தோவாளையில் எங்களுக்காகக் காத்திருக்கும் விளாத்திகுளம் பையன்களுக்கும், நான்கு பார்சல்கள் வாங்கிக்கொண்டு புறப்பட்டோம். காரில் ஏறிய பிறகு மீண்டும் நினைவுகளில் மூழ்கிப் போனேன். அக்காலத்திய பென்ஷன், அதிகரித்த குடும்பச் செலவுகளுக்குப் போதாமற் போனது. திருமணக் கடன் வேறு. வாங்கிய வீட்டை எட்டு சென்டில் எட்டுத் தென்னை மரங்களுடன், இரண்டு வீடுகளையும் பதின்மூன்றாயிரம் ரூபாய்க்கு விற்று விட்டு, அதில் ஒரு வீட்டிலேயே வாடகை கொடுத்து தங்கியிருந்தோம்.

மறுபடியும் ஒரு வெறி என்னுள் மூண்டது. படித்து முடித்து ஏதாவது ஒரு வேலைக்கு – கடையில் கணக்கு எழுதும் வேலையாக இருந்தாலும் சரி – செல்ல வேண்டும் என்ற எண்ணம் திடப்பட்டது. கல்லூரியில் ஆங்கில இலக்கியக் கடலில் மூழ்கி முத்தெடுப்பது சிரமமாக இருந்தது. படிக்கும் முறையை மாற்றினேன். பெரிய கட்டுரைகளைச் சின்னஞ்சிறு குறிப்புகளாக மாற்றி, துண்டுச் சீட்டு களில் எழுதித் தொகுத்துக்கொண்டேன். முக்கிய மான கமெண்ட்ஸ், கொட்டேஷன்ஸ் இவற்றையும் தனியே எடுத்து எழுதி வைத்துக்கொள்வேன். புத்தகங்களைத் தூர வைத்து விடுவேன்.

இந்தக் காகிதத் துண்டுகளில் நான் படித்தவை யெல்லாம் அடக்கம். இவை நினைவில் இருந்தால் போதும்,தேர்வில் விரிவுபடுத்தி எழுதிக்கொள்ளலாம் என்ற நம்பிக்கை. தற்போது நாகர்கோவில் ஜங்ஷன்

ரெயில்வே குவார்டர்ஸ் இருக்கும் இடம் முன்பு தென்னந்தோப்பாக இருந்தது. விடுமுறை நாட்களில் நாள்முழுவதும் தோப்பில் இருப்பேன். நுழைந்தவுடன் காவல்காரரின் குடிசை இருக்கும். என்னைப் பார்த்தவுடன் எந்த முகக் கோணலும் இல்லாமல் பின்னிய ஒரு ஓலைத் தடுக்கைத் தருவார்கள். அதை எடுத்துக் கொண்டு ஒரு தென்னை மரத்தின் கீழ் உட்கார்ந்துகொள்வேன். கையிலுள்ள நோட்ஸ் மூளைக்குள் ஒவ்வொன்றாக இறங்கிவிடும். மதியம் சாப்பிட வீட்டுக்குச் சென்று, உடன் திரும்பிவிடுவேன். 'தென்னம்பிள்ளை' என்றழைப்பதன் மகத்துவத்தை அங்குதான் முதலில் தெரிந்துகொண்டேன்.

'மரத்துக்குக் கீழே நான் உட்கார்ந்திருக்கேனே, தேங்காய் தலையில் விழாதா?' அச்சத்துடன் கேட்டேன்.

'விழும். ஆனா, தலையில விழாது. எங்காவது தேங்கா தன்னாலே தலையில விழுந்து மனுசன் செத்துப் போனதா கேட்டிருக்கீங்களா? பறிச்சுப் போடும்போது கீழே நின்னாத்தான் விழுந்து அடிபடும்' என்றார்கள்.

மூன்றாமாண்டு படிக்கும்போது எனது வருங்கால அரசுப் பணிகளுக்கான விதை ஊன்றப்பட்டது. இயற்கை என்றோ இறை என்றோ நாம் எப்படியும் வைத்துக்கொள்ளலாம். அது நம் நம்பிக்கையைப் பொறுத்தது. தமிழ்நாடு பப்ளிக் சர்வீஸ் கமிஷன், அரசின் பல துறைகளுக்கும் இளநிலை உதவியாளர்களை நியமனம் செய்வதற்காக குரூப் 4 தேர்வுக்கான விண்ணப்பங்களைக் கோரி விளம்பரம் செய்திருந்தது. கிட்டத்தட்ட இரண்டாயிரம் பணியிடங்கள் என்ற நினைவு. விண்ணப்பிக்கலாமா என்று என் வகுப்புத் தோழர்கள் சிலரிடம் கேட்டேன். அவர்களுக்குத் தாங்கள் தேர்வாவோம் என்ற நம்பிக்கையும் இல்லை; விருப்பமும் இல்லை. அப்போது என் துணைக்கு வந்தது, எனது அன்புத் தோழன், ஒன்பதாம் வகுப்பிலிருந்து உடன் வருபவன். அவனது தந்தை தங்கவேலு மாவட்ட ஆட்சியரின் நேர்முக உதவியாளர் ஆகவும் பின்னர் டி.ஆர்.ஓ. ஆகவும் இருந்தவர், தாய்வழியில் ஜமீன் பரம்பரை, ஏழாயிரம் பண்ணையில் அரண்மனை போன்ற வீடு, தனது தாத்தாவின் பெயரைக் கொண்ட சுந்தர பால கதிரேசன். இருவரும் ஒன்றாகத் தேர்வு எழுதினோம். அப்பாவுக்குக் கொஞ்சமும் விருப்பமில்லை; 'அது எஸ்.எஸ்.எல்.சி. லெவல் வேலைப்பா உனக்கு வேண்டாம், நீ அதைவிடப் பெரிய வேலைக்குப் போக வேண்டும்' என்று தடுத்துப் பார்த்தார்கள். 'எழுதிப் பார்க்கிறேன் அப்பா. கிடைத்தால் பிறகு யோசித்துக் கொள்ளலாம்' என்று சொல்லிவிட்டேன்.

அது கலைஞர் முதலமைச்சராக இருந்த காலம். நான் தீவிரமாகவே எடுத்துக்கொண்டு எழுதினேன். எனக்கு வேலைக்கு எப்படியும் போக வேண்டும். ஆனால் கதிரேசன் விளையாட்டாகவே எழுதினான். தேர்வு 1970 ஜனவரியில் நடந்திருக்கும் என்று நினைக்கிறேன்.

பிறகு அதைப் பெரிதும் எதிர்பார்த்துக் கொண்டிருக்கவில்லை. எல்லாம் எம்.பி.பி.எஸ் அனுபவம். மூன்றாம் ஆண்டு பல்கலைக்கழகத் தேர்வு நெருங்கிக்கொண்டிருந்தது. மூன்றாண்டு பழகிய நண்பர்களைப் பிரிகிறோம். கல்லூரி முதல்வர் மேனன், கல்லூரியின் 'உள்நாட்டுப் பிரச்சனை' காரணமாக, பொறுப்பிலிருந்து விலகித் தூத்துக்குடி வ.உ.சி. கல்லூரிக்கு முதல்வராகச் சென்றுவிட்டார். செரியன் புது முதல்வர்.

தேர்வுகள் முடிந்தன; பறவைகள் பறந்தன.

நான் வேலை தேடும் படலத்தைத் தொடங்கினேன். பி.ஏ. லிட்ரேச்சர் முடித்தவர்களுக்கு ட்யூட்டர், பி.எஸ்.சி., முடித்தவர்களுக்கு டெமான்ஸ்ட்ரேட்டர் பணியிடங்கள் உண்டு என்று இந்து கல்லூரியிலேயே தெரிந்துகொண்டேன். இந்து கல்லூரியில் போட்டி அதிகம். எனவே வேறு எங்கு முயற்சிக்கலாம் என்று எண்ணும் போது, சில ஆண்டுகளுக்கு முன் தொடங்கப்பட்ட திருச்செந்தூர் ஆதித்தனார் கல்லூரியில் முயற்சி பண்ணலாம் என்று தோன்றியது. கல்லூரி நிர்வாகம், கே.பி. கந்தசாமி வசம் இருந்தது. எனது உறவினர்கள் சிலர் அவருக்கு நெருங்கிய தொடர்பில் இருந்தனர். அவர் பெரும்பாலும் கல்லூரியில் இருப்பதில்லை. அரிய நாயகிபுரத்தில்தான் சன் பேப்பர் மில்லில் இருப்பார் என்று சொன்னார்கள். அங்கு சென்றோம். மில், எழில் கொஞ்சும் தாமிரபரணி ஆற்றங்கரையில் அமைந்திருந்தது. அன்புடன் வரவேற்றார். 'மில்லைச் சுத்திப் பார்த்துட்டு வா தம்பி' என்று என்னை அனுப்பிவிட்டு, உறவினர்களுடன் ஊர் நடப்பு பற்றி பேசிக்கொண்டிருந்தார். நான் திரும்பி வந்தவுடன் உட்காரச் சொல்லிவிட்டு 'ட்யூட்டர் போஸ்ட்டுக்கு செகன்ட்கிளாஸ் வேண்டும். ரிசல்ட் வந்தவுடன் வா, போஸ்டிங் போடுகிறேன்' என்று உறுதி தந்தார். நான் மனத்துக்குள் சொல்லிக்கொண்டேன், 'லிட்ரேச்சர் பாசாகிறதே பெரிய விஷயம், இதுலே செகண்ட் கிளாஸ் வேறயா'. அப்போதெல்லாம், பர்ஸ்ட் கிளாஸ், செகண்ட் கிளாஸ் எல்லாம் பி.எஸ்.சி.யில்தான், பி.ஏ.யில் ரொம்ப அபூர்வம்.

'தேங்க்ஸ் சார்' என்று சொல்லிவிட்டு வீட்டுக்கே திரும்பினேன். நண்பர்கள் மூலம் ஒரு செய்தி கிடைத்தது. பி.ஏ., ரிசல்ட்

அதிகாரப்பூர்வமாக வெளிவரவில்லை. ஆனால் மேனன் சாரிடம் லிஸ்ட் இருக்கிறது. 'போய்ப் பார்' என்று சொன்னார்கள். அவர் இந்து கல்லூரியை விட்டுச் சென்றவுடன் வீடு மாறி, இருளப்புரம் ரோட்டோரம் சென்றுவிட்டார்; போய்ப் பார்த்தேன். 'நாற்பத்து நாலிலே மொத்தம் பதினாலு பேர் மட்டும் பாஸ். நீயும் அதில் ஒருத்தன்' என்றார். 'சார், கிளாஸ்?"

'தேர்ட் கிளாஸ்தாம்பா, ரெண்டு பேருக்குத்தான் செகண்ட் கிளாஸ். அதுவும் நான் சொல்லி வாங்கியிருக்கேன்' என்றார்.

எனக்கு பாஸானதே மகிழ்ச்சிதான். சர்ட்டிபிகேட், மார்க்லிஸ்ட் எல்லாம் வர தாமதமாகும் என்று சொல்லிவிட்டார்.

அடுத்து என்ன செய்யலாம்?

நானும் அத்தானும் உசிலம்பட்டி புறப்பட்டோம். பசும்பொன் முத்துராமலிங்கம் தேவர் கல்லூரி தொடங்கப்பட்டு சில ஆண்டுகளே ஆகியிருந்தன. நான் விண்ணப்பித்திருந்ததில் ஒரு குறிப்பிட்ட தேதிக்கு வரச் சொல்லியிருந்தார்கள். அப்போது அதன் முதல்வர் பேரா. செல்லப்பா நிர்வாகக் குழுத் தலைவராக இருந்தார். கன்னியாகுமரி மாவட்ட ஆட்சித் தலைவராக ஒரு சில ஆண்டுகள் இருந்த வி.கே.சி. நடராஜன், இ.ஆ.ப., அவர்களின் துணைவியார், தமிழ் அறிஞர் பாஸ்கரத் தொண்டைமான் இ.ஆ.ப. அவர்களின் புதல்வியார் செயலர் பொறுப்பில் இருந்தார். என்னுடன் என்னுடைய இந்து கல்லூரி தமிழ் பேராசிரியர் தியாகராஜன் தமிழ்த் துறைத் தலைவர் பதவிக்கும், வடசேரியைச் சேர்ந்த நண்பர் ஒருவர் நூலகர் பதவிக்காகவும் வந்திருந்தனர். எனக்குக் கிடைத்த ஒரே பதில்: 'மதிப்பெண் பட்டியல் கிடைத்தவுடன் வாருங்கள்.' அவர்கள் இருவரும் பின்னர் தேர்வு செய்யப்பட்டு, தியாகராஜன் தமிழ்த்துறைத் தலைவராகவும், நண்பர் நூலகராகவும் நியமனம் செய்யப்பட்டுவிட்டச் சில வாரங்கள் கழித்துத் தெரிந்து கொண்டேன்.

'Wounded Soldier' ஆக வேலை வேட்டை முடிந்து வீடு திரும்பினேன்.

வீட்டில் இரண்டு சேதிகள் காத்திருந்தன. பி.ஏ. ரிசல்ட் வந்து விட்டது; மார்க் ஷீட்டைக் கல்லூரியில் சென்று பெற்றுக் கொள்ள வேண்டும். அடுத்து, போஸ்ட்மேன் வந்துவிட்டுப் போனார்; ஏதோ ரெஜிஸ்டர் தபால் வந்திருக்கிறது. அஞ்சல் நிலையம் சென்று வாங்கிக் கொள்ள வேண்டும். நண்பர்களைச் சந்தித்து விசாரித்தேன். சர்வீஸ் கமிஷனில் செலக்ட்

ஆகாதவர்களுக்கெல்லாம் சான்றிதழ்கள் திரும்பிவந்து கொண்டிருக்கின்றன என்று சொன்னார்கள். 'இதுவும் போச்சா'?

கல்லூரிக்குப் போகும் வழியில்தான், கோட்டாறு அஞ்சலகம் இருந்தது. சவேரியார் கோவில் திரும்பி, பஸ் ஸ்டாப்புக்கு எதிரே. முதலில் அங்கு சென்றேன். 'உங்கள் ஏரியா போஸ்ட்மேன் இன்றைக்கு லீவு. நாளைக்கு வந்து பெற்றுக் கொள்ளுங்கள்' என்று பதில் வந்தது. கல்லூரிக்குச் சென்றேன். மார்க் ஷீட் கிடைத்தது. மூன்றாம் வகுப்புதான். ட்யூட்டர் வேலை கிடைக்காது. ஆனால் பி.ஏ. லிட்ரேச்சர் தேர்வாகிவிட்டேன் என்பதே பெருமகிழ்ச்சி யாக இருந்தது. எங்கள் குடும்பத்தில் முதல் பட்டதாரி. அப்பா அம்மாவிடம் காண்பித்து ஆசி பெற்றேன். 'சாமி படத்துக்கு முன்னால் வைத்துக் கும்பிடு' என்றார்கள்.

'இதோட நிறுத்திடாதே. எம்.ஏ.க்கு அப்ளை பண்ணு' என்றார் அப்பா. அப்பாவுக்குத் தனது மகன் ஒரு ஆபிஸர் நிலைக்கு வர வேண்டும் என்று தீரா ஆசை. எனக்குக் குடும்ப நிலை தெரியும். அப்பாவின் அரைகுறை பென்சனைத் தவிர வேறு எந்த வருமானமுமில்லை. அப்பாவின் மனத்திருப்திக்காகச் சரியென்றேன்.

அடுத்த நாள் காலை, சற்றுச் சீக்கிரமாகவே அஞ்சலகம் புறப்பட்டேன், கலக்கத்துடன். தெருவில் 'போட்டோ பிரேம்' என்று ஒருவர் தலைக்கு மேல் சட்டங்களை வைத்துக் கூவிக்கொண்டே வந்தார். நிமிர்த்தி வைத்திருந்த ஒரு முருகன் படம் என்னைப் பார்த்துக் 'கவலைப்படாமல் போய்வா!' என்று சொன்னது போல் இருந்தது.

தபால் காரரைப் பார்த்து, கையெழுத்திட்டு, பதற்றத்துடன் தபாலைக் கையில் வாங்கினேன். அதே பதற்றத்துடன் அங்கேயே பிரித்தேன். க்ரூப் *IV* செலக்சன் ஆர்டர்! நான் கேட்டதைப் போலவே கல்வித் துறை, கன்னியாகுமரி மாவட்டம், தக்கலை கல்வி மாவட்டத்துக்கு என ஒதுக்கீடு செய்யப் பட்டிருந்தது. கல்வித் துறையைப் பற்றி எனக்கு எந்தப் புரிதலும் அப்போது இல்லை. போஸ்டல் ஆர்டர், ட்ரெசரி, செலான் என்று எதுவும் எனக்குத் தெரியாது. தெரிந்ததெல்லாம் கல்லூரி, லைப்ரரி, நண்பர்கள், நாகராஜா கோவில், சினிமா தியேட்டர்கள், பார் களம் *(a kind of gym)*, குமரி அணை . . . அவ்வளவுதான்.

அப்பாவுக்கு அவ்வளவு சந்தோஷமில்லை. பையன் கடைசியில் கிளார்க் வேலைக்குப் போகிறானே என்று சங்கடம். அம்மா ரொம்ப பிராக்டிகல். வேலைக்குப் போனால், குடும்ப கஷ்டம் தீருமென்ற சந்தோஷம். என் தம்பியே, கல்லூரியில்

சேர்வதற்கு முன் அப்பாவின் நண்பரான நீலகண்ட வைத்தியரிடம் உதவியாளனாக இருந்தான்.

செலக்சன் ஆர்டரில் சொல்லியிருந்த மருத்துவர் சான்றிதழ் போன்றவையெல்லாம் தயார் பண்ணினேன். நாகர்கோவில் மாவட்டக் கல்வி அலுவலகத்தில் அப்போது கண்காணிப்பாளராகப் பணியாற்றிக்கொண்டிருந்த ராகவன் நாயர் அப்பாவுக்கு நெருங்கிய நண்பர். அவரிடம் சென்று ஆலோசனை கேட்டோம். "தக்கலை கல்வி மாவட்ட அலுவலகம், தக்கலை பஸ் ஸ்டாண்ட் பக்கம் இருக்கு. அங்கே, சேரந்தையன் ஹெட்கிளார்க்கா (அப்பொழுது பி.ஏ. போஸ்ட் கிடையாது) இருக்கிறார். நான் அவரிட்ட சொல்லிடுறேன். போய்ப் பாருங்க. முதல்லே ஏதாவது ஒரு ஸ்கூல்லதான் போடுவாங்க. நல்ல ஸ்கூலா போடுவார்" என்றார். போய்ப் பார்த்தோம். அங்கே அப்பாவுக்குத் தெரிந்த ஆறுமுக நயினார் இருந்தார். சேரந்தையனிடம் அப்பா பேசியபோது, இருவரும் நெருங்கிவிட்டார்கள். அவரது சொந்த ஊர் முடிவைத்தானேந்தல், தூத்துக்குடி போகும் வழியில் வாகைக்குளம் பக்கம் உள்ளது. ஆறடிகளுக்குக் குறைவான ஆட்களை அங்கு பார்க்க முடியாது. அந்தக் காலங்களில், 'போலிஸ், மிலிட்டரி என்றால் முடித்தாநந்தல்காரங்கதான்' என்ற பேச்சுண்டு. அப்பாவுடன் அந்த ஊர்க்காரர்கள் ஒன்றாக வேலை பார்த்திருக்கிறார்கள்.

அப்போது குழித்துறை கல்வி மாவட்டம் தொடங்கப்பட வில்லை. கேரளா பார்டர் பக்கம் போட்டுவிடக் கூடாது என்ற பயம். கடைசியில், "இரணியல் உயர்நிலைப்பள்ளியில் ஒரு வேக்கன்சி இருக்கிறது. அங்கே போட்டு விடுகிறேன். கொஞ்சம் வெயிட் பண்ணுங்க. டி.இ.ஓ. கிட்ட ஆர்டர் கையெழுத்து வாங்கித் தாரேன்' என்றார். ஆர்டர் கிடைத்தது. நிறைய அட்வைஸ் பண்ணினார். 'நீங்க சின்னப் பையன். பத்தொன்பது வயதுதான் ஆச்சு. அங்க உங்களுக்கு சீனியர் இருக்காங்க. கேட்டுப் படிச்சிக்கிங்க' என்று சொல்லி அனுப்பிவைத்தார்.

10

அடுத்த நாள், 08.07.1970. என் வாழ்க்கையில் புது அத்தியாயம் தொடங்கியது. நானும் அத்தானும் இரணியல் பள்ளிக்குக் காலையிலேயே சென்றோம். கையில் ஒரு எலுமிச்சம்பழம், தலைமையாசிரிய ருக்குக் கொடுப்பதற்காக. ஆப்பிளெல்லாம் அப்போது சந்தைக்கு வரவில்லை. தலைமையாசிரியர் ரவுண்ட்ஸ் போயிருப்பதாகச் சொன்னார்கள். எனவே அலுவலகத்துள் நுழைந்தேன். அங்கே இருவர், எனக்குக் கல்வித் துறையின், அமைச்சுப் பணியின் அரிச்சுவடியைப் பின்னாளில் கற்பித்தவர்கள் இருந்தார்கள்; நாராயணிக்குட்டி அம்மா, ஒன்பதாண்டுகளாக அதே பள்ளியில் இளநிலை உதவியாளர்; மற்றவர் கணேசன் ஆசாரி, பதிவறை எழுத்தர்; அறிமுகப்படுத்திக் கொண்டேன். காலியாக இருந்த இருக்கையில் அமரச் செய்து ஜாயினிங் ரிபோர்ட் எழுதச் சொன்னார்கள். தலைமையாசிரியர் ஏ. சிவதாணுபிள்ளை. மிக நேர்மையான மனிதர்.

என்னையும் அத்தானையும் அமரச் செய்தார். என்னைப் பற்றிய விவரங்களை அறிந்துகொண்டு, 'சின்ன வயசு, கிராஜுவேட்டாக உள்ளே வந்திருக்கீங்க, நல்லா பண்ணுங்க' என்று வாழ்த்தி அலுவலக வருகைப் பதிவேட்டில் கையெழுத்திடச் செய்தார். இரணியல் பள்ளி, மாவட்டத்தின் ஐந்து கெசட்டட் பள்ளிகளில் ஒன்று. மற்றவை மார்த்தாண்டம் பாய்ஸ், தக்கலை, நாகர்கோவில் எஸ்.எல்.பி. மற்றும் பூதப்பாண்டி பள்ளிகள். இப்பள்ளிகளின் தலைமை யாசிரியர்கள், டி.இ.ஓ.க்களுக்கு இணையான நிலையில் உள்ளவர்கள். அக்காலத்தில் ஐம்பத்தைந்து வயதில் ஓய்வு பெறுகிற மாவட்டக் கல்வி அலுவலர்கள் தகுதியின் அடிப்படையிலும் விருப்பத்தின் பேரிலும் இப்பள்ளிகளில் தலைமையாசிரியர்களாக நியமிக்கப்படுவார்கள். அவர்கள் ஐம்பத்தெட்டு வயதுவரை (பள்ளி ஆசிரியர்கள், பிற பள்ளித்

தலைமையாசிரியர்கள்போல) பணியில் இருந்து ஓய்வு பெறலாம். சிவதாணுபிள்ளை சார் இப்பள்ளிக்கு வருவதற்கு முன், சென்னையில் அரசுத்தேர்வுகள் கூடுதல் செயலராகப் பணியாற்றியவர். என்னுடைய எஸ்.எஸ்.எல்.சி. புத்தகத்தில் அவருடைய *facsimile* கையெழுத்து இருக்கும். அவரின் கீழ் பணியில் சேர்ந்தது என்னுடைய பாக்கியம். இரண்டரை ஆண்டுகள் அவரிடம் பணிபுரிந்தேன். அதற்கு முன்வரை பெரும்பாலும் எஸ்.எஸ்.எல்.சி படித்தவர்களே ஜூனியர் அசிஸ்டன்ட் பணிக்கு வந்த நிலையில் மாநிலம் முழுவதும் ஒரு படையெடுப்பு போல ஆயிரக்கணக்கில் பட்டதாரிகள் இப்பணியில் இணைந்தனர்.

நான் சேர்ந்த வருடம் இளநிலை உதவியாளருக்கு அடிப்படைச் சம்பளம் 90 ரூபாய், படி 98 ரூபாய், வீட்டு வாடகைப்படி 10 ரூபாய் உட்பட ஆக ஒரு மாதச் சம்பளம் ரூ. 198/–. ஆனால் பட்டதாரிகளுக்குச் சம்பளம் 210/– வாங்கும் சம்பளத்தை அப்படியே அம்மாவிடம் கொடுத்துவிட்டுத் தினமும் ஒரு ரூபாய் வாங்கிக் கொள்வேன். பேருந்துக் கட்டணம் போய் வர 80 காசு (40 x 2) டீ செலவு 20 காசு. அப்போது வடை 5 காசு, டீ காபி 5 காசு. இரண்டு வேளைக்குமாக 20 காசு.

எனது கிளார்க் பணிக்குக் குருநாதர் நாராயணிக்குட்டி அம்மாதான். எனக்கு சி செக்சன். அவர்கள் பி செக்சன். ஹெட்கிளார்க் ஏ செக்சன். அந்தப் பொறுப்பில் இருந்த நிலப்பாரச் செட்டியார் ஓய்வுபெற்று விட்டதால் அது காலியாக இருந்தது. சில மாதங்கள் கழித்து வைகுண்டம் என்பவர், நாசரேத் ஊர்க்காரர், பணியில் சேர்ந்தார்.

நாராயணிக் குட்டி அம்மா, முதலில் கோப்புகளை எப்படி கையாள வேண்டும், ஆவணங்களை எப்படி ஒன்றன் பின் ஒன்றாக இணைக்க செய்ய வேண்டும் என்று சொல்லிக் கொடுத்தார்; Rc. No. L.Dis, Pdl No. போன்றவை அடுத்து. எனக்கு ஒதுக்கப்பட்ட பணி, பொதுத்தேர்வு நடத்தும் ஏற்பாடுகள், சான்றிதழ்கள் பேணுதல், மாதாந்திர அறிக்கைகள் அனுப்புதல் இன்னபிற. முதல் பணியாகச் சிறுசேமிப்பு மாதாந்திர அறிக்கை அனுப்புதல்; அதற்கென படிவம் உண்டு. கணேசன் ஆசாரி யிடம் கேட்டு விவரங்களைப் பூர்த்திசெய்து, அம்மாவிடம் காண்பித்தேன். “உங்க ஹேண்ட் ரைட்டிங் ரொம்ப அழகா இருக்கு. கீழே ‘தலைமையாசிரியர்’ என்று எழுதி, அதுக்கும் கீழ் உங்க இனிஷியலைப் போட்டு ஹெட்மாஸ்ட்டர்ட்ட காண்பிச்சு கையெழுத்து வாங்கிட்டு வாங்க” என்றார். என்னுடைய முதல் கோப்பு. சாதனையாளனாகத் தலைமையாசிரியரைப் பார்த்து ஒப்புதல் வாங்கிவந்தேன் ‘சரி இனி இதைப் பார்த்து ஃபேர்

காப்பி எழுதி அதை சாரிடம் எடுத்துட்டுப் போய்க் கையெழுத்து வாங்கிட்டு வாங்க' என்றார்.

இது நமக்குத் தெரிந்த கலைதானே என்று எண்ணிக் கொண்டு அதைப் பார்த்து அழகாக எழுதினேன். 'இப்ப கீழே தலைமையாசிரியர் என்று எழுதாதீங்க. சீல் போட்டு எடுத்துட்டுப் போங்க'. அப்படியே முடித்துக் கையெழுத்தும் வாங்கித் திரும்பினேன். 'சரி அதை டெஸ்பாட்சுக்கு கணேசனிடம் கொடுத்திருங்க'. கொடுத்தேன். கணேசன் ஆசாரிக்கு, கக்கோடு சொந்த ஊர். அம்மாவுக்கு, இரணியல் கோட்டைக்ககம். இருவரும் பள்ளியில் வகுப்பறை நண்பர்கள் ஃபேர் காப்பியை அனுப்பியவுடன் முதலில் கையெழுத்து வாங்கின பேப்பரை கசக்கி எனது மேஜைக்குக் கீழே இருந்த கூடையில் போட்டேன். இதைப் பார்த்துக் கொண்டிருந்த அம்மா, 'ஏன் கசக்கிக் கீழே போட்டீங்க?' என்றார். 'ரப் காப்பி தானே' என்றேன். 'ஐயையோ, அது ஆபிஸ் காப்பி. அதை நீங்க பைல் பண்ணி வச்சுக்கணும்' என்று சொன்னவுடன், மீண்டும் எடுத்துக் கசங்கிய பேப்பரை நிமிர்த்தி ஒழுங்குபடுத்தி பைல் பண்ணினேன்.

நாராயணிக்குட்டி அம்மாவுக்கு அப்போது இருபத் தொன்பது வயது. என்னைத் தனது சொந்தத் தம்பியாகவே பாவித்தார். "ஈ ஜோலியில இருக்கண்டா. எம்.ஏ., படிச்சு மேல போணும்" என்று அவர் சொன்னது இன்னும் என் மனத்தில் எதிரொலித்துக் கொண்டேயிருக்கிறது. அவர் சொன்னதற்கு ஒரு காரணம் இருந்தது. அதே பள்ளியில் பட்டதாரி ஆசிரியராகப் பணியாற்றிக் கொண்டிருந்த செந்தூர் பாண்டியன், எம்.ஏ., எம்.எட்., முடித்துப் புதுக்கோட்டை அரசு ஆசிரியர் பயிற்சிக் கல்லூரிக்கு விரிவுரையாளராகப் பதவி உயர்வு பெற்றுச் சென்றார். பி.காம், டி.டி.டி. பட்டத்துடன் தொழிற்கல்வி ஆசிரியராகப் பணியாற்றிய சௌந்திர பாண்டியன் எம்.காம்., முடித்து வணிகவியல் விரிவுரையாளராக அரசு கலைக்கல்லூரி ஒன்றுக்குப் பதவி உயர்வில் சென்றார்.

எனக்கும் எம்.ஏ., படிக்க வேண்டும் என்ற ஆர்வம் துளிர்விட ஆரம்பித்தது. இந்த காலக் கட்டத்தில்தான் எனது தம்பி கிரேடு 1 கான்ஸ்டபிளாக, ரெக்ரூட் ஆகி, பி.எஸ்.சி., படிப்பைப் பாதியிலேயே நிறுத்திவிட்டுக் கோயம்புத்தூர் காவலர் பயிற்சிப் பள்ளியில் பயிற்சி பெற்றுக்கொண்டிருந்தான். குடும்பச் சுமையை அவனும் பகிர்ந்து கொள்ளக் கூடிய நிலையில் நான் எம்.ஏ., படிக்க வேண்டும் என்று அப்பா உறுதியாக விரும்ப, அடுத்த போராட்டம் தொடங்கியது. விடுமுறை போட்டு படிக்க வேண்டுமென்றால் தகுதி காண் பருவம் முடிய பண்ண வேண்டும் என்றார்கள். அதற்காக இரண்டாண்டுகள் காத்திருந்து 1973இல்

முயற்சியைத் தொடங்கினோம். ஸ்காட் கிறித்தவக் கல்லூரியில் சேர எனக்காக, இரணியல் பள்ளி அறிவியல் ஆசிரியர் ஐயம் பெருமாள் ஆங்கிலத் துறைத் தலைவர் மூலம் முயற்சி செய்தார்.

அவர் எம்.ஏ., நியமனம் நிர்வாகம் முடிவு செய்ய வேண்டியது; என்னால் உதவி செய்ய இயலாது என்று சொல்லிவிட்டார். ஐயம் பெருமாள் பற்றிய கூடுதல் செய்தி ஒன்று உண்டு. அவருடைய மகன் சோமசுந்தரம் பத்தாம் வகுப்புவரை, வெட்டூர்ணிமடம் இந்து வித்யாலயா மெட்ரிக் பள்ளியில் படித்து வந்தான். பதினொன்றாம் வகுப்புக்கு எஸ்.எல்.பி.யில் சேர்க்க வேண்டும். அதற்காக என்னை நாடி வந்தார். அப்போதெல்லாம் எஸ்.எல்.பி.யில் சேருவதுமிகக் கடினம். பதினொன்றாம் வகுப்புக் கணிதம் ஆங்கில வழியில் அறுபது இடங்களுக்கு ஐந்நூறு விண்ணப்பங்கள் வரும். எங்கள் பள்ளியில் இருந்த பத்தாம் வகுப்பு இரண்டு ஆங்கிலவழி வகுப்புகளில் நூற்றெண்பது மாணவர்கள் படித்துக்கொண்டிருப்பார்கள். அவர்களுக்குத்தான் முன்னுரிமை. பிறகு அருகிலுள்ள அரசு உயர்நிலைப் பள்ளி மாணவர்கள், எம்.பி., எம்.எல்.ஏ., சிபாரிசுக் கடிதங்கள், கலக்டரேட், சி.இ.ஓ, டி.இ.ஓ–க்கள் இவர்களுக்காக. அதுவும் மதிப்பெண் அடிப்படையில் கடைசிப் பத்து இடங்கள் வழங்கப்படும். மெட்ரிக் பள்ளிகளுக்கு ஒரு பெரிய “நோ”. ஆனால் இந்தப் பையன் மெட்ரிக் பொதுத்தேர்வில் நல்ல மதிப்பெண்கள் பெற்றிருந்தான். அக்காலக் கட்டத்தில் மெட்ரிக் தேர்வில்1,100 மொத்த மதிப்பெண்கள். சோமசுந்தரம் பெற்றிருந்த மதிப்பெண்களை ஸ்டேட் போர்டு கணக்குப்படி 500க்கு சமப்படுத்திப் பார்க்கும் போது எங்கள் பள்ளியில் மாணவர்கள் பெற்ற உயர் மதிப்பெண் களுக்கு இணையாக வந்தது. அப்போது நான் உதவித் தலைமையாசிரியர். தலைமையாசிரியரிடம் எடுத்துச் சொல்லி, போராடி என்று கூடச் சொல்லலாம், அட்மிஷன் பெற்றுக் கொடுத்தேன்.

1994ஆம் ஆண்டு நடைபெற்ற மேனிலை பொதுத்தேர்வு முடிவுகள் வந்தபோது, எங்களுக்கு மகிழ்ச்சி தரும் செய்தி காத்திருந்தது. பன்னிரெண்டாம் வகுப்பு பொதுத்தேர்வில் மாநிலத்திலேயே முதல் மாணவன்! முதல்தடவையாக மூன்று பாடங்களில் (கணிதம், இயற்பியல், வேதியியல்) 200க்கு 200! முதற் கட்டத்தில் சேர்க்கை மறுக்கப்பட்ட மாணவன் பின்னர் சேர்க்கப்பட்டுப் பள்ளிக்கும் குடும்பத்தினருக்கும் பெருமை சேர்த்தது எனக்கும் பெருமையாக இருந்தது. பின்னர் எம்.பி.பி.எஸ். தேர்விலும் தங்கப்பதக்கம் வென்றான்.

என்னுடைய எம்.ஏ., அட்மிஷன் வேட்டை தொடர்ந்தது, அப்பாவின் நண்பர் நீலகண்ட வைத்தியரிடம் சிகிச்சை பெற்று

வந்த திருநெல்வேலி மாவட்ட ஆட்சித் தலைவர் சண்முக சிகாமணி ஐ.ஏ.எஸ் மூலம் பாளையங்கோட்டை புனித சவேரியார் கல்லூரியில் சேர மேற்கொண்ட முயற்சியும் தோல்வியில் முடிந்தது. ஒரு நாள் இரணியல் செல்வதற்காக மீனாட்சிபுரம் பள்ளி பஸ் ஸ்டாப்பில் நின்றுகொண்டிருந்தபோது, அவ்வழியே காரில் வந்த மேனன் சார், காரை நிறுத்தி விசாரித்தார்.

'நீ என் காலேஜூக்கு வரவேண்டியதுதானே. அப்ளிகேஷன் போடு' என்றார். அப்போது அவர் தூத்துக்குடி வ.உ.சி. கல்லூரி முதல்வர்.

மீண்டும் நம்பிக்கை. அவர் சொல்லை மட்டும் சார்ந்திராமல் வேறொரு முயற்சியும் செய்தோம். அப்போது தூத்துக்குடி நாடாளுமன்ற உறுப்பினர், கம்யூனிஸ்ட் கட்சியைச் சேர்ந்த எஸ்.ஏ. முருகானந்தம்! *சாந்தி* என்ற பத்திரிகையும் நடத்தி வந்தார். மில் தொழிலாளர் என்ற வகையில் அவருக்கு நன்கு தெரிந்த, எனது உறவினர் வெட்டும் பெருமாள் மாமாவுடன் வீட்டுக்குச் சென்று பார்த்தோம். மாடியில் தரையில் அமர்ந்து தோழர்களுடன் பேசிக்கொண்டிருந்தார். விவரம் சொன்னவுடன், 'நான் ஏ.பி.சி. வீரபாகு அண்ணாச்சிக்கு லெட்டர் தருகிறேன், போய்ப் பாருங்கள்' என்று உடனே தன் கைப்பட கடிதம் எழுதிக் கொடுத்தார்.

அதை எடுத்துக்கொண்டு விரைவாக, மட்டக்கடையில் உள்ள வீரபாகு அவர்களின் பாரம்பரிய வீட்டுக்குச் சென்றோம். 'ஐயா பூசையில் இருக்கிறார். திண்ணையில் உட்காருங்கள்'. உட்கார்ந்தோம். அரைமணி நேரம் கழித்து மாடியில் ஒரு கனத்த உருவம் தோன்றியது. கை கூப்பி வணக்கம் சொன்னோம். "என்னடா, என்ன விஷயம்?" நான் அதிர்ந்து போனேன். உறவினர் விவரம் சொன்னார். 'முருகானந்தம் லெட்டர் கொடுத்தானா, சரி கொண்டு வா'. மேலே கொண்டுபோய்க் கொடுத்தார். 'சரி போ, பார்ப்போம்' என்று சொல்லி முடித்துவிட்டார்.

வெளியே வந்தவுடன், அதிர்ச்சி விலகாமல், 'என்ன மாமா, ஒரு பெரிய அரசியல்வாதி, தெருத்தெருவாக ஓட்டு கேட்டு ஜெயிச்சு எம்.எல்.ஏ. ஆனவர், இப்படி கொஞ்சமும் மரியாதையில்லாம பேசுறாரே?' என்று கேட்டேன்.

'அவர் எப்பவுமே இப்படித்தான். ஜமீந்தார்னு நினைப்பு. கட்சிக்காக ஓட்டுப் போடுவாங்க. ஆனா, அவர் பிள்ளைங்கெல் லாம் இப்படி நடத்த மாட்டாங்க'.

அடுத்த நாள் எம்.ஏ., அட்மிஷனுக்காக இன்டர்வியூ வ.உ.சி. கல்லூரியில் நடந்தது. முன்னதாக, மேனன் சாரை அவரது அறைக்குப் போய்ப் பார்த்தேன்.

'நல்லா பண்ணு. நான் பாத்துக்கிறேன்'.

இன்டர்வியு நடந்தது. ஆங்கிலத்துறைத் தலைவர் நடத்தினார்.

'Could you spell out the character of Iago?' (Othello)

"The blackest of all villains, Sir'.

'Oh! you quote from A.C. Bradley?'

'Yes Sir. That is the apt description of Iago'.

'Very good'

இன்னும் சில கேள்விகள் எனக்கு மனநிறைவாகப் பதிலளித்தேன். ஆனால் அட்மிசன் கிடைக்கவில்லை. அத்துடன் எனது எம்.ஏ., வேட்டை முடிந்தது.

எதிர்கால வானில் எந்தத் துருவ நட்சத்திரமும் தெரிய வில்லை.

இரணியலில் பணியாற்றிய காலத்தில் துறைத்தேர்வுகளை எழுதி, வென்று, கூடுதலாகச் சம்பள உயர்வு பெற்றேன். நான் தக்கலை கருவூலம் சென்றிருந்த நாள் ஒன்றில் மாவட்டக் கல்வி அலுவலர் ஸ்ரீனிவாச கோபாலன், தலைமையாசிரியரைச் சந்திக்க வந்திருக்கிறார். என்னை மாவட்டக் கல்வி அலுவலகத்துக்கு ஈர்த்துக்கொள்வதற்காக, அவரின் சம்மதத்தைப் பெறுவதற்காக. இந்த ஐந்து பள்ளிகளுக்கும், விசிட், ஆண்டாய்வு எதுவும் மாவட்டக் கல்வி அலுவலர்கள் நிகழ்த்துவதில்லை. ஆண்டாய்வு, திருநெல்வேலி முதன்மைக் கல்வி அலுவலர் மட்டுமே. விசிட் பண்ண உரிமையிருந்தாலும் மாவட்டக் கல்வி அலுவலர்கள் பண்ணுவதில்லை. தங்களை விட பணியில் தலைமையாசிரியர் சீனியர் என்பதற்காக.

தலைமையாசிரியர், என்னுடைய விருப்பத்தைக் கேட்டுச் சொல்வதாகத் தெரிவித்துவிட்டார். தலைமையாசிரியர் என்னிடம் சொன்னபோது, 'இல்ல சார், நான் இங்கேயே இருந்துக்கிறேன்' என்றேன்.

'ஆபிஸிலே வேலை பார்த்தா, நீங்க நிறைய வேலை படிக்கலாமே'.

'சார், இதுலேயே கண்டினியு பண்ண விரும்பல. மேல படிக்கணும் சார். ஆபிசுக்குப் போனா அது முடியாது சார்'.

'சரி, நான் டி.இ.ஓ. கிட்ட சொல்லிடுறேன். இங்கேயே இருங்க'. எனக்குப் பத்தொன்பது வயது. அவருக்கு ஐம்பத்தொன்பது வயது. ஆனால், 'நீ' என்று ஒரு நாளும் சொன்னதில்லை. இதைத்தான்

நான் பிற்காலங்களில் தலைமையாசிரியராகவும் அலுவலராகவும் இருக்கும்போதும் பின்பற்றினேன்.

அவருடைய நேர்மை, அநியாயத்துக்கு நேர்மை. அரசுத் தேர்வுக்கு, விடைத்தாள்களைக் கட்டுவதற்கு 'கோரா' என்ற வெண்மையாக்கப்படாத காடா துணி வாங்குவோம். தேர்வுகள் முடிந்த பிறகு, 'சார், மிச்சமிருக்கிற துணியை என்ன செய்யலாம் சார்?' என்று கேட்டேன்

பொதுவாக, அலுவலகத்தில் யாராவது எடுத்துக் கொள்வார்கள். அல்லது துடைப்பதற்கு பயன்படுத்திக் கொள்வார்கள்.

'எவ்வளவு இருக்கு?'

'ஒரு இரண்டு மீட்டர் இருக்கும் சார்.'

'அதை ஏலம் போட்டு, அரசாங்கக் கணக்கில் கட்டிருங்க.'

இந்தத் துணிக்கு ஏலம் எடுக்க யார் வருவார்? ஏலத்துக்குக் குறிப்பிட்ட நாளில் நானும் தலைமையாசிரியரும் காத்திருந்தோம், குறிப்பிட்ட நேரம் முடிந்தது.

'சார், யாரும் வரல'.

'தெரியும். நீங்க, நம்ம பியூன் ஏலம் எடுத்ததா ரிகார்டு பண்ணிட்டு என்கிட்ட காசு வாங்கிக்குங்க. துணியை அவருகிட்டேயே கொடுத்திருங்க. பில்படி இரண்டு மீட்டர் எவ்வளவு வரும்?' நான் சொன்னதும், தன்னுடைய பர்ஸில் இருந்து ரூபாயை (அநேகமாக இரண்டு ரூபாய் இருக்கும்) கொடுத்து விட்டார். பள்ளிகளில் அறிவியல் ஆய்வகங்களுக்குப் பொருட்கள் வாங்குவதில் ஒரு நடைமுறை இருந்தது. அதற்கெனப் பொருட்களை வாங்கி விநியோகம் செய்யும் கம்பெனிகள் மாவட்டங்கள் தோறும் உண்டு. தலைமையாசிரியர்களை அணுகி அதற்கான கமிஷனை 20%, 25% என்று பேசிமுடித்துக் கொள்வார்கள். அந்தக் கமிஷன் பெரும்பாலான தலைமை யாசிரியர்களின் பாக்கெட்டுகளுக்குச் சென்றுவிடும். தலைமையாசிரியரானபின் என்னைப் போன்றவர்கள் மட்டும் விதிவிலக்காகச் செயல்படுவோம். கமிஷன் வேண்டாம் என்றாலும் அதே விலைதான்; குறைக்கப் போவதில்லை. எனவே நான் பாடவாரியாக இதனைக் கணக்கிட்டு அந்தந்த ஆசிரியர்களிடம் கொடுத்துவிடுவேன். செய்முறைத் தேர்வு நேரங்களில் வருவோரை 'உபசரிக்க' அது அவர்களுக்குப் பயன்படும்.

சிவதாணுபிள்ளை சார், இதற்கெல்லாம், மேலேபோய், "சயின்ஸ் டீச்சர்ஸ்கிட்ட லிஸ்ட் கேளுங்க. அதை சயின்ஸ்

உள்ளத்தனைய . . .

சப்ளையர்ஸூக்கு அனுப்பி கொட்டேஷன் கேளுங்க. ஒவ்வொரு ஆர்டிக்கிளுக்கும் கம்பேரட்டிவ் ஸ்டேட்மென்ட் போட்டு, எங்க மலிவா இருக்கோ, அந்தக் கம்பெனிக்கு ஆர்டர் போடுங்க' என்பார்.

தலைமையாசிரியருக்கு, நாம் கமிஷன் வாங்கவில்லை என்ற மனதிருப்தி. எனக்குக் கூடுதல் வேலை, அறிவியல் ஆசிரியர் களுக்குக் கமிஷன் போச்சே என்ற கவலை, சப்ளையர்ஸூக்கு மொத்தமாக ஆர்டர் கிடைக்கவில்லையே என்ற ஆதங்கம்.

என்னுடைய முதல் அலுவலரிடமிருந்து பல நல்ல பண்புகளை உள்வாங்கிக் கொண்டேன். ஐம்பத்தெட்டு வயதில் தலைமையாசிரியர் பணியில் அவர் ஓய்வுபெற்றபின், சிறிது காலம் செல்லையா பொறுப்பில் இருந்தார். அப்போதுதான் *(1973)* இரண்டாம் ஊதியக் குழு அறிக்கை வந்து, பணியாளர்களுக்கான ஊதிய நிர்ணயத்தை நாங்கள் ஒன்றிணைந்து செய்தோம். திருநெல்வேலி முதன்மைக் கல்வி அலுவலகம் சென்று ஒப்புதல் பெற்று வர வேண்டும். கணிசமான தொகையைக் கையில் கொடுத்து, 'ஒரே நாளில் முடியவில்லையென்றால் நல்ல விடுதியில் தங்கிக் கொள்ளுங்கள்; சாப்பாட்டுக்குக் கணக்கு பார்க்காதீர்கள்; வேலையை முடித்து வாருங்கள்' என்றார்.

அவருக்குப் பின் அய்யாவு நாடார். மிகச் சிறந்த கணித ஆசிரியர், தனக்குப் பத்தாம் வகுப்பின் ஒரு பிரிவை ஒதுக்கிக் கொண்டு வகுப்புக்குத் தவறாமல் சென்றுவிடுவார். அவரிடம் நான் கற்றுக்கொண்ட பாடம் இது.

11

இரணியல் வந்து கிட்டதட்ட மூன்று வருடங்கள் ஆகிவிட்டன. இரணியல் அமைவிடமே வேடிக்கையாக இருக்கும். நாகர்கோவிலிலிருந்து இரணியல் பள்ளிக்கு, திங்கள் சந்தை என்று டிக்கெட் எடுக்க வேண்டும். அதற்கு அஞ்சலகம், நெய்யூர். போலீஸ் ஸ்டேஷன், இரணியல். தாலுகா கல்குளம். ஆனால் தாலுகா ஆபிஸ் தக்கலை. சட்டமன்றத் தொகுதியின் பெயர் பத்மநாபபுரம்; தலை சுற்றும். குமரி மாவட்டத்தில் எல்லா பகுதிகளும் இப்படித்தான்.

இரணியலை விட்டு, நாகர்கோவில் பக்கம் மாறுதல் வாங்க வேண்டும் என்ற எண்ணம் வந்து விட்டது. அப்போது நாகர்கோவில் மாவட்டக் கல்வி அலுவலராக துரை ராஜ் இருந்தார். (முதன்மைக் கல்வி அலுவலராகப் பின்னர், திருநெல்வேலி, பெரியார் மாவட்டங்களில் பணியாற்றினார்) தற்செயலாக, என்னுடைய வகுப்பாசிரியர், தோவாளை பள்ளியில் தலைமையாசிரியராக இருந்த எஸ்.எம். அப்துல் காதரைச் சந்திக்க நேர்ந்தது. 'தோவாளையில் வேகன்சி இருக்கு. நீ அப்ளை பண்ணு. நான் டி.இ.ஓ.கிட்ட சொல்லி வாங்கிக்கிறேன்' என்றார். தோவாளை எனது சொந்த ஊரல்ல. ஆனால் குன்றின்மேல் குடியிருக்கும் முருகனைத் தரிசிக்க வெள்ளிக்கிழமைகளில் சென்றிருக்கிறேன். நான் இரணியலில் பணிபுரிந்த போது, சேனிட்டரி இன்ஸ்பெக்டர்கோர்ஸ் முடித்திருந்த நண்பன் பொன்னையாவும் நான் பணியில் சேர்ந்த மறு வருடமே, அதே இரணியலில் சுகாதார உதவியாள ராகப் பணியில் சேர்ந்திருந்தான். பெரும்பாலும், மாலையில் திரும்பும்போது ஒரே பஸ்ஸில், அதுவும் அத்தானின் நண்பர் வடசேரி பழனியாண்டி

டிரைவராக வந்த பஸ்ஸில் திரும்புவோம். எங்களுடன் திங்கள்சந்தை அரசு மருத்துவமனையில் பார்மசிஸ்டாக இருந்த ஐயப்பனும் ஒன்றாகப் பயணம் செய்வார். வாரம் ஒருமுறை மீனாட்சிபுரம் சண்முகபவன் ஹோட்டலில் – இப்போது இல்லை – டிபன் – பெரும்பாலும் அங்கு ஸ்பெஷலான சப்பாத்திதான் சாப்பிடுவோம். கடைசி வெள்ளிக்கிழமைகளில் கண்டிப்பாக ஒரு முருகன் கோவில். வெள்ளிமலையானால் வேறொரு பஸ்; அல்லது நாகர்கோவில் வந்து தோவாளை அல்லது மருங்கூர் செல்வோம். சில சமயம் தக்கலை குமார கோவில்.

எனவே தோவாளைக்கு வாய்ப்பு வந்தவுடன் நழுவ விட விரும்பவில்லை. ஒரு நாள் காலையில் விண்ணப்பத்துடன் (இப்போது அக்கட்டடம் முதன்மைக் கல்வி அலுவலகம்) மாவட்டக் கல்வி அலுவலகம் வந்தேன். மாவட்டக் கல்வி அலுவலர் இல்லை. அலுவலகத்தில் எனக்குப் பழக்கமாகியிருந்த கந்தப்பன் சார், "டி.இ.ஓ இன்னிக்கு விசிட் போறார். நீங்க அவரை வீட்டிலே போய்ப் பார்த்திருங்க. ஜீப் அங்கேதான் போகுது. அதிலே ஏறிக்கிங்க" என்றார். வீடு ஈகிள் கேட் பகுதியில் எஸ்.எல்.பி.ஐ. ஒட்டி இருந்தது. ஏறப்போனேன். சீட்டில் இருந்த டிரைவர், 'யாரானு? ஒண்ணும் கேறாம் பாடில்லா. இது ஆபிசர் ஜீப்பானு. தாழ இறங்கு' என்றார். இருபத்திரண்டு வயது. இதுவரை சந்திக்காத கொடுஞ்சொற்கள் கொதித்த உணர்வுகளைக் குளிர்வித்துக்கொண்டேன். அந்த டிரைவருடைய வாழ்க்கை யும் பாதியிலேயே ஒரு விபத்தில் முடிந்தது என்று பல வருடங்கள் கழித்துக் கேள்விப்பட்டேன். மனம் மகிழ்ச்சி அடைய மறுத்தது. ஆனால் நாவினால் சுட்ட வடு, அப்படியே ஆறாமல்தானிருக்கிறது.

பிற்காலங்களில் அலுவலராக ஜீப்பில் செல்லும்போதும் இயக்குநர், இணை இயக்குநர் பெருமக்களுடன் காரில் ஒன்றாக அமர்ந்து போகும்போதும், இச்சொற்கள் நினைவுக்கு வருவதைத் தவிர்க்க முடியவில்லை. இதுவும் ஒரு பாடம்தான். நம்மின் கீழோரை மதிக்கக் கற்றுக் கொடுத்த பாடம். மாவட்டக் கல்வி அலுவலர் வீடு தொலைவில் இல்லை. எஸ்.எல்.பி. மைதானத்தைக் கடந்தால் அவர் வீடுதான். நடந்து சென்று அவரைப் பார்த்தேன். 'ஹெட்மாஸ்டரும் சொல்லியிருக்கார். செய்றேன்' என்று நம்பிக்கை தந்தார்.

சொன்னவாறே ஒரு வாரத்தில் மாறுதல் ஆணை கிடைத்தது. வாழ்வில் 'முதல்' என்பதற்கு எப்போதுமே சிறப்பு உண்டு. அப்படிப்பட்ட 'முதல்' அலுவலகத்துக்கு, பள்ளிக்கு, அலுவலக ஆசிரிய நண்பர்களுக்கு வணக்கமும் நன்றியும் தெரிவித்து விட்டு, என் வாழ்வில் 'எல்லாமுமாக' இணைந்திருக்கப் போகிற தோவாளைக்குப் புறப்பட்டேன்.

கு. முத்துசாமி

தோவாளைப் பள்ளிக்கும் இரணியல் பள்ளிக்கும் நிறைய வேறுபாடு, அங்கே ஒரு ஹெட்கிளார்க், இரு உதவியாளர்கள், பதிவறை எழுத்தர் என்று ஒரு பெரிய அலுவலகமே தனியே இயங்கியது. இங்கு தலைமையாசிரியர் அறையிலே இரண்டு தடுப்புகள் ஏற்படுத்தி, ஒரு தடுப்புக்கு அப்பால் நான், மற்றொரு தடுப்புக்கு அப்பால் ஆண் ஆசிரியர் அறை என்று இருந்தது. அதையொட்டி ஆசிரியைகள் அறை ஒரு சந்து போன்ற குறுகிய அறையில் இருந்தது. ஒரு அறையில் பேசுவது சகல அறைகளிலும் வியாபிக்கும். எனக்கு வேலு என்கிற பதிவறை எழுத்தர், கிளார்க்குக்கும் அட்வைஸ் பண்ணுகிற தகுதி தனக்கு உண்டு என்ற பெருமைகொண்டிருந்த அழகப்பன் என்கிற ஏவலர்.

மூத்த எழுத்தர்களின் மேற்பார்வையில், வழிகாட்டுதலில் பணியாற்றிய எனக்கு இங்கே எல்லாமே சுயமாகச் செயல்பட வேண்டிய கட்டாயம். அங்கே குறிப்பிட்ட சில பணிகள்தான். கணக்குவழக்குகள் பக்கம், சம்பளப்பட்டியல் பக்கம் சென்றதே யில்லை. இங்கு அனைத்தையும் நானே செய்ய வேண்டும்; ஆனால் பல்திறப்பட்ட பணிகளையும் –தெரிந்துகொள்வதற்கான வாய்ப்பும் கிடைத்தது.

நான் தோவாளைப் பள்ளியில் *01.12.1973* அன்று பணியில் சேர்ந்தேன். குன்றின் மேல் முருகன். அவரது கிழக்கு நோக்கிய பார்வையில் பள்ளி, வடபுறம் மலை உச்சிகளில் இரண்டு முருகன் கோவில்கள். மலைத் தொடருக்கும் பள்ளிக்கும் இடையே பெரியகுளம். தென்புறம் பள்ளியை ஒட்டி வளைந்து நெளிந்து செல்லும் திருநெல்வேலியிலிருந்து நாகர்கோவில் செல்லும் *NH 944* நெடுஞ்சாலை (இன்று *NH7* தேசிய நெடுஞ்சாலை) சுற்றிலும் தென்னந்தோப்புகள், பூந்தோட்டங்கள், வயல்வெளிகள்.

அப்துல்காதர் சாரிடம் பலவற்றைக் கற்றுக்கொண்டேன். மாணவர்களிடம் கண்டிப்பு, ஆசிரியர்களிடம் அரவணைப்பு, அருகில் உள்ள மாதவலாயம் அவரது சொந்த ஊர் என்பதால் தோவாளை ஊர் மக்களுடன் நல்ல தொடர்பு, பள்ளிக்கு வரும் பல்வேறு துறை அலுவலர்களை நன்கு உபசரிப்பதன் மூலம், பள்ளிக்கு வேண்டியவற்றைப் பெறல். அப்போது தோவாளை யிலேயே மூன்று பேர் மட்டும் லேம்ரட்டா ஸ்கூட்டர் – வைத்திருந்தனர். அதில் தலைமையாசிரியரும் ஒருவர். அலுவலகம் முடிந்து நாகர்கோவில் செல்லும்போது என்னையும் உடன் அழைத்துச் செல்வார்.

தோவாளையில் அப்போது மிகச் சிறந்த ஆசிரியர் பெருமக்கள் இருந்தனர். அகஸ்தீசுவரம் செல்லத்தம்பி, குமாரபுரம் தோப்பூர் கிறிஸ்டியன் அவர்களில் குறிப்பிடத்தக்கவர்கள். ஆசிரியப்

பணியில் பின்னர் எனக்கு முன் மாதிரிகள் இவர்கள் என்று சொல்லலாம். பள்ளியில் எழுத்தராகப் பணிபுரிவதில் ஒரு உளவியல் சிக்கல் இருந்தது. ஆசிரியர்கள் நான்கு அல்லது ஐந்து மணிக்கு கிளம்பிச் சென்றுவிடுவார்கள். எழுத்தர் மட்டும் தனியே, தலைமை ஆசிரியர் இருக்கும்வரை இருந்து பணிபுரிய வேண்டும். தேர்வு நாட்களில் ஆசிரியர்கள் முற்பகல் அல்லது பிற்பகல் மட்டும் வருவார்கள். காலாண்டு, அரையாண்டு விடுமுறை நாட்களில் வருவதேயில்லை. நாமும் பட்டதாரிதான், உழைப்புக்கேற்ற ஊதியம் இல்லையே என்று தோன்றும்.

தோவாளைத் தாலுகா சப்ட்ரெஷரி பூதப்பாண்டியில் இருந்தது. தாலுகா, ஒன்றிய அலுவலகங்கள், நீதிமன்றம் என எல்லாமும் அங்குதானிருந்தன. தோவாளை தாலுகா என்று பெயர் வைத்துக் கொண்டு ஏன் பூதப்பாண்டியில் தலைமையகம் என்று தெரியாது.

சப்-ட்ரெஷரிக்காக மாதம் இருமுறையாவது பூதப்பாண்டி செல்வேன். அங்கே என்னைப் போன்ற நண்பர்களைச் சந்திக்கக் கூடிய வாய்ப்பு கிடைக்கும். அதில் ஒருவர் கன்னியாகுமரி ஹரிஹரன். கல்லூரியில், லிட்ரேச்சரில் எனக்கு ஓராண்டு சீனியர். நான் தோவாளையில், அவர் தாழக்குடியில் இளநிலை உதவியாளர். பூதப்பாண்டி பஸ் ஸ்டாப்பில் நாகர்கோவில் பஸ்ஸை எதிர்பார்த்து, உட்கார்ந்து பேசிக்கொண்டிருப்போம். அந்த நாள் நன்றாக ஞாபகம் இருக்கிறது. 'ஹரிஹரன் சார், லிட்டரேச்சருக்கு பி.எட்., வாய்ப்பு இருந்தால் லீவு போட்டுப் போயிரலாம்னு நினைக்கிறேன்.'

அவர், "மறுபடியும் ஸ்கூலுக்காக? போதும் சாமி. நான் எம்.ஏ., போகப் போறேன். ஏதாவது நார்த் இண்டியன் யுனிவர்சிட்டியிலே சீட் கிடைக்கும்" என்றார்.

அவரது அண்ணன் ஒரு அரசு கலைக் கல்லூரியில் அப்போது விரிவுரையாளராகப் பணியாற்றிக்கொண்டிருந்தார். எனவே அவருக்கு அந்த ஆசை இருந்தது. பதவி உயர்வில் கல்லூரிக்கே சென்றுவிடலாம் என்று எண்ணினார்.

பன்னிரண்டாம் வகுப்பு – ஆங்கிலப் பாடநூலில் Robert Frost எழுதிய ஒரு பாடல் உண்டு – The Road Not Taken. வாழ்க்கையின் இயல்பான நடைமுறையை எளிய வரிகளில் சொல்லும் பாடல்.

Two roads diverged in a yellow wood,

And sorry I could not travel both என்று தொடங்கும்.

Two roads diverged in a wood, and

கு. முத்துசாமி

I took the one less traveled by,
And that had made all the difference

என்று முடியும். (traveled → American spelling)

அதைப் போலவே, நான் ஒரு பாதையைத் தேர்ந்தெடுத்தேன்; அவர் ஒரு பாதையைத் தேர்ந்தெடுத்தார். *That made all the difference.*

1974ஆம் வருடம், அநேகமாக, ஏப்ரல் மாதம். வழி தெரியாத வானில் விடிவெள்ளி தோன்றியது. ஆம். செய்தித்தாள்களில் அந்த ஆண்டு அரசு ஆசிரியர் பயிற்சிக் கல்லூரிகளில் பி.எட்., சேர்க்கைக்கான விளம்பரம் வந்திருந்தது. எந்தெந்தப் பாடங்களுக்கு என்பதில், முதல் தடவையாக ஆங்கில இலக்கியம் இடம் பெற்றிருந்தது.

'என்ன யோசனை? ஆராம்பலி வந்தாச்சு. இன்னும் விளாத்திகுளத்திலேயே இருக்கீங்களா?'

பின் சீட்டிலிருந்த என் மனைவியின் குரல் என்னை நிகழ்காலத்துக்குக் கொண்டு வந்தது. ஆரல்வாய்மொழி எல்லை முடிந்து, பெரியகுளம் பாலத்தில் இருந்த 'தோவாளை' போர்டு வரவேற்றது. இடதுபுறம் இருந்த பள்ளியைத் தாண்டி வலதுபுறம் கமல் நகருக்குள் கார் நுழைந்தது. வீட்டில் குமாரும் மகராஜனும் அவன் நண்பர்களும் சாமான்களை இறக்கிவைத்துவிட்டுக் காத்திருந்தனர். அவர்களை முதலில் சாப்பிடச் சொன்னோம். திரும்ப அவர்கள் ஊர் செல்ல வேண்டும். வந்த லாரியிலேயே, நன்றிசொல்லி அனுப்பிவைத்தோம்.

வெயிட்டான பீரோ, கட்டில் போன்றவற்றை அவர்களே உரிய இடத்தில் வைத்திருந்தார்கள்.

அடுத்த நாள் பிற சாமான்கள் வீட்டில் அந்தந்த இடங்களுக்குச் சென்றன. மனைவி சாந்தாவுக்குத்தான் கடினமான வேலை. புத்தகங்களை அடுக்குவதுடன் என் வேலை முடிந்தது. இதற்கிடையில் தெருவில் இருந்தவர்கள், நாங்கள் திரும்பி வந்ததற்கு மகிழ்ச்சியைத் தெரிவித்துவிட்டுச் சென்றார்கள். நாகர்கோவில் சென்று எல்லோரையும் பார்த்துவிட்டு வந்தோம். அம்மாவையும் வீட்டுக்கு அழைத்தோம். 'சரி வாரேன், ஒரு வாரம் போகட்டும்' என்றார்.

14.08.1996 திங்கட்கிழமை. இன்று திட்டுவிளையில் பணியில் சேர வேண்டும். அதிகாலையிலே குளித்து, மலைக்கோவிலுக்குச் சென்றேன். முருகனுக்கு, கோபாலன் போத்தியின் அலங்காரம் ரொம்பப் பிரசித்தி பெற்றது. தரிசனம் முடித்துவிட்டு முன்பக்கம் சுற்றுச் சுவரில் அமர்ந்து, கீழே பரந்து விரிந்திருந்த பள்ளி

மைதானத்தையும், புதிதாக முளைத்திருந்த கட்டடங்களையும் பார்த்தேன். இந்த ஊருக்கு, இந்தப் பள்ளிக்கு வந்தபின்தானே எனது ஏமாற்றங்களும் மன வேதனைகளும் மறைந்தன. காலக்குதிரை பின்னோக்கி விரைந்து 1974 ஏப்ரலில் கடிவாளம் போட்டது போல் நின்றது.

1974ஆம் ஆண்டு தொடக்கத்தில் வந்த விளம்பரம் எதிர்பாராத திசை நோக்கி இழுத்துச் சென்றது. இறுதியில் என்னுடையபிரார்த்தனைகளுக்குஇறைவன்செவிசாய்த்ததுபோல் தோன்றியது. உடனடியாக, விண்ணப்பத்தினைப் பெற்றுச் சென்னைக்கு அனுப்பினேன். விடுப்பில் சென்று படிக்க வேண்டும் என்றால் துறை அனுமதி வேண்டும்; பெற்றேன். நான் விடுப்பில் சென்றால் இருப்பில் இருக்கும் ஈட்டிய விடுப்புக்கும், சொந்த அலுவலின் பேரில் ஈட்டா விடுப்பின் ஒரு பகுதிக்கும் மட்டுமே ஊதியம் கிடைக்கும்.

நான் விடுப்பில் சென்றுவிட்டால் குடும்பத்தை யார் பார்த்துக்கொள்வது? எனது தம்பி மனோகரப் பாண்டியன் இருந்தான். கோவையில் பயிற்சியை முடித்துவிட்டு 1973 ஏப்ரல் முதல் கொல்லங்கோடு காவல் நிலையத்தில் முதல்நிலைக் காவலராகப் பணியாற்றி வந்தான். இளையவன் ராமசுந்தர் இந்து கல்லூரியில் பி.ஏ. லிட்ரேச்சர் முதலாமாண்டு படித்தான். எங்கள் குடும்பத்தில் மூத்தவரான எங்கள் அத்தானும் (அக்காள் கணவர்) நான் மீண்டும் பணியில் சேரும்வரையிலும், குடும்பச் செலவுக்காக ஒரு தொகையை மாதந்தோறும் கொடுப்பதாக முன்வந்தார்.

பையன் கிளார்க்காகவே இருந்துவிடுவானோ என்று சஞ்சலப்பட்டுக் கொண்டிருந்த அப்பாவுக்கு மீண்டும் உத்வேகம் பிறந்தது. எப்படியாவது இந்தத் தடவை பி.எட்., அட்மிஷன் வாங்கிவிட வேண்டும் என்று அதற்கான வழிகளைத் தேட ஆரம்பித்தார். அப்போதும் உதவிக்கரம் நீட்டியவர் மீனாட்சிபுரத்தில் வைத்தியசாலை வைத்திருந்த நீலகண்ட வைத்தியர்தான். சென்னையில் அண்ணா பல்கலைக் கழகத்தின் ஓர் உறுப்புக் கல்லூரியான ஏ.சி. காலேஜ் ஆப் டெக்னாலஜி இல் கணிதத் துறைத் தலைவராக இருந்த பேராசிரியர் டி.கே. மாணிக்கவாசகம் பிள்ளை அவருக்கு மிக நெருங்கிய நண்பர். அவரிடம் தொலைபேசியில் பேசினார். “இண்டர்வியூவுக்கு முன்னால் என்னை வீட்டில் வந்து பார்க்கச் சொல்லுங்கள். சர்ட்டிபிகேட்ஸ் எல்லாம் கொண்டு வரட்டும்” என்றார்.

நான் அதுவரை சென்னை சென்றதேயில்லை. நாகர்கோவிலிலிருந்து நேரடி ரெயில் வசதியும் அப்போது இல்லை.

குமரிமாவட்டப் பள்ளிகளில் ஆசிரியர்கள் அப்போதெல்லாம் மாணவர்களிடம் கேட்கும் ஒரு கேள்வி, 'நீ ட்ரெயின் பார்த்திருக்கிறாயா' என்பதுதான். ஸ்டேட் ட்ரான்ஸ்போர்ட் பஸ்தான் ஒரே மார்க்கம்.

எனது பள்ளித் தோழன் கந்தசாமி, என்னை விட மூன்று வயது மூத்தவன்; திருமணமாகிக் குடும்பத்துடன் குரோம்பேட்டை யில் வசித்துவந்தான். குரோம்பேட்டை எம்.ஐ.டி.யில் ஸ்டோர் கீப்பராகப் பணி. அவனது அத்தான் பேராசிரியர் அருணாசலம் அப்போது எம்.ஐ.டி.யின் பதிவாளர். அப்பதவிக்கு முன்னால் அவர், நாகர்கோவில் இந்து கல்லூரியில் பொருளாதாரப் பேராசிரியராகப் பணியாற்றியவர்.

'யாமிருக்கப் பயமேன்? நீ வந்து சேர்' என்றான். சிங்காரச் சென்னையில் காலடியெடுத்துவைத்தேன். 'குரோம்பேட்டை எம்.ஐ.டி. ஸ்டாப் என்று சொல்' என்று ஏற்கெனவே தகவல் தந்திருந்தான். பஸ் ஸ்டாப்பில் காத்திருந்து வீட்டுக்கு அழைத்துச் சென்றான். அன்று சனிக்கிழமை என்று ஞாபகம். அவனுக்கு விடுமுறை. அவனது மனைவி எனக்குப் புதிய அறிமுகம் அல்ல. என் கல்லூரித் தோழி வடிவின் தங்கை, பெயர் பெருமாள். எனவே கந்தசாமி வீடு எனக்கு அந்நிய இடமாகத் தெரியவில்லை.

'காலையிலேயே டி.கே. மாணிக்கவாசகம் பிள்ளையைப் பார்த்திரணும்' என்றேன். அவரது வீடு சின்னமலையில் இருந்தது. வீட்டுக்குச் சென்றபோது அதிர்ஷ்டவசமாக அவர் இருந்தார். விவரம் சொன்னவுடன், 'உங்க சர்ட்டிபிகேட்ஸ் எல்லாம் நான் பார்க்கணும்' என்றார். பி.ஏ மூன்றாம் வகுப்பு என்று பார்த்தவுடன் சுருங்கிய கண்கள், பியூசி சான்றிதழை பார்த்தவுடன் வியப்பால் விரிந்தன. 'நல்ல கிரேட்ஸ் வச்சிருக்கீங்க, எம்.பி.பி.எஸ்., போயிருக்கலாமே' என்றார். முன்சுருக்கம் சொன்னேன்.

"ஒரு ஆளுக்கு ரெகமண்ட் பண்ணணும்னா அந்த ஆளுக்குத் தகுதி இருக்கான்னு பார்ப்பேன். அதனால்தான் சர்ட்டிபிகேட்ஸ் கொண்டுவரச் சொன்னேன். உங்களை மாதிரி ஸ்டூடன்ட்ஸை என்கரேஜ் பண்ணணும். மெசையதாஸ்தான் டீச்சர்ஸ் காலேஜ் பிரின்சிபாலா இருக்கார். என் கிளாஸ்மேட்தான். நான் போனில் சொல்றேன். கண்டிப்பா கிடைக்கும்'.

நம்பிக்கையுடன் இருவரும் வெளியே வந்தோம். 'இனி என்னப்பா, மெட்ராசைச் சுத்திப் பார்ப்பமா, இன்னைக்கும் நாளைக்கும் எனக்கு லீவுதான்' என்றான்.

‘இன்னைக்கு வேண்டாம்பா. பஸ்ஸில் 16 மணிநேரம் உட்கார்ந்தே வந்தது டயர்டா இருக்கு. நாளைக்குப் பார்க்கலாம்’ என்றேன்.

முதல் நாளே சென்னை எனக்குப் பிடிக்கவில்லை. மனிதர்கள் இயந்திரங்களாகவே இயங்கிக்கொண்டிருப்பது போலத் தோன்றியது. அந்தக் காலத்தில் 14 மாடிகளுடன் சென்னையின் அடையாளமாகத் திகழ்ந்த எல்.ஐ.சி கட்டடமும் பிரிட்டிஷ் காலத்திய செந்நிறக் கட்டடங்களும் – விதைத்த மகிழ்ச்சியை விட, கூவம் ஆறு, அடையாறு ஓரங்களில் தூக்கியெறிந்த தீப்பெட்டிக் குவியல்போல அடைந்துகிடந்த குடிசைகளும் அங்கேயே ஓடித் திரிந்த குழந்தைகளும் அதிகப் பாதிப்பை ஏற்படுத்தினர்.

திங்கட்கிழமை சைதாப்பேட்டை சென்றோம். *Teachers College, Saidapet* என்ற பெயர்ப்பலகை என்னை உள்ளே வரச் சொல்லி அழைத்தது. எனக்கு முன் அங்கே படித்த ஆசிரியர்கள் சொன்ன செய்திகளெல்லாம் நினைவுக்கு வந்தன. 1856ஆம் ஆண்டு சென்னை வேப்பேரியில் *Government Normal School* என்ற பெயரில் அது தொடங்கப்பட்டது. பின்னர் 1887ஆம் ஆண்டு மெட்ராஸ் பல்கலைக் கழகத்துடன் இணைக்கப்பட்டு, *Teachers College* என்று பெயர் மாற்றத்துடன் இயங்கத் தொடங்கியது. ஆசியாவின் முதன்மையான ஆசிரியர் கல்லூரி என்ற பெருமை இதற்கு உண்டு. டாக்டர் எஸ். ராதாகிருஷ்ணன் பயின்ற கல்லூரி, *Silver Tongued Orator* என்று அழைக்கப்பட்ட வி.எஸ். ஸ்ரீனிவாச சாஸ்திரி, மேனாள் குடியரசுத் தலைவர் ஆர். வெங்கட்ராமன், இந்திய நாடாளுமன்றத்தின் முதல் சபாநாயகர் அனந்தசயனம் அய்யங்கார், முதல்வர் காமராசரோடு இணைந்து தமிழகக் கல்விப் புரட்சிக்கு வித்திட்ட பொதுக்கல்வி இயக்குநர் நெ.து. சுந்தர வடிவேலு, பின்னர் இயக்குநர்களாக வந்த எஸ்.வி. சிட்டி பாபு, வி.டி. டைட்டஸ், வெங்கிட சுப்பிரமணியம், சு. பரமசிவன் அனைவரும் இக்கல்லூரியில் பயின்றவர்கள்தாம். அதற்குப் பின்னால் எத்தனையோ இயக்குநர் பெருமக்கள். முதலில் *L.T. (License for Teaching)* பட்டம், பின் *B.T. (Bachelor of Teaching)* பின் *B.Ed., (Bachelor of Education)* என்று வளர்ந்தது. இன்று வரை அரசு கொள்கைப்படி அரசு ஆசிரியர் பயிற்சிக் கல்லூரிகளில் தமிழ்வழி மட்டும்தான்.

தென்மாவட்டங்களிலிருந்து அதிகம்பேர் நேர்முகத் தேர்வுக்கு வந்திருந்தார்கள். பள்ளியிலோ கல்லூரியிலோ என்னுடன் படித்தவர்கள் யாரும் இல்லை. மாடியில் முதல்வர் அறை. அழைப்புக்கு ஏற்ப ஒவ்வொருவராக முதல்வர் அறைக்கு

நேர்முகத் தேர்வுக்காகச் சென்றோம். மூவரில் நடுநாயகமாக கோட் அணிந்து அமர்ந்திருந்தவர்தான் முதல்வர் என்று அவர் கேட்ட கேள்வியிலிருந்து புரிந்துகொண்டேன். 'டி.கே. மாணிக்கவாசகம் பிள்ளையை உனக்கு எப்படித் தெரியும்?' 'அப்பாவுக்குத் தெரிந்தவர் சார்'.

பாடம் சம்பந்தமாக அதிகமான கேள்விகள் இல்லை. 'ஏன் ஆசிரியர் பணிக்கு வருகிறீர்கள்' போன்ற பொதுவான கேள்விகள்தான். நேர்முகத்தேர்வு முடிந்தவர்கள் அருகில் இருந்த அலுவலக அறைக்குச் சென்று 'இனி என்ன செய்ய வேண்டும், ரிசல்ட்டுக்காக வெயிட் பண்ண வேண்டுமா' என்று கேட்டோம். 'வெயிட் பண்ண வேண்டாம். வீட்டுக்குப் போகலாம். லிஸ்ட் அப்ரூவ் ஆன பிறகு உங்களுக்கு அட்மிஷன் லெட்டர் வரும். அப்ப வந்தால் போதும்' என்று சொல்லி அனுப்பினார்கள்.

நேரே, மறைமலை அடிகளார் பாலம் கடந்து (முன்னர் அது *Marmalong Bridge*) சின்னமலை சென்று மாணிக்கவாசகம் பிள்ளை சார் வீட்டுக்குச் சென்றேன். அவர் இல்லை. இருந்தவர்களிடம், 'சாருக்கு நன்றி சொல்லலாம்னு வந்தேன்; ஊருக்குப் புறப்பட்டுட்டேன்' என்று தகவல் தந்துவிட்டு கந்தசாமி வீட்டை அடைந்தேன்.

மாலையில் பாரிஸ் கார்னர் சென்று நாகர்கோவிலுக்கு எக்ஸ்பிரஸ் பஸ்ஸைப் பிடித்து மீண்டும் பதினாறு மணி நேரத்துக்கும் மேலாகப் பயணம்செய்து வீடுவந்துசேர்ந்தேன். புறவழிச் சாலையெல்லாம் அப்போது கிடையாது. செங்கல்பட்டு, திண்டிவனம் என்று எல்லா பஸ் ஸ்டாண்டுகளிலும் நின்று விழுப்புரம் – திருச்சி – மதுரை என்று டிரைவர்கள் மாறிவர முதுகுமுறிந்து ஊர்வந்து சேருவோம்.

அட்மிஷன் கண்டிப்பாகக் கிடைக்கும் என்ற நம்பிக்கை இருந்தது. அப்போது அரசு ஆசிரியர் பயிற்சிக் கல்லூரிகள் சென்னை,காட்பாடி,ஒரத்தநாடு,புதுக்கோட்டை,குமாரபாளையம் ஆகிய இடங்களில் இருந்தன. நான் தென்மாவட்டமானதால் ஒரத்தநாடு, புதுக்கோட்டை இவற்றில் ஒன்றில் கிடைக்கலாம் என்ற நம்பிக்கையில் இருந்தேன். அப்படியே விருப்பவரிசை கொடுத்ததாக ஞாபகம். ஆனால் சென்னைக்கு கார்டு வந்தது. ஆண்டு கட்டணமாக ரூபாய் 109/– கட்டிச் சேர்ந்துகொள்ளச் சொன்னார்கள்.

மீண்டும் சென்னை பயணம். மீண்டும் கந்தசாமி வீடு. முதல் நாளே சென்றுவிட்ட காரணத்தால் டி.கே. மாணிக்கவாசகம் பிள்ளை சாரைப் பார்த்து, பழங்களுடனும் நாகர்கோவில் சிறப்புத்

தின்பண்டங்களுடனும் சேர்த்து நன்றியைக் காணிக்கையாக்கி, அவரது ஆசியையும் பெற்றுத் திரும்பினேன். அன்று, கந்தசாமி என்னை எம்.ஐ.டி வளாகத்துக்குள் அழைத்துச் சென்று ஒவ்வொரு பகுதியாகச் சுற்றிக் காண்பித்தான். எம்.ஐ.டி.யில் *B.Tech., - Aeronautics Branch*இல் சேர்வதற்குத் தனித்தேர்வும் கடும் போட்டியும் உண்டு. அந்தத் துறை கட்டடத்துக்கு முன் ஒரு மாதிரி விமானம் கம்பீரமாக நின்றுகொண்டிருந்தது.

டாக்டர் ஏ.பி.ஜே. அப்துல்கலாம் அந்தத் துறையில்தான் படித்தார் என்ற விவரமெல்லாம் அவர் புகழ்பெற்ற பின் எனக்குத் தெரிய வந்தது.

மறுநாள் காலை ஆசிரியர் பயிற்சிக் கல்லூரியில் அசல் சான்றுகளைச் சமர்ப்பித்து அட்மிஷன் பெற்றேன். 'ஹாஸ்டல் டெபுடிவார்டன் பால்ராஜை ஹாஸ்டல்ல அவர் ரூம்ல போய்ப் பார்த்து, சேர்ந்துக்கிடுங்க' என்றார்கள். கூட்டமாகப் புறப்பட்டோம். யார், யார் எந்த ஊர் என்று தெரிந்து கொண்டோம். டெபுடி வார்டனைப் பார்த்து வணக்கம் சொன்னவுடன் அவர் கேட்ட முதல் கேள்வி, "இதுல யாரெல்லாம் திருநெல்வேலி, கன்னியாகுமரி?" பதினைந்துபேர் கையை உயர்த்தினோம். தூரத்திலிருந்து வருவதால் எங்களுக்குத்தான் முதல் அட்மிஷன் என்று நினைத்தேன்.

'உங்களுக்கெல்லாம் ஹாஸ்டல்ல ரூம் கிடையாது. எங்கேயாவது போய்த் தங்கிக்கிங்க'.

அவர் சொன்னது பேரிடியாக இருந்தது.

'ஏன் சார்? நாங்க எங்க போய் தங்குவோம்? இங்க யாரும் தெரியாது'.

'அதெல்லாம் எனக்குத் தெரியாது. ரூம் கிடையாதுன்னா, கிடையாதுதான்' இப்போது எங்கள் குரல் உயர ஆரம்பித்தது; குழு மனப்பான்மைதான்.

'காரணம் சொல்லுங்க சார். ரெண்டு டிஸ்ட்ரிக்டை மட்டும் பிரிச்சுப் பார்க்கறீங்க'.

கடகடவென்று கொட்ட ஆரம்பித்தார்.

'ரெண்டு டிஸ்ட்ரிக்காரனும் கோஷ்டியாத்தான் அலைவீங்க. அது சரியில்லை, இது சரியில்லைன்னு ஏதாவது பிரச்சினை பண்ணுவீங்க. ரூம்ல பிளக் வைக்கல. ஆனால் ஹோல்டர்ல கனெக்டர் போட்டு அயன் பண்ண ஆரம்பிப்பீங்க. படிக்கிற நேரத்தில் எல்லாரும் ஏதாவது ஒரு ரூம்ல ஒண்ணா உட்கார்ந்து

கிட்டு அரட்டை அடிப்பீங்க. ஊரில் இருந்து வார பயலுகளை யெல்லாம் உங்க ரூம்ல இடம் கொடுத்துப் பிராணனை வாங்குவீங்க. தட்டிக் கேட்டா கோஷம் போடுவீங்க'.'

'நாங்க அப்படியெல்லாம் செய்யமாட்டோம் சார்' என்றோம், அப்பாவியாக முகத்தைவைத்துக்கொண்டு.

அவருக்குத் தெரியும், முடியாது என்று மறுக்க முடியாது என்று.

ஏனென்றால் வார்டனும் (கல்லூரி முதல்வர்) திருநெல்வேலி மாவட்டத்துக்காரர்தான். கூடங்குளம். எல்லாம் பாதுகாப்புக்காக ஒரு பயமுறுத்தல்தான்.

கடைசியாக அறை கிடைத்தது. அதிலும் சிலருக்குப் புது விடுதி, சிலருக்குப் பழைய விடுதி. எனக்குப் புது விடுதியில் தரைத்தளத்தில் டி.16. அடுத்த அறை மாவடி சாமுவேல் பால்ராஜ், என்னை விட மூத்தவர், ஜவகர் தேசிய நடுநிலைப் பள்ளி தலைமையாசிரியர், நிர்வாகி. மார்த்தாண்டம் எல்.எம்.எஸ். மேனிலைப் பள்ளித் தலைமையாசிரியராகப் பின்னர் இருந்து ஓய்வு பெற்ற ஐசக் பால்ராஜ் பழைய விடுதி; ஆனால் எல்லோருக்கும் புது விடுதி உணவுதான்.

எனக்கு விடுதி வாழ்க்கை புதியது. வீட்டைப் பிரிந்ததே இல்லை. வேலூர், விழுப்புரம், திருவண்ணாமலை போன்ற பக்கத்து ஊர்க்காரர்களெல்லாம் சனி, ஞாயிறுகளில் ஊருக்குச் சென்றுவிடுவார்கள். விடுதி வெறுமையாக இருக்கும். தென்மாவட்டக்காரர்களும் கோவைப் பகுதிக்காரர்களும் மட்டும் இருப்போம். எனவே விடுமுறை நாட்களில் சினிமா தியேட்டர்கள்தான். சினிமா பார்ப்பதற்காக மட்டுமல்ல, தியேட்டர்களைப் பார்ப்பதற்கும்தான். நான் கையிருப்பைப் பார்த்துத் தயங்குவேன். நண்பர்கள் கட்டாயப்படுத்தி அழைத்துச் செல்வார்கள். மவுண்ட் ரோடு தேவி, ஆனந்த், சபையர், பரங்கிமலை ஜோதி, ராயப்பேட்டை பைலட், அமைந்தகரை முரளி கிருஷ்ணா, காசினோ ... என்று பிரபலமான தியேட்டர்களெல்லாம் பரிச்சயமாயிற்று.

கல்லூரியின் பழைமை வாய்ந்த கட்டடத்தில் இரண்டு லெக்சர் ஹால்கள் உண்டு. மேல்தளத்தில் ஒன்று; கீழ் தளத்தில் ஒன்று. *R.B.Ed.* க்கு ஒரு ஹால்., *S.B.Ed.* க்கு ஒரு ஹால். அதென்ன, *R.B.Ed, S.B.Ed.,?* *R.B.Ed.* என்றால் *Regular B.Ed.*, முழு ஆண்டு மாணவர்கள் *S.B.Ed.* என்றால் *Shortened B.Ed.*, பணியில் இருக்கும் பட்டதாரி இடைநிலை ஆசிரியர்களுக்கான கோர்ஸ். ஐந்து மாதங்களில் பயிற்சி முடித்து பி.எட்., தேர்வு எழுதிப்

பட்டம்பெற்றுவிடலாம். பட்டத்தில் வேறுபாடு கிடையாது. நாங்கள் படித்த காலத்தில், அப்படி இரண்டு அணிகளைப் பார்த்தோம். நான் ஆசிரியப் பணியிலிருந்து வரவில்லை யென்பதால் எனக்கு அந்த வாய்ப்பு இல்லை. அவர்களுக்கு எல்லா பாடங்களும் உண்டா என்றும் நினைவில் இல்லை. இப்போது *S.B.Ed.* எடுக்கப்பட்டுவிட்டது.

என்னையும் தோழன் ராயப்பா, 'ஏய் எஸ்.பி.எட்.,' என்றுதான் கேலி செய்வார்.

முதல்நாள் வகுப்பு. நாங்கள் பாடவாரியாகத் தேர்ந்தெடுக்கப் பட்டிருந்தாலும் தத்துவவியல், உளவியல், பள்ளி நிர்வாகம் ஆகிய பாடங்களுக்கு ஒரே ஹால்தான். நூறுபேர் ஒன்றாக அமர்ந்திருப்போம். முதல்நாள் வகுப்பில் முதல்வர் பேசினார். "மற்றவையெல்லாம் ஆசிரியர் பயிற்சிக் கல்லூரிதான். ஆனால் இது ஆசிரியர் கல்லூரி. வளாகத்துள் நுழைந்தவுடனேயே நீங்கள் ஆசிரியர்களாகி விடுகிறீர்கள். அதற்கேற்ப நடந்து கொள்ளுங்கள்" என்றார். பிறகு வந்த ஒவ்வொரு பேராசிரியரும் கல்லூரியின் பெருமையை விலாவாரியாகப் பேசினார்கள். பேரா. துரைசிங்கம் (இந்தியக் கல்வி), மைக்கேல் சுந்தரராஜ் (உளவியல்), மூர்த்தி (பள்ளி நிர்வாகவியல்), பால்ராஜ் (தத்துவ இயல்), சண்முகம், அப்துல் வகாப் (ஆங்கிலம்) ஆகியோர் இன்னும் நினைவில் உள்ளனர்.

எல்லாம் தமிழ்வழி வகுப்புகள்தான். ஆனால் தமிழில் கற்பிப்பதற்குப் பேராசிரியர்கள் சிரமப்பட்டார்கள். குறிப்புப் புத்தகங்கள் அனைத்தும் ஆங்கிலத்தில்தான் இருந்தன. உளவியல் பாடத்துக்கு டாக்டர் சந்தானம் தமிழில் எழுதிய நூலைத்தான் அனைத்து அரசு பயிற்சிக் கல்லூரிகளிலும் பின்பற்றினார்கள். நாங்கள் பயின்ற வருடத்துக்கு முந்தைய ஆண்டுவரை, அவர் சைதாப்பேட்டையில்தான் பணியாற்றியிருக்கிறார். பின் பதவி உயர்வு பெற்று ஒரத்தநாடு கல்லூரிக்கு முதல்வராகச் சென்று விட்டார் என்று சொன்னார்கள். பேரா. மைக்கேல் சுந்தர ராஜ் தன்னுடைய முதல்வகுப்பிலேயே "*You are all unfortunate to study Psychology under me, since Dr. Santhanam, my Professor has left for Orathanad*" என்றார்.

இப்போது போலவே, பி.எட்.க்கு இரண்டு விருப்பப் பாடங்கள் உண்டு. ஒன்று தமிழ் அல்லது ஆங்கிலம்; மற்றொன்று அவர்கள் பட்டப் படிப்பில் படித்த பாடம். இரண்டாம் விருப்பப் பாடத்தைத் தெரிவுசெய்வதில் ஆங்கில இலக்கியம் படித்தவர்களுக்குச் சிரமம் இருந்தது. இரண்டாவதாக எதைத் தேர்ந்தெடுப்பது? வரலாறு மட்டும் அமைந்தது. அந்தப் பாடத்தை

முதன்மையாக பி.ஏ.வில் எடுத்துப் படித்த மாணவர்களுடன் நாங்களும் ஒன்றாக உட்கார்ந்திருந்தோம்; தேர்வு எழுதினோம். வரலாற்றுப் பாடப் பயிற்சியைப் பேரா. ரெங்கசாமி வழங்கினார். இப்போது, பாடத்திட்டத்தில் இந்தச் சிரமம் இல்லாமல் English, Special English என்று மாற்றி விட்டார்கள். English எல்லோருக்கும் பொதுவானது. Literature மாணவர்களுக்கு மட்டும் Special English.

எப்படி அந்த ஆண்டில் (1974–75) லிட்ரேச்சர் மாணவர்களுக்கு பி.எட் படிக்கும் வாய்ப்புகிடைத்தது என்பதற்கான காரணம் கல்லூரியில்தான் தெரிந்துகொண்டோம்.

1973ஆம் ஆண்டில் பள்ளிக் கல்வித் துறையானது, தமிழகப் பள்ளிகளில் குறிப்பாக நடுநிலை, உயர்நிலை வகுப்புகளில் மாணவர்களின் ஆங்கில மொழி அறிவு குறைவாக இருப்பதால் அதனை மேம்படுத்த உரிய வழிமுறைகளைப் பரிந்துரைப்பதற்காக ஒரு குழுவினை அமைத்திருந்தது. அந்தக் குழு, பள்ளிகளில் ஆங்கிலம் கற்பிப்பது எப்படி நடைபெறுகிறது என்று நேரடியாக ஆய்வு செய்து தன்னுடைய அறிக்கையை அரசுக்கு வழங்கியது. அதன் சாராம்சம் இதுதான்:

In all High Schools in Tamil Nadu, Tamil is taught by Tamil Pandits and subjects by the respective subject teachers. But English is taught by Tom, Dick and Harry. They lack the basics of English language. This has to be changed. English should be taught only by teachers who graduated in Branch XII English in the Universities. It is also recommended that 10% of the seats in Teacher Training Colleges should be earmarked and reserved for English graduates and they should be given preference in appointment as Graduate Teachers in High Schools.

அந்த ஆண்டுக்கான மாணவர் மன்றத் தேர்தல் அறிவிப்பு வெளியானது. கடந்த ஆண்டுகளில் இது நாமினேஷன்போல நடந்ததாகத்தான் கேள்விப்பட்டோம். ஆனால் நாங்கள் சேர்ந்த ஆண்டு இது மாறிவிட்டது. பிரிவினையை யார் விதைத்ததோ தெரியவில்லை; Day Scholars vs. Hostellers என்பதுபோல ஆகிவிட்டது. இதில் பி.எட்., மாணவர்கள் தவிர, குறுகிய கால புலவர், டி.டி.சி பயிற்சிபெற்றுவரும் மாணவர்களும் வாக்களிக்கலாம். ஆனால் அவர்கள் வேட்பாளர்களாக நிற்பதில்லை. கலைக் கல்லூரிகள் போல, கடும் பிரசாரம். எங்கள் அணி வென்றது. தஞ்சை மாவட்டம், மாமாக்குடியைச் சேர்ந்த தேவேந்திரன் செயலராகவும், நான் இணைச் செயலராகவும், பள்ளியாடி ஐசக் பால் ராஜ், அவர் விரும்பியவாறே விளையாட்டுத்துறைச் செயலராகவும், சேலம் மாவட்டம் திருமலை என்பவர் விடுதிச் செயலராகவும் கடும் போட்டிக்கிடையே தேர்வானோம்.

இந்தப் பொறுப்பில் இருந்ததால் எனக்குச் சென்னையில் பல கல்வி நிறுவனங்களுக்குச் செல்லவும், உயர் அலுவலர்களையும் நீதியரசர்களையும் புகழ்மிக்க தலைவர்களையும் சந்திக்கவும், உரையாடவும் மிகப்பெரிய வாய்ப்புகள் கிடைத்தன. நான் ஒரு குமாஸ்தா என்ற தாழ்வு மனப்பான்மை மெல்ல மெல்ல அகல ஆரம்பித்தது.

ஆசிரியர் மன்றத் தொடக்கவிழா வந்தது. விழா என்றால் மேடை அலங்காரமெல்லாம் கிடையாது. லெக்சர் ஹாலில் ஒரு கல்வியாளர் தொடங்கிவைப்பார், அவ்வளவுதான். முதல்வர் எங்கள் இருவரையும் தனது அறைக்குள் அழைத்தார். “நீங்க ரெண்டு பேரும் டி.பி.ஐ. போய் டைரக்டரை அழைச்சிட்டு வாங்க” என்றார். நான் ‘பெருமாள் சாரையா சார்?’ என்றேன்.

‘அவர் ஸ்கூல் எஜூகேஷன் டைரக்டர், அவரை நான் சொல்லல, கலெஜியட் எஜூகேஷன் டைரக்டர் சிட்டிபாபுவை அழைச்சிட்டு வாங்க’ என்றார். ‘ஒரு டாக்சி எடுத்துட்டு போயிட்டு வாங்க, ஆபிஸ்ல அட்வான்ஸ் வாங்கிக்கிங்க. உங்க டிபன் செலவுக்கும் நீங்க எடுத்துக்கலாம்’ என்றார்.

இருவரும் புறப்பட்டோம். என் வாழ்வில் முதல்தடவையாக டி.பி.ஐ வளாகத்துக்குள் நுழைந்தேன். குமாஸ்தாவா அல்ல; சைதாப்பேட்டை ஆசிரியர் மன்ற இணைச் செயலராக!

சிட்டிபாபு சார் அதுவரை பள்ளிக் கல்வி இயக்குநராக இருந்து விட்டு, கல்லூரிக் கல்வி இயக்ககம் தனியாக உருவாக்கப் பட்ட பின், அதன் இயக்குநராக இருந்தார். அப்போது கல்லூரிக் கல்வி இயக்ககத்துக்கென்று தனிக் கட்டடம் கிடையாது. பள்ளிக் கல்வி இயக்குநருக்கு அடுத்த அறை அவருக்கு. நாங்கள் சென்றபோது அறையில் அவர் இல்லை, அடுத்த அறையில் இணை இயக்குநரைச் சந்திக்கச் சொன்னார்கள். இணை இயக்குநருடைய அறைக்கு வெளியே ஏராளமானோர் காத்திருந்தனர். வாசலில் இருந்த ஏவலர், ‘உங்கள் அட்ரஸை எழுதி ஒரு துண்டுச் சீட்டு கொடுங்க’ என்றார். இருவர் பெயரையும், *Secretary, Teachers Union, Teachers College, Saidapet* என்று எழுதிக் கொடுத்தோம், ஒரு நிமிடம் தான் இருக்கும். ‘ஐயா உங்கள உள்ள வரச் சொல்றார்’ என்ற செய்தி வந்தது. இணை இயக்குநரது பெயர்ப்பலகை டாக்டர் வெங்கடசுப்பிரமணியம் என்று தகவல் சொல்லியது.

உள்ளே நுழைந்தோம். பின்னர் பள்ளிக் கல்வி இயக்குநராக ஆகி நான் முதுநிலைப் பட்டதாரி ஆசிரியராகப் பணியாற்றிய போது, அந்தப் பதவிகளுக்குத் துணை ஆட்சியருக்கு *(Deputy Collector)* இணையாக ரூ. 675/– அடிப்படைச் சம்பளம் நிர்ணயித்து

–'*Gazetted*' என்றும் குறிப்பிட்டு வரலாற்று ஆணை வழங்கியவரை முதன் முதலில் சந்திக்கிறேன். வணக்கம் தெரிவித்த எங்களுக்குப் பதில் வணக்கம் தெரிவித்துவிட்டு 'உட்காருங்கள்' என்றார். வந்த நோக்கத்தைக் கேட்டறிந்தார். 'நானும் உங்க காலேஜூலதான் படிச்சேன். யூனியன் செகரட்ரியாகவும் இருந்தேன். மெசையதாஸ் எப்படியிருக்கார்? நான் விசாரிச்சதாச் சொல்லுங்க. லெட்டர் கொடுத்திருந்தா, தாங்க. டைரக்டர் வந்தவுடன் நான் பேசுறேன். அவரும் அங்க படிச்சவர்தான்; கண்டிப்பா வருவார்' என்றார்.

மகிழ்ச்சியாக வெளியே வந்தோம்.

இணை இயக்குநர் சொன்னதுபோலவே, இயக்குநரும் குறிப்பிட்ட நாளில் குறிப்பிட்ட நேரத்தில் கல்லூரிக்கு வந்தார். கீழ்தளத்தில் உள்ள லெக்சர் ஹாலில் கூட்டம் தொடங்கியது. அவரது உரை, மறக்க முடியாத உரை. தமிழிலும் ஆங்கிலத்திலும் சரளமான நடை. நாங்கள் அமர்ந்திருந்த கேலரி போன்ற அமைப்பின் ஐந்தாவது வரிசையைச் சுட்டிக் காட்டி, 'அங்குதான் நான் எப்போதும் அமர்வதும் வழக்கம். என் இடத்தில் அமர்ந்திருக்கின்ற தம்பி என்னை விட பெரிய கல்வியாளராக வரவேண்டும்' என்று வாழ்த்தினார். அந்த வாழ்த்து அனைவரது நெஞ்சங்களையும் தொட்டது. அந்த இடத்தில் அமர்ந்திருந்த நண்பர் ஆண்டனி அப்படி ஆனாரா என்று தெரியவில்லை.

எங்களது முதல்வர் ஒரு உன்னதமான மனிதர். அதிர்ந்து பேசமாட்டார். ஆனால் அவரும் மனம்நோகும்வண்ணம் ஒரு சம்பவம் நடந்தது. அது கல்லூரியில் அல்ல; விடுதியில். ஹாஸ்டல் மெஸ், டிவைடிங் சிஸ்டம் அடிப்படையில் நடந்தது. மொத்தச் செலவைப் பகிர்ந்து பீஸாகக் கட்ட வேண்டும். முதலில் நார்மலாக இருந்த கட்டணம் படிப்படியாக எகிற ஆரம்பித்தது. உணவின் தரமும் குறைய ஆரம்பித்தது. உப்புமா நாட்கள் அதிகரித்தன. டெபுடி வார்டன் பால்ராஜ் சார் முதலில் சொன்னதுபோலவே நடந்தது. ஒருநாள் காலை உணவை அனைவரும் புறக்கணித்துக் கோஷம் போட ஆரம்பித்தோம். டெபுடி வார்டன் இதனை எப்படிக் கையாளுவது என்று தெரியாமல் மிரட்ட ஆரம்பித்தார். மெஸ் செகரட்டரி திருமலை எதற்கும் மசியவில்லை.

எல்லோரும் கல்லூரிக்குச் சாப்பிடாமலேயே புறப்பட ஆரம்பித்தோம். 'பிரின்சிபால், பிரின்சிபால்' என்ற சத்தம் கேட்டது. வெளியே வந்து எட்டிப் பார்த்தோம். பிரின்சிபால் எங்கள் அறைகளுக்கும் டைனிங் ஹாலுக்கும் இடைப்பட்ட முற்றத்தில் நின்றுகொண்டிருந்தார். பணிவுடன் வணக்கம் போட்டு முன்னால் கூடினோம். 'என்ன பிரச்சனை' என்றார். சொன்னோம்.

‘இங்கே வார்டன் யார்?’

‘நீங்கதான் சார்’.

‘அப்ப என்னிடம்தானே நீங்க முதல்ல சொல்லணும்? நான் எங்க இருக்கேன்? குடும்பத்தோட குவார்ட்டர்ஸ்லதானே இருக்கேன். நாளைக்கு உங்க ஸ்டூடண்ட்ஸ்க்கு இப்படித்தான் சொல்லிக் கொடுப்பீங்களா?’ என்றார். எங்களுக்கு அவரது கேள்விகளுக்குப் பதில் சொல்ல முடியவில்லை.

‘சரி முதல்ல சாப்பிடுங்க. சமைச்சதை வேஸ்ட் பண்ணக்கூடாது. லேட்டானாலும் பரவாயில்லை. சாப்பிட்டுட்டு காலேஜூக்கு வாங்க. எல்லாத்தையும் சரி பண்ணலாம். டிவைடிங் சிஸ்டம்தானே, ஒரு வாரத்துக்கு நீங்களே மெனு கொடுங்க. அதையே பாலோ பண்ணச் சொல்றேன். போங்க, போய்ச் சாப்பிடுங்க’ என்றார்.

அதற்குப் பிறகு மெஸ் முற்றிலும் மாறியது. ஆனால் எங்களைப் பார்த்து முறைத்துக்கொண்டே சென்ற டெபுடி வார்டன் மட்டும் இதை மறக்கவில்லை என்பது, ரிசல்ட் வந்தபின் தெரிய வந்தது. எங்களுக்காகக் குரல் கொடுத்த மெஸ் செக்ரட்டரி திருமலை மட்டும் தேர்வாகவில்லை. அதுவும் பால்ராஜ் சார் பாடத்தில். இன்டர்னல் அசஸ்மென்டில் கைவைத்துவிட்டார். நாங்கள் ஊர் திரும்பிய பின் ஒன்றும் செய்ய முடியவில்லை. அதற்குப் பின், திருமலையிடமிருந்து தகவலும் இல்லை; தொடர்பும் இல்லை.

நான் முதன் முதலில் மேடையேறிய நாள் எனக்கு மறக்காது. கல்லூரியில் ஒவ்வொரு பாடத்துக்கும் ஏதாவது ஒரு சிறப்பு விருந்தினரை அழைத்து உரை நிகழ்த்தச் சொல்வது வழக்கம். அந்த வகையில், பச்சையப்பன் கல்லூரி வரலாற்றுத் துறைத் தலைவரை அழைப்பது என்று முடிவாயிற்று. நானும் பச்சையப்பன் கல்லூரியில் வரலாறு படித்த மாணவர்கள் இருவருமாகப் புறப்பட்டோம். சைதாப்பேட்டையிலிருந்து எலெக்ட்ரிக் ட்ரெயினில் நுங்கம்பாக்கம் ஸ்டேஷனில் இறங்கி, இருப்புப்பாதை ஓரம் வழியாக பின் வாசலை அடைந்தோம். (இப்போது அந்த வாசலை மூடிவிட்டார்கள்) புகழ்பெற்ற கல்லூரிக்குப் பின் வாசல் வழியாகச் செல்லும் அரிய பாக்கியம்!

தமிழக அரசியல் வரலாற்றில், குறிப்பாக திராவிட முன்னேற்றக் கழக வளர்ச்சியில் நான்கு கல்லூரிகளில் பயின்ற மாணவர்களுக்கும் அங்கு பணியாற்றிய பேராசிரியர்களுக்கும் பெரும் பங்கு உண்டு. அவை சென்னை பச்சையப்பன் கல்லூரி, மதுரை தியாகராசர் கல்லூரி, சென்னை சட்டக் கல்லூரி,

அண்ணாமலைப் பல்கலைக்கழகம் ஆகியன. 1965இல் நடைபெற்ற இந்தித் திணிப்பு எதிர்ப்புப் போராட்டத்தின் தளகர்த்தர்களும் படை வீரர்களும் இங்கிருந்துதான் அதிகமாகக் கிளம்பினார்கள். அப்போது நான் ஒன்பதாம் வகுப்பு படித்துக்கொண் டிருந்தேன். எனவே பச்சையப்பன் கல்லூரிக்குள் நுழைந்தபோது இந்நினைவுகள் வந்தன. அங்கு படித்த அண்ணாவும் நினைவுக்கு வந்தார்.

பேராசிரியர் எம்.கே. நாராயணனை அவரது துறையில் சென்று அழைத்தபோது மகிழ்ச்சியுடன் இசைவு தந்தார். கூட்டத்தில் சொதப்பியது நான்தான். வரவேற்புரை நான் பேச வேண்டும். முதல் தடவையாக ஒரு அரங்கில் மைக் பிடிக்கிறேன். முன்னால் நூறு பேர். மேடையில் முதல்வரும் பேராசிரியர்களும். எப்படி ஆரம்பிப்பது, எப்படி முடிப்பது என்று தெரியாமல் வியர்த்து விறுவிறுத்துப் போனேன். கூட்டம் முடிந்த பின், பேராசிரியர்கள் யாரும் திட்டுவார்களோ என்று நினைத்தேன்; பதுங்கவும் செய்தேன். 'பரவாயில்லை, முதலில் இப்படித்தான் இருக்கும். டீச்சிங் பிராக்டிஸ் ஆரம்பித்தவுடன் சரியாகிப் போகும். முதலில் உன் ரூமில் தனியாகவோ, நண்பர்கள் முன்னாலோ பேசிப் பழகு' என்றார்கள்; பழகினேன். இரண்டு மாதங்கள் கழித்து நடந்த திருக்குறள் விழாவில் அரைமணி நேரம் பேசும் ஆற்றல் பெற்றுப் பாராட்டும் பெற்றேன்.

பாடங்கள் வேகமாகச் சென்றுகொண்டிருந்தன. முதல் நாள் வகுப்பில், பேரா. மைக்கேல் சுந்தரராஜ் பேசும்போது, 'பி.எட்.ல ரொம்ப கஷ்டப்படணும்' என்று சொல்லி நிறுத்திவிட்டு, 'பெயிலாறதுக்கு' என்று சொல்லியிருந்தார். இருந்தாலும் நான் எளிதாக எடுத்துக்கொள்ளவில்லை. நண்பர்களுடன் வெளியே செல்வதைத் தவிர்க்க முடியாது. வெள்ளிக்கிழமையென்றால் ஏதாவது ஒரு முருகன் கோவில், பெரும்பாலும் வடபழனி. நேரடி பஸ் வசதி இல்லாததால், சில நேரங்களில் ஜாபர்கான்பேட்டை, கே.கே. நகர் வழியாக நடந்தே சென்றிருக்கிறேன். பிற விடுமுறை நாட்களில் மாலை நேரங்களில், ரெயில்வே ஸ்டேஷனைத் தாண்டி, காரணீஸ்வரர் கோவிலுக்குச் செல்வேன். அமைதியாக அரைமணி நேரமாவது அமர்வேன். கையில் காசு இருந்தால், தேரடியை ஒட்டி இருக்கும் ஒரு சைவ ஓட்டலில் சிற்றுண்டி. கல்லூரி இல்லாத நாட்களில் பகல் நேரத்தில் எங்கள் கல்லூரியை ஒட்டியிருக்கும் ஒய்.எம்.சி.ஏ. வளாகத்துப் புல்வெளியில் அமர்ந்து படிப்பேன். அதற்கும் ஒருநாள் ஆபத்து வந்துவிட்டது. இங்கேயெல்லாம் வரக்கூடாது, இது கோல்ப் மைதானம் என்று சொல்லி விரட்டி விட்டார்கள்.

உள்ளத்தனையை . . .

டீச்சிங் பிராக்டிஸ் வந்தது. பி.எட்., பயிற்சியின் முக்கிய அம்சமே இதுதான். பேராசிரியர்கள் வழங்கும் பேருரைகள் எல்லாம் பொதுவாக பள்ளிக் கல்வியின் வரலாறு, திட்டமிடல், உளவியல் நடைமுறைகள் என்று இருக்கும். ஆனால் ஒரு போர் வீரனுக்குத் தேவையான களப்பயிற்சியை நாங்கள் சென்ற பள்ளிகளின் மாணவர்களிடம்தான் பெற்றோம். நாங்கள் பல அணிகளாகப் பிரித்து அனுப்பப்பட்டோம். எனக்கு நந்தனம் அரசு உயர்நிலைப் பள்ளி. சென்னை நண்பர்கள் பயமுறுத்தினார்கள். 'வசமா மாட்டிக்கிட்டீங்க' என்றார்கள். அதனை ஒருவாரம் அப்சர்வேஷன் நேரத்திலேயே தெரிந்துகொண்டோம். அப்போது அந்தப் பள்ளி நந்தனம் சிவில் சப்ளைஸ் கோடவுனில் இயங்கி வந்தது. ஒரு நீண்ட ஹாலில் எல்லா வகுப்புகளும் தட்டி வைத்து மறைக்கப்பட்டிருக்கும். அருகிலுள்ள குடிசைப் பகுதி மாணவர்கள்தான் அதிகம். பெரும்பாலான வகுப்புகளிலிருந்து கூச்சலும் சத்தமும் கிளம்பினாலும் ஒரு சில வகுப்புகளில் மட்டும் மாணவர்கள், மகுடிக்கு முன்னால் நாகம்போல ஆசிரியரைக் கவனித்துக்கொண்டிருப்பதைப் பார்த்தோம். சிலரது ஆளுமை அப்படி. எங்களுக்கு முன்மாதிரியாக இருந்தார்கள். பெயர்களை மறந்துவிட்டேன்.

தலைமையாசிரியர் எங்களுக்காக ஆங்கில – மாதிரி வகுப்பு எடுத்தார். டான் குயிக்ஸாட் பாடம். பத்தாம் வகுப்பு. அதில் *'envious'* என்றொரு சொல் வரும். எங்களுக்குக் கல்லூரியில், ***classroom situation, real life situations*** மூலம் ஒரு சொல்லை மாணவர்கள் தாமாகவே புரிந்துகொள்ள உதவ வேண்டும் என்று சொல்லியிருந்தார்கள். தலைமையாசிரியர் எல்லாக் கலைகளையும் கையாண்டார். *'your friend scored 100 marks in Maths. You become envious of him'* என்று பல உதாரணங்கள்.

'இப்ப சொல்லுங்க, *envious*னா என்ன ?'

'*N.V.* சண்முகம் பட்டணம் பொடி சார்'.

தலைமையாசிரியருக்கு என்னவோ போலாகிவிட்டது. நேரடியாகவே அர்த்தம் சொல்லியிருக்கலாமோ என்று தோன்றியது.

அப்சர்வேஷன் முடிந்து கல்லூரிக்குத் திரும்பினோம். அடுத்த வாரம் நேரடியாகக் களத்தில் – கற்பித்தலில் இறங்கினோம். முதல்நாள் இரவில் ஹாஸ்டலில் ஒவ்வொரு அறையிலும் மாடல் கிளாஸ்தான். அடுத்த நாள் பள்ளியில் சார்ட்களைக் கையில் ஏந்தி வகுப்புகளுக்கு உற்சாகமாக நுழைந்த எங்களை "எல்"போர்ட்டு, "எல்" போர்ட்டு என்ற கோஷங்கள்தான் வரவேற்றன. இது ஒருநாள்தான். அடுத்த நாள், எல்லாமே மாறியது. நாங்கள்

எப்போது வகுப்புக்கு வருவோம் என்று மாணவர்கள் காத்திருக்க ஆரம்பித்தனர். நாங்கள் பயிற்சி முடித்துக் கல்லூரி திரும்பும்போது, கண்கலங்க எங்களை வழியனுப்பி வைத்தனர். என்ன கற்பிக்கப் போகிறோம் என்று முதலில் புரிந்துகொண்டு, அதனை எளிய முறையிலும் சுவையாகவும் மாணவர்களிடம் கொண்டு சேர்த்தால், நமது இலக்கை நாம் அடைவோம் என்று புரிந்துகொண்டோம்.

எங்கள் கல்லூரி வளாகத்தில்தான் அரசு மாதிரிப் பள்ளி இயங்கியது. பி.எட் பயிற்சி மாணவர்களுக்காகத் தொடங்கப்பட்டது; இன்றும் இயங்கி வருகிறது. இங்கு பல நடிகர்கள் பாண்டியராஜன் போன்றோர் படித்திருக்கிறார்கள். அந்தப் பள்ளியின் தலைமையாசிரியர், முதல்வரின் அனுமதியுடன் எங்களை அணுகினார். “எங்கள் பள்ளியின் பின்தங்கிய மாணவர்களுக்காக, அதுவும் குடிசைப்பகுதி மாணவர்களுக்காக இரவுப் பள்ளி நடத்தலாம்னு நினைச்சிருக்கேன். நீங்க டர்ன் வச்சு கிளாஸ் எடுக்க முடியுமா?” என்று கேட்டார். மகிழ்ச்சியுடன் ஒப்புக்கொண்டோம். நாங்களே டைம் டேபிள் போட்டு தலைமையாசிரியரிடம் வழங்கினோம். இரவு வகுப்புகள், எங்களுக்குத் தேர்வுகள் ஆரம்பிக்கும்வரை நடந்தன. மாணவர்கள் வகுப்பு வரத் தவறுவதே இல்லை. தலைமையாசிரியர் ஏற்பாட்டில், தினமும் ஏதாவது சுண்டல் / வடை உண்டு. இவையெல்லாம் பிற்காலத்தில், தலைமையாசிரியர் பணிக்காலத்தில் எனக்கு வழிகாட்டியாக அமைந்தன. எனது மனத்துக்கு இதம் தந்த மேலும் இரண்டு நிகழ்வுகள் நடந்தன. பல்கலைக்கழகத் தேர்வுக்கு முந்தைய மாதிரித் தேர்வில் ஆங்கிலத்தில் முதலிடம் பெற்று ஆண்டு விழாவில் *Pride and Prejudice* நாவல் பரிசு பெற்றேன். கல்லூரி ஆண்டு மலரில் நான் எழுதிய ‘விடிவெள்ளி முளைத்தது’ கதை பிரசுரமாயிற்று. விடுதியில், நான்கைந்து நாட்கள் விடுமுறை சேர்ந்தாற்போல் வந்தால் மெஸ்ஸை மூடிவிடுவார்கள். வெளியேதான் இரை தேட வேண்டும். காலையில், விடுதியை ஒட்டி டாட்ஹண்டர் நகர் போகும் வழியில் ஒரு ஓலைக் கடையில் காலை உணவை முடித்து விடுவேன். கேரளாக்காரர் கடை. ஆப்பம், புட்டு எல்லாம் உண்டு. புட்டுக்குக் கொண்டைக் கடலைத் தீயல் அங்குதான் அறிமுகம் ஆயிற்று. மதியத்துக்குப் பெரிய ஓட்டல்களுக்குப் போவதில்லை. ரெயில்வே ஸ்டேஷன் எதிரே ஒரு அம்மா, சின்னஞ்சிறிய மெஸ் நடத்தி வந்தார்கள். நான் மட்டும் அங்கே சாப்பிடுவேன்; சைவம்தான். சில நாட்கள் முட்டைக்கறி உண்டு.

கல்லூரி வாசலை விட்டு நான் வெளியே வந்தால், அண்ணா சாலையில் அரசுப் பேருந்துகள் சாரை சாரையாகச் செல்வதைப் பார்க்கலாம். நாகர்கோவில் என்ற பெயருடன்

ஏதாவது பேருந்து சென்றால் ஊர் நினைவு வந்துவிடும். படிப்பை முடித்து விட்டுத்தான் ஊருக்குச் செல்ல வேண்டும், வீண் செலவு வேண்டாம் என்று நினைத்தேன். ஆனால் குறைந்த செலவில் ஊருக்குச் செல்வதற்கு வாய்ப்பு வந்தது. ரெயில் பயணத்துக்கும் மாணவர் சலுகைக் கட்டணம் உண்டு என்று சொன்னார்கள். அதற்குரிய படிவத்தைப் பெற்று, முதல்வரிடம் கையொப்பம் பெற்று இருமுறை ஊருக்குப் போய்விட்டு வந்தேன். ஏப்ரல் வந்தது. பல்கலைக்கழகத் தேர்வுகள் வெற்றிகரமாக முடிந்தன. இனி நான் விடுப்பை முடித்துக்கொண்டு மீண்டும் இளநிலை உதவியாளர் பணியில் சேரலாம். அதற்கான விண்ணப்பத்தை மாவட்டக் கல்வி அலுவலருக்கு அனுப்பிவிட்டு அங்குள்ள அலுவலக நண்பர்களிடமும் சொல்லியிருந்தேன். மறுநியமன ஆணை வந்தது. இப்போது தோவாளைக்கு அல்ல; அங்கே இடம் காலியாக இல்லை. எனவே நாகர்கோவிலிலேயே தொடக்க, நடுநிலைப் பள்ளி ஆய்வாளர் அலுவலகத்தில் சேரச் சொல்லி ஆணை. வீட்டில் எல்லோருக்கும் மகிழ்ச்சி.

கல்லூரியிலிருந்து, விடுதியிலிருந்து விடைபெறும் நாளும் வந்தது. அந்த நாட்கள் எவ்வளவு பசுமையானவை. எத்தகைய, பல்வேறு அனுபவங்களைப் பெற்றிருக்கிறேன். புதிய நண்பர்களைச் சந்தித்து நெருங்கியிருக்கிறேன். சாமுவேல் சாருக்கும் என்னைப் போலத்தான் விடுதி அனுபவம் புதிது; திருமணமாகி வந்திருந்தார். மனைவியை நினைத்துப் புலம்பிக் கொண்டேயிருப்பார். ஐசக் பால்ராஜ் கவலையில்லாத வேடிக்கை மனிதர். கான்பூரில் எம்.ஏ முடித்து வந்திருந்தார். பழைய விடுதியில் அவருக்கு அறையிருந்தாலும் சாமுவேல் சார் அறையிலோ என் அறையிலோதான் பெரும்பாலும் இருப்பார். என்னுடைய அறையில், விடுதியில் வேறு அறை கிடைக்காத காரணத்தால், சங்கரன்கோவிலைச் சேர்ந்த வேலுச்சாமி என்பவர் இரண்டு வாரங்கள் தங்கியிருந்தார். தரையில் படுத்துக்கொள்வார். ஆனால் வட மாவட்டங்களைச் சேர்ந்த நண்பர்களுக்கு அவர் என்னுடன் தங்கியிருப்பது பிடிக்க வில்லை. “அவன் ஏ.டி. சார், அவனை வெளியே அனுப்புங்க” என்று சொன்னார்கள். வடபகுதியில் இருந்த சாதி வேற்றுமை கன்னியாகுமரிக்காரனுக்குப் புதிதாக இருந்தது. பின்னர் அவர் சைதாப்பேட்டை எம்.சி. ராஜா விடுதியில் இடம் கிடைத்துப் போய்விட்டார். கல்லூரியில் மட்டும் சந்தித்துக்கொள்வோம். இன்னொரு நண்பர் கோவிந்தராஜன்; செஞ்சிக்காரர். திருமணமாகி, இரண்டோ, மூன்றோ குழந்தைகளும் உண்டு. எங்களுக்கெல்லாம் அவர் மாமா. ஆனால் வயது அதிகமில்லை. சின்ன வயதிலேயே திருமணம். விவசாயி. வாரந்தோறும் ஊருக்குச் சென்றுவிட்டு, வரும்போது வறுத்த மல்லாக்

கொட்டைகளோடு (நிலக்கடலைதான்) வருவார். எங்களோடு இருந்த இன்னொரு டே ஸ்காலர் டி.ஜே. ராயப்பா. எங்கள் எல்லோரையும் விட சின்னப்பையன். பிஞ்சிவாக்கம் கண்டிகை என்ற பக்கத்து ஊர்க்காரர்.

நான் ஆசிரியர் மன்ற இணைச் செயலராக இருந்ததால் வேறொரு அரிய வாய்ப்பு கிடைத்தது. அப்போது ஆட்சியிலிருந்த தி.மு.க.வின் செல்வாக்கு மங்கி, மீண்டும் காமராசர் தலைமையிலான ஸ்தாபன காங்கிரஸ் ஆட்சிக்கு வந்துவிடுமோ என்றிருந்த காலம். அப்போது மாநில காங்கிரஸ் தலைவராக பா. ராமச்சந்திரனும் (பின்னாளில் கேரள ஆளுநர்) குமரி அனந்தன், குடந்தை ராமலிங்கம், திண்டிவனம் ராமமூர்த்தி, பழ. நெடுமாறன் ஆகியோர் மாநிலச் செயலாளர்களாகவும், தஞ்சை ராமமூர்த்தி இளைஞர் காங்கிரஸ் செயலாளராகவும் இருந்து கட்சிக்கு உத்வேகமும் புது ரத்தமும் பாய்ச்சி வந்தனர். சென்னையின் பெரும்பாலான கல்லூரிகளில் ஸ்தாபன காங்கிரஸ் மீது அனுதாபம் கொண்ட மாணவர்களே சங்கப் பொறுப்புகளுக்கும் வந்திருந்தனர். இந்த அரிய வாய்ப்பை விட்டுவிடக் கூடாது என்று நினைத்த மாநில நிர்வாகிகள், சென்னை மாநகரத்திலுள்ள கல்லூரிகளின் மாணவர் சங்கப் பிரதிநிகளை அழைத்துப் பாராட்டு விழா போன்ற நிகழ்ச்சியை நடத்தத் திட்டமிட்டிருப்பார்கள் போலும். அப்போது அறிவாற்றல் மிக்க இளைஞர்கள் அக்கட்சியை வழிநடத்தி வந்த காரணத்தால் அதை முற்றிலும் வித்தியாசமாகச் சிந்தித்தனர். காமராசர் அப்போது நாடாளுமன்ற உறுப்பினராகவும் அகில இந்திய காங்கிரஸின் முக்கிய நிர்வாகியாகவும் (தலைவரா என்பது நினைவில் இல்லை) இருந்த சமயம்.

எங்கள் கல்லூரிக்கும் அழைப்பு வந்தது. சத்தியமூர்த்தி பவனில் காமராஜ் அவர்களுடன் மனம்விட்டுக் கலந்துரையாடலாம் என்று அறிவிக்கப்பட்டிருந்தது. முதல்வரிடம் சொன்னோம். 'உங்களுக்கு விருப்பமிருந்தால் செல்லுங்கள். விடுமுறை நாள் என்பதால் எனக்குப் பிரச்சனையில்லை' என்று சொல்லிவிட்டார். நானும் தேவேந்திரனும் சென்றோம். சத்தியமூர்த்தி பவனுக்குள் முதல் தடவையாக (அதுவே கடைசியும் கூட) நுழைந்தோம். அங்கு எல்லோரும் தரையில்தான் – விரிப்பில் – அமர வேண்டும். தலைவர்களும் மேடையில், தரையில்தான்.

தலைவரும் ஐந்து செயலாளர்களும் முதலில் பேசினர். 'இது உங்களுக்கு ஒரு அரிய வாய்ப்பு. அகில இந்திய அளவில் பெரிய தலைவர்களே கேள்வி கேட்கத் தயங்கும் பெருந்தலைவரிடம் நீங்கள் மனம்விட்டுப் பேசலாம்; உங்கள் ஐயப்பாடுகளைக் கேள்விகளாகக் கேட்டுத் தெளிவு பெறலாம். பிற்காலத்தில்

உள்ளத்தனைய . . .

நீங்கள் போற்றிப் பாதுகாக்கக் கூடிய பெரிய தருணமாக இது அமையப் போகிறது' என்றனர்.

காமராசர் வந்தார். நாங்கள் எழுந்துநின்று வணக்கம் தெரிவித்தோம். அவரும் உட்கார்ந்துகொண்டே, வழக்கம் போல மாணவர்களுக்கு அறிவுரை கூறிப் பேசினார். பிறகு குமரி அனந்தன், எங்களைப் பார்த்து 'ஐயாவிடம் நீங்கள் பேச வேண்டுமானால், பேசலாம்' என்று ஒரு முகவுரைக்குப் பின் அழைப்பு விடுத்தார். இளைஞர்கள் அல்லவா, எந்தவிதத் தயக்கமும் இல்லாமல் கேள்விக் கணைகள் பறந்தன. பொறுமையாகப் பதில் சொல்லிக் கொண்டே வந்தவர், ஒரு கேள்வியில் உஷ்ணமானார்.

'ஐயா, நீங்கள் ஏன் மன்னர் மானிய ஒழிப்புக்கு ஆதரவாக வாக்களிக்கவில்லை?'

மேடையில் இருந்த பிற தலைவர்கள் பதற்றமடைந்தனர்.

'அதெல்லாம் உங்களுக்குச் சொல்லணும்னு அவசியமில்ல; தேவையுமில்ல. நல்லா படிக்கிறதுக்கு வழியப் பாருங்க' என்று கடுமையான குரலில் சொல்லிவிட்டுப் பக்கத்து அறைக்குச் சென்றுவிட்டார். பழ. நெடுமாறன், ஏமாற்றமடைந்த எங்களிடம் ஆறுதலாகப் பேசிக் கூட்டத்தை நிறைவு செய்தார். அதன்பின் உட்லண்ட்ஸ் திறந்தவெளி ஓட்டலில் எங்களுக்கு இரவு விருந்து. பா. ராமச்சந்திரன் அவர்களுடனும் மற்ற தலைவர்களுடனும் குரூப் போட்டோ. புதிய அனுபவத்துடன் விடுதி திரும்பினோம். இந்தப் புகைப்படங்களைப் பல ஆண்டுகள் பாதுகாத்து வைத்திருந்தேன். விடுகள் மாறிச் செல்லும்போது அவை தொலைந்துபோய்விட்டன.

12

நாங்கள் வாங்கியிருந்த வீட்டைச் சில ஆண்டுகளிலேயே குடும்பச் சூழ்நிலை காரணமாக விற்றுவிட்டு, பின் அங்கேயே வாடகைக்குக் குடியிருந்தோம். பின்னர் அந்த வீட்டை விட்டு வெளியேறி, தொடக்கப் பள்ளிக்குப் பின்னால், கல்வெட்டாங்குழித் தெருவில் ஒரு புது வீட்டில் வாடகைக்குக் குடியேறிவிட்டோம்.

இனி எழுத்தர்பணி கொஞ்ச காலம்தான்; விரைவில் ஆசிரியராகப் போகிறோம் என்ற உற்சாகத்தோடு புதிய பணியிடத்தில் சேர்ந்தேன். விஸ்தாரமான வளாகம்; நிறைய மரங்கள் உண்டு. கேரள மாநிலத்தில் இணைந்திருந்த காலத்தில் அழைக்கப்பட்டதுபோல், *IPMS-Inspectorate of Primary and Middle Schools* என்று தொடர்ந்து அழைக்கப்பட்டு வந்தது. சில ஆண்டுகளில் பிற மாவட்டங்களைப் போலவே, *A.E.Os Office (Assistant Educational Office)* என்று பெயர் மாற்றம் செய்யப்பட்டது. ஐ.பி.எம்.எஸ். அல்லது ஏ.இ.ஓ. என்பது பதவி உயர்வு அல்ல. மூத்த நடுநிலைப் பள்ளி தலைமையாசிரியர் அல்லது பட்டதாரி ஆசிரியர், பணிமாற்றத்தில் வருவார். இது தொடர்பாக வேறொரு செய்தியையும் குறிப்பிட வேண்டும். கன்னியாகுமரி மாவட்டம் தவிர பிற மாவட்டங்களில் தொடக்கப் பள்ளிகள், நடுநிலைப் பள்ளிகள் ஆகியன ஊராட்சி ஒன்றியப் பள்ளிகள் என்றே அழைக்கப்பட்டு வருகின்றன. 30.05.1980வரை அவை ஊராட்சிகளின், ஊராட்சி ஒன்றியங்களின் கட்டுப்பாட்டில் இருந்தன. பின்னர் 01.06.1980-க்குப் பின் அவை அரசின் நேரடி நிர்வாகத்தின்கீழ் கொண்டு வரப்பட்டன.

உள்ளத்தனைய...

அப்பள்ளி ஆசிரியர்களின் இடைவிடாத போராட்டம் ஒரு காரணம். இப்போதும் பள்ளிக் கட்டடங்கள் ஊராட்சி ஒன்றியங்களுக்குச் சொந்தமானவையாகத்தான் இருக்கின்றன. அவற்றின் பராமரிப்பு, நிர்வாகச் சிக்கல்களின் காரணமாகப் பொதுப்பணித் துறையின் கீழ் வரவில்லை. இப்பள்ளிகள் உயர்நிலைப் பள்ளிகளாகத் தரம் உயர்த்தப்படும்போது அரசுப் பள்ளிகளாகி விடுகின்றன. அப்போதுதான் பொதுப்பணித்துறை உள்ளே நுழைகிறது.

கன்னியாகுமரி மாவட்டத்தின் கல்வித் துறை வரலாறு இதிலும் மாறுபட்டுத்தான் இருக்கிறது. திருவிதாங்கூர்–கொச்சி நிர்வாகத்தில் இருந்தபோது பள்ளிக் கல்வியில் ஒன்று முதல் பத்துவரையான வகுப்புகள் ஒரே வளாகத்தில் ஒரே தலைமையாசிரியரின் நிர்வாகத்தின் கீழ் செயல்பட்டு வந்தன. மேனிலை வகுப்புகள் 1978–79இல் தொடங்கப்பட்டபோதும் இதே நிலைதான் தொடர்ந்தது. தொடக்கக் கல்விக்கெனத் தனியாக இயக்ககம் தொடங்கப்பட்டு, தனியே இயக்குநர் நியமிக்கப்பட்ட பின் மற்றைய மாவட்டங்களின் தொடக்க நடுநிலைப் பள்ளிகள் அவரது ஆளுகைக்குள் வந்தன. ஆனால் குமரி மாவட்டத்தின் தொடக்க – நடுநிலை வகுப்புகள், உயர்நிலை – மேனிலைப் பள்ளிகளுடன் இணைந்திருந்த காரணத்தால் பள்ளிக் கல்வி இயக்குநரது அதிகார வரம்புக்குள்ளேயே அவை தொடர்ந்து இயங்கி வந்தன.

01.06.2000 முதல் இந்நிலை மாற்றப்பட்டது. ஒரு அரசாணையின் மூலம் உயர்நிலை, மேனிலைப் பள்ளிகளுடன் இணைந்திருந்த தொடக்க, நடுநிலைப் பள்ளிகள் பிரிக்கப்பட்டு தனித் தலைமையாசிரியர்களின் கீழ் இயங்கத் தொடங்கின.

நான் ஐ.பி.எம்.எஸ் அலுவலகத்தில் சேர்ந்த நேரத்தில் அங்கே என்னுடன் சேர்த்துப் பணியில் மூவர். இரணியல் பள்ளி போலவே ஒரு ஹெட்கிளார்க், இரண்டு ஜூனியர் அசிஸ்டெண்ட். ஹெட் கிளார்க் ஆக இசக்கிமுத்து ஆசாரி. அவருடைய மகன்தான் பின்னர் எஸ்.எல்.பி.யில் இயற்பியல் ஆசிரியராக என்னுடன் பணியாற்றிய ஈசுவரமூர்த்தி. மற்றொருவர் அப்துல்காதர்; மீனாட்சிபுரத்திலிருந்து வந்தார்; என்னைவிடச் சற்று மூத்தவர்; மணமாகிக் குழந்தைகள் உண்டு. அம்மா, அப்பா எனக் குடும்பச் சுமையும் உண்டு. முதலில் சற்று விலகி இருந்தவர், பின்னர் நெருங்கிய நண்பரானார்.

இந்த வேலையை விட்டுவிட்டு வெளிநாடு போய் விடுவேன் என்று சொல்லிக்கொண்டு இருந்தார். அதைப் போலவே விடுப்பு எடுத்துக்கொண்டு சென்றவர், தனது வேலையையும்

ராஜினாமா செய்துவிட்டு வெளிநாட்டில் ஒரு நிரந்தப் பணியில் சேர்ந்துவிட்டார் என்று பின்னர் கேள்விப்பட்டேன். அவர் ஆசிரியர்களுடைய பணிப்பதிவேடுகளைப் பார்த்துக் கொண்டிருந்தார். எனவே அவருக்குத் தனி அறை உண்டு. அலுவலக வாசலுக்கு எதிரே நானும், அருகில் ஹெட்கிளார்க்கும். ஐ.பி.எம்.எஸ் ஆக அந்த நேரத்தில் இருந்தவர் அனைவருக்கும் தெரிந்த, உயர் அலுவலர்களின் அன்புக்குகந்த சி.எஸ்.பி என்றழைக்கப்பட்ட சி. சிவசுப்பிரமணிய பிள்ளை. அந்த காலக்கட்டத்தில் ஒரு மாவட்டத்தில் ஐந்து பட்டதாரி ஆசிரியர்கள் டெபுடேஷன் மூலம் எம்.எட்., நேரடிப் பயிற்சிக்கு அனுப்பப்பட்டு வந்தனர். சி.எஸ்.பி அவ்வாறு தூத்துக்குடி வ.உ.சி. கல்லூரியில் படித்து எம்.எட்., பட்டம் பெற்று வந்தவர். படிக்கும் காலத்தில் ஊதியமும் உண்டு. அஞ்சல்வழி மூலம் எம்.எட். என்ற நிலை வந்தபிறகு அதனை எடுத்துவிட்டார்கள். எந்த அலுவலகத்திலும் புதிதாக வருபவர்களுக்கு முக்கிய பணிகள் கொடுப்பதில்லை. எனக்கு CARE பொருட்கள் விநியோகம், புள்ளி விவரங்கள் போன்றவை வழங்கப்பட்டன. CARE என்பது இந்தியாவைச் சிறுமைப்படுத்திய ஒரு வரலாற்று நிகழ்வு. Cooperative for Assistance and Relief Everywhere-CARE என்ற திட்டத்தின் கீழ் உலகின் வளர்ந்து வரும் நாடுகள் என்று நாம் சொன்னாலும் வறிய நாடுகள், உணவுப் பஞ்சமுள்ள நாடுகள் என்று அவர்களால் முத்திரையிடப்பட்ட நாடுகளின் பள்ளி மாணவர்களுக்காகப் பால்பவுடர், கோதுமை மாவு உள்ளிட்ட பொருட்களை அனுப்பி வைக்கும்; அவற்றில் நம் நாடும் ஒன்று. பின்னர் ஏற்பட்ட பல அரசியல் மாற்றங்கள், பொருளாதார முன்னேற்றம் ஆகியவற்றுக்குப் பின் நம் நாடு இத்திட்டத்திலிருந்து விலகிக்கொண்டது.

எந்தத் துறையில் இருந்தாலும், நாம் உண்மையாகவும் சற்று வித்தியாசமான சிந்தனையுடனும் செயல்பட்டால் நம்மால் ஏதாவது சாதனையை நிகழ்த்திக்கொண்டேயிருக்க முடியும். அதைப் போலவே வித்தியாசமாகவே சிந்திக்கக் கூடியவர்தான், சி.எஸ்.பி. சாரும். அவர் ஒன்றைச் சொன்னார்; நான் செயல்படுத்தினேன். 'கேர்' பொருட்கள் சாக்குப் பையிலும் அட்டைப் பெட்டிகளிலும் வரும். தலைமையாசிரியர்களிட மிருந்து காலியான சாக்குப் பைகளையும் அட்டைப் பெட்டிகளை யும் திரும்பப் பெற்று அவற்றைக் காசாக்கினால் என்ன என்று சிந்தித்தார்; அதைச் செயல்படுத்தினோம். 'கேர்' அறையில் சாக்குப்பைகளும் அட்டைப் பெட்டிகளும் குவிந்தன. அவற்றை "ஒரு நன்னாளில் நேரம் காலம் பார்த்து" ஏலம் விட்டோம். ஒரு பெரும் தொகை சேர்ந்தது. அதை அரசுக்

கணக்கில் சேர்த்துவிட்டுப் பள்ளிக் கல்வி இயக்ககத்துக்குத் தகவலும் தெரிவித்துவிட்டோம். அதே மாதத்தில் பள்ளிச் சீரமைப்பு மாநாட்டுக்கு வந்திருந்த பள்ளிக் கல்வி இயக்குநர் முனைவர் பெருமாள் சார் (மதுரைப் பல்கலைக்கழகத்தின் முதல் பதிவாளராக இருந்தவர்) அண்ணா ஸ்டேடியத்தை ஒட்டி அமைந்திருந்த கலைவாணர் அரங்கத்தில் *29.07.1975* அன்று நடைபெற்ற ஆசிரியர் கூட்டத்தில் இதைக் குறிப்பிட்டுப் பாராட்டிப் பேசினார். மற்றைய மாவட்டங்களுக்கும் இதனைப் பின்பற்ற அறிவுரைகள் வழங்கப்படும் என்றார்.

இந்த நேரத்தில் திருச்செந்தூருக்கு, அம்மாவின் நேர்ச்சையான காவடி எடுத்துக் காணிக்கை செலுத்த வேண்டி நாற்பத்தோரு நாட்கள் விரதம் இருந்தேன். காலில் செருப்பும் அணியாமல், வேட்டியுடன் அலுவலகத்துக்கு வந்து போய்க்கொண்டிருந்தேன்.

ஹெட்கிளார்க் இசக்கி முத்து ஆசாரி ஒரு மாறுபட்ட மனிதர். எல்லோரையும் முறை வைத்துத்தான் கூப்பிடுவார், பெண்களையும் கூட. யாரும் தப்பாக எடுத்துக்கொள்வதில்லை. என்னிடம் 'மக்கா, நீதான் என் மூத்த மகன். என் சொத்தில பாதி உனக்குத்தான். உனக்குக் கொடுத்தது போக மீதிதான் உன் தம்பி மூர்த்திக்கு' என்பார். ஈசுவரமூர்த்தி அப்போது கல்லூரியில் படித்துக்கொண்டிருந்தார். மாலை நேரங்களில் அப்பாவைப் பார்க்க ஒரு குட்டி சைக்கிளில் வருவார். அப்போதே என்னை 'அண்ணே அண்ணே' என்று அழைப்பார். நான், அவரது அப்பாவை 'சின்னையா' என்று அழைப்பேன். கடைசிவரை அப்படித்தான். அவர்கள் குடியிருந்த கிருஷ்ணன்கோவில் தகரவீடும் அவர்கள் தயாரித்து விற்பனை செய்த அப்பளமும் மிகப் பிரபலம்.

தொடக்கப் பள்ளித் தலைமையாசிரியர்களுக்கு என்னை மிகவும் பிடித்துப் போயிற்று. சின்னப் பையன் என்ற நிலை மாறி, எல்லாவற்றிலும் வளர்ந்துகொண்டிருந்தேன். என்னுடைய கனிவான அணுகுமுறை அவர்களுக்கு வித்தியாசமாகத் தெரிந்திருக்கிறது.

பி.எட்., ரிசல்ட் வந்துவிட்டது என்று சென்னை நண்பர்கள் தகவல் தந்தார்கள். பல்கலைக்கழகத்துக்கு விண்ணப்பித்தேன்; புரொவிசனல் சர்டிபிகெட் விரைவாக வந்தது. அதனை இணைத்துப் பதவி உயர்வுக்காக முதன்மைக் கல்வி அலுவலர் வழியாக இயக்குநருக்கு விண்ணப்பித்தேன். வழக்கமாக எல்லோரும் செய்வதுபோல, 'இது எப்போது போகப் போகிறதோ?' என்ற எண்ணத்துடன் ஒரு முன் நகல் இயக்குநருக்கு அனுப்பி வைத்தேன். முதன்மைக் கல்வி அலுவலகத்திலிருந்து இன்று

போகும், நாளை போகும் என்று சொல்லிக்கொண்டிருந்தார்கள். சரியாகப் பத்தே நாள். இயக்ககத்திலிருந்து எனக்குப் பதவி உயர்வு ஆணை வந்துவிட்டது, முதன்மைக் கல்வி அலுவலகத்திலிருந்து பரிந்துரைக் கடிதம் செல்லாமலேயே. அதற்கு ஒரே காரணம், ஏற்கெனவே குறிப்பிட்ட அரசு அமைத்த குழுவின் பரிந்துரைகள்தான். அதன்படி பட்டதாரி ஆசிரியர் பணியிடங்களில் பத்து விழுக்காடு ஆங்கிலப் பட்டதாரி ஆசிரியர்களுக்கு ஒதுக்கீடு செய்யப்பட வேண்டும். நியமனத்தில் அவர்களுக்கு முன்னுரிமை அளிக்கப்பட வேண்டும். காட்டாத்துறை அரசு உயர்நிலைப் பள்ளிக்கு எனக்குப் பதவி உயர்வு ஆணை வந்திருக்கிறது என்ற தகவலை முதன்மைக் கல்வி அலுவலகத்தில் பணிபுரிந்து வந்த நண்பர் கன்னியப்பன்தான் முதலில் சொன்னது. இதில் வேடிக்கை என்னவென்றால், எனக்கு முன்பே பி.எட்., முடித்துப் பதவி உயர்வுக்குக் காத்திருந்த ராகவன் நாயர், பார்வதிநாதன் போன்றோருக்கு எனக்குப் பின்தான் பதவி உயர்வு வந்தது. ஒரே காரணம் என்னுடைய ஆங்கில இலக்கியப் பட்டம்தான்.

காட்டாத்துறை அரசு உயர்நிலைப் பள்ளி எங்கிருக்கிறது என்ற விவரம் தெரியாது. அந்த விவரம் கன்னியப்பன்தான் சொன்னான். தக்கலை, அழகிய மண்டபம் தாண்டி, சாமியார் மடம் என்ற ஸ்டாப்பிங் இறங்கி நடந்து செல்ல வேண்டும் என்றான். 'யார், தலைமையாசிரியர்?'

'ஏ.கே. தாஸ்'

இந்தப் பெயரைக் கேட்டவுடன், எனக்குச் சற்று சோர்வுதான். நன்றாகத் தெரிந்தவர். நான் இரணியலில் வேலை பார்த்தபோது, தலைமையாசிரியருக்கு அடுத்த நிலையில் மூத்த ஆசிரியராக இருந்தவர். அவருடன் ஏற்பட்ட ஒரு மோதல் நினைவுக்கு வந்தது.

அவருக்குத் தலைமையாசிரியர் பதவி உயர்வு ஆணை வந்திருந்தது. தர்மபுரி மாவட்டம். பயணப்படி முன் பணத்துக்கு மனு செய்திருந்தார். தலைமையாசிரியர் சிவதாணு பிள்ளை சார், உடனே அனுமதித்து அதற்கான பில் போட்டுத் தக்கலை கருவூலத்தில் சமர்ப்பித்துப் பணத்தைப் பெற்று வர என்னை அனுப்பினார். ஏ.கே. தாஸ் நேரடியாக கருவூலத்திற்கே வந்து விட்டார். 'பே ஆர்டர் உங்கள் பெயருக்குத் தருகிறேன்; பணத்தை என்னிடம் தந்துவிடுங்கள்; நான் தர்மபுரிக்குப் போக வேண்டும். சூட்கேஸெல்லாம் எடுத்து வந்துவிட்டேன்' என்றார்.

அலுவலக நடைமுறை என்னவென்றால், கருவூலத்திலிருந்து பணம் பெற்றவுடன், பள்ளிக்குச் சென்று தலைமையாசிரியரிடம்

ரிப்போர்ட் செய்து, அதன் பின்தான் பணம் வழங்கப்பட வேண்டும். பே ஆர்டர் ஆக இருந்தாலும் அலுவலர் ஒப்பம் வேண்டும்; வழங்குக என்ற ஆணையும் வேண்டும்.

இந்த விதிமுறையெல்லாம் அவருக்கும் தெரியும்; இருந்தாலும், 'காசு கொடு, சந்தைக்குப் போணும்' என்ற பதினாறு வயதினிலே வசனம்போல, ஒத்தைக்காலில் நின்றார். நான் தெளிவாகச் சொல்லிவிட்டேன். "சார், தலைமையாசிரியருக்குத் தெரியாமல் நான் கொடுக்க முடியாது. ஒன்று, ஸ்கூலுக்கு வாங்க; இல்லைன்னா, இந்த பே ஆர்டரில், சார் இனிஷியல் வேணும்" என்று உறுதியாகச் சொல்லிவிட்டேன். கடைசியில் நான் சொன்னதுதான் நடந்தது. ஒரு டாக்சியில் பள்ளிக்குப் போய், தலைமையாசிரியரைப் பார்த்தோம். ஏ.கே. தாஸ் கோபத்துடன் புகார் செய்தார். தலைமையாசிரியர் என்னை விட்டுக் கொடுக்க வில்லை.

'முத்துசாமி சொன்னதுதான் சரி. அவர் எனக்குத் தெரியாம ட்ரெசரியிலேயே உங்களுக்குக் கொடுத்திருந்தா, நான் சத்தம் போட்டிருப்பேன்' என்றார்.

அந்த ஏ.கே. தாஸ்தான், இப்போது எனக்குத் தலைமை யாசிரியர்.

எனக்கு ஐ.பி.எம்.எஸ். ஆக இருந்த சி.எஸ்.பி சார் விடுப்பில் இருந்ததால், வடசேரி தலைமையாசிரியர் மனோகரன் சார் கூடுதல் பொறுப்பில் இருந்தார். அவர் வேறு யாருமல்ல. கே.டி.வி.பி. பள்ளியின் தலைமையாசிரியையாகவும், பின்னர் மகளிர் பள்ளி ஆய்வாளராகவும் இருந்த விமலா மனோகரனின் கணவர். அவரது மனைவிவழியில் மிகவும் செல்வாக்கு பெற்ற குடும்பம். அவரது தமக்கை ராஜம்மாள் தேவதாஸ், கோயம்புத்தூர் அவினாசிலிங்கம் மனையியல் கல்லூரியின் முதல்வராகவும், அக்கல்லூரி பிற்காலத்தில் நிகர்நிலைப் பல்கலைக்கழகமாக உயர்ந்த போது அதன் துணைவேந்தராகவும் பணியாற்றியவர். என்.எஸ்.எஸ். அலுவலருக்கான பயிற்சி அக்கல்லூரியில் 1980இல் நடைபெற்றபோது நான் சந்தித்து அறிமுகப்படுத்திக்கொண்டிருக்கிறேன். மற்றொரு உறவினர், இன்னொரு அக்காவின் கணவரான திரவியம் தமிழக அரசின் தலைமைச் செயலராக நீண்ட காலம் பணியாற்றியவர். மனோகரன் விமலா தம்பதியின் மகன் தேவதாஸ் மனோகரன் முதலில் சென்னை அண்ணா பல்கலைக்கழகத்தில் Structural Engineering பிரிவில் பேராசிரியராகவும் பின்னர் திருச்சி அண்ணா பல்கலைக்கழகத்தில் துணைவேந்தராகவும் பணியாற்றியவர்.

மனோகரன் சார் தினமும் மாலை நான்கு மணிக்கு அலுவலகம் வந்து கோப்புகளைப் பார்ப்பார்; வரும் ஆசிரியர்களைச் சந்திப்பார். என்னுடைய பதவி உயர்வு ஆணையை முதன்மைக் கல்வி அலுவலகத்திலிருந்து பெற்று அவரிடம் மாலையில் சேர்த்தேன். அவர் தனது வாழ்த்துக்களைத் தெரிவித்துக்கொண்டு "இன்று ரிலீவ் செய்ய வேண்டாம். நாளை நல்ல நாள். நாளைக் காலையில் ஒன்பது மணிக்கெல்லாம் ரிலீவிங் ஆர்டர் பெற்று டீச்சரா ஜாயின் பண்ணுங்க. நான் சீக்கிரமா ஆபிசுக்கு வந்துடுறேன்" என்றார்.

நான் அலுவலகத்தை விட்டுச் செல்வது அப்துல்காதருக்கும் 'சின்னையா'வுக்கும் உண்மையிலேயே வருத்தம். ஒரு வித்தியாசமான அணுகுமுறையுடன் செயல்பட்ட எழுத்தர் ஒருவர் மூன்று மாதங்களிலேயே விடைபெற்றுச்செல்வது தொடக்க, நடுநிலைப் பள்ளித் தலைமையாசிரியர்களுக்கும் சங்கடம். ஆனால் பள்ளியில் பணியாற்றியதை விட இந்த அலுவலகத்தில் நிறைய படித்துக்கொண்டேன். குறிப்பாக, உணர்ச்சிவசப்படாமல் எந்தச் சிக்கலான சூழ்நிலையையும் நிதானமாக அணுகுவதற்கு 'சின்னையா' ஒரு சிறந்த வழிகாட்டி. ஒருமுறை ஓய்வு பெற்ற ஆசிரியர் ஒருவர் தனது பணப்பலன்கள் உரிய நேரத்தில் கிடைக்கவில்லை என்று கோபத்தின் உச்சியில் அலுவலகம் வந்தார். சின்னையாவைப் பார்த்து வார்த்தைகளை அள்ளிவிட, அருகில் இருந்த எனக்குப் பொறுக்க முடியவில்லை. ஆனால் சின்னையா என்னைக் கண்ணசைவில் அமைதிப்படுத்திவிட்டு அவரிடம் பொறுமையாகப் பேசினார். பத்து நிமிடங்களில், வந்த மனிதர் குளிர்ந்துபோய், 'சரி சீக்கிரம் செய்யுங்க, குடும்பச் சூழ்நிலை அப்படி. பேசினதை மனசில வச்சுக்கிடாதீங்க' என்று சொல்லிக் கும்பிடு போட்டுச் சென்றார். சின்னையா, 'பாத்தியா மக்கா, நீ பேசியிருந்தா, இங்க அடிதடி விழுந்துருக்கும். அப்துல் காதரும் அங்கேயிருந்து கோபமா எட்டிப் பார்த்துக்கிட்டிருந்தான். கத்துக்கோ' என்றார். நான் கற்றுக்கொண்டேன்.

அடுத்த நாள் 08.09.1975 அன்று காலை 8.30க்கே அலுவலகம் சென்று விட்டேன். மனோகரன் சாரும் வந்துவிட்டார். சின்னையாவும் அப்துல்காதரும் தொடர்ந்து வந்தனர். தயாராக இருந்த ரிலீவிங் ஆர்டரில் கையெழுத்திட்டு என்னிடம் வழங்கினார். வணங்கிப் பெற்றுக்கொண்டேன்.

'உங்ககிட்ட திறமை இருக்கு. இன்னும் மேலே வருவீங்க. ரெண்டே அட்வைஸ்தான். ஒண்ணு, சீக்கிரம் இந்தப் பக்கம் வந்துருங்க. மேக்கே வேண்டாம். இன்னொன்று, பிரிபேர் பண்ணாம

ஒருநாளும் கிளாசுக்குப் போகாதீங்க. எடுத்த பாடமானாலும், ஒரு தடவை பார்த்துட்டுப் போங்க'.

அவர் சொன்ன முதல் அட்வைஸ் மூன்றே மாதங்களில் நிறைவேறியது. அடுத்ததை இன்றுவரை கடைப்பிடித்து வருகிறேன். ஆசிரியர் கூட்டங்களிலும் பயிற்சி அரங்குகளிலும் சொல்லி வருகிறேன். மனோகரன் சார் ஒரு சிறந்த அறிவியல் ஆசிரியர் என்று அந்தக் காலத்தில் பெயர்பெற்றவர். அவர் சொன்னது என்றும் நிலைக்கக்கூடிய தங்கம் நிகர் அறிவுரை.

கு. முத்துசாமி

13

இன்னமும் முருகன் கோவில் திண்டில்தான் அமர்ந்திருந்தேன். முருகன் கோவில் அமைவிடம் எழில்மிக்கது. ஒருபக்கம் நெடுஞ்சாலை; பஸ்களும் கார்களும் பைக்குகளும் விரைந்துகொண்டிருந்தன. முதல்நாள் இரவு சென்னை, பெங்களூரு, கோவை போன்ற நகரங்களிலிருந்து புறப்பட்ட ஆம்னி பஸ்கள் நாகர்கோவில் நகரை நெருங்கும் அவசரத்தில் சாலையையும் அதில் ஓரமாக நடந்துசெல்பவர்களையும் அதிரவைத்தன. அதற்கு அடுத்தாற்போல் கமல் நகர், அங்கே உள்ளடங்கியிருக்கும் எனது வீடு – 'என் சொந்த வீடு' – அதற்கும் அப்பால் உடைந்து, தொடர்பற்றுக் கிடக்கும் மேற்குத் தொடர்ச்சி மலை; கோவிலின் எதிரே பள்ளி, அதனை ஒட்டிய பெரிய குளம், ஆக்கிரமிப்பு வீடுகள், செக்கர்கிரி மலைக்குச் செல்லும் ஒழுங்கற்ற பாதை – அதிகாலை நேரத்தில், மனம் நிச்சலனமாக இருந்தது. திட்டுவிளை, புதிய பணியிடத்தில் சேர வேண்டும். பள்ளி தொடங்கிய பின் சென்றால்தான் பொருத்தமாக இருக்கும். எனவே சற்றுப் பொறுத்தே கிளம்பலாம். முருகன் காலடி, அதுவே நிம்மதி.

அப்போதெல்லாம் நாகர்கோவிலில் ஒரே பஸ் ஸ்டாண்ட்தான்; குளத்து பஸ் ஸ்டாண்ட். இப்போது டவுன் பஸ்கள் மட்டும் அங்கு நிற்கின்றன. எழுபதுகளில் எல்லா ஊர்களுக்கும் அங்கிருந்துதான் பஸ். டி.என்.எஸ்.டி.சி, நேசமணி என்றெல்லாம் பெயர் மாறி உருமாறி வரும். எக்ஸ்பிரஸ் பஸ்கள் மட்டும் மீனாட்சிபுரத்திலிருந்து புறப்படும்.

அலுவலகத்திலிருந்து பஸ் ஸ்டாண்டு வந்து காட்டாத்துறைக்கு பஸ் ஏறினேன். திருவனந்தபுரம், களியக்காவிளை செல்லும் எல்லா பஸ்களும் காட்டாத்துறை வழியாகத்தான் செல்லும். பள்ளியின் முன் பஸ் நிற்காது. சாமியார் மடம் நிறுத்தத்தில்

உள்ளத்தனைய . . .

இறங்கி நடந்தேன். பள்ளியின் தோற்றமே வித்தியாசமாக இருந்தது. சிவகங்கை ராஜா ஸ்கூல், எஸ்.எல்.பி. இரணியல் போன்ற பள்ளிகளைப் பார்த்த எனக்கு, ஓலை வேய்ந்த கட்டடம் எதிர்பாராதது. இதுபோன்ற ஒரு பள்ளிக்குப் பிற்காலத்தில் தலைமையேற்றது காலத்தின் சிரிப்பு.

வாசலிலேயே தலைமையாசிரியரைச் சந்தித்துவிட்டேன். 'வாங்க, ஏற்கெனவே ஆர்டர் வந்திருச்சு. ஜாயின் பண்ணுங்க, ரூமுக்குப் போவோம்' என்று சொன்னவுடன் எனது மனத்தில் எப்படி நடந்துகொள்வாரோ என்ற அச்சம் அகன்றது. ஆனால் அவரது அடிமனத்தில் அந்தச் சம்பவம் – தக்கலைக் கருவூலத்தில் நான் பணம் தர மறுத்த சம்பவம் – தொல்லை கொடுத்துக் கொண்டிருந்ததைப் பின்னர் உணர முடிந்தது.

எனக்குப் பணி பள்ளி உதவியாளர் – ஆங்கிலம், என்பது. இதனை மனத்தளவில் ஏற்றுக்கொள்ள தலைமையாசிரியரும் பிற மூத்த பட்டதாரி ஆசிரியர்களும் தயங்கினர். பாட ஆசிரியர்களுக்கு, அவர்களின் பாடம் தவிர ஒரு வகுப்புக்கு ஆங்கிலமும் ஒதுக்கப்படும். அதுவும் பத்து, பதினொன்றாம் வகுப்புகளுக்குத் தலைமையாசிரியர் அல்லது மூத்த பட்டதாரி ஆசிரியர்கள்தான் ஆங்கிலம் எடுப்பார்கள். 'இதென்ன புதிதாக ஒரு சின்னப்பையன், இங்கிலீசுக்கு, பெரிய புரொபசரா?' இந்த எண்ணம் பரவலாக இருந்தது. எனவே எனக்கு ஒன்பதாம் வகுப்பில் இரண்டு வரலாறு புவியியல் வகுப்புகள் பத்தாம் வகுப்பில் ஒரு எலக்டிவ் வரலாறு வகுப்பு, பிறகு போனால் போகிறது என்று ஒன்பதாம் வகுப்பில் ஒரு ஆங்கிலம் என்று ஒதுக்கீடு செய்தார்கள். முதலிலேயே பிற ஆசிரியர்களின் வெறுப்பைச் சம்பாதிக்க விரும்பவில்லை; அடுத்தது வரலாறு எனக்குப் பிடித்த பாடமும் கூட. எனவே அதற்கும் தயாரானேன். கல்லூரி அளவிலான வரலாற்றுப் பாடப்புத்தகங்கள், வின்சென்ட் ஸ்மித் போன்றவர்கள் எழுதிய இந்திய வரலாற்று நூல்கள் என்று தேடித்தேடிப் படித்தேன். மனோகரன் சார் சொன்ன அறிவுரை எப்போதும் மனத்தில் இருந்தது.

அக்காலப் புவியியல் பாடநூல்களும் அடிப்படைத் தகவல்களை மட்டும் கொண்டிருந்ததால் அதிலும் கஷ்டமில்லை. சந்தேகம் இருந்தால், என்னிடம் அன்பு காட்டிய பிரான்சிஸ் சாரிடம் கேட்டுத் தெரிந்துகொள்வேன். வால் மேப் இல்லாமல் வகுப்புக்குப் போகக்கூடாது என்று நினைத்திருந்தேன். அதற்கும் தடை வந்தது. மேப் ஸ்டாண்ட், ஆசிரியர் அறையில் இருந்தது. வகுப்புக்குச் செல்வதற்கு முன் அதை எடுக்கப் போனேன்.

கு. முத்துசாமி

'ஓய் அதை வச்சுட்டுப் போம். நீர் எதையாவது படம் காட்ட, பயலுக, நாங்க ஏன் கொண்டு வரலன்னு கேட்பான்' என்று தடுத்தார்கள். அவர்கள் இல்லாத நேரம் பார்த்து எடுக்க வேண்டும். பின்னர் சூழல் மாறியது. அது எமர்ஜென்சி நேரம். எல்லாத் துறைகளிலும் *CR* எனப்படும் *Compulsory Retirement*, கட்டாய ஓய்வுத் திட்டத்துக்கான பட்டியல் தயாராகி வந்தது. ஆசிரியர்கள், தலைமையாசிரியர்கள் எல்லோருக்கும் பட்டியல் உண்டு. அந்தப் பள்ளியில் முந்தைய ஆண்டு சுற்றுலா போய் வந்த விவகாரத்தில் சில ஆசிரியர்கள் மேல் புகார் – விசாரணை என்ற விவகாரம் இருந்து வந்தது. எனக்கு முதன்மைக் கல்வி அலுவலகத்தில் நண்பர்கள் இருந்ததால், பள்ளி ஆசிரியர்களுக்குத் தங்கள் பெயர் ஏதும் பட்டியலில் இருந்து விடக்கூடாது என்று அச்சமும், தெரிந்துகொள்வதில் ஆர்வமும் இருந்தது. காலை பள்ளிக்கு வந்தவுடன், 'நேத்தைக்கு ஆபீஸ் போனீங்களா, லிஸ்ட் பாத்தீங்களா' என்றுதான் கேட்பார்கள். தலைமையாசிரியரும் அதற்கு விதிவிலக்கல்ல.

என்னுடைய கற்பித்தல் ஆழமாகவும் அகலமாகவும் இருந்தது. பாடப்புத்தகத்தில் இல்லாத, ஆனால் தொடர்புடைய புதிய புதிய செய்திகளை, சுவையான செய்திகளைச் சொல்வேன். அக்காலத்தில் தக்கலைக்கு மேற்கே, பெண் பிள்ளைகளை 'ஏ குட்டி' என்றழைப்பது சர்வ சாதாரணம். யாரும் தப்பாக எடுத்துக் கொள்வதில்லை. இராமநாதபுரம் மாவட்டத்தில் எல்லாம், 'அவ வந்தாள்' என்று சொல்வதையே ஏற்றுக்கொள்ள மாட்டார்கள். 'பாப்பா, வந்துச்சு, போச்சு' என்றால் சந்தோஷம். 'அது' அஃறிணைச் சொல் என்பதைப் பற்றியெல்லாம் கவலையில்லை.

நான் மாணவிகளிடம் எப்போதும், 'நீ சொல்லும்மா, அடுத்து நீ சொல்லும்மா' என்பேன். இந்த 'அம்மா' என்ற சொல் அவர்கள் அதிகம் கேள்விப்படாதது. இவையெல்லாம் என்மீது மாணவியருக்கு மரியாதையையும் பாசத்தையும் கூட்டியது. மாணவர்களுக்கும் ஒரு புதிய ஆசிரியரைப் பார்த்ததில், தங்கள் மீது அக்கறை கொண்ட ஆசிரியரைப் பார்த்ததில் மிகுந்த மகிழ்ச்சி. எனது வகுப்பு எப்போது வரும் என்று எதிர்பார்க்க ஆரம்பித்தார்கள். மூத்த ஆசிரியர்கள் என்னைச் சின்னப்பையன் என்று புறந்தள்ளினாலும் பிரான்சிஸ் சார் ஒரு மூத்த நண்பராக விளங்கினார்.

அந்தப் பள்ளியில் இன்னொரு வேடிக்கையும் உண்டு. பள்ளிக்கு எதிரே, ரோட்டுக்கு மறுபுறம் ஒரு காப்பிக்கடை உண்டு. கன்னியாகுமரி மாவட்டத்தில் காப்பிக்கடை என்றால்

சின்ன ஓட்டல்தான். டீக்கடை என்றால் டீ, காபி, தின்பண்டங்கள் மட்டும் கிடைக்கும். ஆசிரியர்களில் பெரும்பாலோர் தங்களுடைய ஓய்வுநேரங்களில் அங்கு சென்றுவிடுவார்கள். தலைமையாசிரியர் கண்டுகொள்வதில்லை. சர்க்குலர் எல்லாம் காப்பிக் கடைக்கே வந்துவிடும்.

தலைமையாசிரியர் அந்தப் பகுதியின் பாரம்பரிய ஆடையான கரையில்லாத வேட்டி, முழுக்கை, காலர் இல்லாத வெள்ளை ஜிப்பா அணிந்திருப்பார். வாட்ச் உண்டா என்று வெளியே தெரியாது. பியூனுக்கும் அவரைக் கண்டு அச்சமில்லை. ஒரு வேடிக்கை சம்பவம் உண்டு. தலைமையாசிரியர், ஒரு முறை விடுப்பில் செல்வதற்கு முதல்நாள் மாலையில் சித்திரையிடம் (அதுதான் பியூனின் பெயர்) 'நா நாளைக்கு வரமாட்டேன். விளையிலே (மரச்சீனி) கிழங்கு பிடுங்கிற வேலையிருக்கு. சீனியர் அசிஸ்டெண்டுட்ட சொல்லிரு' என்று சொல்லிச் சென்றார்.

அடுத்த நாள். அன்றைக்குப் பார்த்தா டி.இ.ஓ. வர வேண்டும்? நேரே தலைமையாசிரியர் அறையில் சென்று அமர்ந்து, சீனியர் அசிஸ்டெண்டிடம், 'ஹெட்மாஸ்டர் எங்கே?' என்று கேட்டார்.

'லீவு சார். எனக்கு சார்ஜ் எழுதி வைச்சுட்டுப் போயிருக்கார்'.

'ஏன், என்ன உடம்பு ஏதும் சரியில்லையா?'

அருகில் நின்ற சித்திரை முந்திக் கொண்டு, 'இல்ல சார், புடுங்கப் போயிருக்கார்' என்றார்.

டி.இ.ஓ. வெளி மாவட்டத்துக்காரர்; திடுக்கிட்டுப் போனார். 'என்னய்யா சொல்ற, புடுங்கப் போயிருக்கார்னு மரியாத இல்லாம சொல்ற?'

சீனியர் அசிஸ்டெண்ட், விஷயத்தைப் புரிந்துகொண்டு விளக்கம் சொல்ல, சமாதானம் ஆனார்.

இந்த வேடிக்கையை ஆசிரியர் அறையில் இருந்தவாறு கேட்டுக்கொண்டிருந்த ஆசிரியர்களுக்கு செம குஷி.

கன்னியாகுமரி மாவட்டத்தில் கிட்டத்தட்ட எல்லாப் பள்ளிகளும் அழகிய சூழலில் அமைந்திருக்கும். இங்கும் அப்படித்தான். வளாகத்துக்குள் பல மரங்கள். ஆங்காங்கே பாறைகளும் உண்டு. அவற்றின் வழியே கீழே இறங்கினால், பள்ளியை வளைத்து ஓடும் பேச்சிப்பாறை அணை கால்வாய். நேரம்கிடைக்கும்போதெல்லாம் ஒரு நடை சென்று வருவேன். இப்போது பள்ளியின் அமைப்பே மாறிவிட்டது. கூரைக் கட்டடங்கள் மாற்றப்பட்டு இரண்டு மாடி கட்டடம் வந்து

விட்டது. நான் நேசித்த என்னுடைய முதல் வகுப்பறைகள் காணாமற் போய்விட்டன.

மீண்டும் தோவாளை முருகன் அவருடைய இடத்துக்கு என்னை அழைத்தார். சாமியார் மடம் பகுதியிலிருந்து தோவாளையில் வரலாற்று ஆசிரியராகப் பணிபுரிந்து வந்த செல்லத்துரை தனக்கு மாற்றாக வர முடியுமா என்று வினவ, 'கரும்பு தின்னக் கூலியா', உடனே சம்மதித்தேன். அதற்கான நடைமுறைகளெல்லாம் முடிய, மாறுதல் ஆணையும் முதன்மைக் கல்வி அலுவலகத்திலிருந்து விரைந்து வந்தது.

பள்ளியில் மாணவர்களின் பாசப் போராட்டம், நேசப் போராட்டம் தொடங்கியது. 'போகாதீங்க சார். ஏன் சார் எங்களை விட்டுப் போறீங்க?' பள்ளிக்கு அடுத்த ஊர் இரவி புதூர்கடை. அங்கிருந்துதான் அதிக மாணவ, மாணவியர் வருவார்கள். பெரும்பாலும் இஸ்லாமியச் சமூகத்தைச் சார்ந்தவர்கள்தாம். அவர்களைச் சமாதானப்படுத்துவதற்குள் போதும் போதும் என்றாகிவிட்டது. ஆசிரியப் பணியில் இதுபோன்ற நிகழ்வுகளை ஒவ்வொருவரும் எதிர்கொண்டிருப்பார்கள். அதுதான் அந்தப் பணிக்குப் பெருமை, சிறப்பு எல்லாமே. இதே உணர்வை, பாசம் காட்டிய மாணவர்கள் பள்ளியை விட்டுப் பிரிந்து செல்லும் ஒவ்வொரு முறையும் நான் உணர்ந்திருக்கிறேன்.

மூன்றே மாதங்கள்தான். 09.12.1975 அன்று பள்ளியை விட்டு விடைபெற்று நாகர்கோவிலுக்கு பஸ் ஏறச் செல்லும்போது The Pied Piper of Hamelin கவிதை வடிவக் கதை போல என்னைப் பின் தொடர்ந்து மாணவ, மாணவியர் கூட்டம். பள்ளியில் நான் வாங்க மறுத்துவிட்ட அன்பளிப்புகளைக் கையிலேந்தி வந்து நின்றனர். பஸ் ஸ்டாண்டில் 'இந்தப் பள்ளியில், இது என்ன புதுமை' என்று வேடிக்கை பார்த்தவர்கள் ஏராளம். மாணவர்களிடம் அங்கும் கண்ணீர் மல்க பேசினேன். ஒரு ஆசிரியர் என்ன சொல்ல முடியும், நன்றாகப் படியுங்கள் என்று சொல்வதைத் தவிர. நாலைந்து பஸ்கள் கடந்து போயின. ஒருவாறாக அவர்களிடம் கைகூப்பி விடைபெற்றேன்.

14

கிட்டத்தட்ட இரண்டு ஆண்டுகளுக்குப் பிறகு மீண்டும் தோவாளை. மனோகரன் சார் சொன்ன அறிவுரைகளில் ஒன்று தானாகவே நிறைவேறிவிட்டது. காட்டாத்துறையின் சின்னஞ்சிறு முகங்கள் தொடர்ந்து நினைவில் சுழன்றுகொண்டு இருந்தன.

தோவாளை அரசு உயர்நிலைப் பள்ளியிலும் சில மாற்றங்கள். தலைமையாசிரியர் அப்துல்காதர் சார் மாறுதலாகிச் சென்றுவிட்டார்; அதுவும் அரசுக் கொள்கை அடிப்படையில். ஆயிரம் மாணவர்களுக்கு மேல் பயிலும் பள்ளிகள், கெசட்டட் பள்ளிகள் என்று தரம் உயர்த்தப்பட்டு, தலைமையாசிரியர்களும் அப்பள்ளிகளுக்குப் பதவி உயர்வு பெற்றுச் சென்றனர். அப்துல்காதர் சார், புளியங்குடி என்று எண்ணுகிறேன், மாறுதலாகிச் சென்றுவிட்டார். முன்பு நான் அமர்ந்திருந்த பணியில் இப்போது, தற்காலிகமாக ஒரு பெண்மணி. ஆசிரியர்கள் வரிசையிலும் சிலர் இல்லை; சிலர் புதியவர்கள். அப்போது "Half a million scheme" என்ற அடிப்படையில் தமிழகம் முழுவதும் பட்டதாரி இளைஞர்களுக்குத் தொகுப்பூதிய அடிப்படையில் கல்வித்துறையில் நியமனம் வழங்கப் பட்டிருந்தது.

அப்படி தோவாளையிலும் செண்பகராமன்புதூரி லிருந்து ஜீவானந்தம் என்பவர் நியமனம் பெற்றிருந்தார். நான் அவரைக் குறிப்பிட்டுச் சொல்வதற்குக் காரணம் உண்டு. குறைந்த ஊதியம், கடின வேலை என்று மனம் சஞ்சலப்பட்டுக் கொண்டிருந்தவருக்கு நான் ஆறுதலும் ஆதரவுமாக இருந்தேன். நான் அந்தப் பள்ளியை விட்டு மாறுதலாகிச் சென்றபின், அவர் வங்கித் தேர்வில் வெற்றிபெற்று ஸ்டேட் வங்கியில் முதலில் எழுத்தராகவும் பின் உதவி மேலாளராகவும் அதன்பின் மேலாளராகவும் உயர்வதற்கு அந்தக் கடின உழைப்புதான் காரணம். நான் திட்டுவிளைக்கு

அவரது வீட்டு வழியாக சேனல்கரையை ஒட்டிச் செல்வேன். மிகப்பெரிய வீடு; அவரது மனைவி செண்பகராமன்புதூர் ஊராட்சித் தலைவியாகவும் பதவி வகித்தார். ஒரு முறை வாசலில் நின்றவர் என்னை அடையாளம் கண்டு அழைத்தபோது உள்ளே சென்றேன். பழசை மறக்காத பெருமைக்குரியவர். ‘உழைப்பின் வாரா உறுதிகளும் உளவோ?’

12.12.1975 அன்று தோவாளையில் மீண்டும் பணியில் சேர்ந்தேன். இப்போது தலைமையாசிரியர், பறக்கையைச் சேர்ந்த ஏ. காந்தி சார். மிக உறுதியானவர். எழுத்தராகப் போய், ஆசிரியராகத் திரும்பி வந்ததில், நான் என்றும் முன்னோடிகளாக மதிக்கும் அகஸ்தீஸ்வரம் செல்லத்தம்பி சார், குமாரபுரம் தோப்பூர் கிறிஸ்டியன் சார், உள்ளூர் கோபால் சார் ஆகியோருக்கு மிகுந்த மகிழ்ச்சி. ஆனாலும் இரு பட்டதாரி ஆசிரியைகளுக்கு அதை ஜீரணிக்கக் கஷ்டமாக இருந்தது. அது எனக்குப் பாடவேளைகள் ஒதுக்கப்படும்போது வெளிப்படையாகத் தெரிந்தது. நான் அவர்களிடமிருந்து ஆங்கில வகுப்புகளை அபகரித்துக் கொள்கிறேன்; நமக்குத் தெரியாத இங்க்லீஸ் டீச்சிங்கா என்று எண்ணியிருப்பார்கள் போலும். காட்டாத்துறை போலவே இங்கும் எனக்கு அதிகமான வரலாறு வகுப்புகள். அவர்களையும் குற்றம் சொல்ல வழியில்லை. இப்போதுபோல ஆங்கிலப் பட்டதாரி ஆசிரியர் என்ற பணியிடம் அப்போது உருவாக்கப்படவில்லை. வரலாறு ஆசிரியர் பணியிடங்களில்தான் தமிழ்நாடு முழுவதும் நியமனம் செய்யப்பட்டோம்.

வரலாறு கற்பிப்பதிலும் மாணவர் மனம் கவர முடிந்தது. இந்த வகையில் எங்கள் பள்ளியில் வரலாறு பயின்ற சுப்பிரமணியம் பல தலைப்புகளில் மூன்று முனைவர் பட்டம் பெற்று ஆரல்வாய்மொழி அறிஞர் அண்ணா கல்லூரி முதல்வராகப் பணியாற்றி வருகிறார். அவரது இளவல், பகவதிப் பெருமாள் முனைவர் பட்டத்துடன் நாகர்கோவில் தெ.தி. இந்துக்கல்லூரி யின் வரலாற்றுத் துறைத் தலைவராகப் பணியாற்றி வருகிறார். அவர் என்னை ஒருமுறை வீட்டில் சந்திக்கும்போது சொன்னார்: ‘சார் நீங்க கிளாஸ்ல சொன்ன ஒருவரி இன்னைக்கும் நினைவில இருக்கு. நானும் கிளாஸ்ல சொல்வேன்’ என்றார்.

அது வேறொன்றுமில்லை; செங்கோட்டையின் திவானி ஆம், திவானி காஸ் சுவர்களில் கலிகிராபியில் *(Calligraphy)* ‘*If there is a heaven on earth, it is here! it is here!*’ என்றெழுதியிருப்பதாகப் படித்திருந்தேன். அதை மாணவர்களிடம் தமிழ்ப்படுத்தி ‘மண்ணுலகில் ஒரு விண்ணுலகு உண்டென்றால், அது இதுவே! அது இதுவே!’ என்று சொன்னேன். அது அவர்களைக் கவர்ந்து

மனத்திலும் பதிந்துவிட்டது. நான் டெல்லி சென்ற நேரங்களில் அவற்றைப் பார்க்க, எனக்கும் வாய்ப்பு கிடைத்தது.

எல்லாப் பாட ஆசிரியர்களையும்விட, மொழிப்பாட ஆசிரியர்களுக்கும் வரலாற்றுப் பாட ஆசிரியர்களுக்கும் ஒரு வசதி உண்டு; தேவையும் உண்டு. பாடப் புத்தகத்தில் என்ன அச்சிடப்பட்டிருக்கிறதோ, அதைத் தாண்டி, அது தொடர்பான செய்திகளைச் சேகரித்துச் சிந்தித்துச் சொல்ல முடியும். அப்போது இண்டர்நெட் இல்லை. ஆனால் நூலகங்களில் சிறு வயதிலிருந்து சேகரித்த செய்திகள் இருந்தன. சேர, சோழ, பாண்டிய மன்னர்களின் வெற்றிகளைப் பற்றிப் படிக்கும்போது, இவர்கள் யாரோடு போரிட்டு வென்றார்கள், ஒருவருக்கொருவர் கூட்டு சேர்ந்துகொண்டு மற்றவரை வீழ்த்திக் கோட்டைகளை அழித்து ... எனவே இவை மன்னர்களின் வெற்றி மட்டுமே; மக்களின் வெற்றி அல்ல. தலையாலங்கானம், வெண்ணிப் பறந்தலை போன்ற இடங்களில் நடந்த போர்களின் விளைவுகள், இவைதான் என்பேன். தமிழர்கள் ஒற்றுமையாக இருந்ததற்கான சான்றுகள் இல்லை. ராஜராஜனும் ராஜேந்திரனும் கடல் கடந்து வென்ற கதைகள் மட்டுமே விதிவிலக்கு. ஆனாலும் அந்த வெற்றிகளை அவர்களுக்குப் பின் வந்தவர்கள் தக்கவைத்துக் கொள்ளவில்லை என்றும் விவரிப்பேன்.

என்னுடன் லாசரஸ் செல்வ சிங் என்ற மூத்த வரலாற்றுப் பாட ஆசிரியரும் பணியாற்றி வந்தார். அவரும் என்னைப் போலவே தக்கலை அரசுப் பள்ளியில் இளநிலை உதவியாள ராக இருந்து பின்னர் பட்டதாரி ஆசிரியரானவர். பாடம் சம்பந்தமாக ஏதேனும் சந்தேகங்கள் இருந்தால் அவரிடமும் கேட்டுத் தெரிந்து கொள்வேன்.

அடுத்து எனக்கான ஆங்கில வகுப்புகள். இதற்கிடையில் ஆங்கிலப் பட்டதாரி ஆசிரியர்களுக்கு ஆங்கிலப் பாடவேளைகள் அதிகம் ஒதுக்கப்பட வேண்டும் என்ற சுற்றறிக்கை முதன்மைக் கல்வி அலுவலகத்திலிருந்து, ஆங்கில ஆசிரியர்கள் பணியாற்றி வந்த மாவட்டத்தின் ஒன்பது பள்ளிகளுக்கும் வந்திருந்தது. செல்லத்தம்பி சார்தான் சீனியர் அசிஸ்டெண்ட். அப்போது உதவித் தலைமையாசிரியர் – என்ற பதவிப் பெயர் எல்லாம் இல்லை. சார், எனக்கு ஒன்பது, பத்து, பதினொன்று ஆகிய மூன்று வகுப்புகளிலும் ஆங்கிலம், ஒரு வகுப்புக்கு மட்டும் வரலாறு, புவியியல் என்று ஒதுக்க முன்வந்தார். ஆனால் இரண்டு மூத்த பெண் ஆசிரியைகளும் கொடி பிடித்தனர். ஆங்கில வகுப்புகள்தானே கொடுக்க வேண்டும்; எட்டாம் வகுப்புக்குக் கொடுங்கள்; பத்தாவது கொடுக்காதீர்கள், அவர் ரொம்ப ஜூனியர்தானே என்றார்கள்.

கு. முத்துசாமி

செல்லத்துரை சார் நிலைமையை வருத்தத்துடன் என்னிடம் பகிர்ந்துகொண்டார்.

அவரது பாணியே தனி. நான் எஸ்.எல்.பி.யில் உதவித் தலைமையாசிரியராகப் பணியாற்றிய நேரத்தில் என்னை விட மூத்தவர்கள் தொடப் பயந்த அந்தப் பொறுப்பை, யாருடைய அன்பையும் இழக்காமல், அனைவரின் ஆதரவுடனும் நிறைவு செய்து வெளிவந்ததற்கு அவரது பாணிதான் காரணம். அவர் கூடுதல் பணியை ஒதுக்குவது வித்தியாசமாக இருக்கும். யாராவது ஆசிரியர் விடுப்பு எடுத்தால், அதற்கான நோட்டை எடுத்துக்கொண்டு நம்மிடமே வந்துவிடுவார். 'உங்களுக்கு ஆறாவது பீரியட் ஒன்பது பி போடட்டுமா?' என்று கனிவுடன் கேட்பார். பொதுத்தேர்வு வகுப்புப் பாடவேளைகளைப் பத்து, பதினொன்று நாங்கள் கேட்டு வாங்கிவிடுவோம். (மேனிலை வகுப்புகள் தொடங்கிய 1978க்கு முன்னர், 1977-78ஆம் ஆண்டில் பத்து, பதினொன்று இரண்டுமே பொதுத்தேர்வு வகுப்புகள். பதினொன்று முடித்தவர்கள் நேரே பி.யூ.சி சென்றுவிடலாம். அதுதான் கடைசி அணி. பத்து முடித்தவர்களும் பதினொன்று தவறியவர்களும் மேனிலை முதலாம் ஆண்டுக்கு வந்தார்கள்)

இவ்வளவு கனிவுமிக்க செல்லத்தம்பி சாருக்குச் சிரமம் கொடுக்க நான் விரும்பவில்லை. 'எட்டாம் வகுப்பில், எத்தனை செக்சன் வேண்டுமானாலும் கொடுங்க சார். சந்தோஷமாக எடுக்கிறேன்' என்றேன். அப்படியே வகுப்புகளுக்கும் சென்றேன். ஆசிரியப் பணியில் நான் தெரிந்துகொண்ட ஒரு பாடம், 'பெரிய' வகுப்புகளை விட 'சின்ன' வகுப்பு மாணவர்கள் ஆசிரியர்களை மிகவும் நேசிப்பார்கள் என்பது. நான் பணியாற்றியபோது, நடுநிலை வகுப்புப் பாட ஆசிரியர்களான கிருஷ்ணபிள்ளை, காவு பிள்ளை, ஞானசிகாமணி, நீலகண்டன் போன்றவர்களின் பெயர்களை மாணவர்கள் இப்போதும் சொல்வார்கள்.

எட்டாம் வகுப்பு மாணவர்களுக்கு ஒரு 'பெரிய' சார் (உயர்நிலை வகுப்பு ஆசிரியர்) பாடம் எடுக்கிறார் என்பதிலும் பெருமை.

கல்லூரியில் நாம் அரைகுறையாகப் படித்த இலக்கணம் போதாது என்பது மனதில் உறைத்தது. நான் பயிற்சிப் பள்ளியில் படிக்கும்போது ரைட்டர் சார் (இதுதான் பெயர் என்று நினைத்திருந்தேன். ஆனால் அவரது பெயர் சாமுவேல். அவர் இடைநிலை ஆசிரியராக இருந்து கொண்டு எழுத்தர் வேலையும் பார்த்து வந்தார். எட்டாம் வகுப்புக்கு ஆங்கிலம் கற்பித்தார்)

உள்ளத்தனைய . . .

கற்பித்த பாணி எனக்குப் பிடித்திருந்தது. அவர்தான் இலக்கணம் சொல்லிக் கொடுத்தார்.

Grammar புத்தகங்களாக வாங்கிக் குவித்தேன். ஆங்கிலத்துக் கென ஒதுக்கப்படும் ஆறு அல்லது ஏழு பாட வேளைகளில், இரண்டு பாடவேளைகள் இலக்கணத்துக்கு என ஒதுக்கிக் கொண்டேன். பாடத்திட்டத்திலுள்ள இலக்கணம், தேர்வுக்கு மட்டும்தான் பயன்படும். அதைப் பின்னால் பார்த்துக் கொள்ளலாம் என்று, அடிப்படையிலிருந்தே தொடங்கினேன். 'What is a word' என்பதில் தொடங்கி, Sentence எனப் படிப்படியாக அமைத்துக்கொண்டேன். இதன் காரணமாக, மாணவர்களுக்குத் தேர்வுக்கான Direct to Indirect and Vice Versa, Voice, Dialogue Writing, Transformation of Sentences போன்றவற்றை எதிர்கொள்வது எளிதாக அமைந்தது.

பொதுவாகவே இலக்கண வகுப்புகள் கசப்பானவை என்ற எண்ணம் மாணவர்கள் மனத்தில் உண்டு. எம்.ஏ. படித்த மாணவர்கள் கூட விண்ணப்பம் எழுதத் தடுமாறுவது உண்டு. "I have passed M.A. in 1998" என்று தொடங்குவார்கள். ஆனால் என்னிடம் பள்ளியில் படித்த மாணவர்களாக இருந்தாலும் சரி, பின்னர் IGNOU மூலம் பி.ஏ., எம்.ஏ., படித்தவர்களாக இருந்தாலும் சரி, இதில் என்ன தவறு என்று தெரிந்துகொள்வார்கள்.

எஸ்.எல்.பி.யில் படித்தபோது, நான் இரண்டாவது பெஞ்ச். எனக்கு அடுத்தாற்போல பொன்னையா. பாறைக்காமடைத் தெருவிலிருந்து (தற்போது சேதுராஜா தெரு) வெறுங்காலோடு ஓடோடி வருவான். மதியம் சாப்பாட்டுக்கும் வீட்டுக்குச் சென்றுவிட்டு வந்துவிடுவான். அப்படி ஓடோடி வந்ததால் நடையே ஓரளவு மாறிவிட்டது. குதிகால்கள் பெரும்பாலும் தரையில் படாது. பதினொன்றாம் வகுப்பில் எங்களுக்கு அப்துல் காதர்சார்தான் ஆங்கிலம் எடுத்தார். எளிதான இலக்கணம் கூட எனக்குப் புரிவதேயில்லை.

'Milk is more nutritious than any other food'

'இது Comparative degree. இதை superlative degreeயா மாத்துங்க பார்ப்போம்'.

'Milk is the most nutritious food சார்' என்பார்கள் முன்வரிசை மாணவர்கள். உடனே, 'Good. Positive degreeயில் சொல்லுங்க' என்பார்.

'No other food is so nutritious as milk' என்ற பதில் முன்வரிசையிலிருந்து கோரசாக வரும்.

கு. முத்துசாமி

நானும் பொன்னையாவும் எங்களுக்கும் பின்னால் அமர்ந்திருக்கும் கந்தசாமி, நெஹ்ரூஸ் எல்லோரும் 'தேமே' என்று பார்த்துக்கொண்டிருப்போம். 'எல்லோரும் எழுதிக்கிங்க' என்று சொன்னவுடன் போர்டைப் பார்த்து காப்பியடிப்போம். 'இன்னொரு சென்டன்ஸ்' என்று சார் போய்க்கொண்டிருப்பார். *Degrees of Comparison* முடிந்தது.

அப்போதெல்லாம் இலக்கணத்துக்கு அதிக மதிப்பெண்கள் இல்லாததால் என்னைப் போன்றவர்கள் தப்பித்தோம். *Essay, Paragraph, Short Answer Questions, Memorite* என்று உருப்போட்டே, எஸ்.எஸ்.எல்.சி. பொதுத்தேர்வில் 411 மதிப்பெண்கள் எடுத்தேன். பொன்னையா ஒரு போற்றுதற்குரிய மாணவன். தெருவில் ஒரு குடிசை வீட்டில்தான் அவன் குடும்பத்தினர் வாழ்ந்துவந்தார்கள். இரண்டு அக்காள், ஒரு தம்பி. மின்வசதி கிடையாது. தீப ஒளியில்தான் படித்தான். இரவில் எதிரே உள்ள பள்ளிக்கூட வராண்டாவில் படுத்துக் கொள்வான். அப்பா, ஆறுமுகத்தேவருக்குக் கொத்தனார் வேலை. எந்த கெட்ட வழக்கமும் கிடையாது. பொன்னையாவும் வளர்ந்துவரும்போதும், வளர்ந்தபின்னும் அப்படித்தான்.

எனவே நான் இலக்கணம் எடுக்கும்போது, என்னுடைய மாணவ அனுபவங்களை நினைத்துக்கொள்வேன்.

ஒவ்வொரு அலகாக விளக்குவது, அதில் பயிற்சி வழங்குவது, அது புரிந்த பின் அடுத்ததுக்குப் போவது, முடிவில் *Mixed exercise* என்று வகுத்துக் கொள்வேன். என்னுடைய கேள்விகளெல்லாம் தடுமாறும் மாணவர்களை நோக்கியே செல்லும். தவறாகச் சொன்னால் கண்டிப்பதும் தண்டிப்பதும் அறவே கிடையாது. மீண்டும் எடுப்பேன். 'இப்ப புரியுதா?' 'புரியுது சார்' என்று சொன்னபின்தான் அடுத்ததற்குச் செல்வேன். எனவே இலக்கண வகுப்புகள் எனக்குப் பெயர் பெற்றுத் தந்த வகுப்புகள் ஆயின.

கட்டுரையை மாணவர்கள் சொந்தமாக எழுதுவதெல்லாம் பெரும்பாலும் கனவுலகச் சிந்தனைதான். தமிழில் சொந்தமாக எழுதுபவர்களே சொற்பம். இதில் ஆங்கிலத்தில் எதிர்பார்க்கவே முடியாது. எஸ்.எல்.பி. பள்ளியில், குறிப்பாக ஆங்கில வழி மாணவர்கள் இத்திறம் படைத்தவர்களாக இருந்தார்கள். அவர்களுக்கு ஆசிரியராக எவ்வாறு பாதை அமைத்துக் கொடுத்தேன் என்பதைப் பிறகு பார்க்கலாம்.

15

தோவாளையில் மாணவர்களுக்கு என்னுடைய கற்பித்தல் புதுமையாகவும் மனத்துக்கு நெருக்கமாகவும் இருந்தது; கண்டிப்புக்கும் குறைவில்லை. எழுபதுகளிலும் எண்பதுகளிலும் பிரம்பைத் தொடாத ஆசிரியர்களே கிடையாது. எஸ்.எல்.பி பள்ளியில் நான் படிக்கும்போது உயிரியல் பாடம் எடுத்த வில்சன் சார் என்றாலே மாணவர்கள் நடுங்குவார்கள். அவர் தனது உயிரியல் ஆய்வகத்தை விட்டு வெளியே வரவே மாட்டார். அது அவரது தனி உலகம். ஆசிரியர் அறைக்குச் செல்வதேயில்லை. ஆனால் அவரைப் போல கற்பிப்பவர்கள் அபூர்வம். கேள்விக்குப் பதில் சொல்லாவிட்டால் தப்பிப்பதும் கடினம். அவருக்கு ஆறாம் பாடவேளையென்றால், முதல் பாடவேளையிலே மேஜைக்கு அடியில் அவரது நோட்ஸ்தான் இருக்கும்; அடிக்கடி பார்த்துக் கொள்வோம். சில ஆசிரியர்களுக்கு அது கடுப்பாக இருக்கும். சவ்வூடு பரவல் என்றால், "ஒரு அடர்த்தி குறைந்த திரவமானது..." என்று பலமுறை பார்த்து உருவேற்றிக் கொள்வோம். ஐந்தாவது பாடவேளை முடிந்து, வரிசையாகச் சட்டைப் பொத்தான்களெல்லாம் போட்டிருக்கிறோமா என்று சரிபார்த்துக் கொண்டு அவரது ஆய்வகம் செல்வோம். இப்போதும், முதல் மாடியில் தென்கிழக்கு மூலையில்தான் ஆய்வகம் இருக்கிறது. நுழையும்போது கண்ணாடிக் கூண்டில் நிற்கும் மனித எலும்புக்கூடு முதலில் பயமுறுத்தும். அது சுடுகாட்டிலிருந்து கொண்டுவரப்பட்ட உண்மையான எலும்புக்கூடு என்றே முதலில் நினைத்திருந்தேன்.

வரிசையாகச் சென்று சத்தமில்லாமல் அமர்வோம். முதலில் கேள்வி பதில். சவ்வூடு பரவல் என்றால் என்ன? பெரும்பாலும் பதில் சொல்வார்கள் என்ற நம்பிக்கை உள்ளவர்களிடம் அவர் கேட்கமாட்டார். முகத்தில் பயம் தெரிந்தவன்

கு. முத்துசாமி

மாட்டிக்கொள்வான். அவன் சொல்லச் சொல்ல, தலை அசைத்துக்கொண்டேயிருப்பார். தலை அசைவு நின்றுவிட்டால், தொலைந்தது. அதற்கு மேல் தெரிந்தாலும் பேச்சு வராது. முன்னால் வரச்சொல்லி, கைகள் இரண்டையும் பிடித்துக்கொள்வார். அவருக்குப் பிடித்த இடம் காலின் ஆடுசதைதான். நாங்களெல்லாம் பள்ளி படிப்பு முடியும்வரை டவுசர்தான். வாங்கும் அடியில் வார்வாராகத் தடம் தெரியும்.

அடிவாங்கியவர்களுக்குப் பிரச்சினை, வீட்டுக்குப் போகும் போது அதை எப்படி அப்பாவிடம் மறைப்பது என்பதுதான். தெரிந்தால் அங்கும் விழும் அடி. அப்துல் காதர் சார் குறைந்தவர் அல்ல; குனியச் சொல்லிக் குட்டுவதுதான் அவர் பாணி.

தோவாளையிலும் பிரம்பு எடுக்காத ஆசிரியர்கள் இல்லை. குறிப்பாக கிறிஸ்டியன் சார். மிகச் சிறப்பான அறிவியல் ஆசிரியர். கற்பிப்பதிலும் கண்டிப்பதிலும் தண்டிப்பதிலும் கறார். காலை ஒன்பதுமணிக்கு அவரது புல்லட் சத்தம் கேட்டவுடன் மைதானத்தில் இருக்கும் மாணவர்கள் எல்லோரும் ஒரு நொடியில் வகுப்பறைகளுக்குள் புத்தகமும் கையுமாய்ப் புகுந்துகொள்வார்கள்.

எனது பாணியும் அவர் பாணிதான். ஆனால் மற்றொரு அறிவியல் ஆசிரியரான ரகுபதி சார் பாணி தனி. அவரது வகுப்பில் மாணவர்கள் சிரிப்பொலி கேட்டுக்கொண்டே இருக்கும். நான் எழுத்தராக இருக்கும்போதும், ஆசிரியர் அறையில் இருக்கும் போதும் அடுத்த வகுப்பறையில் இவர்களது வகுப்புகளின் ஒலிபரப்பைக் கேட்டு ரசித்திருக்கிறேன்.

வரலாறு வகுப்பையும் ரசிக்கத்தக்கதாக மாற்றுவேன். ஆனால் வேடிக்கையான விளைவுகளும் உண்டு.

புத்தமதம் அழியக் காரணங்கள் என்னென்ன? இது கேள்வி. மதச்சடங்குகளில் ஊறிப் போன மக்களுக்கு, சடங்குகளை வெறுத்த புத்தமதம் ஈர்ப்பைத் தரவில்லை. இது ஒரு முக்கிய காரணம். ஒன்பதாம் வகுப்பு மாணவர்கள் ரசிப்பதற்காக ஒன்றைச் சொன்னேன்.

'டேய் நம்ம ஊரில் பிள்ளையார் சதுர்த்தின்னா, என்ன ஞாபகம் வரும்?'

'கொழுக்கட்டை சார்.'

சரஸ்வதி பூஜைன்னா?

'சர்க்கரைப் பொங்கல், பொரி, சுண்டல் சார்.'

'இதெல்லாம் இல்லாம, என்னைக்காவது சாமி கும்பிட்டிருக்கிங்களா?'

உள்ளத்தனைய...

‘இல்லை சார்.’

‘இதெல்லாம் புத்தமதத்தில் கிடையாது’ என்று சொல்லி விட்டுக் காரணங்களை அடுக்குவேன்.

காலாண்டுத் தேர்வு முடிந்தது. இந்தக் கேள்வியும் கேள்வித்தாளில் இருந்தது. விடைத்தாள்களைத் திருத்திக் கொண்டிருந்தேன். ஒரு மாணவன் எழுதியிருந்தது ‘பகீர்’ என்றிருந்தது. 45 ஆண்டுகளுக்குப் பின்னும் அந்த விடையை நான் மறக்கவில்லை; மறக்க முடியாது.

புத்தமதம் அழியக் காரணங்கள் யாவை?

1. புத்தமதத்தில் சுண்டல், பொரி கிடையாது.

2. சர்க்கரைப் பொங்கல் தரமாட்டார்கள்.

3. தீபாவளிப் பலகாரங்கள், கோடித்துணி கிடையாது.

என்று அவனும் பலவற்றைச் சேர்த்து, ‘இக்காரணங்களால் புத்தமதம் இந்தியாவில் அழிந்தது’ என்று முடித்திருந்தான். அந்த மாணவன் தற்போது பாண்டிச்சேரி பல்கலைக்கழகத்தில் ஒரு துறையின் தலைவராக இருக்கிறான்.

எனக்கு மூத்த ஆசிரியர்கள் ஒவ்வொருவரிடமிருந்தும் ஒவ்வொன்றைக் கற்றிருக்கிறேன். கோடை விடுமுறையில் அடுத்த ஆண்டுக்கான ஆசிரியர் கால அட்டவணையை நானும் கிறிஸ்டியன் சாரும்தான் தயாரிப்போம்; அது எளிதான வேலை அல்ல. தொடர்ந்து வகுப்புகள் இருக்கக் கூடாது; பரவலாக இருக்க வேண்டும். இப்படி அனைவரையும் திருப்திப்படுத்தக் கூடிய வகையில் கால அட்டவணை தயாரிப்பது கடினம். அதை அங்கு பழகிக்கொண்டேன்.

நான் தோவாளையில் பட்டதாரி ஆசிரியராகப் பணியாற்றிய போது எனது வயது இருபத்தாறுக்குள்; பல முக்கிய சம்பவங்கள் அந்த காலகட்டத்தில் நடந்தன.

முதலில் என் திருமணம்.

அஞ்சலக வேலை, ஆசிரியை வேலை என்று பல மணப்பெண் வீட்டார் அணுகினாலும் என் மனம் நாடவில்லை. என் நண்பர்கள் ஒவ்வொருவராக மணக்கோலம் கண்டனர். பெற்றோர்களும் அக்காளும் விரும்பியவாறு, நானும் உறவிலேயே மணமுடித்தேன். அப்போது நாங்கள் வாங்கிய, வாடகைக்கிருந்த வீட்டை விட்டு வெளியேறிப் பள்ளிக்கூடத்துக்குப் பின்புறம், கல்வெட்டான்குழித் தெருவில் வாடகைக்கு இருந்தோம். அதன்

எதிர்ப்புறம் இருந்த களத்தில், அக்கால வழக்கப்படிப் பந்தல் போட்டு 27.08.1976 அன்று மணவிழா நடந்தது.

பிறகு பாகப்பிரிவினை நடந்தது. பாகப்பிரிவினையென்றால் சொத்துக்கள் பிரிவினை அல்ல. சொத்து என்று சொல்வதானால், பிள்ளைவிளையில் ஒரு காலத்தில் ஓகோ என்று விளைந்து, பின் மழை பொய்த்துப் போன காரணத்தால் பாவபூமியாகி, தரிசாக இன்றுவரை கிடக்கும் நிலம்தான். எங்கள் சமுதாயத்தில் மாப்பிள்ளை வீட்டுக் கல்யாணம்தான். பெண் வீட்டாருக்கு, நகைச் செலவைத் தவிர வேறு செலவு கிடையாது. எனவே திருமணச் செலவுக் கடன்கள் இருந்தன.

இருந்த கடனில் பெரும்பகுதியைத் தீர்க்கும் பொறுப்பை நான் ஏற்றுக்கொண்டேன்.

'நீ தினமும் தோவாளை, நாகர்கோவில் என்று அலைய வேண்டாம். நீ தோவாளையிலேயே வீடு பார்த்துத் தங்கிக்கொள்' என்று அம்மா அறிவுறுத்தினாள்.

வாய்ப்பாக, பள்ளிக்கு எதிரிலேயே வீடு அமைந்தது. தோவாளை ஐ.ஓ.பி. வங்கியில் அப்ரைசர் ஆக இருந்த சண்முகவேல் ஆசாரி, தனது காம்பவுண்டுக்குள் நான்கு வீடுகளை வாடகைக்காகக் கட்டியிருந்தார். வீடு என்றால் பெரிதாக எண்ண வேண்டாம்; ஒட்டுக் குடித்தனம் என்று சொல்வார்களே அப்படித்தான். வீட்டுக்கு வெளியே திண்ணை, காம்பவுண்டுக்குள்ளே குடிதண்ணீர்க் கிணறு. அப்போதெல்லாம் ஊராட்சியிலிருந்து குடிநீர் வசதி செய்து தரப்படவில்லை. ஊருக்குள் வசிப்பவர்கள் மட்டும் 'ஆத்துக்கு'ப் போய்க் குடத்தில் தண்ணீர் எடுத்து வருவார்கள். ஆறு என்றால் இப்போதும் நெடுஞ்சாலையைக் கிழித்து ஓடும் சேனல்தான். வடக்கூரில் உள்ளவர்கள் குளத்துவிளை போய்த் தண்ணீர் இறைத்து வருவார்கள்.

தோவாளை குறைந்த மக்கள் தொகை கொண்டிருந்தாலும் அதைக் கிராமம் என்று சொல்ல முடியாது. எல்லா வசதிகளும் கொண்ட ஒரு சிறு நகரம்தான். எல்லா இனத்தவரும் வாழ்ந்தாலும், ஒவ்வொரு இனத்தவருக்கும் தனித்தெருக்கள் இருந்தாலும், வேறுபாடு கிடையாது. அண்ணன், தம்பி, அக்காள், தங்கச்சி, மாமா, மருமகள் உறவுதான். அதற்கு மூலக்காரணம், காலம்காலமாக நடந்துவரும் 'பூக்கடை' என்ற பூச் சந்தைதான். காலை ஐந்து மணியிலிருந்து பன்னிரண்டு மணிவரை ஜே ஜே என்று இருக்கும். அப்போது தோவாளையைச் சுற்றிலும் பூந்தோட்டங்கள் இருக்கும். காலை ஐந்துமணிக்கு முன்னதாகவே குடும்பம் முழுவதும் எழுந்து பூப் பறிக்கச் சென்றுவிடுவார்கள். இப்போது

பூந்தோட்டங்கள் எல்லாம் வீடுகளாகிவிட்டன. குமாரபுரம், ஆவரைகுளம், காவல்கிணறு போன்ற இடங்களிலிருந்து பைக்குகளிலும் ஆட்டோக்களிலும் டவுன் பஸ்களிலும் சர் சர்ரென்று பூக்கள் வந்து குவியும். பாய் விரித்து உள்ளூர் வியாபாரிகள் அமர்ந்திருப்பார்கள். அன்றைய தேவைக்கு ஏற்றவாறு பூக்கள் வாங்கும் விலையையும் விற்கும் விலையையும் அவர்களே நிர்ணயித்துக் கொள்வார்கள்.

பூ கட்டுவது ஒரு குடிசைத் தொழில்போல. எந்த சமுதாயம் என்றில்லை. ஆறுவயதுமுதல் எண்பது வரை குழுவாக அமர்ந்து பேசிக்கொண்டோ, டி.வி. பார்த்துக் கொண்டோ, விரல்கள் வேகமாகச் சுழலும். பெண்கள் தங்கள் செலவுக்குக் 'காசு' பார்த்துவிடுவார்கள். மாடசாமி பண்டாரம் கட்டிய தேர் மாலை குடியரசுத் தலைவரின் பரிசு பெற்றது அனைவரும் அறிந்ததே. சீனத்தலைவர் மாமல்லபுரம் வந்தபோது, அதே குடும்பத்துப் பெண், விருந்தினர் மாளிகையில் தரையில் அமர்ந்து பூ கட்டிய நேர்த்தியை நின்று பார்த்து வியந்து போனார்.

தோவாளையில் நாங்கள் புதிதாகக் குடியேறியபோது அப்பா எங்களுக்குத் துணையாக வந்தார்கள். அம்மா, திருமணமாகாத தம்பிமார்களுடன் வடசேரி போலீஸ் குவார்டர்ஸில் இருந்தார்கள். அப்போது தம்பி வடசேரி போலீஸ்ஸ்டேஷனில் பணிபுரிந்து கொண்டிருந்தான்.

நாங்கள் புதுமணத் தம்பதியாய் இருந்ததாலும், பள்ளிக்கு எதிரேயே புதிதாகக் குடியேறியிருந்ததாலும், பள்ளிக்கூடம் முடிந்தவுடன் என் வகுப்பு மாணவிகள், 'சாரின்' மனைவியைப் பார்க்க, பேச வீட்டுக்கு வந்துவிடுவார்கள். என் மனைவிக்கு அவர்கள் நெருக்கமான சிநேகிதிகள் ஆகிவிட்டார்கள். சிலரது பெயர்கள் இருவருக்கும் நன்றாக நினைவிலிருக்கிறது. மீனா, சிதம்பரேசுவரி, தங்கம்மாள், முத்தம்மாள்.

ஓனர் வீட்டிலும் எட்டாம் வகுப்பு படித்துக்கொண்டிருந்த சுசீலா என் மனைவியுடன் நெருக்கமாகிவிட்டாள். எனவே அவள் பிறந்து வளர்ந்த கிராமம்போல இனிய சிநேகிதிகள் கிடைத்தார்கள். அவளுக்குத் தோவாளை நன்றாகப் பிடித்துப் போயிற்று.

என் மனைவி சாந்தா பிறந்து வளர்ந்த கிராமத்தைப் பற்றிச் சொல்வது வித்தியாசமாக இருக்கும் என்றெண்ணுகிறேன்.

தூத்துக்குடி மாவட்டம், ஓட்டப்பிடாரம் தாலுகா, பாஞ்சாலங்குறிச்சியை ஒட்டி ஐந்து கி.மீ. தூரத்தில் கச்சேரி தளவாய்புரம் என்ற கிராமம். சோளக்காட்டு வழியே சென்றால் பாஞ்சாலங்குறிச்சிக்கு மூன்று கி.மீ.தான். நான் நடந்தும்

சென்றிருக்கிறேன். மைத்துனர்கள் ஓட்ட, வில் வண்டியிலும் சென்றிருக்கிறேன். அந்தப் பகுதியில் கட்டபொம்மன் கோட்டையை விட அதிலிருக்கும் ஜக்கம்மாள் கோவில்தான் பிரபலம். நாயக்கர் இனக் குடும்பங்களில் ஜக்கம்மாள் என்ற பெயர் பரவலாக உண்டு; அது அவர்கள் குல தெய்வம்.

மனைவி ஊரில் எனது மாமா ஒரு முக்கியமான நபர். மாமாவின் அப்பா, ஊர் தலையாரி. என் மனைவியின் அம்மா கிராமத்தின் போஸ்ட் மாஸ்டர். மாமா, சிவில் காண்ட்ராக்டர். தூத்துக்குடித் துறைமுகக் கட்டடப் பணியில் அவர்கள் பங்கும் உண்டு. ஏகப்பட்ட 'காடுகரை'. புஞ்சக்காடு, செவக்காடு என்று சொல்வார்கள். கரிசல்காடுதான் புஞ்சக்காடு. அதில் கம்பு, சோளம், உளுந்து, பருத்தி, மிளகாய் போன்றவை விளையும். செவக்காட்டில் பெரும்பாலும் நிலக்கடலை விவசாயம்தான்; வானம் பார்த்த பூமி. வசதி உள்ளவர்களுக்குக் கிணறு பம்ப் செட் உண்டு. மாமாவுக்கும் உண்டு. ஆனால் அவர்களுக்கு வாய்த்த கிணறு 'சவர் தண்ணி', உப்பு அதிகம். எனவே அதிகம் பிரயோசனப்படவில்லை.

அந்தப் பகுதியில் எல்லா கிராமங்களின் சமுதாய அமைப்பும் ஒரே மாதிரியாக இருக்கும். மேலத்தெரு, கீழத்தெரு, அதற்குப் பின் காலனி. மேலத்தெருவில் பெரும்பாலும் ரெட்டியார், நாயக்கர், யாதவர், விஸ்வகர்மா, மறவர் குடும்பங்கள் இருக்கும். கீழத்தெருவில் நாடார்கள், காலனியில் தேவேந்திர குல வேளாளர்கள். தனித்தனிக் கோவில்கள் உண்டு. ஒரு சி.எஸ்.ஐ. சர்ச் உண்டு. டி.டி.டி.ஏ. நடுநிலைப் பள்ளியில்தான் எல்லோரும் படித்தனர்.

நாடார் தெருவில் இருந்த நாராயணசாமி கோவிலுக்கு (அய்யா நிழல்தாங்கலை அங்கே கோவில் என்றுதான் சொல்வார்கள்) எங்கள் மாமா வீட்டில் எல்லோரும் செல்வார்கள். என் மாமா பெயரும் நாராயணன்தான். வீட்டில் என் மனைவி மூத்தவள். அவளுக்குப் பின்னால் இரண்டு தம்பிகள், மூன்று சகோதரிகள். இரண்டு தம்பிகளுக்கும் நான் இரண்டாவது அப்பா; அவ்வளவு மரியாதை. அவர்கள் என் கண்முன்னே வளர்ந்தார்கள். வளர்ந்தபின் எனக்கு உறுதுணையாக இருந்த அவர்கள் இன்று இல்லை.

எனக்கு அந்தக் கிராமம் மிகவும் பிடிக்கும். மாலையில் புஞ்சக்காடுகள் வழியே காலார நடந்து செல்வேன். அடுத்த ஊர் வெள்ளரம். வழியில் என்னைப் பார்க்கிற பெரியவர்கள், 'மாப்பிள்ளை, எப்ப வந்தீங்க, ஊரில் எல்லாரும் சௌக்கியமா'

என்பார்கள். எனக்கு முன்னே பின்னே தெரியாது; உறவினர்களும் இல்லை; அப்படி, "தாயா பிள்ளையா" பழகுவார்கள்.

'தண்ணீர் தண்ணீர்' திரைப்படத்தைப் பக்கத்துக் கிராமத்தில்தான் எடுத்தார்கள். அவ்வளவும் உண்மை. கு. அழகிரிசாமி, கி. ராஜநாராயணன், பூமணி, மேலாண்மை பொன்னுசாமி போன்றோர் எழுதிய கதைகள், நாவல்கள் போன்றவற்றின் கதைக்களத்தையும் கதை மாந்தர்களையும் பார்க்க வேண்டுமானால் அந்தப் பக்கம் செல்ல வேண்டும். கூன் விழுந்த ஒரு வயதான பெண்மணி களையெடுக்கும் தொரட்டியுடனும் தூக்குச் சட்டியுடனும் வேகாத வெயிலில் காட்டுக்குப் போன காட்சி இன்னும் படக் காட்சியாக என் மனக்கண்ணில் உள்ளது. விவசாயத்தை மட்டுமே நம்பி யிருக்கும் குடும்பங்களின் இன்றைய நிலை இதுதான். அவ்வளவு காடுகரை இருந்தும், என் மைத்துனன்மார்கள் ஊரைவிட்டு வெளியேறிவிட்டனர். இளைய மைத்துனன் புதிதாகக் கட்டிய மாளிகை போன்ற வீடு மட்டும் மற்றொரு எச்சமாக பஸ் ஸ்டாப் அருகே தன்னந்தனியே காத்திருக்கிறது. ஊர் திருவிழாவின்போது மட்டும் அதன் உயர்ந்த கதவுகள் திறக்கும்.

நான் தோவாளையில் பட்டதாரி ஆசிரியராகப் பணியாற்றிய காலம் அதிகமில்லை. 1975 முதல் 1978 ஜூலை 2ஆம் தேதி வரைதான். நான் ஏற்கெனவே சொன்னதைப் போல தோவாளை என் வாழ்வின் பல முக்கிய நிகழ்வுகளுக்குத் தளமாக இருந்துள்ளது. 1977ஆம் ஆண்டு அக்டோபர் 24 அன்று மகன் ராஜ்குமார் பிறந்த செய்தி தூத்துக்குடியிலிருந்து தந்தியாக வந்தது. 'மகன் பிறப்பது இன்பம்; மகனுக்கு ஒரு மகன் பிறப்பது பேரின்பம்' என்று வியட்நாம் வீடு படத்தில் சிவாஜி சொல்வதுபோல எனது அப்பாவுக்கு அளவற்ற சந்தோஷம். இருவரும் உடனே புறப்பட்டோம். 'குமராண்டி' என்று அப்பாவின் பெயரை அப்படியே சூட்ட முடியாததால் அவன் ராஜ்குமார் ஆனான். தோவாளைக்கு அழைத்து வந்தோம். பேரன் தாத்தா தோளில்தான் பெரும்பாலும் இருப்பான்.

16

பி.ஏ., பி.எட்., பட்டத்துடனோ பட்டதாரி ஆசிரியர் பணியோடோ நிற்காமல் நான் இன்னும் உயரே பறக்க விரும்பினேன்.

அஞ்சல்வழிக் கல்வி எங்களைப் போன்றவர்களுக்கு வரமாக அமைந்தது. மதுரை காமராசர் பல்கலைக்கழகத்தில் 1977இல் எம்.ஏ., ஆங்கிலம் அஞ்சல்வழிக் கல்வியில் இணைந்தேன். ஒரு நாள் பள்ளிக்கு வந்த மாவட்டக் கல்வி அலுவலர் கவுடபாதா எனக்கு எட்டாம் வகுப்பு ஆங்கிலம் என்றதும் அதிர்ந்து போனார். பத்து, பதினொன்றாம் வகுப்புகள் வழங்க வேண்டும் என்று ஆணையிட்டுச் சென்றார்.

இதனால் பள்ளியில் நான் எதிர்பாராத பிரச்சினைகள் என்னைச் சூழ்ந்தன. நான் உள்ளூரிலேயே வீடு எடுத்துத் தங்கிப் பணியாற்றியதால், வீடு அல்லது பள்ளி என்றிருந்தேன். பிற ஆசிரியர்கள் சென்ற பின்னும் என்னுடைய மாலை வகுப்புகள் தொடரும்; சனிக்கிழமைகளிலும் சிறப்பு வகுப்புகள் உண்டு.

இந்த நேரத்தில் எனக்குப் பிரியமான செல்லத்தம்பி தனது சொந்த ஊரான அகஸ்தீசுவரத்துக்கும், கிறிஸ்டியன் குமாரபுரம் தோப்பூருக்கும் மாற்றலாகிச் சென்றுவிட்டார்கள். இப்போது பள்ளியின் அதிகாரம் ஏற்கெனவே குறிப்பிட்ட இரண்டு பெண் ஆசிரியைகளிடம் வந்து சேர்ந்தது.

அப்போது ஊரில் பல பிரபலங்களின் வீட்டுப் பிள்ளைகள் படித்துக்கொண்டிருந்தனர். இன்று பிரபலங்களாக இருப்போரும் அன்று என் மாணவர்களே.

உள்ளத்தனைய . . .

இளநிலை உதவியாளராகத் தொடங்கி ஜூனியர் ஆசிரியராக இருக்கும் ஒருவருக்குத் 'தங்களை மிஞ்சி' பெயர் வருவதா? மூத்த பெண் ஆசிரியைகள் இருவருக்கும் ஒரு விபரீதத் திட்டம் தோன்றியது. பொதுத்தேர்வு தேர்ச்சி விழுக்காடு என் வகுப்பில் அதிகம். பள்ளியில் உயர் மதிப்பெண் பெற்ற மாணவனும் என் வகுப்பில்தான். பத்தாம் வகுப்பில் இருந்து பதினொன்றாம் வகுப்பு செல்லும் மாணவர்களை இழந்துவிடுவதாகக் கருதி, உயர்மதிப்பெண்கள் பெறும் வாய்ப்புள்ள மாணவர்கள் சிலரைத் தங்கள் வகுப்புகளுக்கு வருமாறு பார்த்துக்கொண்டனர், இருவரும். புதிய ஆண்டு தொடங்கியது. 1976-77 என்றெண்ணுகிறேன். புயல் கிளம்பியது. அப்படி மாற்றப்பட்டவர்களில் ராமநாதனும் ஒருவன். தந்தை திருநெல்வேலி மாவட்டத்தில் ஆசிரியராகப் பணியாற்றி வந்த நரசிங்கம் பிள்ளை அண்ணாச்சி; அவரும் வேறு சிலரும் நீதி கேட்டுக் 'குறும்' பயணமாகத் தலைமையாசிரியரிடம் சென்று, 'படித்தால், முத்துசாமி சார் வகுப்பில் படிக்கட்டும்; இல்லன்னா, டி.சி. வாங்கிக்கிறோம்' என்றனர்.

தாம் தவறாக வழிகாட்டப்பட்டதைத் தலைமையாசிரியர் பறக்கை காந்தி சார் புரிந்துகொண்டார். உடனே சரிசெய்தார். அம்மாணவர்கள் என் வகுப்பிலேயே தொடர்ந்தனர். அழுக்காறு, வெகுளித் தீயை மேலும் தூண்டும் வகையில் மற்றொரு சம்பவமும் சில மாதங்களிலேயே நடந்தது.

எனக்குத் தோவாளை, சொந்த ஊர் இல்லை. உறவினர்கள் யாரும் அங்கு இல்லை. பின் ஏன் தோவாளையில் நிலம் வாங்கி வீடு கட்டினீர்கள்? அக்காள், தம்பிமார்கள், உறவினர்கள் என்று எல்லோரும் இருக்கும் கோட்டாறிலோ அல்லது அதனை ஒட்டியோ வீடு கட்டியிருக்கலாமே என்று பலரும் கேட்பார்கள். இதற்கு விடை அந்தச் சம்பவத்தில்தான் இருக்கிறது.

தமிழகக் கல்வித்துறையில் ஆண்டுதோறும் ஜூலை 1 ஒரு முக்கியமான தேதி. பள்ளியில் ஒவ்வொரு நிலையிலும் பதிவில் இருக்கும் மாணவர் எண்ணிக்கைக்கேற்ப ஆசிரியர் தேவை நிர்ணயம் செய்யப்படும். அரசுப் பள்ளிகளைப் பொறுத்தவரை இந்த நிர்ணயித்துக்கு ஏற்றவாறு ஆசிரியர் பணியிடங்கள் அனுமதிக்கப்படும். கூடுதல் தேவையிருப்பின், புதிதாகப் பணியிடங்கள் வழங்கப்படும். அந்தப் பள்ளியில் தேவையான பணியிடங்களைவிடக் கூடுதலாகப் பணியிடங்கள் இருந்தால் பணிநிரவல் என்கிற முறையில் அந்தப் பணியிடங்களும், பள்ளியில் அந்தக் குழுவில் பணியாற்றுவோரில் இளையவர்களும் அந்தப் பள்ளியிலிருந்து கூடுதலாகத் தேவைப்படும் பள்ளிக்கு மாற்றம் செய்யப்படுவார்கள்.

கு. முத்துசாமி

இந்த நிலை தோவாளைக்கும் 1977ஆம் ஆண்டு ஆகஸ்ட் மாதம் வந்தது. ஒரு பட்டதாரி ஆசிரியர் கூடுதல் என்று கண்டறியப்பட்டது. அப்படியானால் ஜூனியர் யார்? முத்துசாமிதான். இந்தத் தகவல் முதன்மைக் கல்வி அலுவலகத்துக்குக் கமுக்கமாக (Confidential என்பதன் ஆட்சிச் சொல் மொழிபெயர்ப்பு) அனுப்பப்பட்டிருக்கிறது. இது எனக்குத் தெரியாது.

ஒருநாள் காலை பத்துமணிக்குத் தலைமையாசிரியர் என்னை அவரது அறைக்கு அழைத்தார்.

'உங்களுக்கு டிரான்ஸ்பர் ஆர்டர் வந்திருக்கு சார்.'

'எந்த ஸ்கூலுக்கு?'

'விளவங்கோட்டுக்கு.'

நான் எந்தச் சலனமுமில்லாமல், 'ஏன் சார்?' என்று கேட்டேன்.

'ஒரு பி.டி. அசிஸ்டெண்ட் எக்சஸ். நீங்கதான் ஜூனியர். அதான் உங்களை ட்ரான்ஸ்பர் பண்ணியிருக்காங்க. நாளைக்கு நீங்க ரிலீவ் ஆக வேண்டியிருக்கும்'.

'சரி சார்'.

தலைமையாசிரியரிடமிருந்து மாற்றல் உத்தரவை எந்தச் சலனமும் இல்லாமல் பெற்றுக்கொண்டேன்.

நான் எதிர்பாராத செய்தியாக இருந்தாலும் அதிர்ச்சியாக இல்லை; கவலைப்படவுமில்லை. எங்கு சென்றாலும் வாடகை வீடுதான். மனைவி, குழந்தையுடன், அப்பா துணையோடு இருக்கப் போகிறோம். இரணியல், காட்டாத்துறை என்ற வரிசையில் இன்னொரு புதிய ஊரைப் பார்க்கப் போகிறோம். 1974இல் குழித்துறை போலீஸ் ஸ்டேஷனில் வேலை பார்த்த தம்பி மனோகரனிடம் வீடு பார்க்கச் சொல்ல வேண்டும் என்ற நினைப்புடன் ஆசிரியர் அறை திரும்பினேன். அங்கே பலதரப்பட்ட உணர்வுகள். 'ஆகா! நாம் தப்பித்தோம்!" என்று பிற பி.டி. ஆசிரியர்கள் நினைக்க, என்னிடம் எப்போதும் பரிவுகொண்டிருந்த ஆசிரியர்களும், என் வயதை ஒத்த இளைஞர்களும் ஆதங்கப்பட, ஆசிரியர் மன்றச் செயலர் ரகுபதி அடுத்த நாள் நடைபெறவிருக்கும் 'வழியனுப்பு விழா' ஏற்பாடுகளைத் தொடங்க, மதிய உணவு இடைவேளைக்கு வீட்டுக்குச் சென்று அப்பாவிடமும் மனைவியிடமும் தகவல் தந்தேன்.

மனைவிக்கு எந்தப் பிரச்சினையும் இல்லை. மாவட்டமே புதிது. விளவங்கோடு எங்கிருக்கிறது என்றும் தெரியாது. தெரிந்த என் அப்பாவுக்குத்தான் கவலை.

உள்ளத்தனைய . . .

மாறுதல் செய்தி ஆசிரியர்களிடமிருந்து மாணவர்களுக்கும் மாணவர்களிடமிருந்து பெற்றோர்களுக்கும் அன்று மாலைக்குள் பரவியது. தலைமையாசிரியர் அறையில் பெற்றோர்கள் குவிந்து விட்டார்கள். "செல்லத்தம்பி சார், கிறிஸ்டியன் சாரெல்லாம் போன பிறகு மிச்சமிருக்கிறது முத்துசாமி சார்தான். அவரையும் அனுப்பிட்டு ஸ்கூலை இழுத்து மூடிடுங்க'. தலைமையாசிரியர் என்ன செய்ய முடியும்? "இது சி.இ.ஓ. போட்ட ஆர்டர். ஒபே பண்ணித்தான் ஆகணும். நான் ஒண்ணும் பண்ண முடியாது". கூட்டம் தங்களுக்குள் கோபமாகப் பேசிக் கொண்டு கலைந்தது. நான் பள்ளி நேரம் முடிந்தவுடனேயே வீட்டுக்குச் சென்று விட்டேன். பள்ளியில் யாரையும் சந்திப்பதை நாசூக்காகத் தவிர்த்து விட்டேன்.

அடுத்த நாள் வழக்கம்போல நான் பள்ளிக்குப் போகும் போது மாணவர்கள் வகுப்பறைகளுக்கு வெளியே நின்று கொண்டிருந்தார்கள். பள்ளி அப்போது மூன்று இடங்களில் செயல்பட்டு வந்தது; கட்டடப் பற்றாக்குறை. ஒன்று முதல் ஐந்து வரையான வகுப்புகள் சத்திரத்திலும் (திருவாங்கூர் ஆட்சியில் திருச்செந்தூர் நடந்து செல்லும் பயணிகள் ஓய்வெடுப்பதற்காகக் கட்டப்பட்டது. இப்போது பல அரசு அலுவலகங்கள் அதில் செயல்பட்டு வருகின்றன), ஆறுமுதல் எட்டுவரையான நடுநிலை வகுப்புகள் சாலையின் மறுபக்கம், தற்போது பூச் சந்தைக்காகக் கட்டப்பட்டுள்ள வணிக வளாகம் பகுதியிலும் செயல்பட்டு வந்தன. தலைமையாசிரியர் 1960இல் உயர்நிலைப் பள்ளிக்கென கட்டப்பட்ட இப்போதைய கட்டடத்திலிருந்து தினமும் காலை, மாலை இரு தடவை சைக்கிளில் சென்று இவ்வகுப்புகளைப் பார்வையிட்டு வருவார். நடுநிலை வகுப்புத் தொகுதியைப் பொறுத்தவரை மிகச் சிறப்பான, கடமையுணர்வு மிக்க ஆசிரியர்கள் பணியாற்றி வந்தார்கள்; தொடக்க வகுப்புகளில் சற்றுச் சிரமம்.

தற்போதைய மேனிலைப் பள்ளி வளாகத்தில், உயர்நிலை வகுப்புகள் மட்டுமே நடந்து வந்தன. தலைமையாசிரியரின் நேரடிக் கவனம் எப்போதும் இருக்கும்.

நான், வெளியில் நின்ற மாணவர்களை, 'ஏன் வெளியே நிக்கிறீங்க? கிளாசுக்குப் போங்க' என்று சொன்னவுடன் மாணவர்கள் வகுப்பறைகளுக்குச் சென்றுவிட்டார்கள். நானும் ஆசிரியர் அறைக்குச் சென்று விட்டேன். தலைமை ஆசிரியரும் வந்து விட்டார். ஆசிரியர்களும் ஒவ்வொருவராக வர ஆரம்பித்தனர். மறுபடியும் வெளியே ஆரவாரம். வகுப்பறைகளிலிருந்த மாணவர்கள் வெளியே வர, அப்போதுதான் வந்த மாணவர்களும் சேர்ந்துகொள்ள, தலைமையாசிரியர் அறை முன் கூட்டம். கண்டிப்பான ஆசிரியர்கள் சிலரின், குறிப்பாக அந்த இரண்டு

மூத்த பெண் ஆசிரியைகளின் சாம, தான, பேதங்கள் எவையும் பலனளிக்கவில்லை.

பகவதி பெருமாள் என்ற மாணவர் (முத்தாரம் மண்டப உரிமையாளர்) தலைமை தாங்கி 'மாற்றாதே மாற்றாதே முத்துசாமி சாரை மாற்றாதே' என்று குரல் எழுப்ப, மற்ற மாணவர்கள் பின் தொடர்ந்தனர்; நின்றவர்களில் உள்ளூர் ஆசிரியர்களின் பிள்ளைகளும் உண்டு. குறிப்பாக பாண்டிச்சேரியில் பொறியாளராகப் பணியாற்றும் விவேகானந்தனின் தந்தை 'வாலிபால்' கிருஷ்ணபிள்ளை சார்; எதற்கும் அஞ்சாதவர்; திட்டுவிளை வாலிபால் சுலைமான், வாலிபால் மாடசாமி ஆகியோருடன் இணைந்து விளையாடியவர்; இன்னும் பெற்றோர்கள் சிலர், குறிப்பாக தியாகி சிவதாணு பிள்ளை (அண்ணா கல்லூரி முதல்வர் சுப்பிரமணியம் தந்தை), வந்து மாணவர்களை அமைதிப்படுத்தினர். 'நீங்க கிளாசுக்குப் போங்க. நாங்க பார்த்துக்கிறோம். சி.இ.ஓவைப் பார்த்து ஆர்டரைக் கேன்சல் பண்ணிருவோம்' என்று சொன்னபின்தான் மாணவர்கள் வகுப்பறைகளுக்குள் நுழைந்தனர். என்னுடைய நிலை தர்மசங்கடமாயிற்று. நேற்றுவரை என்னுடன் சகஜமாகப் பேசிக்கொண்டிருந்த பட்டதாரி ஆசிரியர்கள் ஒதுங்க ஆரம்பித்தனர். நானே மாணவர்களைத் தூண்டிவிட்டிருப்பேனோ என்ற எண்ணம் அவர்களுக்கு. இந்தச் சூழ்நிலையில் நான் ஆசிரியர் அறையில் இருக்கவோ, வகுப்புகளுக்குச் சென்று மாணவர்களைச் சந்திக்கவோ விரும்பவில்லை. பிற்பகலுக்கு விடுப்பு விண்ணப்பம் எழுதிக்கொடுத்துவிட்டு வீட்டுக்குச் சென்றுவிட்டேன்.

பின்னர் நடந்தவற்றை, தமிழாசிரியர் கோபால் மாலையில் வீட்டுக்கு வந்து விவரித்தார்.

ஊர்ப் பெருமக்கள் பலர் கூட்டாக அன்று மாலையே முதன்மைக் கல்வி அலுவலரைச் சென்று பார்த்திருக்கின்றனர்; சற்று ஆக்ரோஷமாகவே பேசியிருக்கின்றனர். முதன்மைக் கல்வி அலுவலர் செல்வி கற்பகவல்லியின் சமாதானங்கள் சபையேற வில்லை. 'ஏற்கெனவே ரெண்டு நல்ல டீச்சர்ஸ் போயிட்டாங்க. இவரும் போயிட்டார்னா, பள்ளிக்கூடத்தை இழுத்து மூடுங்க. ட்ரான்ஸ்பர் ஆர்டரைக் கேன்சல் பண்ற வரை நாங்க இங்கிருந்து போகமாட்டோம்'. அன்றைய சூழலில் முதன்மைக் கல்வி அலுவலருக்கு வேறு வழியில்லை. என்னையும் பணியில் சேர்ந்த இளவயதிலேயே அவர் அறிவார்.

திருநெல்வேலி முதன்மைக் கல்வி அலுவலராக இருந்த அவர் இரணியல் பள்ளி ஆய்வுக்கு வந்திருந்தபோது, அனைத்து ஆவணங்களையும் நான் முன் நின்று சமர்ப்பித்திருந்தேன்;

வேறொரு செய்தியும் உண்டு. 1972 என்று எண்ணுகிறேன். இடைநிலை ஆசிரியர்களுக்குப் பதவி உயர்வு வாய்ப்புகள் குறைவாயிருந்ததால், அவர்களுக்குத் தேர்வு நிலை வழங்க அரசு ஆணையிட்டது. இப்போது போல இல்லாமல் மொத்த இடைநிலை ஆசிரியர்களில், மாவட்ட அளவில் பத்து விழுக்காடு ஆசிரியர்களுக்கு மட்டும் தேர்வுநிலை என்று அரசாணை இருந்தது. இதன்படி மொத்த பணிக்காலம் கணக்கில் கொள்ளப்படுவதில்லை. அரசாணை வெளியிடப்பட்டு மாதங்களாயினும் இவ்வாணை இம் மாவட்டத்தில் நிர்வாகச் சிக்கல்கள் காரணமாக அக்காலக் கட்டத்தில் செயல்படுத்தப்படவில்லை; செயல்படுத்த வேண்டியது முதன்மைக் கல்வி அலுவலர். இரண்டு மாவட்டங்களுக்கும் ஒரே அலுவலர் என்பதால் தாமதம்.

குமரி மாவட்டத்தின் ஆசிரியர் சங்கங்கள் எப்போதும் 'தீ'யாகச் செயல்படக் கூடியவை. அதிலும் குறிப்பாக ஆரம்பப் பள்ளி ஆசிரியர் கூட்டணி. அப்போதைய அதன் தலைவர் பரமசிவம். கல்வித் துறையில் நெருப்பான பெயர்.

இரணியல் அரசு பள்ளிக்கு ஆண்டாய்வுக்கு முதன்மைக் கல்வி அலுவலர் வந்திருக்கிறார் என்று தெரிந்தவுடன், தனது அமைப்பின் நிர்வாகிகளுடன் புயல் வேகத்தில் வந்திறங்கினார். தலைமையாசிரியர் அறையில் அமர்ந்திருந்த முதன்மைக் கல்வி அலுவலருடன் கடும் வாக்குவாதம். கையெழுத்துக்கான ஆய்வு ஆவணங்களுடன் நான் அறையில் நின்றுகொண்டிருக்கிறேன். ஒரே கேள்விதான்.

'எங்கள் மாவட்டத்தில் செலக்சன் கிரேடு ஆர்டர் எப்போ போடுவீங்க?'

'லிஸ்ட் ரெடியாகிக்கிட்டு இருக்கு. சீக்கிரம் போடுறோம்'.

'சீக்கிரம்னா எப்போ?'

'கூடிய சீக்கிரம்'.

'அதெல்லாம் முடியாது. ஒரு தேதியைச் சொல்லுங்க. இல்லேன்னா நாங்களும் போகமாட்டோம். உங்களையும் திருநெல்வேலிக்குப் போகவிடமாட்டோம்'.

எந்தச் சமாதானமும் அவர்களிடம் எடுபடவில்லை.

'சரி கொஞ்சம் வெளியே இருங்க. நான் ஆபிஸ்ல கன்சல்ட் பண்ணிட்டுச் சொல்றேன்'.

என்னை அங்கேயே காத்திருக்கச் சொல்லியிருந்தார்.

அலுவகத் தொலைபேசியில் டிரங்க் கால் மூலம் தனது நெல்லை அலுவலகத்துக்குப் பேசினார். 'அவர்களை உள்ளே வரச் சொல்லுங்க' என்றார்; வந்தார்கள்.

ஒரு தேதியைக் குறிப்பிட்டு, அதற்குள் போட்டு விடுகிறேன் என்றார்.

'அதெல்லாம் சொன்னாத் தீராது; எழுதிக் கொடுங்க' என்றார். வேறு வழி சி.இ.ஓ–க்குத் தெரியவில்லை.

'தம்பி, ஒரு பேப்பர்ல நான் சொல்ற மாதிரி எழுதுங்க' என்றார்; எழுதினேன். 'கன்னியாகுமரி மாவட்டத்தில் அரசுப் பள்ளிகளில் பணியாற்றும் இடைநிலை ஆசிரியர்களில் பணிக்கால மூப்பின் அடிப்படையில் பத்து விழுக்காடு ஆசிரியர்களுக்கு _____ தேதிக்குள் தேர்வுநிலை வழங்கப்படும்.

ஒப்பம்

முதன்மைக் கல்வி அலுவலர்.

இதனைப் பெற்றதும் பரமசிவம் தனது குழுவினருடன் இடத்தை விட்டு அகன்றார்.

எனக்கு வியப்பாகவும் அதிர்ச்சியாகவும் அப்போது இருந்தது. ஓர் இடைநிலை ஆசிரியரைக் கண்டு இரண்டு மாவட்டங்களின் முதன்மைக் கல்வி அலுவலர் இப்படிப் பயப்பட வேண்டுமா?

ஆனால் நானும் ஒரு இயக்கவாதியாக மாறிய பின்தான் வலுவான இயக்கங்களின் சக்தி புரிந்தது.

அதே கற்பகவல்லிதான் இப்போது கன்னியாகுமரி மாவட்ட முதன்மைக் கல்வி அலுவலர்; அவரிடம்தான் இந்தப் பிரச்சினையும் சென்றது. பிரச்சினையின் தீவிரத்தைப் புரிந்துகொண்ட அவர் எளிமையாக ஒரு தீர்வு கண்டார். எங்கள் பள்ளியில் பணியாற்றிக் கொண்டிருக்கும் அனைத்துப் பட்டதாரி ஆசிரியர்களின் பணிப்பதிவேடுகளையும் வரவழைத்தார். ஒவ்வொருவருடைய சொந்த ஊர் எதுவென்று பார்த்தார். பெரும்பாலோருக்கு நாகர்கோவில். அங்கே காலியிடம் இல்லை. கடைசியில் ஒருவர் கிடைத்தார். கோலப்ப பிள்ளை சார். அவருக்குச் சொந்த ஊர், திட்டுவிளையை அடுத்த போற்றியூர். எனது மாறுதல் ஆணை ரத்து செய்யப்பட்டு, கோலப்ப பிள்ளைக்குப் போற்றியூர் அரசு உயர்நிலைப் பள்ளிக்கு மாறுதல் ஆணை, தனித்தூதுவர் மூலம் தோவாளைக்கு வழங்கப்பட்டது. மாணவர்கள், பெற்றோர் இணைந்த போராட்டம் இனிதே முடிவுக்கு வந்தது.

உள்ளத்தனைய...

ஆனால் எனக்கு இந்த ஏற்பாட்டில் மகிழ்ச்சி இல்லை. என்னை விட மூத்த ஒரு ஆசிரியர், அதிலும் என்னிடம் அன்பாகப் பழகிக்கொண்டிருந்த ஒருவர் என்னால் மாறுதல் ஆகிச் செல்கிறார் என்ற நெருடல் எனக்கு நீண்ட காலமாகவே இருந்தது. ஆனால் அவர் பெருந்தன்மையாக, மற்றவர்கள் திசை திருப்பப் பார்த்தாலும் அதைப் புறம் தள்ளிவிட்டு, மகிழ்ச்சியாகத் தன் ஊர் பள்ளிக்குச் சென்றுவிட்டார். பின்னர் அவர், உயர்நிலைப்பள்ளித் தலைமையாசிரியர், மாவட்டக் கல்வி அலுவலர் எனப் பதவி உயர்வுகளைப் பெற்று, இராமநாதபுரம், தூத்துக்குடி ஆகிய மாவட்டங்களின் முதன்மைக் கல்வி அலுவலராகப் பணிபுரிந்து ஓய்வு பெற்றார். எங்கள் நட்பு மாறவே இல்லை.

அப்பள்ளியில் ஆசிரியராகப் பணியாற்றிய காலத்தில் என்னை மூன்று இடங்களில்தான் பார்க்க முடியும். பள்ளி நேரங்களிலும் சரி, அதற்கு அப்பாலும் சரி. பள்ளி, வீடு. வெள்ளிக்கிழமை அதிகாலை மலைக்கோவில். மாலை நேரங்களில், வேலப்பன் சார், கோபால் சார் ஆகியோருடன் பேசிக்கொண்டே சேனல் கரை வழியாகச் செண்பகராமன் புதூர்வரை அல்லது மாதவலாயம் வரை சென்று திரும்புவோம். விடுமுறை நாட்களிலும் இது உண்டு. நாங்கள் மாதவலாயம் நடந்துசெல்லும்போது, எதிரே வேறொரு குழுவைச் சந்திப்போம். அப்துல்காதர் சார், சி.இ.ஓ ஷேக் மதார் சார், ஓய்வுபெற்ற அப்துல் அமீது சார் ஆகியோர் தோவாளையை நோக்கி வந்துகொண்டிருப்பார்கள். அவர்களது இலக்கு தோவாளை தாணுபிள்ளை காப்பிக்கடை – இட்டலி, ரசவடை.

17

*1978–79*ஆம் கல்வியாண்டு முதல் கல்லூரிகளில் பி.யூ.சி. ஒழிக்கப்பட்டு, அதற்குப் பதிலாகக் கிராமப்புற மாணவர்களும் பயன்பெறும் வகையில் பள்ளிகளில் ஹையர் செகண்டரி வகுப்புகள் தொடங்கப்பட உள்ளன என்று அரசு அறிவித்தது. ஹையர் செகண்டரி என்பதன் தமிழாக்கம் முதலில் அறிவிக்கப்படவில்லை. ஒவ்வொருவரும் ஒவ்வொரு சொற்றொடரைச் சொல்லிக் கொண்டிருக்கும்போது அரசு, மேனிலைக் கல்வி என்ற சொற்றொடரை அறிமுகப்படுத்தியது. மேனிலை வகுப்புகளுக்காக ஒவ்வொரு பாடத்துக்கும் முதுநிலைப் பட்டதாரி ஆசிரியர்கள் பதவி உயர்வு மூலமாகவோ நேரடியாகவோ நியமிக்கப்பட உள்ளனர் என்ற செய்தியும் வந்தது. பட்டதாரி ஆசிரியர்களெல்லாம் பரபரப்பாக எம்.ஏ., எம்.எஸ்.சி., எம்.காம். என அஞ்சல் வழிக் கல்விக்கு விண்ணப்பம் செய்ய ஆரம்பித்தார்கள். நான் எம்.ஏ., ஆங்கிலம் முதலாண்டு பாடங்களில் வெற்றி பெற்று இரண்டாம் ஆண்டில் நுழைந்திருந்தேன்.

30.06.1978, வெள்ளிக்கிழமை என்று கருதுகிறேன். முதன்மைக் கல்வி அலுவலகத்திலிருந்து அவசரச் செய்தி. எனக்கு ஆரல்வாய்மொழிக்கு மாறுதல் ஆணை. அப்பள்ளி மேனிலைப் பள்ளியாகத் தரம் உயர்த்தப்பட்டதால், ஆங்கில ஆசிரியராக நியமனம். எம்.ஏ. இரண்டாம் ஆண்டில் நான் நுழைந்திருந்ததால், எம்.ஏ. பட்டம் இல்லை. எம்.ஏ. ஆங்கிலப் பட்டதாரிகள் பற்றாக்குறை. அதே நிலைதான் அறிவியல் பாடங்களிலும், ஆயிரக்கணக்கில் முதுநிலைப் பட்டதாரி ஆசிரியர்கள் தேவைப் பட்டதால், நேரடி நியமனம் உடனடியாக நடத்த முடியாத நிலை. மேனிலை வகுப்புகள் *01.07.1978* முதல் தொடங்கப்படும் என்று அரசு அறிவித்தாகி

விட்டது. அப்போதைய இயக்குநர் டாக்டர் ஹெச்.எஸ்.எஸ். லாரன்ஸ், நாகர்கோவில் அருகிலுள்ள சாந்தபுரத்தைச் சேர்ந்தவர். வெளிநாட்டில் அயற்பணியில் பணியாற்றிவிட்டுத் தன்னுடைய தாய்த்துறையான பள்ளிக் கல்வித்துறையில் மீண்டும் இணைந்து, பள்ளிக் கல்வித்துறை இயக்குநராகச் சரியான நேரத்தில் பொறுப்பேற்றார்.

மேனிலைக் கல்விக்கெனப் பாடத்திட்டங்கள், பாடவேளைகள் வகுக்கப்பட்டு, ஆணைகள் வெளியிடப்பட்டன. ஆனால் பாடநூல்கள் தயாராகவில்லை. ஒவ்வொரு மேனிலைப் பள்ளியிலும் தொழிற்பிரிவுகள் வட்டாரத்துக்கேற்ப குறைந்தது இரண்டு தொடங்கப்பட வேண்டும். அதனைத் தலைமை யாசிரியரே முடிவு செய்துகொள்ளலாம். தொழிற்கல்விப் பாட ஆசிரியர்களுக்குத் தகுதி ஏதும் முதலில் நிர்ணயிக்கப்பட வில்லை. அந்தந்தப் பாடத்தில் சான்றிதழ் பெற்றவர்களும் கூட நியமனம் செய்யப்பட்டனர்; அதுவும் தலைமையாசிரியர் நியமனம்தான். ஒரு பகுதிநேர ஆசிரியருக்கு மாதம் ரூ. 150/– இரண்டு பகுதிநேர ஆசிரியருக்கு ரூ. 300/– என்று அறிவிக்கப்பட்டது. இந்த நடவடிக்கை, பின்னாளில் பல நடைமுறைச் சிக்கல்களை உருவாக்கியது.

மொழி ஆசிரியர்கள், பாட ஆசிரியர்களைப் பொறுத்தவரை, அரசு எடுத்த சில முடிவுகள் உடனடித் தீர்வாக அமைந்தாலும் பின்னர் பல்வேறு பிரச்சினைகளுக்குக் காரணமாக அமைந்தன. 1) பட்டதாரி ஆசிரியர்கள் முதுநிலைப் பட்டம் பெறாவிட்டாலும் உட்புகுத்தப்பட்ட ஆசிரியர்களாகப் பணிமூப்பு அடிப்படையில் நியமனம். 2) துறைக்கு வெளியிலிருந்து முதுநிலைப் பட்டதாரி ஆசிரியர்கள் அந்தந்த மாவட்டங்களில் வேலை வாய்ப்புத் துறை மூலமாக முதன்மைக் கல்வி அலுவலரால் நேரடி நியமனம், 3) மாநில அளவில் இயக்குநரால் நேரடி நியமனம் என்று பல்வேறு குளறுபடிகள் அரங்கேறின. இதில் பி.எட்., பட்டம் பெற்றவர்கள், பெறாதவர்கள் என்ற பிரிவினை வேறு. ஊதிய வேறுபாடுகளும் உள்ளே நுழைந்தன. உட்புகுத்தப்பட்ட ஆசிரியர்களுக்கு மாதம் ரூ. 25/– மட்டும் சிறப்புப் படி. இது சிறப்புப் படியா அல்லது சிறப்பு ஊதியமா என்ற சிக்கல்களெல்லாம் பின்னர் முளைத்தன. முதுநிலைப் பட்டதாரி ஆசிரியர்களையும் இது விட்டு வைக்கவில்லை. முழுத் தகுதி வாய்ந்த முதுநிலைப் பட்டதாரி ஆசிரியர்களுக்கு ரூ. 675/– அடிப்படை ஊதியம். இது 1978–79இல் காவல்துறை துணைக் கண்காணிப்பாளர்க்கும் துணை ஆட்சியருக்கும் நிகரான ஊதியம். பின்னர் இயக்குநராகப் பதவியில் இருந்த டாக்டர் வெங்கடசுப்பிரமணியம் கெசட்டட் பதவி என்று பெயரிட்டு வெளியிட்ட செயல்முறைகள் இவை.

பி.எட்., பட்டம் பெறாத முதுநிலைப் பட்டதாரி ஆசிரியர்களுக்கு ரூ. 600/- மற்றும் படிகள்.

உயர்நிலைப் பள்ளித் தலைமையாசிரியர்களே பணிமூப்பு அடிப்படையில் மேனிலைப் பள்ளித் தலைமையாசிரியர்களாக பதவி உயர்வு வழங்கப்பட்டனர், சிறப்பு ஊதியத்துடன். இதிலும் முதுநிலைப் பட்டம் பெற்றவர்கள், பெறாதவர்கள் என்ற வேறுபாடு இருந்தது.

இவையனைத்தும் மேனிலைக் கல்வியில் பல்வேறு ஆசிரியர் இயக்கங்கள் உருவாகவும், தங்களுக்கென பலதரப்பட்ட கோரிக்கைகளுக்காகப் போராடவும் வழிவகுத்தன.

ஆரல்வாய்மொழி அரசு மேனிலைப் பள்ளிக்கு மாறுதல் என்ற முதன்மைக் கல்வி அலுவலரின் ஆணை என்னை மகிழ்விக்கவில்லை; ஏன், எதற்காக என்றும் முதலில் புரியவில்லை. நமக்காகப் போராடிய நம் மாணவர்களைவிட்டு, அடுத்த பள்ளிக்கு ஏன் செல்ல வேண்டும் என்று யோசித்தேன்.

மாறுதல் ஆணை தெரிந்த ஊர்ப் பெரியவர்களும் பெற்றோர்களும் வேறொரு காரணத்தைச் சொல்லி ஆறுதல்படுத்தி ஆணையை ஏற்றுக்கொள்ளச் சொன்னார்கள். தோவாளை பள்ளி மேனிலைப் பள்ளியாகத் தரம் உயர்த்தப்படாததால், நமது பள்ளி மாணவர்கள் அருகிலுள்ள ஆரல்வாய்மொழிக்குத்தான் செல்ல வேண்டும்; நீங்கள் அங்கு இருப்பது நமது ஊர் மாணவர்களுக்கு ஆதரவாக இருக்கும் என்று சொன்னது மனதை ஒருமைப்படுத்தியது.

18

03.07.1978 முற்பகல். ஆரல்வாய்மொழி அரசு மேனிலைப் பள்ளியில் மேனிலை ஆங்கில ஆசிரியராகப் பணியில் சேர்ந்தேன். தலைமையாசிரியர் ஆமோஸ் சார். அவர் கண்டன்விளை தலைமையாசிரியராக இருக்கும் போது அறிமுகமானவர்தான்; நல்ல நிர்வாகி. இருவரும்தான் ஆரல்வாய்மொழியில் மேனிலை வகுப்புகளைத் தொடங்கிவைத்தோம் என்றுகூடச் சொல்லலாம். மேனிலைக்கென மாறுதல் செய்யப்பட்டிருந்த அருணாசலம், லெட்சுமி அம்மாள், சுடலையாண்டி, செல்லப்பா, தங்க பத்மநாபன் யாரும் அன்றுவரை பணியில் சேரவில்லை; படிப்படியாகத்தான் வந்தார்கள். நாங்கள் சேர்ந்த பணியிடங்கள் எல்லாமே பட்டதாரி ஆசிரியர் பணியிடங்கள்தான். அவர்களை வேறு பள்ளிகளுக்கு மாற்றம் செய்து ஆணைகள் வந்திருந்தன. அவர்களுக்குப் பிரிவு உபசார விழா அன்று மாலையே நடந்தது. நீண்ட காலம் ஒன்றாக, மகிழ்ச்சியாகப் பணியாற்றிவிட்டு மேனிலைக்கு நீங்கள் தகுதியில்லையென்பது போல ஒரே நாளில் பள்ளியை விட்டுப் பிரிந்து செல்லும் ஆதங்கமும் வருத்தமும் அவர்களது பேச்சிலும் பாராட்டிப் பேசியவர்கள் பேச்சிலும் நன்கு வெளிப்பட்டன. புதிதாக வருபவர்களை வரவேற்கும் மனநிலை அங்கு இல்லை. மாறுத லாகிச் சென்றவர்களும் நன்கு தெரிந்தவர்கள்தான்; பின்னர் தலைமையாசிரியர்களாகவும் மாவட்டக் கல்வி அலுவலர்களாகவும் பதவி உயர்வு பெற்றுச் சென்று விட்டார்கள்.

பாடநூல்கள் இல்லாமலேயே, கால அட்டவணை இல்லாமலேயே மாணவர் சேர்க்கை தொடங்கியது. பத்தாம் வகுப்பு தேர்ச்சி பெற்றவர்களும் பதினொன்றாம் வகுப்புகள்

தோல்வியடைந்தவர்களும் முதலாண்டு வகுப்பில் சேர்த்துக் கொள்ளப்பட்டனர். கணிதம், அறிவியல், வரலாற்றுப் பிரிவுகள் முதலில் தொடங்கின. படிப்படியாக அக்கவுண்டன்சி ஆடிட்டிங், பிளான்ட் புரொடெக்சன் ஆகிய தொழிற்பிரிவு களும் தொடங்கப்பட்டன. முதலில் வந்த அறிவுரைகளுக்கேற்ப இவ்வகுப்புகள் ஏ1, ஏ2, ஏ3, வி1, வி2 என்றே அழைக்கப்பட்டுக் கால அட்டவணையும் அதற்கேற்பத் தயாரிக்கப்பட்டது. மேனிலை வகுப்பு ஆசிரியர்கள் முழுமையாகப் பணியில் சேராததால், நானும் மூத்த உயர்நிலைக் கணிதப் பட்டதாரி ஆசிரியர் என்.சி.சி. அலுவலர் வேதக்கண்ணுவும் இணைந்து கால அட்டவணையைத் தயாரித்தோம். தோவாளையில் கிறிஸ்டியன் சாரிடம் நான் பெற்ற பயிற்சி இதற்கு உதவியாக இருந்தது.

வேதக்கண், நேரடி நியமன காவல் உதவி ஆய்வாளராக 1967இல் சைதாப்பேட்டையில் பணியாற்றியவர். அப்பணி பிடிக்காமல் அதனைத் துறந்துவிட்டுத் தனது தந்தையின் விருப்பத்துக்கேற்ப, அதே சைதாப்பேட்டை ஆசிரியர் கல்லூரியில் பி.டி. படித்துவிட்டு ஆசிரியராகப் பணியைத் தொடர்ந்தவர்.

ஆமோஸ் சார் எவ்வளவு மனஉறுதிகொண்டவர் என்று காட்ட ஒரு சம்பவம் நிரூபித்தது. வரலாற்றுப் பிரிவில் பெரும்பாலான மாணவர்கள் பதினொன்றாம் வகுப்பில் தோல்வியடைந்து, அரசு காட்டிய கருணையால் மேனிலை முதலாம் ஆண்டில் சேர்த்துக் கொள்ளப்பட்டவர்கள்; வயது மீறியவர்களும் உண்டு. வரலாறு ஆசிரியர் லாரன்ஸ் மோசமாகத் திட்டிவிட்டார் என்று சொல்லி ஒரு நாள் அந்தப் பிரிவு மாணவர்கள் அனைவரும் வெளியே வந்துவிட்டனர். தலைமையாசிரியர் அறை முன்பு கும்பலாக நின்றுகொண்டு 'ஆசிரியர் மன்னிப்பு கேட்க வேண்டும்' என்று கூச்சலிட்டுக்கொண்டிருந்தனர். தலைமையாசிரியர், ஆசிரியர் அறையிலிருந்த என்னை மட்டும் அழைத்துக்கொண்டு கும்பலை நோக்கிச் சென்றார். 'உங்களுக்கு என்னடா வேணும்? முதலில் வரிசையாக நில்லுங்க'. வரிசையாக தலைமையாசிரியரைப் பார்த்து நின்றார்கள்.

'உங்க பிரச்சனையைச் சொல்லுங்க, முதல்லே'

'ஹிஸ்டரி சார் எங்களை மோசமாத் திட்டிட்டாரு சார்?'

'அப்படின்னா, 'இதை ஏங்கிட்டதானேடா முதல்லே சொல்லணும்? வெளியே வந்து கூச்சல் போட்டுக்கிட்டிருக்கீங்க. முதல்லே கிளாசுக்கு போங்க'.

'மாட்டோம் சார். முதல்லே அவரை மன்னிப்பு கேக்கச் சொல்லுங்க.'

‘போறீங்களா, இல்லையா’ என்று குரலை உயர்த்திக்கொண்டு முதலில் நின்ற மாணவனுக்குத் தோளில் ஒரு அறை கொடுத்தார்.

‘போறியா இல்லையா’ என்றார் மறுபடியும்.

அவன் தலைகுனிந்துகொண்டே சென்றான்.

எனக்கு மாணவர்கள் பெயர்கள் தெரியுமாதலால், ‘ராஜேந்திரன், அலெக்சாண்டர் போங்க’ என்றேன்; போனார்கள்.

முறைத்துக்கொண்டு நின்ற மாணவர்களுக்கும் அடி விழுந்தது. ஆக எல்லோரும் ஒவ்வொருவராக வகுப்புக்குத் திரும்பினார்கள்.

‘அடிக்கிற கைதானே அணைக்கும்!’

இருவரும் வகுப்பறைக்குள் நுழைந்தோம்.

ஆமோஸ் சார், மாணவர்களைச் சமாதானப்படுத்தும் குரலில் பேச, மாணவர்கள் தங்கள் மனக்குறையைச் சொன்னார்கள். எல்லா ஆசிரியர்களுக்கும் பொருந்துகிற கருத்துதான்.

‘சார், எங்களுக்கு அடி கொடுக்கட்டும்; ஒண்ணும் சொல்லாம வாங்கிக்கிறோம். ஆனா, மோசமான வார்த்தையில எல்லார் முன்னாலேயும் திட்டினா எப்படி சார் பொறுத்துக்கிடறது?’

‘இனிமே திட்ட மாட்டார். நான் சொல்றேன்’.

அத்துடன் பிரச்சினை முடிந்தது.

ஆமோஸ் சார் திருவிதாங்கோட்டுக்கு மாறுதல் பெற்றுச் சென்றபின் அப்துல்காதர் சார் வந்தார்.

ஒரு டூர் ஏற்பாடாயிற்று. எங்களுடன் முதுநிலைப் பட்டதாரி ஆசிரியராகப் பணியாற்றியவர், நெல்லை ஏ.டி.ஜே டிரான்ஸ்போர்ட் உரிமையாளர் மனோகர் மிகக் குறைந்த வாடகையில் தங்கள் கம்பெனியிலிருந்தே பஸ் ஏற்பாடு செய்து தர பெங்களூர், மைசூர், மேட்டூர் அணை, ஹொகனேக்கல் என்று நான்கு நாட்கள் பஸ் கட்டணம், உணவு உட்பட நபர் ஒன்றுக்கு எழுபது ரூபாய், செலவில் மகிழ்ச்சியாகச் சென்று திரும்பினோம். நான் கன்வீனர், கோலப்பபிள்ளை பொருளாளர், தலைமையாசிரியர் அப்துல்காதர் சாரும் கூட வந்தார்.

டூர் முடிந்து கணக்கு வழக்கு பார்த்தபோது பணம் ஏராளம் மீதம் வந்தது. ஆளுக்குப் பத்து ரூபாய் திருப்பிக்கொடுத்து விட்டோம்.

பிறகு ஒருநாள் முதன்மைக் கல்வி அலுவலகம் சென்றபோது அங்கு உதவியாளராக இருந்த நயினார் அண்ணாச்சி, உரிமை யுடன் ஒரு கேள்வி கேட்டார்.

'தம்பி டூர் ஏற்பாடு பண்ணிப் பிள்ளைகளைக் கூட்டிட்டுப் போனீங்களா?'

'ஆமாம் அண்ணாச்சி.'

'ஏன் தம்பி இந்த வேண்டாத வேலை? எத்தனையோ ஸ்கூல்ல டூர் போய், பிரச்சனை ஆகி பைல்ஸ் இன்னும் இருக்கு. நீங்க முன்னால ஒர்க் பண்ணின காட்டாத்துறை ஸ்கூல்லேயே உங்களுக்கு முன்னாலே டூர் போயி, பிரச்சினை ஆனது உங்களுக்குத் தெரியும்ல? இனிமே நீங்க இதுக்கு மட்டும் முயற்சி எடுக்காதீங்க'.

'சரி அண்ணாச்சி' என்று சொல்லிவிட்டு வந்தேன்.

நாங்க போன டூர், பிரச்சினை ஏதும் ஆகாததினாலே எனக்கு அப்போது அது ஒரு பொருட்டாகத் தெரியவில்லை. பிற்காலத்தில் பல செய்திகளைக் கேள்விப்படும்போது – குறிப்பாக நாகர்கோவிலின் ஒரு பிரபலமான தனியார் பள்ளியில் மும்பைக்கு டூர் போன போது, ஒரு மாணவன் காணாமற்போய் பிரச்சினையானது போல – அவர் சொன்ன அறிவுரை எவ்வளவு நிதர்சனம் என்று புரிந்துகொண்டேன்.

அந்த வருடம் எம்.ஏ., இரண்டாமாண்டு தேர்வு முடிவுகள் வெளிவந்து, வெற்றிபெற்று முதுநிலைப் பட்டதாரி ஆசிரியராக பதவி உயர்வு வழங்கப்பட்டு ஆணை பெற்றேன்.

அப்துல் காதர் சாருக்குப் பின் அ. ராமச்சந்திரன் சார் தலைமையாசிரியராக வந்தார். அவர் ஆசிரியர்களிடம் மட்டுமல்ல, மாணவர்களிடமும் நட்புறவுதான். *Too gentle to be a Headmaster of a Higher Secondary School.* பள்ளிக் கல்வித் துறையில் மண்டல அளவில் தணிக்கைத் துறை இருக்கிறது. அதில் அலுவலராக இருந்து வந்ததால் பள்ளித் தலைமைப் பதவி அவருக்குப் புதிதாக இருந்தது.

வேறொரு புதிய பொறுப்பு நான் நாடாமலேயே என்னைத் தேடி வந்தது. 1979–80ஆம் ஆண்டு முதல் நாட்டு நலப்பணித் திட்டம் (என்.எஸ்.எஸ்.) மேனிலைப் பள்ளிகளில் தொடங்கப்படும் என்ற அறிவிப்பு வெளியாகி, மாநிலம் முழுவதும் 200 பள்ளிகளில் முதற்கட்டமாகத் தொடங்க ஆணை பிறப்பிக்கப்பட்டது. கன்னியாகுமரி மாவட்டத்தில் எஸ்.எல்.பி., இரணியல், தக்கலை, மார்த்தாண்டம், பளுகல், குளச்சல் புனித மேரி, நாகர்கோவில் ஸ்காட், கான்வென்ட், எஸ்.எம்.எஸ்.எம்.

சசீந்திரம், ஆரல்வாய்மொழி, வெட்டூர்ணிமடம் சேல்வேஷன் ஆர்மி உள்ளிட்ட 12 பள்ளிகள்.

திட்ட அலுவலர் பணிக்காக ஒவ்வொரு பள்ளியிலிருந்தும் இரு மேனிலை ஆசிரியர்களைப் பரிந்துரைக்கக் கோரப்பட்டது. ஆரல்வாய்மொழியிலிருந்து இரண்டு மூத்த ஆசிரியர்களின் பெயர்கள் அனுப்பிவைக்கப்பட்டன. ஆனால் அந்தப் பெயர்கள் நிராகரிக்கப்பட்டன. நாற்பது வயசுக்குக் குறைந்த இருவர் பெயரை அனுப்பி வைத்திடுமாறு பள்ளிக் கல்வி இயக்ககத்திலிருந்து தந்தி வந்தது.

தலைமையாசிரியரிடமிருந்து அதற்குப் பின்தான் விருப்பம் கேட்டுச் சுற்றறிக்கையும் வந்தது. ஆசிரியர் அறையில் விவாதம். மனோகர் உள்ளதில் இளையவர், 'எனக்கு வேண்டாம். நான் டி.எஸ்.பி செலக்சனை எதிர்பார்த்துக்கொண்டிருக்கிறேன்' என்று சொல்லிவிட்டார். அடுத்து நான், கணிதம் முருகன், வரலாறு செல்லப்பா. செல்லப்பாவுக்கு விருப்பம். அவரது உறவினரான முருகனுக்குத் தயக்கம். என்னை எல்லோரும் வற்புறுத்த நான், செல்லப்பா இருவரும் விருப்பம் தெரிவித்தோம். அப்போதே செல்லப்பா சொல்லிவிட்டார். 'உங்களுக்குத்தான் கிடைக்கும். இருவர் சென்னை போகலாம் என்பதால்தான் நான் விருப்பம் தெரிவித்தேன்' என்றார்.

1974க்குப் பிறகு மீண்டும் சென்னை செல்கிறேன். ஆறு வருடங்களிலேயே சென்னையின் முகமும் எல்லைகளும் மாறி வருவதைக் காண முடிந்தது. இணை இயக்குநர் (பணியாளர் தொகுதி) அலுவலகத்தில் இன்டர்வியூ. அப்போது இணை இயக்குநர் முனைவர் சு. பரமசிவன். வெளியே காத்திருந்தோம். பல புதிய நண்பர்களைச் சந்தித்தேன். தக்கலை நம்பிராஜன், எஸ்.எல்.பி. வால்டர், குளச்சல் வல்சன், இரணியல் செல்வின், பளுகல் மார்ட்டின் ஜெயராஜ், மார்த்தாண்டம் கோபாலன் என்று பட்டியல் நீண்டது. முதல் ஐவரும் ஆங்கில முதுநிலைப் பட்டதாரி ஆசிரியர்கள்; அதனால் என்.எஸ்.எஸ்., தேர்வு மையங்கள், ஆசிரியர் இயக்கம் என எங்கள் நட்பு குடும்ப உறவாக விரிந்து நெருக்கமாக இன்றும் நிலைத்திருக்கிறது. வால்டர் எங்களில் மூத்தவர். அவர் வழி என்றும் தனி வழி. மற்றவர்கள் அனைவரும் கிட்டத்தட்ட சமவயதினராய் இருந்ததால் எண்ணங்களெல்லாம் ஒரே அலைவரிசைதான். எங்களைத் தவிர, சுசீந்திரத்திலிருந்து கல்யாணி, கான்வென்டிலிருந்து ஞானசெல்வம் ஆகியோரும் கலந்துகொண்டனர். இவர்கள் அனைவர் பெயர்களும் இன்றும் நினைவில் இருக்கக் காரணம் இவர்கள் அனைவரும் தேர்ந்தெடுக்கப்பட்டு, திட்ட அலுவலர்களாகப் பல ஆண்டுகளாக ஒன்றாகப் பணியாற்றியதுதான்.

தொடர் ஆண்டுகளில் மேலும் பல பள்ளிகள் தரம் உயர்த்தப்பட்டுப் பூதப்பாண்டி ராமையா, டி.வி.டி. நாகேஷ், பளுகல் ராஜையா (மார்டினுக்குப் பதிலாக), அகஸ்தீசுவரம் அய்யாப்பழம், பிறகு நாகராஜன் முதலானோர் திட்ட அலுவலர்களாக நியமனம் பெற்றனர்.

என்.எஸ்.எஸ். எனக்குப் பல பாடங்களைக் கற்றுத் தந்தது. என்.எஸ்.எஸ்.க்கு முன், பின் என்று கூட பிரித்துக் கொள்ளலாம். உணர்ச்சிபூர்வமாகப் பிரச்சினைகளை அணுகாமல் புத்திசாலித்தனமாகத் தீர்வு காணுதல், மாணவர்களோடு பத்து நாட்கள் சிறப்பு முகாமில் ஒன்றாகத் தங்குவதன் மூலம் அவர்களது பிரச்சினைகளையும் உள்ளக்கிடக்கைகளையும் புரிந்து கொள்ளுதல், அவர்தம் தனிப்பட்ட திறன்களை வெளிக்கொணரும் வகையில் தளம், களம் அமைத்தல், மேலும் அந்தந்தப் பகுதி மக்களோடு பழகக் கிடைத்த அரிய வாய்ப்பு, தவிரவும் குமரி மாவட்டத்தின் ஒவ்வோர் எல்லையிலும் – குமாரபுரம், பூதப்பாண்டி, மாறாமலை, குளச்சல், சிற்றாறு வனப்பகுதி – என பல்வேறு பண்பாட்டு, கலாச்சாரப் பகுதிகளிலும் முகாம்கள் அமைத்து, குமரி மாவட்டத்தின் மொழி, உணவு, உடை, பண்பாட்டுக் கூறுகள், ஏற்றத் தாழ்வு என அனைத்திலும் இருக்கும் நுண்ணிய வேறுபாடுகளைப் புரிந்துகொள்ளக் கிடைத்த அனுபவங்கள் . . . மாவட்ட ஆட்சித் தலைவர்கள், வன அலுவலர்கள், காவல்துறை கண்காணிப்பாளர்கள், சமூகப் பணியாளர்கள், கல்வியாளர்கள் எனப் பலரோடும் பழகும் வாய்ப்பு, மேடைப் பேச்சை மெருகுபடுத்திக் கொள்ளல் போன்றவை. பாமர மக்கள், வேளாண் தொழில் செய்வோர், மீனவப் பெருங்குடி மக்கள், மலைவாழ் காணிகள் போன்ற பல்தரப்பட்ட மக்களைச் சந்திக்கவும் அவர் வாழ்நிலை பற்றிச் சிந்திக்கவும், முடிந்த அளவுக்கு அவர்களுக்கு உதவவும், பல்வேறு சமூகப் பிரச்சினைகள் குறித்த விழிப்புணர்வை ஏற்படுத்தவும் இந்த அனுபவம் மிகவும் உதவியது. எல்லாவற்றுக்கும் மேலாக பதின்பருவ மாணவர்களைப் பக்குவப்படுத்தி, சமுதாயப் பொறுப்பு மிக்க, சாதி சமய வேறுபாடுகள் களைந்த குடிமக்களாக உருவாக்கவும் உரிய வாய்ப்பாக இது அமைந்தது.

பதினாறு சிறப்பு முகாம்களில் தனித்துவம் வாய்ந்த சில சிறப்பு முகாம்களை மட்டும் ஆங்காங்கே பதிவிடுவேன்.

நாங்களெல்லாம் திட்ட அலுவலர்களாகப் பொறுப்பேற்ற போது, மாநிலத் திட்ட ஒருங்கிணைப்பாளராக மாற்றுப் பணியில் நியமிக்கப்பட்டவர் கேப்டன் வி.எஸ். சுப்பாராமன். அவரைப் போல நிர்வாகத் திறனும் ஆங்கிலம், தமிழ் மொழிகளில் பேச்சாற்றலும் பெற்றவர் அரிது. ஆனால் தனது பதவியைச் சொந்த

ஆதாயத்துக்காகப் பயன்படுத்திக் கொண்டவர் என்ற அவப்பெயர் உண்டு. அவரது மாயவலைக்குள் சிக்காத மாவட்டம் குமரி மாவட்டம் மட்டுமே. ஆனால் என்.எஸ்.எஸ். என்ற அமைப்பைப் பல விரிவான திட்டமிடல்களுடன் மேனிலைப் பள்ளிகளில் வேரூன்றச் செய்தவர் அவரே. அவரைத் தொடர்ந்து வெங்கட சுப்பிரமணியன், ரெத்தின. நடராசன் போன்றோர் அயற்பணியில் பொறுப்பேற்றுச் சிறப்பாக வழிநடத்தினர்.

மாநில அளவில் திட்ட அலுவலர்களுக்கான திறன்வளர் *(Orientation)* பயிற்சி முகாம், சென்னை சமூகப் பணி கல்லூரியிலும் *(Madras School of Social Work)*, கோயம்புத்தூர் அவினாசிலிங்கம் மனையியல் கல்லூரியிலும் நடைபெற்றது. வட மாவட்ட திட்ட அலுவலர்கள் சென்னையிலும், தென் மாவட்டத்தோர் கோயம்புத்தூரிலும் பயிற்சி பெற்றோம். பத்து நாட்கள் இனிய நாட்கள். உண்டி, உறையிட வசதிகள் மிகவும் அருமையாக இருந்தன. கவலையற்ற நாட்கள். வகுப்பறையை விட, களப்பயணங்களில் கற்றது அதிகம். கோவையின் மிக முக்கிய நிறுவனங்களுக்கும், சேவை மையங்களுக்கும், வேளாண் பல்கலைக்கழகம் உள்ளிட்ட கல்விச்சாலைகளுக்கும் சென்று வந்தோம். ஒரு மாற்றாக, சிற்பச் சிறப்புகள் கொண்ட பேரூர் கோவில் போனோம். போன அங்கு நடந்த ஒரு நிகழ்வு நினைவைவிட்டு அகலாதது. மத உணர்வுகளுக்கு அப்பாற்பட்டுக் குரும்பூர் பணிக்க நாடார் பள்ளி ராச பாண்டி பாடிய ஒரு வழிபாட்டுப் பாடலுக்கு நண்பர் வல்சன் நெக்குருகினார். இதை அவரது நினைவாஞ்சலி நூலில் பதிவிட்டுள்ளேன்.

19

என்.எஸ்.எஸ். திட்டத்தில் பத்து நாள் சிறப்பு முகாம் ஒரு முக்கியக் கூறு.

குமரி மாவட்டம் ஆரல் குமாரபுரம் சிறப்பு முகாம். எனது என்.எஸ்.எஸ். வாழ்வின் முதல் முகாம். நானும் என்.சி.சி. அலுவலர் வேதக்கண்ணுவும், எனக்கு உதவியாக ஆசிரியர் ஜெகநேசனும் முகாமுக்குச் சில நாட்கள் முன்னரே சென்று ஊர் பெருமக்களைச் சந்தித்து மாணவர்கள் தங்குவதற்கும் குளிப்பதற்குமான வசதிகளை உறுதிசெய்துவிட்டு வந்தோம்.

முகாமின் முதல்நாள் மாலை, பள்ளியில் ஒன்றாகக் குழுமி, குமாரபுரம் நோக்கிப் புறப்பட்ட போது, போக்குவரத்துப் பணியாளர்களின் திடீர் பணிமுடக்கம். வேறு வழியில்லை; சமையல் சாமான்கள், என்.எஸ்.எஸ். தளவாடங்களை மட்டும் ஒரு மாட்டுவண்டியில் இரு மாணவர்கள் துணையோடு அனுப்பிவைத்தோம். தேசிய நெடுஞ்சாலையில் ஆரல்வாய்மொழி கன்யாஸ்பின் தாண்டியவுடன் வலது பக்கம் திரும்பி மூன்று கி.மீ. நடந்து காவல்கிணறு – கன்னியாகுமரி நெடுஞ்சாலையைக் கடந்தால் குமாரபுரம். குமரி மாவட்ட எல்லைக் கிராமம். அதற்கு அடுத்த ஊர், நெல்லை மாவட்டத்தின் வடக்கன்குளம். இரண்டையும் இணைப்பது ஒரு வறண்ட குளத்தைக் கிழித்துச் செல்லும் கிராமச் சாலை. நாங்கள் கண்டறிந்த பணியே அங்குதான். சாலையின் இடதுபுறம் அரை கி.மீ. தூரத்தில் சிறுசிறு குன்றுகள், மேற்குத் தொடர்ச்சி மலையின் உடைந்த துண்டுகள் என்றும் சொல்லலாம். எப்போதாவது பெய்யும் மழையில் பெருக்கெடுக்கும் காட்டாற்று வெள்ளம் அச்சாலையில் நுழையும். ஒரு சிறு ஓடை வழியாகக் குளத்துக்கு வந்து சேர வேண்டும். ஆனால் சென்ற மழையின்போது ஓடை அடைபட்டுப் போனதால், சாலையை அரித்து உடைத்துக் கொண்டு குளத்தில்

உள்ளத்தனைய . . .

பாய்ந்துள்ளது. சாலையில் பத்து அடி அகலப் பள்ளம். இதன் காரணமாக, இதற்கு முன் பேருந்து சென்று கொண்டிருந்த சாலை துண்டிக்கப்பட்டு, அனாதையாகிப் போனது. வடக்கன்குளம் பேரூராட்சியும் குமாரபுரம் ஊராட்சியும் போட்டி போட்டுக் கொண்டு இச்சாலையைக் கைவிட்டுவிட்டனர். எனவே, நடந்துதான் வடக்கன்குளம் போக வேண்டும். எங்கள் பணியை நாங்கள் திட்டமிட்டுக்கொண்டோம்.

மாணவர்களோடு சேர்ந்து நடந்து வந்தது எனக்கும் வேதக்கண் சாருக்கும் ஜெகநேசனுக்கும் மகிழ்ச்சியான அனுபவமாக இருந்தது.

நாங்கள் தங்கப்போகும் அரசு நடுநிலைப் பள்ளியை அடைந்ததும் இரண்டு சமையற்காரர்களும் தமிழ்நாட்டின் நிரந்தர 'அவசர உணவான' உப்புமாவைத் தயார் செய்ய ஆரம்பித்தனர். மாணவர்கள், ஐந்துபேர்கொண்ட ஐந்து குழுக்களாகப் பிரிக்கப்பட்டனர். சுழற்சி முறையில் ஒரு குழு எப்போதும் பள்ளியிலேயே இருக்கும். சமையலுக்கு உதவி, உடைமைகளுக்குப் பாதுகாவலாக, இன்னபிற பணிகளுக்காக.

மறுநாள் காலை இட்டிலி உணவுக்குப் பின் மாணவர்கள் மண்வெட்டி, சட்டி, பிக் ஆக்ஸ் சகிதமாகப் போர் வீரர்களைப் போல களம் நோக்கிப் புறப்பட்டனர். எங்கள் பள்ளித் தலைமையாசிரியர் ராமச்சந்திரன் சார் தொடங்கிவைக்க, ஊர் இளைஞர்கள் துணையுடன் பணி தொடங்கியது. பக்கத்துத் தோட்டங்களில் கிணறு வெட்டிய சரளை மண், கற்கள் கிடந்தன. அனுமதி பெற்று அவையனைத்தும் மாணவர் கை மாறிப் பள்ளத்தில் கொட்டப்பட்டன. ஓரிரு நாட்களில் முடியக் கூடிய பணி அல்ல என்று புரிந்தது. ஒன்பது நாட்கள் தொடர்ந்து நடந்து முடிந்தது. தினமும் இப்பணியை ஒரு மணிக்குள் முடித்துக்கொள்வோம். அதற்குப் பின் பம்ப் செட்டில் ஆசை தீர, அலுப்புபோகக் குளியல்.

ஒன்றாக முகாமுக்குத் திரும்பினால் முகாமில் நாஞ்சில் நாட்டு சுவையான உணவு தயார். தினமும் ஒருவேளை அசைவமும் உண்டு. மாணவர்கள் சாப்பிட்டவுடன், நாங்களும் சமையல் அணியும் உட்காருவோம். மாலை நான்குமணி வரை மாணவர்களுக்கு ஓய்வு. அதன்பின் அன்றைய மாலை நிகழ்ச்சிகளுக்கான ஏற்பாடுகள் ஆரம்பம். தினமும் பள்ளியிலிருந்து ஆசிரியர்கள் இருவரோ மூவரோ வருவார்கள். மாணவர்கள் கலை நிகழ்ச்சி களை கட்டும். தொலைக்காட்சி, கிராமங்களில் தொல்லைக்காட்சியாக மாறாத காலம் அது. எனவே ஊர் மக்களில் பெரும்பாலோர் குழந்தை குட்டிகளுடன் மேடை

கு. முத்துசாமி

முன் பெஞ்சுகளில், பலர், தரையிலேயே அமர்ந்துவிடுவார்கள். மாணவர்களுக்கு உற்சாகம் பீறிட்டுக் கிளம்பும். பல மாணவர்கள் உள்ளூர் மக்களின் ஹீரோவாக மாறிப் போனார்கள். சிறப்புச் சொற்பொழிவுகளும் உண்டு.

ஒன்பதாம் நாள். சாலைப்பணி நிறைவுபெற்றது. அன்று மாலை நிறைவு விழா. எனதும் தலைமையாசிரியரதும் அன்பான அழைப்பை ஏற்று முதன்மைக் கல்வி அலுவலர் ரோஸலட் டானியல், மாவட்டக் கல்வி அலுவலரும் எனது எஸ்.எல்.பி. ஆசிரியருமான வில்சன் சார் ஆகியோர் வந்திருந்தனர். அவர்களை நேரே பணி நடந்த சாலைக்கு அழைத்துச் சென்றேன். ஊர் மக்கள் அங்கே காத்திருந்தனர். ஒரு மாட்டு வண்டியும் ‘டிரைவருடன்’ காத்திருந்தது. முதன்மைக் கல்வி அலுவலர் கொடி அசைக்க ஊர்மக்கள், மாணவர்கள் கரகோஷத்துடன், மாட்டு வண்டி, மாணவர்கள் அமைத்த சாலையில் நீண்ட காலத்துக்குப் பிறகு எம்.ஜி.ஆர். பட பாணியில் ஜல் ஜல் என்று சென்றது.

மாலை நிகழ்ச்சிகள் தொடங்கின. மாணவர்களுக்கும் எனக்கும் பாராட்டு மழைதான். ஊர் பெரியவர்கள் பேசும்போது, ‘மாணவர்களது ஒழுக்கம், கட்டுப்பாடு, நேசத்தோடு பழகியது, அவர்களது ஒற்றுமை, உழைப்பு எல்லாம் பெருமையாக இருந்தது’ என்றார்கள். ‘தினமும் மாலை ஐந்துமணிமுதல் ஒன்பதுமணி வரை எங்களுக்கு நேரம் போவதே தெரியாது. மாணவர்கள் பாடல், ஆடல், நாடகம், மிமிக்ரி இவையனைத்தும் எங்களை வசப்படுத்தியிருந்தன. இந்தச் சாதனைக்கெல்லாம் காரணம், இவர்களை வழிநடத்திய முத்துசாமி சார்தான். எங்களில் ஒருவராகவே மாறிவிட்டார் . . .’ என்று அடுக்கிக்கொண்டே போனார்கள். எல்லோருக்கும் ஊர் மக்கள் சார்பில் பரிசுகளும் வழங்கப்பட்டன.

ஒரு மாணவன் ஓடிவந்தான். ‘சார், உங்க அப்பா வந்திருக்காங்க. தூரத்திலே நிக்கிறாங்க’.

‘அப்பாவா? இங்கே எதுக்கு வந்தாங்க?’

அவசரமாக ஓடினேன். கண்களில் நீர் மல்க நின்றிருந்தார்கள்.

‘என்னப்பா என்ன ஆச்சு?’

‘ஒண்ணுமில்லப்பா. உன்னைப் பெத்ததுக்குப் பயனை இன்னைக்கு அடைஞ்சேன். எனக்கு ரொம்பப் பெருமையா இருக்கு’ என்று கண்களைத் துடைத்துக்கொண்டார்கள். அவர்கள் வந்தது ஊரிலிருந்து வந்த ஒரு செய்தியைச் சொல்ல; நாளை தூத்துக்குடி செல்ல வேண்டும். மாணவர்களையெல்லாம் பத்திரமாக இல்லம் சேர்த்துவிட்டு, முகாமையும் நிறைவு

செய்துவிட்டு மறுநாள் மாலையில் வருகிறேன் என்று சொல்லி அனுப்பினேன்.

ஆரல்வாய்மொழி அரசு மேனிலைப்பள்ளி, பழைமையான பள்ளி. ஆரம்பக் காலங்களில் ஆதார ஆசிரியர் பயிற்சிப் பள்ளியாக இருந்திருக்கிறது. தோவாளை பள்ளி உயர்நிலைப் பள்ளியாக 1980ஆம் ஆண்டு தரம் உயர்த்தப்படுவதற்கு முன்பு, தோவாளையிலிருந்து மாணவர்கள் நாக சாலை என்று சொல்லப்பட்ட, நாவல் மரங்கள் நிறைந்திருந்த, இன்றைய தேசிய நெடுஞ்சாலை வழியாகப் பள்ளிக்கு நடந்தே வந்திருக்கிறார்கள். அந்தக் காலக்கட்டத்தில் சைக்கிளே, வசதி படைத்தவர் வாகனமாகத்தான் இருந்தது. மேனிலைப்பள்ளியான பின் பணகுடி, காவல்கிணறு, பழவூர், செண்பக ராமன்புதூர், தோவாளை உட்பட பக்கத்து ஊர்களிலிருந்தெல்லாம் ஆரல்வாய்மொழிக்கு வந்துகொண்டிருந்தார்கள்.

நான் இன்றுவரை கவனித்திருக்கிறேன். எல்லாமே எதிர்பாராத செய்திகள்தான்; நிகழ்வுகள்தான். எதிர்பாராத நேரத்தில்தான் வரும். 1981 பெப்ரவரி மாதக் கடைசி நாட்கள். முதல் பாடவேளை முடிந்து ஆசிரியர் அறையில் 'இந்து' செய்தித்தாளில் மூழ்கியிருந்த என்னைத் தலைமையாசிரியர் அழைக்கிறார் என்ற குரல் எழுப்பியது; விரைந்து சென்றேன். 'உங்களுக்கு டிரான்ஸ்பர்' என்றார் தலைமையாசிரியர்; விதிர்த்துப் போனேன். மீண்டுமா? குற்றமென்ன செய்தேன் கொற்றவா? என்று கேட்கத் தோன்றியது. 'பயப்படாதீர்கள் எல்லோரும் விரும்பும் இடத்துக்குத்தான் செல்கிறீர்கள். எஸ்.எல்.பி.க்கு ... ஏதும் முயற்சி எடுத்தீர்களா?' என்று கேட்டார். 'இல்ல சார். நான் ஏன், எஸ்.எல்.பி.க்குப் போகணும். தோவாளையில் குடும்பத்தோடு இருக்கிறேன். ஆரல்வாய்மொழிதான் எனக்கு வசதி. சைக்கிளிலேயே வந்துகிட்டிருக்கேன். நான் விரும்பல சார்' என்றேன்.

'எல்லாரும் எஸ்.எல்.பி.க்குப் போகணும்'னு ஆசைப்படுவாங்க. வாய்ப்பு உங்களைத் தேடி வந்திருக்கு. வேண்டாம்'னு சொல்றீங்க. சரி அது உங்க விருப்பம். நீங்க இங்க கண்டினியு பண்ணினா எனக்கும் சந்தோஷம். ஆர்டரை சர்வ் பண்ணிடுறேன். நீங்க முடிவெடுங்க' என்று அனுப்பினார்.

ஆசிரியர் அறையில் இரண்டு விதமாகவும் ஆலோசனை வழங்கினார்கள். 'இங்கேயே இருங்கள்; நிம்மதியாக இருக்கலாம். எஸ்.எல்.பி. பாலிடிக்ஸ் உங்களுக்கு வேண்டாம். எப்போதும் நமது ப்ளேசுக்கு ஆபத்துதான். பலமுள்ளவர்கள், உங்களை மாற்றிவிட்டு வந்துவிடுவார்கள்'.

இது உண்மைதான். நான் அறிந்திருக்கிறேன்.

கு. முத்துசாமி

மற்றொரு சாரார், 'நீங்கள் எஸ்.எல்.பி.க்குப் போங்கள். அங்கு வேலை பார்ப்பது பெருமை. அதுவும் நீங்கள் படித்த பள்ளி. படித்த பள்ளியிலேயே வேலை பார்ப்பது எல்லோருக்கும் கிடைக்காது'. எனக்கு முதல் சாரார் சொல்வதுதான் சரியெனப்பட்டது. எனது மனைவிக்கு எல்லாம் ஒன்றுதான். ஆனால் அப்பா, அம்மா, அக்காள், சகோதரர்களுக்கு நான் எஸ்.எல்.பி. வரவேண்டும் என்ற எண்ணம்.

நான் போகவில்லை. ஆர்டர் அப்படியே இருந்தது. ஆனால் இரண்டு நாளில் எஸ்.எல்.பி.யில் இருந்து ஆள் வந்தது. உடற்கல்வி ஆசிரியர் டென்னிஸ் வந்தார். என்னுடன் இரணியலில் பணிபுரிந்தவர். 'தலைமையாசிரியர் உங்களை எதிர்பார்த்துக் கொண்டிருக்கிறார். தயங்காதீர்கள். வாருங்கள்' என்றார். தலைமையாசிரியரே ஆள் அனுப்புகிறாரா, ஏதோ இருக்கிறது என்று புரிந்துகொண்டேன்; ரிலீவ் ஆனேன்; ஆனால் மகிழ்ச்சியாக அல்ல.

03.07.1978 முதல் 28.02.1982 வரை குறுகிய காலம்தான் ஆரல்வாய்மொழி பள்ளி. ஆனால் இன்றும் இனிப்பான நினைவுகள். 1980இல் மேனிலை இரண்டாமாண்டு பொதுத்தேர்வு முடிந்திருந்தது. அன்றைய பெரியார் மாவட்டம் பவானியில் ஆங்கிலம் இரண்டாம் தாள் திருத்தும் பணி முகாமுக்கான ஆணை; சென்றிருந்தேன். பவானி மிக அழகான ஆற்றங்கரை ஊர்; ஒரு தீவு என்று கூடச் சொல்லலாம். ஒருபுறம் பவானி மறுபுறம் காவேரி. காவேரி தாண்டினால் குமாரபாளையம். இரண்டு ஆறுகளும் சந்திக்கும் கூடுதுறை. அங்கே சங்கமேஸ்வரர் ஆலயம்.

நானும் நண்பர் நம்பிராஜனும் கோவில்குடில் ஒன்றில் தங்கியிருந்தோம். கூடுதுறையில்தான் காலையில் குளிப்போம். எங்களுடன் முகாம் அலுவலர் – மாவட்ட முதன்மைக் கல்வி அலுவலர் துரைராஜ் சாரும் நீந்திக் குளிப்பார். எனக்கு தோவாளைக்கு இளநிலை உதவியாளராக மாறுதல் வழங்கிய மேனாள் நாகர்கோவில் மாவட்டக் கல்வி அலுவலர் அவர். 'சார் எங்க பக்கம் ட்ரான்ஸ்பர்ல வரக்கூடாதா?' என்று ஒரு நாள் கேட்டோம். 'இந்தக் கொங்கு நாட்டுத் தங்கங்களை விட்டு எப்படி வர?' என்றார்.

ஆரல்வாய்மொழியை விட்டு வந்து முப்பது ஆண்டுகள் ஆன பின்னரும் அந்த மாணவர்கள் அந்நாள் ஆசிரியர்களை மறக்கவில்லை. எங்கள் அனைவரையும் 20–5–2012 பள்ளிக்கு அழைத்து முதன்மைக் கல்வி அலுவலர் ராதாகிருஷ்ணன் அவர்கள் தலைமையில் பழைய நினைவுகளை மீட்டெடுத்துப் பாராட்டிப் பேசிக் கௌரவித்தனர்.

20

01.03.1982. மாணவனாக 1963ஆம் ஆண்டு எஸ்.எல்.பி. பள்ளியின் பரந்த படிக்கட்டுகள் வழியே உள்ளே மாணவனாக நுழைந்தவன், இன்று முதுகலைப் பட்டம் பெற்று, அதுவும் பயந்து ஓடி ஒதுங்கிய ஆங்கிலப் பாடத்தில் மேனிலை ஆசிரியராக, ஆனால் அதே பதற்றத்துடன். பூமாரி ஏதும் பொழியவில்லை, வெண்ணிற ஆடைத் தேவதைகளும் வரவேற்கவில்லை. தயக்கத்துடன் தலைமையாசிரியர் அறைக்குள் நுழைந்தேன். திருவாங்கூர் மன்னர் சித்திரைத் திருநாள் புகைப்படமும், பள்ளியை நிர்மாணித்த ராணி சேதுலெட்சுமி பாய் புகைப்படமும் என்னை வரவேற்பது போலத் தோன்றின.

தலைமையாசிரியர் இருக்கையில் கம்பீரமாக சந்திரசேகர பாண்டியன் சார். 'வாங்க' என்று இன்முகம் காட்டி வரவேற்றார். அதே, அவரைப் பொறுத்தவரை அதிகம். பணியில் சேர்வதற்கான முறையான கடிதத்தைப் பணிவுடன் கொடுத்தேன். 'உங்களைப் பத்திச் சொன்னாங்க. எல்லாரும் எஸ்.எல்.பி.க்கு வரணும்னு போராடுவாங்க. உங்களைத் தேடி வந்திருக்கு. உடனே ஜாயின் பண்ணியிருக்கலாமே. தைரியமா வேலை பாருங்க' என்று சொல்லி அவருக்கு எதிரே இருந்த சீனியர் அசிஸ்டெண்ட் ஜீவரெத்தினம் சாரிடம் அனுப்பினார். (பின்னாளில் சீனியர் அஸிஸ்டெண்ட் பதவி, உதவித் தலைமையாசிரியர் என்ற பதவியாக மாற்றம் பெற்றது.) அவர் தயாராக இருந்த எனக்கான டைம் டேபிளைக் கொடுத்து 'ஸ்டாப் ரூம் போயிட்டு, மத்தியானம் கிளாசுக்குப் போங்க' என்றனுப்பினார்.

ஸ்டாப் ரூம் சென்றேன். எனக்குப் பழக்க மான பல முகங்கள் இருந்தன; அவை வரவேற்றன. எம்.எல்.சி சங்கரலிங்கம் தம்பி தமிழாசிரியர்

விவேகானந்தன், முதுநிலைப் பட்டதாரி ஆசிரியர்கள் குறிப்பாக தமிழ் செல்லத்துரை, ஆங்கிலம் மாணிக்கம், வரலாறு நீதியப்பன், காமர்ஸ் மணி ஆகியோர் வரவேற்றனர்.

எஸ்.எல்.பி.க்கு வரவேண்டுமானால் அரசியல் பலம், பண பலம் எல்லாம் வேண்டுமே? இவர் எப்படி வந்தார் என்ற வினா எல்லோரது மனதிலும் தொக்கி நின்றது. ஒருவர் ஒரே போடாகப் போட்டார். ‘சார், உங்களுக்கு சபாநாயகர் காளிமுத்து சொந்தமா?’ சொந்தமுமில்லை பந்தமுமில்லை. இருந்தாலும் சிரித்துக் கொண்டேன். அந்த நினைப்பு இருந்தால் நல்லதுதானே.

மறுபடியும் தலைமையாசிரியர் அழைப்பதாகச் சொன்னார்கள். சென்றேன். “நீங்க பதினொன்று பி (கணிதப் பிரிவு – தமிழ்வழி) கிளாஸ் டீச்சர். அந்த கிளாஸ் கெமிஸ்ட்ரிலேப் கிளாஸ் ரூமிலே இருக்கு. தள்ளி, தனியா இருக்கு. இதுவரை இருந்த டீச்சர் சரியா பார்க்கல. நீங்க கண்ட்ரோலா வச்சுக்கீவிங்கன்னு நம்புறேன். ஸ்ட்ரிக்டா வச்சுக்குங்க’.

உண்மைதான். திருமதி மனோரா ஜஸ்டின் வயதான ஆனால் அன்பான ஒரு கணித ஆசிரியை; அடங்காத மாணவர்கள். ஒரே நாளில் சரிப்படுத்திக்கொண்டு வந்தேன். முதல் யுக்தி. நாம் நேரத்துக்கு வகுப்புக்குச் சென்றுவிடவேண்டும். பத்துமணிக்குத்தான் வகுப்புகள் தொடங்கும். ஆனால் வகுப்பாசிரியர்கள் காலை 9.30, பகல் 1.30க்கு வகுப்பறையில் இருக்க வேண்டும்; அது பாண்டியன் சாரின் எழுதப்படாத சட்டம். நான் இருப்பேன். எனது வகுப்பில் மட்டுமல்ல, பிற பாட ஆசிரியர்கள் வகுப்பிலும் மாணவர்கள் கூச்சல் இல்லாமல், கட்டுப்பாட்டுடன் இருக்க வேண்டும். கவனித்துக்கொண்டிருப்பேன். ஆனால் மாணவர்களைக் கட்டுப்பாட்டுடன் வைத்திருக்க, நாம் முதலில் முன் மாதிரியாக இருக்க வேண்டும். நம்முடைய நடத்தையும் கற்பிக்கும் முறைவும்தான் அவர்களைக் கட்டிப் போட முடியும் என்பதையும் அறிவேன். மற்ற இரு ஆங்கில ஆசிரியர்களான மாணிக்கம் சாரும், இந்திரா தேவி டீச்சரும் என்னுடைய சீனியர்கள்; அனுபவம் மிக்கவர்கள். எனவே அவர்களுக்கு ஈடாக உழைத்தேன். என்னை ஆசிரியர் பணிக்கு வழியனுப்பிவைத்த மனோகரன் சார் சொன்ன அறிவுரை இங்கு மிகவும் பயனுள்ளதாக இருந்தது. ஆங்கிலப் பாடத்தின் வகுப்பில் இலக்கணமோ உரைநடையோ கவிதையோ எதை எடுப்பதாக இருந்தாலும் குறிப்புகள் எடுத்துக் கொண்டு, அவற்றை மனத்தில் ஏற்றிக்கொண்டு செல்வேன்.

எஸ்.எல்.பி.யில் அந்தக் காலத்தில் படித்த மாணவர்களில் கணிசமானவர்கள் பிரபலங்களின் குழந்தைகள்; ஏழ்மை நிலைக்

குழந்தைகளும் உண்டு. அவர்கள் அனைவரையும் ஈர்க்கும் வண்ணம் கற்பித்தல் இருக்கும். பாடங்களில், விவிலியம் சார்ந்த குறிப்புகள் அதிகம் இருக்கும். *'When Moses lay in the are of bulrushes' (Sweets – Robert Lynd)*

'Fools! I also had my hour' (Donkey G.K. Chesterton) போன்ற வரிகளுக்கெல்லாம் பைபிளைத் தேடி விவரங்கள் சேகரிப்பேன். கிறிஸ்தவ மாணவர்களே திகைத்துப் போவார்கள்.

டதி மகளிர் மேனிலைப் பள்ளியின் தலைமையாசிரியை ஒருமுறை இதை என்னிடம் குறிப்பிட்டு, 'எனது மகன் அடிக்கடி எனக்குத் தெரியாததெல்லாம், சார் சொல்றார் அம்மா என்று சொல்வான்' என்றார்.

இன்னொன்று, பாடத்தில் புதிதாகத் தென்படும் ஆங்கிலச் சொற்களுக்கு (*nougat, skiing, tier*) சரியான உச்சரிப்பு தெரிந்து கொண்டு செல்வேன். இந்தச் செய்திகளெல்லாம் தலைமை யாசிரியர் காதுகளுக்குச் சென்ற பிறகு எனக்கு 'ப்ரோமஷன்' வழங்கப்பட்டது. ஆம்; ஆங்கில வழி வகுப்புகளுக்குப் பாடம் எடுப்பது ப்ரோமஷன் போலத்தான். அது சீனியர்களுடைய ஏகாதிபத்திய உடைமை.

பத்தாம் வகுப்பில் அதிகம் மதிப்பெண்கள் எடுத்த மாணவர்கள் பெரும்பாலும் அப்போது எஸ்.எல்.பி. அல்லது கார்மல் பள்ளிகளையே நாடி வந்தார்கள். அதிலும் அம்மாணவர்கள் பயோ மேத்ஸ்–பிரிவில்தான் அதிகம் இருப்பார்கள். தலைமையாசிரியர் என்னைப் பன்னிரண்டாம் வகுப்பு பயோ மேத்ஸ் வகுப்புக்கு ஆங்கிலம் எடுப்பதற்குத் தரம் உயர்த்தினார்! மற்றைய பாட ஆசிரியர்களுக்கும் பல்வேறு காரணங்களுக்காக, பயோ மேத்ஸ் பிரிவில் பாடம் எடுப்பதற்குப் போட்டி நிலவும்.

நான் 1982முதல் 1995 ஜனவரியில் பதவி உயர்வு பெற்றுச் செல்லும்வரை பயின்ற மாணவர்கள் இன்று உலகெங்கும் பல்வேறு நிலைகளில் உயர்பதவி வகித்துவருகின்றனர். ஒரு சிலர் பெரும் கல்வி நிறுவனங்களை, வணிக நிறுவனங்களை நிறுவி நிர்வகித்து வருகின்றனர். 2016ஆம் ஆண்டும் 2017ஆம் ஆண்டும் இம்மாணவர்கள் எல்லாம் ஒன்றுகூடித் தங்களுக்குள் பேசி மகிழ்ந்ததும், தங்கள் ஆசிரியப் பெருமக்களை அவர்களது ஊர் தேடி, வீடு தேடித் தங்கள் வாகனங்களில் அழைத்துச் சென்று பாராட்டிப் பரிசில்கள் வழங்கியதும் அவர்களது நன்றி பாராட்டலுக்குச் சான்று.

21

இனி கால வரிசையில் சொல்லாமல் சந்திர பாண்டியன் சார் தலைமையில் நான் பணியாற்றிய போது நடந்த முக்கிய நிகழ்வுகளை மட்டும் சிந்திக்கின்றேன்.

காட்டில் சிங்கம் உலாவுவதை படத்தில்தான் பார்த்திருப்பீர்கள். அதை எஸ்.எல்.பி. வளாகத்தில் பார்க்கலாம். கையில் பிரம்பை வைத்துக்கொண்டு நடைபோடும் பழக்கம் அவரிடம் இல்லை அவரைப் பார்த்து என்னிடமும் இருந்ததில்லை; அவரது காலடிச் சத்தம் கேட்டாலே வகுப்பறைகள் அமைதியாகிவிடும், ஆசிரியர் குரலைத் தவிர. ஒருமுறை நான் பதினொன்றாம் வகுப்புக்குப் பாடம் நடத்திக்கொண்டிருந்தேன். கற்பிப்பதில் இயல்பான நகைச்சுவை எப்போதும் இருக்கும். எனவே மாணவர்களின் சிரிப்பும் இருக்கும். எனது வகுப்பறையைத் தலைமையாசிரியர் கடந்து செல்வதைப் பார்த்தேன். வகுப்பு முடிந்ததும் எனக்குத் தலைமையாசிரியரிடமிருந்து அழைப்பு வந்தது.

'கிளாஸ்ல, விட் அடிப்பீங்களா?'

'ஆமா சார். கிளாஸ் போரடிக்காம இருக்குறதுக்கு. பாடத்தோடு சேர்ந்து'.

'அதெல்லாம் வேண்டாம். எப்பவுமே ஸ்ட்ரிக்டாவே இருங்க'.

'சரி சார்'.

அது அவருடைய மனப்போக்கு. ஆனால் அவர் என்மீது கொண்டிருந்த பரிவும் மதிப்பும் கொஞ்சமும் குறையவில்லை. எந்தப் பயிற்சியாக இருந்தாலும் என்னைத்தான் பரிந்துரை செய்வார். கேரீர் மாஸ்டர், இன்ட்ராக் ஸ்டாப் அட்வைசர் என்று பல.

உள்ளத்தனைய . . .

எங்களால் மறக்க முடியாத என்.எஸ்.எஸ். முகாம்களில் ஒன்று மாறாமலையில் நடந்த, ஐந்து பள்ளிகள் சிறப்பு முகாம். மாறாமலையில் இந்தியாவின் மிகப்பெரிய அரசு கிராம்புத் தோட்டம் உள்ளது. அதற்கும் மேலே இருக்கும் சி.எம்.எஸ் ஹோமில் முகாமிட்டிருந்தோம். தரைமட்டத்திலிருந்து 3000 அடிக்கும் மேலே. அதற்கும் மேலே பயோனியர், மத்தியாஸ் குடும்பங்களுக்குச் சொந்தமான பாலமோர் எஸ்டேட், காரிமணி எஸ்டேட் போன்றவை உள்ளன. அப்போது மாவட்ட வன அலுவலராக இருந்த பழநி என்னுடைய நண்பர். அவரது மகன் என்னுடைய மாணவன். அவர்தான், 'நீங்கள் எப்போதும் ஏன் ப்ளெய்ன்சிலேயே முகாம் போடுறீங்க. வாங்க மாறாமலையிலே போடுங்க. நான் எல்லா வசதியும் பண்ணித் தாரேன். உங்களுக்கு வசதியா இப்ப ஒரு பஸ்ஸூம் ஓடுது' என்றார். ஒரு நாள் பார்வையிடுவதற்காக என்னைத் தனது ஜீப்பில் அழைத்தும் சென்றார். ஏதோ கொடைக்கானல், ஊட்டி செல்வது போல இருந்தது. ஆனால் அதிக குளிர் இல்லை. மூவாயிரம் அடி உயரம். சி.எம்.எஸ் நடுநிலைப் பள்ளி ஒன்றும் இருந்தது. அது தக்கலை கல்வி மாவட்டத்துக்குள் வரும். அப்பகுதி கிளென்ஹில் என்றழைக்கப்படுகிறது. ஐரோப்பியர் ஒருவர் பெயர்தான். நீரோடைகளும் ஒரு தொலைதூர அருவியும் சுற்றுலாவுக்கும் மலையேற்றத்துக்கும் ஏற்றவை. ஆனால் முன்னெடுப்பு ஏதும் இல்லை. நான் வன அலுவலரிடம் இயல்பான கேள்வியைக் கேட்டேன்.

'சார் மிருகங்களெல்லாம் இருக்குமே. ஸ்டூடன்ட்ஸ்க்கு ஏதும் பயமில்லையே'

'சிங்கம், புலியைத் தவிர எல்லாம் உண்டு' என்றார். நான் அதிர்ந்து போனேன்.

'பயப்படாதீங்க. நம்ம வழியிலே நாம போய்க்கிட்டிருந்தா அவை ஒண்ணும் செய்யாது. ஆனா மனுஷங்க அப்படி இல்ல' என்று சொல்லிவிட்டு அவர் கூறியது இன்னும் என்னால் மறக்க முடியாதது; எத்தனையோ கூட்டங்களில் நான் உரக்க ஒலித்தது.

'Man is the most poisonous creature on earth'.

இந்த முகாமைப் பார்ப்பதற்கும் தலைமையாசிரியரை அழைத்திருந்தேன். 'டி.எப்.ஓ ஜீப்பில் வந்திருங்க சார். நான் சொல்றேன்' என்றேன். ஒருநாள் வந்துவிட்டார். ஜீப்பில் அல்ல, தன்னுடைய புல்லட் பைக்கில்.

பாண்டியன் சார் ஒருவரைப் பற்றி நல்ல மதிப்பு கொண்டிருந்ததால், அதை அவரிடம் சொல்லமாட்டார்.

மற்றவர்களிடம் சொல்வார். என்னைப் பற்றி அவர் பெருமையாகச் சொன்னதை மற்றவர்கள் சொல்ல நான் கேள்விப்பட்டிருக்கிறேன். எனக்கு 1995இல், தலைமையாசிரியர் பதவி உயர்வு வரும்போது அவர் பணியில் இல்லை. ஆனால் எனது விளாத்திகுளம் முகவரிக்கு ஒரு நீண்ட கடிதம் எழுதியிருந்தார். பொதுவாக அது அவர் வழக்கமல்ல. அதில் ஒரு வரி, 'எஸ்.எல். பி.க்குத் தலைமையாசிரியராக நீங்கள் வரவேண்டும் அதற்குப் பொருத்தமானவர் நீங்கள்தான்' என்று எழுதியிருந்தார். அந்தக் கடிதத்தைப் பாதுகாத்து வைத்திருக்கிறேன்.

'அப்பிராணி'யாக ஆரல்வாய்மொழியில் இருந்த நான் எஸ்.எல்.பி. வந்ததற்கான விடை காமர்ஸ் மணி மூலம் கிடைத்தது. எஸ்.எல்.பி.யில் நடந்த மேனிலை – அக்டோபர் பொதுத்தேர்வில் வால்டர் துறை அலுவலர். தேர்வு ஹாலில் அவரால் ஒரு பிரச்சினை. எனவே வேறு தண்டனை இல்லாமல் அவரை மாவட்டத்துக்குள் இடமாற்றம் செய்து விடுவது என்று முதன்மைக் கல்வி அலுவலர் ஞானசிரோன்மணி சார் முடிவெடுத்துள்ளார். அப்போது அருகே இருந்த வடசேரி தலைமையாசிரியர் மனோகரன் சார் என்னை ரெகமண்ட் செய்ய, பாண்டியன் சாரிடமும் ஒப்புதல் பெற்று நான் எஸ்.எல்.பி.க்கும் வால்டர் ஆரல்வாய்மொழிக்கும் என முடிவாகியிருக்கிறது. எஸ்.எல். பி.க்குப் போக வேண்டும் என எல்லோரும் தவமாய்த் தவமிருக்க, எனக்கு மாறுதல் பயணப்படியுடன் வந்தது.

உண்மையான உழைப்புக்கு எப்போதும் மரியாதை உண்டு. ஒவ்வொரு பொதுத்தேர்வும் முடிந்து மதிப்பெண் பட்டியல் வந்தவுடன் தலைமையாசிரியர் மீளாய்வு நடத்துவார். ஒவ்வொரு பாடத்துக்கும் இரண்டு மூன்று ஆசிரியர்கள் இருப்பதால் ஒப்பீடு கண்டிப்பாக இருக்கும். அதுவும் கடுமையான தொனியில்தான் பேசுவார்; பாராட்டுரை குறைவு. ஆனால் அவர் மனத்தில் இடம் பெற்றுவிடலாம். தவறுகள் ஏதும் நடந்தால் 'நீங்களா இப்படி' என்பார். எந்தச் சூழ்நிலையிலும் எவ்வளவு மோசமானவராக இருந்தாலும் பெற்றோர்கள் முன் அந்த ஆசிரியரை விட்டுக் கொடுக்கமாட்டார்; அப்படி ஒரு நிகழ்வு நடந்தது.

குமரி மாவட்டத்தில் மிகப் பிரபலமான, செல்வாக்கும் துணிச்சலும் மிக்க ஓர் அரசியல் பிரமுகரின் மகன். மிகவும் நன்றாகப் படிக்கக்கூடிய, பணிவுமிக்க மாணவன். இன்று நகரில் சிறந்த மருத்துவராகப் பணியாற்றி வருகிறார். வகுப்பறையில் ஏதோ ஒரு காரணத்துக்காக அவன்மீது கோபம்கொண்ட ஆசிரியர் தண்டனையும் கொடுத்து வகுப்பறையின் வெளியேயும் நிறுத்திவிட்டார். அடுத்த நாள் புயலெனக் கிளம்பி வந்தார்.

உள்ளத்தனைய...

அந்தப் பிரபலம்; கூடவே பரிவாரம். ஆசிரியர் அறையில் இருந்த எங்களுக்குத் தகவல் வருகிறது. உடனடியாக செல்லப்பா சார் வேகமாக ஓடிச் சென்று அவரைத் தாழ்வாரத்திலேயே தடுத்து, சற்று அமைதிப்படுத்த முயன்றார்; முடியவில்லை. தலைமை யாசிரியர் அறைக்குள் தடதடவென நுழைந்தார். நாங்களும் பின் தொடர்ந்தோம்; இளவயதில் இருக்கும் ஆர்வம்தான்.

நிதானமாக, தலைமையாசிரியர் 'வாருங்க ... உட்காருங்க', என்றார்.

'உட்கார வரல. முதல்ல அந்த வாத்தியார வரச்சொல்லுங்க. ரெண்டுல ஒண்ணு பார்க்காமா போகமாட்டேன்'.

'என்ன பாப்பீங்க? அவர் வரமாட்டார்.'

இப்படியே தொடர்ந்த அந்த பேச்சு, எனக்கு ஏதோ சினிமாவின் உச்சகட்ட காட்சி பார்ப்பதுபோல இருந்தது.

கடைசியில் வந்தவரின் குரல் இறங்கியது. ஒருவகையில் இருவரும் உறவினர்கள்தாம்.

"ரெண்டு நாளா கிளாசுக்கு வெளியிலேயே நின்னுருக்கான். அவனை நான் டாக்டராக்கணும்னு நினைச்சுத்தான் இங்க சேர்த்தேன். இப்படி பண்ணலாமா ?'

'அவன் நிச்சயம் டாக்டராவான். நல்லா படிக்கிறான். நான் அந்த சாரைக் கூப்பிட்டுக் கண்டிக்கிறேன். நீங்க நிம்மதியா போயிட்டு வாங்க' என்று அனுப்பிவைத்தார். வந்தவர் தனது பரிவாரங்களுடன் திரும்பிப் போனார்.

இந்த நிகழ்ச்சி என் மனத்தில் பதிந்து போனது. நான் தலைமையாசிரியராகப் பணிபுரிந்த மூன்று பள்ளிகளிலும் ஆசிரியர்களின் சமயோசிதக் குறைவால் பிரச்சினைகள் வந்திருக்கின்றன. 'எனது டீச்சர்ஸை நான் சத்தம் போடுவேன். ஆனா நீங்க அவர்களைப் பார்த்துப் பிரச்சினை பண்ண நான் விடமாட்டேன்' என்பதுதான் பெற்றோர்களுக்கு என் பதில். என்னுடைய ஆசிரியர்களுக்கு வேறு யார் பாதுகாப்பு?

என்.எஸ்.எஸ். கூட்டுச் சிறப்பு முகாம்கள் ஆண்டுதோறும் நடந்துகொண்டேயிருந்தன. இப்போது எங்களுடன் கூடுதலாக இணைந்தவர் பளுகல் ராஜையா. நாங்களெல்லாம் ஒத்த கருத்துடையவர்களாகவே இருந்தோம். செல்வின், ராஜையா, நம்பிராஜன் மூவரும் என்னை விட சற்று மூத்தவர்கள். ஆளுமையிலும் துணிச்சலிலும் கூட மூத்தவர்கள்தான். நானும் வல்சனும் ஒத்த வயதினர். வல்சன் பன்முகத்திறன் படைத்தவர். அவரது உயரத்தை விட ஆளுமைத்திறன் உயர்ந்தது. பின்னர்

கு. முத்துசாமி

இணைந்தவர் டி.வி.டி. நாகேஷ். பெயருக்கேற்றவாறு நகைச்சுவை உணர்வு மிக்கவர். ரிலே ரேஸ்போல எங்களிடமிருந்து செயல்முறைகளை பெற்றுக் கொண்டவர்கள் உண்டு. அவர்கள் சாதனைகளும் குறைந்தது அல்ல.

எஸ்.எல்.பி.யில் இருந்தபோதுதான் அனைத்துப் பள்ளி என்.எஸ்.எஸ். கூட்டுச் சிறப்பு முகாம் நடத்தினோம். மாவட்டத்தில் என்.எஸ்.எஸ். இயங்கிவந்த ஆண்கள் மேனிலைப் பள்ளி அலுவலர்கள் அனைவரும் ஒன்றிணைந்து பூதப்பாண்டி அரசு மேனிலைப் பள்ளியைத் தங்குமிடமாகக் கொண்டு சாட்டுப்புதூர் – மண்ணடி இணைப்புச் சாலையைச் சீர்திருத்தி அமைத்தோம்; 175 மாணவர்கள்.

நிறைவு நாள் நிகழ்ச்சிக்கு முதன்மைக் கல்வி அலுவலர் யோகீஸ்வரன் பிள்ளையோடு மாவட்ட ஆட்சித் தலைவர் பிரானேஷ் வருகை தந்து சிறப்பித்தார்.

தலைமையாசிரியரிடமிருந்து மற்றொரு நாள் ஓர் அவசர அழைப்பு. பள்ளிக் கல்வி இயக்குநரிடமிருந்து என்.எஸ்.எஸ். சிறப்பு முகாம் ஆணை! குளச்சலில் கூட்டுச் சிறப்பு முகாமினைக் காலாண்டு விடுமுறையில் நடத்துவதற்கான ஆணை. பார்வையில் மாவட்ட ஆட்சித் தலைவரின் கடிதம். ஏன், எதற்காக என்று ஒன்றும் புரிபடவில்லை. பொதுவாக நாங்கள் முகாமுக்கான கருத்துரு அனுப்பி வைத்த பின் அதற்கான அனுமதியும் அதனைத் தொடர்ந்து முகாமுக்கான நிதியும் வழங்கப்படும். ஆனால் இப்போது நேரடியாகவே இயக்குநரிடமிருந்து ஆணை. தலைமையாசிரியர், நீங்களே சென்னைக்குப் பேசுங்கள் என்றார். ட்ரங் காலில் மாநில ஒருங்கிணைப்பாளராக அப்போது இருந்த வெங்கட சுப்பிரமணியன் சாரிடம் பேசினேன்; மிகக் கனிவானவர், நேர்மையானவர். அவர் ‘உங்க கலெக்டர் ஒரு ப்ரோபசல் அனுப்பினார். அதன் அடிப்படையில தான் ஏழு ஸ்கூல் சேர்ந்த கூட்டு முகாமுக்கு ஆர்டர் போட்டிருக்கோம். நீங்க கலெக்டரைப் போய்ப் பாருங்க’ என்றார். அப்போது குமரி மாவட்ட ஆட்சித் தலைவர் எல்.கே. திரிபாதி. ஆம் பின்னாளில் மாநிலத் தலைமைச் செயலாளராக இருந்தவர்தான். அண்ணாவைப்போல குறுமுனி உருகொண்டவர். நண்பர்களோடு சென்று பார்த்தேன். *NSS Programme Officers* என்ற சீட்டு போய்ச் சேர்ந்தவுடனேயே உள்ளே அழைத்தார்; அமரச் செய்தார். முதல் வாக்கியமே ‘வாட் கேன் ஐ டு பார் யு?’ என்பதுதான். அனைத்து இந்திய ஆட்சிப் பணி அலுவலர்களிடமும் இந்த அணுகுமுறையையே கண்டிருக்கிறோம். பள்ளிக் கல்வி இயக்ககத்திலிருந்து வந்த ஆணையைக் கொடுத்தோம். அவரது முகத்தில் மகிழ்ச்சி ரேகை தெரிந்தது.

‘ஆமாம். நான்தான் ப்ரோபசல் அனுப்பினேன். ஒரே நோக்கம்தான். குளச்சல் ஏ.வி.எம். கேனாலைத் தூய்மைப்படுத்தும் பணி. உங்களுக்குத் துணையாக நகராட்சிப் பணியாளர்கள் இருப்பார்கள். அவர்களை வைத்தே முடித்துவிட முடியும். ஆனால் மக்களுக்கு ஒரு விழிப்புணர்வு வேணும்; அவங்க பார்ட்டிசிபேசனும் இருக்கணுங்கிறதுக்குத்தான் இந்த கேம்ப்’.

“சரி சார். கேம்புக்கு எல்லா ஏற்பாடும் நாங்களும் பண்ணிடுறோம். குளச்சல் சென்ட் மேரீஸ் ஸ்கூல்லதான் ஸ்டே, சாப்பாடு, ஈவினிங் கூட்டம் எல்லாம். நீங்க முதல் நாளும் கடைசி நாளும் தொடக்க விழாவுக்கும் நிறைவு விழாவுக்கும் வரணும் சார்”.

“நான் அரேஞ்ச் பண்ணின கேம்ப். கண்டிப்பா தொடங்கி வைக்க வாறேன். நான் வந்தா, அபிசியல் மெசினரி ஆக்டிவா உங்களுக்கு சப்போர்ட்டா இருக்கும். வேலிடிக்டரி பங்ஷனுக்கு அப்ப, இருக்கிற ப்ரோக்கிராமைப் பார்த்துக்கிறேன். எதுவானாலும் எனக்கு போன் பண்ணுங்க” என்று சொல்லி முகாம் வெற்றிபெற வாழ்த்தியனுப்பினார்.

இந்த நேரத்தில் ஏ.வி.எம் கேனாலைப் பற்றிச் சொல்லியாக வேண்டும். திருவாங்கூர் மன்னர்கள் தொலைநோக்குச் சிந்தனைக்கு இந்த நன்னீர்க் கால்வாய் சான்றாக விளங்கியது. *AVM* என்பதன் விரிவு *Lord Ananda Padmanabhan Marthanda Varma Victoria Memorial* ஆகும். திருவாங்கூர் மாநிலத்தின் வட பகுதியிலிருந்து கன்னியாகுமரிவரை பல கட்டங்களாக ஒரு நீர்வழி அமைக்கத் திட்டமிடப்பட்டது. ஆனால் இத்திட்டம் முழுமையான செயல்வடிவம் பெறவில்லை. பூவார்முதல் மண்டைக்காடு கடற்கரைவரையான பகுதி 1867இல்நிறைவு பெற்றது. கடற்கரை மக்களின் குடிநீர்த் தேவைக்காகவும் படகுப் போக்குவரத்துக்காகவும் இது பயன்பட்டு வந்திருக்கிறது. ஆனால் காலப்போக்கில் கூவம்போல கழிவுநீர் கால்வாயாக மாறிவிட்டது. இதன் பயன் உணர்ந்து, பெருமை உணர்ந்து மீண்டும் தூய்மையான ஆறாக மாற்ற வேண்டும். இதில் மக்களின் பங்கேற்பு இருந்தால்தான் நிலைத்த பயன் கிடைக்கும் என்பது மாவட்ட ஆட்சித் தலைவரின் திட்டம், எதிர்பார்ப்பு. அவரது எதிர்பார்ப்பு உடனடியாக நிறைவேறவில்லையென்றாலும் இது 2016ல் சட்ட வடிவம் பெற்றது. *“The National Waterways Act 2016 declared AVM Canal as the National Waterways of India.”*

குளச்சலில் முகாமென்றால் எங்களுக்கு எந்தச் சிரமமும் இருக்கப் போவதில்லை. வல்சன், புனித மரியன்னை மேனிலைப் பள்ளியின் திட்ட அலுவலர். அப்பள்ளியின் தலைமையாசிரியர்

அந்தோணி முத்து சார், நண்பர் சேவியர் ஜோசப்பின் தந்தையார். எனவே தேவையான வசதிகளுக்குக் குறைவில்லை.

முகாமின் முதல்நாள் காலை 9.00 மணி திட்ட அலுவலர்கள், மாணவத் தொண்டர்கள் சகிதமாக குளச்சல் துறைமுகம் செல்லும் பாதையில் ஏ.வி.எம். கேனல் ஓரமாகத் தயாராக நின்று கொண்டிருக்கிறோம். மாணவர்கள், ட்ரவுசர் அணிந்து மண்வெட்டி, மண்வாரி, இரும்புச்சட்டி போன்றவற்றுடன் எங்கள் ஆணைக்காகக் காத்திருக்கிறார்கள். குளச்சல் நகராட்சியிலிருந்து சுகாதார அலுவலர் தலைமையில் தூய்மைப் பணியாளர்களும் தங்களது உபகரணங்களுடன். இதைத் தவிர, தாசில்தார் போன்ற சார்நிலை அலுவலர்களும்.

மாவட்ட ஆட்சித் தலைவருடைய காரின் சைரன் ஒலி நெருக்கத்தில் வந்தது. கார் வந்து நின்றவுடன் அலுவலர்கள் முண்டியடித்துக்கொண்டு ஒருவர்பின் ஒருவராக வணக்கம் சொல்ல, எங்களை நோக்கி வந்தார். மாணவர்களைப் பார்த்து வணக்கம் சொல்லிவிட்டு அவரே பேச ஆரம்பித்தார். 'இது ஒரு கஷ்டமான பணி. உங்களால் மட்டும் முடிக்க முடியாது என்று எனக்குத் தெரியும். ஆனால் உங்களிடமிருந்துதான் தொடங்க வேண்டும். உங்களிடமிருக்கும் ஒழுங்கும் கட்டுப்பாடும் கல்லூரி மாணவர்களிடம் முழுமையாக எதிர்பார்க்க முடியாது. எனவேதான் உங்களைத் தேர்ந்தெடுத்தேன். இது பத்து நாள் திட்டமல்ல. நீங்கள் தொடக்கிவையுங்கள்; நான் முடித்து வைக்கிறேன். ஆனால் சாதனை வீரர்கள் நீங்கள்தான்' என்று மழலைத் தமிழில் பேசினார். வேடிக்கைபார்த்துக்கொண்டிருந்த ஊர் மக்களிடமும் இளைஞர்களிடமும் 'நீங்களும் இதில் பங்குபெற வேண்டும். உங்களுக்காகத்தான் பளுகலிலிருந்து ஆரல்வாய்மொழிவரை பல பள்ளிக்கூடங்களிலிருந்து மாணவர்கள் வந்திருக்கிறார்கள்' என்று சொல்ல, அவர்களும் "நாங்கள் என்ன உதவி வேண்டுமானாலும் செய்கிறோம்" என்றனர். அடுத்து சுகாதார அலுவலர்களிடம் ஏராளமான அறிவுரைகளும் வழங்கினார். காத்துநின்ற பங்குத் தந்தையிடமும் பேசினார். பின்னர், திட்ட அலுவலர்கள் அனைவரையும் அழைத்துக் கைகுலுக்கி விட்டு, 'எந்தத் துறையிலிருந்து உதவி வேண்டுமானாலும் என்னிடம் பேசுங்கள். உங்கள் மாணவர்களுக்காக மருத்துவர்கள் தயாராக இருப்பார்கள்" என்று சொல்லிவிட்டு விடைபெற்றார். அவர் சென்றவுடன், வழக்கம்போல சில அலுவலர்களும் அரவமில்லாமல் அகன்றுவிட்டனர்.

சுகாதாரப் பணியாளர்கள் ஏற்கெனவே அந்தப் பகுதியை ஓரளவு கிருமி நாசினிகள் மூலம் சுத்தப்படுத்தி வைத்திருந்தனர்.

உள்ளத்தனைய . . .

மாணவர்கள் கால்களிலும் டெட்டால் கலந்து நீரால் கழுவிக் கொள்ளச் சொன்னார்கள். இப்போது, தண்ணீரில் இறங்க வேண்டும். கருகருவென்ற தண்ணீர் பயமுறுத்தியது; ஆழம் குறைவுதான்; இடுப்பளவு. மாணவர்களை எப்படி இறங்கச் சொல்வது என்று நாங்கள் திகைத்துக்கொண்டிருந்த போது 'தொப்' என்ற ஒரு சத்தம் கேட்டது! மாணவர்களுக்கு முன்னோடியாக இரணியல் திட்ட அலுவலர் செல்வின் குதித்து விட்டார். தொடர்ந்து மாணவர்கள், நாங்கள், அத்துடன் தூய்மைப் பணியாளர்களும் ஊர் இளைஞர்கள் ஒரு சிலரும். முதல்நாள் சுமார் 200 மீட்டர் நீளத்துக்குச் சுத்தப்படுத்தப்பட்டுப் படிந்திருந்த மண்மேடுகள் அகற்றப்பட்டன.

அதன்பின் வெளியேறிய அனைவரும் அங்கு டிரம்களில் வைக்கப்பட்டிருந்த கிருமி நாசினிகள் தெளிக்கப்பட்ட தண்ணீரில் கை கால்களைக் கழுவிக்கொண்டோம். குளித்துவிட்டுக் கால்களில் தேய்த்துக்கொள்வதற்கு ஆன்டி செப்டிக் கிரீம் போதிய அளவு வழங்கினர். கொண்டுவந்த உபகரணங்களை அருகிலிருந்த தேவாலயத்தில் வைத்துவிட்டுப் பள்ளி நோக்கி நடந்தோம்.

தினமும் குளிப்பதற்குக் குளச்சல் வல்சன் ஒரு பிரமாதமான குளத்தைத் தெரிவு செய்திருந்தார். கன்னியாகுமரி மாவட்ட கிராமங்களில் உள்ள நீர்நிலைகள் எல்லாம் ஓரளவு அல்ல, பெருமளவு தூய்மையான நீராகத்தான் இருக்கும்; வசதியான படித்துறைகளும் உண்டு.

உச்சி வெயில். கரைகளில் நிழல் தரும் மரங்கள். மாணவர் களில் ஒருசிலர் படித்துறையில் அமர்ந்து தாங்கள் கொண்டு வந்த துணிகளை சோப்புபோட்டுத் துவைத்துக் கொண்டிருந்தனர். நீச்சல் தெரிந்த மாணவர்கள் குதித்துக் கும்மாளமிட்டனர். நீச்சல் தெரியாத பாவப்பட்ட மாணவர்கள் படித்துறையிலேயே காக்காய்க் குளியல் போட்டுக் கொண்டிருந்தனர். கரையில் நாங்கள் வேடிக்கை பார்த்துக்கொண்டிருந்தோம். நாங்களும் அடுத்து இறங்க வேண்டும். திடீரென வல்சனுக்கு ஒரு யோசனை. 'ஹலோ, நாம அந்தக் கரையைப் போய்த் தொட்டுட்டு வரலாமா?' எனக்கு எங்கள் சொந்த ஊர்பக்க சதுரக்கிணறுகளில் எல்லா வகை நீச்சல்களும் அடித்துப் பழக்கம். உடனே 'சரி' என்றேன். தண்ணீரில் இறங்கினோம். ஒன்றாக நீந்தி எதிர்க்கரையைத் தொட்டு வெற்றிப் புன்னகையுடன் திரும்ப நீந்த ஆரம்பித்தோம். பாதி வழி கடந்தோம்; பிரச்சினை ஆரம்பித்துவிட்டது. களைப்படைந்து போன வல்சன் திணறிப் போனார். என்னால் ஓரளவு தாக்குப்பிடிக்க முடியும். நின்றவாறே தண்ணீர் உயரம் பார்த்தேன். எனது கழுத்து உயரம் தான் இருந்தது. வல்சனால்

தொடர்ந்து நீந்த முடியாது என்று தெரிந்துவிட்டது. அவரால் நிற்கவும் முடியவில்லை. அவரையும் இழுத்துக் கொண்டு நடந்து பார்த்தேன், முடியவில்லை. கரையிலிருந்து எங்களை வேடிக்கை பார்த்துக்கொண்டிருந்த நம்பிராஜனும் செல்வினும் ராஜையாவும் போடும் சத்தம் எனக்குக் கேட்டது. புயலென மாணவர்கள் பாய்ந்து வந்தனர். ஒரு நிமிடம்தான். நெருங்கிவிட்டனர். 'நான் வந்திருவேன். வல்சன் சாரப் பாருங்க' என்றேன். தனபால் என்ற தக்கலைப் பள்ளி மாணவன். அப்போதே ஆறடி உயரம் இருப்பான். வல்சனைக் கைகளால் ஏந்திக்கொண்டே, பிற மாணவர்கள் புடை சூழக் கரை சென்று சேர்த்தான். அதன்பின் நண்பர்கள் படுக்கவைத்து ஆசுவாசப்படுத்தினார்கள். நாங்கள் மட்டும் தனியாக வந்திருந்தால்?

தனபால் படிப்பு முடித்து, காவல் துறையில் சேர்ந்து, சில ஆண்டுகள் முன்வரை தூத்துக்குடி சிப்காட் காவல் நிலையத்தில் இன்ஸ்பெக்டராகப் பணிபுரிந்ததும், தற்போது சென்னையில் அசிஸ்டண்ட் கமிஷனராகப் பணியாற்றிக்கொண்டிருப்பதும் நம்பிராஜன் தந்த செய்தி.

பத்துநாள் சிறப்பு முகாமை வெற்றிகரமாக முடித்தோம். கடைசி நாள் காலையில் நாங்கள் வேலை செய்த இடங்களில் கால்வாய் தெளிந்த நீரோடையாக எங்களைப் பார்த்துச் சிரித்தது. மாலையில் நடைபெற்ற நிறைவு நாள் நிகழ்ச்சிக்கு மாவட்ட ஆட்சித் தலைவர் வர இயலவில்லை. மாவட்ட வருவாய் அலுவலரும் பலதுறை அலுவலர்களும் பங்குத் தந்தையும் தலைமையாசிரியர்களும் ஊர்ப் பிரதிநிதிகளும் வாழ்த்திப் பாராட்டிப் பேசினர். வழக்கமான சான்றிதழ்களைப் போலல்லாமல் மாவட்ட ஆட்சித் தலைவரும் மாநிலத் திட்ட ஒருங்கிணைப்பாளரும் கையெழுத்திட்ட சான்றிதழ்கள் மாணவர்களுக்கு வழங்கப்பட்டன.

நான், இன்ட்ராக்ட் ஸ்டாப் அட்வைசராக இருந்தபோது ஒரு நிகழ்வு. இப்போது எஸ்.எல்.பி பள்ளியின் இடதுபக்கம் முன்புறம் கல்வெட்டில் பிரான்சிஸ் ஷீலா அம்மாள் அரங்கமும் அதற்கு முன்னால் மூடியிடப்பட்ட கிணறும் அடர்ந்த மரங்களும் இருப்பதைப் பார்த்திருக்கக் கூடும். அதற்கு ஒரு சின்ன வரலாறு உண்டு. 1970களில் நாட்டப்பட்ட ஒரு அடிக்கல், இப்போது இருக்கிறதா என்று தெரியவில்லை. மாவட்டத்துக்கென ஒரு ஆசிரியர் இல்லம் கட்ட வேண்டுமெனக் கல்வி அலுவலர்களும் ஆசிரியர் சங்கப் பிரதிநிதிகளும் இணைந்த குழு திட்டமிடப்பட்டது; நிதியும் வசூலிக்கப்பட்டு முறையாக வங்கிக் கணக்கில் வைக்கப்பட்டது. ஆனால் ஏனோ

உள்ளத்தனைய . . .

கட்டடப் பணி தொடங்கப்படவில்லை. (அந்தக் குழுவில் அப்போது நான் இல்லை. எனவே காலங்கள் கடந்து சென்று விட்டபடியால் காரணங்களும் தெரியவில்லை.)

ஆனால் குசேலபிரசாத் முதன்மைக் கல்வி அலுவலராக இருந்தபோது இத்திட்டத்துக்கு உயிர்கொடுக்க மீண்டும் ஆலோசனை நடந்தது. அதில் நானும் இயக்கம் சார்பாகக் கலந்து கொண்டேன். தலைமையாசிரியர் பாண்டியன் சாருக்கு அதில் விருப்பமில்லை. பள்ளி வளாகம், பள்ளிக்கு மட்டுமே சொந்தமாக இருக்க வேண்டும் என்று எண்ணுவார். 'இதனை எப்படியாவது தடுத்து நிறுத்த வேண்டுமே' என்றார். 'சார், இதை நேரடியாக நாம் சொன்னால் எதிர்ப்புதான் வரும். வேறொரு ஐடியா. இன்ட்ராக்ட் சார்பாக நாம அந்தப் பகுதி முழுதும் வேப்பங்கன்று நடலாம். நல்ல வளர்ந்த கன்னா நடுவோம். அங்க மட்டுமின்னு இல்லாம பாதை ஓரங்களிலும் புட் பால் கிரவுண்ட் ஓரத்திலேயும் நடலாம். வேலியும் போட்டுறனும். ஸ்டூடன்ட்ஸ், எக்சாமினேஷன் டைமில உட்கார்ந்து படிக்கிறதுக்கும் வசதியா இருக்கும்' என்றேன். 'நல்ல ஐடியாதான்' என்றவர் தொடர்ந்து வனத்துறையிடமிருந்து மரக்கன்றுகள் பெறுவதையும் நடுவதையும் என்னிடம் ஒப்படைத்தார். வேலி அவர் பார்த்துக்கொண்டார். இன்று அந்த மரங்கள் உயர்ந்து வளர்ந்து கிளைகள் பரப்பி நிழல் தருவதைப் பார்க்கும்போது எனக்கு மகிழ்ச்சி. ஆனால் வரலாற்றுப் பக்கங்களில் உள்ளது போல, மரத்தை நட்டவர் யாரென்று எவருக்கும் இன்று தெரியாது. பல ஊர்களில் என்.எஸ்.எஸ் முகாம்களில் நடப்பட்ட கன்றுகளும் உயர்ந்தோங்கி நிற்பதை அந்தந்த ஊர்களுக்குச் செல்லும்போது மனநிறைவுடன் பார்ப்பேன்.

22

அடுத்து 1985இல் நடைபெற்ற ஜேக்டீ போராட்டம். 02.11.1985 அன்று அரசாணையை எரித்து இயக்கங்களின் முன்னோடிகள் சிறை சென்றனர். ஆனால் பள்ளிகள் வழக்கம் போல் செயல்பட்டுக் கொண்டிருந்தன. மாவட்ட ஆட்சியர் அலுவலகம், வட்டாட்சியர் அலுவலகங்கள் முன் மறியல் போராட்டங்கள் தொடர்ந்தன. நண்பர் ராஜையா, ஜிம்சன், புஷ்பதாஸ், பேராசிரியர் டாக்டர் ஜேம்ஸ், ஆர். டேனியல், பெருமாள்பிள்ளை, மார்க்கண்டன், ஆபேல் போன்ற முப்பத்தைந்து கள வீரர்களும் முதல் நாள் போராட்டத்திலேயே உள்ளே சென்று விட்டனர். வெளியே இருப்போர், போராட்டத்தை வழிநடத்துவதோடு, உள்ளே சென்றோருக்குத் தேவையான உதவிகளைப் பாளையங்கோட்டைச் சிறைக்குச் சென்று வழங்கியும் வந்தனர். அதில் நானும் ஒருவன். ராஜையா எங்கள் குடும்ப நண்பர் என்பதால் ஜேம்ஸ் டவுன், பிச்சைக் குடியிருப்பிலிருந்த அவரது இல்லம் சென்றேன். வரவேற்ற சகோதரி, ராஜையாவின் இல்லத்தரசி, கேட்ட கேள்வி 'நீங்க யாரும் போகலையா?'

அடுத்த நாள் காலையிலேயே மாவட்ட ஆட்சியர் அலுவலகம் முன் மறியல் தொடங்கிய போது, நாளொன்றுக்கு முப்பதுபேர் மட்டும் கைதாவது என்ற முடிவுக்கேற்ப, நானும் வல்சனும் முதலிலேயே பெயர்கொடுத்துவிட்டோம். அது அந்த இடத்தில் எடுத்த முடிவு. இரண்டு குடும்பத்துக்கும் தெரியாது. நான் அப்போது கிருஷ்ணன் கோவிலில் ஒரு வீட்டில் வாடகைக்குக் குடியிருந்தேன். சைக்கிளில்தான் வந்திருந்தேன். மூத்த நண்பர், லைப்ரரியன் மாதேவன் பிள்ளையிடம் சைக்கிள், வாட்ச், மோதிரம் ஆகியவற்றை ஒப்படைத்து, "வீட்டில் தகவல்சொல்லிக் கொடுத்துவிடுங்கள்"

என்றேன். வல்சன் வேறொரு நண்பரிடம் அந்தப் பொறுப்பை ஒப்படைத்தார். அடையாள மறியல் முடிந்தபின் பெயர் பட்டியல்படி வரிசையாக, தயாராக நின்ற போலீஸ் வேனில் ஏறினோம். நேசமணி நகர் போலீஸ் ஸ்டேஷனில் எங்கள் முகவரி, அங்க அடையாளங்களைக் கேட்டு எழுதிக்கொண்டனர்.

அடுத்து நீதிமன்றம். இதற்கிடையில் தகவல் தெரிந்து மனைவி, ஆறு வயது மகனை அழைத்துக்கொண்டு, கண்ணீருடன் அங்கே வந்துவிட்டாள். வீட்டுக்கு நான் வருவேன் என்ற நினைப்பில் அவித்த நிலக்கடலையுடன் அங்கே வந்து நின்றாள். அதுவரை திடமாகவும் மகிழ்ச்சியாகவும் நின்ற நான், பையனைப் பார்த்தவுடன் சற்றுக் கலங்கிவிட்டேன். மாஜிஸ்ட்ரேட் விசாரணையில் ஒரே கேள்விதான்; ஒரே பதில்தான். மறியல் செய்தீர்களா? 'ஆம்'. பதினைந்து நாட்கள் ரிமாண்ட் செய்யப்பட்டோம். எங்களுக்காக, முதல் வகுப்புக்காக, நட்புக்காக வாதாடியவர் வழக்குரைஞர் ஆர்.பி. ராஜையா; நண்பர் ராஜையாவின் மைத்துனர். நாங்கள் மீண்டும் வேனில் ஏற்றப்படும்போது தோழர்களின் 'இன்குலாப் ஜிந்தாபாத்' முழக்கம் நீதிமன்றச் சுவர்களில் பட்டு எதிரொலித்தது. எல்லோரும் கையசைக்க பாளைச் சிறை நோக்கி போலீஸ் வேன் பறந்தது. மனைவி, பையனின் உருவங்கள் படிப்படியாகச் சிறிதாகி மறைந்தன.

சிறையனுபவங்களைப் பற்றிப் பல நூல்கள் வந்துள்ளன. சி.ஏ. பாலன் எழுதி, 'குமுதம்' என்றெண்ணுகிறேன் – தொடராக வந்த 'தூக்குமேடையின் நிழலில்' என்ற புத்தகம் ஐம்பது ஆண்டுகளுக்கு முன் சிறைச்சாலையின் அன்றாட நிகழ்வுகளையும் கைதிகள்படும் அவதிகளையும், சிறையில் தாண்டவமாடும் லஞ்ச லாவண்யங்களையும், விரிவாக ஆனால் சுவையான நடையில் எழுதப்பட்டிருந்தது; என்னைக் கவர்ந்த ஒன்று.

திருநெல்வேலிக்குச் சாலைமார்க்கமாகச் செல்லும் போதெல்லாம் பாளை சிறையின் நெடிதுயர்ந்த சுவர்களையும் அதன் மூலைகளில் காவல் கோபுரங்களையும் பார்க்கும்போதும், என்றாவது ஒருநாள் சிறைக்குள் பார்வையாளனாகச் சென்று பார்க்க வேண்டும் என்ற ஆவல் மேலிடும். இன்று சட்டப்படிக் கைதியாகவே உள்ளே நுழைகிறேன். வாசலில் ஒவ்வொருவரும் அங்க அடையாளங்கள் சரிபார்க்கப்பட்டு உள்ளே அனுப்பி வைக்கப்பட்டோம். ஆனால் கம்பி எண்ண வாய்ப்பு கிடைக்கவில்லை. பிரதான ஜெயிலுக்குப் பதிலாக, வலது பக்கம் இருந்த ஒரு தனி வளாகத்துள் அழைத்துச் செல்லப்பட்டோம். அங்கே எங்களை வரவேற்க எங்கள் 'முன்னோடிகள்' காத்திருந்தனர்; ஒரே ஆரவாரம்தான். ஒரு பெரிய ஹால். அதில்தான்

நாங்கள் 'அடைக்கப்பட்டோம்'. ஆனால் அந்தக் கம்பிக் கதவுகள் எப்போதும் திறந்தே இருந்தன. வந்த ஒவ்வொருவருக்கும் ஒரு டம்ளரும் தட்டும், பாய் தலையணை, கம்பளிப் போர்வைகளும் சிறையின் அன்புப் பரிசுகளாக வழங்கப்பட்டன.

எங்களது அறைத் தோழர்களைப் பார்த்தேன். மூட்டா முதுநிலைப் பட்டதாரி ஆசிரியர் கழகங்கள், பட்டதாரி, தமிழாசிரியர் கழகங்கள், இடைநிலை ஆசிரியர் கழகங்கள், அமைச்சுப் பணியாளர் சங்கங்கள் என்ற அனைத்து வரப்புகளும் கரைகளும் அகற்றப்பட்டு, உடைக்கப்பட்டு, அனைவரும் ஒரே நிலை ஆசிரியர்கள், அரசுப் பணியாளர்கள் என்ற ஒரு சமதர்ம சங்கமமே அங்கு இருந்தது. அங்கு தலைமையாசிரியர்கள் இருந்தனர்; கல்லூரி முதல்வர்கள் இருந்தனர். தினமும் அணி அணியாக இயக்கத்தினர் வர வர, இடம் போதாமல் பல்வேறு பிளாக்குகளுக்கு அனுப்பப்பட்டு வந்தனர். எங்களது தொகுதிக்கும் பிரதான பிளாக்குக்கும் நடுவே ஒரு பெரிய கேட் இருந்தது; காவலர்களும் நிற்பர். எங்கள் தொகுதிக்குள்ளே கதவுகள் இல்லாத கழிப்பறைகள் உண்டு. குளிப்பதற்கு நீர் நிரப்பப்பட்ட தண்ணீர் தொட்டி, குவளைகள் உண்டு.

முன்னே சென்றவர்களின், குறிப்பாக எம்.சி. சங்கரலிங்கம் எம்.எல்.சி டாக்டர் ஜேம்ஸ் ஆர். டேனியல் போன்ற பேராசிரியர்களின் கோரிக்கையை ஏற்று எங்கள் உணவுக்கான ரேஷன் பொருட்களை எங்களிடமே வழங்கிவிடுவார்கள். சமையற்கலை விற்பன்னர்களான ஆசிரியர்கள் சிலர் அதை ஏற்றுச் சுவையாகச் சமைப்பதுடன் பரிமாறவும் செய்தனர். காலை தேநீர், மாலை தேநீர், சுண்டல் மட்டும் எங்கள் தொகுதிகளுக்கே வந்துவிடும். மதிய உணவுக்குச் செல்லும்போதுதான், பொதுத் தொகுதியில் பல்வேறு குற்றங்களுக்காகத் தண்டனை விதிக்கப்பட்டிருந்த கைதிகளைப் பார்ப்போம். எங்களுடன் உரையாடுவதற்கு அவர்கள் அதிக விருப்பமும் கொண்டிருந்தார்கள். தெரிந்தவர்களும் சிலரது ஊர்க்காரர்களும் ஏன் சொந்தக்காரர்களும் இருக்கலாம்; தேடி வந்து பேசுவார்கள். எனது மனைவி ஊரிலிருந்து 'பழிக்குப் பழி' கொலைக் குற்றத்துக்காக ஆயுள் தண்டனை பெற்று வந்திருந்த செல்லையாவையும் பார்த்தேன். எனது மகனின் வயதையொத்த அவரது மகன் பாலகிருஷ்ணன், தனது தந்தை இல்லாவிட்டாலும் தாயின் வளர்ப்பில் பெரியவனாகி இன்று சென்னையில் ஒரு முக்கிய தொழிலதிபராகச் செல்வாக்குடன் உலா வருகிறார். உள்ளே இருப்பவர்களுக்கு மூன்றே மனக்குறைகள்தான். ஒன்று, மாலை 6.00 மணிக்கெல்லாம் ரோல் கால் முடிந்து அவரவர் செல்களில் அடைத்து விடுகிறார்கள். மறுநாள் காலையில்தான் வெளிவர முடியும்;

இரண்டு, உறவினர்கள் விண்ணப்பம் கொடுத்துப் பார்க்க வந்தாலும் ஒரு இடைவெளியில், கம்பிகளுக்கு அப்பால் நின்றுதான் பேச முடியும். எல்லோர் சத்தத்திலும் எதுவும் கேட்காது. மூன்றாவது குறை, குடும்பத்தினர் கொடுக்கும் அனுமதிக்கப்பட்ட பொருட்கள் கூட முழுவதும் உள்ளே வந்து சேருவதில்லை.

சிறைக்குள்ளேயே பல குழுக்கள் அமைக்கப்பட்டிருந்தன. மாலை நேர நிகழ்ச்சிகளுக்கு ஒரு குழு, நோய்வாய்ப்பட்டவர்களைக் கவனிக்க ஒரு குழு, ஏதேனும் பிரச்சினைகள் இருந்தால் கண்காணிப்பாளரிடம் எடுத்துச்செல்ல ஒரு குழு என எல்லாமே தலைவர்களால் ஒழுங்குபடுத்தப்பட்டிருந்தன. மாலை நான்குமணிக்குப் பார்வையாளர் நேரம். கம்பிகளுக்கு வெளியே நின்று பேச வேண்டியதில்லை; ஹாலுக்குள்ளேயே வந்து விடலாம். அனுமதியுடன் கொண்டுவரும் பழங்கள், பிஸ்கட்கள் எல்லாம் தனியொருவருக்குச் சொந்தமென்று இல்லாமல் நடுவில் அம்பாரமாகக் குவிக்கப்பட்டுவிடும். தேவைப்படுவோர், தேவைப்படும் பொருளை எடுத்துக்கொள்ளலாம்.

எந்த வேறுபாடும் இல்லாமல் எல்லோருக்கும் நன்றாகப் பொழுதுபோயிற்று. எங்களுக்கு அருகில் நெல்லை ம.தி.தா இந்து கல்லூரியின் இளம் பேராசிரியர்கள் சிலர். எங்கள் பள்ளி செந்தீ நடராசன், நெல்லை மாவட்ட இடைநிலை ஆசிரியர்கள், டி.வி.டி. வள்ளி நாயகம், இறச்சகுளம் சோமசுந்தரம், நெல்லை மாவட்டத்திலிருந்து வை.பூ. சோமசுந்தரம், மாரியப்பன் என்று கலவையான நண்பர்கள். அறிவியல் புதிர்கள், பேய்க் கதைகள், விநாடி வினா, சொல் விளையாட்டுகள், பள்ளி – கல்லூரி அனுபவங்கள் என அருமையாகப் பொழுது போயிற்று. அதிலும் சோமசுந்தரம் பேச ஆரம்பித்தால், ஒரே சிரிப்பு மழைதான்.

நாங்கள் உள்ளே வந்த இரண்டாவது நாளே எனது மனைவியும் வல்சனின் மனைவி சகோதரி ஜான்சியும் ஒருவருக்கொருவர் பேசிக்கொண்டு ஒன்றாகக் காண வந்தனர். அதுவரை கலக்கத்தில் இருந்தவர்கள், உள்ளே நாங்கள் எந்தக் குறையும் இல்லாமல் ஹாஸ்டலில் இருப்பதைப் போல் நண்பர்களுடன் மகிழ்ச்சியாக இருப்பதைப் பார்த்து நிம்மதியடைந்தனர்.

வீட்டில் தனிமையாக இருக்க வெறுமையாகத் தோன்றுகிறது என்று சொன்ன மனைவிக்கு, நான் வரும்வரை தூத்துக்குடி அருகே அவர்களது கிராமத்துக்குச் செல்லும்படி கூறிவிட்டேன்.

நாங்களெல்லாம் உள்ளே இருக்கும்போது தமிழகம் முழுவதும் போராட்டம் சூடுபிடித்துவிட்டது. பள்ளிகள், கல்லூரிகளெல்லாம் மூடப்பட்டுவிட்டன. தலைமையாசிரியர்களான ஐசக் வின்ஸ்லி, சாம்ராஜ், நாகமணி, ஜேசிடி ராமச்சந்திரன்

போன்றோர் தலைமையிலான குழு போராட்டத்தை வெவ்வேறு தளங்களில் முன்னெடுத்துச் சென்றது.

இதற்கிடையில் முதற்கட்டமாகக் கைது செய்யப்பட்டவர்களின் பதினைந்து நாள் ரிமாண்ட் காலம் நவம்பர் 17இல் முடிவுற்றதால் அவர்கள் வேன்களில் நாகர்கோவில் அழைத்துச் செல்லப்பட்டு மீண்டும் காவல் நீட்டிக்கப்பட்டு வந்து சேர்ந்தனர்.

அரசு, உயர்மட்டத் தலைவர்களைப் பேச்சுவார்த்தைக்கு அழைக்க, அது ஒருபுறம் நடந்து கொண்டிருந்தது. சில கோரிக்கைகள் ஏற்கப்பட்டன. ஆனால் போராட்டத்தில் பங்கேற்ற அனைத்து நிலை ஆசிரியர்களுக்குமான கோரிக்கைகள் ஏற்கப்பட வேண்டும். பிளவு ஏதும் ஏற்பட்டுவிடக்கூடாது என்கிற காரணத்தால் போராட்டம் தொடர்ந்தது; மறியலும் தொடர்ந்தது. இனி சிறைச்சாலையில் இடமில்லை என்ற சூழ்நிலையும் வந்துவிட்டது.

கிட்டத்தட்ட பதினைந்து ஆண்டுகளுக்குப் பின், 2003ஆம் ஆண்டு இதைப் போலவே ஒரு ஆசிரியர் – அரசு ஊழியர் சங்கங்கள் இணைந்த போராட்டம் நடந்தது. ஆனால் அப்போதிருந்த அம்மையாரின் அரசு இரும்புக்கரம் கொண்டு டெஸ்மா, எஸ்மா ஆகிய பிரிட்டிஷ் காலச் சட்டங்களை உயிர்ப்பித்து அடக்கியது. மறியல் போராட்டம் மூலம் சிறை சென்றவர்கள் மட்டுமல்ல, பணிக்கு வராதவர்களும் டிஸ்மிஸ் செய்யப்பட்டனர். தோவாளை தலைமையாசிரியராக இருந்த நானும், வருகைப் பதிவேட்டில் கையெழுத்திடவில்லை என்ற காரணத்தால் டிஸ்மிஸ் செய்யப்பட்டேன். அந்த ஆணையில் கையெழுத்திட்ட முதன்மைக் கல்வி அலுவலர், நான் விளாத்திகுளம் தலைமையாசிரியராக இருந்தபோது, கோவில்பட்டி அரசு ஆண்கள் மேனிலைப் பள்ளித் தலைமையாசிரியராக, சந்திக்கும் போதெல்லாம் பாராட்டு வழங்கி அன்பு காட்டிய எனது கெழுதகை நண்பர்தான். சட்டம் தன் கடமையைச் செய்தது. சிறை சென்றவர்கள் மீண்டும் பணிக்குத் திரும்பவும், ஊதியம் பெறவும் எட்டு மாதங்களாயின. அதுவும் வளரூதியம் குறைக்கப்பட்டு வழங்கப்பட்டது. அதை மீண்டும் பெற பல மாதங்கள் காத்திருந்தோம்.

ஆனால் 1985இல் நடந்த போராட்டத்தின்போது ஆட்சியில் இருந்த முதலமைச்சர் எம்.ஜி.ஆர். அவர்கள் பரிவுடன் நடந்து கொண்டார். மறியல் செய்தவர்கள், சட்டத்தின்படி நீதிமன்றத்தால் சிறைக்கு அனுப்பப்பட்டார்களே தவிர, அரசாணையை எரித்தவர்கள் உட்பட, யாரும் பதவி நீக்கம் செய்யப்படவில்லை.

இறுதியாக, சிறையிலிருந்தவர்கள் அனைவரும் 1985 நவம்பர் 27 அன்று விடுதலை செய்யப்பட்டனர். அவரவர் இல்லம்

திரும்ப, நான் மட்டும் மனைவியின் கிராமம் சென்று அவர்களை அழைத்துக்கொண்டு வீடு திரும்பினேன்.

நேரே நாகர்கோவில் சென்றேன். போலீஸ் குவார்டர்ஸில் எனது தம்பியுடன் தங்கியிருந்த அப்பாவையும் அம்மாவையும் சென்று பார்த்தேன். உடல்நலம்குன்றிச் சாய்வு நாற்காலியில் அமர்ந்திருந்த மன வலிமை மிக்க எனது தந்தை எனது கரங்களைப் பற்றிக்கொண்டு கண்ணீர் வடித்தார்.

'ஐயா, நான் எத்தனை பேரை எஸ்கார்ட் பண்ணி ஜெயிலுக்குக் கூட்டிட்டுப் போயிருக்கேன். உன்னை மத்தவங்க எஸ்கார்ட் பண்ணி ஜெயிலுக்குப் போற மாதிரி ஆயிருச்சே. ஜெயில் வாசல்லே உன்னை பலவிதமா செக் பண்ணித்தானே அனுப்பியிருப்பாங்க. ஜெயில்லே தட்டு தூக்க வச்சிட்டாங்களே' என்று கலங்க, என் அம்மா சத்தம் போட்டார்கள். 'அவன் என்ன கொள்ளையடிச்சா, இல்ல, கொலை பண்ணியா ஜெயிலுக்குப் போயிருக்கான்? எதுக்குத் தேவையில்லாம சங்கடப்பட்டுட்டு இருக்கீங்க? வாப்பா, நீ வந்து சாப்பிடு' என்றார்கள்.

தலைமையாசிரியர் பாண்டியன் சாரைப் பார்த்தபோது அவரது பார்வை வேறு மாதிரி இருந்தது.

'உங்க குடும்பச் சூழ்நிலைக்கு நீங்க போயிருக்க வேண்டாம்; வேற யாராவது நம்ம ஸ்கூல்ல இருந்து வந்தாங்களா, பார்த்தீங்களா' என்றார். எனக்கு ஏதும் சொல்லத் தோன்றவில்லை.

சிறைசென்றவர்கள் விடுவிக்கப்பட்டாலும் ஆசிரியர்கள் பணிக்குத் திரும்பாததால், பள்ளிகளும் கல்லூரிகளும் திறக்கப்படவில்லை. இறுதியாக, பேச்சு வார்த்தை வெற்றி பெற்று அனைத்துவகைப் பணியாளர்களுடைய கோரிக்கைகளில் பெரும்பாலானவையும் ஏற்கப்பட்டு வேலை நிறுத்தம் விலக்கிக் கொள்ளப்பட்டது. முதலமைச்சரின் கனிவான ஆணையால் ஆசிரியர்களுக்கு எந்த பாதிப்பும் ஏற்படவில்லை. இழந்த வேலை நாட்களை, கூடுதல் நேரம் பணிபுரிவதன் மூலமும், விடுமுறை நாட்களில் பணிபுரிவதன் மூலமும் ஈடுகட்டுவது என்றும் உடன்படிக்கையானது. முதுநிலைப் பட்டதாரி ஆசிரியர்களின் நீண்ட நாள் கோரிக்கையான எம்.எட். ஊக்க ஊதிய உயர்வு ஏற்கப்பட்டது. அத்துடன் 10 a (i) என்ற அடிப்படை விதிகளின் கீழ் நியமனம் செய்யப்பட்ட அனைத்து நிலை ஆசிரியர்களையும் நிரந்தரம் செய்யவும் ஒப்புக்கொள்ளப்பட்டுத் தனித்தனி ஆணைகள் வெளியிடப்பட்டன.

இந்தச் சமயத்தில் மாநில அளவில் இயக்கப் பணி ஆற்றிய இருவரைப் பற்றிக் கண்டிப்பாகக் குறிப்பிட்டேயாக வேண்டும். உயர்மட்டக் குழு உறுப்பினராக இருந்த தமிழ்நாடு முதுகலைப்பட்டதாரி ஆசிரியர் சங்கத்தின் (டி.என்.பி.ஜி.டி.ஏ) மாநிலத் தலைவர் சம்பத், மாநிலச் செயலாளர் எம்.ஏ. செல்வராஜ். தலைமைச் செயலகத்திலிருந்து, பள்ளிக் கல்வித் துறை சார்ந்த எந்தவொரு அரசாணை வெளியிடப்பட்டாலும், வெளியான அன்றே அதன் நகலைச் ‘சுடச்சுட’ எனது எஸ்.எல்.பி. முகவரிக்கு செல்வராஜ் அனுப்பிவைத்துவிடுவார். உடனுக்குடன் நானும் படியெடுத்து மாவட்டப் பொறுப்பாளர்களுக்கு அனுப்பி வைத்துவிடுவேன். உதவித் தலைமையாசிரியர் பதவிக்கு வருகைப் பதிவேட்டில் உரிய இடம், அரசாணை 720, ஊக்க ஊதியம், பணிவரன்முறை என இயக்கத்தின் தொடக்கக் காலத்தில் நாங்கள் சாதித்தது ஏராளம். இவற்றைப் பெறுவதற்காக மாவட்ட அளவிலும் மாநில அளவிலும் நடைபெற்ற பல்வேறு ஆர்ப்பாட்டங்களிலும் உண்ணாவிரதப் போராட்டங்களிலும் நான் பங்கு பெற்றிருக்கிறேன்.

எனது தந்தையின் உடல்நலம் குன்றத் தொடங்கியது. எனக்கு அடுத்த தம்பி மனோகரப் பாண்டியனுக்குத் திருமணமாகிக் குழந்தைகள் பிறந்தன. கடைசித் தம்பி, ஆங்கிலப் பட்டப் படிப்பு படித்திருந்த ராமசுந்தருக்கு அரசுப் பணி ஏதும் அமையாததால், சகோதரர்களும் சகோதரியுமாக இணைந்து ஒரு மெடிக்கல் ஸ்டோர்ஸ் உரிமையாளராக ஆக்கி அழகு பார்த்தோம். ஆனால் தம்பியால் அதனைச் சரிவர நிர்வகிக்க முடியாததால், ஸ்டோர்ஸ் நஷ்டத்துடன் கைவிட்டுப் போயிற்று.

இதற்கிடையில் வடசேரி போலீஸ் ஸ்டேஷனில் இருந்து தம்பி பதவி உயர்வுடன் மாறுதல் பெற்று கோட்டாறு ஸ்டேஷன், ஸ்பெஷல் பிராஞ்ச் என்று வந்தவுடன் வடசேரி குவார்டர்ஸில் இருந்து இடம்பெயர்ந்து கணேசபுரம் குவார்டர்ஸ்க்கு வந்து விட்டான்.

அப்பாவின் உடல்நலம் கருதியும், மருத்துவமனை வசதி கருதியும் அப்பாவும் அம்மாவும் தம்பி குடும்பத்துடன் நாகர்கோவிலிலேயே தங்கியிருந்தனர். எங்கள் குடும்பத்தில் யாருக்கு உடல்நலம் இல்லையென்றாலும் உடனே மத்தியாஸ் மருத்துவமனைதான். டாக்டர் மோரிஸ்தான் எங்கள் குடும்ப டாக்டர்; அறுவை சிகிச்சைகளும் அங்கே நடந்திருக்கின்றன.

அப்பாவின் வாழ்நாள் முழுவதும் முதலில் மதுரை, கமுதி, சிவகாசி ரிசர்வ் லைன், பிறகு சிவகங்கை, நாகர்கோவில் போலீஸ்

குவார்டர்ஸ் என்று கழிந்துவிட்டது. பணியில் இருந்து ஓய்வுபெற்ற பிறகு கோட்டாறில் வாங்கிய வீடும் அக்காள் திருமணத்தோடு விற்க வேண்டிய சூழ்நிலை ஏற்பட்டுவிட்டது. எனவே தனது இறுதிக் காலத்தைச் சொந்த வீட்டில் கழிக்க வேண்டும் என்று சொல்லிக் கொண்டிருந்தார்கள். 'சீக்கிரம் ஒரு வீடு கட்டுயா' என்பதுதான் என்னிடம் அவர்களது ஒரே வேண்டுகோள். முதலில் இடம் பார்க்க வேண்டும். பிறகு ஏதாவது கடன் போட்டு அப்பாவின் ஆசையை நிறைவேற்ற வேண்டும் என்று எண்ணிக்கொண்டிருந்தேன். நாகர்கோவில், கோட்டாறு பகுதிகளில் நிலத்தின் விலை, தலை சுற்றவைத்துவிட்டது. சொந்தங்களெல்லாம் திருநெல்வேலி, தூத்துக்குடி பகுதிகளில் இருப்பதால் நகரின் மேற்குப் பகுதியோ தெற்குப் பகுதியோ எல்லா நேரங்களிலும் போய் வர வசதி இல்லை. 'சீக்கிரம் கட்டுவோம்பா' என்று அப்பாவைச் சமாதானப்படுத்திக் கொண்டிருந்தேன்.

ஒரு வெள்ளிக்கிழமை. வழக்கம்போல தோவாளை மலைக்கோவிலுக்குச் சென்றிருந்தேன். வழிபாடு முடித்துவிட்டு சன்னதியின் முன்பக்கம் அமர்ந்திருந்தேன். நான் பணிபுரிந்த தோவாளை பள்ளி, கண்முன்னே பரந்து விரிந்திருந்தது. அதன் எதிர்ப்புறம் மலைப்பாம்புபோல நீண்டுகிடந்த நெடுஞ்சாலையின் தென்கிழக்கே ஒரு புதிய காட்சி என்னை ஈர்த்தது. அங்கே இருந்த பூந்தோட்டங்கள் புல்டோசரால் தரைமட்டமாகிக் கொண்டிருந்தன. கமலைக் கிணறும் மாயமாகிவிட்டது. சாலையை அப்பகுதியுடன் இணைக்கும் வகையில் ஒரு பாலமும் கட்டப்பட்டிருந்தது. அருகில் இருந்தவரிடம் 'என்ன விஷயம்' என்று கேட்டேன். 'பிளாட் போடப் போகிறார்கள்' என்ற விவரம் சொன்னார். 'அப்படியா' என்று கேட்டு அத்தோடு விட்டுவிட்டேன். மறுமுறை கோவிலுக்குச் செல்லும்போது உள்ளே முன்பக்கமே இரண்டு வீடுகள் உருவாகிக்கொண்டிருந்தன. எனக்கு ஆர்வம் உண்டாயிற்று. 'யார் பிளாட் போடுகிறார்' என்று கேட்டபோது, ஒழுகினசேரியிலிருந்து, 'நாதன் என்ற துரை' என்றார்கள். 'முருகன் அடிவாரத்திலேயே வீடா?' ஆசை அரும்பியது.

அப்பாவுக்குச் சந்தோஷம். சாந்தாவுக்குக் கொஞ்சமும் விருப்பமில்லை. கிராமத்திலா என்பதுதான் கேள்வி. சாதக பாதகங்களையெல்லாம் சொல்லிச் சம்மதிக்கவைத்தேன். விறுவிறுவெனக் காரியங்கள் நடந்தன. பிளாட் உரிமையாளரிடம் பேசினேன். 'உங்களுக்கு எந்த பிளாட் வேண்டுமானாலும் எடுத்துக் கொள்ளுங்கள். மற்றவர்களுக்கு செண்டுக்கு ரூ.3,500/- உங்களுக்கு ரூ. 3,250/-' என்றார். இப்போது குடியிருக்கும் பிளாட்டைத் தேர்ந்தெடுத்தோம். ஒரு பிளாட் நான்கு செண்ட். அவ்வளவு தான் அப்போது என்னால் முடிந்தது. அப்பா

சுறுசுறுப்பானார்கள். அப்பாவுக்குத் தோவாளை பழகிய ஊர்தானே. பத்திரப் பதிவு அலுவலகம் அங்கேயே இருந்தது. பத்திரப் பதிவு எல்லாம் அப்பாவே சென்று முடித்துவிட்டார்கள். தொடர்ந்து மாவட்ட ஆட்சித் தலைவரிடமிருந்து அரசு கடன் பெறுவதற்கான ஆவணங்களைத் தயாரிக்கும் பணியை மும்முரமாக மேற்கொண்டேன். அதிலும் இடர்ப்பாடு ஏற்பட்டது. தோவாளை ஊரகப்பகுதி ஆதலால் கட்டட வரைபடத்துக்கான அனுமதியைப் பூதப்பாண்டி ஊராட்சி ஒன்றிய அலுவலகம் வழங்க வேண்டும். ஆனால் புதிதாக அமைக்கப்பட்டுக் ‘கமல் நகர்’ என்று பெயரிடப்பட்ட அந்த மனைகளுக்கு நிர்வாக ஒப்புதல் பெறப்படவில்லை என்ற காரணத்தால் அனுமதி வழங்கப்படவில்லை. அந்த நேரத்தில் எனது உதவிக்கு வந்தவர் என்.ஜி.ஓ. இயக்கத் தலைவராக எனக்கு அறிமுகமாகி அப்போது கூடுதல் ஆணையராகப் பதவி வகித்த வள்ளிநாயகம். அத்துடன் அந்தப் பிரிவு எழுத்தராக இருந்த திருப்பதிசாரம் கிராமத்தைச் சேர்ந்த சங்கர். இருவரும் துணைபுரிய, அனுமதியை விரைந்து பெற்றேன். அடுத்து மாவட்ட ஆட்சியரிடமிருந்து அரசு கடன்பெற விண்ணப்பம். எல்லாமே வேகமாக நடந்துகொண்டிருந்தது. அங்கும் ஒரு நண்பர் இருந்தார். ஷேர்கான் என்ற பிரிவு எழுத்தர். சையது முனீர் கோதா, மாவட்ட ஆட்சித் தலைவர். ஊழலற்ற நிர்வாகம்.

அனுமதி கிடைத்துவிடும், வீடு கட்டும் பணியைத் தொடங்கி விடலாம் என்று நான் எண்ணிக்கொண்டிருந்த வேளையில் எனது எளிய வாழ்வின் இரண்டாவது அதிர்ச்சியும் ஏமாற்றமும் என்னை நிலைகுலையச் செய்தன. மத்தியாஸ் மருத்துவமனையில் சிகிச்சைக்காக அனுமதிக்கப்பட்டிருந்த பாசத்தின் மறு உருவம், தனது மக்களின் நலமே தன் நலம் என்று வாழ்ந்திருந்த அந்தத் தியாகக் குணக்குன்று, எனது தந்தை மின்சாரம் தடைப்பட்டிருந்த ஒரு முன்னிரவு நேரத்தில் எங்களைப் பிரிந்துசென்றுவிட்டார்.

தனது இறுதிக்காலத்தினைத் தன்னுடைய மகன்கள் கட்டும் வீட்டில்தான் கழிக்க வேண்டும் என்ற ஆசை கடைசிமூச்சுவரை அவருக்கு நிறைவேறாமலேயே போய்விட்டது. அன்றைய குடும்பச் சூழல் அப்படி. அக்காளை மணமுடித்துக் கொடுத்த அத்தானுக்குப் பாரம்பரியச் சொந்த வீடு உண்டு. ஆனால் எங்களுக்குக் காலம் கனியவில்லை. இன்று எல்லோரும் புதிதாக வீடுகள் கட்டி வாழ்ந்து வருகிறோம். எங்கள் குழந்தைகள் பொறியாளர்களாகவும் மருத்துவர்களாகவும் வளர்ந்து மாநகரங்களிலும் விசாலமான வீடுகளை எழுப்பியிருந்தாலும் அங்கே பேரன் பேத்திகளோடு குலாவி மகிழ என் தந்தை இல்லை.

தந்தையின் இறுதிச் சடங்குகள் எல்லாம் அவர்களது வாழ்வோடு பின்னிப்பிணைந்துவிட்ட போலீஸ் குவார்டர்ஸில், எனது தம்பியின் இல்லத்தில்தான் நடந்தது.

எனது அப்பா கனவு கண்டவையெல்லாம் பின்னாளில் நிறைவேறின. தோவாளையில், எனது மாமா முன்னின்று கட்டி முடித்த வீட்டில் 07.09.1987 அன்று புதுமனை புகுவிழா நடத்திக் குடியேறினோம். வீட்டின் முகப்பில் எங்கள் காவல் தெய்வமான அப்பா நிழற்படத்தில் வாழ்ந்து வருகிறார்கள். என்னை டாக்டராக்க முடியவில்லையே என்ற அவர்களது ஏக்கத்தைப் போக்கும்வகையில் இரண்டு பேரன்களும் இரண்டு பேத்திகளும் டாக்டர்களாக அவர்கள் கனவை நனவாக்கி உள்ளார்கள். எனது ஒரே மகன், எனது தந்தையின் பெயர் தாங்கிய ராஜ்குமார் தனது விருப்பப்படியே பொறியாளராகிச் சிங்கப்பூரில் ஒரு பெரும் மென்பொருள் நிறுவனத்தின் முதன்மை மேலாளராகவும் பணியாற்றி வருகிறான். எனது தோவாளை இல்லத்தின் பெயரும் 'குமரன்' தான். பேத்தி சாந்தா, சென்னையில் எம்.பி.பி.எஸ் முதலாண்டு படித்து வருகிறாள்.

23

எஸ்.எல்.பி. பள்ளியிலிருந்து சந்திரசேகர பாண்டியன் சார் பணிநிறைவுபெற்றவுடன் பள்ளி நிர்வாகத்தில் மிகப்பெரிய வெற்றிடம் ஏற்பட்டது போல் தோன்றியது.

பாண்டியன் சார் போன பிறகு, அவர் வருவார், இவர் வருவார் என்று ஏராளமான கணிப்புகள்; பலரது முயற்சிகள்; பலவிதமான எதிர்பார்ப்புகள்.

ஆனால் அனைத்துக் கணிப்புகளையும் பொய்யாக்கிவிட்டு எதிர்பாராதவிதமாக வந்து சேர்ந்தார், எஸ். நடராஜன் சார். 1989 ஜூன் மாதம் பள்ளியின் புதிய தலைமையாசிரியராகப் பொறுப்பேற்றார். இடலாக்குடி பள்ளியில் முதுநிலை ஆங்கில ஆசிரியராக அவர் பணியாற்றிய காலம் தொட்டு நெருங்கிய பழக்கம் எங்கள் இருவருக்கும் உண்டு. முதுநிலைப் பட்டதாரி ஆசிரியர் கழகத்தில் தீவிர ஈடுபாடு கொண்டவர். அதனுடைய மாவட்டத் தலைவராகவும் சில ஆண்டுகள் இருந்தார். அப்போது நண்பர் செல்வின் தேவகுமார் மாவட்டச் செயலர், நான் இணைச் செயலர். எனவே நல்ல புரிதல் உண்டு. பின்னர் 1995இன் பிற்பகுதியில் அவர் கோவையில் மாவட்டக் கல்வி அலுவலராகச் சிலகாலம் பணியாற்றினார்.

அவர் பணியேற்றவுடன், வழக்கப்படி விரைந்து சென்று வாழ்த்து தெரிவித்தவர்கள் எண்ணிக்கை அதிகம். அநேகமாக நான் கடைசியாகச் சென்றிருப்பேன் என்றெண்ணுகிறேன். பாண்டியன் சார் விட்டுச் சென்றதிலிருந்து தொடர்ந்து தளர்வு இல்லாமல் எஸ்.எல்.பி. பள்ளியின் பெருமையைக் கட்டிக் காத்ததில் அவருக்குப் பெரும்பங்கு உண்டு. அவருடைய காலகட்டத்தில் 27.01.1989முதல் 27.01.1995இல் நான் தலைமையாசிரியராகப் பதவி

உயர்வுபெற்றுப் பள்ளியை விட்டுச் செல்லும் வரையிலும் உதவித் தலைமையாசிரியராகப் பணியாற்றியிருக்கிறேன்.

பாண்டியன் சார், நடராஜன் சார் இருவருமே எனது நேசத்துக்குரியவர்கள். பாண்டியன் சாரைத் தூரத்திலிருந்து பார்த்து வியந்திருக்கிறேன். அவருடைய வயது, ஆளுமை காரணமாகவும் தேவைப்படாததாலும் நெருங்கிப் பேசியதில்லை. ஆனால் அவராக என்னைப் பலமுறை அன்புடன் அழைத்துப் பேசியிருக்கிறார். வேறொரு பள்ளியில் படித்துவந்த அவரது மகன் நாராயண ராஜாவையும் எங்கள் பள்ளியில் சேர்த்து எனது வகுப்பில் எனது கண்காணிப்பில் வருமாறு பார்த்துக்கொண்டார். ஒன்பதாம் வகுப்பு பதினொன்றாம் வகுப்பு முழு ஆண்டுத் தேர்வு மதிப்பெண்களை அவரே தன் கையால் பதிவேட்டில் எழுதுவார். பாடவாரியான மதிப்பெண் பட்டியலைப் பார்த்து வாசிக்கும் பொறுப்பை, ஹபீப் சாரிடம் கொடுத்திருந்தார். அவர் குளச்சல் பள்ளித் துணை ஆய்வராக மாறுதல் பெற்றுச் சென்ற பிறகு அந்த இடத்துக்கு நான் வந்தேன். அத்தகைய நம்பிக்கைக்குரியவனாக நான் இருந்தது எனக்குப் பெருமைதான். பாண்டியன் சாரிடம் எனக்குப் பிடித்த, இன்றும் நினைவில் வைத்துப் பாராட்டும் குணநலன் ஒன்று உண்டு. தன்னுடைய மதத்தில் ஆழ்ந்த பற்று உண்டு. நெற்றியில் எப்போதும் குங்குமப் பொட்டு சிறிதாகப் பளிச்சிடும். ஆனால் தன்னுடைய மதப்பற்றைப் பள்ளியில் வெளிப்படுத்தியதே இல்லை. அதைப் போலவே, அவர் பிறப்பால் குமரி மாவட்டத்தின் பெரும்பான்மை இனத்தைச் சார்ந்திருந்தாலும் அதன் அடிப்படையில் எவரையும் அவர் பாகுபாடு காட்டியதில்லை. அவரைப் பொறுத்தவரை திறமைக்கும் உழைப்புக்கும்தான் மதிப்பு. ஒருவகையில் பார்த்தால் மற்ற சமூகத்தைச் சார்ந்தவர்களிடம் கூடுதல் பிரியத்தைக் காட்டினார். ஹபீப் சார், லைப்ரரியன் மாதேவன் பிள்ளை, சுப்பையா பிள்ளை என்று அந்தப் பட்டியல் நீளும். அதில் நானும் உண்டு.

பாண்டியன் சார் சமூகச் செயல்பாடுகளிலிருந்து ஒதுங்கி யிருப்பார்; நண்பர்கள் வட்டம் குறைவு. அப்படி யாரும் உறவு கொண்டாடிப் பள்ளிக்கு வந்ததை நான் பார்த்ததில்லை.

ஆனால் நடராஜன் சார் முற்றிலும் மாறுபட்டவர். எல்லாத் துறைகளிலும் அவருக்கு நண்பர்கள் உண்டு. அவர், நாகர்கோவிலிலேயே பிறந்து வளர்ந்தது ஒரு காரணமாக இருக்கலாம். அவரும் எஸ்.எல்.பி.யில் படித்து அங்கேயே ஆசிரியராகவும் பணியாற்றியவர்.

உதவித் தலைமையாசிரியருக்குத் தனி அறை ஒதுக்கப்பட்டது. அதில் நானும் உயர்நிலைப் பிரிவு உதவித் தலைமையாசிரியையும்

அமர்ந்து பணிகளைக் கவனிப்போம். முதலில் உதவித் தலைமை யாசிரியையாக இருந்தவர், பள்ளியிலேயே மூத்த பத்மா டீச்சர். இருவரும் அவரவர் மனத்துக்கு ஒத்தவாறு பணிகளைப் பிரித்துக்கொண்டோம். ஆசிரியர்களை நேரடியாகத் தொடர்பு கொள்ளக்கூடிய பணிகள், குறிப்பாக தேர்வுகள் மேற்பார்வைப் பணி, பதிலிப்பணி, மாணவர் கட்டுப்பாடு போன்றவை எனக்கு. மதிப்பெண் பதிவேடுகள் பராமரிப்பு, விடுப்புப் பதிவேடுகள் போன்ற எழுத்துப் பணி அவர்களுக்கு. அவர்களிடம் நான் மிகுந்த மரியாதை காட்ட, அவர்கள் என்மீது பரிவுகாட்ட, இருவர் பணியும் இணக்கமாகவே நடந்தது. பத்மா டீச்சர் பணி நிறைவு பெற்றபின் சிவகுமார் அந்த இடத்துக்கு வந்தார். அதே இணக்கமான சூழ்நிலைதான்.

உதவித் தலைமையாசிரியர் என்றாலும், ஓர் இணைத் தலைமையாசிரியர் போலவே செயல்பட்டேன். அதற்கான முழு உரிமையையும் சுதந்திரத்தையும் நடராஜன் சார் எனக்கு வழங்கி யிருந்தார். ஆசிரியர் வருகைப் பதிவேடு எனது மேசையில்தான் இருக்கும். எஸ்.எல்.பி.யைப் பொறுத்தவரை ஒரு வேறுபாடான வழக்கம் உண்டு. பள்ளிக்கு வந்தவுடன் தலைமையாசிரியர் அறைக்குச் சென்று வணக்கம் செலுத்த வேண்டும் என்ற கட்டாயமெல்லாம் கிடையாது. தலைமையாசிரியரும் அவரது அறையில் முழுவதும் இருப்பது இல்லை; வளாகத்தில்தான் சுற்றிக்கொண்டிருப்பார். பாண்டியன் சார் காலத்திலேயே அப்படித்தான். நானும் வளாகத்தில் மற்றொரு பகுதிக்குச் சென்றுவிடுவேன்.

நடராஜன் சார் காலத்தில் பள்ளி கட்டுப்பாட்டுடனும் பாரம்பரிய மிடுக்குடனும் இருந்ததற்கு வேறொரு முக்கிய காரணமும் உண்டு. உடற்கல்வி இயக்குநரும் உடற்கல்வி ஆசிரியர்களும்! என் வயது ஒத்த இயக்குநர் ஜி. சத்தியநேசன் தலைமையில் டென்னிஸ், ராஜேந்திரகமலம், சீனியர் சத்தியநேசன், குருதாஸ் டேனியல் என்று ஒரு குழுவே இயங்கும். இதில் சத்தியநேசனைப் பற்றிச் சொல்லியே ஆக வேண்டும். மேல்பாலை அவரது சொந்த ஊர். மாவட்டத்தின் வடமேற்கு மூலை. அங்கிருந்து அதிகாலை பஸ் பிடித்து, நான் தோவாளையிலிருந்து பள்ளிக்கு வரும் நேரம் அவரும் வந்து நிற்பார். என்னிடம் மாணவர்களுக்குச் சிறிது அச்சம் கலந்த மரியாதை; அவரிடம் அன்பு கலந்த மரியாதை. வகுப்புகள் தொடங்குமுன் நான் ஒரு பக்கமும், அவர் ஒரு பக்கமும் சுற்றி வருவோம். அவர் கையில் பிரம்பும், கழுத்தில் தொங்கவிடப்பட்ட விசிலும் இருக்கும். மாணவர் எண்ணிக்கை மொத்தம் ஆயிரத்து ஐந்நூறு இருக்கும். ஆனால் அசெம்பிளி மிக அமைதியாக நடக்கும். மாணவர்களை

வரிசையாக, உயரத்துக்கேற்ப நிற்க வைப்பது, அசெம்பிளி முடிந்த பிறகு அமைதியாக, வரிசையாக வகுப்புகளுக்குச் செல்வது எல்லாவற்றையும் அவர்கள் பார்த்துக்கொள்வார்கள். நானும் தலைமையாசிரியரும் முன்புறப் படிக்கட்டின் மேல் நின்று பார்வையிட்டால் போதும்.

எனக்கென்று ஓர் அறை இருந்தாலும், வகுப்புப் பாட வேளைகள் போக, ஆசிரியர் அறையில் செய்தித்தாள்களை ஒரு பார்வை பார்த்துவிட்டு, உடற்கல்வி ஆசிரியர் அறையில் அளவளாவி விட்டு வருவேன். அங்குதான் அனைத்து மாணவர்களையும் பற்றிய ஒரு உண்மைச் சித்திரம் கிடைக்கும்; சில நேரங்களில் ஆசிரியர்களைப் பற்றிக்கூட. சத்தியநேசனுக்கு மாணவர்கள்தான் குழந்தைகள். மாணவன் ஒருவனுக்கு விளையாடும்போது அடிபட்டுவிட்டால் துடித்துப் போவார். முதலுதவிக்குப் பின், மேலும் சிகிச்சை தேவைப்பட்டால் எதிரே உள்ள ஜெயகர் மருத்துவமனைக்கு அழைத்துச் சென்று மொத்த செலவையும் அவரே பார்த்துக் கொள்வார். வறிய விளையாட்டு வீரர்களுக்கு அவர் செலவில் மதியச் சாப்பாடும் உண்டு.

இந்த நேரத்தில் மற்றொரு என்.எஸ்.எஸ். சிறப்பு முகாமைப் பற்றிச் சொல்ல வேண்டும். அடுத்து மயிலாடியில் முகாம் போடலாம் என்று முடிவுசெய்தோம். முக்கிய காரணம் அங்கிருந்த அரசு தொடக்கப் பள்ளிக்கு எங்கள் அனைவரது நண்பர், லைப்ரரியன் மாதவன் பிள்ளை தலைமையாசிரியர். அவரிடம் சொன்னபோது, மிகுந்த மகிழ்ச்சி. ஒரு வித்தியாசமான வேண்டுகோளை விடுத்தார். 'எங்களுக்கு ஒரு வகுப்பறை கட்டித் தாருங்கள்' என்றார். 'வகுப்பறையா? பத்து நாட்களிலா? மாணவர்களைக் கொண்டா?' என்ற கேள்விகள் மனத்தில் எழுந்தன; ஆனால் முடியும் என்றார் ராஜையா; திட்டமிடத் தொடங்கினோம். எல்லோரும் சென்று பள்ளியைப் பார்வையிட்டோம். பள்ளியில் மாணவர்களும் நாங்களும் தங்கிக்கொள்ளலாம். கடைசி வகுப்பறையை ஒட்டி அமைந்துள்ள காலி இடத்தில் அறை கட்டலாம். ஒருபக்கச் சுவர் மிச்சம். எட்டடி உயரத்தில் மூன்று பக்கமும் செங்கல் சுவர்கள் எழுப்பவும் அதன்மேல் சட்டங்கள் வேய்ந்து ஓடுகள் அடுக்கி ஒரு செமி பெர்மனன்ட் கட்டடம் கட்டுவது என்று திட்டமிட்டோம். மாதவன் பிள்ளை ஒரு மேஸ்திரியை ஏற்பாடு செய்திருந்தார். கருங்கற்கள், சிமெண்ட், மணல், செங்கல் ஆகியவற்றை ஊர் மக்களிடம் நன்கொடையாகப் பெற்றுக்கொள்ளலாம் என்றார். உழைப்பு தானம்தான் மாணவர்களுடையது.

ஆனால் கொத்தனார் தொழிலில் பழக்கமுள்ள மாணவர்கள் வேண்டுமே. ஆரல்வாய்மொழி, தக்கலையில் இதற்கேற்ற மாணவர்கள் இருக்கிறார்கள் என்று திட்ட அலுவலர்களான ராஜையாவும் நம்பிராஜனும் சொல்ல, மாணவர்கள் சேர்க்கப்பட, முகாம் தொடங்கியது. தொடக்க விழாவுக்கு முதன்மைக் கல்வி அலுவலர் ஆங்கில முதுநிலைப் பட்டதாரி ஆசிரியர் காலத்திலிருந்தே பழகிய எனது நீண்ட நாள் நண்பர் குசேல பிரசாத், குமரி மாவட்ட முதன்மைக் கல்வி அலுவலராக முதலில் பணியேற்று, பின்பு குலசேகரன்புதூர் – தேரூர் *DIET* முதல்வராகப் பணிமாற்றம் செய்யப்பட்டுப் பணியாற்றி வந்த ராமச்சந்திரன் இருவரும் வந்திருந்து பணியைத் தொடங்கிவைத்தனர். கட்டடப் பணி நாங்கள் எதிர்பார்த்ததை விட உறுதியாக, சிறப்பாக நடந்து கொண்டிருந்தது. மாணவர்களுக்கு மிகுந்த உற்சாகம்.

பத்தாம் நாள் காலையில் ‘ஜூனியர் போஸ்ட்’ (விகடன் குழுமத்தின் இதழ் – சில ஆண்டுகளில் நின்றுபோனது) இதழ் நிருபர், என்னுடைய மாணவர் செழியன் வந்திருந்தார். அவருக்கு இது ஓர் அரிய நிகழ்வாகத் தெரிந்தது. மாணவர்களையும் முகாம் அமைப்பாளரான ராஜையாவையும் பேட்டி கண்டார். அந்த வார இதழில் ‘எட்டே நாளில் கட்டி முடித்தோம்’ என்ற தலைப்பில் வகுப்பறையின் புகைப்படத்துடன் முழுப்பக்கச் செய்தியாக வெளிவந்தது.

தங்கள் வாழ்த்துரையில் முதன்மைக் கல்வி அலுவலரும் *DIET* முதல்வரும் இது மிகப்பெரும் சாதனை, எங்கும் காணாதது என்றனர். ராமச்சந்திரன் ‘மயன்கட்டிய மாளிகையோ!’ என்று வியந்தார். அவர் ஈரோடு முதன்மைக் கல்வி அலுவலராகப் பின்னர் இடம் பெயர்ந்து இடைநிலைக் கல்வி இணை இயக்குநராகப் பதவி உயர்வு பெற்றுப் பணியாற்றிய காலத்திலும் நான் சந்திக்கும்போது நினைவுகூர்ந்து பெருமைப் படுத்துவார். அது பெரும்பாலும் இயக்குநர்கள் இணை இயக்குநர்கள் கூடும் ஆலோசனைக் கூட்டத்தில் நடக்கும். அதைப் போலவே குசேல பிரசாத்தும் என்மீது அன்பு காட்டிய உயர் அலுவலர்களில், முக்கியமானவர். அவர் முதன்மைக் கல்வி அலுவலராகப் பணியேற்ற நாளன்று, எனது தலைமையாசிரியர், ‘வாங்க முத்துசாமி, புது சி.இ.ஓவைப் பார்த்திட்டு வருவோம்’ என்றழைத்தார் சென்றோம். இரு கரம் கூப்பி வரவேற்றார். அது அவரது வழக்கம். தலைமையாசிரியரும் அவரும் பேசிக்கொண்டிருந்தனர். முடிவில், ‘சார், இது முத்துசாமி, அசிஸ்டெண்ட் ஹெட்மாஸ்டர்’ என்று சொன்னவுடன், ‘அவரை நான்ல இன்ட்ரடியுஸ் பண்ணனும். அவர் என் க்ளோஸ் பிரண்ட்’ என்று சொன்ன பெரிய மனத்துக்குச் சொந்தக்காரர். நான் திருநெல்வேலி மாவட்டக்

கல்வி அலுவலராகப் பணியேற்றபோது, அவர் ஓய்வுபெற்று, உடல்நலக் குறைவுடன் இருந்தாலும், தூத்துக்குடியிலிருந்து புறப்பட்டு எனது அலுவலகம் வந்து வாழ்த்துச் சொன்னவர்; இன்று இருவரும் இல்லை.

அதே வருடம் முதன்மைக் கல்வி அலுவலரின் ஆண்டாய்வு. உயர்நிலை வகுப்புகளை மாவட்டக் கல்வி அலுவலரும் மேனிலை வகுப்புகளை முதன்மைக் கல்வி அலுவலர் குசேலபிரசாத்தும் பார்வையிட்டு வந்தனர். எனக்கு அன்று நான்கு பாடவேளைகள் இருந்தன. மூன்று பாடவேளைகள் எதிர்பார்த்தேன்; வரவில்லை. இன்னும் ஒரு பாடவேளை. அது கடைசிப் பாடவேளை. பதினொன்றாம் வகுப்பு ஆங்கிலவழி. ஆறாவது பாடவேளை முடிந்து தலைமையாசிரியர் அறைக்கு வந்த முதன்மைக் கல்வி அலுவலரிடம் நானே கேட்டுவிட்டேன். 'எல்லார் கிளாசுக்கும் போனீங்க, என் கிளாஸ் வழியாகத்தான் போனீங்க, என் கிளாசை விட்டுட்டீங்களே சார்', என்றேன். 'உங்க கிளாசை ஏன் பார்க்கணும்? எப்படியிருக்கும்னு எனக்குத் தெரியாதா?' என்றார்.

'இல்ல சார், கண்டிப்பா பாக்கணும் சார்'.

'இனி எப்ப பீரியட் இருக்கு?'

'கடைசி பீரியட், பதினொன்று "ஏ" சார்'

'கட்டாயம் பார்த்திருவோம்.'

ஏழாவது பாடவேளை முடிந்து மணி அடித்தது. நான் வகுப்பில் நுழைந்தேன். அவரும் சில நிமிடங்களில் உள்ளே வந்தார். நான் கரும்பலகையில் 'Lead Kindly Light' என்று எழுதிக் கொண்டிருந்தேன். அது Cardinal Newman என்ற கவிஞரின் ஆற்றல் மிக்க, உணர்வு பொங்கும் கவிதை. இறையை இறைஞ்சும் பாடல். இன்றும் தேவாலயங்களில் இசைக்கப்படும் பாடல். ஆனால் எல்லோருக்கும் பொதுவான துதிப்பாடல். கரும்பலகையைப் பார்த்துவிட்டு, என்னை நோக்கி, 'நீங்க இன்னைக்குப் பாடம் எடுக்க வேண்டாம். நானே உங்க ஸ்டூடண்ட்ஸ்கிட்ட பேசித் தெரிஞ்சிக்கிறேன். Can your students talk in English?' என்றார். 'Please try Sir' என்றேன்.

கிட்டத்தட்ட ஒரு மணி நேரம். பாடத்தில் தொடங்கிய உரையாடல் மாணவர்களது லட்சியங்களைத் தொட்டு, நடப்புச் செய்திகளைப் பேசி விறுவிறுப்பாகத் தொடர்ந்தது. முதல் பதினைந்து நிமிடங்களுக்குப் பிறகு, மாணவர்கள், அவரிடம் கேள்வி கேட்க ஆரம்பித்துவிட்டனர். ஒரு மாணவன் கேட்ட கேள்வி இன்னும் நன்றாக நினைவில் உள்ளது. அப்போதுதான் சோவியத் யூனியன் பல துண்டுகளாக உடைந்துபோன நேரம்.

கு. முத்துசாமி

'Sir, Soviet Union is our friendly State. Why hasn't our country rushed to the help of Mikhael Gorbachav, the President during the crisis?'

குசேல பிரசாத் சார் பலவிதமான பதில்களைச் சொல்லிப் பார்த்தார். அந்த மாணவனைத் திருப்திப்படுத்த முடியவில்லை. பின்னர் அவரே பேச்சை வேறு விஷயத்துக்கு மாற்றினார்.

பாடவேளை முடிந்தும், விவாதம் முடியவில்லை. ஆசிரியர் கூட்டம் காத்திருந்தது. தலைமை ஆசிரியர் வகுப்பறை வாசலுக்கு வந்துவிட்டார். மாவட்டக் கல்வி அலுவலர் கூட்டு உடற்பயிற்சியைப் பார்த்துக்கொண்டிருந்தார். 'I will visit again and talk to you freely. I am very happy today, boys. Keep it-up' என்று சொல்லிவிட்டு, என்னிடம் கைகுலுக்கிவிட்டு, 'ஸ்டூடன்ட்ஸை அனுப்பிட்டு வாங்க' என்று சொல்லிவிட்டுத் தலைமையாசிரியர் அறைக்குச் சென்றார்.

தலைமை ஆசிரியர் அறையில் காத்திருந்த மாவட்டக் கல்வி அலுவலரிடம், 'Sir, you missed it. I never dreamt that Government School students could talk in English in this way for more than an hour. Muthusamy, how have you accomplished it?' என்று வினவினார்.

"நான் போற வகுப்புகள்ல, வெள்ளிக்கிழமை மட்டும் டீச்சிங் கிடையாது சார். அன்னைக்கு ஸ்டூடண்ட்ஸ்தான் பேசணும். அஞ்சு நிமிஷம் பேசினா போதும். 'Any topic on earth other than cinema and politics'. ஒரு வாரத்துக்கு அஞ்சு பேர். எல்லாரும் பேசியாகணும். இங்கிலீஸ்லதான். தப்பா பேசினா கவலை இல்லை. கடைசில நான் கரெக்ட் பண்ணிருவேன். கடைசிப் பத்து நிமிஷம் அந்த டாபிக்ஸ் பத்தி யாரும் கருத்து சொல்லலாம். இது சக்ஸஸ்புல்லா போகுது சார்'.

சில விளக்கங்கள் கேட்டார், சொன்னேன்.

அதன்பின் நடந்த ஆசிரியர் கூட்டத்தில் இதைப் பற்றிப் பேசியவர், 'This is the best class I have ever seen. We can discern the success of any teaching from the impact that it has made on the students' என்றார்.

நான் பி.ஏ., பி.எட்., இரண்டு மட்டுமே கல்லூரியில் சேர்ந்து படித்தவன். எம்.ஏ., அஞ்சல் வழிதான்; நான் எம்.ஏ. படித்ததும் பட்டம் பெற்றதும் எனக்கு முழுமையான திருப்தி தரவில்லை. வரலாறு, பொருளாதாரம் போன்ற பாடங்களுக்கு இது சரியாக இருக்கலாம். But Language is not a subject. It is a talent that we should acquire by interaction. That is not possible through correspondence course என்று தோன்றியது. நம்முடைய ஆங்கில ஆற்றலை மேம்படுத்த இன்னும் என்னென்ன செய்யலாம் என்று

உள்ளத்தனைய . . .

யோசித்தேன். வல்சன் நினைவுக்கு வந்தார். அவர் *PDTE* என்ற ஒரு கோர்ஸ் முடித்திருந்தார். அதுபற்றிக் கேட்டபோது, அதைப் பற்றி விளக்கமாகப் பேசினார். மிகப் பயனுள்ளதாகவும் இருக்கும் என்றார். சேர்ந்தேன். கிட்டத்தட்ட அஞ்சல் வழி போலத்தான். தென்மாநிலங்களில், ஏதாவது ஒரு வசதியான இடத்தில் *30* நாட்கள் உண்டி, உறைவிட வசதியுடன் நேரடி வகுப்புகள் நடைபெறும். *CIEFL* என்று அப்போது அழைக்கப்பட்ட *Central Institute of English and Foreign Languages* என்ற மத்திய அரசு உயர் கல்வி நிறுவனம் இதனை நடத்தி வந்தது. தற்போது அது *Central University* என்ற நிலைக்குத் தரம் உயர்த்தப்பட்டு விட்டது. *P.D.T.E., M.Phil., Ph.D., D.Lit.,* என்ற பல பட்டய, பட்ட மேற்படிப்புத் தளங்களை நடத்தி வருகிறது. இந்தியாவில் *Regional Institute of English* போன்ற மண்டலம் வாரியான அமைப்புகளும், *Central Institute of Languages (Mysore)* என்பது போன்றும் இருந்தாலும், *the supreme authority for English studies and research* என்ற வகையில் ஹைதராபாத்தில் இயங்கி வரும் *CIEFL* நிறுவனமே பெருமை பெறுகிறது.

முதலில் சேர்க்கைக்கட்டணம் போல ஒரு சிறு தொகையை (அப்போது ரூ. *360/–*) செலுத்தி, துறை வழியே விண்ணப்பித்து அனுமதி பெற்றேன். *M.A. (English)* மட்டும்தான் தேவையான ஒரே கல்வித் தகுதி.

இதன் சிறப்பு – நாம், நான் என்று கூடக் கொள்ளலாம் – வழக்கமாகக் கல்லூரிகளில் தேர்வுக்காகப் படிக்கும் *Prose, Poetry*க்கு மாறாக, *Linguistics, Phonetics, Stylistics, Grammar, Use of English, Materials for Teaching English, Methods of Teaching English* என்று அமைந்திருந்தன. இவையனைத்தும் நான் படித்த *B.A., B.Ed., M.A.,* வகுப்புகளில் மேலோட்டமாகவே இருந்தன. ஆனால் இங்கு பாடங்கள் முற்றிலும் வித்தியாசமாக வடிவமைக்கப்பட்டிருந்தன.

Assignments உண்டு; கட்டாயம் சமர்ப்பிக்கப்பட வேண்டும். *But we have to go beyond what is found in the materials supplied to us. P.G.C.T.E.*யின் சிறப்பான அம்சமே, தொடர்ச்சியாக ஒரு மாதம் நடைபெறும் நேரடி வகுப்புகள்தாம். எங்கள் பேட்சுக்கு வசதியாக, இது தமிழ்நாட்டிலேயே, சேலம் அரசு கலைக்கல்லூரியில் நடைபெற்றது. இரு பாலாரும் சேர்த்து நூற்றிருபது பேர் என்றெண்ணுகிறேன். அப்போதுதான் எம்.ஏ முடித்துப் பட்டம் பெற்று வந்தவர்கள், பள்ளி ஆசிரியர்கள், கல்லூரி ஆசிரியர்கள் என வித்தியாசமான கலவை அது. தென் மாநிலங்கள் அனைத்திலும் இருந்து பங்கேற்பாளர்கள் உண்டு. பேராசிரியர்களும் எங்களுடனேயே கல்லூரி விடுதியில் தங்கியிருந்தனர். எனது அறையில், இன்றும் எனது நெருங்கிய

தொடர்புகொண்டிருக்கும், புதுக்கோட்டை மாவட்டம் ராமச்சந்திராபுரம் தனியார் மேனிலைப் பள்ளி ஆங்கில ஆசிரியர் குமாரசாமி தங்கியிருந்தார். தனக்குத் தலைமை ஆசிரியர் பதவி உயர்வு வழங்கப்பட்ட போது, ஒரு முதலாளித்துவ நிர்வாகத்தின் கீழ் பதவி உயர்வு பெற்று பணிபுரிய மறுத்ததால், இடைநீக்கம் செய்யப்பட்டார். பின் உயர்நீதிமன்றம் வரை சென்று போராடி, இழந்தவை அனைத்தையும் திரும்பப் பெற்றபின், பதவி விலகல் கடிதம் கொடுத்து, துறை ஒப்புதலுடன் வெளியே வந்து விட்டார். தற்போது அமெரிக்காவில் ஒரு மகனுடனும் மனைவியுடனும் மனநிறைவுடன் வாழ்ந்து வருகிறார். தான் வாழும் நகரின் தமிழ் குடும்பக் குழந்தைகளுக்கு விடுமுறை நாட்களில் கட்டணம் ஏதுமின்றித் தமிழ் கற்பித்து வருகிறார்.

இந்த நேரடி வகுப்புகளில் எங்களுக்கு எந்தச் செலவும் இல்லை. சுவையான உணவு சிற்றுண்டி, உட்பட அனைத்துச் செலவுகளும் CIEFL பார்த்துக்கொண்டது. ஊரிலிருந்து வந்ததற்கும் திரும்பச் செல்வதற்கும் பயணப்படி உண்டு. கடைசி நாளில் கணக்கு பார்த்து, நம் கையில் 'காசும்' கொடுத்து அனுப்புவார்கள்.

ஆங்கிலத்தின் மிகப்பெரிய ஆளுமைகளை அங்கே சந்திக்க, அவர்களிடம் கற்கபெரிய வாய்ப்பு கிடைத்தது. பாலசுப்பிரமணியம் (Phonetics) N. கிருஷ்ணசாமி (Grammar) ஆகிய இருவரையும் குறிப்பாகச் சொல்லலாம். இருவரும் எடுத்த மாதிரி வகுப்புகள் எங்களைப் பிரமிக்க வைத்தன.

பிற்பகலில் வகுப்புகள் நான்கு அணிகளாகப் பிரிக்கப்பட்டு மாதிரி கற்பித்தல் வகுப்புகள் நடைபெறும். ஒவ்வொரு நாளும் நான்கு பேர். எந்த சப்ஜெக்டையும் எடுத்துக் கொள்ளலாம் – நமக்கு முன்னால் 20 மாணவர்கள், அவர்களுக்குப் பின்னால் உடன் பங்கேற்பாளர்கள், அவர்களுக்கும் பின்னால் இரு பேராசிரியர்கள் இருப்பார்கள்.

After the completion of all the four sessions, we will be asked to appear before the gathering one by one. A 'post mortem' will be done. The participants will shoot questions and pass constructive comments on what they observed.

- *you left the black board as such for the next teacher to clean.*
- *you asked a girl a question but even after answering you didn't bother to ask her sit down.*
- *You focused only on one side of the class*
- *your pronunciation of the word 'sure' is wrong'*

- While teaching Present Perfect Tense, you said 'I have gone to Bangalore'. It is grammatically wrong

இதுபோன்ற கணைகள் பறக்கும். It is always a positive and lively discussion. ஒவ்வொருவரும் தங்களை மேம்படுத்திக் கொள்ள, கற்பித்தலை மேம்படுத்திக்கொள்ள இது மிகவும் உதவியது. மற்றவர்கள் குறிப்பாக சிலர் எவ்வளவு சிறப்பாக தங்களது கற்பித்தலை அமைத்துக்கொள்கிறார்கள் என்பதையும் புரிந்துகொள்ள வாய்ப்பாக அமைந்தது. தென்மாநிலங்கள் ஒவ்வொன்றின் கற்பித்தல் முறைகள் மாறுபடுவதையும் ஆங்கில உச்சரிப்பு வேறுபடுவதையும் தெரிந்துகொள்ள முடிந்தது.

கடைசி ஐந்து நாட்கள் தேர்வு. The test on phonetics was very interesting. Apart from writing the phonetic script of words in the printed paper, we have to also write the script after listening to a recorded voice message. We have to read out a text with proper pronunciation with the right stress and intonation.

இந்தப் பயிற்சி முடிந்து நான் புதிய ஆசிரியனாக மேம்படுத்தப் பட்டு வெளிவந்தேன்.

P.G.C.T.E.ஐத் தொடர்ந்து P.G.D.T.E. (Post Graduate Diploma in Teaching English) முடித்தேன். இதில் Contact Seminar கட்டாயம் இல்லை. 15 நாட்கள் ஹைதராபாத்தில் CIEFL வளாகத்தில் நடைபெறும் Mid Term Seminarஇல் நாம் விரும்பினால் கலந்து கொள்ளலாம். இதற்கான அனைத்துச் செலவுகளும் P.G.C.T.E. போலவே, நிறுவனமே ஏற்றுக்கொள்ளும். இதைத் தவறவிட நாங்கள் விரும்பவில்லை. ஊர் சுற்றிப் பார்ப்பதோடு CIEFL என்ற தலையாய நிறுவனத்தின் செயல்பாடுகளை நேரில் பார்க்கலாம், பேராசிரியப் பெருமக்களை மீண்டும் சந்திக்கலாம் என்பதும் ஒரு முக்கிய காரணம். என்னுடைய P.G.C.T.E. அறைத் தோழர் குமாரசாமியும், ஏற்கெனவே PGCTE முடித்திருந்த வல்சனும் அவரது நண்பர் ஜியாப்ரியும் இணைந்து சென்றோம். 09.07.1990 முதல் 14.07.1990வரை நடைபெற்றது. அது மிகச் சிறந்த ஓர் அனுபவம். நானும் குமாரசாமியும் ஓர் அறையிலும் அவர்கள் இருவரும் மற்றோர் அறையிலுமாகத் தங்கியிருந்தோம். மெஸ்ஸில் காலை உணவு, பூரி போல் அனலில் வெந்திருந்தவற்றைக் கணக்கில்லாமல் உள்ளே தள்ளிக்கொண்டிருந்தபோது, மற்றொரு மேசையில் அமர்ந்திருந்த ஒருவர் ஆர்வத்துடன் நெருங்கி வந்தார். 'Are you from Tamil Nadu?'

நாங்கள் மிகவும் நெருக்கமாகிவிட்டோம். அவர், அருள் கிருஷ்ணமூர்த்தி; கோவில்பட்டி கலைக்கல்லூரியில் ஆங்கிலப் பேராசிரியர்.

எம்.பில்., ஒரு கட்டாயம் என்றிருந்த காலகட்டம் அது. அவர் குமரி மாவட்டம் மயிலாடியைச் சொந்த ஊராகக் கொண்டவர். அவர் தனது ஆராய்ச்சியை முடித்து வந்தபிறகு அவர் வீட்டுக்குச் சென்றிருக்கிறேன். கல்லூரியில் பணியில் மூத்தவராக இருந்த போதிலும் இனப்பாகுபாடு காரணமாக எம்.பில்லுக்கு ஸ்பான்சர் செய்யப்படவில்லை. 'உன்னுடைய ஸ்பான்சர்சிப் எனக்குத் தேவையில்லை' என்று சொல்லிவிட்டு, எம்.பில்., என்ன, நான் பி.எச்டி., யே *CIEFL*இல் முடித்துவிட்டு வருகிறேன் என்று நீண்ட விடுப்பில் இங்கு வந்து பி.எச்டி., பண்ணிக்கொண்டிருந்தார். அதுவும் அப்போது புதிய துறையாக இருந்த *Transliteration* என்னும் தலைப்பை எடுத்துச் செய்துகொண்டிருந்தார். (எளிமையாகச் சொல்வதானால் *Indian Overseas Bank* என்பதை தமிழில் எப்படி அப்படியே எழுதுவது, ஓவர்சீஸ் பாங்கா, பேங்கா? *Police force* என்னும் சொற்கள் எப்படி எழுதப்படும்? இதுபோன்ற பலவற்றை அடிப்படையாகக்கொண்டு, தன் ஆராய்ச்சி அமையும் என்றார்.) அவர் தனது ஆராய்ச்சிக் கட்டுரையை முடித்து *D.LiH* பட்டம் பெற்று வெற்றிகரமாகத் திரும்பினார். சில ஆண்டுகள் அவருடன் தொடர்பில் இருந்தேன். இப்போது தொடர்பில்லை; மீண்டும் தொடர்புகொள்ளவேண்டும். நாங்கள் சென்றபோதுதான் ஹைதராபாத்தில் ஒரு பெரிய இனக் கலவரம் நடந்து முடிந்து ஓய்ந்து போயிருந்தது. ஆனாலும் இன்னும் நெருப்பு அணையாமல் கனன்று கொண்டிருக்கிறது; எப்போதுவேண்டுமானாலும் மீண்டும் பற்றிக்கொள்ளலாம் என்ற சூழல். 'நாங்கள் ஹைதராபாத்தைச் சுற்றிப் பார்க்க வேண்டும்.' என்று சொன்ன போது, 'சார்மினாரை மட்டும் பார்த்துவிட்டு வந்துவிடுங்கள்; வேறெங்கும் செல்ல வேண்டாம்' என்றார். அவருக்குச் சில தேர்வுகள் இருந்ததால், உடன் வரமுடியவில்லை; அவ்வாறே சென்று திரும்பினோம். உஸ்மானியா பல்கலைக்கழகம் எங்கள் நிறுவனத்துக்கு எதிரே இருந்தது. ஒரு நாள் மாலைப்பொழுதை அதன் நீண்ட தாழ்வாரங்களில் செலவழித்தோம்.

இருபத்தைந்து ஆண்டுகள் கழித்து மனித வளமேம்பாட்டுத் துறை விருந்தினராக இதே ஹைதராபாத்தில், வேறொரு வளாகத்தில் ஒருவாரம் தங்கும் வாய்ப்பு கிடைத்தது.

PGCTE, PGDTE இரண்டுமே எனது ஆசிரியர் பணிக்காலத்தில் மிக முக்கியமானவையாகவும் அமைந்தன. தமிழகக் கல்வித் துறையுமே, *PGDTE* தகுதியை *M.Phil.*, பட்டத்துக்கு நிகராக அரசாணை வெளியிட்டு இரண்டு வளரூதியங்களுக்கு இணையாக ஓர் ஊக்க ஊதியம் வழங்கியது. நான் அவ்வாறே *M.Ed.*,க்கு அடுத்த இரண்டாவது ஊக்க ஊதியத்தினை *P.G.D.T.E.*க்காகப் பெற்றேன்.

*1992*ஆம் ஆண்டு, மனோன்மணியம் சுந்தரனார் பல்கலைக்கழகம் ஓர் அரிய வாய்ப்பை ஆசிரியர்களுக்கு வழங்கியது. *Accelerated Sequential Programme* என்ற திட்டத்தின் கீழ் *M.Phil.*, படிப்பதற்கான விண்ணப்பங்கள் கோரப்பட்டன. இது அஞ்சல் வழிக் கல்வி அல்ல. மூன்று மாவட்டங்களிலும் ஒரு கல்லூரி தேர்ந்தெடுக்கப்பட்டு அது மையமாகச் செயல் பட்டது. பாட வாரியாக ஒருங்கிணைப்பாளர்களாக பேராசிரியர்களும் மனமிசைந்து பணியாற்றினர். முதுநிலைப் பட்டதாரி ஆசிரியர்களுக்கு ஒரு வரமாக அது அமைந்தது. முதுநிலைப் பட்டதாரி ஆசிரியராகப் பணிபுரிந்தவர்களெல்லாம் பரபரப்பாக விண்ணப்பித்தனர். அநேகமாக தமிழ், ஆங்கிலம், கல்வியியல், வணிகவியல் ஆகிய பாடங்களுக்குத்தான் அதிக விண்ணப்பங்கள். எங்களுக்கான மையம் ஸ்காட் கிறித்தவக் கல்லூரி. ஆங்கிலத்துக்கான ஒருங்கிணைப்பாளர் டாக்டர் ஜேம்ஸ் ஆர். டேனியல். நான், நடராஜன் சார், செல்வின், நம்பிராஜன், பிரைட் சேவியர், வைகுண்டப் பெருமாள், புஷ்பதாஸ் நாகமணி, ஹரிஹரன் எல்லோரும் ஆங்கிலப் பிரிவில் இணைந்தோம்.

சேவியர் ஜோசப் போன்றோர் கல்வியியலையும் நாகேஷ், மணி, ராபர்ட் ஜேம்ஸ் முதலானோர் வணிகவியலையும் தேர்ந்தெடுத்தனர். ராமையா வரலாற்றைத் தேர்ந்தெடுத்தார்.

'மீண்டும் கல்லூரி' என்பது எல்லோருக்கும் உற்சாகமூட்டுவ தாக அமைந்தது. சனி, ஞாயிறுகளில் ஒன்றாக இணைவோம். பாடவாரியாகத் தனித்தனியாகப் பிரிவோம். வேகமாக வகுப்புகள் நகர்ந்து, பல்கலைக்கழகத் தேர்வுகளும் நடந்தேறின. பெரும்பாலும் அனைவரும் அனைத்துப் பாடங்களிலும் வெற்றி பெற்றோம். ஆனால் தீசிஸ் தயாரித்து சமர்ப்பிப்பதில் மாட்டிக் கொண்டோம். நான் *Comparative Literature* என்ற தலைப்பில், பேராசிரியர் பாரதி – பாப்லோ நெருடா *(Pablo Neruda)* இருவரையும் ஒப்புமைக்கு எடுத்துக் கொள்ளலாம் என்றும், மற்றவர்கள் தொடாத கவிஞர்களைக்கூட தேர்வு செய்யலாம் என்றும் ஆலோசனை வழங்கினார். என்னுடன் பள்ளியில் இயற்பியல் ஆசிரியராகப் பணியாற்றி வந்த, இலக்கியச் சிந்தனை கொண்ட 'செந்தீ' நடராசன் ஒரு யோசனை சொன்னார்.

பாளையங்கோட்டை தூய சவேரியார் கல்லூரியில் பல ஆண்டுகளாக இயங்கி வரும் நாட்டார் வழக்காற்றியல் துறைப் பேராசிரியர்களைச் சந்தித்து ஆலோசனை பெறலாம் என்றார்; சென்றோம். அத்துறை மற்ற துறைகளை விட வேறுபட்டிருந்தது. பல பேராசிரியர்கள். நாட்டார் வழக்காற்றியலில் ஏற்கெனவே முனைவர், இளம் முனைவர் பட்டம் பெற்றோர் பல்வேறு தலைப்புகளில் செய்த ஆராய்ச்சிக் கட்டுரைகள் அழகாக அடுக்கி

வைக்கப்பட்டிருந்தன. இரு இளவயது பேராசிரியர்கள் அன்புடன் வரவேற்றுப் பேசினர். ஒருவர் ராமச்சந்திரன், எங்களது இந்து கல்லூரி ஆங்கிலப் பேராசிரியர் இந்திரன் சாரின் மருமகன், மற்றொருவர் பெயர் நினைவில் இல்லை. அவர்கள் இருவரும் எனக்குப் பயனுள்ள ஆலோசனை தந்தனர். நான் தேர்ந்தெடுத்த இரு கவிஞர்களும் ஒப்பீடு செய்வதில் உதவிக் குறிப்புகள் கிடைப்பது கடினம். மேலும் அக்காலக் கட்டத்தில் பாப்லோ நெரூடா பற்றிய விமர்சனங்கள் அதிகம் வெளிவரவில்லை. எனவே வேறொரு தலைப்பைத் தேர்வுசெய்துகொள்வது நல்லது என்றனர்.

ராமச்சந்திரன், செந்தீ நடராஜனுக்கு மிகவும் நெருக்கமானவர். எனவே மாலை உணவுக்கு வீட்டுக்கு அழைத்தார். நீண்ட நாட்களுக்குப் பிறகு எங்கள் பேராசிரியரை அங்கு சந்தித்தேன்.

Comparative Literature-ஐ விட்டு விடலாம் என்று முடிவு செய்துவிட்டேன். உரைநடை, கவிதை, நாடகம் தவிர புதிதாக ஒன்றைத் தேர்ந்தெடுத்தால் என்ன என்ற எண்ணம் ஓடியது. CIEFLஇல் எனக்குப் புதிதாக அறிமுகமான Stylistics சார்ந்து ஏதாவது செய்யலாமா என்று யோசித்துப் பேராசிரியர் ஜேம்ஸ் சாரிடம் கேட்டேன். அவருக்குத் தெரியாத துறையே இல்லை என்று தோன்றியது. பிரமாதமாகச் செய்யலாம் என்று சொல்லி, அதற்கான தலைப்பையும் அவரே வழங்கினார்.

"Stylistic devices in Advertisements".

சூப்பர் என்று நினைத்துக்கொண்டேன். ஆனால் இந்துக் கல்லூரியிலோ கிறித்துவக் கல்லூரியிலோ, எனக்கு Stylistics பற்றிய விரிவான நூல்கள் கிடைக்கவில்லை. சென்னைப் பல்கலைக்கழக நூலகம் சென்ற போது முதன்மை நூலகர் தேடி எடுத்துத் தந்தார். நூலகத்திலேயே அமர்ந்து குறிப்புகள் எடுத்துக்கொண்டேன்.

எங்களுடன் இணைந்து கல்வியியலில் எம்.பில்., முடித்தவர்கள் எல்லாம் ஒரு படி மேலே சென்று பி.எச்டியும் முடித்துப் பட்டம் பெற்றுவிட்டார்கள். தத்தம் துறைகளில் பி.எச்டி., பட்டம்பெற்ற எனது மாணவர்களும் என்னைச் சந்திக்கும்போதெல்லாம், 'சார் நீங்களும் பி.எச்டி., முடியுங்க,' என்று வற்புறுத்துகையில் எம்.பில்லுக்கான குறிப்பு நூல்களுக்காக அலைந்தது ஞாபகத்துக்கு வந்து, முடிக்க வேண்டும் என்ற எண்ணம் வராமலே போய்விட்டது கல்வியியல் என்றால், தலைமையாசிரியராக, எஸ்.எஸ்.ஏ அலுவலராக, கல்வி அலுவலராகப் பணியாற்றிய அனுபவங்களைக் கொண்டே முடித்திருக்க முடியும். ஆனால் எனது பாடத்திலேயே எம்.பில்.,

பெற்றதுதான் எனக்கு மனநிறைவைத் தந்தது. 'தேடல்' என்பதற்கும் பொருள் கிடைத்தது. அதே நேரத்தில் முனைவர் பட்டம் பெறும் முயற்சியில் ஆர்வமும் இல்லாமல் போய்விட்டது.

எனது மகன் ராஜ்குமார், பன்னிரண்டு முடிக்கும்வரை நான்கு பள்ளிகள் மாறிவிட்டான். முதல் வகுப்பு தோவாளை அரசு மேனிலைப் பள்ளிதான். அவனை வகுப்பில் விடுவதற்காகத் தொடக்க வகுப்புகள் இயங்கி வந்த சத்திரம் கட்டடத்துக்குச் சென்றபோது, அங்கிருந்த தாணம்மாள் டீச்சர், 'சார், இங்கேயே, தமிழ் மீடியத்திலேயா சேர்க்கிறீங்க' என்றார். நான் உறுதியாக இருந்தேன். பிறகு எஸ்.எல்.பி.க்கு மாற்றம் கிடைத்து, நாகர்கோவில் சற்குண வீதியில் வாடகைக்குக் குடியேறியபோது டதி தொடக்கப் பள்ளி. தமிழ் மீடியம்தான். அவன் நான்காம் வகுப்பு படிக்கும் போது, அக்காளும் கடைசித் தம்பியும் வசித்து வந்த கிருஷ்ணன் கோவிலுக்குக் குடிபெயர்ந்தோம். நான் எஸ்.எல்.பி.க்கு வரும்போது அவனை டதியில் விட்டுவிட்டு வருவேன். சைக்கிள்தான். சாலையின் ஏற்ற இறக்கங்களில் மகனை முன்னாலோ பின்னாலோ வைத்து சைக்கிள் ஓட்டுவது கடினமாகத் தெரியவில்லை.

மாலையில் நான் வகுப்புகள் முடிந்து அவனை அழைத்துச் செல்லும்போது, சர்ப் எக்சல் விளம்பரப் பையன் போல இருப்பான். டதி விளையாட்டு மைதானத்தின் செம்மண் முழுவதும் அவன் சட்டையில்தான். பின்னர் அவன் ஒரு விளையாட்டு வீரனாகவே உலா வந்ததற்கு இந்த ஆர்வம்தான் காரணம். தோவாளையில் அவன் படிக்கும்போது, அவனை வாலிபால் விளையாட்டு வீரனாகவும், டீம் கேப்டனாகவும் உருவாக்கிய பெருமை உடற்கல்வி இயக்குநர் கமல்ராஜையே சாரும்.

அவன் ஐந்தாம் வகுப்பு தமிழ்வழியில் முடித்த பிறகு, எனது மனைவியின் வற்புறுத்தல் காரணமாக, எஸ்.எல்.பி.–யிலேயே, ஆறாம் வகுப்பு ஆங்கில வழியில் சேர்த்தேன். இதற்கிடையில் நாகர்கோவிலிலிருந்து, தோவாளை கமல் நகரில் சொந்த வீட்டுக்குக் குடிவந்துவிட்டோம். தினமும் இரண்டுபேரும் ஒன்றாக டவுன் பஸ்ஸில் செல்வோம். வகுப்புகள் முடிந்து அவன் தன் நண்பர்களுடன் பஸ் ஸ்டாண்டுக்கு முதலில் சென்று விடுவான். நான் செல்ல நேரம் ஆகும். பத்து நாட்கள்தான் போயிருக்கும். பஸ்ஸில் ஏறியவன், அசதியால் தூங்கிவிட தோவாளையைக் கடந்து ஆரல்வாய்மொழிவரை சென்று விட்டான். அது ஆரல்வாய்மொழி வரை செல்லும் பஸ்தான். கண்டக்டர் பார்த்து எழுப்பிவிட்டு, பின் அதே பஸ் நாகர்கோவில் திரும்பும்போது தோவாளையில் கமல் நகர் ஸ்டாப்பில்

கு. முத்துசாமி

இறக்கிவிட்டுச் சென்றார். எங்களுக்குப் பெரிய கவலையாகிவிட்டது. அது ஆரல்வாய்மொழியைத் தாண்டிச் செல்லும் பஸ்ஸாக இருந்தால்?... இதைக் கேள்விப்பட்ட எனது அக்காள் என்னிடம் 'உள்ளூரிலேயே நீ வேலை பார்த்த ஸ்கூல்லேயே இங்க்லீஸ் மீடியம் இருக்குல்ல? நாகர்கோவிலுக்கு அனுப்பித்தான் படிக்க வைக்கணுமா? ஒழுங்கா தோவாளை ஸ்கூல்லேயே சேரு" என்று சத்தம்போட அவனது முதற்கட்ட எஸ்.எல்.பி. படிப்பும், பஸ் பயணமும் பத்து நாட்களிலேயே முடிவுக்கு வந்துவிட்டது; தொடர்ந்து தோவாளையிலேயே படித்தான்.

நான்கு வருடங்களுக்குப் பிறகு, நான் உதவித் தலைமை யாசிரியராக இருக்கும்போது, பத்தாம் வகுப்பில் மீண்டும் எஸ்.எல்.பி.–யிலேயே சேர்த்தேன். என்.எஸ்.எஸ். முகாம்கள் ஆண்டுக்கொன்று நடந்துகொண்டேயிருந்தன. அகஸ்தீசுவரம், ஜேம்ஸ்டவுண், தேவகுளம், கடுக்கரை, சிற்றாறு என்று தொடர்ந்தன. ஒரு பள்ளிக்கு 50பேர் கொண்ட யூனிட் என்ற நிலை சற்று மாறி மாவட்டத்தில் ஓரிரு பள்ளிகளுக்கு, மாணவர் எண்ணிக்கை, செயல்பாடுகள் அடிப்படையில் இரண்டு யூனிட்கள் என்று ஆணை வந்தது. அதில் எஸ்.எல்.பி.யும் ஒன்று. ஆனால் ஒரே திட்ட அலுவலர்தான். இந்தத் திட்டமும் குறைப்பிரசவம் ஆகி இரண்டு ஆண்டுகளில் ஒரு யூனிட் மரித்துவிட்டது.

உள்ளத்தனைய . . .

24

ஆனால் மற்றொரு பணி என்னைத் தேடி வந்தது. என்.எஸ்.எஸ்.ஸில் மாவட்டத் தொடர்பு அலுவலர் என்றொரு பதவி உண்டு. டி.வி.டி. மேனிலைப் பள்ளி திட்ட அலுவலர் நண்பர் நாகேஷ் கூடுதல் பொறுப்பாகக் கவனித்து வந்தார். திட்ட அலுவலர்களே ஒன்று கூடி அவரை அமரச் செய்த பதவி; சிறப்பாகச் செய்து வந்தார். 1986–87ஆம் ஆண்டு முதல் 1991வரை அது தொடர்ந்தது.

1991 ஜனவரியில், அந்தப் பதவியை முறையாக நேர்காணல் நடத்தி நியமனம் செய்ய துறை முடிவெடுத்தது. வழக்கம்போல இருவரை நேர்முகத் தேர்வுக்குச் சென்னைக்கு அழைத்தது. நாகேஷே நீடிக்கட்டும் என்று நான் நினைத்தாலும் முதன்மைக் கல்வி அலுவலரின் ஆணையின் பேரில் இருவரும் சென்றோம். பெற்றோர் ஆசிரியர் கழகக் கட்டடத்தில் தேர்வு நடைபெற்றது. தேர்வுக் குழுவுக்கு அப்போது இணை இயக்குநராக இருந்த பரமசிவன் சார் தலைமை தாங்க, உறுப்பினர்களாக மத்திய அரசின் இளைஞர் அலுவலர் என்ற பொறுப்பில் இருந்த ராஜாமணியும் மாநில ஒருங்கிணைப்பாளர் ரெத்தின நடராஜனும் கடமையாற்றினர். நானும் நாகேஷூம், யார் செலக்ட் ஆனாலும் மகிழ்ச்சியே என்ற உணர்வில்தான் இருந்தோம். எங்களுடைய என்.எஸ்.எஸ். 'சாதனைகளை' ஃபைலாகவே எடுத்துச் சென்றிருந்தோம். முதலில் நாகேஷ் அழைக்கப்பட்டு உள்ளே சென்று விட்டு உற்சாகமாக வந்தார். அவர் ஏற்கெனவே அதே பொறுப்பில் கூடுதலாக கவனித்து வந்ததால் அவருக்கு நியாயமாகக் கிடைக்க வேண்டிய பதவிதான்; நானும் மனப்பூர்வமாக அதை விரும்பினேன்.

அடுத்து நான். பரமசிவன் சாரை அதற்கு முன் நான் அருகில் பார்த்ததில்லை. நான் உள்ளே வந்ததை ராஜாமணி ரசித்தது போலத் தெரியவில்லை. அவரும்

நாகேஷூம் நல்ல நட்புறவு கொண்டிருந்தனர். நான் அவருக்குப் போட்டி என்று நினைத்திருக்கக் கூடும். பரமசிவன் சார் என்னைப் பற்றிக் கேட்டார். நான் இளநிலை உதவியாளர் பதவியிலிருந்து தொடங்கினேன். கண்களில் வியப்பு தென்பட்டது. அடுத்து நான் கொண்டு வந்திருந்த ஃபைலை நீட்டினேன். பத்திரிகைச் செய்திகள், குளச்சல் முகாம், 'எட்டு நாளில் கட்டி முடித்தோம்' என்ற ஜூனியர் போஸ்ட் முழுப்பக்கக் கட்டுரை . . . இன்ன பிற அனைத்தையும் பார்த்தார். குரலில் கோபம் தொனிக்க கேட்டார். 'இதையெல்லாம் ஏன் எங்களுக்கு அனுப்பல? மாநில ஆய்வுக் கூட்டங்களிலே, யுனிவர்சிட்டி கோ ஆர்டினட்டர்ஸ் என்னவெல்லாமோ காண்பிக்கிறாங்க, ஒண்ணும் அதிகமாகச் செய்யாமலேயே. பிளஸ் டூ என்.எஸ்.எஸ். சுத்த வேஸ்டுன்னு ரீஜினல் ஸ்டாப் அட்வைசர் சொல்றாரு. நீங்க என்னவெல்லாமோ பெரிசா பண்ணிட்டுக் கம்முன்னு இருக்கீங்க? செஞ்சா மட்டும் போதாது. அதை டாகுமென்ட் பண்ணி, ரிபோர்ட் பண்ணவும் தெரியணும்' என்றார். அது பாராட்டா இல்லை கண்டனமா என்று எனக்கு அப்போது புரியவில்லை.

அடுத்து, என்னுடைய குவாலிபிகேஷன்ல, பி.ஜி.டி.டி.இ என்று போட்டிருப்பதைக் கேட்டார். அதை விளக்கி விட்டுக் கூடுதலாக ஒன்று சொன்னேன். 'சார், நான் எம்.ஏ., ரெகுலராப் படிக்கல. அதனால எனக்கு ஒரு இன்பீரியாரிட்டி காம்ப்ளக்ஸ் இருந்திச்சு. அதுக்காகவே, பி.ஜி.சி.டி.இ, பி.ஜி.டி.இ ரெண்டும் பண்ணுனேன்' என்றேன். மறுபடியும் கோபம். 'என்ன இன்பீரியாரிட்டி காம்ப்ளக்ஸ் உங்களுக்கு? ஒரு கிளார்க்கா இருந்து கஷ்டப்பட்டு முன்னேறி வந்திருக்கீங்க, இந்த காம்ப்ளக்ஸ் எல்லாம் உங்களுக்கு எதுக்கு?' என்றார். கடைசியிலே ஒரே ஒரு கேள்வி. 'எஸ்.எல்.பி. பெரிய ஸ்கூல். அதிலே ஏ.ஹெச்.எம்மா வேற இருக்கீங்க. லைசன் ஆபிசரா இருந்தா, ரெண்டையும் எப்படிப் பார்த்திக்கிடுவீங்க?'

நான் அதிகம் பேசவில்லை. ஒரே வாக்கியம்தான்.

'ரெண்டையும் நல்லாப் பண்ணமுடியும்னு நம்பிக்கை இருக்கு சார்' நேர்காணல் முடிந்தது. வணக்கம் சொல்லி விட்டு வெளியே வந்தேன்.

இருவரில் ஒருவர்தான் என்று வரும்போது, அது நாகேஷ்தான் என்று எனக்குத் தெரியும். இருவரும் மகிழ்ச்சியாகவே ஊர் திரும்பினோம். என்னைப் பொறுத்தவரை இணை இயக்குநரிடம் விரிவாக, மனம் விட்டுப் பேசியது மகிழ்ச்சி.

ஒரே வாரத்தில் நியமன ஆணை வந்தது. எல்லா மாவட்டங்களுக்கும் தலா ஒரு டி.எல்.ஓ. ஆனால் கன்னியாகுமரி மாவட்டத்துக்கு மட்டும் இருவர், நானும் நாகேஷும். அப்போது இருந்த கிட்டத்தட்ட 60 யூனிட்களை இருவரும் ஒன்றிணைந்து முதன்மைக் கல்வி அலுவலர் ஆலோசனை பெற்றுப் பங்கீடு செய்து கொள்ளவேண்டும். திரைப்படத்தில் வரும் வசனம்போல, நாகர்கோவில் கல்வி மாவட்டம் அவருக்கு, குழித்துறை எனக்கு. தக்கலை கல்வி மாவட்டப் பள்ளிகளை இருவரும் பங்கிட்டுக் கொள்ள வேண்டும்.

ஏன் இருவர் என்பது பின்னர் மாநில ஒருங்கிணைப்பாளர் ரெத்தின நடராஜன் சொல்லித் தெரிந்தது. இருவரில் ஒருவரைப் புறந்தள்ள இணை இயக்குநர் விரும்பவில்லை. எனவே மற்ற மாவட்டங்களிலிருந்து விதி விலக்காக, ஓரிரு பெரிய மாவட்டங்களுக்கும், சின்னஞ்சிறிய கன்னியாகுமரி மாவட்டத்துக்கும் இரு தொடர்பு அலுவலர்கள் – என முடிவு செய்திருக்கிறார்கள்.

25

இனி, தொடக்கக் காலம் முதல் நான் விரும்பி, ரசித்துப் பணியாற்றிய பள்ளி திட்ட அலுவலர் பொறுப்பை வேறொருவரிடம் ஒப்படைக்க வேண்டும். அதில் எனக்குச் சிறிதும் தயக்கமில்லை. ஏற்கெனவே நான் இல்லையென்றால் இவர்தான் என்று முடிவு செய்திருந்த பெயர்தான். உடற்கல்வி இயக்குநர் சத்தியநேசன்.

கோயம்புத்தூரா அல்லது திருச்சிராப்பள்ளியா என்று நினைவில் இல்லை. ஒரு தேர்வுத்தாள் திருத்தும் மையம். எப்போதும் நான், நம்பிராஜன், செல்வின், ராஜையா, வல்சன் எல்லோரும் ஒன்றாகவே தங்கியிருப்போம். நண்பர் கோபாலும் சில நேரங்களில் எங்களுடன் இணைந்து கொள்வார். ஓய்வு நேரத்தில் ஒருநாள் நாங்கள் பேசிக்கொண்டிருக்கும்போது வல்சன் ஒரு கருத்தை வெளியிட்டார். “நாம் எல்லாருமே இங்லீஸ் டீச்சர்ஸ். வெளியிலேயிருந்துதான் கைட்ஸ் வாங்கி ஸ்டூடன்ட்ஸுக்குக் கொடுக்கிறோம். அதை நாமே ஏன் தயாரிக்கக் கூடாது? யூனியன் சார்பிலே செய்யலாமே” என்றார். எல்லோருக்கும் அது பிடித்திருந்தது. நான் ஆரல்வாய்மொழியில் பணியாற்றியபோது ஏற்கெனவே நோட்ஸ் தயாரித்து மாணவர்களுக்குக் கொடுத்திருக்கிறேன். எஸ்ஸே, பேரகிராப், ஷார்ட் ஆன்ஸர் கேள்விகளெல்லாம் ஒரே வாக்கியங்களைக் கொண்டிருக்கும். ஷார்ட ஆன்ஸர் படித்தால், அவற்றை ஒன்று சேர்த்து எஸ்ஸே எழுதிவிடலாம். இது, தமிழ்வழி படிக்கும் சராசரி மாணவர்களுக்கு, மிகச் சுலபமாக இருந்தது. இது பற்றிக் கேள்விப்பட்ட பிற பள்ளி நண்பர்களுக்காக அச்சடித்தும் கொடுத்திருக்கிறேன்.

முகாம் முடிவதற்குள் இந்தக் கருத்து முழு வடிவம் பெற்றுவிட்டது. கோடை விடுமுறை முடிந்து பள்ளிகள் திறக்கும் முன் புத்தகத்தைத் தயார்

செய்து விட வேண்டும் என்ற முடிவுக்கு வந்தோம். ஆசிரியர் குழுவை அங்கேயே முடிவுசெய்துவிட்டோம். எங்களுடன் கூடுதலாக டேவிட் பாலாசிங், தங்கசாமி, புஷ்பதாஸ், ஜியாப்ரி என்று தேர்ந்தெடுத்தோம். எங்களுடைய கடும் வற்புறுத்தலின் பேரில் இதன் ஒருங்கிணைப்பாளராகச் செயல்பட நண்பர் வல்சன் ஒத்துக்கொண்டார். கைடு அச்சிட்டு வெளியிட துறை அனுமதி வேண்டுமே! எங்கள் இயக்கத்தின் அப்போதைய மாநிலச் செயலர் கே.என். இளங்கோவனிடம் பேசினோம். அவர், "இயக்கம் சார்பில் வெளியிட்டால் எந்த பிரச்சினையும் இல்லை. மாவட்டச் செயற்குழுவில் ஒரு தீர்மானம் நிறைவேற்றி அனுப்பிவையுங்கள்" என்றார்; அவ்வாறே செய்தோம். மாநில அமைப்பிலிருந்தும் அதை ஏற்றுத் தீர்மானம் வந்தது. எங்களுக்கு ஒரே குறிக்கோள்தான். தனியார் நிறுவனங்களுக்குச் செல்லும் வருமானம், இயக்கத்துக்கே வரட்டுமே. இதில் லாபம் என்று இருந்தால் அது ஆசிரியர்கள், மாணவர்கள் நலனுக்கும் பயன்படட்டுமே என்பதுதான். நாங்கள் யாரும் எங்கள் உழைப்புக்கு எந்த மதிப்பூதியமோ, லாபத்தில் பங்கோ பெறுவதில்லை என முடிவுசெய்துகொண்டோம். எழுத வேண்டிய பாடப்பகுதிகளைப் பிரித்துக்கொண்டோம். வல்சன் வீடுதான் தற்காலிக அலுவலகம். Higher Secondary English Exercise Materials என்ற முகப்புடன் முதல் பிரதி வெளிவந்து ஆசிரியர்கள், மாணவர்களிடையே அமோக வரவேற்பைப் பெற்றது. முதலாண்டு பத்தாயிரம் பிரதிகள் என்றெண்ணுகிறேன். அப்போது நான் ஒரு யோசனை சொன்னேன். பொதுவாக இதுபோன்ற கைடுகள் பிரபலமாக வேண்டுமானால் சுருக்கமாக Masters போன்று ஒரு Brand name வேண்டும் என்றேன். அதையும் நானே பரிந்துரை செய்தேன். நான் சொன்ன 'TEAM' எல்லோருக்கும் பிடித்திருந்தது. அதை வல்சன் ஒரு acronym போல, சிறுமாற்றம் செய்தார். TEAM – Team English Exercise Materials. அபாரம் என்றோம். அது ஒரு homophone ஆகவும் இருந்தது.

இங்கு வல்சனைப் பற்றித் தனியாகச் சொல்ல வேண்டும். தெளிந்த ஆழமான அறிவு, ஆங்கில மொழிப்புலமை, நேர்மை, கடின உழைப்பு அனைத்துக்கும் அவர் சொந்தம் ஒரு எடுத்துக்காட்டு. கூடுதலாக நெஞ்சத் துணிவும் உண்டு. அவரது சுயநலமற்ற உழைப்பால்தான் இன்று செட்டிகுளம் என்னும் நாகர்கோவில் நகரின் மையப்பகுதியில் 'TEAM House' நெடிதுயர்ந்து நிற்கிறது. இயக்கக் கூட்டங்களுக்கு டுட்டோரியல் நிறுவனங்களின் கூரைக் கட்டடங்களையும் அரை அடி அகலமே உள்ள பெஞ்சுகளையும் மேசைகளையும் தேடியலைந்த காலத்தை மாற்றியவர் அவர்தான். இன்று அலுவலக அறை, மாடியில் விசாலமான குளிரூட்டப்பட்ட

கு. முத்துசாமி

அரங்கம், ஒரு சிறு நூலகம், மொட்டை மாடியில் உடற்பயிற்சிக் கூடம், கீழே வாகனம் நிறுத்தும் வசதி எனத் தனது சொந்த வீட்டைக் கட்டுவது போல (அப்படியொரு சொந்த வீட்டை அவர் கட்டவில்லை என்பது தனிக்கதை) ஒவ்வொன்றாகப் பார்த்து நிர்மாணித்த மாளிகை.

பிற்காலத்தில் வல்சனின் திடீர் மறைவுக்குப் பிறகு ராஜையா, சேவியர் ஜோசப், வள்ளிவேல், ராபர்ட் ஜேம்ஸ் ஆகியோருடன் என்னுடைய தீவிர வேண்டுகோளுக்கும் இணங்க, கூட்ட அரங்கு ஆண்ட்ரூ வல்சன் அரங்கம் என்று பெயர் சூட்டப்பட்டு ஆசிரியர் இயக்க வரலாற்றில் நீங்கா இடம் பெற்றுள்ளது.

26

தோவாளையிலிருந்து திட்டுவிளைக்கு நேரடி பஸ் வசதி இல்லை. எனவே பைக் பயணம்தான் சுகமானது. நான்கு வழி இருக்கிறது. கால்வாய் வழியாக செண்பகராமன்புதூர் தொட்டு ஒன்று; மாதவலாயம், புளியடி வழியே இன்னொன்று; மாதவலாயம், தாழக்குடி வழியே மற்றொன்று; இவை மூன்றும் கிராமச்சாலைகள். ஆரல்வாய்மொழி நெடுங்காடு தேசிய நெடுஞ்சாலைக்கு வந்து துவரங்காடு சுற்றியும் திட்டுவிளைக்கு வரலாம்; 13 கி.மீ. தூரம். இரண்டு கி.மீ. கூடுதல். பாதகமில்லை யென்று நினைத்தால் ஆரல்வாய்மொழி சென்று நெடுமங்காடு சாலையைப் பிடித்து வசதியாகச் செல்லலாம். இதுதான் நான் பெரும்பாலும் தேர்ந்தெடுப்பது. ஆரல்வாய்மொழியிலிருந்து சீதப்பால்வரை இருபுறமும் பசுமையான வயல்வெளிகள், தோப்புகள். உங்களுக்கு நேரம் இருந்தால் ஔவையாரம்மையையும் தரிசித்துச் செல்லலாம். செண்பகராமன் புதூரில் தோவாளை கால்வாயும், ஆண்டித்தோப்பில் பழையாறும் அதிக அசுத்தமின்றி உங்களை வரவேற்று வழியனுப்பும். வாகனப் போக்குவரத்து அதிகம் இருக்காது. துவரங்காடு வரை யோசித்துக் கொண்டும் மனத்துக்குள் பேசிக் கொண்டும் செல்லலாம்.

இந்த எண்ண அலைகளுக்கிடையே சீதப்பால் வந்துவிட்டதை ஊருக்கு முன்னால் இருந்த வேகத்தடை உணர்த்தியது. அது எனது எண்ண ஓட்டங்களுக்கும் தடைபோட்டது. செண்பகராமன் புதூரிலிருந்த இதுவரை சீராக இருந்த நெடுஞ்சாலை இனி ஆண்டித்தோப்பு, துவரங்காடு, திட்டுவிளை தெரிசனங்கோப்பு, அழகிய பாண்டியபுரம், போற்றியூர், தடிக்காரன் கோணம் எனப் பல கிராமங்களைத் தொட்டு, பின் 90° மேற்கு நோக்கி பெருஞ்சாணிச் சாலையில் மெதுவாகத் திரும்பும்.

சீதப்பால் தாண்டியவுடன் பெரியாற்றைப் பார்க்கலாம்; அடுத்து திட்டுவிளைதான். திட்டுவிளை ஜங்ஷனிலிருந்து வலது பக்கம் பைக்கைத் திருப்பினேன். விளாங்காடு செல்லும் பாதை. ஏற்கெனவே ராமையா சார் வீட்டுக்குப் போவதற்கு இவ்வழியே வந்திருக்கிறேன். அவர் எண்பதுகளில் பூதப்பாண்டி சர்.சி.பி. ராமசாமி அரசு மேனிலைப் பள்ளியில் உதவித் தலைமையாசிரியராகவும், என்.எஸ்.எஸ். திட்ட அலுவலராகவும் இருந்தவர். பணிக்கர் தெருவில் அவர் வீடு இருக்கிறது.

பாதையில் நுழைந்தவுடனேயே இடது பக்கம் பள்ளிக்கூடம் வந்துவிட்டது. உடைந்து உருக்குலைந்து போன கேட் திறந்த நிலையில் அப்பாவியாக நின்றது. விளாத்திகுளம் பள்ளிக்கு முற்றிலும் மாறுபட்ட ஒரு தோற்றம். இடது பக்கம் ஒரு மூன்று மாடிக் கட்டடம். வலது புறம் ஒரு குட்டை, சுற்றிச் சதுப்பு நிலம் போன்ற தோற்றம். அதையொட்டி ஒரு கைப்பந்து மைதானம்; ஒரு கொடிக் கம்பம்; இதுதான் மொத்தப் பள்ளிக்கூடம்.

பைக்கை கட்டடத்தின் முன்புறம் நிறுத்திவிட்டு உள்ளே நுழைந்தேன். ஏணிப்படிக்குக் கீழே பெஞ்சில் அமர்ந்திருந்த ஆசிரியர்கள் வெளிவந்து என்னை வரவேற்றனர். ஏணிப்படிக்குக் கீழ் இருந்த பகுதிதான் ஆசிரியர் அறை. வந்தவர்களில் இரண்டு பேரை எனக்கு நன்றாகத் தெரியும். ஒருவர் கே.ஆர் சுரேஷ்; அவருக்கும் தோவாளைதான். தமிழாசிரியர் காக்கமுத்து சாரின் இரண்டாவது மகன். அடுத்தவர் என்.ஆர் சுரேஷ்; ஆரல்வாய்மொழி. அவரது அப்பா எனக்கு மூத்த நண்பர்; கோட்டாறு வணிகர் தெருவைச் சேர்ந்தவர். கோட்டாறு உடற்பயிற்சித் திடலில் எனக்கு அறிமுகம்.

முதல் மாடியில் தலைமையாசிரியர் அறை. அதற்கு மேல் செல்லும் படிக்கட்டின் கீழும் இரண்டு பெஞ்சுகள் போடப்பட்டு மூன்று ஆசிரியைகள் அமர்ந்திருந்தார்கள். அதுதான் ஆசிரியை ஓய்வு அறை என்று சொன்னார்கள்; வியப்புதான். நமக்கு நிறைய பணி காத்திருக்கிறது என்ற எண்ணத்துடன் தலைமை யாசிரியர் அறைக்குள் நுழைந்தேன். அங்கே, என்னுடன் நட்புகொண்ட நாகராஜன் சார் எழுந்து நின்று வரவேற்றார். அவர்தான் அன்றைய நாளில் தலைமையாசிரியர்; உயர்நிலைப் பள்ளித் தலைமையாசிரியர். நான் பொறுப்பேற்றவுடன் உயர்நிலைப்பள்ளி, மேனிலைப் பள்ளியாக நடைமுறைக்கு வந்துவிடும். ஆனால் அதற்கும் முன்பே, மேனிலை முதலாமாண்டு வகுப்புகளுக்கான மாணவர் சேர்க்கை தொடங்கப்பட்டு வகுப்புகளும் நடந்து வந்தன. கணிதம், அறிவியல் என்று இரண்டே பாடப்பிரிவுகள் தான். கணிதம், இயற்பியல், வேதியியல், உயிரியல், தமிழ் ஆகிய பாடங்களுக்கு மட்டும் ஐந்து முதுநிலைப்

பட்டதாரி ஆசிரியர் பணியிடங்கள் வழங்கப்பட்டிருந்தன. ஆங்கிலத்துக்குப் பணியிடம் இல்லை.

நான் பணியேற்ற அன்றே மாலையில் நாகராஜன் சாரைச் சிறப்பாக வழியனுப்பிவைத்தோம். அவரும் இந்தப் பள்ளியில் மாறுதல் மூலம் சேர்ந்து இரண்டு மாதங்கள்தான் ஆகியிருந்தன. என்னால் அவர் வெளியேறும் சூழ்நிலைக்கு எனக்கும் வருத்தம் தான். ஆனால் மாவட்டத்துக்குள்ளேயே அவரது சொந்த இடமான சுசீந்திரம் அருகே அவருக்கு மாறுதல் வழங்கப்பட்டுவிட்டது. பிற்காலத்தில் மாவட்டக் கல்வி அலுவலர் பதவி உயர்வுக்கான முன்னுரிமைப் பட்டியலில் இடம்பெற்று மாவட்டக் கல்வி அலுவலராகவும் பின்னர் தேனி மாவட்ட முதன்மைக் கல்வி அலுவலராகவும் பதவி உயர்வு பெற்று பணி நிறைவு எய்தினார்.

அப்போதெல்லாம் மேனிலைப் பள்ளித் தலைமையாசிரியர் களுக்குப் பதவி உயர்வு மறுக்கப்பட்டு வந்தது. அதற்கு அரசு சொன்ன ஒரே காரணம், மாவட்டக் கல்வி அலுவலர் பதவி உயர்வுக்கு எந்தெந்தப் பதவிகளில் இருப்போர் தகுதி வாய்ந்தோர் என்ற பட்டியலில் உயர்நிலைப் பள்ளித் தலைமை ஆசிரியர் பதவி மட்டும்தான் உள்ளது. மேனிலைப் பள்ளித் தலைமை ஆசிரியர் பதவியானது புதிய பணியாய் இருப்பதால் பட்டியலில் இடம் பெறவில்லை. அதற்குப் பணிவிதிகளில் திருத்தம் செய்யப்பட்டு அரசாணை வெளியிடப்பட வேண்டும் என்று கூறப்பட்டது. ஆனால் அதற்குப் பல ஆண்டுகளாக எந்த முயற்சியும் மேற்கொள்ளப்படாத சூழ்நிலையில் முதுநிலைப் பட்டதாரி ஆசிரியர்களும் மேனிலைப் பள்ளித் தலைமை ஆசிரியர்களும் பல்வேறு போராட்டங்கள், வழக்குகள் எனத் தொடர்ந்ததன் காரணமாக அரசு சற்றே செவி சாய்த்தது. மாவட்டக் கல்வி அலுவலர் பதவி உயர்வில் ஐம்பது விழுக்காடு உயர்நிலைப் பள்ளித் தலைமையாசிரியர்களுக்கும் இருபத்தைந்து விழுக்காடு மேனிலைப் பள்ளித் தலைமையாசிரியர்களுக்கும் மீதமுள்ள இருபத்தைந்து விழுக்காடு நேரடி நியமனம் என்றும் பணிவிதி களில் திருத்தம் கொண்டு வரப்பட்டு மேனிலைப் பள்ளித் தலைமை ஆசிரியர்களுக்கு ஒரு சிறு வாய்ப்பு வழங்கப்பட்டது. சமநிலை, சமநீதி அற்ற இந்தப் பணி விதிகளால் வேடிக்கையும் வேதனையும் நிறைந்த நிகழ்வுகள் அரங்கேறின. ஐம்பது விழுக்காடு என்ற வாய்ப்பைப் பெற்ற அரசு உயர்நிலைப் பள்ளித் தலைமையாசிரியர்கள்

ஐந்து ஆண்டுகளில் மாவட்டக் கல்வி அலுவலர் பதவி உயர்வைப் பெற்று விட, மேனிலைப் பள்ளித் தலைமை ஆசிரியர்கள், பன்னிரண்டு ஆண்டுகளுக்கும் மேல் காத்திருக்க வேண்டியதாயிற்று.

கு. முத்துசாமி

பல மேனிலைப் பள்ளிகளில் பட்டதாரி ஆசிரியர்கள் உயர்நிலைப் பள்ளித் தலைமையாசிரியராகப் பதவி உயர்வு பெற்று, பின்னர் ஐந்தாறு ஆண்டுகளில் மாவட்டக் கல்வி அலுவலராகவும்தான் ஆசிரியராகப் பணியாற்றிய பள்ளிக்கே உயர்நிலை வகுப்புகளின் ஆய்வுக்கும் வருவார். அவர் ஆசிரியராக எந்தத் தலைமையாசிரியரின் கீழ் பணியாற்றினாரோ, அவரது இருக்கையில் இவர் அமர, தலைமை ஆசிரியர் எதிர் இருக்கையில் வேதனையுடன் அமர வேண்டும்.

இப்போது பரவாயில்லை. பதவி உயர்வுக்கான விழுக்காட்டில் சற்று முன்னேற்றம். உயர்நிலைப் பள்ளித் தலைமையாசிரியருக்கு நாற்பது விழுக்காடு மேனிலைப் பள்ளித் தலைமையாசிரியருக்கு முப்பத்தைந்து விழுக்காடு என்று பணிவிதிகளில் மாற்றம் செய்யப்பட்டுப் பதவி உயர்வு வழங்கப்பட்டு வருகிறது. நேரடி நியமனத்துக்கு மீதி இருபத்தைந்து விழுக்காடு.

என்.எஸ்.எஸ். திட்ட அலுவலர் பணியில் தொடங்கிப் பின்னர் தலைமையாசிரியர் பொறுப்பு உட்பட பல்வேறு பொறுப்புகளை ஏற்ற போதும் என்னிடம் ஒரு குணம் உண்டு. முதலில் நம் மனத்தை எந்த முன் அபிப்பிராயங்களும் இல்லாமல், துடைத்த சிலேட்டாக வைத்துக் கொள்ள வேண்டும். அதிலும் தலைமை ஆசிரியராக, கல்வி அலுவலராகப் பணியைத் தொடங்கும் நாட்களில் இது மிக முக்கியம். நம்மிடம் நெருங்குபவர்கள் பல செய்திகளை நம்மிடம் கொட்டுவர். பலரைப் பற்றிய விமர்சனங்களும் அபிப்பிராயங்களும் அவற்றில் அதிகம் இருக்கும். முன்னால் இருந்தவர் கொஞ்சமும் சரியில்லை என்ற புகார் தூக்கலாக இருக்கும். இந்தச் சூழலில் அகப்பட்டுக் கொண்டால் நமது செயல்பாடுகளும் முடிவுகளும் தடம் மாறிப் போய்விடும்.

திட்டுவிளை பள்ளிக்குள் நுழைந்த முதல் வாரம் முழுவதும் பள்ளியின் நிறைகுறைகளை அவதானித்து, இனி என்ன செய்யலாம் என திட்டமிடுவதையே முக்கிய பணியாக எடுத்துக் கொண்டேன். ஒரு மேனிலைப் பள்ளிக்கான கட்டட வசதியோ, கழிப்பறை வசதிகளோ அங்கு இல்லை. ஆய்வகங்கள் கிடையவே கிடையாது. இவற்றை ஏற்படுத்தித் தருவது முதற்பணி. அடுத்து ஆசிரியர்களை உற்சாகப்படுத்தி, சூழலுக்கேற்பத் தங்களை மாற்றிக்கொள்ள உதவுவது. அதன்பின் மாணவர்கள். திட்டுவிளை உயர்நிலைப் பள்ளியாக இருந்த காலத்தில் உள்ளூர் மாணவர்கள் அதிலும் பெரும்பாலும் முஸ்லிம் மாணவர்களே படித்து வந்திருக்கின்றனர். பல பெற்றோர்கள், மேனிலை வகுப்புவரை ஒரே பள்ளியில் படிக்க வைக்க வேண்டும் என்பதற்காக இரண்டு கி.மீ. தொலைவில் இருக்கிற, நடந்தே செல்லக்கூடிய

உள்ளத்தனைய . . .

பூதப்பாண்டி அரசு மேனிலைப் பள்ளியில் சேர்த்து வந்தனர். அப்பள்ளி பாரம்பரியம் மிக்க பள்ளி. அதன் பெயர் சர்.சி.பி. ராமசாமி அரசு மேனிலைப் பள்ளி. திட்டுவிளையில் உள்ள பெற்றோர்கள்தான், தாங்கள் படித்த பள்ளியிலேயே தங்கள் பிள்ளைகளும் படிக்கட்டும் என்று அனுப்பிவந்தார்கள். சுற்றுப்புறக் கிராமங்களிலிருந்த மாணவர்களும் நல்ல போக்குவரவு வசதி இருந்தும் திட்டுவிளையைப் புறக்கணித்துவிட்டுப் பூதப்பாண்டிக்கே சென்று வந்தார்கள். அவர்களையும் இப்பள்ளிக்கு ஈர்க்க வேண்டும். சிறப்பான கற்பித்தலும் கற்றலுக்கு உகந்த சூழலும் உயர்ந்த தேர்ச்சி விழுக்காடும் மட்டுமே இதனைச் சாதிக்க உதவும் என்று திடமாக நம்பினேன்.

விளாத்திகுளம் அனுபவம் இதற்குப் பெரிதும் உதவியது. ஆசிரியர் கூட்டத்தில் அவர்கள் மனம்தொட்டு, மனச்சாட்சி தொட்டுப் பேசினேன். தலைமையாசிரியர் எவ்வழி அவ்வழி ஆசிரியர்கள். அவர்களுக்குக் கடந்த காலத்தில் ஏற்பட்ட இடர்ப்பாடுகளைச் சொன்னபோது, ‘அனைத்தையும் களைய முடியும்; உறுதியாக இருங்கள், நான் உங்களுடனேயே இருப்பேன்’ என்றேன். காலை வழிபாட்டுக் கூட்டங்களில் மாணவர்களிடம் நேரடியாகப் பேசினேன். புதிதாக அமைந்த பெற்றோர் ஆசிரியர் கழகம் எனக்குத் துணை நின்றது. குறிப்பாக அதன் தலைவர் ஹாஜி டி.எஸ். ஹபீப், செயலர் எஸ். முத்தையா முதலானோர் நான் பணியாற்றியவரையிலும் என்னுடனேயே இருந்தனர். ஹபீப் சார் பூதப்பாண்டி பேரூராட்சி மன்றத் தலைவராகவும் திட்டுவிளை கூட்டுறவு வீட்டு வசதிச் சங்கத் தலைவராகவும் இருந்தவர். முத்தையா சார் என்னுடன் ஆரல்வாய்மொழியில் மேனிலை வேதியியல் ஆசிரியராகப் பணியாற்றியவர்; குடும்ப நண்பர்; கூட்டுறவுச் சங்கத்தின் செயலராகவும் அவர் இருந்து வந்தார். எனவே பள்ளி நிர்வாகத்தில் ஆரோக்கியமான சூழ்நிலையை ஏற்படுத்திக்கொண்டேன்.

பள்ளிக் கட்டடங்கள் வரிசைகட்டி வர ஆரம்பித்தன. தொகுதியின் சட்டமன்ற உறுப்பினராகவும் சுற்றுலாத்துறை அமைச்சராகவுமிருந்த என் சுரேஷ்ராஜன் பள்ளி தரம் உயர்த்தப்பட எடுத்த முயற்சிகளைத் தொடர்ந்து தனது சட்டமன்ற உறுப்பினர் மேம்பாட்டு நிதியிலிருந்து ஒதுக்கீடு செய்த வகுப்பறைக் கட்டடம் முதலில் வந்தது. முழுமைபெற்ற கட்டடத்தின் திறப்பு விழா அமைச்சர் தலைமையில் கோலாகலமாக நடைபெற்றது. தொடர்ந்து அக்காலக் கட்டத்தில் கன்னியாகுமரி சட்டமன்றத் தொகுதியை உள்ளடக்கிய திருச்செந்தூர் நாடாளுமன்றத் தொகுதி உறுப்பினர் தனுஷ்கோடி ஆதித்தன் ஒதுக்கீடு செய்த நிதியிலிருந்து பள்ளி முகப்பிலேயே

மற்றொரு கட்டடமும், எனது இந்து கல்லூரிப் பேராசிரியரும் ஆரல்வாய்மொழி அறிஞர் அண்ணா கல்லூரி நிறுவனரும், அப்போது மாநிலங்களவை உறுப்பினராகவும் இருந்த எம். சங்கரலிங்கம் ஒதுக்கீடு செய்த நிதியில் ஒரு கட்டடமும் என கட்டடப் பணிகள் ஜரூராக நடந்தன.

கட்டடங்கள் அனைத்தும் நேர்த்தியாக நிர்மாணிக்கப்பட்டு வந்தன. அதற்குப் பொதுப்பணித் துறையின் கட்டுமானப் பிரிவு உதவிப் பொறியாளர் ஒலியுதீன் ஒரு முக்கிய காரணம். எஸ்.எல்.பி. அரசு மேனிலைப் பள்ளியில் என் வகுப்பில் அவரது மகன் படித்த காலம் தொட்டு மிக நெருங்கிய நண்பர்.

என். தளவாய் சுந்தரம் தோவாளைக்காரர். நான் தோவாளை அரசு மேனிலைப் பள்ளியில் பட்டதாரி ஆசிரியராகப் பணியாற்றியபோது அங்கு படித்தவர். தளவாய்சுந்தரம் நாடாளுமன்ற மாநிலங்களவை உறுப்பினராக அவரது கட்சி சார்பில் தேர்ந்தெடுக்கப்பட்டபோது அனைவரும் மகிழ்ந்தோம்.

ஒரு வெள்ளிக்கிழமை அதிகாலை, நான் தோவாளை மலைக்கோவிலில் சாமி கும்பிட்டுவிட்டு இறங்கிக்கொண்டிருந்த போது அவர் மேலே ஏறி வந்துகொண்டிருந்தார். பரஸ்பரம் வணக்கம் தெரிவித்துக்கொண்டு எனது வாழ்த்துக்களையும் தெரிவித்தேன். அவரும் திட்டுவிளையில் பொறுப்பேற்றதற்கு வாழ்த்துக்களைத் தெரிவித்தார்; மெதுவாக விஷயத்துக்கு வந்தேன். 'ஸ்கூல் டெவலப் ஆகிக்கிட்டிருக்கு. ஸ்டூடண்ட்ஸ் அட்மிஷனும் நல்லாயிருக்கு. ஊரிலேயும் நல்ல கோஆபரேசன். ஆனால் கிளாஸ்ரூம்கள்தான் போதாது. உங்க எம்.பி. ஃபண்டிலே அலாட்மண்ட் பண்ணனும்' என்றேன். அவரும் சிரித்துக் கொண்டே, 'ஃபண்ட்ஸ் வந்தவுடனே முதல் அலாட்மண்ட் நம்ம தோவாளை ஸ்கூலுக்கு; அடுத்தது உங்களுக்குத்தான்' என்று வாக்குறுதி கொடுத்தார்.

வாக்குறுதிக்கேற்ப நிதியும் வந்தது; ஒதுக்கீடும் வந்தது. நானும் ஒலியுதீனும் எங்கே கட்டலாம் என்று திட்டமிட்டோம். தலைமையாசிரியருக்கும் அலுவலகத்துக்கும் தனி அறை வேண்டும். தலைமையாசிரியர் அறையைப் பள்ளி வாயிலுக்கு எதிர்ப்புறம் ஏற்கெனவே புதிதாகக் கட்டப்பட்ட வகுப்பறைகளின் மாடியில் கட்டலாம் என்று முடிவு செய்தோம். மாவட்டத்திலேயே முதன் முறையாக, தலைமையாசிரியர் அறை டைல்ஸ் பதிக்கப்பட்டு, ஒரு கேபினுடன் நிர்வாகிக்குரிய வசதிகளுடன் அமைக்கப்பட்டது. கேபினின் ஜன்னல்களைத் திறந்தால், பள்ளியின் பின்புறம் பசுமையான புல்வெளியும் நீர்நிலையும் தெரியவரும்; வாடைக்காற்று மெலிதாக வீசும். 13.11.1999 அன்று

நடைபெற்ற இக்கட்டடத்தின் திறப்பு விழாவுக்கு தளவாய்சுந்தரம் வந்திருந்தார். அவரது விருப்பப்படிக் கட்டடத்தை மாவட்டக் கல்வி அலுவலர் கண்ணா கல்யாண சுந்தரமும் கல்வெட்டை நானும் திறந்தோம்.

வாயிற்புறம் வராந்தாவில் நின்று பார்த்தால் பள்ளி வளாகம் முழுவதும் கண்முன் விரியும். ஒவ்வொரு வகுப்பறையும் ஆசிரியர் மாணவர் நடமாட்டமும் தெரிவதுடன் நம் பார்வையில் வெளியார் யார் உள்ளே வந்தாலும் தெரிய வரும். முத்தையா சாரின் நண்பர், தெரிசனங்கோப்புக்காரர், ஒரு மாணவனின் தந்தை, பள்ளிக்கென ஒரு கேட்டை *(Gate)* நன்கொடையாக அமைத்துத் தந்தார். அவர் வேண்டாமென்றாலும் அவரது கொடைத்தன்மையைப் பாராட்டும் வகையில், கேட்டிலேயே அவர் பெயரையும் பொறிக்கச் செய்தேன். வழக்குரைஞர் நண்பர் பாரூக் ஒரு குடிநீர்த் தொட்டியை அமைத்துத் தந்தார்.

ஏற்கெனவே சொன்னதைப்போல பள்ளியின் நடுவே ஒரு குளம், நீர் வரத்து இல்லாமல் குட்டையாகச் சிறுத்துப்போய்க் கிடந்தது. உண்மையில் குமரி மாவட்டத்தின் பல நீர்நிலைகள் பஸ் ஸ்டாண்டாகவும் ஸ்டேடியமாகவும் தனியார் கல்வி நிறுவனங்களாகவும் உருமாறியதுபோல, இங்கும் குளக்கரையில்தான் ஆரம்ப காலத்தில் பள்ளிக் கட்டடத்தைக் கட்டியிருக்கிறார்கள். குளம் குட்டையாகிப்போனது; அந்தக் குட்டை மாணவர்களுக்குப் பாதுகாப்பற்றதாகவும் உணர்ந்தேன். அதனைச் சுற்றியுள்ள பகுதியும் சதுப்பு நிலமாகவே காட்சியளித்தது.

என்ன செய்யலாம்? அதனை மண்கொண்டு நிரப்பி ஒரு விளையாட்டு மைதானமாக ஆக்கினால் என்ன? எனது எண்ணத்துக்குச் செயல்வடிவம் கொடுத்து நடைமுறைப்படுத்த உதவியவர் பள்ளியின் முன்னாள் மாணவரும், அப்போது திருநெல்வேலி மாவட்ட ஊரக வளர்ச்சி முகமையின் திட்ட அலுவலராகவுமிருந்த ராசிக். அப்போது நாகர்கோவில் முகமை திட்ட அலுவலராக இருந்தவர் அவரது நண்பர் செல்வராஜ். இருவரது ஆலோசனைப்படி 'நமக்கு நாமே' திட்டத்தின்கீழ், உள்ளூரில் திரட்டப்பட்ட நிதியை அரசுக்குச் செலுத்தினோம். பதிலுக்கு அதனையும் சேர்த்து அரசு நான்கு மடங்கு நிதியை வழங்கியது. அவ்வாறு பெறப்பட்ட ரூ. 1.20 லட்சம் நிதியில் எழுபதாயிரம் ரூபாய்க்கு மாணவருக்கான பெஞ்ச் டெஸ்குகள் வாங்கினோம். மீதி ஐம்பதாயிரம் ரூபாயில் குட்டையின் பெரும் பகுதி மண் கொண்டு நிரப்பப்பட்ட அதில் ஒரு மைதானம் உருவாகியது. எஞ்சிய நீர்நிலையை அப்படியே விட்டுவிட்டு அதனை ஒரு அல்லி அல்லது தாமரைத் தடாகமாகப் பின்னர்

மாற்றி விடலாம் என்பது என் கனவு; ஆனால் பணிமாறுதல் காரணமாக அது கனவாகவே போய்விட்டது.

மேனிலைப் பள்ளியானதால் செய்முறைத் தேர்வுகளுக்கு ஆய்வகம் வேண்டும்; இங்கு அது இல்லை. அப்போது எந்தவித மனமாச்சரியமும் இல்லாமல் உதவிக்கு வந்தவர், எங்கள் குடும்ப நண்பர், பூதப்பாண்டி மேனிலைப் பள்ளித் தலைமையாசிரியர் ராமையா சார். 'எங்கள் பள்ளி லேபை யூஸ் பண்ணிக்கிங்க' என்றார். இரண்டு வருடங்கள் எங்கள் பள்ளி மாணவர்கள் ஆசிரியர்கள் துணையோடு அங்குதான் சென்று வந்தார்கள். பூதப்பாண்டி பள்ளி இயற்பியல், வேதியியல் ஆசிரியர்களும் மாணவர்களுக்கு அனுசரணையாக இருந்தார்கள். வேதியியல் ஆய்வகத்தில் வேதிப்பொருட்களுக்கான செலவினத் தொகையைத் தருகிறோம் என்றபோது, தலைமையாசிரியர் பெருந்தன்மையாக மறுத்துவிட்டார்.

இரண்டாம் வருடம் பள்ளிக்கென ஆய்வகங்கள் அனுமதிக்கப் பட்டன. ஒப்பந்தக்காரர், அந்த அடுக்கு மாடிக் கட்டடத்தை அவருக்கு வசதியாக முன்பக்கமே கட்டத் திட்டமிட்டார். ஆனால் நான் சம்மதிக்கவில்லை. மைதானத்தின் வடக்கு எல்லையில் கட்ட வேண்டும் என்று நான் சொன்னபோது, அவர் முதலில் சம்மதிக்கவில்லை. வாசலில் இருந்து தூரம், மைதானம் சதுப்பாக இருக்கிறது, லாரி போகாது என்றெல்லாம் சொன்னார். உண்மைதான். ஆனால் என் நோக்கமே வேறு. ஒரு கோடி ரூபாய் ஒதுக்கீடு. வாசலில் இருந்து அங்கே லாரி செல்ல சரல் மண் கொண்டு பாதை போடலாம். மைதானம் சற்றுச் சீராகும்; வடக்கே காம்பவுண்ட் போன்றும் அமையும் என்று எண்ணினேன்; வற்புறுத்தினேன், அரைமனத்துடன் சம்மதித்தார். ஓராண்டுக்குள் கட்டடத்தையும் முடித்துக் கொடுத்தார். மாணவர்கள் பூதப்பாண்டிக்கு நடந்து செல்லும் சிரமம் தீர்ந்தது. 2000ஆம் ஆண்டு ஜூலை 12ஆம் நாள் இதன் திறப்பு விழா சிறப்பாக நடைபெற்றது.

இன்னும் ஒரு கட்டடம் வந்தால் வசதியாக இருக்கும் என்று எண்ணினேன். தொகுதியைச் சேர்ந்த மக்கள்பிரதிநிதிகள் அனைவரிடமும் நிதி ஒதுக்கீடு பெற்றுக் கட்டடங்களும் வந்துவிட்டன. இனி யாரை அணுகலாம் என்று சிந்தித்தபோது மாநிலங்களவை உறுப்பினராக இருந்த 'சோ' ராமசாமி ஞாபகத்துக்கு வந்தார். அவரது துக்ளக் இதழை, ஆரம்பித்த காலம் முதல் படித்திருப்பதைத் தவிர வேறு எந்தத் தொடர்பும் எனக்கு இருக்கவில்லை. இருப்பினும் ஒரு கடிதம் எழுதினேன். அவரது ஆரம்ப கால வாசகன் என்று அறிமுகப்படுத்திக் கொண்டேன். "திட்டுவிளை, சிறுபான்மை இஸ்லாமியர்கள்

உள்ளத்தனைய . . .

அதிகம் வாழும் பகுதி. பெண் குழந்தைகளின் படிப்பைக் கவனத்தில் கொண்டு, உயர்நிலைப்பள்ளி மேனிலைப்பள்ளியாகத் தரம் உயர்த்தப்பட்டு, நான் அதன் முதல் தலைமையாசிரியராகப் பணியாற்றி வருகிறேன். கட்டட வசதிகள் போதுமானதாக இல்லை. தாங்கள், தங்களது நாடாளுமன்ற தொகுதி உறுப்பினர் மேம்பாட்டு நிதியிலிருந்து ரூ. ஐந்து லட்சம் ஒதுக்கினால், மூன்று வகுப்பறைகள் கொண்ட ஒரு கட்டடம் உதயமாகும். நாங்களனைவரும், குறிப்பாக ஊர் மக்கள் பெரிதும் மகிழ்வோம். மாணவச் செல்வங்கள் நெஞ்சார வாழ்த்துவார்கள்" என்று எழுதினேன்.

ஒரு ஞாயிற்றுக்கிழமை தோவாளையில் தளவாய்சுந்தரத்தைச் சந்தித்தபோது, 'நீங்கள் 'சோ' வுக்கு லெட்டர் ஏதும் அனுப்பினீங்களா?' என்று கேட்டார். 'உங்களுக்கு எப்படித் தெரியும்?' என்றேன்: பார்லிமெண்டில் மீட் பண்றப்போ கேட்டார். 'திட்டுவிளை உங்க ஊர் பக்கம்தானே? முத்துசாமின்னு ஒருத்தர் நிதி கேட்டு எழுதியிருக்கார். ஜெனுயின்தானா' என்று கேட்டார். 'நான் உங்களைப் பத்திப் பெருமையாச் சொல்லியிருக்கேன். அவருக்குத் திருப்தி. கண்டிப்பா ஃபண்ட் வரும்' என்றார்; அப்படியே வந்தது. ரூ. ஐந்து லட்சம் நிதி ஒதுக்கீடு செய்து, 'சோ' விடமிருந்து கடிதமும், ஆட்சியர் அலுவலகத் திட்ட முகமையிலிருந்து தகவலும் வந்தது. மிகுந்த நன்றி தெரிவித்து அவருக்குக் கடிதம் எழுதினேன். அடிக்கல் நாட்டுவிழாவுக்குக் கண்டிப்பாக வரவேண்டும் என்றும் குறிப்பிட்டிருந்தேன். 'அந்த பார்மால்ட்டி எல்லாம் வேண்டாம். கட்டடம் முடிந்தவுடன் தகவல் மட்டும் கொடுங்கள். மாணவர்களுக்குப் பயன்பட்டால் போதும்' என்று எழுதிவிட்டார். எத்தகைய வித்தியாசமான மனிதர்!

இந்த காலகட்டத்தில்தான் பள்ளிக் கல்வித்துறையில் மற்றொரு சிறப்பான திட்டம் நடைமுறைக்கு வந்தது. காமராசர் காலத்தில் இலவசக் கட்டாயக் கல்வி, எம்.ஜி.ஆருக்குச் சத்துணவுத் திட்டம், கலைஞருக்குக் கணினிக் கல்வி என்று சொல்வதுபோல ஜெயலலிதா ஆட்சிக்காலத்தில் சைக்கிள்கள், சீருடைகள், காலணிகள் என்று 14 விலையில்லாப் பொருட்கள் பள்ளி செல்லும் மாணவ, மாணவியருக்கு.

1998 என்று எண்ணுகிறேன். என்.ஐ.ஐ.டி போன்ற நிறுவனங்களுடன் புரிந்துணர்வு ஒப்பந்தம் மூலம் அனைத்து மேனிலைப் பள்ளிகளுக்கும் கணினிகள் வழங்கப்பட்டு அந்தந்த நிறுவனங்கள் மூலமாகவே தொகுப்பூதிய அடிப்படையில் தற்காலிக கணினி ஆசிரியர்கள் நியமிக்கப்பட்டனர். அதன்மூலம் தமிழகத்தில் கணினிக் கல்விப் புரட்சிக்கு வித்திடப்பட்டது. குளிரூட்டப்பட்ட அறையில், தூரத்தில் நின்று வியப்புடன் பார்த்த கணினிகளைக்

கிராமப்புற அரசுப் பள்ளி மாணவர்கள் தொட்டு, இயக்கி ஒரு புத்துலகு நோக்கிப் பயணப்பட்டனர்.

புதிதாகத் தரம் உயர்த்தப்பட்ட பள்ளி. தேடி வந்த மாணவர்களை விட சேர்க்கைக்காகத் திணிக்கப்பட்ட மாணவர்கள்தான் அதிகம். எஸ்.எஸ்.எல்.சி. தேர்வில் பாஸாகி இருந்தால் அட்மிஷன் நிச்சயம். நான் பணியாற்றிய காலத்தில் எஸ்.எல்.பி. பள்ளியில் 400 மதிப்பெண்களுக்கு மேல் பெற்றிருந்தாலும் விரும்பிய பாடப்பிரிவு கிடைப்பது நிச்சய மில்லை. எனவே திட்டுவிளையில் எல்லோருடைய கவனமும் ஈடுபாடும் உழைப்பும் அதிகமாகத் தேவைப்பட்டது; உழைத்தோம். முதற்படியாக பள்ளியில் ஆசிரியர் மாணவர் உட்பட அனைவரும் நேரத்துக்கு வருவதை உறுதி செய்தேன். ஒழுங்கு கட்டுப்பாடு நிறுவப்பட்டது. காலை வழிபாட்டுக் கூட்டத்தில் கூறப்படும் நேரடி அறிவுரைகளும் ஆலோசனைகளும் மாணவர்கள் இதயத்தை அடைந்து மூளைக்கும் சென்றன. பொதுத்தேர்வுகளுக்கு முந்தைய நாட்களில் நானே வகுப்பு களுக்கு நேரடியாகச் சென்று தேர்வை மனஉறுதியுடனும் நம்பிக்கையுடனும் எவ்வாறு எதிர்கொள்வது என்று கவுன்சலிங் வழங்கினேன். பத்து, பன்னிரண்டாம் வகுப்பு மாணவர்களுக்கான முன்னேற்ற அறிக்கைகளை, அவர்களது வகுப்பறைகளுக்குச் சென்று ஒவ்வொருவருக்கும் தனித்தனியே வழங்கினேன். பெற்ற மதிப்பெண்களுக்கேற்ப ஆலோசனைகள் உண்டு; ஊக்கப்பரிசுகளும் உண்டு. அனைத்து வகுப்புகளிலும், பள்ளித் தேர்வுகளில் முதலிடம் பெறும் மாணவர்களுக்கு வழிபாட்டுக் கூட்டத்தில், ஆசிரியர்களே தங்கள் செலவில் பரிசுகளும் வழங்குவர்.

திட்டுவிளை பள்ளி, பொதுத்தேர்வு மையம் இல்லை. அருகிலுள்ள பூதப்பாண்டி அரசு மேனிலைப் பள்ளி சென்றுதான் தேர்வு எழுத வேண்டும்.

பொதுத்தேர்வு முடிவுகள் வந்தன. மேனிலைப் பொதுத் தேர்வில் 94 விழுக்காடும், எஸ்.எஸ்.எல்.சி. பொதுத்தேர்வில் 85 விழுக்காடும் மாணவர்கள் வெற்றி பெற்றனர். இது முழுமையான மனநிறைவைத் தரா விட்டாலும் உழைப்புக்குக் கிடைத்த வெற்றி என மகிழ்ந்தோம். அருகாமை அரசு பள்ளிகளிலேயே இது அதிகமான விழுக்காடாக இருந்தது ஓர் ஆறுதலாகவும் அமைந்தது.

திட்டுவிளை உயர்நிலைப் பள்ளியாக இருந்தபோது, பத்தாம் வகுப்பு முடிக்கும் மாணவியருள் பெரும்பாலோர் பூதப்பாண்டி சென்று பன்னிரண்டாம் வகுப்பையும் முடிப்பர்; அதற்கு மேல் செல்வதில்லை. அவர்களது சமுதாயப் பின்புலம் அப்படி.

சற்றேறக் குறைய மாணவர்களும் அப்படித்தான். யாராவது ஒரு நெருங்கிய உறவைத் தொற்றிக் கொண்டு வளைகுடா நாடுகளுக்குச் சென்றுவிடுவார்கள். நான் இதனை மாற்ற விரும்பினேன். ஒரு முக்கிய காரணம். அந்த மாணவிகளின் படிப்பார்வம். வீடு, பள்ளிக்கூடம் இவை இரண்டும்தான் அவர்களது வாழ்விடங்கள், பொழுதுபோக்கு மையங்கள் எல்லாமே; பள்ளிக்கூடத்தில் எல்லாவற்றிலும் முன்நிற்பார்கள்; வளாகத்தை விட்டுச் சென்றுவிட்டால் புர்காவுடன் வீடுதான்.

பல சாதனை மாணவிகள் குடத்துள் விளக்காகவே இருந்தனர். இதனை மாற்றத் துணிந்தேன். மாற்றுச் சான்றும் மதிப்பெண் சான்றும் வாங்க வரும் பெற்றோரிடம் பேசினேன். ஆரல்வாய்மொழியையும் திட்டுவிளையையும் தொட்டு கன்னியாகுமரி – தடிக்காரன்கோணம் பஸ் வசதியாக ஓடிக் கொண்டிருந்தது; இன்றும் இருக்கிறது. திட்டுவிளையிலிருந்து நாகர்கோவிலுக்கு ஏராளமான பஸ்கள். ஆரல்வாய்மொழி அண்ணா கல்லூரியின் அப்போதைய முதல்வரான டாக்டர் பத்மனாப பிள்ளை எனது நண்பர். நாகர்கோவில் மகளிர் கிறித்தவக் கல்லூரியிலும் தெரிந்தவர்கள் இருந்தார்கள். குறிப்பாக தமிழ்த்துறைத் தலைவராக இருந்தவர், எனது நண்பர் செல்வினின் துணைவியார். ‘எனவே அட்மிஷன் பிரச்சனை இல்லை. நான் பார்த்துக்கொள்கிறேன். மேலே படிக்க வையுங்கள்’ என்றேன்; நடந்தது. அந்த மாற்றம் இன்றும் தொடர்கிறது.

ஒருநாள் நாகர்கோவில் தெ.தி. இந்துகல்லூரியின் விலங்கியல் பேராசிரியர், சுற்றுச்சூழல் அறிவியலாளர் முனைவர் சந்தானகுமார் என்னைப் பார்க்க பள்ளிக்கு வந்தார். முதல் தடவையாகச் சந்திக்கிறோம். ஆனால் என் வாழ்வில் ஒரு முக்கிய சந்திப்பு அது. ‘இந்துகல்லூரியின் இந்திரா காந்தி – தேசிய திறந்தவெளிப் பல்கலைக்கழகத் தொடர்பு மையத்தில் (இக்னோ)இல் ஆங்கிலப் பாடம் எடுக்க வேண்டும்’ என்று கேட்டுக்கொண்டார். எஸ்.எல்.பி. பள்ளியில் நான் எடுத்த ஆங்கில வகுப்புகள் – அதில் பயின்று தற்போது பேராசிரியர்களாக அவருடன் பணியாற்றும் சுரேந்திரன், கௌதமன், எனது பி.ஏ. வகுப்புத் தோழர்கள் என்.எஸ். தரன், ஆறுமுகம்பிள்ளை போன்றோரின் ஒரு சொல் காரணமாக இருக்கக்கூடும். ஆனால் அதைவிட முக்கியமாக ஹைதராபாத் *C.I.E.F.L.*இல் நான் பெற்றிருந்த ஆங்கிலம் பயிற்றுவிப்பதற்கான பி.ஜி.டி.டி.இ என்ற டிப்ளமோ பட்டம் காரணமாக அமைந்தது. இக்னோவின் விதிமுறைகளிலேயே இந்தப் பட்டம் பெற்றோருக்கு முன்னுரிமை அளிக்கப்பட்டிருந்தது.

கற்பித்தல் நிலையில் அடுத்த படிக்குச் செல்கிறோம் என்று உணர்ந்தேன். சனி ஞாயிறுகளில் மட்டும்தான் கவுன்சலிங் வகுப்புகள் நடைபெறும். இதில் இணைவதற்குத் தனியாகத் துறை அனுமதி தேவையில்லை என்பனவற்றையெல்லாம் டாக்டர் சந்தானகுமார் விளக்கமாக எடுத்துரைத்தார். பி.ஜி.டி.டி.இ சான்று பெற்றுள்ள எனது நண்பர் ஆண்ட்ரூ வல்சனிடமும் இதுபற்றிப் பேசி அவருடைய சம்மதத்தையும் பெற்றுள்ளதாகத் தெரிவித்தார். எனக்கு இரட்டிப்பு மகிழ்ச்சி; ஒத்துக்கொண்டேன். 1998–99இல் தொடங்கிய இந்தப் பந்தம், எனது உயர் பணிநிலைகளிலும் தொடர்ந்தது. நான் பணிநிறைவு பெற்ற பின், சென்னை பள்ளிக் கல்வி இயக்ககத்தில் மீள்பணியில் கடமையாற்றியபோதும் தொடர்ந்தது. விடுப்பில் நான் நாகர்கோவில் வரும்போது எனக்கு வசதியாகக் கால அட்டவணை அமைக்கப்படும். ஒரே நாளில் நான்கு வகுப்புகள் என்ற அளவுக்கு, சலுகைகள் இருந்தன. டாக்டர் சந்தானகுமாருக்குப் பின் ஒருங்கிணைப்பாளராகப் பணியாற்றிய டாக்டர் மீனாட்சி சுந்தரம், டாக்டர் குமாரசாமி ஆகியோரும் என்னை விடவில்லை. எம்.ஏ., ஆங்கில வகுப்பில் நான் விரும்பிய *Grammar, Phonetics, Stylistics, Shakespeare, British Drama* ஆகியன எனக்கு அளிக்கப்பட்டிருந்தன. கரும்பு தின்னக் கூலியா? எங்களுடன் இதே மையத்தில் நண்பர் தங்கசாமியும் அவரது பி.ஜி.டி.டி.இ துணை கொண்டு பிற்காலத்தில் இணைந்து கொண்டார்.

மாவட்ட அளவிலான வேறொரு மிகப்பெரிய பொறுப்பும் என்னைத் தேடிவந்தது. பத்து, பன்னிரண்டாம் வகுப்புகளுக்கு மாநில அளவில் அரசு பொதுத்தேர்வுகள் நடைபெறுவது அனைவரும் அறிந்ததே. இத்தேர்வுகளைச் சென்னை பள்ளிக் கல்வி இயக்கக வளாகத்தில் உள்ள மாநில அரசுத்தேர்வு இயக்ககம் நடத்தி, முடிவுகள் அறிவித்துச் சான்றிதழ்கள் வழங்கும். ஆனால் காலாண்டுத் தேர்வு, அரையாண்டுத் தேர்வு, மீள்பார்வைத் தேர்வுகள் ஆகியனவற்றை அந்தந்தப் பள்ளிகளே நடத்தி வந்தன. ஆனால் அவ்வாறு வினாத்தாட்கள் தயாரித்து அச்சிடுவதில் சிறிய பள்ளிகளுக்குச் சிரமமும் அதிக பொருட்செலவும் ஏற்பட்டன. இதனை மாற்றும்வகையில் மாவட்டத்திலேயே பொதுத்தேர்வுக்குழு ஒன்று அமைக்கப்பட்டு அதன்மூலம் தேர்வுகள் நடத்தப்பட்டு வந்தன. முதன்மைக் கல்வி அலுவலர் இக்குழுவின் தலைவர். மேனிலை வகுப்புத் தேர்வுகளுக்கு ஒரு மேனிலைப் பள்ளித் தலைமையாசிரியரும் பிற வகுப்புகளுக்கு ஒரு உயர்நிலைப் பள்ளித் தலைமையாசிரியரும் அமைப்பாளர்களாக இருந்து தேர்வு தொடர்பான பணிகளை, தங்கள் பள்ளி அன்றாடப் பணிகளுடன் கூடுதலாகக் கவனித்து

வருவார்கள். இந்த நடைமுறை செயல்படுத்தப்பட்ட காலம் முதலே, கன்னியாகுமரி மாவட்டத்தில் மேனிலை வகுப்புகளுக்கு எஸ்.எல்.பி. அரசு மேனிலைப் பள்ளித் தலைமையாசிரியர்தான் அமைப்பாளராக இருந்து செயல்பட்டு வந்தார். மூன்றாண்டுக்கு ஒருமுறை அனைத்துத் தலைமையாசிரியர்களும் அடங்கிய பொதுக்குழுவால் புதிய அமைப்பாளர் தேர்ந்தெடுக்கப்படுவார். ஆனால் எப்போதும் புதியவர் தேர்ந்தெடுக்கப்படுவதில்லை; பதவி நீடிப்புதான். தலைநகரின் மையப்பகுதியில் அமைந்துள்ள மிகப்பெரிய அரசுப் பள்ளியாக இருந்தது ஒரு முக்கிய காரணம். தலைமையாசிரியர் மாறினாலும் இந்தப் பொறுப்பு மாறுவதில்லை. அது எப்போதும் எஸ்.எல்.பி. தலைமையாசிரியருக்குத்தான்.

நான் திட்டுவிளைக்கு வந்த பிறகு, இயக்க நண்பர்கள் பலர் தலைமையாசிரியர்களாகவும் பதவி உயர்வு பெற்று வந்தனர். 1998ஆம் ஆண்டு, என்னுடன் பதவி உயர்வு பெற்ற சத்தியகுமார் என்னும் நண்பர் எஸ்.எல்.பி. தலைமையாசிரியராகப் பதவி வகித்து வந்தார். பொதுத்தேர்வு அமைப்பாளரும் அவரே. அந்தப் பொறுப்பின் மூன்றாண்டு நிறைவுபெற்று புதிய அமைப்பாளர் பொதுக்குழுவில் தேர்ந்தெடுக்கப்பட்ட வேண்டும். நண்பர்களுக்கெல்லாம் ஒரு மனக்குறை. “அதென்ன இந்தப் பொறுப்பு, எஸ்.எல்.பி.க்கு என பட்டா போட்டுக் கொடுத்திருக்கா? வேற ஒருவர் வரக்கூடாதா? தகுதியில்லையா?” என்ற கேள்விகள் எழ ஆரம்பித்தன. நண்பர்கள் சேவியர் ஜோசப், செல்வின், நம்பிராஜன், கடியப்பட்டணம் சத்தியநேசன், ராமையா சார் போன்றோர் கூடிப் பேசினர். அந்தக் கூட்டத்தில் நானும் உண்டு. எல்லோருக்கும் அடுத்த கேள்வி, அடுத்த அமைப்பாளராக யார் பெயரை முன்மொழியலாம்? எங்களில் மூத்தவர் ராமையா சார்தான். ஆனால் அவர் ஒரேயடியாக மறுத்து விட்டார். “அப்ப வேறு யாரு?” எல்லோருடைய பார்வையும் என்மீது திரும்பியது.

நான் எந்தத் தயக்கமுமில்லாமல் சரியென்றேன். என்னால் முடியும் என்று தீர்க்கமாக நம்பவும் செய்தேன். 1998 ஆகஸ்ட் மாதம்–பொதுக்குழுக் கூட்டம் நடந்தது. வழக்கமான அறிக்கை வாசித்தல், முதன்மைக் கல்வி அலுவலர் உரை இத்தியாதிக்குப் பின், அதுவரை செயலர் பொறுப்பிலிருந்த எஸ்.எல்.பி. தலைமையாசிரியர் சத்தியகுமார், ‘இனி அடுத்த மூன்றாண்டு களுக்குப் புதிய செயலர்...’ என்று தொடங்கி முடிக்கும்முன், கடியப்பட்டணம் தலைமையாசிரியர் சத்தியநேசன் எழுந்து ‘ஐ ப்ரோபோஸ் திட்டுவிளை ஹெட்மாஸ்டர் முத்துசாமி’ என்று உரக்கச் சொல்ல, வடசேரி தலைமையாசிரியர் மோகன் ‘ஐ செகண்ட் இட்’ என்று அடுத்த நொடியில் சொல்ல, பெரும்பாலோர் என்னை ஆதரிப்பது கைத்தட்டலில் தெரிந்து

விட்டது. மாடத்தட்டுவிளை தலைமையாசிரியர் மட்டும் எழுந்து, 'எஸ்.எஸ்.பி.தான் எல்லோருக்கும் வசதி' என்று குரல் எழுப்ப 'பள்ளிக் கூடம் முக்கியமில்லை; திட்டுவிளை தலைமையாசிரியரும் திறமைசாலிதானே, இந்த முறை அவரே நடத்தட்டும்' என்று முதன்மைக் கல்வி அலுவலர் முடித்துவைத்தார். நண்பர்களுக்குச் சந்தோஷம். எனக்கு, நண்பர்களும் முதன்மைக் கல்வி அலுவலரும் கொண்டிருக்கும் நம்பிக்கையைக் காப்பாற்றி மேலும் சிறப்பாகச் செயல்பட வேண்டுமே என்ற எண்ணம்.

அடுத்த நாள் பள்ளிக்குச் சென்றவுடன் எனது இளைஞர் ஆசிரியர் பட்டாளம் கே.ஆர். சுரேஷ், என்.ஆர். சுரேஷ் தலைமையில் 'நீங்கள் சொல்லுங்கள்; நாங்கள் செய்கிறோம்' என்றார்கள். "திட்டுவிளை ஒதுங்கியிருப்பதுதானே சிலருடைய பெருங்குறை; அதை மாற்றுவோம். தலைமையாசிரியர்களோ அவர்கள் அனுப்பும் ஆசிரியர்களோ பணியாளர்களோ திட்டுவிளைவரை அலைய வேண்டியதில்லை. மூன்று கல்வி மாவட்டங்களிலும் மூன்று தலைமையகப் பள்ளிகளைத் தெரிவு செய்வோம். கோட்டாறு கே.டி.வி.பி அரசு பெண்கள் மேனிலைப் பள்ளி, தக்கலை, மார்த்தாண்டம் அரசு மேனிலைப் பள்ளிகள். ஒரு தேதியைக் குறிப்பிட்டு அந்த நாளில் அங்கு சென்று கட்டணத்தைக் கட்டி ரசீது பெற்றுச் செல்லலாம். குறிப்பிட்ட தேதியில் முடியவில்லையா? மற்றொரு நாள்" என்றேன். ஆகா! இது எஸ்.எல்.பி.ஐ விட வசதியாக இருக்கிறதே என்று வியந்து மகிழ்ந்தனர்; இப்படி பல மாற்றங்கள்.

ஒவ்வொரு கல்வி ஆண்டின் தொடக்கத்திலும் நடைபெறும் பொதுக்குழுக் கூட்டத்திலும் ஒவ்வொரு பள்ளிக்கும் சுவர்க் கடிகாரம், லெதர்பேக் போன்றவை பொதுநிதியிலிருந்து வழங்குவது வழக்கம். நான் அதை மாற்றத் திட்டமிட்டேன். அப்போது முதன்மைக் கல்வி அலுவலராக இருந்த கார்மேகம் சார் ஆலோசனையின் பேரில் எல்லோருக்கும் எல்லா வருடமும் பயன்படும் வகையில் ஒரு கையேடு தயாரித்தால் என்ன என்று தோன்றியது. நான், ராஜாக்க மங்கலம் தலைமையாசிரியர் ராஜரெத்தினம், வாவரை ராஜேந்திரபாபு மூவரும் ஒன்று கூடி ஒரு கையேட்டை உருவாக்கினோம். முக்கிய அரசாணைகள், படிவங்கள், தொலைபேசி எண்கள், ஆசிரியர் பணி விவரங்கள், பொதுத்தேர்வு சார்ந்த நிலையான அறிவுரைகள், பாடத்திட்டம், பாடப்பிரிவுகள், பல்வேறு அரசு நலத்திட்டங்கள் என ஒரு தகவல் களஞ்சியமாகவும் குறிப்பேடாகவும் அது அமைந்திருந்தது. தலைமையாசிரியர் கூட்டங்களுக்கு இந்தக் குறிப்பேட்டைக் கொண்டு வந்தாலே போதும்; எந்த விவரங்களையும் கேட்டவுடன் கொடுக்க முடியும்.

தேர்வு வினாத்தாட்கள் மாவட்டத்திலுள்ள சிறந்த பாட ஆசிரியர்களே தயாரிப்பார்கள். தலைமையாசிரியர்கள் வழி அவர்களுக்குக் கோரிக்கை அனுப்பி, பின் அவர்கள் குறிப்பிட்ட காலக்கெடுவுக்குள் மந்தணமாக அஞ்சல் வழி அனுப்பி வைப்பதில் பல சிரமங்கள் இருந்தன. உரிய நேரத்தில் வெளி மாவட்ட அச்சகத்துக்கு அனுப்ப முடியாது. இந்த நடைமுறையையும் நண்பர்கள் ஆலோசனையுடன், அப்போதைய முதன்மைக் கல்வி அலுவலர் பொன்னையா சார் அனுமதியுடன் பின்னர் மாற்றினேன். ஒவ்வொரு பாடத்துக்கும் ஐவர் அடங்கிய குழு அமைக்கப்பட்டது. இந்தக் குழுக்கள் அனைத்தும் கல்வியாண்டு தொடக்கத்தில் மூன்று நாட்கள் ஜமாபந்திபோல எனது பள்ளியிலேயே கூடினார்கள். காலாண்டு, அரையாண்டு, மீள்பார்வைத் தேர்வுகள், இடைத்தேர்வுகள் அனைத்துக்கும் வினாத்தாட்கள் தயாரிக்கப்பட்டு, ஒருவருக்கொருவர் சரிபார்த்து முத்திரையிடப்பட்ட உறைகளில் பத்திரமாக என் வசம் தரப்படும். நண்பகல் உணவு, சிற்றுண்டி வழங்கப்பட்டுக் கால விரயம் தவிர்க்கப்பட்டது. மதிப்பூதியம் உடனே வழங்கப்பட்டது. இதற்கான செலவினம் முந்தைய நடைமுறையை விட குறைவாகவே இருந்தது.

காலாண்டுத் தேர்வா? அதற்கான வினாத்தாள் கட்டுகள் அச்சகத்திடம் தாமதமின்றி வழங்கப்பட்டு விடும். அடுத்தடுத்த தேர்வுகளுக்கும் உடனுக்குடன் வினாத்தாட்கள் தயார்; அச்சிடுவதில் தாமதமும் தவிர்க்கப்பட்டது.

அடுத்த மாற்றம் பதினொன்றாம் வகுப்பு மாவட்ட பொதுத்தேர்வில் கொண்டு வந்தேன். இதில் அரசுப் பொதுத்தேர்வு போல மாணவருக்குத் தேர்வுக் கட்டணம் உண்டு. விடைத்தாள் திருத்துவோர் உட்பட அனைத்து நிலைகளிலும் மதிப்பூதியம் உண்டு. தேர்வு முடிந்த பின் பள்ளிகள் தங்கள் மாணவர்களின் மதிப்பெண் பட்டியலையும் தேர்ச்சி பெற்றோர் பட்டியலையும் எஸ்.எல்.பி.க்குக் கொண்டு வந்து ஒப்புதல் பெற வேண்டும்; இதுவும் மாறியது.

குழித்துறை கல்வி மாவட்டப் பள்ளிகளுக்குத் திங்கட்கிழமை, தக்கலைக்குச் செவ்வாய்க்கிழமை, நாகர்கோவிலுக்குப் புதன்கிழமை என்று அறிவிப்பு செய்தேன். நாகர்கோவில் டி.வி.டி மேனிலைப்பள்ளி அல்லது டதி மகளிர் மேனிலைப் பள்ளிகள் மையங்களாகச் செயல்பட்டன. தலைமையாசிரியர் அல்லது உதவித் தலைமையாசிரியர் தங்களது பள்ளியின் மதிப்பெண் பட்டியலையும் தேர்ச்சிப் பட்டியலையும் கொண்டு வருவர். முதன்மைக் கல்வி அலுவலரால் தெரிவுசெய்யப்பட்ட மேனிலைப் பள்ளித் தலைமையாசிரியர்கள், ஆசிரியர்களின்

துணைகொண்டு இவற்றை உடனுக்குடன் பரிசீலனை செய்து ஒப்புதல் வழங்குவார்கள். செலவினப் பட்டியல் உரிய படிவத்தில் பெறப்பட்டு உடனடியாகப் பணப்பட்டுவாடாவும் நடந்துவிடும். ஆசிரியர்களுக்கான தேர்வுத்தாள் மதிப்பூதியம் அடுத்த நாளே வழங்கப்பட்டுவிடும். முதன்மைக் கல்வி அலுவலர் குறிப்பிடும் ஒரு நாளில் பதினொன்றாம் வகுப்புத் தேர்ச்சி முடிவுகள் செய்தித்தாள்கள் வழி வெளியிடப்படும்.

இந்தச் செயல்பாடு எல்லோருக்கும் பிடித்திருந்தது. மாநிலத்திலேயே இது முன்மாதிரி என்ற பெயரும் வாழ்த்தும் கிடைத்தன. 2008ஆம் ஆண்டு தோவாளை அரசுப் பள்ளியில் பணியாற்றியபோது பதவி உயர்வை எதிர்நோக்கி, நானாகவே இந்த அமைப்பாளர் பதவியைத் துறப்பு செய்தேன். முதன்மைக் கல்வி அலுவலர் தயக்கத்துடன் ஏற்றுக்கொண்டார். பத்தாண்டுகளுக்கும் மேலாக நான் சுமந்த இந்த சுகமான சுமையை இறக்கி வைத்தேன். அப்போது செட்டிகுளம் கிருஷ்ணா மகாலில் நடைபெற்ற பொதுக்குழுவில் மாவட்ட முதுநிலைப் பட்டதாரி ஆசிரியர் கழகத்தினரும், தலைமையாசிரிய நண்பர்களும், தொழிற்கல்வி ஆசிரியர்களும் பாராட்டு விழா ஒன்றினை நடத்தினர். நண்பகல் உணவு உட்பட அனைத்துச் செலவுகளையும் முதுநிலைப் பட்டதாரி ஆசிரியர் கழகமே முன்வந்து ஏற்றுக்கொண்டது. இதில் முன்நின்ற நண்பர்களான சேவியர் ஜோசப், ஜிம்சன், வள்ளிவேல், நாகராஜன், நாகேஷ், ராபர்ட் ஜேம்ஸ், பாலசுந்தர் ஆகியோருக்கு என் நன்றி என்றும் உரியது.

மாவட்ட பொதுத்தேர்வு அமைப்பாளராக நான் இருந்த காலக்கட்டத்தில் நாகர்கோவில் மாவட்டக் கல்வி அலுவலராக இருந்த கண்ணா கல்யாணசுந்தரம் சார் ஆலோசனையின் பேரில் உயர்நிலை, மேனிலைப் பள்ளித் தலைமையாசிரியர்களுக்காக ஒரு நிர்வாகப் பயிற்சிக் கருத்தரங்கம் நாகர்கோவில் டதி மேனிலைப் பள்ளியில் நடைபெற்றது. அடிப்படை விதிகள், நடத்தை விதிகள், பள்ளி நிர்வாகம், நிதி நிர்வாகம், ஓய்வூதிய விதிகள் அனைத்தும் சார்ந்து அந்தந்தத் துறை வல்லுநர்கள் வழிகாட்டு நெறிமுறைகளை வழங்கினார்கள். நான் பள்ளி நிர்வாகம் பற்றிப் பேசினேன். அனைத்துத் தலைப்புகளிலும் விவாதிக்கப்பட்ட பயனுள்ள குறிப்புகள் ஒரு கையேடாக, பங்கு பெற்றோர் அனைவருக்கும் வழங்கப்பட்டன. கல்வித் துறை அமைச்சுப் பணியாளர்களுக்கும் இக்கையேடுகள் வழங்கப்பட்டன. பிற்காலத்தில் பள்ளிக் கல்வி இயக்குநர் வேண்டுகோளுக்கிணங்க, மாநில அளவிலும் மாவட்ட அளவிலும் இது போன்ற பணிமனைகளை நடத்திட இது எனக்குத் தூண்டுகோலாக அமைந்தது.

ஸ்காட் கிறித்தவக் கல்லூரியில் எனது எம்.பில்., பட்டத்துக்கான *Viva-Voice, 1998*, நவம்பர் திங்கள் 23ஆம் நாள் நடைபெற்றது. பேராசிரியர்கள் டாக்டர் ஜேம்ஸ் ஆர். டேனியல், எடித் ஐயா, செபஸ்டியன் ஆகியோர் இத்தேர்வை நடத்தினர். மன நிறைவுடனும் மகிழ்ச்சியுடனும் வெளிவந்தேன். எனக்கு எம்.பில்–இல் முதல் வகுப்பு வழங்கப்பட்ட சேதியை டாக்டர் ஜேம்ஸ் பின்னர் தெரிவித்தார். பல்கலைக்கழகத்தில் இந்தப் பிரிவில் நான் மட்டுமே முதல் வகுப்பு பெற்ற இரட்டிப்பு மகிழ்ச்சியைத் தந்தது.

விளாத்திகுளத்தில் நான் பணியாற்றியபோது ஊர் மக்கள் என்மீது அன்பு காட்டியது போலவே, திட்டுவிளையில் முஸ்லிம் மக்களின் அன்பைச் சம்பாதித்தேன். வீட்டு விசேஷங்களுக்கு அழைப்பிதழ் அநேகம். ரம்சான் காலத்தில் நோன்பு முடியும் நேரத்தில் நோன்பு துறப்பதற்காக அவர்கள் பள்ளிவாசலில் பல நறுமணப் பொருட்களாலும் உடல் நலத்துக்குகந்த சேர்ப்புகளாலும் வைக்கப்படும் நோன்புக் கஞ்சி, எனது பள்ளியில் மாலை ஆறு மணிவாக்கில் சிறு தூக்கு வாளியில் வந்து சேரும். ரம்சான் காலத்தில் பள்ளி வேலை நாட்களில் இது வாடிக்கையாகிப் போனது. பள்ளிவாசலின் உட்புறத்தைப் பார்க்க வேண்டும், நான் செல்ல அனுமதி உண்டா என்றெல்லாம் யோசித்திருக்கிறேன். ஒரு நாள் ஆலிம் ஷா அழைத்துப் போனார். சிலைகள் இருக்காது என்று தெரியும்; ஆனால் எந்தச் சித்திரங்களும் இல்லாமல், தூய்மையாக, நேர்த்தியாக இருந்தது. அவர்களது நல்லது கெட்டது எல்லாவற்றுக்கும் சென்றிருக்கிறேன். ஒரு விஷயம் எனக்கு மிகவும் பிடித்திருந்தது. அவர்களில் ஒருவர் இறந்துவிட்டால், ஈமக்கிரியைகள் செய்வதற்கு முன், பள்ளிவாசலின் முன்புறம் உடலைக் கொண்டு வருகிறார்கள். பின் ஒருவருக்கொருவர் தமக்கு எதிரே நிற்பவரிடம், அவர் இதுவரை பேசாதவராக இருந்தாலும், பகையைப் பாராட்டியவராக இருந்தாலும், ஆரத் தழுவி, ஆறுதல் கூறிக்கொள்கிறார்கள். பகைமை மறைந்து நேசம் மலர்கிறது.

இஸ்லாமியர் நிறைந்திருக்கும் பகுதிகளில் ஒவ்வோரை ஆண்டும் டிசம்பர் ஆறாம்தேதி அன்று ஒரு பதற்றமான சூழ்நிலை நிலவும். அந்தப் பகுதிகளில் உள்ள கல்வி நிலையங்களை அன்று செயல்பட அனுமதிப்பதில்லை. நான் திட்டுவிளையில் பணியேற்ற முதல் வருடம் அங்கும் பிரச்சினை எழுந்தது. வந்த இளைஞர்களிடம் நான் முன்சென்று, ‘ஆறுமுதல் ஒன்பதுவரையான வகுப்பு மாணவ, மாணவிகளை வரிசையாக அனுப்பிவிடுகிறேன். பத்தாம் வகுப்பும் மேனிலை வகுப்புகளும் மட்டும் நடக்கட்டும். உங்கள் பிள்ளைகள்தானே; படிப்பு கெட வேண்டாம்’ என்றேன். ஏற்றுக் கொண்டார்கள். ஆனால் அவர்கள் வேண்டுகோளுக்கு மதிப்பு

கொடுத்து அந்த வகுப்புகளையும் பிற்பகலில் அனுப்பிவிட்டேன். அடுத்தடுத்த வருடங்களில் பள்ளியை மூடச்சொல்லி யாரும் வரவில்லை.

திட்டுவிளை பிரதான சாலையில் தர்கா ஒன்று உள்ளது. ஆண்டுதோறும் பத்து நாட்கள் விழா நடக்கும். நாகூர் இ.எம். ஹானிபா, காயல் சேக் முகமது போன்ற இன்னிசைவாணர்களும் மார்க்கச் சிந்தனையாளர்களும் வருவார்கள். விழாவின் ஒரு நாள் சமுதாய நல்லிணக்க விழாவாக நடத்தப்படும். 25.10.2000 அன்று நடைபெற்ற இந்த விழாவுக்கு நான் சிறப்பு விருந்தினராக அழைக்கப்பட்டேன். நபி பெருமானாரின் வாழ்வுகுறித்து, இந்தியாவின் பல பகுதிகளிலும் அப்போது நடைபெற்ற சமய நல்லிணக்க நிகழ்வுகள் குறித்தும், தமிழ்நாட்டில் தொன்று தொட்டு இருந்துவரும் சமயப் பொறை குறித்தும் விரிவாகப் பேசினேன். எடுத்துக்காட்டாக திருச்செந்தூர், வீரபாண்டியன் பட்டினம், காயல்பட்டினம் இவையெல்லாம் இரண்டு கி.மீ. தொலைவில் அடுத்தடுத்த நகரங்களாக இருந்தாலும் இதுவரை எந்த சமயப்பூசலும் நிகழ்ந்ததில்லை என்று எடுத்துக் கூறினேன்.

பொதுவெளியில் மற்றொரு வாய்ப்பு. நாகர்கோவில் வானொலியில் தினமும் காலை 6.30 மணிக்கு 'சான்றோர் வாக்கு' என்னும் நிகழ்ச்சி; ஐந்து நிமிட நிகழ்ச்சிதான். தலைப்பிலேயே விளக்கமும் இருக்கிறது. வழக்கமாக இந்திய அறிஞர்கள், ஆன்மீகச் செம்மல்கள் மற்றும் தலைவர்களது உயர்ந்த கருத்துக்களைப் பற்றி பிரபலமானவர்கள் கருத்துரை ஆற்றுவார்கள். என்னிடம் விடப்பட்ட கோரிக்கை, கடல் தாண்டி உலகக் கவிஞர்கள், தத்துவ அறிஞர்களைப் போன்றோரின் கருத்துக்களைக் கொண்டு வந்து சேர்க்க வேண்டும் என்பதுதான். பிரான்சிஸ் பேகன், ஷேக்ஸ்பியர், வில்லியம் வேர்ட்ஸ்வர்த், மில்டன், ஷெல்லி போன்ற ஆங்கிலக் கவிஞர்கள், ஆல்பர்ட் ஸ்விட்சர், ஜேம்ஸ் ஆலன், டால்ஸ்டாய், இங்கர்சால் என்று வரிசையாகப் பல அறிஞர்கள், இந்தியப்பெருநாட்டின் ஜே. கிருஷ்ணமூர்த்தி, ஓஷோ போன்றோரின் கருத்துக்களும் என் மொழியில் உலா வந்தன. எனது உரையைப் பதிவுசெய்த துரை நீலகண்டன், எனது உரை குறுந்தகவல்களுடனும் இதுவரை பொதுவெளியில் அறியாத செய்திகளுடனும் ஒரு சிறந்த ஆசிரியருக்குரிய பாணியில் சுவையாக அமைந்திருக்கிறது என்று பாராட்டிக் கூறினார். இது நூறு நாட்கள் தொடர்ந்தது. இதனைத் தினமும் செவிமடுத்த குமரிச்செல்வன் என்ற புனைபெயரில் எழுதிவருபவரும், என்னுடன் பணியாற்றியவருமான முதுநிலைத் தமிழாசிரியர் கிருஷ்ணன் இவை அனைத்தையும் தொகுத்து நூல் வடிவில் கொண்டு வாருங்கள் என்று சொல்லிக்கொண்டேயிருந்தார்.

உள்ளத்தனைய . . .

என்னால் முடியவில்லை; முடிந்திருந்தால், அது என் முதல் நூலாக இருந்திருக்கும்.

ஆண்டுதோறும் செப்டம்பர் 5ஆம் நாளன்று ஆசிரியர் தினமாகக் கொண்டாடப்படும் பேராசான் டாக்டர் ராதாகிருஷ்ணனின் பிறந்தநாளன்று துறையின் மதிப்பீட்டின்படித் தெரிவுசெய்யப்பட்ட ஆசிரியர்களுக்கும் தலைமையாசிரியர் களுக்கும் 'நல்லாசிரியர் விருது' வழங்கிப் பாராட்டுவது வழக்கம். கலைஞர் முதல்வராக இருந்த காலத்தில் நல்லாசிரியர் என்று ஒரு சிலரை மட்டும் குறிப்பிடுவது சரியல்ல என்று சொல்லி, அதனை டாக்டர் ராதாகிருஷ்ணன் விருது என்று பெயர் மாற்றம் செய்தார். இந்த விருது ஒரு கல்வி மாவட்டத்துக்கு அறுவர் என்ற வகையில் வழங்கப்படும். பெரும்பாலும் பணியிலிருந்து ஓய்வுபெறும் நிலையில் ஐம்பத்தேழு, ஐம்பத்தெட்டு வயதில் விருது வழங்கப்படும். அது காலம் தாழ்ந்த கௌரவம் அல்லவா? ஆனால் நான் ஐம்பது வயதை எட்டும்முன்னே இந்த விருதினைப் பெற்றேன். 2000–2001ஆம் கல்வியாண்டுக்கான விருது, 2001, செப்டம்பர் ஐந்தாம்ஆம் நாள் சென்னை கலைவாணர் கலையரங்கில், பள்ளிக் கல்வி இயக்குநர் முனைவர் சு. பரமசிவன், பள்ளிக் கல்விச் செயலர் சுப்புராஜ், இ.ஆ.ப. உள்ளிட்ட பிற இயக்குநர்கள் முன்னிலையில் மாண்புமிகு கல்வி அமைச்சர் தம்பித்துரையால் வழங்கப் பெற்றேன். எனது மனைவியும் எனது இளைய மைத்துனரும் காரைக்காலில் ஹென்கோ நிறுவனத்தில் அப்போது பொறியாளராகப் பணிபுரிந்துகொண்டிருந்த எனது மகனும் வந்திருந்து பார்த்து மகிழ்ந்தனர்.

தோவாளை திரும்பியபின் செய்தித்தாள்களில் தினந்தோறும் வெளிவந்த நண்பர்களின், உறவினர்களின், இயக்கங்களின் வாழ்த்துச் செய்திகளுக்குள் நான் மூழ்கிப் போனேன். வெளியூர் நண்பர்கள் தொலைபேசி மூலமாகவும் கடிதங்கள் மூலமாகவும் தங்கள் அன்பையும் பாராட்டையும் வெளிப்படுத்தினர். திட்டுவிளையில் பெற்றோர் ஆசிரியர் கழகம் நடத்திய பாராட்டு விழா டீம் இல்லத்தில் இயக்கங்கள் இணைந்து நடத்திய பாராட்டு விழா, நாகர்கோவிலில் மாவட்ட ஆட்சித் தலைவர் தலைமையில் மாண்புமிகு அமைச்சர், நாடாளுமன்ற சட்டமன்றப் பிரதிநிதிகள், உயர்கல்வி அலுவலர்கள் மேடையில் அமர, மாவட்டத்தின் அனைத்து ஆசிரியர்களும் தலைமை யாசிரியர்களும் அடங்கிய கூட்டத்தில் அக்கல்வியாண்டில் டாக்டர் ராதாகிருஷ்ணன் விருது பெற்ற அனைவரும் பரிசுகளுடன் பாராட்டப்பட்டோம். மற்றொரு இனிய நிகழ்வு நான் வாழும் தோவாளை கமல் நகர் பகுதியில் அரங்கேறியது. அங்கு குடியிருப்போர் அனைவரும் ஒன்றிணைந்து, மேடை அமைத்துப்

பாராட்டு விழாவினை நடத்தினர். அனைவர் முன்னிலையிலும் செறிந்த அன்புடன் பாராட்டப்பட்டேன். எழுத்தாளர், பணிநிறைவு ஆசிரியர் நண்பர் உமா கல்யாணி அனைவர் சார்பாகவும் பாராட்டிதழ் வாசித்தளித்தார். அது இன்றும் என் வீட்டின் வரவேற்பறையை அலங்கரிக்கிறது. 'இந்த விழாவுக்கு நம்மூரைத் தவிர வாழ்த்துரை வழங்க வேறு யாரையாவது அழைக்க விரும்புகிறீர்களா' என்று விழாக் குழுவினர் முதலில் கேட்டார்கள். நான் மூவரைச் சொன்னேன். எனது எஸ்.எல்.பி பள்ளி ஆசிரியர் எஸ்.எம். அப்துல் காதர், கல்லூரிப் பேராசிரியர் டாக்டர் எஸ். நாகராஜபிள்ளை, எனது வகுப்புத் தோழர் பிரபல மருத்துவர் டாக்டர் எம். பகவதி பெருமாள் என்று சொன்னேன்; நேரில் சென்று அழைத்தார்கள்; உவப்புடன் வந்தார்கள். என்னுடைய ஆசிரியப் பெருமக்கள் எனக்கு அன்புடன் ஆசி வழங்க, எனது வகுப்புத் தோழர் பேசியது முத்தாய்ப்பாக அமைந்தது.

'முத்துசாமிக்கு பி.யு.சியில் நல்ல மார்க் எடுத்தும் எம்.பி.பி.எஸ். கிடைக்கலையேன்னு வருத்தம் ரொம்ப நாளா இருந்துச்சு. எங்களையெல்லாம் மெடிக்கல் ஸ்டூடண்டா பார்க்கும்போது அவருக்குச் சங்கடம் இருந்திருக்கலாம். ஆனா இன்னிக்கு எங்களையெல்லாம்விட அவர்தான் கொடுத்து வச்சவர். அவர் எம்.பி.பி.எஸ். கிடைச்சுப் படிச்சிருந்தா, அவர் மட்டும்தான் டாக்டர். இன்னிக்கு அவரிட்ட படிச்ச எத்தனையோ பேர் உள்நாட்டிலேயும் வெளி நாட்டிலேயும் டாக்டரா இருக்காங்க. என் ரெண்டு பையன்களும் அவரிட்டதான் படிச்சாங்க', என்றார்; உண்மைதான். அரசும் பிற அமைப்புகளும் பல விருதுகள் வழங்கியிருக்கின்றன. நான் எஸ்.எல்.பி.யில் பணியாற்றும்போது, விவேகானந்தர் நற்பணி மன்றம் வழங்கிய ஸ்ரீ ராமகிருஷ்ணா விருது தூத்துக்குடி மாவட்ட ஆட்சித் தலைவரிடமிருந்து, மாவட்ட அளவில் எஸ்.சிஎஸ்டி மாணவர்களை அதிக அளவில் பள்ளியில் சேர்த்ததற்கான பாராட்டுச் சான்று ரொக்கப்பரிசு. ஆனால் எனக்கு உண்மையான விருது, நான் மனம் மகிழ்ந்து பெருமைகொள்ளும் விருது, உலகெங்கும் வியாபித்திருக்கின்ற எனது மாணவர்களின் நெஞ்சார்ந்த நினைவுகளும் பாராட்டுகளும்தான்.

அன்றைய விழாவின் நிறைவாக, நான் எவ்வளவோ தவிர்க்க விரும்பினாலும் முடியாமற்போன மலர்க்கிரீடமும் ஆளுயர மாலையும் அணிவித்தார்கள். இவ்விழாவில் எனது அத்தான், அக்காள், மைத்துனர், சகோதரர்கள் உட்பட உறவினர்களும் ஊர் இளைஞர்களும் வந்திருந்து வாழ்த்தியதும் மட்டற்ற மகிழ்ச்சியைத் தந்தது. பின்னர் நாகேஷ் முன்நிற்க

என்.எஸ்.எஸ் நண்பர்கள், ரோட்டரி கிளப், லயன்ஸ் கிளப் போன்ற பல அமைப்புகள், *TNPGTA* உள்ளிட்ட ஆசிரியர் அமைப்புகள் தனித்தனியே பாராட்டு விழாக்கள் நடத்தினர். விருதுபெற்ற தலைமையாசிரியர்கள் அனைவரையும் பாராட்டும் வகையில் எஸ்.எல்.பி. பள்ளியில் நடைபெற்ற விழாவில் அப்போதைய முதன்மைக்கல்வி அலுவலர் அ. கருப்பசாமி சார் அவர்கள் புன்னகை ததும்பப் பொன்னாடை போர்த்தி வாழ்த்திப்பேசினார். அவர் ஏற்கெனவே பள்ளிக்கு வருகை தந்தபோது, பள்ளி செயல்பாடுகளைப் பார்வையிட்டு வியந்து பாராட்டினார். பள்ளிக் கல்வித்துறையில் நான் அண்ணாந்து பார்த்துப் போற்றக்கூடிய நேர்மையின் இலக்கணமான உன்னத மனிதர் அவர். இயக்குநரான பின்பும், பதவி வேறுபாடு பாராது சகோதரப் பாசத்துடன் இன்றும் என்னிடம் நல்லுறவு கொண்டிருப்பவர்.

14.07.2000 அன்று பள்ளியில் நடைபெற்ற வருமுன் காப்போம்' மாவட்ட அளவிலான நிகழ்ச்சிக்கு வருகை தந்திருந்த மாண்புமிகு முதல்வரின் சிறப்புத் திட்டங்களுக்கான செயலர் இறையன்பு, இ.ஆ.ப., அவர்கள் பள்ளியையும் பார்வையிட்டு வாழ்த்திப் பேசினார்.

திட்டுவிளை அரசுப் பள்ளியில் இவ்வளவு மனநிறைவுடனும் மகிழ்ச்சியுடனும் 14.08.1996 முதல் பணியாற்றிய நான் 15.05.2002 அன்று பள்ளியிலிருந்து விடைபெற வேண்டிய சூழலும் வந்தது.

27

ஒரு ஆசிரியராகத் தனியார் பள்ளியில் பணி நியமனம் பெறுவோர், பள்ளி நிர்வாகம் விரும்பினால் தலைமையாசிரியராகப் பதவி உயர்வு பெற்று பணி நிறைவு பெறலாம். அரசு பள்ளி என்றால் தலைமையாசிரியர் பதவி, அதற்குப் பின் அதிர்ஷ்டம் அல்லது துரதிர்ஷ்டம் செய்தவர்கள், மாவட்டக் கல்வி அலுவலர் பதவி உயர்வு பெற்று பல சவால்களைச் சந்தித்துப் பணி நிறைவு பெறுவர். ஆனால் என்னுடைய அரசுப் பணி என்னும் நெடுஞ்சாலையில் ஏராளமான திருப்பங்கள். இந்த நீண்ட பயணம் தந்த பாடங்களும் ஏராளம்.

2001ஆம் ஆண்டின் பிற்பகுதியில் பள்ளிக் கல்வித் துறையில் பரவலாக ஒரு பேச்சு உலா வர ஆரம்பித்தது. S.S.A. – Sarva Siksha Abhiyan – அனைவருக்கும் கல்வி இயக்கம் என்ற பெயரில் நாடு தழுவிய திட்டம் ஒன்று வரும் கல்வியாண்டு (2002–2003) முதல் அமல்படுத்தப்பட உள்ளது என்ற செய்திதான் அது. அதற்கெனத் தனியாக இயக்குநர், இணை, துணை இயக்குநர்கள் நியமிக்கப்பட இருக்கிறார்கள்; அதைப் போலவே ஒவ்வொரு மாவட்டத்திலும் தனி அலுவலர்களும் நியமனம் செய்யப்படுவார்கள் என்றும் சொல்லப்பட்டது. அரசு மேனிலைப் பள்ளித் தலைமையாசிரியர்கள் வட்டாரத்தில் ஒரு பரபரப்பும் தொற்ற ஆரம்பித்தது.

அலுவலர் என்றாலே தனி அலுவலகம், அதிகாரங்கள் இருக்குமல்லவா? எப்படி நியமனம் செய்யப் போகிறார்கள் என்ற கேள்வி எல்லோர் மனத்திலும் தொக்கி நின்றது. அந்தக் கேள்விக்கு விடையும் கிடைத்தது. 2002 மே மாதம் இயக்ககத்திலிருந்து வந்த அறிவுரைகளுக்கேற்ப, ஒவ்வொரு மாவட்டத்திலும் ஒரு 'தகுதி' வாய்ந்த அரசு மேனிலைப் பள்ளித் தலைமையாசிரியர்,

மாவட்டக் கல்வி அலுவலர்களின் ஆலோசனைகளுக்கேற்ப முதன்மைக் கல்வி அலுவலரால் தெரிவு செய்யப்பட்டார். குமரி மாவட்டத்திலிருந்து நான் தெரிவு செய்யப்பட்டேன். அப்போது இங்கு முதன்மைக் கல்வி அலுவலராக இருந்தவர் அதிசயக்குமார் என்பவர். என்னை அவர் அறிந்திருக்கவில்லை. நான் சந்தித்த அலுவலர்களிலேயே என்மீது உயர் மதிப்புகள் ஏதும் அற்ற ஒரு அலுவலர். பின் எப்படித் தெரிவு செய்யப்பட்டேன்? மாவட்டக் கல்வி அலுவலரான கண்ணா கல்யாண சுந்தரம் சார்தான் பரிந்துரைத்திருக்கிறார். நல்லது செய்யப்போய்க் கெடுதலாக முடிந்தது என்பதாகப் பின்னர் இது மாறி விட்டது. நான் இதனை ஏற்றுக்கொண்டதும் தவறான முடிவாக ஆகிப் போனது.

பணியில் சேர்வதற்காக முதன்மைக் கல்வி அலுவலரை அவரது அலுவலகத்தில் சந்தித்தபோது, அவரது முகத்தில் மகிழ்ச்சி இல்லாத அவநம்பிக்கை. அவரது முதல் கேள்வியே "உங்களால் முடியுமா?" என்பதுதான். "நம்பிக்கை இருக்கிறது" என்றேன். இந்தப் பணியிலிருந்து விலகிட வேண்டும் என்று பின்னர் நான் எண்ணியபோதும், விடாமல் என்னைப் பிடித்துக்கொண்டவரும் அவர்தான்.

நான் பணியில் சேர்ந்தபோது, எஸ்.எஸ்.ஏ. திட்டம் செயல்முறைக்கு வந்த தொடக்க காலம். எனவே எனது பணி பல சவால்கள் நிறைந்ததாக அமைந்திருந்தது. ஆனால் அது மிக உன்னதமான திட்டம்.

அனைவருக்கும் கல்வி என்பதுதான் இதன் தாரக மந்திரம், குறிக்கோள். பாரதப் பிரதமர் வாஜ்பாயின் கனவுத் திட்டம். அரசியல் சட்டத்தின் 86ஆவது பிரிவில் கொண்டுவரப்பட்ட திருத்தத்தின் மூலம், 6 முதல் 14 வயதுக்குட்பட்ட அனைவருக்கும் கட்டாய இலவசக் கல்வி, சாதி சமய வேறுபாடின்றி வழங்கப்பட வேண்டும். இந்தக் குறிக்கோள் 2010க்குள் நிறைவு செய்யப்பட வேண்டும். அத்துடன் பெண் குழந்தைகள், மாற்றுத் திறனாளிகள், சமுதாயத்தில் ஒடுக்கப்பட்ட பிரிவினர் போன்றோருக்குச் சிறப்புக் கவனம் செலுத்தப்பட்டு, அதற்கான செயல்திட்டங்களும் வகுக்கப்பட வேண்டும் என்பன போன்ற இலட்சிய குறிக்கோள்கள் இந்தத் திட்ட ஆவணத்தில் இடம் பெற்றிருந்தன.

ஆனால் இந்தக் குறிக்கோள்களெல்லாம் இன்றுவரை நிறைவு எய்தினவா என்றால் அது கேள்விக்குறிதான்.

மாநிலத்தின் ஒவ்வொரு மாவட்டத்திலும் மிகத் திறமையானவர்கள், செயலாக்கம் மிக்கவர்களான எனது நண்பர்கள் பலர் உதவி மாவட்டத் திட்ட ஒருங்கிணைப்பாளர்களாக *(Assistant District Programme Coordinators)* பொறுப்பேற்றிருந்தனர்.

மாநிலத் திட்ட இயக்குநராக முனைவர் சந்திரசேகரன் நியமிக்கப் பட்டிருந்தார். இன்று இருக்கும் பல பதவிகள் அப்போது இல்லை.

தொடக்கமாக அனைத்து உதவி மாவட்டத் திட்ட ஒருங்கிணைப்பாளர்களின் கூட்டம் சென்னையில் கூட்டப் பட்டது. மிகக் குறுகிய கால இடைவெளி; அவசரமாகப் புறப்பட்டோம். நிறைய எதிர்பார்ப்புகள். வந்ததில் பெரும்பாலோர் ஆங்கில முதுநிலைப் பட்டதாரி ஆசிரியராக இருந்து தலைமை யாசிரியராகப் பதவி உயர்வு பெற்றவர்கள். ஆசிரியர் இயக்கத்திலும் போராட்டங்களிலும் பங்கு பெற்றவர்களும் உண்டு. முதற்கூட்டம் சம்பிரதாயக் கூட்டமாக இல்லாமல், எல்லோருடைய மனங்களையும் தொட்டது. ஊக்கமூட்டும் வகையில் திட்ட இயக்குநர் பேசினார். 'இவ்வளவு காலம் நீங்கள் பார்த்தது அரசுப் பணி; நீங்கள் ஏற்றிருப்பது உன்னதமான இயக்கப் பணி. இப்போது அனைவருக்கும் கல்வி வாய்ப்பினை வழங்கும் முயற்சிகளை முன்னெடுத்துச் செல்லும் பணி. உங்களுக்கு மிச்சமிருக்கும் பணிக்காலத்தைத் தியாக உணர்வுடன் இத்திட்டம் வெற்றி பெறச் செய்யுங்கள்' என்று உணர்ச்சி பொங்கக் கூறினார். அவர் தமிழில் முனைவர் பட்டம் பெற்றவர் என்றெண்ணுகிறேன். ஆற்றொழுக்கான தமிழ் நடை; எல்லோர் மனத்திலும் உறுதி பிறந்தது. மாறுவோம், மாற்றிக் காட்டுவோம் என்ற உறுதியுடன் வீடு திரும்பினோம்.

ஆனால் இந்த உறுதியெல்லாம் விரைவில் தொலைந்து போகும் என்று அப்போது கொஞ்சமும் தோன்றவில்லை. மாவட்டத்தில் நிலைமை இன்னும் மோசமாக இருந்தது. நாங்கள் சுதந்திரமாக முடிவெடுக்கவோ செயல்படுத்தவோ இயலாத நிலை. பள்ளியில் தலைமையாசிரியராக இருந்தபோது அரசு விதிகளுக்குட்பட்டுப் பள்ளியின் முன்னேற்றத்துக்காக எதனையும் திட்டமிடலாம்; செயல்படுத்தலாம்; வெற்றியும் பெறலாம். 'I was the King of all I survey'. ஆனால் மாவட்டத்தில் முதன்மைக் கல்வி அலுவலர்தான் திட்ட ஒருங்கிணைப்பாளர். அவரது எண்ணங்களும் விருப்பங்களும்தான் செயல்வடிவம் பெறும். போதாக் குறைக்கு, இணை ஒருங்கிணைப்பாளர் என்ற பதவி மாவட்டத் தொடக்கக் கல்வி அலுவலருக்கு வழங்கப்பட்டிருந்தது. இருவரும் சொல்வதைக் கோப்புகளாக்கி அடிக்கையொப்பமிட்டு, இருவரிடமும் சென்று மேல் கையொப்பம் பெற வேண்டும். சில முக்கிய முடிவுகளுக்கு மாவட்ட ஆட்சியரின் நேர்முக உதவியாளர் (ஊரகம்) வழியே கோப்பினை அனுப்பி ஆட்சியரின் ஒப்புதலையும் பெற வேண்டும்.

ஆக மொத்தம் ஒரு அலுவலக மேலாளர் போலவே கடமையாற்ற வேண்டிய கட்டாயம். இதற்குத் தேவையான

எழுத்தர்கள், தட்டச்சர் அல்லது கணினி நிரலாளர், அலுவலக உதவியாளர் என எந்த வசதியும் செய்து தரப்படவில்லை. ஒப்பந்த அடிப்படையில் மதிபூஷண் என்ற ஒரு கட்டடப் பொறியாளரும் மாற்றுப் பணியில் ஜோதிடேவிட் சிங் என்ற ஒரு புள்ளியியல் விவர அலுவலரும் நியமிக்கப்பட்டிருந்தனர். பின்னர்தான் நேரடி நியமனம் மூலம் ஆசிரியர்கள் ஒருங்கிணைப்பாளர்களாகப் பணிபுரிய வந்தனர்.

கடிதங்களையும் பள்ளிகளுக்கான அறிவுரைகளையும் நானே எழுதுவேன். அந்தக் கோப்பை நானே எடுத்துச் சென்று முதன்மைக் கல்வி அலுவலரிடம் கையெழுத்தும் பெறுவேன். அதற்காகக் காத்தும் நிற்க வேண்டும். பின் தட்டச்சு செய்ய வேண்டும்; அஞ்சல் செய்ய வேண்டும்; முதன்மைக் கல்வி அலுவலகத்தில் நேர்முக உதவியாளர் உட்பட அனைத்துப் பணியாளர்களிடமும் நான் இனிமையான உறவுகொண்டிருந்தபடியால், எழுதுபொருள் உட்பட அனைத்து வகையிலும் உதவக் காத்திருந்தனர்.

ஆனால் எங்கிருந்து எனக்கு ஆதரவு கிடைக்க வேண்டுமோ அங்கிருந்து கிடைக்கவில்லை. ஆட்சியரது ஆலோசனைக் கூட்டமானாலும், சென்னையில் நடைபெறும் பள்ளிக் கல்விச் செயலர் – அப்போது ஞானதேசிகன், இ.ஆ.ப. – அல்லது திட்ட இயக்குநர் கூட்டும் கூட்டமானாலும் நான் செல்ல வேண்டும். என்னுடன் முதன்மைக் கல்வி அலுவலர் கையை வீசிக் கொண்டு எந்தத் தயாரிப்பும் இல்லாமல் வருவார். அப்போது பள்ளிக் கல்வி இயக்குநர் முனைவர் பரமசிவன், தொடக்கக் கல்வி இயக்குநர் முனைவர் கண்ணன். கூட்டங்கள், பெரும்பாலும் தமிழ்நாடு பாடநூல் நிறுவனத்தின் கூட்ட அரங்கில்தான் நடைபெறும். முதன்மைக் கல்வி அலுவலர், என்னை எங்கும் நகரவிடாமல் தன்னகிலேயே பிடித்துவைத்துக்கொள்வார். திட்டச் செயல்பாடுகள் சார்ந்த கேள்விக் கணைகள் மாவட்டம் வாரியாகப் பறக்கும். நான் தயாராக, ஒவ்வொரு கேள்விக்குமான பதில்களைத் துண்டுச்சீட்டுகளாக, பின்னாலிருந்து எழுதி முதன்மைக் கல்வி அலுவலரிடம் கொடுத்துவிடுவேன். கைத் தட்டலை, பாராட்டை அவர் பெற்றுக்கொள்வார்.

திட்ட அலுவலகத்துக்கென தனியே ஒரு தொலைபேசி இணைப்பினை என்னுடைய முயற்சியில் பெற்றேன். தொலைத் தொடர்புத்துறையில் உதவி செயற்பொறியாளராக இருந்த எனது நண்பரான ஜார்ஜ், விண்ணப்பித்த மறுநாளிலேயே முதன்மைக் கல்வி அலுவலக எண்ணைப் பெரிதும் ஒத்திருக்கும் ஓர் எண்ணுடன் தொலைபேசி இணைப்பு வழங்கினார். முதன்மைக் கல்வி அலுவலரது அறைக்கும் அதிலிருந்து கூடுதல் இணைப்பு வழங்கப்பட்டது. என்னுடைய அறையிலிருந்த அந்தத்

தொலைபேசியை நான் ஒரு வாரம்தான் பயன்படுத்தியிருப்பேன். அதன்பின் முதன்மைக் கல்வி அலுவலர் என்னை அழைத்து ஒரு 'பெருந்தன்மையான' ஆணையை வழங்கினார்: 'அந்தத் தொலைபேசியை வெளியிலிருந்து வரும் அழைப்புகளுக்கு மட்டுமே பதில் சொல்லப் பயன்படுத்திக்கொள்ள வேண்டும். நீங்களாக பேசப் பயன்படுத்தக் கூடாது.' எனக்கு வேடிக்கையாக இருந்தது. அலுவலக நண்பர்கள் சொல்லித்தான் ஆணையின் ரகசியம் புரிந்தது. முதன்மைக் கல்வி அலுவலகத் தொலைபேசி, அலுவல் பயன்பாட்டுக்காக; இந்தத் தொலைபேசி அவருடைய தனிப்பட்ட பயன்பாட்டுக்காக. அலைபேசி அப்போது அதிகமாகப் பயன்பாட்டுக்கு வராத காலம். வரும் அழைப்புகளுக்குப் பதில் சொல்லலாம் என்ற 'உரிமை'யும் அதற்கு அடுத்த வாரம் பறிக்கப்பட்டுவிட்டது. தொலைபேசி சாதனமே அவரது அறைக்குக் கொண்டுசெல்லப்பட்டுவிட்டது; காரணத்தைப் புரிந்து கொள்ளலாம்.

பொறுத்துக் கொண்டேன். திட்டத்தின் முக்கிய பகுதியாக ஒன்றியங்கள் தோறும் வட்டார வள மையங்கள் அமைக்கப்பட வேண்டும். அதன் தலைமைப் பொறுப்பில் ஓர் உயர்நிலைப் பள்ளித் தலைமையாசிரியரும், துணையாக புதிதாக ஆசிரியர் பயிற்றுநர்களும் பின்னர் நியமிக்கப்பட்டனர். தலைமையாசிரியர்கள் மாற்றுப் பணியில் நியமிக்கப்பட்டனர். என்னுடைய வேண்டுகோளை மதித்து இப்பணியை ஏற்ற பூதப்பாண்டி கோலப்பபிள்ளை போன்ற நண்பர்களும் உண்டு.

அடுத்து இந்த வட்டார வள மையங்கள் அமைய வேண்டிய ஊர்களைத் தெரிவுசெய்ய வேண்டும். குமரி மாவட்டத்தில் வேடிக்கை என்னவென்றால் மாவட்டத்தின் தலைநகர் பெயரும் மாவட்டத்தின் பெயரும் வேறுவேறு. தாலுகாக்களும் அப்படித்தான்; அகஸ்தீசுவரம் தாலுகா – தலைமையகம் நாகர்கோவில், தோவாளை – பூதப்பாண்டி, கல்குளம் – தக்கலை, விளவங்கோடு – குழித்துறை. ஊராட்சி ஒன்றியங்களும் அப்படித்தான். எனவே வட்டார வளமையங்கள் அமைய விருக்கும் ஊர்களைத் தெரிவு செய்வது சிரமமாகவே இருந்தது. மையத்தில் இருக்க வேண்டும்; கட்டட வசதியும் வேண்டும். முதன்மைக் கல்வி அலுவலர் மாவட்டத்துக்குப் புதியவர்; நான் இந்த மாவட்டத்தின் அனைத்துப் பகுதிகளையும் அறிந்தவன். ஆசிரிய நண்பர்களும் பரவலாக உண்டு.

ஆனால் முதன்மைக் கல்வி அலுவலர் தன்னிச்சையாகவே இடங்களைத் தெரிவு செய்தார். நான் சொல்கிறேன் என்பதற்காகவே அனைத்து வசதிகளும், ஊரார் ஆதரவும் இருந்த இடங்களை நிராகரித்த கதைகளும் உண்டு. மாவட்டத்தில் மட்டும் விந்தை

உள்ளத்தனைய . . .

மனிதர்கள் இல்லை; மாநிலத்திலும் இருந்தார்கள். ஆரம்ப காலம் என்பதால், திடீர் திடீரென ஆய்வுக் கூட்டங்களுக்குத் தந்தி மூலம் அழைப்பு வரும். நாளை கூட்டம் என்றால், இன்றுதான் சேதி வரும். அலுவலகத்திலிருந்து விரைந்து தோவாளை சென்று தேவையான உடைகளை எடுத்துக்கொண்டு, தோவாளை பேருந்து நிறுத்தத்திலேயே நின்று இரவு நேர அரசுப் பேருந்துகளைக் கை காட்டி நிறுத்தி ஏறிச் சென்ற நிகழ்வுகளும் உண்டு.

இந்தச் சூழ்நிலையிலும் மாவட்டத்தில் திட்டப் பணிகளைத் தொய்வில்லாமல் பார்த்துக்கொண்டேன். பாரதியின் நான்கு வரிகள் எனக்கு எப்போதும் பிடிக்கும். எனது உரைகளை அந்த நான்கு வரிகளுடன்தான் எப்போதும் – இப்போதும் ஆரம்பிப்பேன்.

'அறிவை வளர்த்திட வேண்டும் – மக்கள்

அத்தனை பேருக்கும் ஒன்றாய்

சிறியரை மேம்படச் செய்தால் – பின்பு

தெய்வம் எல்லோரையும் வாழ்த்தும்'.

அனைவருக்கும் கல்வி இயக்கத்தின் முக்கிய நோக்கங்களில் ஒன்று ஆரம்பப் பள்ளிகள் இல்லாத குடியிருப்புகளில் ஆரம்பப் பள்ளிகளைத் தொடங்குவதும், தேவையான இடங்களில், ஆரம்பப் பள்ளிகளைத் தொடக்கப் பள்ளிகளாகத் தரம் உயர்த்துதலும் ஆகும். அதைப் போலவே வகுப்பறை, கழிப்பறை, தண்ணீர் வசதி இல்லாத பள்ளிகளுக்கு அவற்றை ஏற்படுத்திக் கொடுத்தலும் உண்டு. இதற்கான பள்ளிகளைக் கண்டறிவதற்காக மாவட்டம் முழுவதும் சுற்றி வந்திருக்கிறேன். அப்போது இதற்கெல்லாம் வாகன வசதி இல்லை. (இப்போது இருக்கிறது) மதிபூஷணும் நானும் எங்களது பைக்கிலேயே ஒருவர் மாற்றி ஒருவர் பயணம் செய்து வழியில் தென்படும் ஓட்டல்களில் சாப்பிட்டுப் போய்வருவோம்.

மாவட்ட ஆட்சித் தலைவர் ககன்தீப் சிங் பேடி அவர்கள் எஸ்.எஸ்.ஏ. மாவட்டக் குழு என்ற நிர்வாக அமைப்பின் தலைவர். எந்த நிகழ்வுக்கும் உடனே ஒப்புதல் தருமளவுக்கு ஈடுபாடு கொண்டிருந்தார். அதற்குப் பாலமாக நேர்முக உதவியாளர் மயிலேறும் பெருமாள் இருந்தார். நான் கொண்டுசெல்லும் கோப்புகளில் குறிப்புரைகளை நிதானமாக, அடித்தல் திருத்தல் இன்றி அழகாக எழுதுவார். அந்தப் பாணியையே பின்னர் நானும் பின்பற்றினேன்.

ஆரல்வாய்மொழி நெடுஞ்சாலையையொட்டி சிலோன் காலனி உள்ளது. அதற்கு அவர்கள் வைத்துக்கொண்ட

பெயர் மூவேந்தர் நகர். "எங்களுக்கு அங்கே ஒரு ஆரம்பப் பள்ளி வேண்டும். ஆரல்வாய்மொழிக்கு இரண்டு கி.மீ. நடந்து சென்றுதான் குழந்தைகள் தற்போது படித்து வருகிறார்கள்" என்பது அப்பகுதி மக்களின் நீண்டநாள் கோரிக்கை. ஊர் பெரியவர்களும் இளைஞர்களும் என்னை அலுவலகத்திலும் வீட்டிலும் சந்தித்து வற்புறுத்தினார்கள். முதன்மைக் கல்வி அலுவலரால் மறுப்புச் சொல்ல முடியாது. ஏனென்றால் அது கன்னியாகுமரி சட்டமன்றத் தொகுதி. உறுப்பினர், அமைச்சர் தளவாய் சுந்தரம். எனவே, அனுமதி வேகமாகப் பெறப்பட்டு, கட்டடப் பணியும் முடிந்து, மாவட்ட ஆட்சியர் ககன்தீப்சிங் பேடி தலைமையில் அமைச்சர் அதைத் திறந்து வைத்தார். முதன்மைக் கல்வி அலுவலரும் நானும் வாழ்த்துரை வழங்கினோம். புதிதாகப் பள்ளிகள் பல திறக்கப்பட்ட ஆலங்கோட்டை போன்ற இடங்களில் அரசு ஆரம்பப் பள்ளிகள், நடுநிலைப் பள்ளிகளாகவும் (Middle Schools) தரம் உயர்த்தப்பட்டன.

மாநிலம் முழுவதும் இதுபோன்ற நிகழ்வுகள் புயல் வேகத்தில் நடைபெற்றன. ஆரல்வாய்மொழி கடந்து நெடுஞ்சாலையிலிருந்து பார்க்கும் தொலைவில் உள்ள அந்தக் கட்டடம் தற்போது பூட்டிக் கிடக்கிறது. மாணவர்கள் இல்லை; எனவே பள்ளி செயல்படவில்லை. வேதனையாக இருந்தது.

அடுத்த பணி, வரும் ஆண்டுக்கான (2003-04) செயல்திட்டம் தயாரிப்பது. ஆண்டுத்திட்டம், பத்தாண்டுகளுக்குத் தொலை நோக்குத்திட்டம் இரண்டும் தயாரிக்கப்பட வேண்டும். இதற்கான மூன்று நாட்கள் பணிமனை ஏற்காட்டில் நடைபெற்றது. ஒவ்வொரு திட்ட அலுவலரும் தனக்கு உதவியாக மூவரை அழைத்துச் செல்லலாம். மற்றைய மாவட்டங்களில் முதன்மைக் கல்வி அலுவலர்கள், அனுபவம் மிக்க உதவித் தொடக்கக் கல்வி அலுவலர்களையும் கணினிச் செயல்திறம் மிக்க ஆசிரியர்களையும் தெரிவுசெய்து அனுப்பிவைத்திருந்தனர். இங்கு, 'நான் யாருக்கும் ஆர்டர் போடமாட்டேன். யாரை வேண்டுமானாலும் நீங்க கூட்டிட்டுப் போங்க' என்று சொல்லிவிட்டார். எப்போது நான் அழைத்தாலும் எதற்கும் உதவக்கூடிய மூன்று நண்பர்களை (வணிகவியல் முதுநிலை ஆசிரியர் ராபர்ட் ஜேம்ஸ், இளநிலை உதவியாளராக இருந்து ஆசிரியராக மாறிய சிம்காசலம், தொழிற்கல்வி ஆசிரியர் சுசீந்திரம் சங்கர்) அழைத்துச் சென்றேன். சேலம் பேருந்து நிலையத்திலிருந்து ஏற்காடு செல்ல தனிப் பேருந்து வசதி, தங்கும் வசதி, உணவு வசதியெல்லாம் சிறப்பாகச் செய்யப்பட்டிருந்தன. ஒரு மேனிலைப் பள்ளிக் கூட்ட அரங்கில் தொடக்க விழா. சென்னையிலிருந்த வந்த குழுவினரால் மாவட்டத் திட்டம் தயாரிப்பதற்கான ஆலோசனைகள்

உள்ளத்தனைய...

வழங்கப்பட்டன. பகலில் அதே வளாகத்திலும், இரவில் தங்கும் இடங்களிலும் தயாரிப்புப் பணி மும்முரமாக நடைபெற்றது.

இந்த முகாமைப் பற்றி நான் சொல்ல ஒரு முக்கிய காரணம் உண்டு. இந்த முகாமை மாநிலத்தின் சார்பாகப் பொறுப்பேற்று நடத்தியவர் சேலம் மாவட்ட முதன்மைக் கல்வி அலுவலர். பம்பரமாகச் சுழன்று பணிபுரிந்தார். உணவுக்காக வரிசையில் நாங்கள் நிற்கும்போது அவரும் வரிசையின் கடைசியில் நின்று உணவைப் பெற்றுக்கொண்டு, புல்தரையில் எங்களுடனேயே அமர்ந்து உணவருந்தினார். முகாம் ஏற்பாடுகளுக்காக அவர் நியமனம் செய்திருந்த அலுவலகப் பணியாளர்களையும் ஆசிரியர்களையும் வட்டமாக அமரச் செய்து அவரும் அமர்ந்து கொண்டு அன்றைய ஏற்பாடுகளை மீளாய்வு செய்துவிட்டு அடுத்த நாளுக்குரிய பணிகளையும் வழங்கிவிடுவார். உணவு, சிற்றுண்டி ஏற்பாடுகளும் அந்த மலை வாசஸ்தலத்தில் நேர்த்தியாக இருந்தன. மூன்றாம் நாள் மாலையில் முகாம் முடிந்து நாங்கள் ஊர் திரும்பும்போது சேலம் பேருந்து நிலையம், ரெயில் நிலையம் செல்வதற்காகத் தனியாகப் பள்ளிப் பேருந்துகளை ஏற்பாடு செய்திருந்தார். முகாம் தொடங்கிய முதல் நாளே அவரது குடும்பத்திலிருந்து ஒரு அவசரமான ஆனால் நல்ல சேதி வந்தது. மனைவிக்குத் தலைப் பிரசவம்; ஆண் மகன் பிறந்திருக்கிறான்; மகிழ்ந்தார். ஆனால் முகாமை விட்டுச் செல்லவில்லை. முதன்மைக் கல்வி அலுவலரின் பெயர் எஸ். கார்மேகம். முப்பது வயது தாண்டாத இளைஞர்.

இதே கார்மேகம் சார் ஒரு சில வருடங்களில் குமரி மாவட்டத்திற்கு முதன்மைக் கல்வி அலுவலராக வந்தார். என்னிடம் மதிப்புகொண்டு பல முக்கிய பொறுப்புகளை வழங்கினார். இந்த மாவட்டத்தில் மனம்விட்டுப் பேசியது என்னிடம் மட்டும்தான் என்று அடிக்கடி சொல்வார். அவர் என்மீது கொண்ட நம்பிக்கைக்கு ஏற்ப நடந்துகொண்டேன்; அதை என்னுடைய பணிநிறைவுக்குப் பின் மற்றொரு பொறுப்பை அவர் என்னிடம் வழங்கியபோது புரிந்துகொண்டேன்.

கோப்புகளைத் தூக்கிக் கொண்டு முதன்மைக் கல்வி அலுவலர் அறைமுன் நான் காத்திருப்பதை என் தலைமையாசிரியர் நண்பர்களும், இயக்க நண்பர்களும் முற்றிலும் விரும்பவில்லை. 'உங்கள் ஆளுமைக்கு ஏற்ற பணி அல்ல இது, மீண்டும் தலைவராகத் திரும்புங்கள்' என்று சொல்ல ஆரம்பித்தார்கள். முதன்மைக் கல்வி அலுவலரிடம் எனக்குக் கருத்து வேறுபாடுகள் உச்சமாக இருந்த போதிலும் அவரை எந்த நிலையிலும் விட்டுக் கொடுத்ததில்லை. அவருடைய ஆசிரியர் விரோத போக்குக் காரணமாகவும்,

கு. முத்துசாமி

தனிப்பட்ட செயல்பாடுகளின் காரணமாகவும் எல்லோருடைய வெறுப்பையும் சம்பாதித்துக்கொண்டார். போராட்டம் வெடித்தது. வழக்கமாக அலுவலக வளாக முன்புறத்தில் மாலையில் கூடிக் கோஷங்கள் எழுப்புவதும், தர்ணா செய்வதும்தான் வழக்கம். இப்போது ஆர்ப்பாட்டம் செய்தவர்கள் அவரது அறைக்குள்ளேயே நுழைந்து, நேருக்கு நேர் முழக்கமிட ஆரம்பித்தனர். நாற்காலிகள் கோபத்துக்கு இலக்காயின. அப்போது நான் அலுவலகத்தில் இல்லை. வந்தவுடன் விரைந்து, போராட்டத்தில் முன்னணி வகித்தவர்களிடம் பேசி சகஜநிலைக்குக் கொண்டு வந்தேன். ஆனால் அதுவும் நீண்ட நாட்கள் நீடிக்கவில்லை. அமைச்சர் தளவாய்சுந்தரம் வழக்கத்துக்கு மாறாக ஒருநாள் அவரது அறைக்குச் சென்று கடுமையாகப் பேசினார் என்றும் பின்னர் அறிந்தேன்.

'Last straw on the camel's back' என்று சொல்வார்கள். அப்படியான ஒரு நிகழ்வு என்னை மீண்டும் பள்ளிக்குச் செல்ல உந்தித் தள்ளியது. மாநில அளவிலான ஓர் ஆய்வுக்கூட்டம் சென்னையில் நடைபெறப்போகிறது, அதில் முதன்மைக் கல்வி அலுவலரும் ஏ.டி.பி.சி.யும், அதாவது நானும் கலந்துகொள்ள வேண்டும் என ஆணை வந்தது. சென்னையில் கூட்டம் நடைபெறும் அதே நாளில் இங்கே மாவட்ட ஆட்சித் தலைவரது ஆய்வுக்கூட்டம். இரண்டிலும் இருவரும் கலந்துகொள்ள வேண்டும். நான் முதன்மைக் கல்வி அலுவலரிடம் சொன்னேன், 'சார், இரண்டையும் நாம் தவிர்க்க முடியாது. ஆளுக்கொரு கூட்டத்தில் கலந்துகொண்டு, இன்னொருவர் வர முடியாத காரணத்தைச் சொல்லிவிடலாம்' என்றேன். 'அதெல்லாம் முடியாது. நீங்கள் சென்னை செல்ல வேண்டாம்; இங்கேயே என்னுடன் ஆட்சியர் கூட்டத்தில் கலந்துகொள்ளுங்கள்' என்றார். காரணம் எனக்குத் தெரியும். இயக்கச் செயல்பாடுகள் பற்றி சென்னையில் இயக்குநரோ, இங்கு மாவட்ட ஆட்சியரோ கேள்வி கேட்டால், பதில் சொல்ல நான் வேண்டும்.

நான் சென்னை செல்லவில்லை. ஆட்சியர் ஆய்வுக் கூட்டம் சிறப்பாகவே முடிந்தது. அடுத்த வாரம் ஓசூர் அருகே கிலமங்கலம் சாலையில் உள்ள *MYRADA (Mysore Resettlement Development Agency)* வளாகத்தில் ஒரு பயிற்சி முகாம். திட்ட இயக்குநரும் வந்திருந்தார். அவரை நேருக்கு நேர் சந்திப்பதைத் தவிர்த்தேன். ஆனால் அவர் விடவில்லை. 'அவரைப் பிடி' என்பதுபோல பிடித்துக் கொண்டார். ஏன் சென்னை ஆய்வுக் கூட்டத்துக்கு வரவில்லை என்றார். விவரம் சொன்னேன். கேட்டாரே ஒரு கேள்வி! 'நான் பெரியவரா, கலெக்டர் பெரியவரா?' பதில் எனக்கு மட்டுமல்ல, எல்லோருக்கும் தெரியும்.

ஆனால் நான் சொல்லவில்லை. எனது மௌனம் அவருக்கு வசதியாகப் போய்விட்டது. கோபத்தில் சீறினார். 'இனிமே இப்படி நடந்தா சஸ்பெண்ட் செய்துவிடுவேன்'. இது எனது நீண்ட பணிக்காலத்தில் கேட்டிராதது. அந்த நொடியில் நான் முடிவுசெய்துவிட்டேன். இனிமேல் இவர்கள் இருவர் தலைமையின் கீழும் மகிழ்ச்சியுடனோ மனநிறைவுடனோ பணிபுரிய முடியாது.

எனது மாறுதல் கோரிக்கைக்கு முதன்மைக் கல்வி அலுவலர் செவிசாய்க்க மாட்டார் என்று தெரியும். எனவே எனது இளைய மைத்துனர் மூலம் நேரடியாகவே முயற்சிகளை மேற்கொண்டேன். ஒரு மிகப் பெரிய பள்ளிக்கு மாறுதல் ஆணை தயாராகிக்கொண்டிருந்தது. ஒருநாள் காலை, நான் எனது அலுவலக அறையில் அமர்ந்து பணிகளைக் கவனித்துக் கொண்டிருந்தபோது முதன்மைக் கல்வி அலுவலரிடமிருந்து அவசர அழைப்பு. 'டைரக்டர் லைனில் இருக்கிறார். உடனே வாங்க'. நான் அவரது அறைக்குச் சென்றுதான் பேச வேண்டும். எங்களுக்குப் பல இயக்குநர்கள் உண்டு; இது பள்ளிக் கல்வி இயக்குநர்; அதிக அதிகாரங்கள் கொண்டவர். வணக்கம் சொல்லிப் பேசினேன். 'என்ன டிரான்ஸ்பருக்கு ட்ரை பண்ணுறீங்களா? அந்தப் பெரிய ஸ்கூல் எல்லாம் வேணாம். மினிஸ்டர் தளவாய் சுந்தரம் அவரு ஊருக்கு உங்களைக் கொண்டுபோனும்னு நினைக்கார்; ஒத்துக்கிடுங்க. அவரும் உங்ககிட்ட பேசுவார்' என்றார். இரண்டுபேரும் ஒன்றாகத்தான் அமர்ந்திருப்பார்கள் என்று தோன்றியது. முதன்மைக் கல்வி அலுவலர் என்னிடம் முறைத்துக் கொண்டிருந்த சில நிமிடங்களில் தொலைபேசி அழைப்பு. இப்போது அமைச்சர். 'சார், நம்ம ஸ்கூலை விட்டுட்டு ஏன் பெரிய ஸ்கூலுக்குப் போகணும்னு நினைக்கிறீங்க? தோவாளைக்கே வாங்க. நான் எல்லா சப்போர்ட்டும் பண்றேன். நீங்க சரின்னு சொன்னா டைரக்டர் உடனே ஆர்டர் போட்டிடுவார்' என்றார். எவ்வளவு பெரிய வார்த்தை; என்னிடம் கேட்டுத்தான் போட வேண்டும் என்ற அவசியம் ஏதும் இல்லை. 'நீங்க நல்லதுக்குத்தான் சொல்லுவீங்க. சரி' என்றேன். முதன்மைக் கல்வி அலுவலரின் முகம் கடுகடுவென்றிருந்தது. நம்மை மீறிப் போகிறதே என்று நினைத்திருப்பார். நான் எனது அறைக்குத் திரும்பிவிட்டேன்.

அடுத்த நாளே 10.10.2002 அன்று ஆணை வந்துவிட்டது. தோவாளை அரசு மேனிலைப் பள்ளிக்குத் தலைமையாசிரியராக. ஆனாலும் போராட்டம்தான். பதிலி ஆள் வராமல் பணியிலிருந்து விடுவிக்க மாட்டேன் என்று சொல்லிவிட்டார். நான் மூன்று நாள் தற்செயல் விடுப்புக்கான விண்ணப்பத்தைப் புள்ளியியல் அலுவலரிடம் அளித்துவிட்டு வீட்டுக்குச் சென்றுவிட்டேன். சில

மணி நேரங்களிலேயே முதன்மைக் கல்வி அலுவலகத்திலிருந்து அழைப்பு! சென்றேன். கடுகடுப்பு மாறாமல் அவர் தந்த ரிலீவிங் ஆர்டரைப் பெற்றுக்கொண்டு அலுவலக நண்பர்கள் அனைவருக்கும் பக்க பலமாக நின்று உதவி செய்ததற்கு நன்றி தெரிவித்துவிட்டு வெளியே வந்தேன். முதலில் விடுவிக்க செய்ய முடியாது என்றவர், அழைத்து ஆர்டர் கொடுப்பதற்கு என்ன காரணம்? நேர்முக எழுத்தர் சகோதரி சொன்னார்; "மேலேயிருந்து கடும் நெருக்கடி சார். போனுக்கு மேலே போன். உடனே ரிலீவ் பண்ணுங்கன்னு சத்தம் போட்டாங்க'.

எப்படியாயினும் ஒரு மனித நேயமற்ற அலுவலரிடமிருந்து விடுபட்ட மகிழ்ச்சி. புதிய பொறுப்பில் சிறப்பாகச் செய்ய வேண்டும் என்ற எனது ஆசை நிராசையாகப் போனதில் எனக்கு வருத்தம்தான்.

28

அடுத்த அத்தியாயம் தொடங்கியது. எப்போதும் போல அதிகாலை மலைக்கோவில் முருகனைத் தரிசித்துவிட்டு, மூன்றாவது முறையாகத் தோவாளை பள்ளிக்குள் நுழையத் தயாரானேன். இருபது ஆண்டுகளுக்கு முன் இளநிலை உதவியாளராக-எழுத்தராக. பின்னர் பட்டதாரி ஆசிரியராக; இப்போது அதே பள்ளியின் தலைமையாசிரியராக! பள்ளிக்குள் நுழைந்தபோது ஆசிரியர்கள் அனைவரும், பெற்றோர் ஆசிரியர் கழகத் தலைவர் முத்துசாமி தலைமையில் வரிசையாக நின்று கைதட்டி வரவேற்றனர். இருக்கையில் அமர்ந்து பணியேற்றேன். புதிய பள்ளியில் புதிய சவால்கள்; எதிர்பார்ப்புகள்.

மலைக்கோயிலுக்கு நேரே கீழே கிட்டத்தட்ட நான்கு ஏக்கர் பரப்பளவில் விரிந்த மைதானத்துடன் கூடிய பள்ளி. இருபத்தைந்து ஆண்டுகளில் பல மாற்றங்கள். ஆரம்பநிலை வகுப்புகள் தனித் தலைமையாசிரியரைக் கொண்டு, பூச்சந்தைப் பகுதிக் கட்டடங்களில் இருந்தன. நடுநிலை வகுப்புகள் மேனிலைப் பள்ளி வளாகத்துக்குள்ளே வந்து விட்டன. பள்ளியைச் சுற்றி வந்தேன். புதிய வகுப்பறைக் கட்டடங்கள் முளைத்திருந்தன. ஆனால் நடுநிலை வகுப்பு மாணவர்கள் தரையில்தான் அமர்ந்திருந்தனர். சில வகுப்பறைகளில் பெஞ்சுகள் இருந்தன. ஆனால் மேசைகள் இல்லை. தலைமை யாசிரியர் அறைக்கு வெகு தொலைவில் அமைந்திருந்த வேதியியல் ஆய்வகக் கட்டடத்தின் மாடியில் ஒரு வகுப்பறை, ஆண் ஆசிரியர்களின் ஓய்வறையாக இருப்பதைக் கண்டேன். ஒரு சில ஆசிரியர்கள் அதை முழுமையான ஓய்வறையாகப் பயன்படுத்திக்கொண்டிருப்பதையும் பார்க்க முடிந்தது; தலையணைதான் இல்லை. வராந்தா வழியே செல்லும்போது புகை நெடியும் அடித்தது.

கு. முத்துசாமி

மீண்டும் கீழே வந்தேன். மாணவர் கூட்டுறவுப் பண்டகசாலையின் ஒருபுறம் கேண்டின். சில மாணவர்கள் கேக் போன்றவற்றை வாங்கிச் சாப்பிட்டுக்கொண்டிருந்தனர். அதனைச் சின்னஞ்சிறு மாணவர்கள் சிலர் ஏக்கத்துடன் பார்த்துக்கொண்டிருந்தனர். மைதானத்துக்குள் நுழைந்தேன். நான் ஆசிரியராகப் பணியாற்றிக் கொண்டிருந்தபோது நடப்பட்ட வேப்பங்கன்றுகளும் பூவரசன் கன்றுகளும் ஓங்கி வளர்ந்து சத்துணவு சாப்பிடும் மாணவர்களுக்கு நிழல் தரும் குடையாய் விரிந்திருப்பதைக் காண முடிந்தது. மாணவர்கள்தம் போக்கில் கூச்சல் எழுப்பிக்கொண்டு விளையாடிக்கொண்டிருந்தனர். மைதானத்தின் வலது பக்கம் நீர் ஊற்றாமல், உரமிடாமல் செழிப்பாக வளர்ந்திருந்த உடை மரங்கள், மைதானத்தில் பாதி எங்களுக்குத்தான் சொந்தம் என்று என்னைப் பார்த்துச் சிரித்தன.

வழக்கம்போல முதன்மையாகச் செய்யவேண்டியவை என்னென்ன என்று முடிவுசெய்துகொண்டேன். 10.10.2002 முதல் 28.01.2009 வரை இப்பள்ளியில் தலைமையாசிரியராக இருந்தேன். ஏராளமான நிகழ்வுகள். வரிசையாகப் பட்டியலிட குறிப்புகள் இல்லை. ஆனால் பல நினைவில் மாறாமல் பதிந்து விட்டன. ஆசிரியர்களிடையே இருந்த பிரிவினை காரணமாக ஆசிரியர் மன்றச் செயலர் என்ற ஒருவர் இல்லை. உதவித் தலைமையாசிரியரிடம், “ஆசிரியர் ஓய்வறை, தலைமையாசிரியர் அறைக்கு அருகில் இருப்பதுதான் நிர்வாகத்துக்கு வசதி; எனவே, தலைமையாசிரியர் அறைக்குப் பின்புறம் இருக்கும் கட்டடத்தின் கடைசி வகுப்பறைதான் இனி ஆசிரியர் அறை. வாஷ்பேசின் உட்பட அனைத்து வசதிகளும் அங்கு செய்து தரப்படும். மாற்றுவதற்கு ஏற்பாடு செய்யுங்கள்” என்றேன். நியூட்டனின் மூன்றாம் விதி அங்கே செயல்வடிவம் பெற்றது. ஆண் ஆசிரியர்கள் கூட்டமாக எனது அறைக்கு இடைவேளை நேரத்தில் வந்தனர்; கோஷ்டியாகப் பேச ஆரம்பித்தனர்.

‘என்ன விஷயம்? ஒருத்தர் சொல்லுங்க’ என்றேன். சற்று மௌனம். பிறகு ஒருவரை முன்னே தள்ளி விட்டனர்.

‘சார், ஸ்டாப் ரூமை ஏன் சார் மாத்துறீங்க?’

‘ஏன் மாத்தக்கூடாது?’

இந்தக் கேள்விக்கு உடனே பதில் இல்லை.

அடுத்தவர் ஆரம்பித்தார்.

‘அது ரொம்ப வசதியாயிருக்கு சார்.’

‘எதுக்கு வசதின்னு சொல்லுங்க. அங்கே படியேறிப் போகணும், பாத்ரூம் போகணும்னா, ஹெட்மாஸ்டரைப் பார்க்கணும்னா,

ஆபீஸ்ல கிளார்க்கைப் பார்க்கணும்னா கீழேதானே வரணும், என்ன வசதி சொல்லுங்க'.

முணுமுணுப்பைத் தவிர பதில் இல்லை. ஒவ்வொருவராகக் கழன்றுகொள்ள சிக்கல் தீர்ந்தது. அறை மாறியது. அடுத்து கேண்டினை நடத்தி வந்த மாணவர் கூட்டுறவுச் சங்கச் செயலாளர் சுப்பையாவை அழைத்தேன். உண்மையில் அவர் நேர்மையானவர் என்று சொல்லிக் கேள்விப்பட்டிருக்கிறேன்; அடிப்படையில் அவர் ஒரு விவசாயி.

'இந்த கேண்டினாலே உங்களுக்கு லாபம் ஏதும் இருக்கா?'

'இருக்கு சார். ஆனா, அதை சொசைட்டி அக்கவுண்ட்ல, வரவு செலவு எழுதிச் சேர்த்திருவேன்'.

'அப்ப சரி. இதை குளோஸ் பண்ணினா உங்களுக்குச் சங்கடம் இருக்குமா?'

'இல்லை சார், சந்தோஷம்தான். சில பிரஷர்னாலேதான் நடத்திக்கிட்டிருக்கேன்'.

'அப்ப ஒண்ணு பண்ணுவோம். நீங்க வாங்கி வச்சிருக்கிற தின்பண்டம்லாம் தீருர வரைக்கும் ஓடட்டும். அதற்குப் பிறகு தொடர வேண்டாம்' என்றேன்; மனநிறைவுடன் ஒத்துக்கொண்டார்.

அடுத்த பணிகள் ஒவ்வொன்றாக.

அமைச்சர் தளவாய் சுந்தரத்தைச் சந்திக்கும்போதெல்லாம் பள்ளியில் பெஞ்சுகள் இல்லாமலும் மேசைகள் இல்லாமலும் மாணவர்கள் சிரமப்படுவதைச் சொல்வேன். தோவாளையில் 1977–78 காலக்கட்டத்தில் என்னிடம் படித்த மாணவர்களிடமும், பூ வியாபாரத்தால் வளம் கொழித்திருக்கும் பொன்மனம் கொண்டவர்களிடமும் சொன்னேன். நன்கொடையாக பெஞ்சுகளும் மேசைகளும் வர ஆரம்பித்தன; ஆனால் எனக்கோ யானைப்பசி.

ஒரு சனிக்கிழமை. விடியல் நேரம். ஊருக்கு வந்திருந்த அமைச்சர் சுற்றுலா மாளிகைக்கு என்னை அழைத்தார்; சென்றேன். வெளியில் இருந்த உதவியாளர், 'உங்களுக்காக அமைச்சர் வெயிட்டிங். ரூம்ல பாருங்க' என்றார். உள்ளே சென்றேன். பரஸ்பர வணக்கத்துடன் பொதுவாகப் பேசிக்கொண்டிருந்தோம். "சார், டெஸ்க் பெஞ்ச் எல்லாம் வேணுமுன்னு சொன்னீங்கல்ல, எத்தனை வேணும்?'.

'நூறு டெஸ்க், நூறு பெஞ்ச்' என்று சொல்லிச் சிரித்தேன். சொல்லிவைப்போமே என்றுதான். உடனே கீழே தன்னுடைய

சூட்கேசைத் திறந்தார். ஒரு சிறு கட்டை எடுத்து என்னிடம் தந்தார். 'இதுல ஒரு லட்ச ரூபாய் இருக்கு. என் சொந்தப் பணம். கிராமத் தன்னிறைவுத் திட்டத்தில் (கலைஞர் ஆட்சியில் 'நமக்கு நாமே'. இப்போது பெயர் மட்டும் மாற்றம்) நீங்க இதை டிஸ்டிரிக்ட் ப்ராஜக்ட் ஆபிஸ் (மாவட்ட திட்ட முகமை) கணக்கில் கட்டினீங்கன்னா கவர்ன்மெண்ட் பண்டா மூணு லட்சம் சேர்த்து நாலு லட்சம் தருவாங்க. அத வச்சு நீங்க நினைச்ச மாதிரி டெஸ்க் பெஞ்ச் வாங்கிறலாம்' என்றார்.

சில யோசனைகளையும் சொன்னார்; வேறு யாரிடமும் இந்தப் பொறுப்பைக் கொடுக்க வேண்டாம் என்றார். யாரைச் சொல்கிறார் என்று புரிந்துகொண்டேன். பர்னிச்சர் பட்டறை வைத்திருக்கும் நான்குபேரை அழைத்தேன். தோவாளையில் இருவர், திட்டுவிளையில் ஒருவர், நாகர்கோவிலில் அமைச்சர் கை காட்டிய ஒருவர். அவர்களிடம் ஏற்கெனவே நன்கொடையாக வந்த, உறுதியாக இருந்த ஒரு ஜோடி மேசையையும் பெஞ்சையும் காண்பித்தேன். அதற்கு முன்னால் அதைச் செய்வதற்கு எவ்வளவு ஆயிற்று என்று கேட்டு வைத்திருந்தேன்; வந்தவர்களிடம் சொன்னேன்; 'இதைப் போல வேண்டும்; நல்ல வேங்கை மரப்பலகையில் இருக்க வேண்டும். நீள அகலம் இவ்வளவு. டெஸ்க்கில் புத்தகம் வைப்பதற்கான அடிப்பலகையும் வேண்டும். ஆளுக்கொரு செட் செய்து கொண்டு வாருங்கள். இன்னும் பத்து நாளில் வேண்டும். தரத்தைப் பார்த்து ஆர்டர் தருகிறேன்' என்றேன். சொன்னபடி ஒரு மாதத்திலேயே பெஞ்சுகளும் மேசைகளும் வந்திறங்கின. ஒன்றிய வளர்ச்சி அலுவலரிடமும் மாவட்ட ஊரகத் திட்ட முகமை அலுவலரிடமும் நான் நேரில் சென்று பேசியும், அமைச்சர் தொலைபேசியில் பேசியும் அவர்களுக்கான தொகை காசோலையாகப் பெறப்பட்டு வழங்கப்பட்டன. எந்த இடைத்தரகரும் இல்லை; எந்தக் குற்றச்சாட்டும் இல்லை. இன்றும் தோவாளை அரசு மேனிலைப் பள்ளியில் இந்த உறுதியான மேசைகளும் பெஞ்சுகளும் பழுதின்றிப் பயனாகிக் கொண்டிருப்பதைக் காண முடியும்.

மைதானத்தின் வடபுறம் இருந்த உடை மரங்கள் விஷஜந்துக்களின் சரணாலயமாக மாறிப்போனதால் அவை அடிக்கடி வெளிவந்து மாணவர்களை அச்சுறுத்திச் செல்வது பழகிப்போன காட்சி என்றார்கள். அவற்றை எவ்வாறு அகற்றுவது? அரிவாள், மண்வெட்டி, பிக் ஆக்ஸ் போதாது. அமைச்சரின் நேர்முக உதவியாளரும், என் மீது பெருமதிப்பு இன்றும் கொண்டிருப்பவருமான கிருஷ்ணகுமாரிடம் சொன்னேன். அடுத்த நாள் அதிகாலை நான் பள்ளிக்குச் சென்றபோது

ஜே.சி.பி. சத்தம் கேட்டது. உடை மரங்களை அகற்றி மண்ணைச் சமன்படுத்தும் பணி ஜரூராக நடந்துகொண்டிருந்தது.

மாணவர்களிடம் நேரடியாகப் பேசுவது எனக்கு எப்போதும் பிடிக்கும். காலை வழிபாட்டுக் கூட்டங்கள் அதற்கு வாய்ப்பாக அமைந்தன.

ஒவ்வொரு நாளும் மாணவர்களிடம் நேரடியாகப் பேசுவது எனக்கு எப்போதும் பிடிக்கும். சாலை வழிபாட்டுக் கூட்டங்கள் அதற்கு வாய்ப்பாக அமைந்தன. எந்தத் தலைவரது பிறந்த நாள் என்று தெரிந்துகொண்டு வழிபாட்டுக் கூட்டத்தில் அவரைப் பற்றி ஒரு முன்னுரை மட்டும் நான் சொல்லிவிட்டு, மாணவர்களிடம் யாராவது வந்து பேசுகிறீர்களா என்று கேட்பேன். உடனடியாக வந்து பேசும் மாணவர்களுக்கு உடனுக்குடன் புத்தகங்கள் பரிசு உண்டு. பிறகு மாணவர்களே நாட்காட்டியைப் பார்த்து அன்றைய நாளின் சிறப்பைத் தெரிந்துவைத்துக்கொண்டு பேசத் தொடங்கினர்; அதுவும் பாராட்டுக்குரியதுதானே. பரிசுகள் தொடர்ந்தன.

நான் பெருமைப்படக்கூடிய இன்னொரு மாற்றம். மாணவர்கள் வாசிப்புச் சாலை. *(Reading Corner)* ஊராட்சி மன்றம், தனது நிதியில் இதற்கென மூன்று தமிழ் செய்தித்தாள்களையும் ஒரு ஆங்கிலச் செய்தித்தாளையும் தினமும் வழங்கிட ஏற்பாடு செய்தது. பள்ளி நூலகத்திலிருந்து வாரத்துக்கு முப்பது நூல்கள் என்று தேர்வு செய்து அவையும் பார்வையில் வைக்கப்பட்டன. மாணவர்கள் மதிய உணவு இடைவேளையில் சென்று படிக்கலாம். பாட ஆசிரியர்கள் வராத வகுப்புகளுக்கும் ஒரு பாடவேளைக்கு ஒரு வகுப்பு என்று அமர வைக்கப்படுவார்கள். அந்த அறைக்கு வெளியே கருமை பூசப்பட்ட சுவரில் அன்றைய செய்தித்தாள்களிலிருந்து வினாடி வினா போல சில வினாக்கள் தினமும் மாலை நான்கு மணிக்கு இடம் பெறும். அதற்கான விடைகளை எழுதி மாணவர்கள் ஒரு அட்டைப் பெட்டியில் போட வேண்டும். சரியான விடைகள் எழுதிய அனைவருக்கும் அடுத்த நாள் வழிபாட்டுக் கூட்டத்தில் பேனாக்கள் பரிசு உண்டு.

பள்ளிக் கல்வித் துறை எந்தவொரு திட்டத்தைப் புதிதாக அறிமுகப்படுத்தினாலும்,துறையில் போராடி எங்கள் பள்ளிக்கென பெற்றுக்கொள்வேன். அப்படி வந்ததுதான் ஆங்கில மொழி ஆய்வகம். என்னுடைய சி.இ.எப்.எல் அனுபவத்தில் மாணவர்கள் பயன்பெறுமாறு அதனை வடிவமைத்தேன். பள்ளி ஆங்கில ஆசிரியர் லெட்சுமணன் உவப்புடனும் உற்சாகத்துடனும் அதன் நிர்வாகப் பொறுப்பை ஏற்றுக்கொண்டார். இதனை ஆய்வு அலுவலர்கள் பலரும் பார்வையிட்டுப் பாராட்டியுள்ளனர்.

குறிப்பாக ஒரு சம்பவத்தைச் சொல்லலாம். எடுஸேட் (EDUSAT) என்றொரு திட்டம் பள்ளிக் கல்வித் துறையில் உண்டு. சென்னையிலிருந்தே வீடியோ கான்பரன்ஸ் மூலமாக அனைத்து மாவட்ட அலுவலர்களிடமும் தலைமையாசிரியர்களிடமும் பேசலாம்; ஆய்வு செய்யலாம். 2007ஆம் ஆண்டு ஆகஸ்ட் 29ஆம் நாள் அப்படியொரு நிகழ்வு. சென்னையிலிருந்து தொடக்கக் கல்வி மைய இயக்குநர் கே. சங்கர் தனது கலந்துரையாடலில், "நாகர்கோவிலில் இக்கூட்டத்தில் அமர்ந்திருக்கும் முத்துசாமியைப் பற்றி நான் சொல்லியாக வேண்டும். நிறைய படிப்பவர். சாதனையாளர். தோவாளை அரசு மேனிலைப் பள்ளித் தலைமையாசிரியராகப் பணியாற்றி வருகிறார். அங்குள்ள இங்லீஷ் லேப் மாநிலத்தின் மாதிரி லேப். அப்பள்ளி ஒரு கல்விக்கூடம் அல்ல; கல்விக் கோவில். ஆசிரியர்கள் கூட்டத்திலும் நான் பேசியிருக்கிறேன். ஆர்வமும் ஈடுபாடும் மிக்க ஆசிரியர்கள். என் பாராட்டுகள்' என்று கூறினார்.

பள்ளி வேலை நேரம் முடிந்த பிறகு, Communication Skill in English பயிற்சிக்காகத் தினமும் ஒருமணிநேர மாலை வகுப்பு தொடங்கப்பட்டது. சிறப்பு வகுப்புதான்; கட்டணமில்லை. எந்த வகுப்பு மாணவரும் இணைந்துகொள்ளலாம். நானே ஆசிரியர்! பல மாணவர்கள் தினமும் உற்சாகமாக, எந்தக் கட்டாயமும் இன்றிச் சேர்ந்து பயன்பெற்று வந்தனர்.

இந்தப் பள்ளியில் படித்த மாணவர்கள் பலர் பல துறைகளில் உயர் பட்டங்கள் பெற்று உலகமெங்கும் வியாபித்திருக்கிறார்கள். மருத்துவர்களாக மாவட்டத்திலும் வெளியிலும் பணிபுரிந்து வருகிறார்கள். அவர்களை அழைத்து மாணவர்களுக்கு உத்வேகம் அளிப்பதற்காகப் பேசச் செய்தேன். "அரசுப் பள்ளி, கிராமப் பள்ளி, தமிழ் வழி என்பதல்ல முக்கியம். உங்களுடைய இலக்குகளும் அதை அடைவதற்கான விடாமுயற்சியும் உழைப்பும்தான் வெற்றிக்கு வழிகாட்டும்". இதுதான் எல்லோரும் சொன்ன செய்தி. பலன் கிட்டியதா? ஆம். கிட்டியது. ஆசாரிப்பள்ளம் அரசு மருத்துவக் கல்லூரியில் தான் பெற்ற மதிப்பெண்கள் அடிப்படையில் சேர்ந்து படித்த உள்ளூர் மாணவி இன்று அரசு மருத்துவராகப் பணிபுரிகிறார். பிற மாநிலங்களில் மருத்துவப் பட்டம் பெற்றோர் பலர். கிராமப்புற அரசு பள்ளிகளில் முதல் மதிப்பெண்கள் பெற்றவர்கள் என்ற அடிப்படையில் வேலூர் வி.ஐ.டியிலும் சென்னை எஸ்.எஸ்.என் பொறியியற் கல்லூரியிலும் அனைத்துக் கட்டணங்களும் இலவசம் என்ற நிலையில் நேர்முகத் தேர்வில் வெற்றி பெற்று, படிப்பு முடித்து, சாதனையாளர்களாகப் பணிபுரிந்து வருகின்றனர். ஜப்பான், ஜெர்மனி போன்ற வெளிநாட்டுப் பல்கலைக்கழகங்களில் புதிய

துறைகளில் முனைவர் பட்டம் பெற்றுச் சாதித்தவர்களும் உண்டு. தோவாளை ஊர், பூச்சந்தைக்குப் பெயர் போனது. படிப்பை முடித்துப் பூ வணிகத்தில் கொடி கட்டிப் பறப்பவர்களும் உண்டு.

தோவாளையை உள்ளடக்கிய கன்னியாகுமரி சட்டமன்றத் தொகுதிக்கு ஒரு சிறப்பு உண்டு. சமீப காலங்களில் இத்தொகுதியில் வெற்றிபெற்ற சட்டமன்ற உறுப்பினர்களில் பலர், எந்தக் கட்சியாக இருந்தாலும் அமைச்சர் பதவியை அலங்கரித்திருக்கிறார்கள். என் வகுப்புத் தோழர் டாக்டர் அம்மமுத்து, தளவாய் சுந்தரம், சுரேஷ் ராஜன், பச்சைமால் என்று இந்தப் பட்டியல் நீளும். இதில் தளவாய்சுந்தரம் இதே ஊரில் பிறந்து இதே பள்ளியில் பயின்றவர். தளவாய்சுந்தரம், சுரேஷ்ராஜன் இருவரும் அமைச்சர்களாக இருந்த காலத்தில் பள்ளி பல வசதிகளைப் பெற்றது. இதைத் தவிர நாடாளுமன்ற உறுப்பினர்களாக இருந்த தனுஷ்கோடி ஆதித்தன், பேராசிரியர் சங்கரலிங்கம் ஆகியோரும் தங்கள் நாடாளுமன்றத் தொகுதி மேம்பாட்டு நிதியில் கட்டடங்கள் கட்ட நிதி வழங்கியிருக்கின்றனர்.

திட்டுவிளை பள்ளிக்கு நாடாளுமன்ற மாநிலங்களவை உறுப்பினர் 'சோ' ராமசாமி ரூ. ஐந்து லட்சம் தன்னுடைய மேம்பாட்டு நிதியிலிருந்து வழங்கியிருந்ததை ஏற்கெனவே நான் குறிப்பிட்டிருக்கிறேன். அத்துடன் அவரை விடுவதாக இல்லை. தோவாளைக்காக மீண்டும் எழுதினேன். நிதி பெறும் முயற்சியை அமைச்சர் தளவாய் சுந்தரமும் முன்னெடுத்தார்; நிதி வந்தது. 'சோ'வைத் தொலைபேசியில் தொடர்பு கொண்டு நன்றி தெரிவித்தபின், அதனை எந்தப் பணிக்காகச் செலவிடலாம் என்று கேட்டேன். 'பள்ளியின் தேவை உங்களுக்குத்தான் தெரியும், நீங்களே முடிவெடுத்துக் கொள்ளுங்கள்' என்று சொல்லிவிட்டார்; திட்டமிடலானேன். எப்போதும் வகுப்பறைக் கட்டடங்கள்தானா என்று சிந்தித்தபோது, தொழிற்கல்விக்கென ஒரு ஆய்வகம் தேவையல்லவா என்ற பொறி தட்டியது. பள்ளியில் இ.டி.ஏ. இல்ல மின்சாதனங்கள் என்ற பிரிவு பிரபலமாக இயங்கி வந்தது. அதில் சேர்வதற்கு எப்போதும் போட்டிதான். அதன் ஆய்வகம் மாடியிலுள்ள ஒரு வகுப்பறையில் 'ஏதோ' போல் இயங்கி வந்தது. இரண்டு தொழிற்கல்வி ஆசிரியர்களிடமும் எனது கருத்தைச் சொன்னபோது அவர்கள் அடைந்த மகிழ்ச்சி அளவிடற்கரியது. தங்களுக்கு, செய்முறைப் பயிற்சிக்காக என்னென்ன வசதிகள் வேண்டும் என்று அவர்களே முடிவுசெய்து பொதுப்பணித்துறைப் பொறியாளரிடமும் ஒப்பந்தக்காரரிடமும் சொல்லிப் பெற்றுக்கொண்டனர். மாணவர்களுக்குத் தனித்தனியே மார்பிள் மேற்புற மேசைகள், தனித்தனி மின் இணைப்புகள், டெமான்ஸ்ட்ரேஷன் மேசை, ஸ்டோர் ரூம் என வசதிமிக்க

தொழிற்கூடம் பொறியியல் கல்லூரிகளுக்கு ஈடாக உருவானது. பின்னர் நடந்த ஒரு பெருவிழாவினையொட்டி இதனைத் திறந்துவைத்த பள்ளிக் கல்வி இயக்குநர் முனைவர் பரமசிவன், இது போன்றதொரு தொழிற்கல்வி ஆய்வகத்தை அரசு பள்ளிகளில் மட்டுமல்ல, தனியார் பள்ளிகளிலும் தான் கண்டதில்லை என்று பாராட்டு தெரிவித்தார். இந்த பாராட்டுகள் அனைத்திற்கும் உரியவர், அப்போது நாடாளுமன்ற உறுப்பினராக இருந்த 'சோ' ராமசாமி அவர்கள்தான்.

தோவாளை அரசியல் ஈடுபாடுமிக்க ஊர். இந்த ஊரைச் சேர்ந்தவர்கள் சட்டசபை, நாடாளுமன்ற உறுப்பினர்களாக மட்டுமல்ல, மாவட்ட பஞ்சாயத்து உறுப்பினர்களாக, ஒன்றிய பஞ்சாயத்து உறுப்பினர்களாக, ஒன்றியப் பெருந்தலைவர்களாகவும் இருந்து வந்துள்ளனர்; இப்போதும் இருக்கிறார்கள். அதனால் பெரிதும் பலனடைந்தது பள்ளிக்கூடம்தான். எல்லோரும் என்மீது அன்பும் மதிப்பும் கொண்டவர்கள். ஒரு திறந்தவெளி கலையரங்கம், மிதிவண்டி நிறுத்துமிடம், மாணவிகளுக்கு இன்சினேரட்டருடன் கூடிய கழிப்பறை வசதி, பள்ளியின் முன்புறம் வழிபாட்டுக் கூட்டத்துக்காக சிமெண்ட் தளம், உயர்கம்ப மின்விளக்கு வசதிகள் எனப் பேசிப்பேசிப் பெற்றுக் கொண்டேன்.

அனைத்திலும் சிறப்பாக, நபார்ட் திட்டத்தின்கீழ் சுமார் எண்பத்தைந்து லட்சம் மதிப்பீட்டில் ஒரு மூன்று தளக் கட்டடம் கட்டுவதற்கான அனுமதியும் நிதி ஒதுக்கீடும் அரசு வழங்கியது. இதற்கான முன்பணிகளுக்காக எனக்கு முன்பே அறிமுகமான பொதுப்பணித்துறைச் செயற்பொறியாளர், உதவிப் பொறியாளர் அடங்கிய குழு வந்தது. இக்கட்டடம் எப்படிக் கட்டப்பட வேண்டும் என்ற என் விருப்பத்தைத் தெரிவித்தேன். வகுப்பறைகள் அதிகம் தேவையில்லை; கீழ்தளத்தில் வகுப்பறைகள் ஒருங்கிணைக்கப்பட்டு ஒரு ஹாலாகக் கட்டினால் அது ஒரு உள் அரங்கமாக அமையும்; முதல் தளத்தில் இரண்டு இரண்டு அறைகள் ஒருங்கிணைக்கப்பட்டால் ஒன்றினை ஓவிய அறையாக, மாணவர்களது ஓவியங்களைக் காட்சிப்படுத்துவதற்கு ஏற்றதாக அமையும்; மற்றொன்றைத் தையல், பாட்டு வகுப்பு களுக்குப் பயன்படுத்திக்கொள்ளலாம் என்றும் தெரிவித்தேன். ஆனால் வந்த சார்நிலைப் பொறியாளர்கள் விதிகளின்படி அதற்கு வாய்ப்பில்லை என்றார்கள். திருநெல்வேலி கோட்ட மேற்பார்வைப் பொறியாளராகப் பதவி உயர்வில் சென்றிருந்த என்னுடைய நண்பரிடம் பேசி அனுமதிபெற்றுக்கொடுத்தேன். அதே கட்டடத்தின் கீழ்தளத்தில் எனது வேண்டுகோளை ஏற்று மாடிப்படிகளுக்குக் கீழே ஒரு கழிப்பறை, அரங்கத்தில்

நுழைந்தவுடன் ஒரு நீள் சதுர மேடை, தேவையான அளவு மின் இணைப்புகள் அனைத்தும் செய்து தரப்பட்டன. அரங்கம் என்றால் இருக்கைகள் வேண்டாமா? வெளிநாட்டில் பணிபுரியும் முன்னாள் மாணவர் ஒருவர் நூறு' பிளாஸ்டிக் நாற்காலிகளை நன்கொடையாக வழங்கினார். நின்று பேச வசதியாக புல்பிட் நன்கொடையாக வந்தது. மேலும் தேவையான மின்சாதன வசதிகளனைத்தையும் முன்னாள் மாணவர் ஆரல் கனி மருத்துவமனை டாக்டர் ராஜப்பாவு செய்து தந்தார்.

நான் தலைமையாசிரியராகப் பணியாற்றிய காலத்தில் பல கருத்தரங்குகள், மாணவர்களுக்கான இலக்கிய நிகழ்ச்சிகள், கலந்துரையாடல்கள் நடைபெற்றிருக்கின்றன. பள்ளி விடுமுறை நாட்களில் மாவட்டம் சார்ந்த, ஒன்றியம் சார்ந்த அரசு நிகழ்ச்சிகளும் தேர்தல் வகுப்புகளும் நடைபெற்றிருக்கின்றன. இதற்காகவும், பிற கட்டடப் பணிகளுக்காகவும் பிரதான வாயிலே வழியாக இருந்ததை நான் கவனித்திருக்கிறேன். நெடுஞ்சாலையிலிருந்து மாணவர்களுக்கு இடையூறு தராதவாறு வாகனங்கள் மட்டும் சென்றுவர மற்றொரு வாயில் அமைத்தால் என்ன என்ற சிந்தனை எழுந்தது. அப்போதைய அமைச்சர் சுரேஷ்ராஜனிடம் நிதி ஒதுக்கீடு கோரி வேண்டுகோளை விடுத்ததைப் பரிவுடன் ஏற்றுக் கொண்டவர், அதற்காக மட்டுமல்லாமல், ஒரு மேனிலை நீர்தேக்கத் தொட்டிக்காகவும் தேவையான நிதியை ஒதுக்கீடு செய்தார். ஆனால் வேறொரு சிக்கல் எழுந்தது. பள்ளி முன் செல்வது தேசிய நெடுஞ்சாலை. பள்ளிக்கும் சாலைக்கும் இடையே பெரியகுளத்திலிருந்து உபரி நீர் வெளியேறும் நீரோடை. அதன் மீது பாலம் அமைத்து, பள்ளிச் சுற்றுச்சுவரில் வழி ஏற்படுத்தி புதிய வாயில் அமைப்பதானால் நெடுஞ்சாலைத் துறையின் அனுமதி தேவை என்ற கட்டாயம் எழுந்தது. அதனையும் அமைச்சரே முயற்சி செய்து பெற்றுத் தந்து, இன்று பள்ளிக்கு மற்றொரு வாயில் பள்ளியின் வழக்கமான செயல்பாடுகளுக்கு எந்த இடையூறும் இல்லாமல் வருவோரை வரவேற்று நிற்கிறது.

நபார்டு திட்டத்தின்கீழ் ஈரடுக்கு ஆய்வகங்கள் கட்டப் பட்டன. இயற்பியலுக்கு ஒன்று, வேதியியலுக்கு ஒன்று என இரண்டு. இவை இரண்டுக்கும் ஏற்கெனவே ஆய்வகங்கள் இருப்பதால், ஒன்றைத் தாவரவியல் ஆய்வகமாகவும், மற்றொன்றைக் கணினி ஆய்வகமாகவும் மாற்றிக்கொண்டேன். கணினி ஆய்வகத்துக்குத் தேவையான மின்இணைப்புகள் பெற்றோர் ஆசிரியர் கழக நிதியிலிருந்து மேற்கொள்ளப்பட்டன. மாணவர் களுக்குக் கழிப்பறை கட்ட அனுமதி வழங்கப்பட்டிருந்தது. அதற்குத் தண்ணீர் இணைப்பு கண்டிப்பாக வேண்டும்

என்று வாதாடியதால் அந்த வசதியும் செய்து தரப்பட்டது. பொதுவாகக் கழிவறைகளைத் தினமும் சுத்தப்படுத்த துப்புரவுப் பணியாளர்கள் நியமிக்கப்படுவதில்லை. அரசுப் பள்ளிகளும் தனியார் பள்ளிகளும் இங்குதான் வித்தியாசப்பட்டு நிற்கின்றன. நான் பார்த்த தனியார் பள்ளிகளில் தனியாக தூய்மைப் பணியாளர்கள் நியமிக்கப்பட்டுக் கழிவறைகள் தினமும் இருவேளைகள் சுத்தப்படுத்தப்படுகின்றன. அரசு உயர்நிலை, மேனிலைப் பள்ளிகளில் அங்கொன்று இங்கொன்றுமாகப் பணியாளர்கள் இருக்கிறார்கள். ஆனால் அரசு தொடக்க, நடுநிலைப் பள்ளிகளில் அறவே இல்லை. எனது பள்ளியிலும் தூய்மைப் பணியாளர் இல்லை. எனவே வேறொரு ஏற்பாடு செய்தேன். பஞ்சாயத்து அனுமதி பெற்று அதன் பணியாளரை ஒரு மணிநேரம் பள்ளிக் கழிவறைகளைச் சுத்தம் செய்வதற்காகப் பெற்றுக் கொண்டேன். அதற்காக ஒரு மதிப்பூதியம் பெற்றோர் ஆசிரியர் கழக நிதியிலிருந்து வழங்கப்பட்டது.

ஆர்.ஓ. சிஸ்டம் மூலம் சுத்திரிகரிக்கப்பட்ட தண்ணீரை மாணவர்களுக்கு வழங்க வேண்டும் என்பது இன்னொரு அவா. அதுவும் நிறைவேறியது. நான் மாவட்டத் தொடக்கக் கல்வி அலுவலராகக் கிட்டத்தட்ட ஒரு வருட காலம் கூடுதல் பொறுப்பு வகித்தபோது சுனாமி நிவாரணப் பணிகளில் என்னுடைய ஈடுபாடு, அப்போதைய மாவட்ட ஆட்சித் தலைவர் சுனில் பாலிவாலைக் கவர்ந்தது என்று தோன்றியது. அனைத்து அலுவலர்களும் கலந்துகொண்ட ஆய்வுக் கூட்டங்களில் அதைக் கோடிட்டுக் காட்டியிருக்கிறார். அவரை எளிதாக எப்போதும் என்னால் அணுக முடிந்திருக்கிறது. அவரிடம் வேண்டுகோள் விடுத்தேன். வேண்டுகோளுக்குப் பலனிருந்தது. மாவட்ட ஆட்சித் தலைவரது சுயவிருப்ப நிதியிலிருந்து இரண்டு லட்சம் ரூபாய் ஒதுக்கீடு செய்தார். தொழிற்கல்விக் கூடம் அமைந்திருக்கும் மாடியில் உரிய அமைப்பு நிறுவப்பட்டு மூன்று முனைகளில் மாணவ, மாணவியருக்கும் ஆசிரியர்களுக்கும் சுத்திகரிக்கப்பட்ட குடிநீர் தடங்கல் இன்றி வழங்கப்பட்டது. ஒரு சிலர் தண்ணீரைப் பாட்டில்களில் பிடித்துக்கொண்டு தங்கள் இல்லங்களுக்குக் கொண்டு செல்வதைப் பார்த்திருக்கின்றேன். நான் பள்ளியை விட்டுச் சென்ற மறு ஆண்டிலேயே அமைப்பு பராமரிப்பு இன்றிப் பாழ்பட்டுப் போனது என்று சொல்லக் கேள்விப்பட்டு மனம் வெதும்பினேன்.

தோவாளை, தேசிய நெடுஞ்சாலையில் அமைந்துள்ள ஊர். போக்குவரத்துக்குப் பஞ்சமில்லை. ஆனால் பெரும்பாலான பேருந்துகள் நிரம்பிவழிந்துதான் வரும். குறிப்பாக மாலை நேரங்களில் நாகர்கோவில் நோக்கிச் செல்லும் பேருந்துகள்

தோவாளை நிறுத்தத்தில் நிற்பதில்லை. அப்படியே யாரேனும் இறங்க வேண்டியிருந்தால் நிறுத்தத்துக்கு நூறு அடி முன்னேயோ பின்னையோதான் நிற்கும். அதிலும் சீருடை அணிந்த மாணவ, மாணவிகள் பேருந்து நிறுத்தத்தில் கூட்டமாக நிற்பதைப் பார்த்தால் பேருந்துகள் நிற்பதற்கு அஞ்சும். மாலைநேரச் சிறப்பு வகுப்புகள் முடிந்துவரும் மாணவ, மாணவிகள் சில நாட்கள் ஆறுமணிவரை காத்திருக்கிறார்கள் என்று கேள்விப்பட்டேன். பள்ளிக்கென 'அரசு மேனிலைப் பள்ளி, தோவாளை' என்னும் பெயர்ப்பலகை தாங்கி ஒரு நகரப் பேருந்து பள்ளியின் வாசல்வரை தினமும் மாலையில் வந்து மாணவர்களையும் ஆசிரியர்களையும் ஏற்றிச் செல்ல முயற்சி மேற்கொண்டேன். அமைச்சர் தளவாய்சுந்தரத்திடம் விடுத்த கோரிக்கையை அவரது உதவியாளர், கிருஷ்ணகுமார், போக்குவரத்து மேலாளரிடம் சொல்லி முடித்துக் கொடுத்தார். மாநிலத்தில் வேறெங்கும், பள்ளியின் பெயர்ப்பலகையுடன் அரசுப் பேருந்து இயக்கப்படுவது அரிய நிகழ்வு என்று சொன்னார்கள்.

பள்ளி தொடங்கப்பட்ட காலம் முதல் இருந்துவந்த ஓட்டுக் கட்டடங்கள் அமைச்சரின் முயற்சியால் தரைத்தளம் உட்பட அனைத்தும் மாற்றப்பட்டு, நான் விரும்பியவாறு, வகுப்பறைகளின் உள்ளே எதிரெதிர்ப் பக்கங்களிலும் கரும்பலகைகள், மின் விசிறிகள், மின் விளக்குகளுடன் காங்க்ரீட் கட்டடங்களாகப் புதுப்பொலிவு பெற்றன. பள்ளிக்கென ஒரு சின்னம் – எம்ளம் இதுவரை இல்லை. பள்ளியின் குறிக்கோளாக ஒரு ஸ்லோகனை நானே உருவாக்கி அதில் இடம்பெறச் செய்தேன். 'முன்னேற்றத்தை நோக்கித் தினமும்'. இதற்கு ஈடான ஆங்கிலச் சொற்றொடர், '*Atleast an inch forward everyday*'. எங்கள் பள்ளி ஓவியர் வடிவமைத்துக் கொடுத்ததை ஒப்பந்தக்காரர் பள்ளி முகப்பில் எழிலுடன் நிலையாகச் செதுக்கியுள்ளார்.

மாணவர்களுக்கு ஒழுக்கமும் கட்டுப்பாடும்தான் முக்கியம் என நான் பள்ளியில் படித்த காலத்திலிருந்தே உணர்ந்திருக்கிறேன். நான் ஆசிரியராகவும் உதவித் தலைமையாசிரியராகவும், பின்னர் தலைமையாசிரியராகவும் பணியாற்றிய காலங்களில் இதனைச் செயல்படுத்தியிருக்கிறேன். பள்ளியில் முதல் வருகை அநேகமாக என்னுடையதாகத்தானிருக்கும். தலைமையாசிரியரான பின், பள்ளியை விட்டுச் செல்லும் கடைசி ஆளும் நான்தான். தலைமையாசிரியராகப் பணியாற்றிய பள்ளிகள் மூன்றுமே இரு பாலர் படிக்கும் பள்ளிகள். எங்கே பிரச்சினைகள் அரும்பும் என்றும் எனக்குத் தெரியும். நான் பள்ளியில் நுழைந்தவுடனேயே என் முதற்பணி வகுப்பறைகளைச் சென்று பார்வையிடுவதுதான். உயர் வகுப்புகளில் ஒரு மாணவனும் மாணவியும் எந்நாளும்

முன்கூட்டியே வந்து விடுகிறார்கள் என்றால் என் சிறப்புக் கவனம் அந்த வகுப்பறையில் இருக்கும். பள்ளி நேரம் முடிந்த பிறகும் அதைப் போல சுற்றி வருவேன்.

ஒவ்வொரு வகுப்பறையின் முகப்பிலும் ஏதாவது ஒரு பொன்மொழியை நிலையாக இடம்பெறச் செய்திருந்தேன்.

'வரலாறு படிப்பது நன்று;

வரலாறு படைப்பது அதனிலும் நன்று (நேரு தன் மகளுக்கு)'

யாதும் ஊரே; யாவரும் கேளிர் (கணியன் பூங்குன்றனார்)

'வயிற்றுக்குச் சோறிட வேண்டும் இங்கு

வாழும் உயிர்களுக்கெல்லாம்' (பாரதி) இது சத்துணவுக் கூடத்தில்

'தமிழ் எங்கள் உயர்வுக்கு வான்' (பாரதிதாசன்)

'உள்ளத்தனையது உயர்வு' (எனது அறையின் முன்)

'மங்கையராய்ப் பிறந்திடவே–நல்ல

மாதவம் செய்திட வேண்டுமம்மா' (கவிமணி)

'குனிந்தால் புத்தகம்படி;

நிமிர்ந்தால் உலகம் படி' (வைரமுத்து) (ஏணிப்படிகளின் முன்)

Child is the father of Man (Wordsworth)

'To err is human;

To forgive divine' (Alexander Pope)

'உடலினை உறுதி செய்' (பாரதி – புதிய ஆத்திசூடி) (இது விளையாட்டு மைதானத்தின் ஒரு சுவரில்)

இதைப் போல பலப் பல.

பள்ளிக்கு வருகை தருவோர் இவற்றைப் படித்தார்கள், பாராட்டினார்கள். பல வருடங்கள் கழித்து இருபத்தொன்றாம் ஆண்டு, ஏப்ரலில் நடந்த சட்டமன்றத் தேர்தலில் வாக்களிப்பதற் காகச் சென்றபோது, அடித்த வெள்ளையில் அவை காணாமற் போய்விட்டதைக் கண்டேன். பதிலாகப் புதிய சிந்தனைகள் எழுதப்பட்டிருக்கலாமே என்று தோன்றியது.

புரவலர் திட்டம் என்ற ஒன்று பள்ளிக் கல்வித் துறையிலும் நூலகத் துறையிலும் உண்டு. இத்திட்டத்தின் மூலம் பெறப்படும்

தொகையை நன்கொடைகளாக வைத்துக் கொண்டு அதிலிருந்து வரும் வட்டித் தொகையினை அரசு நெறிமுறைகளுக்குட்பட்டுப் பள்ளி நலனுக்காக, மாணவர் நலனுக்காகத் தலைமையாசிரியர் செலவழிக்கலாம். நான் பள்ளியில் தலைமையாசிரியராக இணைந்தபோது இரண்டு புரவலர்களுடன், இருபத்து ஆறாயிரம் ரூபாய் நிதி இருப்பில் இருந்தது. அதில் கிருஷ்ணன் என்ற ஒருவர் மட்டுமே, மறைந்த தனது இளவயது மகன் நினைவாக ரூபாய் இருபத்தைந்தாயிரம் செலுத்தி ஆண்டுதோறும் ஒவ்வொரு வகுப்பிலும் முதல் மதிப்பெண் எடுக்கும் மாணவருக்குப் பரிசு வழங்கி வந்தார்; இதை அதிகரிக்க விரும்பினேன். முதல் மூன்று மாணவர்களுக்குப் பாடவாரியான பரிசுகள், நுண்கலைகளில் பரிசுகள், விளையாட்டில் பரிசுகள் என விரிவாக்கிக்கொண்டே சென்றேன். வசதி படைத்தோர், தயாள மனம் கொண்டோர், முன்னாள் மாணவர்கள், தங்கள் தாய் தந்தையர் நினைவைப் போற்றுவோர் எனப் பட்டியலும் நிதியும் வளர்ந்துகொண்டே சென்றன; பரிசுகளும் பெருகின. புரவலர்கள் ஆண்டு விழாக்களில் கௌரவிக்கப்பட்டனர். ஆரல்வாய்மொழி வின்டெக் காற்றாலை உரிமையாளர் பள்ளி அலுவலகப் பணிக்காக ஒரு கணினியை நன்கொடையாக வழங்கினார். இப்பள்ளியில் ஆசிரியராகவோ மாணவராகவோ இருந்திராத எனது நண்பர் எஸ்.எல்.பி. மணி ஏழை மாணவர்களது சீருடைகளுக்காக நன்கொடை வழங்கியிருக்கிறார். நிறைவேற்றப்பட்ட அனைத்துக் கட்டடங்கள், ஆய்வகங்கள், குடிநீர் வசதித் திட்டங்கள், மிதிவண்டிக் காப்பகம் என இவை அனைத்துக்குமான திறப்பு விழா பள்ளி ஆண்டு விழாவினை ஒட்டி *28.01.2006* அன்று புதிய கலையரங்கத்தில் நடைபெற்றது. மாவட்ட ஆட்சியர் சுனில் பாலிவால் இ.ஆ.ப., தலைமையேற்க பள்ளிக் கல்வி இயக்குநர் முனைவர் சு. பரமசிவன் முன்னிலை வகிக்க, மாவட்ட முதன்மைக் கல்வி அலுவலர் செ. கார்மேகம், பொதுப்பணித்துறைச் செயற்பொறியாளர் உள்ளிட்ட மக்கள் பிரதிநிதிகள் கலந்து கொண்டு சிறப்பித்தனர். தமிழ்த்தாய் வாழ்த்துக்குப் பின் பார்வையிழந்த எம் பள்ளி இசை ஆசிரியர் சுந்தரராஜை இறை வணக்கம் பாடுவதற்காக, கூட்டத்திலிருந்து, மாணவர்கள் அழைத்து வந்தன. அவரது ‘அருள் புரிவாய் கருணைக்கடலே’ பாடல் மாவட்ட ஆட்சியர் உட்பட அனைவரையும் மெய்சிலிர்க்க வைத்தது.

பள்ளிக் கல்வி இயக்குநர் தமது உரையில் என்னைப் பற்றிப் பெருமையாகப் பேசிவிட்டு, “உங்கள் தலைமையாசிரியர் நாகர்கோவிலில் உள்ள பெரிய பள்ளிக்கு மாறுதலாகிப் போக வேண்டியவர்; ஆணையும் தயாராக இருந்தது. ஆனால் உங்கள் அமைச்சர்தான் அவர் எங்கள் பள்ளிக்கு வேண்டும் என்று கேட்டு வாங்கிக்கொண்டார்” என்றார். தலைமை உரையை இறுதியாக

ஆற்றிய மாவட்ட ஆட்சித் தலைவர், 'இப்பள்ளி மாவட்டத்தில் மட்டுமல்ல மாநிலத்திலேயே முன்மாதிரி அரசாங்கப் பள்ளி' என்றார். பல துறைகளிலும் வெற்றிபெற்ற அனைத்து மாணவ, மாணவியருக்கும் சளைக்காமல்அவரே தன் கையால் ரொக்கப் பரிசுகளையும் பரிசுப் பொருட்களையும் வழங்கினார்.

கலையரங்குக்கு முன்னால் அமர்ந்திருந்த அத்தனை மாணவ, மாணவியருக்கும் இருக்கை வசதிகள் செய்து தரப்பட்டிருந்தன. எல்லோருக்கும் 'பலமான' சிற்றுண்டியும் உண்டு. இரவாகி விட்டதால் வெளியூர் மாணவ, மாணவிகள் பேருந்துகளை எதிர்பாராமல் விரைவில் வீடு திரும்ப ஒவ்வொரு வழியிலும் வாகன வசதியினைப் பெற்றோர் ஆசிரியர் கழகமும் ஊராட்சி மன்றமும் செய்திருந்தன. பொதுவாக பள்ளி வேலை நாட்களில் வகுப்பில் இருக்கும்போதே, ஏதேனும் ஒரு மாணவிக்கு 'உடல் நலக்குறைவு' ஏற்பட்டால், உடற்கல்வி ஆசிரியை அதைக் கவனித்து, எனக்குத் தகவல் தந்துவிட்டு மற்றொரு ஆசிரியையும் அழைத்துக் கொண்டு மாணவியை ஒரு ஆட்டோவில் வீட்டுக்குக் கொண்டு சென்று விட்டு வரவேண்டும். இதற்கான செலவினைப் பெற்றோர் தர வேண்டியதில்லை; பள்ளி ஏற்றுக்கொள்ளும். விளையாட்டு மைதானத்தில் காயம்படும் மாணவர்கள் உடன் மருத்துவ உதவி அளிக்கப்பட்டுப் பாதுகாப்புடன் வீட்டுக்கு அனுப்பி வைக்கப்படுவார்கள்.

விழா நிகழ்ச்சிகள் முடிந்து மாவட்ட ஆட்சியர் என் அறைக்கு வந்தார். ஆட்சியர் தலைமையாசிரியர் இருக்கைக்கு எதிர்ப்புறம் இருந்த இருக்கையில் அமர்ந்தார். 'சார், அந்த சீட்ல உட்காருங்க ப்ளீஸ்' என்று எனது இருக்கையைக் காண்பித்தேன். 'இல்ல முத்துசாமி, அதில நீங்கதான் உட்காரணும்; அது குருபீடம்' என்றார்; தயக்கத்துடன் உட்கார்ந்தேன். என் எதிரே பள்ளிக் கல்வி இயக்குநரும் முதன்மைக் கல்வி அலுவலரும். 'முத்துசாமி, எல்லாம் நல்லாயிருக்கு. இன்னொன்னும் சொல்றேன், செய்யுங்க' என்றார் மாவட்ட ஆட்சியர்.

'டாக்டர் அப்துல்கலாம் ஒரு பஞ்சாயத்து ஸ்கூல்ல படிச்சுத்தான் பெரிய சயின்டிஸ்டாகவும் பிரசிடென்டாகவும் வந்திருக்கார்னு எல்லோரும் பெருமையாச் சொல்றாங்க. ஸ்கூல் கட்டடத்தையும் ராஷ்ட்ரபதி பவனையும் போட்டோ போட்டு, ஸ்டூடண்ட்ஸ் பார்க்கிற மாதிரி வையுங்க. ஸ்டூடண்ட்ஸ்க்கு இன்ஸ்பிரேஷனா இருக்கும்' என்றார். 'கண்டிப்பா செய்றேன் சார்' என்று சொல்லிவிட்டேன். இயக்குநரும், 'சார் சொன்னதை ஒரு வாரத்தில முடிச்சிருங்க' என்றார். 'சரி' என்றேன். எல்லோரும் விடைபெற்றுச் சென்றுவிட்டார்கள்.

சரியென்று சொல்லிவிட்டேனே தவிர, அது ஒரு சவாலான பணியாக மாறும் என்று நான் நினைக்கவில்லை. பிரச்சினை என்னவென்றால், டாக்டர் அப்துல்கலாம் பதவியேற்றபோது அவர் படித்த ஊராட்சி ஒன்றிய பள்ளி அதே காரை உதிர்ந்த, ஓடுகள் வேய்ந்த பழைய கட்டடமாகத்தான் இருந்திருக்கிறது. 'பிரசிடெண்ட் படிச்ச ஸ்கூல்' என்று எல்லோரும் புகைப்படம் எடுத்துப் போட, மீடியாக்களில் வெளிச்சம் பெற, அரசாங்கம் விழித்துக்கொண்டது. பழைய கட்டடம் இடிக்கப்பட்டு அந்த இடத்தில் புதிய காங்க்ரீட் கட்டடம் கட்டப்பட்டுவிட்டது. எனக்குப் பிரச்சினை, அந்தப் பழைய கட்டடத்தின் புகைப்படம் வேண்டுமே? பாண்டியன் என் உதவிக்கு வந்தார். பரமக்குடிக்காரர். பரமக்குடி ஆண்கள் மேனிலைப் பள்ளி, குரோம்பேட்டை ஆண்கள் மேனிலைப் பள்ளி ஆகியவற்றில் தலைமையாசிரியராகப் பணியாற்றிவிட்டுப் பதவி உயர்வு பெற்றுச் சென்னை தொடக்கக் கல்வி அலுவலராகப் பணியாற்றி வந்தார். அவர் எனது நீண்ட நாள் நண்பர். அவரிடம் சொன்னேன். 'உங்களுக்கு இன்னும் ஒரு வாரத்தில் படம் வந்து சேரும்' என்று நம்பிக்கை கொடுத்தார். இராமநாதபுரம் மாவட்டத் தொடக்கக் கல்வி அலுவலர் அதை எப்படியோ தேடிக் கண்டுபிடித்து எனக்கு அனுப்பிவைத்தார்.

பள்ளிக் கட்டடம் ஒருபுறம், குடியரசுத் தலைவர் மாளிகை ஒருபுறம், நடுவில் மேலே கலாமின் மார்பளவுப் படம். கீழே 'அங்கே பயின்றவர், இங்கே ஆளுகிறார்' என்ற சொற்றொடரைப் பதித்தேன். படம் தயாராகிவிட்டது. லேமினேட் செய்து, எல்லோரும் பார்க்கக்கூடிய வகையில் தலைமையாசிரியர் அறைக்கு வெளியே இடம்பெறச் செய்தேன். இன்னொரு படம், எனது இருக்கைக்கு மேலே. இலவச மிதிவண்டிகள் வழங்கும் விழாவுக்கு வந்த ஆட்சியர் அவற்றைப் பார்த்து மகிழ்ந்தார்.

29

நெல்லை மனோன்மணியம் சுந்தரனார் பல்கலைக்கழகத்தில் செனட் உறுப்பினராக 2014 முதல் 2016 வரை மூன்றாண்டுகள் கடமையாற்றவும் வாய்ப்பு கிடைத்தது. பல்கலைக்கழக விதிமுறை களின்படி, செனட் உறுப்பினர்களில் ஒருவர் அரசு மேனிலைப் பள்ளித் தலைமையாசிரியர்களில் இருந்து தேர்ந்தெடுக்கப்பட வேண்டும். மூன்று மாவட்டங்களிலிருந்தும் (நெல்லை, தூத்துக்குடி, குமரி) மாவட்டத்துக்கு ஒருவர் வீதம் தேர்ந்தெடுக்கப்படுவர்; வேட்புமனுக்கள் உண்டு; தேர்தல் உண்டு; எனக்கு முன்னர், ஒவ்வொரு முறையும் இதற்குக் கடும் போட்டி, தேர்தல் பிரசாரம் எல்லாம் உண்டு. மதரீதியான, சாதி ரீதியான பிளவுகளும் உண்டு. இந்த ஆண்டு எனது நண்பர்கள் நான் போட்டியிட வேண்டும் என்று விரும்பினர். மாவட்ட பள்ளிக் கல்வி வரலாற்றில் முதன்முறையாகப் போட்டி யின்றித் தேர்வு செய்யப்பட்டேன்.

செனட் பங்கேற்பு ஒரு புதிய அனுபவம் தந்தது. மூன்று மாவட்டங்களின் கல்லூரி முதல்வர்களை யும் பேராசிரியர்களையும் போராட்ட குணம்மிக்க மூட்டா நண்பர்களையும் சந்திக்கும் வாய்ப்பு கிடைத்தது. அப்போது துணைவேந்தராக இருந்த முனைவர் சிந்தியா பாண்டியன் அவையை நடத்திச் செல்வது அருமையாக இருக்கும். ஆங்கிலத்திலும் தமிழிலும் சரளமாக உரையாற்றுவார். எந்தக் கேள்விக்கும் அவரிடம் பதில் உண்டு. ஒருமுறை சிண்டிகேட் உறுப்பினராக இருந்த பேரா. அனந்தகிருஷ்ணன் ஒரு தனியார் கல்லூரியில் நடந்து வந்த முறைகேடு, சீர்கேடு சார்ந்து பிரச்சினை எழுப்பி அதற்கு நடவடிக்கையும் கோரினார். 'சிண்டிகேட் உறுப்பினர்கள் கேபினட் அமைச்சர்களைப் போன்றவர்கள். என் பக்கம் இருந்து நீங்கள்தான் இதற்கு வழி சொல்ல வேண்டும்' என்றார்.

எழுப்ப வேண்டிய கேள்விகளை நாம் முன்கூட்டியே அனுப்பிவிட வேண்டும். ஆனால் செனட் கூட்டத்தில் அதனை எழுப்புவதற்கு ஒரு நடைமுறை இருந்தது. ஆங்கில அகரவரிசைப்படி அழைப்பார்கள். சில நாட்கள் பாதி எழுத்துக்களுடன் நேரம் முடிந்துவிடும். சில கூட்டங்களில் பின்னிருந்து அதாவது, Z, Y என்று போகும். இதில் பாதிக்கப்படுபவர்கள் என்னைப் போல, L, M, N போன்ற நடுவில் வரும் எழுத்துக்களைக் கொண்டவர்கள்தான். ஆனால் அனைவர் கேட்ட கேள்விகளுக்கும் விளக்கமான பதில், கூட்ட நடவடிக்கைக் குறிப்புகளோடு (Minutes) வந்துவிடும். எனக்கு ஒரு முறை பேச வாய்ப்பு கிடைத்தது. எம்.எட்., படிப்புக்கு தொலைதூரக் கல்வி வசதி முன்பு இருந்தது. பணியில் இருந்த ஆசிரியர்களுக்கும், பி.எட்., பட்டம் பெற்றும் எம்.எட் படிப்பதற்குக் கல்லூரி செல்ல வசதி இல்லாத இளைஞர்களுக்கும் அது ஒரு நல்ல வாய்ப்பாக இருந்தது. பின்னர் அந்த வாய்ப்பு மறுக்கப்பட்டுவிட்டது. கூடுதலாக முதுகலைக் கல்வியியல் பட்டம் பெறவும், அதற்குப் பின் முனைவர் பட்டம் பெறவும் விரும்புவோருக்கு மீண்டும் அந்த வாய்ப்பு அளிக்கப்பட வேண்டும் என்று விரும்பினர். குறிப்பாக நேரடி நியமனம் மூலம் மாவட்டக் கல்வி அலுவலர்களாக, அதன் பின் உயர் ஆய்வு அலுவலர்களாக இருந்தவர்கள் பி.எட்., பட்டத்துடன் நிறுத்திக் கொள்ள வேண்டிய சூழல் ஏற்பட்டது. இதனை ஒரு கேள்வியாக அனுப்பி, மீண்டும் தொலைதூரக் கல்வி மூலம் எம்.எட்., படிக்கும் வாய்ப்பு வழங்கப்பட வேண்டும் என்று கோரியிருந்தேன். எனது கோரிக்கையைக் கேட்ட துணைவேந்தருக்கு, அது புதிய செய்தியாக இருந்தது. தன்னுடைய வியப்பினை வெளிப்படுத்திவிட்டு, அடுத்த சிண்டிகேட் கூட்டத்தில் இதுபற்றி விவாதிக்கப்பட்டு, நல்ல முடிவு எடுக்கப்படும் என்று உறுதி தந்தார். ஆனால் அந்த உறுதிமொழி கால வெள்ளத்தில் கரைந்து போயிற்று. மற்றைய பல்கலைக்கழகங்களில் இந்த வசதி அளிக்கப்படவில்லை என்ற காரணமோ, அல்லது உயர்கல்வித் துறை அனுமதிக்குப் போய், மறுக்கப்பட்டு விட்ட காரணமோ என்னவென்று தெரியவில்லை.

மாநில அளவில் நடைபெறும் எந்த கருத்தரங்கம், பணிமனை, ஆலோசனைக் கூட்டமென்றாலும் மாவட்டத்தின் சார்பாக நான் உண்டு அல்லது நானும் உண்டு.

- புதிய கல்விக்கொள்கை தொடர்பாக மதுரையில் நடந்த கருத்தரங்கம்.
- சிறார் உரிமைகள் சார்ந்து சென்னையில் நடந்த ஆலோசனைக் கூட்டம்.

- தலைமைப் பண்புப் பயிற்சி சார்ந்து பல்வேறு பணிமனைகள் (பங்கேற்பாளராகவும், கருத்தாளராகவும், ஒருங்கிணைப்பாளராகவும்)
- தொழில் முறை வழிகாட்டுநர்களுக்கான (Career Masters) பயிற்சி முகாம்.
- போபாலில் அமைந்துள்ள PSSCIVE என்னும் NCERT–யின் அங்கமான தேசிய தொழிற்கல்வி சார்ந்த பணிமனை.
- ஆங்கில மொழி ஆசிரியர்களுக்கான பல்வேறு பயிற்சிப் பணிமனைகள் (கருத்தாளராக.)
- முதன்மைக் கல்வி அலுவலர்களின் வேண்டுகோள்களுக் கிணங்க ஆண்டுதோறும் மாவட்டப் பொதுத்தேர்வுக் குழு சார்பாக நடத்திய தலைமை ஆசிரியர்களுக்கான நிர்வாகப் பயிற்சி முகாம்கள்.
- கன்னியாகுமரி ஒய்.எம்.சி.ஏ அரங்கில் நடைபெற்ற மாநில அளவிலான முதுநிலைப் பட்டதாரி ஆசிரியர்களுக் கான பயிற்சிப் பணிமனை (குடிமைப் பணி சார்ந்த பயிற்சிக் கருத்தாளராக.)
- தமிழ்நாடு கல்வி விதிகளில் (TNER) தேவையான மாற்றங்களைப் பரிந்துரைப்பதற்காக முன்னாள் பள்ளிக் கல்வி இயக்குநர் முனைவர் முத்துகிருஷ்ணன் தலைமையிலான கூட்டம்.

இவை தவிர ஒருசில பயிற்சி அரங்குகள் சிறப்பான நினைவுகளைத் தருகின்றன. அவற்றில் ஒன்று 2008 ஆகஸ்ட் மாதம் மதுரையில் தமிழ்நாடு ஹோட்டலில், யூனிசெப் ஐ.என்.ஜி என்னும் பன்னாட்டு நிறுவனம் இணைந்து மூன்று நாட்கள் நடத்திய “பள்ளித் தலைவர்களுக்கான பயிற்சி முகாம்”. ஆளுமைத்திறன், சகமனிதர் உறவுத் திறன்கள் சார்ந்த பயிற்சி. குமரி மாவட்டத்திலிருந்து முதன்மைக் கல்வி அலுவலர் பொன்னையா உட்பட பதினைந்து தலைமையாசிரியர்கள் கலந்து கொண்டோம். யூனிசெப் பற்றி எல்லோரும் அறிவோம். INGயின் விரிவு International Netherlander Group என்பதாகும்; நெதர்லாந்தைத் தலைமையிடமாகக் கொண்டு உலகமெங்கும் கிளை பரப்பியுள்ள ஒரு பன்னாட்டு நிதி நிறுவனம்; எனினும் அதன் செயல்பாடுகள் சமூக அக்கறை கொண்டவை. யூனிசெப் நிறுவனத்தின், தமிழகப் பொறுப்பாளர் முனைவர் அனிதா ரெத்தினத்தை அங்குதான் சந்தித்தேன். பின்னாளில் நாங்கள் இருவரும் இணைந்து வளர் இளம் பருவத்தினருக்கான பல

செயல்திட்டங்களை முன்னெடுத்துச் செல்லவிருக்கிறோம் என்று அப்போது தெரியாது.

இப்பயிற்சியின் ஒருங்கிணைப்பாளர்கள், ஐ.என்.ஜி நிறுவனத்தைச் சேர்ந்த நெதர்லாந்து பெண்மணிகள் இருவர். அவர்கள் எவ்வாறு எல்லோரிடமும் பழகிக்கொண்டார்கள் என்பதே ஒரு பயிற்சியாக இருந்தது. உலகம் தழுவிய ஏராளமான கருத்துகள் பட வடிவிலும் எழுத்து வடிவிலும் தரப்பட்டன. அவர்கள் இருவரும் எங்களுடனே அமர்ந்து வாழையிலையில் பரிமாறப்பட்ட உணவைக் கைகளிலேயே எடுத்து ருசித்து உண்டனர். பயிற்சி தொடங்குவதற்கும் முன்பே கூட்ட – நடத்தை நெறிகள் என்று ஐந்தைச் சொல்லி அதை ஏற்றுக் கொள்கிறீர்களா என்று எங்களிடமே வினவி, இசைவையும் பெற்றுக்கொண்டார்கள். அதை அமல்படுத்திய விதம்தான் அலாதியானது. நெறிமுறையில் ஒன்று, பயிற்சியின் இடையே யாரும் பேசக்கூடாது. நம்மவர்களுக்கு முடியுமா? ஒரு நாள் இருவரது பேச்சு அவர்களது கவனத்தைக் குலைத்தது. அவர்கள் ஒன்றும் சொல்லவில்லை; நடனமாட ஆரம்பித்துவிட்டார்கள்; பேச்சு தானாகவே நின்றுவிட்டது; எங்கும் சிரிப்பொலி. இந்தப் பயிற்சி முகாமுக்கு அன்றைய இணை இயக்குநர் முனைவர் அறிவொளி வந்திருந்தார். *Appreciative Inquiry* என்ற தலைப்பில் உரையாற்றினார். புதிதாகத் தெரிந்து கொண்டோம். என்னுடைய உரையும் இருந்தது.

30

2006 ஆகஸ்ட் திங்களில் தேசீய அளவிலான ஒரு விருதுக்கு நான் தேர்வான செய்தி வந்தது. புது தில்லியைத் தலைமையிடமாகக் கொண்ட இன்டர்நேஷனல் ஸ்டடி சர்க்கிள் என்ற நிறுவனம் 'ராஜீவ் காந்தி சிக்ஷ சிரோமணி புரஸ்கார்' என்ற ஆசிரியர்களுக்கான விருதினை எனக்கு வழங்குவதாக அறிவித்தது. புது தில்லி ஹேபிடட் சென்டர் குல்மோஹர் அரங்கில் விழா. 28.08.2016 அன்று தமிழகத்தின் மேனாள் ஆளுநர் பீஷ்ம நாராயணசிங் தலைமை வகிக்க, இந்தியத் தேர்தல் ஆணைய மேனாள் ஆணையர் ஜி.வி. கிருஷ்ணமூர்த்தி முன்னிலையில் மணிப்பூர் ஆளுநர் டாக்டர் எஸ்.எஸ். சித்து பரிசுக் கேடயத்தை வழங்கினார். எனது இளைய மைத்துனர் ராமனுடன் புது தில்லி சென்று பங்கேற்ற மகிழ்வான நிகழ்வு அது.

விருதினைப் பெற்றுத் தோவாளை திரும்பும் போது வாழ்த்து தெரிவித்து எங்கும் போஸ்டர்கள். செய்தித்தாள்களில் நண்பர்கள் அளித்த வாழ்த்து விளம்பரங்கள்.

கன்னியாகுமரி மாவட்டத்தில் எனக்குப் பெருமையான தருணங்கள் பல. ஒவ்வொரு காலக் கட்டத்திலும் மாணவர்களும், சக ஆசிரியர்களும் இயக்கத் தோழர்களும் தலைமை ஆசிரியர்களும் உயர் அலுவலர்களும் என்மீது அன்பு காட்டி ஆதரவுக் கரம் நீட்டி என்னை வெற்றி பெறச் செய்திருக்கிறார்கள், நான் இந்த மாவட்டத்தின் மைந்தன் இல்லையென்ற போதிலும்!

பொதுவாக, உயர்நிலைப் பள்ளிகளுக்கு இரண்டு ஆண்டுகளுக்கு ஒரு முறையும், மேனிலைப் பள்ளிகளுக்கு மூன்றாண்டுகளுக்கு ஒரு முறையும் மாவட்டக் கல்வி அலுவலரால் ஆண்டாய்வு நடத்தப்பட்டு வருகிறது. பெயர் ஆண்டாய்வுதான்.

ஆனால் ஆய்வு அலுவலர்களின் அலுவலகப் பணி, பல்வேறு கூட்டங்களில் பங்கேற்பு, நீதிமன்ற வழக்குகள் என்ற பல காரணங்களால் அவ்வாறு ஆண்டுதோறும் நடத்த முடிவதில்லை. ஆண்டாய்வின்போது அலுவலர் ஒருநாள் முழுவதும் அப்பள்ளியிலேயே வழிபாட்டுக் கூட்டம் முதல் மாலையில் மைதானத்தில் கூட்டுப் பயிற்சிவரை இருந்து ஒவ்வொரு செயல்பாட்டையும் பார்வையிட வேண்டும்; இதெல்லாம் எண்பதுகளுக்கு முன்னர் நடந்தது.

மேனிலைப் பள்ளிகளின் எண்ணிக்கை பெருகப் பெருக ஆண்டாய்வு என்ற சொற்றொடர் தொலைந்து போய் ஆய்வு என்ற சொல் மட்டுமே இன்று எஞ்சியிருக்கிறது. சில பள்ளிகளுக்கு மூன்றாண்டுகள் தாண்டியும் ஆய்வு நடப்பதில்லை. ஆனால் பள்ளிக் கல்வி இயக்குநருக்கு அனுப்பப்படும் மாதாந்திர அறிக்கையில், அந்த மாதம் எத்தனை பள்ளிகள் ஆண்டாய்வு செய்யப்பட்டன என்று குறிப்பிடப்பட வேண்டும். ஆனால் எந்தெந்த பள்ளிகள் என்ற விவரம் தேவையில்லை. (இப்போது என்ன நிலவரம் என்று தெரியவில்லை)

ஆனால் திட்டுவிளையிலும் சரி, தோவாளையிலும் சரி, என்னுடைய பணிக்காலத்தில் ஆண்டுக்கொரு முறை ஆய்வு நடக்கும். முதன்மைக் கல்வி அலுவலர்களிடம் 'சார், போன வருடம்தானே ஆய்வு நடந்தது!' என்று ஞாபகப்படுத்தினால், 'சும்மா இருங்க. உங்க ஸ்கூல்னா, எந்த பிரச்சனையும் இருக்காது. எங்களுக்கும் கணக்கு காண்பிச்ச மாதிரி இருக்கும்' என்பார்கள்.

பள்ளியை ஒரு பெருமைக்குரிய நிலைக்குக் கொண்டு வந்த மனநிறைவுடன் 28.01.2009 அன்று காலம் கடந்த பதவி உயர்வின் காரணமாக, மூன்று கட்டங்களாக மூன்று நிலையில், எனக்கு வாழ்வு தந்த பள்ளியை வணங்கி விடைபெற்றேன்.

இப்பள்ளியில் பணியாற்றிய காலத்தில் வேறு பல பொறுப்புகளும் என்னிடம் மனமுவந்து அளிக்கப்பட்டன. மாவட்டக் கல்வி அலுவலர்கள் விடுப்பில் செல்லும்போது, இயக்குநரது ஆணைக்கிணங்க கூடுதல் பொறுப்பினை ஏற்றிருக்கிறேன். இதனை நான் எழுதிக்கொண்டிருக்கின்ற பொழுதில் சேலம் மாவட்ட ஆட்சித் தலைவராகப் பொறுப்பேற்றிருக்கும் செ. கார்மேகம் சார், அவர்கள் குமரி முதன்மைக் கல்வி அலுவலராகப் பணியாற்றியபோது 2006ஆம் ஆண்டு கார்மல் மேனிலைப் பள்ளி +2 விடைத் தாள் திருத்தும் பணிக்கான முகாம் அலுவலராக நியமிக்கப்பட்டிருந்தார். ஒரு நாள் பிற்பகல் தொலைபேசி அழைப்பு அவரிடமிருந்து வந்தது. பள்ளி முடிந்தவுடன் அவரைச் சந்திக்க வேண்டும்; சென்றேன்.

'அசிஸ்டெண்ட் கேம்ப் ஆபிசர், வாங்க' என்றார். எனக்குத் திடுக்கென்றிருந்தது. 'சார் அப்படி ஒரு போஸ்டே கிடையாதே?'

'ஏன் கிடையாது? அத நான் பார்த்துக்கிறேன். கேம்ப் தொடங்கிறதுக்கு முன்னாலேயே என் கூட வந்திடுங்க. எல்லோருக்கும் ஆர்டர் போடணும்,

உண்மைதான். அப்படியொரு பதவி அதிகாரபூர்வமாகக் கிடையாது. ஆனால் என்னை அப்படித்தான் முகாமில் வைத்திருந்தார். பெயருக்கு மார்க் வெரிபிகேஷன் ஆபிசர். மற்றபடி எனக்கு ஒரு தனி அறை அளித்துச் சில பணிகளையும் ஒதுக்கியிருந்தார். குறிப்பாக ஆசிரியர்கள் பணி ஒதுக்கீடு மற்றும் மேலாண்மை. கிட்டத்தட்ட உதவித் தலைமையாசிரியர் பணிதான். ஆசிரியர்கள் குறை தீர்க்கும் மைய அலுவலர் என்றே சொல்லலாம். வணிகவியல் விடைத்தாள்கள் திருத்தும் பணி தொடர்பாக தொழிற்கல்வி ஆசிரியர்களுக்கும் வணிகவியல் முதுநிலைப் பட்டதாரி ஆசிரியர்களுக்கும் கருத்து வேறுபாடு ஏற்பட்டபோது, 'உங்கள் ஆசிரியர்கள்தானே, சமாளியுங்கள் பார்க்கலாம்' என்று என்னை அனுப்பிவைத்தார். இரண்டு பிரிவினரையும் தனித்தனியே அழைத்துப் பேசினேன். இரண்டு பிரிவுகளிலும் பல நண்பர்கள். வின்–வின் கருத்தியலை அடிப்படையாகக் கொண்டு பேசினேன்; ஒத்துக்கொண்டார்கள். திருத்தும் பணி இருசாராரும் இணைந்து தொடர்ந்தது. முதன்மைக் கல்வி அலுவலருக்கும் மகிழ்ச்சி. முகாம் நிறைவுற்றவுடன் அவரிடம் 'சார் நீங்க ரொம்ப கடுமையா இருப்பீங்க, பிரச்சனைகள் வரும்னு நினைச்சோம். இப்படி சந்தோஷமா வேல்யு பண்ணி நாளாச்சு சார்' என்று நன்றி சொல்லி ஆசிரியர்கள் எல்லோரும் விடை பெற்றார்கள். 'தோவாளை ஹெட்மாஸ்டருக்கும் சேத்து தேங்க்ஸ் சொல்லுங்க' என்றார் முதன்மைக் கல்வி அலுவலர்.

இன்னொரு நாள் கூப்பிட்டார். 'சார், ஒரு மூணு மணிக்குள்ள ஆபீசுக்கு வர முடியுமா?'

'வாரேன் சார்'.

சென்றேன். எதிர்பார்த்துக் காத்திருந்தார். அவரது இருக்கைக்கு முன்னால், தங்கம் அண்ணன். தோவாளை ஊராட்சி ஒன்றியத் தலைவராக ஒருமுறை இருந்தவர். எனக்கு நன்றாகத் தெரிந்தவர். 'சாரைத் தெரியுமா?'

யாரிடம் இந்தக் கேள்வி என்று சற்றுக் குழம்பி, இருவருமே 'நல்லாத் தெரியும் சார்' என்றோம். பிறகு என்னைப் பார்த்து, 'சார், அருமநல்லூர் ஸ்கூல், பி.டி.ஏ பிரசிடெண்ட். எஸ்.எஸ்.ஏ.யிலிருந்து

அங்கேயுள்ள பிரைமரி ஸ்கூலுக்கு ஒரு கட்டடம் சேங்ஷன் பண்ணியிருக்கோம். பிரைமரி ஸ்கூல், ஹையர் செகண்டரி ஸ்கூல் காம்பவுண்ட்ல இருக்கு. அந்த ஹெட்மாஸ்டர், கட்டடம் கட்ட பிரச்சனை பண்ணுறார். நான் அந்த ஆள்கிட்ட பேச விரும்பல. உங்க கூட அவரு எஸ்.எல்.பி.யிலே வேலை பார்த்தாராம்ல. நீங்க பேசி இதை சால்வ் பண்ணிட்டு வாங்க. நீங்க போனா, முடிச்சிட்டு வந்திருவீங்கன்னு தெரியும். சி.இ.ஓ. ஜீப்பிலேயே போங்க' என்றார். சென்று வந்தேன்; வென்று வந்தேன். சென்ற இடத்தில் முதன்மைக் கல்வி அலுவலர் பெயரைப் பயன்படுத்தவேயில்லை. நான் படித்த டேல் கார்னகியின் How to win friends and Influence People போன்ற நூல்களும் Interpersonal Skills போன்ற பயிற்சியும் எனக்கு உதவின. என்னை விட எளிதாக முதன்மைக் கல்வி அலுவலரால் பிரச்சினைக்குத் தீர்வு கண்டிருக்க முடியும். ஆனால் இதே தலைமையாசிரியர், தனது சகோதரர் வகித்துவந்த ஒரு 'உயர்' பதவி மூலம் முதன்மைக் கல்வி அலுவலரது ஆணையைப் புறந்தள்ளியதால் ஏற்பட்ட கசப்பான உணர்வுதான் அவர் செல்லாததற்குக் காரணம்.

பல முதன்மைக் கல்வி அலுவலர்கள் இதுபோல் எனக்குப் பல பொறுப்புகளை வழங்க, அவற்றை நேர்மையுடன், காய்த்தல் உவத்தல் இன்றி நான் நிறைவேற்றிய சம்பவங்கள் பல உண்டு.

இனி எனது பணிக்காலத்தில் இரண்டு முக்கியமான கால கட்டங்களைப் பற்றிச் சொல்ல விழைகிறேன். இதற்கு முன்னர் ஓரிடத்தில் குறிப்பிட்டது போல, மாவட்டக் கல்வி அலுவலர்கள் / மாவட்டத் தொடக்கக் கல்வி அலுவலர்கள் மாறுதல் காரணமாகவோ, நீண்ட விடுப்பு காரணமாகவோ இடம்பெயரும்போது, அது கூடுதல் பொறுப்பாக என்னிடம் அளிக்கப்படுவது வாடிக்கையாகப் போய்விட்டது. ஒருசில தலைமையாசிரியர்களுக்கு 'எல்லாம் இவர்தானா' என்ற காழ்ப்பும் இருக்கத்தான் செய்தது. முதன்மைக் கல்வி அலுவலர்களிடமும் பள்ளிக் கல்வி இயக்குநரிடமும் என்னுடைய விருப்பமின்மை யைத் தெரிவிப்பதோடு, சிலர் இப்பொறுப்பைக் கூடுதலாக ஏற்றுக்கொள்ள விரும்புவதாகவும் சொல்லியிருக்கிறேன். அப்போதெல்லாம் அவர்கள் சொல்லும் ஒரே பதில்: 'இது நாங்கள் முடிவு செய்ய வேண்டியது. விருப்பம் அல்லது விருப்பமில்லை என்பதையெல்லாம் பார்த்து ஒரு முக்கியப் பொறுப்பை அளிக்க முடியாது."

நான் மாவட்டக் கல்வி அலுவலராகக் கூடுதல் பொறுப்பு வகித்ததை விட மாவட்டத் தொடக்கக் கல்வி அலுவலராகக் கூடுதல் பொறுப்பு வகித்த காலங்கள் – மாதங்கள்தாம் அதிகம்.

17.06.2004. நான் பள்ளியில் இருக்கிறேன். தலைமையாசிரியர் அறை முன் ஒரு ஜீப் வந்து நிற்கிறது. வந்தவர் மேனிலைப் பள்ளிகளுக்குத் தொடர்பு இல்லாத மாவட்டத் தொடக்கக் கல்வி அலுவலர் பொ. முத்துசாமி. அப்போது எனக்கு அதிகம் அறிமுகம் இல்லாதவர். ஆனால் என்னை அறிந்திருக்கிறார். 'வாங்க சார், உட்காருங்க'. எதிரே அமர்ந்தார். கையில் ஒரு ஆணையுடன் வந்திருந்தார். அவர் விரும்பியவாறே அவருக்கு மாறுதல் ஆணையும்; அவரது இடத்தில் எனக்கு மாவட்டத் தொடக்கக் கல்வி அலுவலருக்கான கூடுதல் பொறுப்பு ஆணையும். நான் சற்றும் எதிர்பார்க்கவில்லை. கூடுதல் பொறுப்பு ஏற்க விருப்பமுமில்லை. எனக்கு என் பள்ளிதான் முக்கியம். இதில் வரும் மனநிறைவும் மகிழ்ச்சியுமே தனி.

'சார், எனக்கு மெயில்ல வந்த ஆர்டர். உங்க காப்பியையும் கொண்டு வந்திருக்கேன். உங்களைக் கூட்டிட்டுப் போகத்தான் வந்திருக்கேன். நீங்க சார்ஜ் எடுத்தாத்தான், நான் ரிலீவ் ஆகி விழுப்புரம் போய் ஜாயின் பண்ண முடியும்' என்றார். என்னுடைய மறுப்பை ஏற்கும் மனநிலையில் அவர் இல்லை. பள்ளியிலிருந்தே இயக்குநரிடம் பேசினார். இயக்குநர் பரமசிவன் சார்தான். 'முத்துசாமியிடம் போனைக் கொடுங்க, நான் பேசுறேன்' என்று சொல்லிவிட்டு என்னிடம் பேசினார்.

'ஏன் வேண்டாம்னு சொல்றீங்க?'

நான் பதில் சொன்னேன். அவர் நினைத்திருந்தால் கடுமையாகப் பேசியிருக்கலாம். அப்படித்தான் உயர் அலுவலர்கள் பேசுவார்கள். 'இது என் ஆர்டர். ஒபே பண்ணுறீங்களா இல்லையா?' என்பார்கள். ஆனால் இவர் அப்படிப் பேசவில்லை.

'முத்துசாமி, உங்களை நான் செலக்ட் பண்ணித்தான் போட்டிருக்கேன். டி.இ.இ.ஓ. பொறுப்பை எல்லார்கிட்டேயும் கொடுத்திர முடியாது. ஆனா, உங்களால முடியும். ஏதும் பிரச்சனைன்னா, நான் இருக்கேன். தைரியமா சார்ஜ் எடுங்க சீக்கிரம் வேறொருத்தரை ரெகுலர் டி.இ.இ.ஓ. வாப் போடுறேன்' என்றார். இதற்கு மேல் ஒரு இயக்குநரிடம் பேச முடியுமா? உதவித் தலைமை ஆசிரியர்களிடம் தகவல் சொல்லி விட்டு அதே ஜீப்பில் சென்று சார்ஜ் எடுத்தேன்.

இந்த இடத்தில் மாவட்டத் தொடக்கக் கல்வி அலுவலரது பொறுப்புகளையும் கடமைகளையும், 'சிறப்பையும்' பற்றிச் சொல்லியாக வேண்டும். மாவட்ட, பள்ளிசார் நிர்வாகத்தில் முதன்மைக் கல்வி அலுவலருக்கு அரசு உயர்நிலை, மேனிலைப் பள்ளிகளில் பணியாற்றும் ஆசிரியர்களுக்கு மாறுதல் வழங்கும்

அதிகாரம் உண்டு. இந்த அதிகாரம் மாவட்டக் கல்வி அலுவலர்களுக்கு இல்லை. மாவட்டக் கல்வி அலுவலர்களுக்கு அரசு உதவிபெறும் பள்ளிகளில் செய்யப்படும் நியமனங்களுக்கு ஒப்புதல் வழங்கும் அதிகாரம் உண்டு. முதன்மைக் கல்வி அலுவலர்களுக்கு அது இல்லை. ஆனால் மாவட்டத் தொடக்கக் கல்வி அலுவலர்களுக்கு, தொடக்கப் பள்ளிகளைப் பொறுத்தவரை (ஆரம்பப் பள்ளிகள், நடுநிலைப் பள்ளிகள்) இந்த இரண்டு அதிகாரங்களும் உண்டு. மாவட்டக் கல்வி அலுவலர்கள், முதன்மைக் கல்வி அலுவலரின் நேரடி அதிகார வரம்புக்குட்பட்டவர்கள். ஆனால் மாவட்டத் தொடக்கக் கல்வி அலுவலர்கள், அவ்வாறு இல்லை. அவர்கள் நேரடியாகவே மாநில தொடக்கக் கல்வி இயக்குநரது ஆளுகைக்குள் வந்து விடுவார்கள். இந்த வகையில் வருவாய் மாவட்ட அலுவலர் என்ற முறையில், பதவி தரத்தில் ஒரு அடுக்கு கீழே இருந்தாலும் முதன்மைக் கல்வி அலுவலருக்கு இணையாக மாவட்டத்தில் கருதப்படுவார். பள்ளிக் கல்வி இயக்குநரது ஆணைகள் முதன்மைக் கல்வி அலுவலர்களுக்குச் செல்லும். தொடக்கக் கல்வி இயக்குநரது ஆணைகள் நேரடியாக மாவட்டத் தொடக்கக் கல்வி அலுவலர்களுக்கு வரும்.

ஒரு வாரம் அல்லது இரண்டு வாரங்கள்தான் என்ற நினைப்பில்தான் கூடுதல் பொறுப்பை ஏற்றேன். ஆனால் இப்பொறுப்பு மாதக் கணக்கில் சென்றுவிடும் என்று நான் சற்றும் எதிர்பார்க்கவில்லை.

2004 ஜூன் மாதம் முதல் கிட்டத்தட்ட பத்து மாதங்கள் கூடுதல் பொறுப்பில் இருந்தேன். இந்தப் பொறுப்பில் நான் சந்தித்த சவால்களும், அவற்றை வெற்றிகரமாக எதிர்கொண்ட விதமும் என்றும் என் மனத்தில் நிற்கும். ஒரு போரின் வெற்றி படைத்தலைவனால் மட்டுமல்ல, அவனது தளபதிகள், தன்னம்பிக்கையுடன் போராடும் வீரர்கள் எல்லோராலும்தான் நிகழ்த்தப்படுகிறது.

இந்தப் பத்து மாதங்களில் அலுவலகம் மூன்று இடங்களுக்கு மாற வேண்டியிருந்தது. நான் பணியாற்றியபோது அலுவலகம் மத்தியாஸ் மருத்துவமனையை ஒட்டியுள்ள சிரில் தெருவில் ஒரு வாடகைக் கட்டடத்தில் இயங்கியது. அந்தக் கட்டடத்தை அடுத்து உரிமையாளரின் வீடு. அடிக்கடி ஜெபக்கூட்டங்கள் நடக்கும். பொதுவாகவே, வாடகைக் கட்டடங்களுக்கு அரசு நிர்ணயித்துள்ள சில அளவுகோல்களின்படிதான் வாடகை வழங்கப்படும். அதை முதலில் மகிழ்ச்சியாக ஏற்றுக்கொள்ளும் உரிமையாளர்கள், ஆண்டுகள் செல்லும்போது அன்றைய சந்தை மதிப்புக்கேற்ப

வாடகையை எதிர்பார்ப்பார்கள்; இல்லையென்னும்போது பிரச்சினை தொடர்கதையாகும்.

நான் பணியேற்றவுடன், என்னை முதலில் சந்தித்தவர் வீட்டுக்காரர்தான். ‘எத்தனையோ ஆபிசர்ஸ்கிட்ட சொல்லிப் பார்த்துட்டேன், நடக்கல. நீங்களாவது கொஞ்சம் ஹெல்ப் பண்ணுங்க சார். கொஞ்சம் கூட்டிக் கொடுக்க பாருங்க. இல்லன்னா வேறு இடம் பாருங்க. உங்களைப் பத்தி எல்லாரும் நல்லாச் சொன்னாங்க சார்’ என்று ஐசும் வைத்தார். நம்மை வெளியேற்றத் துடிக்கும் வீட்டில் இருக்கக்கூடாது என்று முடிவெடுத்துவிட்டேன். ஒரு மாதத்திலேயே ஜெகந்நாதன் தெருவில் இருக்கும் அரசு நிறுவனம் ஒன்றுக்குச் சொந்தமான கட்டடமொன்றில் குடியேறினோம். அங்கு சில மாதங்கள். அதன் பின் முதன்மைக் கல்வி அலுவலக வளாகத்தில், தொடக்கக் கல்விக்கென கட்டப்பட்ட கட்டடம். எனவே என்னை மூவேந்தன் என்று சொல்லிக்கொள்ளலாம்! ஆனால் அந்தக் கட்டடம் தற்போது மண்டல தேர்வுத் துறை அலுவலகமாகச் செயல்பட்டு வருகிறது.

பள்ளிப் பொறுப்போடு இந்தப் பொறுப்பையும் கூடுதலாகக் கவனிப்பதால், இரண்டுக்கும் பழுது இல்லாமல் பார்த்துக் கொள்வேன். காலை 8.30–க்குள் பள்ளி. ஒரு சுற்று சுற்றி வந்தவுடன், இருக்கையில் அமர்ந்து கருவூலத்துக்குச் செல்லக் காத்திருக்கும் உண்டியல்களில் கையெழுத்து. மூத்த ஆசிரியர்களிடம் பள்ளிச் செயல்பாடுகள் முன்னேற்றம் குறித்த உரையாடல். பின் வழிபாட்டுக் கூட்டம். உதவித் தலைமையாசிரியரை அழைத்துக் கொண்டு வளாகத்தைச் சுற்றிவரும்போதே, தேவையான கருத்துப் பரிமாற்றம். அடுத்து முற்பகலுக்கு மாற்றப்பட்ட என்னுடைய பாட வகுப்பு. அதன் பின் நண்பகல் உணவு அருந்தியோ, அருந்தாமலோ, அலுவலகப் பணிக்காக நாகர்கோவில் விரைதல். அலுவலகம் சென்றவுடன், நேர்முக உதவியாளருடன் ஒரு ஆலோசனை. அவசரக் கடிதங்களைப் படித்துப் பார்த்துவிட்டு கையொப்பமிடல். அதன் பின் பள்ளிகள் பார்வை. வருவாய் மாவட்ட அலுவலர் ஆனாதால் ஆரோக்கியபுரம் முதல் நீரோடி வரை, மணவாளக் குறிச்சியிலிருந்து கோதையாறு கீழ் முகாம்வரை என மாவட்டத்தின் நான்கு திசைகளுக்கும் பல நாட்கள் பயணம், பார்வை. என்னுடைய இப்பணிக் காலத்தில் மாவட்டத்தின் அனைத்துத் தொடக்க, நடுநிலைப் பள்ளிகளையும், பன்னிரண்டு உதவித் தொடக்கக் கல்வி அலுவலகங்களையும், வளர்கல்வி மையங்களையும், அரசு உதவி பெறும் சிறார் இல்லங்களையும் பார்வையிட்ட திருப்தி எனக்கு.

எவ்வளவு நாட்கள் இப்பொறுப்பில் இருப்பேன் என்று கணிக்க முடியாததாலும், விரைவில் மற்றொருவர் வந்து பொறுப்பேற்பார் என்று எதிர்பார்த்ததாலும் என்னுடைய பணிகளை முன்கூட்டியே திட்டமிடமுடியவில்லை. என்னுடைய ஆணையை எதிர்பார்த்து ஒரு கோப்பு நீண்ட நாட்களாக, நான் பொறுப்பு ஏற்கும் முன்பே காத்திருந்தது. உதவி பெறும் பள்ளிகளில் நிர்வாகம் நியமனம் செய்திருந்த ஆசிரியர்களுக்கு அந்த நியமனத்துக்கு ஒப்புதலை மாவட்டக் கல்வி அலுவலர் வழங்க வேண்டும்; ஒரு கையெழுத்துத்தான். ஆனால் அந்த அலுவலர் 'தக்கார் தகவிலர்' என்பது அக்கையெழுத்தால்தான் பெறப்படும். பல அலுவலகங்களில் அந்தக் கையெழுத்துக்கு விலை அதிகம். எந்த ஊழலுக்கும் இடம் கொடுத்துவிடாமல், கவனத்துடன் தனியார் பள்ளி ஒழுங்குபடுத்தும் விதிமுறைகளுக்குட்பட்டு எந்த பழிச் சொல்லும் வராமல் செயல்பட வேண்டியிருந்ததால் ஒப்புதல் ஆணைகளை உடனடியாக வழங்க முடியவில்லை. இவ்வாறு ஒப்புதல் ஆணைகளை எதிர்பார்த்துக் கொண்டிருந்த ஆசிரியர்கள் நூற்றுக்கும் மேல்; அதிலும் பெண்கள்தான் அதிகம். இரண்டு ஆண்டுகளாகக் காத்திருந்தவர்களும் உண்டு. நான் பள்ளிகளைப் பார்வையிடச் செல்லும்போது, அநேகமாக ஒவ்வொரு பள்ளியிலும் ஓரிரு ஆசிரியர் இப்படி இருப்பார்கள். நான் பார்வையை முடித்துப் பள்ளியை விட்டு வெளிவரும்போது ஓடி வருவார்கள்; பார்க்க 'பாவமாக' இருக்கும்.

"சார், எனக்கு அப்பாயிண்ட்மெண்ட் போட்டு ரெண்டு வருஷம் ஆகுது. இன்னும் அப்ரூவ் ஆகல. அதனால சம்பளமும் வரல. வீட்ல அவருக்கு உடம்பு சரியில்ல. அதனாலே எப்போதாவது ஏதாவது வேலைக்குப் போவாரு. இதில நான் ஸ்கூலுக்கு வாரதுக்கு வேற பஸ்ஸுக்குச் செலவழிக்கணும். ரொம்ப கஷ்டத்தில் இருக்கோம். சார் நீங்க அப்ரூவல் ஆர்டர் போட்டா..." என்று சொல்லிக்கொண்டு இருக்கும்போதே அழ ஆரம்பித்துவிடுவார்கள். இது போன்ற சம்பவங்கள்தான் எல்லா பள்ளிகளிலும். அவர்கள் கையெடுத்துக் கும்பிடும்போது கஷ்டமாக இருக்கும். அநேகமாக எல்லாமே கத்தோலிக்க அல்லது சி.எஸ்.ஐ. பள்ளிகள்தான். கத்தோலிக்கப் பள்ளிகள் பெரும்பாலும் தேவாலய வளாகத்துக்குள்ளேயே இருக்கும். அப்ரூவல் ஆணை வழங்குவது பற்றிச் சிந்திக்க ஆரம்பித்தேன். அதற்கான விதிமுறைகளைப் படிக்கவும் ஆரம்பித்தேன்.

நான் தொடக்கக் கல்வி அலுவலராகப் பணியாற்றிய காலம் முழுவதும் எந்தக் குற்றச்சாட்டுகளும் இல்லாமல், பெற்றதெல்லாம் வாழ்த்துகளும் பாராட்டுகளும்தான்

கு. முத்துசாமி

என்றமைந்ததற்கு முக்கிய காரணம் எனக்குத் துணை நின்றவர்கள்தாம். அலுவலரின் எதிர்பார்ப்புகளுக்கேற்ப விரைவாகச் செயல்பட்ட உதவித் தொடக்கக் கல்வி அலுவலர்கள், நேர்முக உதவியாளர்கள், கண்காணிப்பாளர்கள், உதவியாளர்கள், தேவை ஏற்படின் உரிய ஆலோசனைகளை நான் கேட்டுப் பெற்ற முதன்மைக் கல்வி அலுவலர்கள், முக்கியமாக என்மீது எப்போதும் அன்பு கொண்டிருக்கும் ஆசிரியப் பெருமக்கள் ஆகியோர் நான் தொடக்கக் கல்வி அலுவலராகப் பணியாற்றிய காலத்தில் முதன்மைக் கல்வி அலுவலராக இருந்தவர், கோமதி நாயகம். தொண்ணூற்று ஐந்திலேயே அறிமுகம் ஆனவர். நான் விளாத்திகுளம் தலைமையாசிரியராக இருந்தபோது, அவர் கோவில்பட்டி வ.உ.சி. அரசு ஆண்கள் மேனிலைப் பள்ளித் தலைமையாசிரியராக இருந்தார். எனக்கு எப்போதும் துணையாக இருந்த மற்றொரு குழாம், இயக்க நண்பர்கள். குறிப்பாக தொடக்கப் பள்ளி ஆசிரியர் இயக்கங்கள். இதில் பல அணிகள் உண்டு; ஒவ்வொன்றுக்கும் தனித்தனிப் பெயர்களும் உண்டு; அரசியல் நிழலும் உண்டு. அதன் தளகர்த்தர்களாக இருந்த அனைவரும் – சின்ன நாடார், ஆபேல், ஆதித்தன் போன்ற எல்லோருமே என்மீது, நானும் ஓர் இயக்கப் போராளியானதால் மிகுந்த மரியாதை கொண்டிருந்தனர். அவர்கள் கூறும் ஆக்கபூர்வமான யோசனைகளை நானும் ஏற்றுக் கொண்டிருக்கிறேன்; எந்தப் பிணக்கும் ஏற்பட்டதில்லை.

    நான் பணியேற்றுச் சரியாக ஒரு மாதம் முடிகிறது. 16.07.2004. இடியென ஒரு செய்தி எல்லோரையும் தாக்கியது. தமிழகம், இந்தியப் பூபாகம், உலகப் பெருநிலம் என அனைத்து வாழ் மக்களையும் அதிர வைத்துக் கண்ணீர் வடிக்கச் செய்த செய்தி. கும்பகோணம் பள்ளித் தீ விபத்து. புலவர் பழனிச்சாமி என்பவரை நிர்வாகியாகக் கொண்டு இயங்கி வந்த கிருஷ்ணா ஆங்கில வழிப் பள்ளியின் மேல்தளத்தில் இருந்த தொடக்கக் கல்வி வகுப்புகளில் இருந்த தொண்ணூற்று நான்கு சின்னஞ்சிறு பூக்களைக் கருகச் செய்த கொடூரத் தீவிபத்து. அன்று காலை பத்துமணியளவில் அருகில் இருந்த சத்துணவுச் சமையற்கூடத்திலிருந்து பறந்த தீப்பொறி கூரை வேயப்பட்டிருந்த வகுப்பறைகளுக்கும் பரவி, என்ன நடக்கிறது, எப்படி தப்பிப்பது என்று தெரியாமலேயே குழந்தைகள் தீப் பிடித்து மாண்டனர். மேல் மாடியில் இருந்தன வகுப்புகள். ஒரே ஒரு படிக்கட்டு. முண்டியடித்துக்கொண்டு அதன் வழியே இறங்கும் முன்னே சின்னஞ்சிறு உயிர்கள் பறிபோயின. குறுகலான தெருவில் அமைந்திருந்த பள்ளிக் கூடம். தீயணைப்பு வண்டிகள் உள்ளே நுழைந்து தீயை அணைப்பதற்குள் காலம்கடந்துவிட்டது.

உள்ளத்தனைய . . .

வழக்கம்போல, பல்வேறு விசாரணைகள், அலுவலர்களின் தற்காலிகப் பணிநீக்கம், நிர்வாகி உட்பட அனைவர் மீதும் வழக்குகள், கைது, விசாரணை, குழந்தைகளை இழந்த பெற்றோருக்கு நிதி உதவி எனத் தொடர்ந்தன. அதிலும் சில பிரபலங்களின் விளம்பர வாக்குறுதிகள் காற்றோடு போயின. இன்னுயிர் நீத்த குழந்தைகளின் நினைவாகக் காவிரி பாலக்கரையில் பத்தொன்பது லட்சம் ரூபாய் செலவில் ஒரு நினைவு மண்டபம் கட்டப்பட்டு 06.06.2010 அன்று திறந்துவைக்கப்பட்டது.

உயிர் கொடுத்த குழந்தைகள், தமிழகப் பள்ளிக் கல்வித் துறையில் விழிப்புணர்வை ஏற்படுத்தி மிகப்பெரிய மாற்றங்கள் உருவாகக் காரணமாகவும் அமைந்தனர். இந்தப் பெருமரணத்துக்குக் காரணம், பாதுகாப்பற்ற கட்டடங்கள், கூரை வேய்ந்த வகுப்பறைகள், மாடியில் இயங்கும் எல்.கே.ஜி. முதலான ஆரம்பப் பள்ளி வகுப்புகள், ஏறவும் இறங்கவும் ஒரே ஒரு குறுகலான ஏணிப்படி எனப் பல காரணங்கள் கண்டறியப்பட்டன. அவசர கால அனுமதி, இதுபோன்ற பேரிடர் காலங்களில் மேற்கொள்ள வேண்டிய மீட்புப் பணி குறித்து ஆசிரியர்கள் உட்பட யாருக்கும் பயிற்சி இல்லாத நிலை எனக் குறைகள் ஒவ்வொன்றாக வெளிவந்தன.

வழக்கம்போல ஒரு குழு அமைக்கப்பட்டது. அந்த ஒரு நபர் குழுவுக்குத் தலைவராக ஓய்வு பெற்ற நீதியரசர் சம்பத் நியமிக்கப்பட்டார். கும்பகோணம் தீ விபத்து குறித்து விசாரணை செய்யவும் இது போன்ற சம்பவங்கள் வருங்காலத்தில் நடக்காதவாறு மேற்கொள்ள வேண்டிய நடவடிக்கைகள் குறித்து பரிந்துரைக்கவும் ஆணையிடப்பட்டது. நீதியரசர் கும்பகோணம் மட்டுமல்லாமல், மாநிலம் முழுவதும் சென்று பள்ளிகளைப் பார்வையிட்டு, அலுவலர்களிடமும் ஆசிரியர்களிடமும் கருத்துக்கள் பெற்று அரசிடம் அறிக்கை சமர்ப்பித்தார். குமரி மாவட்டத்துக்கும் வந்தார். நான் உடன் சென்றேன். அவரது பரிந்துரைகளில் முக்கியமானவை மூன்று.

- ஓலைக் கூரைகள் அனைத்தும் அகற்றப்பட்டுத் தீப்பிடிக்காத வகையில் மாற்று ஏற்பாடுகள் செய்யப்பட வேண்டும்.

- எல்.கே.ஜி, யு.கே.ஜி. உள்ளிட்ட ஆரம்பநிலை வகுப்புகள் கட்டடத்தின் கீழ்தளத்திலேயே செயல்பட வேண்டும்.

- மாடிக் கட்டடம் உள்ள பள்ளிகள் அனைத்திலும் ஏறவும் இறங்கவும் இரண்டு தனித்தனி ஏணிப்படிகள் இருக்க வேண்டும்.

அனைத்துக் கல்வி அலுவலர்களுக்கும் அவசர ஆணைகள் பறந்தன. மாவட்ட ஆட்சித் தலைவர்களும் இதில் நேரடிக் கவனம் செலுத்துமாறு அரசு ஆணையிட்டது. கூரையுள்ள பள்ளிகளைக் கண்டறிவது முதற்பணி; அவற்றை அகற்றுவது தொடர்பணி. கன்னியாகுமரி மாவட்டத்தில் அப்போது மாவட்ட ஆட்சித் தலைவராக இருந்தவர் ராஜேஸ் லக்கானி அவர்கள். முதன்மைக் கல்வி அலுவலருக்கும் எனக்கும் அவசர அழைப்பு. அவரது அறிவுரையின்பேரில் செயல்திட்டம் வகுக்கப்பட்டது. கன்னியாகுமரி மாவட்டத்தில் அநேகமாக எந்த உயர்நிலைப் பள்ளியும் மேனிலைப் பள்ளியும் கூரை கட்டடத்தில் இயங்கவில்லை. ஆனால் ஆரம்ப, தொடக்கப் பள்ளிகளின் நிலை மகிழ்ச்சி தரவில்லை. உதவித் தொடக்கக் கல்வி அலுவலர்கள் மூலம் கூரைக் கட்டடங்கள் கண்டறியப்பட்டன. அரசு பள்ளிகளுக்கு, அந்தந்த ஊராட்சிகள் மூலம் கூரைகள் அகற்றப்படவும், உடனடியாக தீப்பிடிக்காத தகடுகள் மூலம் கூரை வேயவும் நடவடிக்கை மேற்கொள்ளப்பட்டு அப்பணி வெற்றிகரமாக முடிந்தது. இது சார்ந்த அறிக்கை மாவட்ட ஆட்சித் தலைவருக்கும், பள்ளிக் கல்வி / தொடக்கக் கல்வி இயக்குநர்களுக்கும் தினமும் மாலை ஐந்துமணிக்குள் அனுப்பப்பட வேண்டும்; அனுப்பப்பட்டது. பல பள்ளிகளை மாவட்ட ஆட்சித் தலைவர் நேரடியாகவே ஆய்வு செய்தார். நானும் உடன் செல்வேன். இரண்டே இரண்டு அரசு தொடக்கப் பள்ளிகளைத் தவிர பிற பள்ளிகள் அனைத்திலும் இப்பணி வெற்றிகரமாக நிறைவேறியது. மாவட்ட ஆட்சித் தலைவரே நேரில் பார்வையிட்டு அறிவுரைகள் வழங்கிய பின்னரும் இந்த இரு பள்ளிகளிலும் கூரைகள் மாற்றப்படவில்லை.

அப்படியும் இருக்குமா? அரசுப் பள்ளிகள்தானே ஏன் முடியவில்லை? இந்தக் கேள்விக்குப் பதிலாக ஒரு வரலாறே இருக்கிறது.

கன்னியாகுமரி மாவட்டமும் செங்கோட்டை தாலுகாவும் 1956 அக்டோபரில் தாய்த் தமிழகத்துடன் இணைந்தபோது திருவிதாங்கூர் கொச்சி சமஸ்தானத்தில் நடைமுறையில் இருந்த விதிமுறைகளே தொடர்ந்து இங்கும் பின்பற்றப்பட்டு வந்தன. எடுத்துக்காட்டாகச் சொல்வதானால், இங்கு G.P.F. அங்கு T.S.P.F. (Travancore State Provident Fund). பணியாளர்கள் T.S.P.F.இல் செலுத்தி வந்த சந்தாத் தொகை எந்த மாற்றமும் இல்லாமல் தனிக் கணக்காகவே பராமரிக்கப்பட்டு வந்தது. தொடக்கக் கல்விக்கு அங்கு இன்ஸ்பெக்டர் ஆப் பிரைமரி அன் மிடில்ஸ்கூல்ஸ் (ஐ.பி.எம்.எஸ்). அதுவே இங்கும் புழக்கத்தில் இருந்தது. மற்ற மாவட்டங்களில் டெபுடி இன்ஸ்பெக்டர் ஆப் ஸ்கூல்ஸ் (டி.ஐ) – D.I.

சரி, விஷயத்துக்கு வருவோம். தொடக்கப் பள்ளிகள் கேரள மாநிலத்தில் அரசு தொடக்கப் பள்ளிகள். எனவே இம்மாவட்டத்தில் மட்டும் அரசு பள்ளிகளாகவே தொடர்ந்தன. பிற மாவட்டங்களில் ஊராட்சி ஒன்றிய / நகராட்சிப் பள்ளிகள். தனியார் பள்ளிகளைப் பொறுத்தவரை ஒரு முரண்பாடு. சிறுபான்மையினர் நடத்திய பள்ளிகளில் கத்தோலிக்க நிர்வாகத்தினர், மாநில இணைப்புக்குப் பின்னும் அவர்களது தொடக்க, உயர்நிலைப் பள்ளிகளைத் தங்கள் நிர்வாகத்தி லேயே தொடர்ந்துவைத்துக்கொண்டனர். ஆனால் சி.எஸ்.ஐ. நிர்வாகத்தினர், உயர்நிலைப் பள்ளிகளை மட்டும் தங்கள் நிர்வாகத்தில் வைத்துக்கொண்டு, தொடக்கப் பள்ளிகளை அரசுக்கு சரண் செய்துவிட்டனர். இங்குதான் ஒரு விசித்திர நிலை உருவானது. தொடக்கப் பள்ளிகளின் கட்டடங்கள் தொடர்ந்து சி.எஸ்.ஐ. உடைமையாக இருந்து வந்தன. ஆனால் நிர்வாகம் மட்டும் அரசுக்கு. எனவே அந்தக் கட்டடங்களில் எந்த மாற்றம், புனரமைப்பு செய்ய வேண்டுமென்றாலும் அதனை சி.எஸ்.ஐ. நிர்வாகம்தான் செய்ய வேண்டும்.

இந்தச் சிக்கலில் இரண்டு பள்ளிகள் மாட்டிக்கொண்டன; ஒன்று ஆத்தூர், மற்றொன்று புலிப்பனம். இது திருவனந்தபுரம் நெடுஞ்சாலையில், காட்டாத்துறைக்கு அடுத்து, தேவாலய வளாகத்திலேயே செயல்பட்டு வந்தது; கூரைக் கட்டடங்கள். நிர்வாகம் கூரைகளை மாற்றித் தருவதாக இல்லை. இப்பள்ளிகளை யும் பார்வையிட்ட மாவட்ட ஆட்சித் தலைவர் இதற்கான பொறுப்பை என்னிடமே விட்டுவிட்டார். என்னுடைய சி.எஸ்.ஐ. நண்பர்கள் உதவிக்கு வந்தார்கள். ஒரு லிங்கைக் கண்டுபிடித்தேன். டதி மேனிலைப் பள்ளி ஆங்கில ஆசிரியை விடைத்தாள் திருத்தும் மையங்களில் என்னிடம் கடமையாற்றியவர்; சகோதரி போன்றவர். சட்டமன்றத்தின் முன்னாள் உறுப்பினர் ஆஸ்டின் அவருடன் பிறந்த சகோதரி. சகோதரியின் கணவர் பேராசிரியர் கிறிஸ்டியன் பாபு சி.எஸ்.ஐ. கல்வி நிலைய நிர்வாகக் குழுவில் ஒரு முக்கிய பொறுப்பு வகித்தார். மூவரும் என்னுடைய உதவிக்கு வந்தார்கள். பிஷப்பை அவருடைய இல்லத்திலேயே சந்தித்து நிலைமையை விளக்கினேன். இதுவும் கல்விப் பணிதானே என்று பெருந்தன்மையுடன் ஒத்துக்கொண்டார். அவர்கள் செலவிலேயே கூரைகள் மாற்றப்பட்டன. தீப்பிடிக்காத தகடுகள் அவசரமாகப் பொருத்தப்பட்டன. விரைவில் காங்க்ரீட் கூரை அமைத்துத் தருவதாக உறுதியும் தந்தனர். மனநிறைவாகவும் மகிழ்ச்சியாகவும் இருந்தது. குமரி மாவட்டத்தில் கூரைப் பள்ளிகளே இல்லை என்ற நிலை ஆட்சியர், கல்வி அலுவலர்கள் கூட்டு முயற்சியால் உருவானது. அரசு சொன்ன பிற செயல்திட்ட வழிமுறைகளும் ஒவ்வொன்றாக நிறைவேற்றப்பட்டன.

31

தொடர்ந்து அலுவலகப் பணிகளில் முழுமையாகக் கவனம் செலுத்த ஆரம்பித்தேன். கலந்தாலோசனை மூலம் ஆசிரியர் மாறுதல் *(Teachers Transfer through Counselling)* நடத்தப்பட வேண்டும். அதனை வெளிப்படையாக அலுவலகக் கண்காணிப்பாளர்கள் துணையுடன் எந்தக் குற்றச்சாட்டுக்கும் இடம்தராவண்ணம் நடத்தினேன். பின்னர் சென்னையில் நடைபெற்ற தொடக்கக் கல்வி அலுவலர் மாதாந்திர ஆய்வுக் கூட்டத்தில் தொடக்கக் கல்வி இயக்குநர் முனைவர் மாரியப்பன், "எப்பவும் டிரான்ஸ்பர் கவுன்சலிங்கனா எல்லா டிஸ்ட்ரிக்லேயும் ஸ்மூத்தா போயிரும். கன்னியாகுமரியிலே மட்டும் எப்பவும் பிரச்சனைதான். ஆனா இந்தத் தடவை முத்துசாமி எந்த பிரச்சனையும் இல்லாம எந்த குற்றச்சாட்டும் இல்லாம முடிச்சிருக்கார். வெல்டன் முத்துசாமி" என்றார். இந்த நேரத்தில் தொடக்கக் கல்வி அலுவலராக நான் பொறுப்பு வகித்த காலத்தில், எனக்கு உறுதுணையாக இருந்த – மூத்த கண்காணிப்பாளராகவும் சில நேரங்களில் நேர்முக உதவியாளராகவும் இருந்த திருமதி பிரசன்னகுமாரி, நேர்முக உதவியாளர்கள் ராஜம், கல்யாண சுந்தரம், கண்காணிப்பாளர்கள் / உதவியாளர்கள் திருவம்பலம், திருநாவுக்கரசு, பாலசுப்பிரமணியம், ஜீவானந்தம், அலுவலக உதவியாளர்கள், ஓட்டுநர்கள் சண்முகப் பெருமாள், அகிலேஷ் இன்னும் பல இனிய நெஞ்சங்களை நன்றியுடன் நினைவில் கொண்டிருக்கிறேன்.

அடுத்து, நியமன ஒப்புதல்களைத் தொடங்கினேன். அதற்கும் முன்னர் ஒப்புதல்கள் தருவதற்கான விதிமுறைகளிலும் நடைமுறைகளிலும் நான் தெளிவு பெறுவதற்காக, எங்கும் நான் தவறாகக் காலடி வைத்துவிடக் கூடாது என்பதற்காக, பணி

நிறைவுபெற்ற முதன்மைக் கல்வி அலுவலர்கள் – எனது நண்பர் அக்கரை நாகராஜன் போன்றவர்களிடம் கலந்தாலோசித்தேன். சில டிப்ஸ் வழங்கினார்கள்:

- ‘நியமன ஒப்புதலுக்காகக் காத்திருக்கும் கோப்புகளை உங்கள் அலுவலகத்துக்கு வந்த தேதி வாரியாகவும் நியமனத் தேதி வாரியாகவும் பட்டியலிட்டுக் கொள்ளுங்கள்; பின்னால் வந்தது முன்னால் வந்து விடக்கூடாது.
- பின்னர், வரிசைக் கிரமமாக நீங்கள் நேரடியாக அந்தந்தப் பள்ளிகளுக்குச் சென்று மாணவர் எண்ணிக்கையைச் சரிபாருங்கள். நியமனத்துக்குத் தேவையான / போதுமான மாணவர்கள் இருக்க வேண்டும். இதைத் ‘தலையை எண்ணுவது’ *(Head Count)* என்று பரவலாக வேடிக்கையாகச் சொல்வார்கள்.
- பின் கோப்புகள் தேதிவாரியாக உங்களிடம் வர வேண்டும். அதில் லேடர் கண்டிப்பாகப் பின்பற்றப்பட வேண்டும். லேடர் என்றால் முதலில் பிரிவு எழுத்தர், பின்பு கண்காணிப்பாளர், அதன்பின் நேர்முக உதவியாளர் என்றிருக்க வேண்டும்; எந்தக் கண்ணியும் விடுபடக் கூடாது. ஒருவர் விடுப்பு என்றால் அவரது குறிப்பு வரும்வரை காத்திருக்கலாம். அலுவலகக் குறிப்பு அரசு விதிகளைச் சுட்டிக்காட்டி இருக்க வேண்டும்.
- அனைத்தையும் பரிசீலித்து, அலுவலர் மனநிறைவுபெற்ற பின் ஒப்புதல் வழங்கலாம்.’

இந்த ஒப்புதல்களை மேலும் கால தாமதமின்றி வழங்க வேண்டும் என்று அய்யன் திருவள்ளுவனும் வழிகாட்டினான்.

செய்தக்க அல்ல செயக்கெடும் செய்தக்க

செய்யாமை யானும் கெடும். (குறள் 466 – தெரிந்து செயல்வகை)

ஒப்புதல் ஆணைகள் உதவித் தொடக்கக் கல்வி அலுவலர்கள் வழியாகப் பள்ளிகளுக்கு எந்த இடைத்தரகரும் இன்றிப் பறந்தன. உதவி பெறும் பள்ளிகளில் மகிழ்ச்சி அலை. நீண்ட காலக் காத்திருப்புக்கு, பொறுப்பு அலுவலரால் பலன் கிடைத்தது என்ற மகிழ்ச்சி. அதன் பின்னர் வழக்கமான பள்ளிப் பார்வைக்கு அந்தப் பள்ளிகளுக்குச் செல்லும்போது, முன்னர் பார்த்ததற்கு நேர்மாறான காட்சி. முன்னர் கண்ணீர் வடித்த ஆசிரியர்கள் கண்ணீர் பெருக்கோடு நன்றி தெரிவித்தனர்; இது ஆனந்தக் கண்ணீர். “நீங்களும் உங்க குடும்பமும் நல்லாயிருக்கணும் சார்” என்றனர். நான் வளாகத்தின் உள்ளேயே இருக்கும் தேவாலயத்தைச்

சுட்டிக்காட்டி, "முதலில் ஆண்டவருக்கு நன்றி சொல்லுங்க. இதைச் செய்யிறதுக்குள்ள பலத்தையும் தைரியத்தையும் அவர்தான் எனக்குக் கொடுத்தாரு" என்றேன்.

தொடக்கக் கல்வி நிலையங்கள் குக்கிராமங்களிலும் இருக்கும். எனவே பள்ளிகளைப் பார்வையிட மாவட்டத்தின் அனைத்துப் பகுதிகளுக்கும் சென்று வரும் அரிய வாய்ப்பு கிடைத்தது. குமரி மாவட்டம், இந்தியத் துணைக் கண்டம் போலவே பல்வேறுபட்ட கலாசாரம், மொழி வழக்கு, பண்பாட்டுக் கூறுகள், தொல்லியல் சின்னங்கள் கொண்டிருப்பதைக் கண்டுணர்ந்தேன். இதைத் தவிர மனத்தை நெகிழவைத்த காட்சிகளும் உண்டு.

நண்பகல் உணவு இடைவேளையில் ஒரு பள்ளிக்குச் சென்றால் ஆங்காங்கே மரத்தடி நிழலில் அமர்ந்து மாணவ, மாணவிகள் ஒன்றாக உணவருந்திக் கொண்டிருப்பதைப் பார்க்கலாம். சத்துணவு சாப்பிடும் பிள்ளைகள் தாங்கள் வாங்கி வந்த முட்டையை, பயறு வகைகளைப் பங்கிட்டுப் பிறருக்குக் கொடுப்பார்கள்; தங்களுக்கென்று மட்டும் வைத்துக் கொள்வதில்லை. அதைப் போல, வீட்டிலிருந்து கொண்டுவந்து சாப்பிடும் பிள்ளைகளும் தங்கள் உணவைச் சக மாணவர்களுடன் பரிமாறிச் சாப்பிடுவதைப் பார்த்திருக்கிறேன். அங்கே சாதி இல்லை, மதம் இல்லை, உயர்ந்தவர் தாழ்ந்தவரும் இல்லை; எல்லாம், வளர வளர நாம் திணிப்பதுதான்.

சத்துணவு மையங்களைப் பார்வையிடும் பொறுப்பும் கல்வி அலுவலர்களுக்கு உண்டு. பொதுவாக மையப் பொறுப்பாளர்களைப் பற்றிக் குற்றச்சாட்டுகள் சொல்வார்கள். ஆனால் எனது பார்வையில் வித்தியாசமாகவே பார்த்தேன். அதிலும் ஒரு பள்ளியில் அரசு ஒதுக்கீடு செய்யும் பணத்துக்கும் மேலே செலவிட்டு உணவு தயாரித்து வழங்குவதுபோலத் தோன்றியது. மணலிக்கரை, ஆர்.சி. தொடக்கப் பள்ளியின் மையப் பொறுப்பாளரான ஒரு பெண்மணி. நான் கேட்டேன், 'இது எப்படிம்மா சாத்தியமாகுது?'

'சார், நான் ஆதரவற்றோர் இல்லத்தில் தங்கிப் படிச்சு வந்தேன். என்னைப் போலத்தானே சார் இந்தப் பிள்ளைங்களும்? நல்லாச் சாப்பிடட்டும். நானும் பெரிசா எதுவும் செலவழிக்கல. மற்றவங்களும் ஹெல்ப் பண்ணுவாங்க. அதனால கூடுதலா காய்கறி வாங்கி, ரெண்டு கூட்டு வச்சுக் கொடுக்குறேன் சார்' என்றார்.

இறைவன் அந்தக் குடும்பத்தை ஆசீர்வதிக்கட்டும்.

இரண்டாயிரத்து ஆறு, ஜூன் இருபத்தோராம் நாள் எனது ஒரே மகனின் திருமணம் நாகர்கோவில் சிவகாமி திருமண மண்டபத்தில் உறவுகளும் நண்பர்களும் மகிழ நடைபெற்றது. எனது மனைவி விரும்பியவாறே பொறியியல் படித்த மணமகள். என்றும் நட்புடன் இனிய உறவு பேணும் உயர்கல்வி அலுவலர்கள், கல்வித்துறை – இயக்க நண்பர்கள், உறவுகள், ஆசிரிய ஆசிரியைகள், பள்ளி, கல்லூரிக் கால நண்பர்கள், முன்னாள் மாணவர்கள், தோவாளை ஊர் மக்கள், விளாத்திகுளம், திட்டுவிளையிலிருந்தும் அன்பு மறவா இனிய மனம் கொண்டோர் அனைவரும் வந்து சிறப்பித்தனர். மாவட்ட ஆட்சியர் திரு. ராஜேஸ் லக்கானி, இயக்குநர் கருப்பசாமி சார் ஆகியோர் எனது அழைப்பை ஏற்றுக் காலையிலேயே வந்திருந்து மணமக்களை வாழ்த்தியதோடு மட்டுமல்லாமல், மண விருந்தினையும் எல்லோருடனும் அமர்ந்து அருந்தி எங்களைப் பெருமைப்படுத்தினர்.

விழாவுக்கு வந்திருந்த மற்றொரு எளியவரையும் நான் மறக்கவியலாது. தொடக்கக் கல்வி அலுவலராகப் பொறுப்பேற்றிருந்த காரணத்தால், அரசியல் சார்ந்தோரை அழைப்பதைத் தயக்கத்துடன் தவிர்த்திருந்தேன். ஆனாலும் திருவட்டாறு சட்டமன்ற உறுப்பினர் ஹேமச்சந்திரன் அவர்கள், இயக்கத் தோழர்களுடன் எதிர்பாராமல் வந்து மணமக்களை வாழ்த்தி அனைவர் மனங்களிலும் வியாபித்து நின்றார்.

எங்கள் இருவருக்கும் ஒரு பெண் குழந்தை இல்லையே என்ற ஏக்கம் பல ஆண்டுகளாக இருந்தது. அதிலும் என் மனைவிக்கு அந்த ஏக்கம் மிக அதிகம். அந்த ஏக்கம் தீர்க்க வந்துதித்தாள், எங்கள் பேத்தி. இரண்டாயிரத்தேழு ஜூன் மாதம் பதின்மூன்றாம் நாள் மக நட்சத்திரத்தில் பிறந்த தனது மகளுக்குத் தன் தாயின் பெயரையேச் சூட்டி மகிழ்ந்தான் என் மகன் – "சாந்தா" என்று எனது மொபைலின் ரிங்டோன் "பேத்தி என்றாலும் நீயும் என் தாய்" என்றே, பல வருடங்களாக ஒலித்தது.

32

தெற்கு ஆசிய நாடுகள் அனைத்தையும் புரட்டிப்போட்ட ஆழிப் பேரலையைப் பற்றியும் இங்கு சொல்லியாக வேண்டும். அதுவரை யாரும் கேள்விப்படாத ஒரு சொல் சுனாமி. இரண்டாயிரத்து நான்காம் ஆண்டு டிசம்பர் இருபத்தாறு. முந்தைய நாள் கிறிஸ்துமஸைச் சொந்தங்களுடன் களிப்போடு கொண்டாடிய நினைவுகளுடன், புத்தாண்டு கொண்டாட்டத்துக்கும் தயாராகிக்கொண்டிருந்த மீனவக் கிராமங்களைத் துவம்சம் செய்த ஆழிப் பேரலை. காலை நேரம். கிறிஸ்துமஸ் கொண்டாட்டத்துக்குப் பின் தங்கள் 'தொழிலுக்கு'ச் செல்வதற்காகத் தங்களது படகுகளை மீனவப் பெருமக்கள் தயார் செய்து கொண்டிருந்தனர். அவர்களுக்குத் துணையாக இளைஞர்கள். பள்ளிகள் விடுமுறையென்பதால், கடற்கரையில் விளையாடிக் கொண்டிருந்த சிறுவர்கள், கன்னியாகுமரி, முட்டம், சொத்தவிளை போன்ற சுற்றுலாத் தளங்களில் சுற்றுலாப் பயணிகள்... மீனவர்கள் வழிபடும் கடல் அன்னைக்கு அன்று என்ன சீற்றமோ தெரியவில்லை; அத்தனை சீற்றமும் நூறு அடி உயரப் பேரலையாக உருவெடுத்து, நிலம் நோக்கிப் பல நூறு அடிகள் பாய்ந்து அனைத்தையும் கபளீகரம் செய்தது. கன்னியாகுமரி, கடலூர், நாகப்பட்டினம் ஆகிய மாவட்டங்களில் பல்லாயிரக்கணக்கான உயிர்கள் பறிபோயின. கன்னியாகுமரி மாவட்டத்தில், ஆரோக்கியபுரம் முதல் நீரோடிவரை பல கிராமங்கள் தங்கள் இருப்பை இழந்தன. குறிப்பாக மணக்குடி, புத்தன்துறை, ராஜாக்கமங்கலம், கொட்டில்பாடு, குளச்சல் போன்ற ஊர்களில் இது கோரத்தாண்டமாடியது. பல குடும்பங்கள் காணாமற் போயின; இருந்த குடும்பங்களிலும் பெற்றோரை இழந்தோர், குழந்தைகளைப் பறிகொடுத்தோர் என்ற கண்ணீர்க் கதைகள் ஏராளம். கடற்கரை வீடுகள்,

உள்ளத்தனைய...

தேவாலயங்கள், பள்ளிக் கட்டடங்கள் தரைமட்டமாயின. எல்லாம் ஒரு மணி நேரத்துக்குள்ளாகவே.

இந்தோனேசியாவின் சுமத்திரா தீவில் கடலுக்குள் ரிக்டர் அளவுகோலில் ஒன்பதுக்கும் மேலாகப் பதிவான நிலநடுக்கம் இந்தியக் கடற்பரப்பு முழுவதும் பரவி யாரும் எதிர்பாராத இந்தக் கோரத் தாக்குதலை நடத்தியது. தங்களது உடைமைகளை, சொந்தங்களை இழந்து செய்வதறியாமல் திகைத்த மீனவ மக்களுக்கு நிலப்பகுதி சகோதர, சகோதரிகளின் ஆதரவுக் கரங்கள் நீண்டன. பலர் தங்கள் வீடுகளில் அடைக்கலம் கொடுத்துத் தேற்றினர். அரசுத் துறைகளும் தொண்டு நிறுவனங்களும் மீட்பு நடவடிக்கைக்காக முழு வேகத்தில் சுழன்றன. பாதிக்கப்பட்டோர் பள்ளிகளிலும் திருமணமண்டபங்களிலும் தங்கவைக்கப்பட்டு உணவு, உடைகள் போன்றன வழங்கப்பட்டன.

பள்ளிகளின் நிலை? மாணவர்களின் நிலை? அடுத்த நாள் காலையில் முதன்மைக் கல்வி அலுவலர் கோமதிநாயகம் அவர்களுடன் ஜீப்பில் புறப்பட்டேன். மணக்குடியில் தொடங்கியது எங்கள் பயணம். மணக்குடியை நெருங்கும்போதே எத்தனை 'அரக்கத்தனமாக' ஆழிப் பேரலைகள் வீசியிருக்கும் என்பதைக் கண்களால் காண முடிந்தது. மணக்குடி காயலில் போடப்பட்டிருந்த மிகப்பெரிய காங்கிரீட் பாலம் தூக்கி வீசப்பட்டு அதன் ஒரு பகுதி நூறடிகளுக்கு அப்பால் நீரில் புதையுண்டு கிடந்தது. மணக்குடி தேவாலயம், அதனையொட்டிய தொடக்கப் பள்ளியெல்லாமே சிதறுண்டு போயிருந்தன. வீடுகளில் மிச்சம் மீதி உண்டா என்று தேடிப் பார்ப்பதற்காக வந்திருந்தோரின் துயரம் என்னையும் தொற்றிக்கொண்டது. கடற்கரைச் சாலை என்ற ஒன்று இருந்ததாகவே தெரியவில்லை. எங்களுடைய ஜீப் தட்டுத் தடுமாறிச் சொத்தவிளை, ராஜாக்கமங்கலம், கடியப்பட்டணம், மண்டைக்காடு, கொட்டில்பாடு என்று வரிசையாகக் கடந்து குளச்சலை அடைந்தது. வழி நெடுகச் சிதைந்து போன கிராமங்கள்; பரிதாப முகங்கள். கொட்டில்பாட்டில் இருந்த தொடக்கப் பள்ளி இருந்த இடமே தெரியாத அளவுக்குச் சேதப்பட்டுக் கிடந்தது. சுனாமி தாக்கியபோது பள்ளிக்கு வேலை நாளாக இருந்திருந்தால் ...? நினைத்துப் பார்க்கவே பயமாக இருந்தது.

உயர்நிலை, மேனிலைப் பள்ளிகளை விட அதிகம் பாதிக்கப்பட்டவை தொடக்கப் பள்ளிகள்தான். எனவே என்னுடைய பொறுப்பு மிக அதிகமாக இருந்தது. நிவாரணப் பணிகளை விரைந்து மேற்கொள்வதற்காக, சுனில் பாலிவால் இ.ஆ.ப மாவட்ட ஆட்சியராகப் பொறுப்பேற்றார். அவருக்கு இணையாக ஆலோசகராக, முருகானந்தம், இ.ஆ.ப., அவர்களும்

துணையாக பிரகாஷ், இ.ஆ.ப., அவர்களும் நியமிக்கப்பட்டனர். பம்பரமாகச் சுழல வேண்டியிருந்தது. மாணவர்கள் அனைவருக்கும் புத்தகங்கள், நோட்டுகள், சீருடைகள் அனைத்தும் பள்ளிகள் வழியாக மாணவர்கள் தங்கியிருந்த குடியிருப்புகளுக்கே சென்று விநியோகிக்கப்பட்டன. இந்த நேரங்களில் நான் எனது பள்ளியில் செலவிட்ட நேரம் குறைவு.

தினமும் ஆட்சியர் வளாகக் கூட்ட அரங்கில் ஆய்வு நடைபெறும். அதுவும் மாலை ஏழுமணிக்குத்தான். பகலில் நடத்தினால் மீளாய்வுப் பணிகள் பாதிக்கப்படும் என்று இந்த ஏற்பாடு. ஆட்சியர் ஒவ்வொரு துறை அலுவலரையும் பெயர் சொல்லியே அழைப்பார். அன்றன்று நடைபெற்ற பணிகளைத் தெரிந்துகொண்டு மேலும் விரைவாகச் செயல்பட ஊக்கப்படுத்துவார். கூட்டத்தில் தன்னார்வத் தொண்டு நிறுவனங்களைச் சார்ந்தோர், கத்தோலிக்கத் திருச்சபை பிஷப்கள், மக்கள் பிரதிநிதிகள் அனைவரும் இருப்பர்.

ஒரு அருட்தந்தை சொன்னதை மறக்க முடியாது. 'கன்னியாகுமரி மாவட்டத்திலே சமய வேறுபாடுகள் இருக்குன்னு சொல்றாங்க. மண்டைக்காட்டுப் பிரச்சனைக்குப் பிறகு அது ஓரளவு உண்மையாகவும் போச்சு. ஆனால் சுனாமி, அவ்வளவு அழிவிலேயும் ஒரு நன்மை செஞ்சிருக்கு. பரிதவிச்சுப்போன எங்க மக்களைக் காத்து அரவணைச்சதெல்லாம் இந்து முஸ்லிம் சமுதாயங்கள்தான். ஓடோடி வந்து உதவுன அந்த இளைஞர்களை எங்களால மறக்க முடியாது' என்றார். மாணவர்களுக்கு மனநல ஆலோசனைகளும் வழங்கப்பட்டு, பள்ளிகள் பொங்கல் விடுமுறைக்குப் பின் மீண்டும் திறக்கப்பட்டன.

அதிகமாகப் பாதிக்கப்பட்ட கடலூர், நாகப்பட்டினம் மாவட்டங்களிலும் ககன்தீப்சிங்பேடி, இ.ஆ.ப ராதாகிருஷ்ணன் ஆகியோர் ஆட்சியர்களாக நியமிக்கப்பட்டு இது போல் சிறப்பாகச் செயல்பட்டுப் பாதிக்கப்பட்டவர்களுக்கு அருமருந்தாக அமைந்தனர் என ஊடகங்கள் தெரிவித்தன.

அடுத்த இரண்டு மாதங்களில் நான் இப்பொறுப்பிலிருந்து விடைபெறும் காலம் வந்தது. நெல்லையைச் சேர்ந்த பிரதாப் கீர்த்தி தொடக்கக் கல்வி அலுவலராகப் பதவி உயர்வுப் பெற்று பொறுப்பேற்றார். நான் மீண்டும் பள்ளிக்குத் திரும்பினேன். நான் பொறுப்பேற்றிருந்த காலத்தில் ஆற்றிய பல்வேறு பணிகளுக்காக மாநில அளவிலும் மாவட்ட அளவிலுமான விருதுகளை மூன்று ஆட்சித் தலைவர்களிடமிருந்து பின்னாளில் பெற்றேன்.

* சிறு சேமிப்புத் திட்டச் சாதனைக்காக மாநில அளவில் இரண்டாம் இடம் பெற்றதற்கான விருது.

உள்ளத்தனைய . . .

- கொடி நாள் வசூலில் முதலிடம் பெற்றதற்கான விருது. இவ்விரண்டையும் மாவட்ட ஆட்சியர் சுனில் பாலிவால் அவர்களிடமிருந்து 25.08.2006 அன்று பெற்றேன்.

- 06.09.2007 அன்று தமிழ் ஆட்சி மொழிப் பயன்பாட்டுக்காக முதற்பரிசினை மாநிலத் தமிழ் வளர்ச்சித் துறை இயக்குநர் முனைவர் ராஜேந்திரன் முன்னிலையில் மாவட்ட ஆட்சியர் தேவராஜ்தேவ் அவர்களிடமிருந்து பெற்றேன்.

- செஞ்சிலுவை முத்திரை விற்பனையில் முதலிடத்துக்கான விருதினை 08.10.2007 அன்று அப்போதைய ஆட்சியர் எஸ்.ஜே. சிரு அவர்கள் வழங்கினார்.

ஆக, மாவட்டத் தொடக்கக் கல்வி அலுவலராக நான் பொறுப்பு வகித்த காலம், தற்செயலாகவே, தமிழக பள்ளிக் கல்வி வரலாற்றில் ஒரு முக்கிய கால கட்டமாகவே அமைந்தது. கும்பகோணம் நிகழ்வு, சுனாமி இரண்டையும் தள்ளிப் பார்த்தால், எனக்கு மனநிறைவு தந்த காலம்தான் அது.

கு. முத்துசாமி

33

மீண்டும் தொடக்கக் கல்வி அலுவலர் பொறுப்பு. பி. பொன்னையா புது தில்லியில் என்.சி.இ.ஆர்.டியில் ஒரு பயிற்சிக்குச் சென்ற போது, 22.08.2007 வரை 17.10.2007 முதல் மீண்டும் பொறுப்பேற்றேன். தொடக்கக் கல்வி அலுவலர், எஸ்.எஸ்.ஏ. திட்டத்தின் கூடுதல் ஒருங்கிணைப்பாளராகவும் பணியாற்றுவார் என்று ஏற்கெனவே சொல்லியிருக்கிறேன். நான் இப்போது கூடுதல் ஒருங்கிணைப்பாளர். எஸ்.எஸ்.ஏ.க்கென தனியாக முதன்மைக் கல்வி அலுவலர்கள் நியமிக்கப்பட்டிருந்தனர். தஞ்சை மாவட்டத்தைச் சேர்ந்த பழனியப்பன் எஸ்.எஸ்.ஏ. முதன்மைக் கல்வி அலுவலராகப் பணியாற்றி வந்தார். அதிசயகுமாருக்கு நேர் எதிரான குணங்களை உடையவர்; எளிமையானவர்; அன்பானவர். இவ்வளவும் சொல்வதற்குக் காரணங்கள் உண்டு. இந்தக் குறுகிய காலகட்டத்தில் மலைப்பகுதிகளில் நான்கு புதிய தொடக்கப் பள்ளிகள் உருவாக இருவரும் முயற்சிகள் மேற்கொண்டு வெற்றியும் பெற்றோம். 31.08.2007 அன்று தோட்டமலை, புறாமலை விளை ஆகிய இடங்களிலும் 05.09.2007 அன்று ஒருநூறான் வயலிலும் சிற்றாறு அணையை யொட்டி அமைந்துள்ள சேனல்கரையிலும் கல்வி காப்புறுதித் திட்டத்தின் *(Educational Gurantee Scheme)* கீழ் செயல்பட்டவை அரசு தொடக்கப் பள்ளிகளாக மாற்றம் செய்யப்பட்டுச் செயல்பட த் தொடங்கின. இதில் தோட்டமலையைப் பற்றியும் புறாமலை விளையைப் பற்றியும் தனியாகச் சொல்லியாக வேண்டும்.

ஒருநாள் அதிகாலையிலேயே முதன்மைக் கல்வி அலுவலர்கள், உதவி மாவட்டத் திட்ட ஒருங்கிணைப்பாளர் ஐயாப்பழம், உதவிக் கல்வி அலுவலர் உள்ளிட்ட பிற எஸ்.எஸ்.ஏ.

உள்ளத்தனைய...

ஒருங்கிணைப்பாளர்களுடன் புறப்பட்டு எட்டுமணிக்கு திருவட்டாற்றை அடைந்தோம்.

அங்கிருந்து மணலோடை வழியாக பெருஞ்சாணி அணையின் நீர்பிடிப்புப் பகுதியில் அமைந்திருக்கும் புறாமலைவிளைக்குச் சுமார் மூன்று கி.மீ. நடந்து சென்றோம். செல்லும் வழியில் காணிக்குடியிருப்புகள். அங்கே இதுவரை இ.ஜி.எஸ் திட்டம் மூலம் நடந்துவந்த பள்ளியில் தன்னார்வலராக ஐந்நூறு ரூபாய் மதிப்பூதியத்தில் ஜெயராணி என்பவர் பணியாற்றி வந்தார். இனி அது அரசு தொடக்கப் பள்ளி. ஒரு தலைமையாசிரியர் உள்ளிட்ட இருவர் நியமிக்கப்பட வேண்டும். மலைமேல் யார் விரும்பி வருவார்? ஆலோசிக்க வேண்டும். முறையான ஆசிரியர்கள் நியமிக்கப்படும்வரை அந்தப் பெண்மணியைத் தொடர்ந்து செயல்பட கேட்டுக்கொண்டோம். அதற்கான மதிப்பூதியத்தை நாங்களே வழங்கிவிடுவதாகச் சொல்லி, மூன்று அலுவலர்களுமாக மூன்று மாதங்களுக்குரிய மதிப்பூதியமாக ரூ. 1,500/-ஐ அங்கேயே வழங்கினோம். நிலையான ஆசிரியர்கள் வந்தாலும்கூட நீங்கள் தொடர்ந்து பணியாற்ற வேண்டும்; மதிப்பூதியமும் வழங்கப்படும் என்று சொன்னேன். அதே பகுதியைச் சேர்ந்த பெண்தான். எனவே முகத்தின் சோக ரேகைகள் மறைந்தன.

அடுத்து தோட்டமலை. பேச்சிப்பாறை அணை நீர்தேக்கத்தின் ஜீரோ பாயிண்டை அடைந்தோம். அங்கிருந்து நீர்தேக்கம் வழியாக எட்டு கி.மீ. படகுப் பயணம். தோட்டமலையின் அடிவாரத்தை அடைந்தோம். மீண்டும் மலையேற்றம். இருபக்கமும் பச்சைப்பசேல் என்று நகர மக்கள் நாசம் செய்யாத கன்னிமைத் தன்மை மாறாத இயற்கை. சுமார் ஒரு கி.மீ. நடந்து சென்று காணிக்குடியிருப்பை அடைந்தோம். எங்களுக்காக அந்தப் பகுதியை அலங்காரம் செய்து மக்கள் காத்திருந்தார்கள். இ.ஜி.எஸ் மையம், அதற்காக, மக்களை உருவாக்கிய ஒரு செங்கல் கட்டடத்தில் நடந்து வந்தது. இங்கும் ஒரு தன்னார்வலர் பெண். அந்தக் குடியிருப்பில் பத்தாம்வகுப்புவரை படித்த ஒரே பெண். திருவட்டாறு சென்று படித்து வந்திருக்கிறார். அங்கே அமர்ந்திருந்த குழந்தைகள் முகங்கள் மனத்தை நெகிழச் செய்தன. நாங்கள் பாடப்புத்தகங்கள், பென்சில், பேனாக்கள், பிஸ்கட் பாக்கெட்டுகள் எல்லாம் வாங்கிச் சென்றிருந்தோம். குழந்தைகள், பிஸ்கட் பாக்கெட்டுகளை விட புத்தகங்களைப் பெற்றுக் கொள்வதிலும் அவற்றைப் புரட்டிப் பார்ப்பதிலும் காட்டிய ஆர்வம்தான் அதிகம். அறிவு ஏக்கம் அவர்கள் கண்களில் தெரிந்தது. ஒரு மணிநேரம் அவர்களுடன் செலவிட்ட மகிழ்ச்சி எஸ்.எல்.பி. மேனிலைப் பள்ளியிலும் கிடைக்காத ஒன்று. புறாமலை விளையில் செய்திருந்த அதே ஏற்பாட்டை இங்கும் செய்துவிட்டுக் கீழே

கு. முத்துசாமி

இறங்கினோம். இந்த ஏற்பாடு தொடர வேண்டுமே. இரண்டு பள்ளிகளுக்கும் தன்னார்வத் தொண்டு ஆசிரியர்கள் தொடர்ந்து பணியாற்ற மதிப்பூதியம் வழங்கப்பட கூடுதலாக ஒரு ஏற்பாடு செய்தேன். மார்த்தாண்டம் அரசு ஆண்கள் மேனிலைப் பள்ளி ஆங்கில ஆசிரியராக அப்போதிருந்த ஜோபிரகாஷ், லயன்ஸ் கிளப் மூலம் ஏராளமான உதவிகளைச் செய்து வந்தார். அவரிடம் சொன்னேன். அவர் தனது லயன்ஸ் கிளப் நண்பர்களுடன் இரண்டு இடங்களுக்குமே நேரில் சென்று, பார்த்து, உதவிகளை வழங்கி வந்தார்.

இவ்வாறு எனது தொடக்கப் பள்ளி அலுவலர் அனுபவம் மகிழ்ச்சியுடன் நிறைவுபெற்றது.

உள்ளத்தனைய . . .

34

மாவட்டத் தொடக்கக் கல்வி அலுவலராகவும், தலைமையாசிரியராகவும் மட்டுமல்லாமல், துறை அவ்வப்போது அளித்த பொறுப்பிலும் ஒரு சேரக் கடமையாற்றுவது சற்று கடினமாகத் தோன்றினாலும், மனச்சோர்வையும் உடற்சோர்வையும் ஒரு போதும் தந்ததில்லை. எந்தப் பணியையும் நாம் நேசிக்க ஆரம்பித்தால் அது நமக்குப் பிரியமான பணியாக மாறிவிடுகிறது. அதனைச் சிறப்பாகச் செய்து முடிக்கும் ஆற்றலும் இயல்பாகவே வந்துவிடுகிறது. நமக்கு ஒரு நாள் கிடைக்கும் இருபத்து நான்கு மணிநேரத்தை நாம் எவ்வாறு உரிய வகையில் பங்கிட்டு, எதற்கும் எந்தச் சேதாரமும் இல்லாமல் செலவிடுகிறோம் என்பதுதான், அதாவது டைம் மேனேஜ்மெண்ட்தான் மிக முக்கியம். இதற்கிடையில் படிப்பதற்கும் நேரம் ஒதுக்கிக்கொள்வேன்; பெரும்பாலும் பயணங்களில் தான். நேரு சொன்னது நினைவுக்கு வருகிறது. 'I will steal away time to read books'.

நிர்வாகக் குளறுபடிகளால், எனக்கு இயல்பாகவே வரவேண்டிய பதவி உயர்வு – மாவட்டக் கல்வி அலுவலராகவும் பின்பு முதன்மைக் கல்வி அலுவலராகவும் – காலம் தாழ்ந்து வந்தது. அவ்வாறு வருகின்ற வேளையிலே, மூன்று இடங்கள் காலியாக இருந்தன. திருநெல்வேலி மாவட்டக் கல்வி அலுவலர், மாவட்டத் தொடக்கக் கல்வி அலுவலர், திருநெல்வேலி – கன்னியாகுமரி மாவட்டங்களுக்குப் பொதுவான மெட்ரிக் பள்ளி ஆய்வாளர். இவற்றில் எதையும் தேர்ந்தெடுக்கும் வாய்ப்பு எனக்குக் கிடைத்தது; யோசித்தேன். மாவட்டத் தொடக்கக் கல்வி அலுவலரின் நிர்வாகப் பரப்பு காவல்கிணறுவரை உண்டு. மெட்ரிக் பள்ளி ஆய்வாளரோ குமரி மாவட்டத்துக்கும் சேர்த்துத்தான். பொதுவாக

இரண்டில் ஒன்றைத்தான் தேர்ந்தெடுப்பார்கள். நான் ஹேம்லட் மன நிலையில் இருந்தேன். இணை இயக்குநர், என்மீது எப்போதும் பரிவு கொண்டிருக்கும் கருப்பசாமி சாரிடம் அலைபேசி மூலம் ஆலோசனை கேட்டேன். 'இரண்டும் வேண்டாம். திருநெல்வேலி டி.இ.ஓ.வுக்கு என்றும் தனிமதிப்பு. ஜான்ஸ், சேவியர், ஜெயேந்திரா, சாரா டக்கர் போன்ற பிரபலமான ஸ்கூல் எல்லாம் இருக்கு. ஹெட்குவார்டர்ஸ் டி.இ.ஓ. வேறே. ஸோ, திருநெல்வேலியையே சூஸ் பண்ணுங்க' என்றார். அப்படியே நடந்தது. நான் திருநெல்வேலி செல்லும் முன்பே, அந்த மாவட்டத்தில் எனது மருமகள் தீபா விஜி மின்வாரிய உதவிப் பொறியாளராக நியமனம் பெற்றுத் திசையன்விளையில் 08.12.2008இல் பணியில் சேர்ந்திருந்தார்.

2009, ஜனவரி 28. திருநெல்வேலி மாவட்டக் கல்வி அலுவலர் பதவி உயர்வு ஆணை பள்ளிக்கு வந்தது; மகிழ்ச்சிதான். ஆனால் கொண்டாடுவதற்கான முக்கியத்துவம் இல்லை. மூன்றாண்டுகள் காலம் கடந்த பதவி உயர்வு. அன்று பிற்பகலில் நாகர்கோவில் சென்று முதன்மைக் கல்வி அலுவலரிடம் செய்தி சொல்லி, விடைபெற்று, அலுவலக நண்பர்களின் வாழ்த்துக் களுடன் பள்ளி திரும்பினேன். தோவாளைப் பள்ளிக்கும் எனக்கும் 1974இல் தொடங்கி 34 ஆண்டு காலம் தொடர்ந்த பிணைப்பு அன்றுடன் நிறைவுபெற்றது. பள்ளியிலிருந்து பணிவிடுப்புசெய்துகொண்டு உதவித் தலைமையாசிரியர், உடற்கல்வி இயக்குநர் ஜோசப் பாக்கிய குமாரிடம் பொறுப்பை ஒப்படைத்துவிட்டு, எனது வாழ்வின் அனைத்து உயர்வுக்கும் காரணமான மண்ணைத் தொட்டு வணங்கி விடை பெற்றேன்.

ஜனவரி, இருபத்தொன்பது. திருநெல்வேலி சென்று மாவட்டக் கல்வி அலுவலராகப் பொறுப்பு ஏற்க வேண்டிய நாள். திருநெல்வேலியில் தங்குவோமா, தினமும் சென்று வரமுடியுமா என்ற யோசனை வந்தது. ஏப்ரல் முப்பதில் பணியிலிருந்து ஓய்வு பெற வேண்டும். ஆக இடையில் மூன்றே மாதங்கள்; அதற்கும் இறைவன் வழிகாட்டினான். திட்டுவிளை பள்ளியில் என்னுடன் பணியாற்றிய, தோவாளையைச் சர்ந்த, என்னுடைய சீடனைப் போன்ற கே.ஆர். சுரேஷ், பதவி உயர்வு பெற்றுப் பட்டதாரி ஆசிரியராக திருநெல்வேலியில் கல்லணை அரசு மேனிலைப் பள்ளியில் பணிபுரிந்து வந்தார். என்னுடைய பதவி உயர்வு பற்றிக் கேள்விப்பட்டு இரவில் வீட்டுக்கு வந்தார். 'சார், நான் தினசரி ட்ரெயின்லதான் ஸ்கூலுக்குப் போயிட்டு வாரேன். நமக்கு வசதியா ட்ரெயின் இருக்கு சார். காலையிலே ஆறு மணிக்குக் குருவாயூர் எக்ஸ்பிரஸ் ஆரல்வாய்மொழி வரும். நாம பைக்ல போயிரலாம். பைக்கை ஸ்டேஷன்ல விட்டுட்டுத்

திரும்பி வரும்போது எடுத்துக்கலாம் சார்'. எனக்கு அந்த யோசனை பிடித்திருந்தது.

அவ்வாறே புறப்பட்டோம். பொதுத்தேர்வு நாட்களில் நெல்லையில் தங்கிவிட, பிற நாட்களில் இதே பயணம் வசதியாகவும் இருந்தது. புதிய நண்பர்கள், ரெயில் சிநேகிதர்கள் கிடைத்தார்கள். இன்றும் நெல்லை மருத்துவக் கல்லூரி கண் சிகிச்சை துறைத் தலைவராக இருக்கும் டாக்டர் சிவதாணு அவர்களில் ஒருவர். காலை உணவையெல்லாம் ரயில் பயணத்திலேயே முடித்துக் கொள்வோம்; செய்தித்தாள்களும் அவ்வாறே.

பல நகரங்களில் ரெயில்வே நிலையங்களும் பஸ் நிலையங்களும் ஒன்றுக்கொன்று தொலைவில் இருக்கும். மதுரை, திருநெல்வேலி போன்ற நகரங்களில் மிகவும் அருகருகே இருந்தன. அதிலும் தொலைதூரப் பேருந்துகள் இயங்கும் பேருந்து நிலையங்கள் தொலைதூரத்துக்குப் போய்விட்டன. நகரப் பேருந்துகள் மட்டும் நகர முடியாமல், பழைய இடங்களிலேயே தொடர்கின்றன. அது எனக்கு வசதியாக இருந்தது. ஸ்டேஷனில் இறங்கி ரெயில்வே பீடர் ரோட்டைத் தாண்டினால் பஸ் நிலையம். "டவுண்" என்ற பெயர்ப் பலகையுடன், கூவிக் கூவி அழைப்பு விடுக்கும் பேருந்துகளில் ஏறினால், ரெத்னா டாக்கீஸ் பஸ் ஸ்டாப். சுரேஷ் மட்டும் அந்தப் பேருந்தில் கடைசிவரை செல்வார்.

முதல்நாள் என்பதால், ஜீப்பை அனுப்பி வைக்கிறோம் என்று சொன்னார்கள்; வேண்டாம் என்று சொல்லிவிட்டேன். பதவி ஏற்றால்தானே டி.இ.ஓ. அதுமட்டுமல்லாமல், எனக்காக டிரைவர் காலையிலேயே வந்து காத்திருக்க வேண்டும். எனவே தினமும் டவுண் பஸ்தான்.

ஆனால் இன்று காலையில், நான் சொல்லாமலேயே ரெயில் நிலைய போர்ட்டிகோ முன் ஒரு கார் காத்திருந்தது. நான், எஸ்.எல்.பி.யில், என்.எஸ்.எஸ். மாவட்டத் தொடர்பு அலுவலராகப் பணியாற்றியபோது பழக்கமானவர் ஆறுமுகம். நெல்லை ம.தி.தா மேனிலைப் பள்ளி வணிகவியல் ஆசிரியர், அந்த மாவட்ட என்.எஸ்.எஸ். தொடர்பு அலுவலரும் கூட. நான் வருவது அறிந்து, அழைத்துச் செல்ல காருடன் காத்திருந்தார். நண்பர் என்பதால் மறுக்கவில்லை. முதலில் அருகிலேயே இருக்கும் சாலைக் குமரன் கோவில் சென்றோம். வழிபாட்டை முடித்துவிட்டு அலுவலகம் சேர்ந்தபோது மணி ஒன்பது முப்பது. மூத்த கண்காணிப்பாளர் கந்தசுப்பு காத்திருந்தார்; நேர்மையானவர்; இனிமையானவர். அலுவலக வார்த்தையில் சொன்னால், அனுபவசாலி. "ரூல்ஸ் எல்லாம் அத்துப்படி'.

நேர்முக உதவியாளர் இல்லையா? உண்டு. குமரி மாவட்டத்துக்காரரான திருமதி கோமதி. வேடிக்கை என்னவென்றால், அவரும், மாவட்டக்கல்வி அலுவலர் பொறுப்பில் இருந்த பரிமளாவும் உயர்நீதிமன்ற வழக்கொன்றுக்காகச் சென்னை சென்றிருந்தனர். அவர்களிடம் அலைபேசியில் தொடர்பு கொண்டு விட்டு, மாவட்டக் கல்வி அலுவலராகப் பொறுப்பேற்றேன். பணியாற்றிய காலம் குறுகியதாய் இருந்ததால் பெரிய நிகழ்வுகள் ஏதும் இல்லை. ஆனாலும் அந்தக் குறுகிய காலத்திலும் நான் பணியாற்றிய விதம் எல்லோருக்கும் பிடித்திருந்தது. நான் தினமும் அலுவலகத்துக்குள் நுழையும்போது கடிகாரத்தை 8.30 என்று திருப்பிவைத்துக்கொள்ளலாம். இரவுக் காவலர் பிரான்சிஸ் அலுவலகத்தைச் சுத்தம்செய்து, தண்ணீரெல்லாம் நிரப்பி, 'வழிமேல் விழிவைத்து'க் காத்திருப்பார். நான் சொல்லாமலே பிளாஸ்கை எடுத்துக்கொண்டு சீனி போடாமல் தேநீர் வாங்கி வருவார். "ஒரு மூன்று, நான்கு பேருக்குச் சேத்து வாங்கி வாருங்கள்" என்பேன்; அலுவலகப் பணியாளர்களுக்கும் சேர்த்து.

நான் பணிநிறைவு பெற்று பதின்மூன்று வருடங்கள் ஆன பின்னும் புதுவருடம், பொங்கல், தீபாவளிக்கு முதலில் வரும் வாழ்த்து, பிரான்சிஸிடமிருந்துதான். டைப்பிஸ்ட் என்ற பதவியில் இருந்த கம்ப்யூட்டர் ஆப்ரேட்டரான இளைஞர் சிதம்பரகுமார் என்னுடைய அறையில்தான் தனியே அமர்ந்திருப்பார். அவர் எனக்கு மற்றொரு நேர்முக உதவியாளர் போல. நேர்முக உதவியாளரான கோமதி, கண்காணிப்பாளர்கள், உதவியாளர்கள் எல்லோரும் ஒரே அலைவரிசையில் பணியாற்றினோம். முதன்மைக் கல்வி அலுவலராக சசிகலா அவர்கள். முன்னதாக நாகர்கோவிலில் எஸ்.எஸ்.ஏ. முதன்மைக் கல்வி அலுவலராகப் பணியாற்றியதிலிருந்தே அறிமுகமானவர். என்மீது அபரிமிதமான நம்பிக்கை கொண்டிருந்தார்; ஆதரவாகவும் இருந்தார். சில முக்கிய பொறுப்புகளையும் அளிப்பார். முதன்மைக் கல்வி அலுவலக நேர்முக உதவியாளர்கள், கண்காணிப்பாளர்கள் மற்றும் உதவியாளர்கள் எல்லோருமே, ஓட்டுநர்கள் உட்பட, மதிப்புடன் அன்பு காட்டி வந்தனர். குறிப்பாக கண்காணிப்பாளர் வேலுச்சாமியைச் சொல்ல வேண்டும். என்னுடைய ஓய்வூதியப் பலன்களை உடனுக்குடன் நான் பெற உதவியதுடன், காலம் கடந்து நான் பெற்ற முதன்மைக் கல்வி அலுவர் பதவி உயர்வுக்கான ஊதிய நிர்ணயம், அதன் பலனாக எனக்கு உரிமைப்பட்ட பணி நிலுவைத் தொகையையும் தனி சிரத்தை எடுத்து எந்தப் பிரதிபலனும் எதிர்பாராது, உரிய கோப்புகளைத் தயார் செய்து பெற்றுத் தந்தார்.

திருநெல்வேலி மாவட்டக் கல்வி அலுவலராக நான் சாதித்தது என்ன? எனது சரகத்திலுள்ள அனைத்து உயர்நிலை, மேனிலைப் பள்ளிகளையும் இந்தக் குறுகிய காலத்தில் பார்வையிட்டுவிட்டேன். பார்வை என்றால் சும்மா சுற்றிப் பார்த்துத் தேநீர் அருந்திவிட்டு வருவதல்ல. ஆசிரியர்களிடம் கலந்துரையாடல் உண்டு; குறைகள் கேட்பதுண்டு. அரசுப் பள்ளிகளைப் பொறுத்தவரை ஆசிரியர்களின் நிதிசார்ந்த பிரச்சினைகளெல்லாம் முதன்மைக் கல்வி அலுவலகத்தில்தான். பிரச்சினைகளும் குறைவாகத்தான் இருக்கும். அரசு உதவி பெறும் பள்ளிகளைப் பொறுத்தவரை, பெரும்பாலானவை, மாவட்டக் கல்வி அலுவலகத்தைச் சார்ந்துதான் இருக்கும். முடிந்தவரை கோரிக்கைகளை விரைவாகத் தீர்த்திட முயன்றிருக்கிறேன். எந்தப் பள்ளியாக இருந்தாலும் என்னுடைய கவனம், கற்றல் கற்பித்தல் வகுப்பறைச் செயல்பாடுகள்தான். சில ஆசிரியர்களின் கற்பித்தல் முறை என்னை வியக்க வைத்திருக்கின்றது. அழைத்துப் பாராட்டியிருக்கிறேன். அதைப்போலவே தலைமையாசிரியர்களும். ஒருவரைச் சொல்வதானால் மேலச் செழியநல்லூர் உயர்நிலைப் பள்ளித் தலைமையாசிரியை பாலா. தனது பள்ளி என்ற ஈடுபாடு அவரிடம் மிக அதிகம். தனது சிறிய வளாகத்தில் ஏராளமான மரக்கன்றுகளை நட்டு அழகுபடுத்தியிருந்தார்; அவரை அடியொற்றி ஆசிரியர்களும், அவர், பின்னர் பதவி உயர்வு பெற்றுத் திருநெல்வேலி மெட்ரிக் பள்ளி ஆய்வராகவும், கன்னியாகுமரி, திருநெல்வேலி மாவட்டங்களில் முதன்மைக் கல்வி அலுவலராகவும் பணியாற்றி நேர்மையான, திறமையான அலுவலர் என்ற நற்பெயருடன் பணிநிறைவு பெற்றார். அவர், தன் வழிகாட்டிகளில் என்னை முதன்மையாகக் குறிப்பிடுவது எனக்குப் பெருமை.

திருநெல்வேலி கல்வி மாவட்ட எல்லைகளில் ஒரு வேடிக்கை உண்டு. குருவிகுளம் ஒன்றியம் தூத்துக்குடி மாவட்ட எல்லைக்குள் வரும். ஆனால் அந்த ஒன்றியத்தில் இருந்த பள்ளிகள் திருநெல்வேலி மாவட்டக் கல்வி அலுவலர், முதன்மைக் கல்வி அலுவலர்களின் ஆளுகைக்குள் வந்தன!

என்னுடைய அரசு வாகன சாரதி, பரமசிவம். நான் பணியேற்கும்போது அவர் ஓய்வுபெற்றுவிட்டார். வாகனம் – அனாதையாக நின்றது. உடனடியாகப் புதியவரை நியமிப்பதெல்லாம் ஆகாத காரியம். கோப்புகள் 'நகர்ந்து'தான் செல்லும். பரமசிவம் என்னைப் பார்க்க வந்திருந்தார். மீண்டும் சில காலம் பணியாற்ற முடியுமா என்று கேட்டதற்கு மகிழ்ச்சியுடன் சரி என்றார். அதை எதிர்பார்த்துத்தான் வந்திருப்பார் போலும்.

கு. முத்துசாமி

குடும்பச்சூழல் அப்படி. உயர் அலுவலர்களிடம் பேசி விரைவாக, விதிகளின்படி அனுமதி பெற்றேன். ஆட்சித் தலைவர் இதுபோன்ற நிகழ்வுகளில் நிர்ணயிக்கும் மாதாந்திர மதிப்பூதியம், அவருடைய ஓய்வூதியம் தவிர வழங்கப்படும்.

காலையிலேயே கோப்புகளைப் பார்த்துவிட்டுப் பள்ளிகள் பார்வைக்காகக் கிளம்பி, மாலையில்தான் திரும்புவேன். நண்பகல் உணவு பெரும்பாலும் வெளியே ஏதாவது ஒரு ஓட்டலில்தான். இருவரும் சேர்ந்தே சாப்பிடுவோம். டி.இ.இ.ஓ.வாக இருக்கும் போதும் அப்படித்தான். நான் எங்கு சாப்பிட்டாலும், எனது உதவியாளர்கள் சாப்பிடுகிறார்களா என்று முதலில் உறுதி செய்துகொள்வேன். இந்தச் சந்தர்ப்பத்தில் இன்னும் என்னை மனத்தளவில் பாதித்துக்கொண்டிருக்கும் ஒரு சம்பவத்தைச் சொல்ல விரும்புகிறேன். நான் நாகர்கோவிலில் டி.இ.இ.ஓ. வாகப் பணியாற்றிக்கொண்டிருந்தபோது ஒரு ஆய்வுக் கூட்டம் திருநெல்வேலி புனித யோவான் மேனிலைப் பள்ளியில் நடைபெற்றது. நெல்லை, குமரி, தூத்துக்குடி மூன்று மாவட்டங்களைச் சேர்ந்த ஆய்வு அலுவலர்களும் கலந்து கொண்ட ஒரு கூட்டம். ஆய்வு நடத்தியவர் மாண்புமிகு கல்வி அமைச்சர். மாநில அளவிலான இயக்குநர்களும் இணை இயக்குநர்களும் வருகை தந்திருந்தனர். வழக்கம்போல, மாணவர் சேர்க்கை, கற்றல் கற்பித்தல் செயல்பாடுகள், மாணவர்களுக்கான இலவசப் பொருட்கள் விநியோகம் இவை பற்றித்தான். கூட்டம் பிற்பகல் ஒருமணிவாக்கில் முடிந்தது. எல்லோருக்கும் நண்பகல் உணவு திருநெல்வேலி மாவட்டம் சார்பில், எங்களுடைய பங்களிப்புடனும் ஏற்பாடு செய்யப்பட்டிருந்தது. எல்லோரும் ஒரே நேரத்தில் அமர முடியாததால் முதலில் அமைச்சர், இயக்குநர்கள், அதன் பின் இணை இயக்குநர்கள், கடைசியாக மூன்று மாவட்ட அலுவலர்கள். நான் உட்காரும்போது மணி இரண்டு முப்பது. மேசையில் பரிமாறப்பட்டிருந்த உணவுவகைகளைப் பார்வையிட்டேன். என்ன இல்லை? எல்லாம் இருந்தது. சைவம், அசைவம் எல்லோமே. எங்களுக்கு எதிரே, நாங்கள் விரும்பி அழைத்ததனால், அமைச்சருடன் வந்த காவலர்கள் ஒரு அணியாக வந்து அமர்ந்தனர். எல்லோருக்கும் நல்ல பசி. அவர்கள் உணவைத் தொட ஆரம்பிக்கும்போது, அறையின் வெளியிலிருந்து ஒரு குரல். 'மினிஸ்டர் புறப்பட்டாச்சு. உடனே வாங்க'.

என்ன பரிதாபம்! இலையில் கை வைக்கப் போன காவலர்கள் அடுத்த நொடியில் எழுந்து, ஓட்டமும் நடையுமாக, தங்களது யூனிபார்ம்களைச் சரிசெய்து கொண்டு வெளியேறி

விட்டார்கள். 'எல்லோரும் சாப்பிட்டாச்சா?' என்று ஒரு வார்த்தை கேட்டிருக்க வேண்டாமா? நான் போலீஸ் குடும்பத்திலிருந்து வந்ததால் என்னுடைய பரிதவிப்பு அதிகமாக இருந்தது. இது போன்ற சூழலில் எனது தந்தையோ தம்பியோ கூட இருந்திருக்கலாம். அந்தக் காட்சி இன்னும் எனது மனக்கண்ணை விட்டு அகலவில்லை.

மேனிலைச் செய்முறைத் தேர்வுகள் முடிந்து கருத்தியல் தேர்வுகள் தொடங்கிவிட்டன. எனவே என்னுடைய பெரும்பாலான பணி, தேர்வு மையங்களைப் பார்வையிடுவதும், வினாத்தாள் கட்டு மையங்களை ஆய்வு செய்வதுமாகவே அமைந்தது. இடையிடையே முதன்மைக் கல்வி அலுவலருடன் இணைந்து தேர்வு மைய முதன்மைக் கண்காணிப்பாளர்கள், துறை அலுவலர்கள், பறக்கும் படையினருக்கான அறிவுரைக் கூட்டங்கள். தேர்வு நடைமுறையினை மேற்பார்வையிடுவதற்காக, தேர்வுத்துறை இணை இயக்குநர் முனைவர் கருணாகரன் வந்திருந்தார்.

தொடக்கக் கல்வி இணை இயக்குநராக எனக்கு முன்பே அறிமுகம் ஆனவர்தான். நேர்மை, எளிமை, ஆனால் கடுமை. இவை அவருக்கே உரித்தான குணங்கள். ஒரு நாள் திருநெல்வேலி, பாளையங்கோட்டை, மேலப்பாளையம் நகர்களில் அமைந்திருந்த தேர்வு மையங்களையும், அடுத்த நாள் கிராமப்புற மையங்களையும் பார்வையிட்டார். குறிப்பாக பிரச்சினைகளுக்குப் பெயர்போன சங்கரன்கோவில் அரசு ஆண்கள் மேனிலைப் பள்ளி. அங்கு நானும் முதன்மைக் கல்வி அலுவலரும் தனிக்கவனம் செலுத்திக் கண்காணிப்பாளர்களை நியமனம் செய்திருந்தோம். அலுவலகத்திலும், என்னுடனேயே பயணம் செய்த சிறப்பு பறக்கும் படை ஆசிரியர்களும் என்னிடம் ஒரு தகவலைச் சொன்னார்கள். சங்கரன் கோவிலில் மேனிலை முக்கிய தேர்வு கடைசி நாளன்று, தேர்வை எழுதி முடித்த மாணவர்கள் சாதி வாரியாகக் கோஷ்டியாக நின்று கொண்டு ஆண்டு முழுவதுக்குமான பகைமையைத் தீர்த்துக் கொள்வார்கள். இந்தப் பகைமை உணர்வை, அந்தந்தச் சாதி ஆசிரியர்கள் நெய்யூற்றி வளர்த்திருப்பார்கள். அன்றைய தினம், அதிகமான காவலர்களும் குவிக்கப்பட்டிருப்பார்கள் என்றெல்லாம் சொன்னார்கள்.

முதன்மைக் கல்வி அலுவலர் என்னிடம் தேர்வுகள் தொடங்கும்முன்னரே, 'இது போன்ற அசம்பாவிதங்கள் யாவும் இந்த ஆண்டும், இதற்குப் பிறகும் நடக்கக்கூடாது' என்று சொல்லியிருந்தார். 'நடக்காது' என்று உறுதி கொடுத்தேன்.

அந்தப் பள்ளி வளாகத்துக்குள் முதன்முதலாக நுழையும் போதே நான் கவனித்திருக்கிறேன். சுவர்களில் அரிவாள் படம் வரைந்து அதற்குக் கீழே ஏதாவது ஒரு சாதியின் இளைஞர் படை என்று குறிப்பிட்டு உணர்ச்சியைத் தூண்டும் வாசகங்களையும் எழுதிவைத்திருப்பார்கள். அவற்றை அழிப்பதற்குக் கூட யாருக்கும் துணிவில்லை. ஒரு நாள் மாலையில் பள்ளிக்குச் சென்று ஆசிரியர் கூட்டத்தைக் கூட்டி மனத்திலும் மூளையிலும் உறைக்குமாறு பேசினேன். எனது விளாத்திகுளம் அனுபவம் கை கொடுத்தது. ஆசிரியர்கள் முகங்களைப் பார்க்கும்போதும் அவர்களது எதிர்வினைகளைப் பார்க்கும்போதும் எனக்கு நம்பிக்கை பிறந்திருந்தது. அடுத்த நாள் சுவர் சித்திரங்களெல்லாம் அழிக்கப்பட்டுவிட்டன என்று தகவல் தந்தார்கள்.

ஒவ்வொரு பிரிவுக்கும் மேனிலை கடைசித் தேர்வு நடக்கும் அன்று, தேர்வு முடிவடையும் நேரத்தில் நான் என்னுடைய குழுவுடன் சென்றுவிடுவேன். மாணவர்கள் விடைத்தாளைக் கொடுத்துவிட்டு ஒருவர் பின் ஒருவராகச் சென்றுவிட வேண்டுமென்று அறிவுரை வழங்கப்பட்டிருந்தது. முதன்மைக் கண்காணிப்பாளரும் துறை அலுவலரும் அதைக் கவனித்துக் கொண்டார்கள். *'தலைமையாசிரியர் இல்லையா?'* என்று கேட்கலாம். அரசு விதிகளின்படி அவர் வேறொரு பள்ளிக்கு முதன்மைக் கண்காணிப்பாளராக மாற்றப்பட்டுப் பணியாற்றிக் கொண்டிருப்பார்.

அனைத்துத் தேர்வுகளும் முடிவடைந்த கடைசி நாள். கடைசி மணி அடித்து மாணவர்கள் வெளிவர ஆரம்பித்தனர். எந்தச் சலசலப்புமில்லை. காத்திருந்த என்னையும் காவலர்களையும் ஏமாற்றிவிட்டார்கள்! மகிழ்ச்சி தந்த மாற்றம்.

இதற்கிடையில் சென்னையில் ஆய்வு அலுவலர்களுக்கான மாதாந்திர ஆய்வுக் கூட்டம். சென்னை எழும்பூர், டான்பாஸ்கோ மேனிலைப் பள்ளிக் கலையரங்கில் நடைபெற்றது. ஆய்வினூடே, மேனிலைக் கல்வி இணை இயக்குநர் கார்மேகம் சார், 'திருநெல்வேலி டி.இ.ஓ, ரொம்ப வேகமா ஆக்ட் பண்ணுறார். எந்த பைலும் பெண்டிங்காக விடுவதில்லை. கோர்ட் கேசுக்கு உடனுக்குடன் அபிடவிட் தாக்கல் செய்து டிபார்ட்மென்டுக்குச் சிக்கல் இல்லாமப் பாத்துக்கிறார். எல்லாரும் அவரைப் போல சுறுசுறுப்பா வேலை செய்யுங்க' என்றார். மற்ற அலுவலர்களின் முணுமுணுப்பு எனக்கு நன்றாகவே கேட்டது!

மருமகள் தினமும் தோவாளையிலிருந்து திசையன்விளை மின்வாரிய அலுவலகம் சென்று வந்தார். நேரடிப் பேருந்துகள் அதிகம் இல்லை. எனவே அதிகம் சிரமம் கொடுக்காமல்,

திசையன்விளைக்கே வீடு பார்த்துக் குடியேறிவிட்டோம். மகன் பெங்களூரில், தனியே. எந்த வெற்றியும் எந்த மகிழ்ச்சியும் சிரமங்களின்றி வருவதில்லை; பேத்தியும் எங்களுடன். உள்ளூரில் ஜெயராம் பள்ளியில் சேர்த்துவிட்டோம். எனவே ஒரு குறுகிய காலம் நான் திசையன்விளையிலிருந்து திருநெல்வேலி சென்று வந்தேன். அதுவும் ஒரு வித்தியாசமான அனுபவம்தான். திசையன்விளைக்கும் விளாத்திகுளத்துக்கும் ஒரு ஒற்றுமை இருந்தது. இரண்டுமே பிரதான சாலைகளை விட்டு ஒதுங்கியே இருந்தன. ஆனால் முக்கிய வியாபார மையங்கள்; குறுகிய தெருக்கள்; எப்போதும் ஜன சந்தடிதான். சென்னையில் வியாபாரம் செய்து வரும் 'அண்ணாச்சி'கள் பலரும் திசையன்விளை, சாத்தான்குளம் பகுதிகளைச் சேர்ந்தவர்கள்தாம்.

ஏப்ரல் மாதம் வந்தது. மருமகளுக்கும் திருநெல்வேலி மகாராஜ நகர் மைய அலுவலகத்தில் டெபுடேஷன் மூலம் பணிபுரியும் வாய்ப்பு கிடைத்தது. இனி எங்களுக்குத் திசையன்விளையில் என்ன வேலை? வழக்கம்போல, குடும்ப உறுப்பினர்கள் போலப் பழகிய அக்கம்பக்கத்தினரை விட்டுக் கலவையான உணர்வுகளுடன் தோவாளை திரும்பினோம். பேத்திக்கு அந்தச் சின்ன வயதில் மற்றொரு பள்ளிக்கு இடம் பெயர்தலும், பழகிய உறவுகளைத் துறத்தலும் வழக்கமாகிவிட்டன. இவையனைத்தும் இளம் வயதில் நானும் அனுபவித்ததுதான்.

நான் முற்றிலும் எதிர்பாராத ஆணை அப்போது வந்து சேர்ந்தது. மூன்று வருடங்கள் முன் தேதியிட்டு 20.01.2006 முதல் மாவட்டக் கல்வி அலுவலர் பதவி உயர்வு வழங்கி அரசாணை 20.01.2009 வெளியிடப்பட்டு, பள்ளிக் கல்வி இயக்ககத்தின் வழியே கோப்புகள் மெல்ல நகர்ந்து முதன்மைக் கல்வி அலுவலர் வழியாக ஆணை கிடைக்கப் பெற்றேன். அதற்கான ஊதிய நிர்ணயம் முன் தேதியிட்டுச் சரிசெய்யப்பட்டுப் பணப்பலன் மட்டும் பெற்றேன். இதில் இன்னொரு வேடிக்கையும்கூட, வேதனை என்று கூடச் சொல்லலாம். 25.08.2007 முதல் முன்தேதியிட்டு எனக்கு முதன்மைக் கல்வி அலுவலர் பதவி உயர்வு வழங்கி அரசாணை (நிலை) எண். 161, நாள் 13.07.2009 வெளியிடப்பட்டது. அதாவது அரசுப் பணியிலிருந்து நான் ஓய்வு பெற்று நான்கு மாதங்களுக்குப் பிறகு இரட்டைப் பதவி உயர்வு! என்னை விட இளையோரெல்லாம் முதன்மைக் கல்வி அலுவலர்களாகப் பணிபுரிந்த காலையில் நான் மேனிலைப் பள்ளித் தலைமையாசிரியராகவே பணிபுரிந்து கொண்டிருந்தேன். பின்னோக்கிப் பார்க்கும்போது அதில் எனக்கு எந்த வருத்தமுமில்லை. என்னுடைய பள்ளி, என்னுடைய ஆசிரியர்கள், என்னுடைய மாணவர்கள் என்ற பந்தம் எனது

மனத்துக்கு மிக நெருக்கமானது. அத்துடன் என்னுடைய பாடத்தையும் சேர்த்துக்கொள்ளலாம். வகுப்பறைக்குள் சென்று பாடம் கற்பிக்கும்போதும் அதனை மாணவர்கள் ரசிக்கிறார்களா என்று பார்க்கும்போதும் ஏற்படும் மகிழ்ச்சி அமரத்துவமானது. அலுவலரால் உயிரற்ற கோப்புகளுடன்தான் உறவாடிப் போராட வேண்டும்.

ஆனால் இறைவன் சித்தம் வேறு மாதிரி இருந்தது. 'உன்னுடைய பணி ஒரு மாவட்டத்துக்குள் அடங்கிவிடக்கூடாது. மாநில அளவில் உனக்குப் பணி காத்திருக்கிறது' என்பது இறைவன் கட்டளைபோல. அதற்கான முன்னோட்டம் நான் மாவட்டக் கல்வி அலுவலராக இருக்கும்போதே தெரிந்தது. அனைவருக்கும் இடைநிலைக் கல்வித் திட்டச் செயற்குழுவில் ஓர் உறுப்பினராக எனக்கு நியமன ஆணை வந்தது. ஆனால் ஏப்ரல் மாதமே நான் பணியிலிருந்து ஓய்வுபெறவிருக்கிறேன் என்ற செய்தியைத் தெரிவித்து விடுவித்துக்கொண்டேன்.

அதே ஏப்ரல் மாதம் திருநெல்வேலிக்குப் பள்ளிக் கல்வி இயக்குநர் முனைவர் பெ. பெருமாள்சாமியின் வருகையும் இருந்தது. அது ஒரு சனிக்கிழமை. முதன்மைக் கல்வி அலுவலகம் சென்று சந்தித்தேன். 'ஏதாவது ஒரு கவர்ன்மெண்ட் ஸ்கூலுக்குப் போக முடியுமா?' என்றார். 'இன்னைக்கு வொர்க்கிங் டே கிடையாது சார்' என்றேன். 'எங்காவது ஸ்பெஷல் கிளாஸ் இருக்கா பாருங்க' என்றார். 'கண்டிப்பா இருக்கும் சார். விசாரிச்சுச் சொல்றேன்'. சில நிமிடங்களில் தகவல்கள் வந்து குவிந்தன; பள்ளிகளைச் சொன்னேன்.

'ரொம்ப தூரம் வேண்டாம். முன்னீர்பள்ளம் போவோம். நாம போறதைச் சொல்ல வேண்டாம். சி.இ.ஓ., ஆபிசில் இருக்கட்டும். நீங்க மட்டும் வாங்க, உங்க ஜீப்லேயே போவோம்' என்றார். எனக்குச் சற்றுத் தயக்கம்; கூடப் போவதில் அன்று. ஜீப்பில் போவதில்தான். ஏப்ரல் மாதம் . கத்தரி வெயில். பொதுவாக இயக்குநர்கள், இணை இயக்குநர்கள் வரும்போது ஏ.சி. கார்கள் ஏற்பாடு செய்வதுதான் வழக்கம்.

ஜீப்பில் புறப்பட்டோம். அம்பாசமுத்திரம், கடையம் செல்லும் நெடுஞ்சாலையில் மேலப்பாளையம் தாண்டி முன்னீர்பள்ளம் உள்ளது. பள்ளி, ஊருக்குள் சற்று உள்ளடங்கி இருந்தது. ஜீப்பை விட்டு இறங்கிய இயக்குநர், கதவு திறந்திருந்த ஒரு வகுப்பறைக்குள் சட்டென்று நுழைந்தார். மாணவ, மாணவிகள் விரித்துவைத்த புத்தகங்களுடன் அமர்ந்திருந்தனர்; சிலர் படித்துக் கொண்டு, சிலர் பேசிக்கொண்டு. ஆனால் ஆசிரியர் இல்லை. இயக்குநர் பெருமாள்சாமி இயல்பாகவே

உள்ளத்தனைய . . .

கோபத்துக்குப் பெயர் போனவர். இப்போது உச்சிக்கே சென்றுவிட்டார். தகவல் பரவ ஆசிரியைகள் ஒரே ஓட்டமாக வகுப்பறைகளுக்குள் நுழைந்தனர். 'ஸ்பெஷல் கிளாஸ் இருக்கும்போது ஹெட்மாஸ்டர் ஏன் வரல?' என்ற கேள்விக்கு அவர் மெடிக்கல் லீவில் இருப்பதாகப் பதில் வந்தது. விடுமுறை நாட்களில் தாமாகவே முன்வந்து சிறப்பு வகுப்புகள் நடத்துபவர்களை எவ்வாறு கடிந்துகொள்வது?

வளாகத்தைச் சுற்றிப் பார்த்தார், அதுவும் சுட்டெரிக்கும் வெயிலில். வளாகம் தூய்மையாகவே இருந்தது. நானும் இதற்கு முன் இப்பள்ளிக்கு வந்திருக்கிறேன். பாளையங்கோட்டை தொகுதி சட்டமன்ற உறுப்பினராகவும் அமைச்சராகவும் இருந்த மைதீன்கான் சிறப்பு விருந்தினராகப் பங்கேற்ற இலவச மிதிவண்டிகள் வழங்கும் விழா, அது.

'சரி ஆபிஸ் போகலாம்' என்றார்.

மதிய உணவு நேரம். ஒரு இயக்குநர் நிலையில் இருப்பவரிடம் கேட்கலாமா வேண்டாமா என்ற யோசனையுடனேயே, 'சார் போகும் வழியில் ஒரு ஹோட்டலில் சாப்பிட்டுவிட்டுப் போகலாமா சார்' என்றேன். அவரும் எந்தத் தயக்கமும் இல்லாமல், 'சரி, ஒரு நல்ல வெஜிடேரியன் ஹோட்டல்ல நிறுத்துங்க' என்றார். முந்தைய வருடம், திருவனந்தபுரம் விமான நிலையத்திலிருந்து, நாகர்கோவில் வரும் வழியில் அவரும், தொடக்கக் கல்வி இயக்குநர் தேவராஜன் சாரும் நானும் சுங்கான்கடையில் ஒன்றாக அமர்ந்து உணவருந்தியது அவருக்கு நினைவுக்கு வந்திருக்கக் கூடும்.

டிரைவரையும் வரச்சொல்லிச் சாப்பிட்டுவிட்டு, ஆபீஸ் கிளம்பினோம். அவர் அங்கு முதன்மைக் கல்வி அலுவலருடன் மாவட்டப் பிரச்சினைகளைப் பற்றியும் அதற்கான தீர்வுகளைப் பற்றியும் பேசிக்கொண்டிருக்க, நான் இருவரிடமும் விடை பெற்று என்னுடைய அலுவலகம் கிளம்பினேன். மீண்டும் இயக்குநரை வழியனுப்ப வர வேண்டும். அவர் திருவனந்தபுரம் சென்று விமானத்தில் சென்னை செல்வதாகத் திட்டம்.

மாலையில் அவர் தங்கியிருந்த விருந்தினர் மாளிகைக்குச் சென்றேன். அவர் தனது அறையில் தயாராகிக்கொண்டிருந்தார். சற்று நேரத்தில் வெளியே வந்தவர், அருகில் என்னை அழைத்தார்.

'நீங்க இந்த மாசம் ரிடையர்டாகப் போறீங்கல்ல?'

'ஆமா சார்'.

‘விஸ் யு ஏ ஹேப்பி ரிடையர்டு லைப். ஆனா டிபார்ட்மென்ட் உங்களை விடாது. சமயம் வரும்போது கூப்பிடுவோம்’ என்ற சொல்லிக் கை கொடுத்தார். இயக்குநர் பெருமாள்சாமி இப்படி அந்நியோன்னியமாகப் பேசுவது ரொம்ப அபூர்வம் என்று உடனிருந்தவர்கள் சொன்னார்கள். அவரது இரண்டு கையெழுத்துகள் எனது பணியை உயர்ந்த தளத்துக்குக் கொண்டு சென்றன என்றால் மிகையில்லை.

ஏப்ரல் முப்பதுக்கு இன்னும் இரண்டு நாள்கள்தான். என்னுடைய அலுவலகப் பணியாளர்கள் முகங்களில் வாட்டத்தைக் கண்டேன்.

என்னுடைய பிரிவு உபசார விழாவுக்குச் செல்லும் முன், முதலிலேயே சொல்லியிருக்க வேண்டிய ஒரு செய்தியை இப்போது சொல்லியாக வேண்டும். நான் மாவட்டக் கல்வி அலுவலராகப் பொறுப்பேற்ற அடுத்த நாள் நாகர்கோவிலில் மாவட்டக் கல்வி அலுவலராகப் பணிபுரிந்த கண்ணா கல்யாண சுந்தரம் சாரும், முதன்மைக் கல்வி அலுவலராகப் பணிபுரிந்த கோமதி நாயகம் சாரும் தேடிவந்து வாழ்த்திச் சென்றார்கள். எழுபது வயது கடந்த குசேல பிரசாத் சார், (குமரி மாவட்ட முதன்மைக் கல்வி அலுவலராகவும், பின்னர் இணை இயக்குநராகவும் பதவி வகித்தவர்) ஒரு விபத்தில் காலில் ஏற்பட்ட காயம் காரணமாக நடக்க முடியாத நிலையிலும் ஊன்றுகோலோடு தூத்துக்குடியிலிருந்து அன்பு மிகுதியால் என்னைப் பார்க்க வந்திருந்து வாழ்த்திச் சென்றது இன்னும் நெஞ்சை நனைய வைக்கிறது

திருநெல்வேலி கல்வி மாவட்ட அனைத்துப் பள்ளித் தலைமையாசிரியர்கள் ஏற்பாடு செய்திருந்த வழியனுப்பு விழா பாளை புனித யோவான் மேனிலைப் பள்ளியில் நடைபெற்றது. வழக்கமான பாராட்டுரைகள், ஏற்புரை எல்லாம்தான். மாவட்டக் கல்வி அலுவலருக்கு வழியனுப்பு விழா நடத்துவது இதுதான் முதல் முறை என்றார்கள். உண்மையோ மிகையோ தெரியவில்லை. ஆனால் கேட்கும்போது மகிழ்ச்சியாகத்தான் இருந்தது.

ஏப்ரல் முப்பது திருநெல்வேலியிலிருந்து விடைபெறும் நாள். ஆரல்வாய்மொழியிலிருந்து நெல்லைக்குக் குருவாயூர் எக்ஸ்பிரஸ் பயணம் இனி இல்லை. ரெத்னா டாக்கீஸ் என்று நிலைத்துப் போன எனது அலுவலக பஸ் ஸ்டாப்பில் இனி இறங்க வேண்டியதில்லை. அந்த வளாகத்தில் எனது அலுவலகம் மட்டுமல்ல, மாடியில் சேரன்மகாதேவி மாவட்டக் கல்வி அலுவலகம், மாவட்டத் தொடக்கக் கல்வி அலுவலகம், மெட்ரிக்

பள்ளி ஆய்வர் அலுவலகம், வயதுவந்தோர் கல்வி அலுவலகம், மண்டல தேர்வுத்துறைத் துணை இயக்குநர் அலுவலகம் என எப்போதும் ஜேஜே என்று இருக்கும். என்னுடைய அலுவலக நண்பர்கள் வழியனுப்பு விழா ஏற்பாடுகளில் மும்முரமாக இருந்தனர். கடைசி நேரக் கோப்புகளில், அரசு குறிப்பாக உதவி பெறும் பள்ளிகளுக்கான ஊதியப் பட்டியல்கள் ஏதேனும் எஞ்சியிருக்கின்றனவா என்று கேட்டு வாங்கிக் கையெழுத்திட்டு முடித்தேன். நெஞ்சின் இனிய நண்பர் – எப்போதும் அண்ணா என்று அன்புடன் அழைக்கும் அம்பை மாரியப்பன் வந்திருந்தார். என்னில் இளையவர் எனினும் நெல்லை பள்ளிக் கல்வித் துறையில் மாவட்ட அளவில் அவர் வகிக்காத பொறுப்புகள் இல்லை.

நான் யாரிடம் பொறுப்பை ஒப்படைக்க வேண்டும் என்ற ஆணையும் வந்திருந்தது. மேனிலைக் கல்வியின் தொடக்கக் காலக்கட்டத்தில் ஆரல்வாய்மொழியில் என்னுடன் ஆங்கில முதுநிலைப் பட்டதாரி ஆசிரியையாகப் பணியாற்றிய, பணகுடி மேனிலைப்பள்ளித் தலைமையாசிரியை கிளாடிஸ் ஸ்டெல்மா பொறுப்பேற்பதற்காக வந்திருந்தார். பெங்களூரிலிருந்து எனது மகன் ராஜ்குமார், மனைவி, மகளுடன் வந்திருந்தான். சற்று நேரத்தில் முதன்மைக் கல்வி அலுவலர் சசிகலா அவர்கள் தனது அலுவலகப் பணியாளர்களுடன் வழியனுப்புக் கூட்டத்தில் பங்கேற்பதற்காக வந்து எனக்குப் பெருமை சேர்த்தார். வளாகத்தில் இருந்த விநாயகர் கோவிலில் சிறப்புப் பூஜைக்காக ஏற்பாடு செய்திருந்தார்கள்.

முதன்மைக் கல்வி அலுவலர் தலைமையில் கூட்டம் தொடங்கியது. மிகச் சிறந்த ஒரு முன்னுதாரணமாக, முதன்மைக் கல்வி அலுவலர் ஏதாவது ஒரு ஓய்வூதியப் பலனை எனக்கு அளிக்க வேண்டும் என்று திட்டமிட, கண்காணிப்பாளர் வேலுச்சாமியின் முயற்சியும் ஒன்று சேர, என்னுடைய சரண் விடுப்பூதியத்துக்கான காசோலையைக் கூட்டத்திலேயே வழங்கினார். இவையெல்லாம் மற்றைய உயர் அலுவலர்கள் பின்பற்றுகிறார்களா என்று எனக்குத் தெரியவில்லை. இந்த அதிகார வர்க்கத்தில்தான் அதிசயக்குமார் போன்றவர்களும் இருந்தார்கள். அத்துடன் முதன்மைக் கல்வி அலுவலராகப் பணியாளர்கள் சார்பாக எனக்கு ஒரு விலை உயர்ந்த சூட்கேஸையும் பரிசாக வழங்கினார்கள். என்னுடைய பாசமிகு சகப் பணியாளர்கள் மோதிரம் அணிவித்து மகிழ்ந்தனர். பணியில் இருக்கும்போது இவற்றை ஏற்பது குடிமைப்பணி விதிமுறை களுக்கு முரணானது. பணிநிறைவு பெற்று, பொறுப்பையும் அடுத்தவரிடம் ஒப்படைத்ததால் ஏற்றுக்கொண்டேன்.

எல்லோரையும் தோவாளைக்கு அழைத்திருந்தேன். அன்புடன் வந்து நான் ஏற்பாடு செய்திருந்த இரவு விருந்தினையும் ஏற்று விடைபெற்றுச் சென்றனர், எல்லாவற்றுக்கும் அடிநாதம் ஒன்றுதான் அன்பு. அரசுப்பணி என்பது முதலாளி, தொழிலாளி உறவு அல்ல. பரஸ்பர நம்பிக்கையுடனும் தோழமை உணர்வுகளுடனும் இன்சொற்களுடனும் இணைந்து மேற்கொள்ளப்படும் செயல்பாடுகளின் தொகுப்புதான். கண்டிக்கலாம்; ஆனால் நான் தண்டிப்பேன், தண்டித்தே தீருவேன் என்ற மனப்பாங்குதான் மனங்களைக் காயப்படுத்தி, ஆறாத வடுக்களை ஏற்படுத்திவிடுகிறது.

மே ஒன்றாம் தேதி மாலையில் நண்பர்கள், உறவினர்கள், உடன் பயணித்த பள்ளி ஆசிரியர்கள், அலுவலகப் பணியாளர்கள் அனைவருக்கும் நன்றி தெரிவிக்கும்வகையில் தோவாளை முத்தாரம் திருமண மண்டபத்தில் ஒரு விருந்தினை ஏற்பாடு செய்திருந்தேன். மண்டபம், 1977இல் நான் தோவாளை பள்ளியை விட்டுச் செல்லக்கூடாது என்று போராட்டம் நடத்திய மாணவன் பகவதிப் பெருமாளுக்கு உரிமையானது. 'திரைகடல் ஓடி திரவியம் தேடி'த் தனது சொந்த ஊரில் ஒரு வனப்புமிக்க மண்டபத்தை உருவாக்கியிருந்தார். மாலையில் தொடங்கிய நிகழ்ச்சி இரவுவரை நீண்டது. நாகர்கோவில் முதன்மைக் கல்வி அலுவலர் பொன்னையா உட்பட பல அலுவலர் பெருமக்களும் நண்பர்களும் உறவுகளும் வாழ்த்திச் சென்றனர். இணை இயக்குநர் கருப்பசாமி சார் உள்ளிட்டோர் தொலைபேசி வழி வாழ்த்தினர். என்னுடைய அரசுப் பணிப்பயணம் நிறைவு பெற்றது என்று எண்ணியிருந்தேன். ஆனால் சென்னையிலிருந்து இணை இயக்குநர் கார்மேகம் சார் அலைபேசி வழியே அடுத்த நாள் அழைத்தார். 'ஆர்.எம்.எஸ்.ஏ.'க்கு வாங்க. (*R.M.S.A. – Rashtriya Madhyamik Shiksha Abhiyan* – அனைவருக்கும் இடைநிலைக் கல்வித் திட்டம்) ரெண்டு கன்ஸல்டன்ட் போஸ்ட் இருக்கு. உங்களத்தான் நினைச்சேன். புறப்பட்டு வாங்க' என்றார்.

'சார், சென்னையில் யாரும் இல்ல. பையன் பெங்களூரிலே இருக்கான்'.

'அதைப்பத்தி ஏன் வொரி பண்ணுறீங்க? நானும் டீச்சர்ஸ் ஹோமிலதான் ஸ்டே பண்ணுறேன். அடுத்த ரூமிலே நீங்க தங்கிக்கலாம், வாங்க' என்றார். அன்பான அழைப்பு. மாநிலத்தில் எத்தனையோ பேர் இருந்தாலும் என்னை மதித்துக் கூப்பிடுகிறார். ஆனால் மனைவியைத் தனியே தோவாளையில் விட்டுவிட்டு, எப்படிச் செல்வது? "வீட்டிலே கன்ஸல்ட் பண்ணிட்டு

சொல்றேன் சார்" என்று சொல்லிச் சமாளித்தேன். அழைப்புகள் பிற நிறுவனங்களிடமிருந்தும் வந்துகொண்டிருந்தன. தெ.தி. இந்துக்கல்லூரியின் துணை நிறுவனமான கல்வியியல் கல்லூரி யின் முதல்வர் பொறுப்பு, தேரேகால்புதூர் வெள்ளாளர் பொறியியல் கல்லூரியில் ஆங்கிலத்துறைத் தலைவர் என வரிசையாக அழைப்பு. ஆனால் ஏற்கெனவே இதுபோன்ற தனியார் நிறுவனங்களில் பணியாற்றி, 'சூடுபட்டு'த் திரும்பிய நண்பர்களின் அனுபவங்கள் என்னை முற்றிலும் தடுத்து நிறுத்தின.

35

என்னுடைய பணிநிறைவு வாழ்க்கையை ஏற்கெனவே திட்டமிட்டிருந்தேன். புத்தகங்கள், தோட்ட வேலை, பயணங்கள் என்பன எனது மனத்தில் இருந்தன. காலை எழுந்தவுடன் பின்புற சிறு தோட்டத்தில் இயற்கை விவசாயம், காலை உணவுக்குப் பின்னும் மாலையிலும் புத்தகங்கள், வாய்ப்பு கிடைக்கும்போதெல்லாம் பைக்கிலோ பஸ்ஸிலோ வெளியூர் பயணம் என்று நேரம், பணியிலிருந்ததைவிட வேகமாகச் சென்று கொண்டிருந்தது. 2009, ஜூன் 10ஆம் தேதி வள்ளியூர் ஈஸ்வரி மருத்துவனையில் பேரன் பிறந்தான். பேத்தி, எனது மனைவி பெயரைக் கொண்டு சாந்தா என்றால், பேரன் எனது பெயரை முன்னால் கொண்டு முத்து கார்த்திக்.

எனது மனைவியின் நீண்ட கால ஆசை யொன்றையும் பணிநிறைவுக் காலத்தில் நிறைவு செய்தேன். வடநாடு சென்று வர வேண்டும், அதிலும் குறிப்பாக புனித யாத்திரை போல பத்ரிநாத்வரை செல்ல வேண்டும் என்று விருப்பம். ராமையா சார், தனது குடும்பத்துடன் இணைந்துகொண்டார். உடன் நண்பர் தங்கசாமி. ஒரு டிராவல்ஸ் மூலம் ஏற்பாடு செய்துகொண்டு ஒரு குழுவாக நாகர்கோவில் ரயில்வே ஸ்டேஷனிலிருந்து புறப்பட்டோம். புத்தகங்களில் மட்டுமே படித்திருந்த வரலாற்றுச் சின்னங்களைப் பார்வையிடும் ஆர்வம் எனக்கு. புனிதத் தலங்களைத் தரிசித்து வழிபடும் நோக்கம் மற்றவர்களுக்கு. பிரமிக்க வைத்த கிருஷ்ணா, கோதாவரி, மகாநதிகளின் அகண்ட நீர்ப்பரப்பைக் கடந்து 'ஓ, இதுதான் நாம் கற்பித்த சில்கா ஏரியாவா,' என்று வியந்து புவனேசுவரத்தில் நிலை கொண்டோம். அங்கு சூரியனார் கோவில் சென்றபோது, நாட்டு நலப்பணித் திட்டத்தின் முத்திரையாக விளங்கும் தேர்ச்சக்கரத்தின் முன்

நின்று புகைப்படம் எடுத்துக்கொண்டேன். சேவை என்பதற்கு முற்றுப்புள்ளியும் இல்லை; கடைசிப் புள்ளியும் இல்லை. ஒரு சக்கரம்போல சுழன்று கொண்டேயிருப்பதற்கான இலக்கணம்தான் அது. பின், கயாவில் நீத்தோர் சடங்குகள் முடித்தோம். புத்தகயாவில் பல்வேறு நாடுகளின் புத்த விகாரங்கள் அந்தந்த நாடுகளின் கலாச்சாரங்களைப் பறைசாற்றின. தொடர்ந்து அயோத்தி, வாரணாசி, காசி என்று சென்றதில் மனதில் நிலைத்திருப்பது, இரவில் வாரணாசியில் நடைபெறும் கங்கா ஆரத்திதான். இளம் புரோகிதர்கள் படித்துறையில் நின்றுகொண்டு தீப விளக்குகளைக் கையிலேந்தி மந்திரங்களை உச்சாடனம் செய்து கங்கையை வணங்குவது, நதியில் படகில் இருந்து பார்க்கையில், கண்கொள்ளாக் காட்சி. சாரநாத் எங்கள் சுற்றுப்பயணத் திட்டத்தில் இல்லாதது. நானும் ஒரு சில நண்பர்கள் மட்டும், நேரத்தைத் திருடிக்கொண்டு பார்வையிட்டு வந்தோம்.

தொடர்ந்து அமிர்தசரஸ், ஜாலியன் வாலாபாக். அந்த பூங்காச் சுவர்களில் பாய்ந்திருக்கும் புல்லட் தடங்களும், தப்ப வழியில்லாமல் ஆழ்கிணற்றில் குதித்து மாய்ந்த தாய்மார்கள் பற்றிய செய்திகளும் ஜெனரல் டயரின் ஈவு இரக்கமற்ற கொடுஞ்செயலை நினைவுபடுத்திக்கொண்டிருக்கின்றன. அதற்கு இணையாக இன்றும் நினைவு கூரப்படும் பெருங்காமநல்லூர் போலீஸ் வெறியாட்டமும் மற்றும் பல தியாகப் போராட்டங்களும் வரலாற்றுப் பதிவுகள். பின்னர், வாகா எல்லை சென்றோம். மாலையில் தேசியக் கொடியை இறக்கும்போது நடைபெறும் பி.எஸ்.எப். வீரர்களின் அணிவகுப்பு கண் கொள்ளாக் காட்சி. ஐந்து மணிக்கெல்லாம் இதனைப் பார்வையிடுவதற்காக மக்கள் குழுமி விடுகிறார்கள். இரண்டு நாட்டு எல்லைகளும் சந்திக்கும் இடம் வாகா. இரண்டு நாடுகளுக்கும் தனித்தனியே பிரம்மாண்டமான நுழைவாயில்கள்; கொடிக்கம்பங்கள். இடையில் சுமார் பத்து அடிதூரம் பொதுவானது. 1947க்கு முன் ஒன்றாக இருந்த மக்கள் இன்று இருநுழைவாயில்களால் பிரிக்கப்பட்டு ஒருவரையொருவர் பார்க்கும் பார்வையிலும் பகைமை உணர்வு. கேலரிகளுக்கு நடுவே, நாட்டுப்பற்றுப் பாடல்கள், நடனங்கள், கோஷங்கள். 'இந்துஸ்தான் ஜிந்தாபாத்' என்று நாம் ஆவேசத்துடன் குரலெழுப்பும்போது, அதன் எதிரொலியாக, அவர்கள் பகுதியில் பாகிஸ்தானை வாழ்த்திக் கோஷங்கள். இவற்றுக்கெல்லாம் எதிர்மறையாகத் தத்தம் கொடிகளை இறக்கும் முன், இரண்டு நாட்டு வீரர்களும் கை குலுக்கிக்கொண்டு சல்யூட் செய்வதையும் பார்க்க முடியும். பின் இரண்டுவாயில்களும் சடார் சடார் என்று மூடப்படுகின்றன. இனி அடுத்த நாள் காலையில் கொடியேற்றத்துடன் இவை மீண்டும் திறக்கப்படும் என்று சொன்னார்கள்.

கு. முத்துசாமி

புது தில்லியில் வழக்கமான சுற்றுலாத் தலங்கள். நான் பல முறை பார்த்தவை. அடுத்து ஆக்ரா பயணம். முதலில் ஆக்ரா கோட்டை. மிக அழகாக, கலை நுணுக்கத்துடனும், பல பாதுகாப்பு அரண்களுடனும் வடிவமைக்கப்பட்ட கோட்டை. ஷாஜகான் சிறை வைக்கப்பட்ட அறை என்று ஒன்றைக் காட்டினார்கள். அந்த அறையின் பலகணியிலிருந்து பார்க்கும்போது தாஜ்மகால் தெரிந்தது. எனக்கு ஒரு குறுந்தொகை பாடல் வரிகள் நினைவுக்கு வந்தன.

குடைநிழல் இருந்து குஞ்சரம் ஊர்ந்தோர்

நடைமெலிந்து ஒரூர் நண்ணிலும் நண்ணுவர்.

(குஞ்சரம்-யானை)

கோட்டை மேலிருந்து பார்க்கும்போது தாஜ்மகால் யமுனா நதிக்கரையில் சிறிதாக.

தாஜ்மகாலின் சிறப்பையும் வாய்ப்பையும் பலரும் பலவிதமாக வர்ணித்திருந்தாலும், திரைப்படங்கள் பல கோணங்களில் படம் பிடித்து நமக்குத் தந்திருந்தாலும் எனக்கு வியப்பைத் தந்தது அதன் பிரம்மாண்டம்தான். அதனை நெருங்கி அதன் பளிங்குச் சுவர்களின் அருகே நிற்கும்போது நாம் லில்லிபுட்டன்ஸ் ஆகி விடுகிறோம்.

ஹரித்துவார் மற்றொரு மறக்க முடியாத இடம். பரந்த கூவம்போல வாரணாசியில் தெரிந்த கங்கை, பொங்கிய பிரவாகமாக, தெளிந்த நீர் கொண்டு வட பாக மண்ணை வளமாக்கும் வேகத்துடன் பாய்ந்து வருவதை அங்கு பார்க்கலாம். ஆங்காங்கே சங்கிலிகள் பிணைக்கப்பட்ட படித்துறைகள். ஆவேச நீரின் வேகத்துக்கு நம்மால் ஈடு கொடுக்க முடியாது. ஆனால் படித்துறையில் பாதுகாப்பாக முங்கிக் குளிப்பதே சுகானுபவம். அதிகாலையில் குளித்தாலும் நீரின் குளிர்மை நம்மைத் தாக்காது; மீண்டும் மீண்டும் குளித்தோம். காலை உணவுக்குப் பின் கங்கைக் கரையோரமாக நடந்தோம். எங்கும் மக்கள் வெள்ளம்; சாதுக்கள் கூட்டம். கும்பமேளா தொடங்கிவிட்டது. எனவே பத்ரிநாத் செல்லும் ஆசை பாதியிலேயே முடிந்தது.

மீண்டும் புது தில்லி சென்று கேரளா எக்ஸ்பிரஸ் வழியே திருவனந்தபுரம் வந்தடைந்தோம்; பின் அவரவர் ஊருக்கு. இந்தப் பயணத்தில் எனக்குப் பல அனுபவங்கள். இந்தியாவை விந்திய மலைக்கு அப்பால், இப்பால் என்று பிரித்துக்கொண்டால், நாம் எவ்வளவு வளர்ந்திருக்கிறோம் என்பதைப் புரிந்து கொள்ள முடிகிறது. வடக்கு வாழ்கிறது; தெற்கு தேய்கிறது என்பதெல்லாம் பழங்கதை. ரெயிலில் செல்லும்போது காட்சிகள்

உள்ளத்தனைய . . .

மாறிக் கொண்டேயிருக்கின்றன. விஜயவாடாவரை எங்கும் பசுமை. மத்தியப் பிரதேசம், ராஜஸ்தான் போன்ற வட மாநிலங்களைக் கிழித்துக்கொண்டு ரெயில் செல்லும்போது, ஒன்றன் மேல் ஒன்றாகக் குடங்களைத் தலைமீது அடுக்கிக்கொண்டு எங்கோ இருக்கும் குடிநீர் கிணற்றை நோக்கி எறும்பு வரிசை யாகப் பெண்கள் செல்வதைப் பார்க்கலாம். அதிகாலையிலும் முன்னிருட்டிலும் ரெயில்வே லைனை ஒட்டியே அமர்ந்திருக்கும் காலை, மாலை கடனாளிகள். சிமெண்ட் பூச்சே காணாமல் செங்கற்களோடு காட்சி தரும் பாவப்பட்ட கட்டடங்கள், சுகாதாரமற்ற ரெயில்வே ஸ்டேஷன்கள், அந்தந்த மாநிலங்களின் பொருளாதார, கலாச்சார நிலைமைகளின் சாட்சியாக நின்றன.

தெரியாத்தனமாக ஸ்லீப்பர் கோச்சில் பயண ஏற்பாட்டில் மாட்டிக்கொண்டோம். முன் பதிவு செய்யப்பட்ட பெட்டிகள். ஆனால் யாரும் ஏறுவார்கள்; எங்கும் அமர்வார்கள். ஆண் பெண் பேதமுமில்லை. அதைவிடக் கொடுமை, மேல் பெர்த்தில் அமர்ந்துகொண்டு, கால்களை நமது தலையில் படும் அளவுக்குத் தொங்கவிட்டுக்கொண்டு, பான்பராக்கை ஆண்களும் பெண்களும் சொதப்பிக் கொண்டு . . . சகித்துக்கொண்டோம். வேறு வழியில்லை. இன்னொரு வேதனையான வேடிக்கையும் உண்டு. பிகார் மாநில நகரங்களில் ஏறுவோரில் பலர் டிக்கெட் எடுப்பதில்லை. அவர் பேசிக்கொண்டதில் புரிந்து கொண்டது, 'எங்கள் லல்லு . . . ட்ரெயின். ஏன் டிக்கெட் எடுக்க வேண்டும்?' (அப்போது லாலூ பிரசாத் யாதவ் ரெயில்வே அமைச்சர்)

பாலக்காட்டில் நுழைந்த பின்னும் நிலைமை பெரிதும் மாறவில்லை. பகல் நேரப் பயணிகளுக்கு 'ரிசர்வுடு, அன்ரிசர்வுடு' எல்லாம் ஒன்றுதான். 'இரவு நேர பெர்த் மட்டும்தான் ரிசர்வுடு' என்பது அவர்கள் வாதம்.

இனிப்பான இரண்டு தின்பண்டங்களோடு இந்தப் பயணத்தை முடித்துக்கொள்வோம். ஒன்று ஆக்ராவில் வாங்கிய பிரபல 'தடியங்காய் பர்பி'. அடுத்து பாலக்காடு ரெயில் நிலையத்தில் ரயில் நின்றபோது வாங்கிய 'கோகனட் அல்வா'!

36

எதிர்பாராத சம்பவங்களும் திருப்பங்களும்தான் வாழ்வைச் சுவையாக்குகின்றன. எத்தனை ஜோசியர்களும் கைரேகை கணிப்பவர்களும் ஆருடம் சொல்பவர்களும் இருந்தாலும், அவர்கள் உத்தேசமாகச் சொன்னாலும், தாங்கள் கற்றவற்றை வைத்து ஊகித்துச் சொன்னாலும், எதிர்பாராதவை எதிர்பாராத நேரங்களில் எல்லோர் வாழ்விலும் நடந்துகொண்டு தானிருக்கின்றன. சில சங்கடத்தைத் தரும். சில சந்தோஷத்தைத் தரும். சங்கடங்கள் அதிகமானால் திட்டு வாங்குவது கடவுள்தான். சந்தோஷமென்றால் உற்றாருக்கு சாக்லெட். கடவுளுக்கு அதிகபட்சம் சர்க்கரைப் பொங்கல்.

இலைகள் அமைதியாக இருந்தாலும் காற்று அதை விடுவதாயில்லை என்பது தோழர் மாவோவின் புகழ்மிக்க பொன்வரிகள். மருமகள், திசையன்விளையிலிருந்து திருநெல்வேலி மகாராஜநகர் மாவட்டத் தலைமையகத்தில் மாற்றுப் பணியில் பணியாற்றிக்கொண்டிருந்த நேரம். தினமும், தோவாளையிலிருந்தோ அல்லது வள்ளியூரில் தனது தாய்வீட்டிலிருந்தோ சென்று வர சிரமம் இருந்தது. எங்கள் எல்லோருக்கும் ஒரு யோசனை வந்தது. ஏன், திருநெல்வேலியிலேயே ஒரு வீடு பார்த்து மருமகளின் வசதிக்காகப் பேரன் பேத்திகளுடன் தங்கினால் என்ன? பெங்களூரிலிருக்கும் மகன், விடுமுறை நாட்களில் வந்து சொல்லலாமே. முதலில் வாடகை வீடு என்ற எண்ணம் படிப்படியாகச் சொந்த வீடாக இருக்கட்டுமே என்ற கூட்டுப்புழு நிலையை அடைந்தது. என்.ஜி.ஓ. காலனி, மகராஜாநகர், பொதிகை நகர், கே.டி.சி. நகர் என்று வரிசையாக மனை பார்த்து, கடைசியாக, புதிய பேருந்து நிலையம் எதிரே உள்ள சேவியர் காலனி வந்தடைந்தோம்.

பால் பாண்டியன். மறக்க முடியாத, மறக்கக் கூடாத நபர். நான் திருநெல்வேலியில் பணியாற்றிய போது, கருணை அடிப்படையில் நியமனம் பெற்று

இளநிலை உதவியாளராகப் பணிபுரிந்துவந்தவர்தான். அந்த அன்பும் மரியாதையும் எனது பணிநிறைவுக்குப் பிறகும் மாறாமல் குடும்ப நண்பராகத் தொடர்ந்தார். என்னுடைய இந்தத் தேடுதல்களுக்கெல்லாம் கூடவே இருந்தவர். எங்கள் இருவரது முயற்சியில் தேடுதலில் வெற்றிகண்டோம். சேவியர் காலனி விரிவாக்கப் பகுதியில் சியோன் நகர் என்ற அங்கீகரிக்கப்பட்ட மனைப்பகுதி. புதிய பேருந்து நிலையத்திலிருந்து நடந்தே வரலாம். அரை மணிநேரம்தான்.

2009க்குப் பின் 2011 ஒரு முக்கியமான ஆண்டாக அமைந்தது. மனையை இறுதிசெய்து, மகன் பெயரில் பத்திரம் முடித்து ஸ்டேட் பேங்கில் வீடு கட்டக் கடனும் மகன் பெயரில் ஒப்புதல் ஆனது. நாம் நின்று நேரடியாக வீடுகட்ட முடியாது என்பதால் அந்த பகுதியிலேயே ஒரு ஒப்பந்தகாரரை, பால் பாண்டியன் பரிந்துரையில் பேசி முடிவு செய்தோம். கட்டும் பணி உடனடியாகத் தொடங்கியது. நாங்கள் அங்கேயே எல்லோருமாக வாசம் செய்ய வேண்டும் என்பதால், “பார்த்துப் பார்த்து”க் கட்டினோம் தோவாளை வீட்டில் இருந்த குறைகளை மனதில் கொண்டு கட்டட வரைபடத்தினை வடிவமைத்தோம். குறிப்பாக, ஒரு பரந்த ஹால், அகலமான போர்டிக்கோ, அங்கே நான் அமர்ந்து படிப்பதற்கு வசதியாகக் காற்றோட்டமாக ஒரு வெளி வராந்தா, மிக முக்கியமாக, நான் சேகரித்த புத்தகங்களுக்கான சிறு நூலக வசதி, காலியாக இருக்கும் இடத்தில் ஒரு தோட்டம். கனவை நனவாக்கும் வகையில் கட்டடம், வீடாக உருப்பெற்றது. சுற்றிலும் அதிக வீடுகள் இல்லாத காரணத்தால் எப்போதும் ஜிலுஜிலுவெனக் காற்று.

ஆனால் இறைவனின் சித்தம் வேறாக இருந்தது. ஏப்ரலில் புதுமனை புகுவிழா எளிமையாக, நெருங்கிய திருநெல்வேலி நண்பர்கள், உறவினர்கள் பங்கேற்புடன் நடந்தது. மூன்று நாட்கள் மட்டுமே அந்த வீட்டில் தங்கியிருந்தோம். எல்லோருக்கும் பிடித்திருந்த இனிமையான சூழல். எனக்கு நடைப்பயிற்சிக்குப் பரந்தவெளி. வீட்டுக்குத் தேவையான பர்னிச்சர், சமையல் பாத்திரங்கள் எல்லாவற்றுடனும் அடுத்த வாரம் வரலாம் என்று தோவாளை கிளம்பினோம். மகன் பெங்களூர் போனான். ஓரிரு வாரங்களிலேயே மகனிடமிருந்து புதிய செய்தி. இதுவரை பணிபுரிந்த கிரிம்சன் லாஜிக் என்ற நிறுவனத்திலிருந்து தன்னை விடுவித்துக்கொண்டு சென்னையைத் தலைமையிடமாகக் கொண்டு இயங்கும் சி.எஸ்.எஸ். கார்ப் என்ற பன்னாட்டு நிறுவனத்தில் இணைய இருப்பதாகச் செய்தி. சொந்த மாநிலத்துக்கே வந்தது மகிழ்ச்சிதான். மறுபடியும் மகனுக்கு ஒண்டிக்கட்டை வாழ்க்கை. கணவர் சென்னைக்கே வந்துவிட்டதால் அவர்

'சாப்பாட்டுக்குக் கஷ்டப்படக் கூடாது. நாமும் சென்னை சென்று விடுவோம்' என்ற எண்ணம் மருமகளுக்கு வந்துவிட்டது. மாறுதல் கிடைக்க வேண்டுமே? ஒரு மாதத்தில் மாறுதலும் கிடைத்தது. சென்னையின் புறநகராகவும் ஆனால் பல பிரபலங்கள் குடியிருக்கும் பகுதியான முகப்பேர் கிழக்கில், ஜே.ஜே. நகர் பிரிவில் உதவிப் பொறியாளராகப் பணிமாறுதல்.

அருகிலேயே கோல்டன் ஜார்ஜ் நகரில், தோஷி அடுக்குமாடிக் குடியிருப்பில் வாடகைக்கு வீடும் பார்த்தாகி விட்டது. முதலில் அவர்கள் இருவர் மட்டும் குடியேற, பேத்தியின் இரண்டாம் வகுப்பு தேர்வு முடிந்து மாற்றுச் சான்றிதழ் பெறும்வரை நானும் மனைவியும் காத்திருந்தோம். ஜூன் மாதத் தொடக்கத்தில் நானும் மனைவியும் பேத்தியையும் இரண்டு வயது பேரனையும் அழைத்துக் கொண்டு காரில் சென்னை நோக்கிப் பயணமானோம். சென்னையா? வேண்டவே வேண்டாம். அந்த நெரிசல் மிகுந்த பரபரப்பு வாழ்க்கை நமக்கு ஒத்துவராது என்று சொல்லிக் கொண்டிருந்த எனக்கு, பத்தாண்டு காலச் சென்னை வாழ்க்கை தொடங்கியது.

கிழக்கு முகப்பேர். ஆனால் அஞ்சல் முகவரி நெற்குன்றம். கிழக்கு முகப்பேரில் கோல்டன் ஜார்ஜ் நகர் என்ற பகுதி. திருநெல்வேலியிலிருந்து வந்து தொழில்புரிந்த ஜார்ஜ் சகோதரர்கள், குடிசைப் பகுதிகளாக இருந்ததை மாற்றி நவீனக் குடியிருப்புகளாக நிர்மாணித்த பகுதி. அம்பத்தூர் நகராட்சிக்கு உட்பட்டுக் கூவம் ஆற்றங்கரையில் உள்ளது. சென்ட்ரலிலிருந்து பூவிருந்தவல்லி செல்லும் பெரியார் நெடுஞ்சாலையில் (சென்னை – பெங்களூரு நெடுஞ்சாலை என்றும் சொல்லலாம்) கூவத்தைக் கடந்து செல்ல வேண்டும். அதற்காகவே தன்னுடைய சொந்தச் செலவில் ஒரு இருவழிப் பாலத்தையும் கட்டியிருக்கிறார். அதற்கான நுழைவுக் கட்டணமும் பல காலம் வசூலிக்கப்பட்டுவந்திருக்கிறது. இப்போது இல்லை. சென்னை பெருவெள்ளத்தின்போது அதனுடைய தூண்கள் சேதமடைந்ததால், தற்போது கார்கள் செல்வது தடை செய்யப்பட்டு, இரு சக்கர வாகனங்கள் மட்டுமே அனுமதிக்கப்பட்டுவருகின்றன.

தற்போது அதற்குப் பதிலாக, சற்றுத் தொலைவில் அரசு, தன்னுடைய நிதியில் கட்டிய அகன்ற பாலமே பயன்பாட்டில் உள்ளது. அதன் வழியே உள்ளே நுழைந்தால் மற்றொரு முக்கியக் குடியிருப்புப் பகுதிக்கும் செல்லலாம். ஏரிக் குடியிருப்புத் திட்டம். பல உயர் அலுவலர்கள், இ.ஆ.ப., இ.கா.ப. அதிகாரிகளும் மனைகளை வாங்கி இல்லங்களை எழுப்பிக் குடியிருந்துவருகின்றனர். மற்றொரு வகையிலும் முகப்பேருக்கு ஒரு சிறப்பு உண்டு. போட்டி போட்டுக் கொண்டு வளர்ந்துவரும்

உள்ளத்தனைய . . .

பிரபலமான பள்ளிகள் ஒவ்வொரு தெருவிலும் உண்டு. டி.ஏ.வி. மெட்ரிக், சி.பி.எஸ்.சி. பள்ளிகள், ஸ்பார்டன், எஸ்.பி.ஓ.ஏ, வேலம்மாள், குளோபல் போன்ற தனியார் பள்ளிகளைத் தவிர அரசு பள்ளிகளும் உண்டு.

குடும்பத்துடன் சென்னை வாழ்க்கை தொடங்கியது. ஆறு, மலை, கோவில், குளம், இதமான தட்பவெப்பம், ஆரோக்கியமான மாசற்ற காற்று எனப் பல ஆண்டு காலம் தோவாளையில், 'அனுபவித்து' வாழ்ந்த எனக்கு, சென்னையின் அடுக்குமாடிக் குடியிருப்பில் மூச்சு முட்டியது. மின்விளக்குகள், மின்விசிறிகள் துணையுடன்தான் எனது பெரும்பாலான நேரம் சென்றது. ஆனால் அதிகாலையையும் அந்தி மயங்கும் நேரத்தையும் நடைப்பயிற்சிக்காகப் பயன்படுத்திக்கொண்டேன்.

இரண்டாம் வகுப்பு முடித்திருந்த பேத்தியை மூன்றாம் வகுப்பில் சேர்க்க வேண்டும். அவள் ஏற்கெனவே மெட்ரிக் பள்ளியில் படித்திருந்ததால் மெட்ரிக் பள்ளியில்தான் சேர்க்க வேண்டும். நான் மேலே குறிப்பிட்ட எல்லாப் பள்ளிகளிலும் சேர்க்கை முடிந்துவிட்டது. இடையில் மூன்றாம் வகுப்பில் சேர்க்க வேண்டும். என்னுடைய சாய்ஸ் டி.ஏ.வி.தான். ஆனால் சேர்ப்பார்களா? எப்போதும் என்னிடம் பரிவும் பாசமும் கொண்டிருக்கும் (அப்போதைய) இணை இயக்குநர் கருப்பசாமி சாரை நாடினேன். 'நான் பார்த்துக்கொள்கிறேன். பேத்தி அங்குதான் படிக்கப்போகிறாள்' என்று உறுதி தந்தார். இந்த இடத்தில் மற்றொருவரையும் நன்றியுடன் குறிப்பிட வேண்டும். அன்று சென்னை, திருவள்ளூர் மாவட்டங்களின் மெட்ரிக் பள்ளி ஆய்வாளராக இருந்த கலைச் செல்வன்.

கலைச்செல்வனை அலைபேசியில் அழைத்த இணை இயக்குநர், என்னைப் பற்றிச் சொல்லிவிட்டு, 'கலைச்செல்வன், போன்ல பேசினா காரியம் ஆகாது. ஸ்கூலுக்கு நேரிலே போய் முடிச்சிடுங்க' என்றார். அது போலவே அவர் சென்று பேச, விஷயம் எளிதில் முடிந்தது. அதுவும், மூன்றாம் வகுப்புக்கு நுழைவுத் தேர்வு போன்ற பார்மாலிட்டிக்குப் பிறகுதான். நான் கொஞ்சம் தயார்படுத்தியிருந்தேன். டெஸ்ட் முடிந்த பிறகு நான் முதல்வரை அவரது அறையில் சந்தித்தேன். இன்முகத்துடன் வரவேற்றவர், 'எல்லாம் நல்லா எழுதியிருக்கா. ஆனா இங்லீஸ் நாலெட்ஜ்தான் கொஞ்சம் வீக்காத் தெரியுது'. 'எப்படி சொல்றீங்க மேடம்' என்றேன். '*Vowels* மொத்தம் எத்தனைன்னு கேட்டா, பன்னிரண்டுன்னு எழுதியிருக்கா. *a, e, i, o, u* அஞ்சுதான்னு நீங்க கூடச் சொல்லிக் கொடுக்கலையா?' என்றார். அவரிடம், அவள் எழுதியதுதான் சரி, ஒலியை அடிப்படையாகக் கொண்டுதான் *Vowels 12, diphthongs 8, Consonanats 24* ஆக

ஆங்கிலத்தில் ஒலிகள் 44 என்று மொழியியல் வல்லுநர்கள் இறுதி செய்திருக்கிறார்கள் என்று சொல்ல முடியுமா?

தலைமுறை தலைமுறையாக ஒரு சில ஆசிரியர்கள், குறிப்பாக *English phonetic rules* அறியாதவர்கள் சொல்லிக் கொடுத்தது அப்படியே நம் 'மண்டையில்' ஏறிவிட்டது. உதாரணமாக *Universe* என்னும் சொல்லில் 'U', vowel ஆக வருகிறதா? என்று பல கேள்விகள் கேட்கலாம். கேட்கவில்லை. அட்மிஷனும் கிடைத்தது. எனக்கு, அடுத்த பணி நியமனம் வந்துவிட்டது. காலையில் ஸ்கூட்டரில் பேத்தியை பள்ளிக்குக் கொண்டு விட வேண்டும்; மாலையில் திரும்ப அழைத்து வர வேண்டும். விடுமுறை நாட்களில், கன்னிமரா நூலகம், திருநீர்மலை, சைதை காரணீசுவரர் ஆலயம், திருவான்மியூர் மருந்தீசுவரர் கோவில் என்று காலம் வேகமாக ஓடியது. நேரம் கிடைக்கும் போதெல்லாம் வீட்டில் புத்தகங்கள், பொடியனுடன் விளையாட்டு.

உள்ளத்தனைய . . .

37

சென்னையிலேயே என்னைக் கட்டிப்போடும் ஒரு சம்பவம் 2011 அக்டோபரில் நடந்தது. எனக்கு முதன்மைக் கல்வி அலுவலர்களாக இருந்து அச்சமயம் இணை இயக்குநர்களாக இருந்த கருப்பசாமி சாரையும் கார்மேகம் சாரையும், தெரிந்தவர்களையும் பார்த்து வரலாம் என்று பள்ளிக் கல்வி இயக்ககம் புறப்பட்டேன். எப்போதும் உயர் அலுவலர்களைப் பார்க்கப் போகும்போது புத்தகங்களை அன்புடன் வழங்குவது வழக்கம். ஹிக்கின் பாதம்ஸில் ஏற்கெனவே வாங்கி வைத்திருந்த இரண்டு புத்தகங்களை எடுத்துக் கொண்டேன். தலைப்புகள் நினைவு இல்லை. கருப்பசாமி சாரிடம், பேத்திக்கு அட்மிஷம் பெற்றுத் தந்ததற்கு நன்றி தெரிவித்துவிட்டு, பொதுவாகப் பேசிக்கொண்டிருந்தோம். பிறகு கார்மேகம் சார். அவர் அப்போது அனைவருக்கும் இடைநிலைக் கல்வித் திட்டத்தின் இணை இயக்குநர்.

'என்ன திடீர்னு வந்திருக்கீங்க? நல்லா யிருக்கிங்களா?' நான் சென்னை வந்து சேர்ந்த விவரத்தைச் சொன்னேன். அவரது முகத்தில் புன்னகை. 'சரி, இன்னைக்கே ஜாயின் பண்ணுங்க. தோவாளையில் இருக்கும்போதுதானே வர முடியாதுன்னு உங்க கஷ்டத்தைச் சொன்னீங்க. இப்ப இங்கேயே வந்திட்டீங்கல்ல. சேர்ந்து வொர்க் பண்ணலாம்' என்றார். தொடர்ந்து, 'இரண்டு கன்சல்டன்ட் போஸ்ட் இருக்கு. ஒண்ணு அட்மின், இன்னொன்னு ட்ரெயினிங். ரெண்டிலே எது வேணுமின்னாலும் சூஸ் பண்ணிக்கிங்க. ஆனால் ஜாயின் பண்றீங்க' என்று அதிரடியாக உத்தரவு போட்டார். 'சார், வீட்டிலே கேட்டுச் சொல்றேன்'. 'தாராளமா, ஆனா இன்னைக்கே ஜாயின் பண்ணதா வச்சிக்கிடுவோம்' என்றார். எனக்குப் பதில்

வார்த்தைகள் இல்லை. 'உங்களுக்கு ஆர்.எம்.எஸ்.ஏ டைரக்டர் இளங்கோவன் சாரைத் தெரியுமா?'

'அவர் தூத்துக்குடி சி.இ.ஓ.வா இருக்கும்போது, ஒரு மீட்டிங்குக்காக எஸ்.எல்.பி வரும்போது பார்த்திருக்கேன்; பழக்கமில்லை சார்'. 'சரி, நாளைக்கு பார்க்கலாம். நீங்க எதை எடுத்துக்கிறீங்க, அட்மினா, ட்ரெயினிங்கா?' நான் ஒரு நிமிடம் கூட யோசிக்கவில்லை.

'ட்ரெயினிங் சார்' என்றேன்.

'சரி நல்ல முடிவோடு நாளைக்கு வாங்க'.

குழம்பிய மனதோடு வீட்டுக்கு வந்தேன். மனைவி, மகன், மருமகள் மூவரும் ஒன்றைத்தான் சொன்னார்கள். "உங்களுக்கு விருப்பமிருந்தால் ஏற்றுக்கொள்ளுங்கள். சம்பளம் என்ன, ஏது என்பது முக்கியமில்லை; உங்களுக்கும் நேரம் போன மாதிரி இருக்கும்" என்றார்கள். எனக்கும் அதே எண்ணம்தான்.

அடுத்த நாள் இயக்ககத்துக்குச் சென்றேன் ஒரு புதிய அத்தியாயம் தொடங்கியது. ஓரிரு ஆண்டுகள் என்று நான் நினைத்து கிட்டத்தட்ட பத்து ஆண்டுகள்வரை பயணம் செல்லும் என்று நான் அப்போது எதிர்பார்க்கவில்லை. முதலில் கார்மேகம் சாரைப் பார்த்தேன். அவர் சொன்னவாறு எழுதிய விண்ணப்பத்தைப் பார்த்து இனிஷியல் செய்துவிட்டு, 'டைரக்டரைப் பார்த்துக் கொடுங்க' என்றார். பள்ளிக் கல்வி இயக்குநரது அறை, படிக்கட்டுகள் ஏறியவுடன் மையமாக இருக்கும். அதன் இடது புறத்தில் கூடுதல் திட்ட இயக்குநரது அறை – *Additional State Project Director.*

இயக்குநர் இளங்கோவன் சார் அறையில் நுழைந்தேன். 'வாங்க' என்றார். எதிர்பார்த்திருந்ததுபோலத் தெரிந்தது. 'சார், நான்', என்ற ஆரம்பித்தேன். என்னைப் பற்றி, என்னுடைய துறை அனுபவத்தைப் பற்றிச் சொல்ல வேண்டும் என்று நினைத்தேன்.

'நீங்க ஒண்ணும் சொல்ல வேண்டாம். கார்மேகம் ஏற்கெனவே சொல்லியிருக்கார். கார்மேகம் செலக்க்ஷன் எப்பவும் கரெக்டாத்தான் இருக்கும். அப்ளிகேஷனைக் கொடுங்க' என்றார். கொடுத்தேன். அதை வாங்கி அதில் தனது குறிப்பை எழுதிவிட்டு, 'பி.சி.கிட்ட கொடுங்க' என்றார். ஒட்டிய அறையில் பி.சி. இருந்தார். இன்முகத்துடன் வரவேற்றவரிடம் அப்ளிகேஷனைக் கொடுத்தேன். 'ஜே.டி. சார், டைரக்டர்கிட்ட ஏற்கெனவே வந்து பேசினார் சார். உங்களைப் பத்தி நல்லா சொல்லிக்கிட்டிருந்தார்' என்றார். மீண்டும் ஜே.டி. சார் அறைக்கே வந்தேன். இயக்குநரைப் பார்த்த விவரத்தைச் சொன்னேன்.

'நீங்க என் ரூமிலேயே இருங்க. முதல்ல, ஆம்.எம்.எஸ்.ஏ.ஐப் பத்தி நல்லாத் தெரிஞ்சிக்குங்க' என்று சொல்லிவிட்டு சில மெட்டிரியல்ஸ், புக்லெட்ஸ் எடுத்துக் கொடுத்தார். தேநீர் வந்தது. என்னுடைய அடுத்த அத்தியாயமும் தொடங்கியது.

படிக்க ஆரம்பித்தேன். அனைவருக்கும் இடைநிலைக் கல்வித் திட்டம் (RMSA) என்பது அனைவருக்கும் கல்வி இயக்கத்தின் (SSA) நீட்சிதான் என்பதைப் புரிந்துகொண்டேன். அது எட்டாம் வகுப்பு வரை. இது முதற்கட்டமாக உயர்நிலை, அடுத்து மேனிலை என்று குறிக்கோள்கள் வகுக்கப்பட்டிருந்தன. எஸ்.எஸ்.ஏ, ஒரு இந்திய ஆட்சிப் பணியைச் சேர்ந்த அலுவலரைத் திட்ட இயக்குநராகவும், அவருக்குக் கீழ் மூன்று இணை இயக்குநர்களையும் பல அலுவலர்களையும் கொண்ட மாநில அலுவலகம், மாவட்டங்களில் மாவட்டத் தலைமையகம் தவிர ஒன்றியங்களிலும் வட்டார வளமையங்கள் (Block Resource Centres), பாடவாரியாக வட்டார வளப் பயிற்றுநர்கள் (Block Resource Teachers) எனப் பரந்த அமைப்பாக இயங்கிவந்தது. இங்கு ஒரு திட்ட இயக்குநர், அவரின் கீழ் ஒரே ஒரு இணை இயக்குநர், கணக்கு அலுவலர், மூன்று ஆலோசகர்கள் (நிர்வாகம், பயிற்சி, கட்டுமானம்), ஐந்து ஒருங்கிணைப்பாளர்கள், கண்காணிப்பாளர், உதவியாளர்கள், கணினி நிரலாளர் போன்ற அலுவலகப் பணியாளர்களைக் கொண்டு இயங்கி வந்தது. மாதிரிப் பள்ளிகள், மாணவியர் விடுதிகள் என்ற போற்றுதற்குரிய செயல்திட்டமும் இருந்தது. எழுத்தறிவில் பெண்கள் பின்தங்கிய பதின்மூன்று மாவட்டங்களில், நாற்பத்து நான்கு தெரிவு செய்யப்பட்ட ஒன்றியங்களில் மொத்தம் நாற்பத்து நான்கு மாதிரிப் பள்ளிகளும் நாற்பத்து நான்கு மாணவியர் விடுதிகளையும் உருவாக்கக், கோடிக்கணக்கில் நிதி ஒதுக்கீடு செய்யப்பட்டிருந்தது. நான் பணியில் இணைந்தபோது இவை ஆரம்பக் கட்டத்தில் இருந்தன. இதனை மேலாண்மை செய்வதற்காக மாநில அளவில் ஒரு மாவட்டக் கல்வி அலுவலரும் உண்டு. இதன் முதல் அலுவலராக இருந்த ஆ. இஸ்மாயில் எனது நெருங்கிய நண்பரானார். அனைத்துச் செயல்பாடுகளிலும் இருவரும் தோளோடு தோள் நின்று பங்கேற்போம். தொடர் காலங்களில் சகல வசதிகளுடன் கட்டி முடிக்கப்பட்ட மாணவியர் விடுதிகளை நான் நேரில் பார்வையிட்டிருக்கிறேன். கிராமப்புற வறிய குடும்பங்களைச் சேர்ந்த மாணவியருக்கு இது ஒரு வரப்பிரசாதம். இவை பெரும்பாலும் சேலம், கடலூர், திருவண்ணாமலை போன்ற வட மாவட்டங்களிலேயே அமைந்திருந்தன. மத்திய, தென் மாவட்டங்களில் சிவகங்கை மாவட்டத்தில் புதூர் ஒன்றியத்தில் மட்டும் ஒரே ஒரு மாதிரிப் பள்ளியும் மாணவியர் விடுதியும் இயங்கி வருகின்றன.

கு. முத்துசாமி

இணை இயக்குநரது அறையிலேயே அமர்ந்திருக்க எனக்கு ஒப்பவில்லை. பல அலுவலர்களும் அவரைப் பார்க்க வரும்போது நான் அங்கே அமர்ந்திருப்பது சரியென எனக்குப் படவில்லை. 'சார், கீழே, நான் டி.இ.ஓ. ரூமிலேயே இருந்துக்கிறேனே' என்றேன். 'ஏன், உங்களுக்கு இங்க என்ன கஷ்டம்' என்றார். 'கஷ்டம் ஒண்ணுமில்லை, ஏ.சி. முகத்துக்கு நேரே அடிக்குது சார்' என்றேன். அவர் சிரித்துக்கொண்டே, 'சீக்கிரம் எல்லா ரூமுக்கும் ஏ.சி. வசதி செய்து தரப்போறோம். அப்ப என்ன செய்வீங்க?' என்றார். தொடர்ந்து, 'உங்களுக்கு எது வசதியோ அப்படியே செய்யுங்க' என்றார். அடுத்த நாள் முதல் எனது இருப்பிடம் டி.இ.ஓ. ரூமுக்கு மாறியது.

தொடக்கக் காலகட்டத்தில் எல்லோருமே பிரதான கட்டடத்தின் கீழ்தளத்தில் கிடைத்த இடங்களில் உட்கார்ந்திருந்தோம். ஆனால் இளங்கோவன் சாரும், கார்மேகம் சாரும் எல்லாவற்றையும் மாற்றினார்கள். எல்லோருக்கும் தனித்தனி கேபின்கள் ஒதுக்கப்பட்டு ஏ.சி. வசதி, கப்போர்டுகள், அட்டாச்டு பாத்ரூம் என ஒரு கார்பரேட் அலுவலகம்போல மாறியது. தனித்தனி கணினி, பிராட்பேண்ட் வசதியுடன் வழங்கப்பட்டது. இருவரும் ஆளுமை மிக்க அலுவலர்கள். கார்மேகம் சாரைப் பற்றி ஏற்கெனவே சொல்லியிருக்கிறேன். இளங்கோவன் சார் மற்றொரு போற்றுதற்குரிய மனிதர். குறைவாகப் பேசுவார். நிறைவாகச் செய்வார். அரியலூர் மாவட்டத்துக்காரர். மீன்சுருட்டி அரசுப் பள்ளியிலும் பின்னர் கும்பகோணம் அரசு கலைக் கல்லூரியிலும் படித்தவர். சில காலம் வேதியியல் முதுநிலைப் பட்டதாரி ஆசிரியராகப் பணியாற்றிவிட்டுப் பின் மாவட்டக் கல்வி அலுவலராக நேரடி நியமனம் பெற்றுப் படிப்படியாகப் பதவி உயர்வு பெற்று வந்தவர்.

ஆர்.எம்.எஸ்.ஏ. தொடக்கக் காலத்தில் முனைவர் கருணாகரன் திட்ட இயக்குநராக இருந்திருக்கிறார். அதன் பின் இளங்கோவன் சார் பொறுப்பேற்றவுடன் திட்டம் வேகமெடுக்கத் தொடங்கி விட்டது.

அனைத்துப் பாட ஆசிரியர்களுக்கும் ஐந்து நாட்கள் பணியிடைப் பயிற்சி அளிக்க வேண்டும் என்பது திட்டம். முதலில் சிறப்பாசிரியர்களிடமிருந்து – இசை, ஓவியம், உடற்கல்வி – தொடங்கலாம் என்று முடிவுசெய்தோம். இதில் மூன்று கட்டங்கள் உண்டு. முதலில் துறை வல்லுநர்களை அழைத்துப் பயிற்சிக்கான பாடத்திட்டத்தை வகுக்க வேண்டும். அதன் பின் முதன்மைக் கருத்தாளர்களும் அதனைத் தொடர்ந்து அவர்களைக் கொண்டே மாவட்டங்களில் பயிற்சி. எடுத்துக்காட்டாகச் சொல்வதானால், ஓவிய ஆசிரியர்களுக்கான பயிற்சிப்

பாடத்திட்டத்தை வகுப்பதற்காக ட்ராட்ஸ்கி மருது, சென்னை நுண்கலைக் கல்லூரியின் முன்னாள் முதல்வர் 'சந்துரு' என்று பிரியமாக அழைக்கப்படும் சந்திரசேகரன் எல்லோரும் வந்திருந்தனர். இவர்களுடன் முதல் முறையாக ஒன்றாக அமர்ந்து கலந்துரையாட வாய்ப்பு கிடைத்தது எனக்கு அரிய தருணமாக அமைந்தது. இது தொடக்கம்தான் என்பதைப் பின்னர் புரிந்துகொண்டேன்.

இசை ஆசிரியர்களுக்கான முதன்மைக் கருத்தாளர் பயிற்சிப் பணிமனை நுங்கம்பாக்கம் ஆஷா நிவாஸ் சேவை மையத்தில் ஐந்து நாட்கள் நடந்தது. சென்னை மற்றும் திருவையாறு இசைக் கல்லூரிகளைச் சேர்ந்த பேராசிரியர்களும், நாகை முகுந்தன் போன்றவர்களும், பாண்டிச்சேரி, அரசு நுண்கலை நிறுவனத்தைச் சேர்ந்த மிருதங்கப் பேராசிரியர் சிவகுமார் போன்றவர்களும் நடத்திய இசை இணைந்த பயிற்சி கண்களுக்கும் காதுகளுக்கும் விருந்தாக அமைந்தன. தோவாளை அரசு பள்ளியில் பயின்ற சிவகுமாரைப் பற்றி ஏற்கெனவே சொல்லியிருக்கிறேன். எங்களுடன் கலந்து பேசி அவர் அமைந்திருந்த பயிற்சி சற்று வித்தியாசமாகவும், அன்று வருகை தந்திருந்த அலுவலர் பெருமக்கள் பாராட்டும் வகையிலும் அமைந்திருந்தது. ஒரு இசை ஆசிரியை பாட, அதற்கு இணையாக சிவகுமார் மிருதங்கம் வாசிக்க, நடனக் கலையை முறையாகப் பயின்றிருந்த மற்றொரு ஆசிரியை நடனமாட, ஒரு இனிய கலை நிகழ்ச்சியைப் பார்த்த அனுபவம் எங்களுக்கு. மாலையில், பள்ளிக் கல்வி முதன்மைச் செயலர், தலைமைச் செயலர் பணி நிலையில் இருந்த டி.எஸ். ஸ்ரீதர், இ.ஆ.ப., அவர்கள் வருகை தந்து பாராட்டிப் பேசி, சான்றிதழ்களும் வழங்கினார். மூத்த ஆட்சிப் பணி அலுவலராக இருந்தாலும் எந்த பந்தாவும் இல்லாத மென்மையான மனிதர். இதுபோன்ற பணியிடைப் பயிற்சிகள் மாவட்டங்களில் நடைபெறும் போது நேரில் சென்று பார்வையிடுவார். தான் செல்லும்போது அந்தந்த மாவட்ட ஆட்சித் தலைவர்களையும் உடன் அழைத்துச் செல்வார். தஞ்சாவூர் பெரியார் மணியம்மை பல்கலைக்கழகத்தில் நடைபெற்ற பயிற்சி முகாமை எந்தவித முன்னறிவிப்பும் இல்லாமல் சென்று, அதன் நிகழ்வுகளை ஒரு மணிநேரத்துக்கு மேல் அமர்ந்து பார்வையிட்டார் என்ற செய்தி ஏ.டி.பி.சி. மூலம் சென்னையை வந்தடைந்தது. அவரே, பின்னர் இயக்குநரைத் தொலைபேசியில் தொடர்புகொண்டு, பயிற்சிகள் இலக்கை நோக்கிச் செல்கின்றன என்ற வகையில் தன்னுடைய மனநிறைவை யும் தெரிவித்துக்கொண்டார்.

அடுத்து உடற்கல்வி ஆசிரியர்களுக்கான பயிற்சி. முதலில் ஒவ்வொரு மாவட்டத்திலிருந்து இரண்டு உடற்கல்வி ஆசிரியர்கள் / இயக்குநர்கள் என மொத்தம் 64 பேரை அழைத்திருந்தோம். இயக்குநரும் கார்மேகம் சாரும் இந்தப் பயிற்சி ஜவகர்லால் நேரு ஸ்டேடியத்தில்தான் நடைபெற வேண்டும் என்பதில் உறுதியாக இருந்தனர். அதற்கான அனுமதியை SDAT எனப்படும். *Sports Development Authority of Tamil Nadu* உறுப்பினர் செயலரிடமிருந்து பெற வேண்டும். எங்களது தேவை ஸ்டேடியத்தைப் பெறுவதோடு நின்றுவிட வில்லை. பங்கேற்பாளர் தங்குவதற்கு ஸ்போர்ட்ஸ் ஹாஸ்டல், ஆசிரியர்களுக்கு ஒவ்வொரு விளையாட்டிலும் நடப்பு விதிகளோடு பயிற்சி அளிப்பதற்குப் பயிற்சியாளர்கள் போன்றவையெல்லாம் தேவைப்பட்டன. இயக்குநருடைய கோரிக்கைக் கடிதத்துடன் உறுப்பினர் செயலராக இருந்த டேவிதார் இ.ஆ.ப.வைப் பார்ப்பதற்காக நானும் என்னுடைய உதவி ஒருங்கிணைப்பாளரும் சென்றோம். நான் நேர்கொண்ட எல்லா இந்திய ஆட்சிப்பணி அலுவலர்களைப் போலவே, இவரும் கனிவுடன் கோரிக்கையைப் பரிசீலித்து உடனே அனுமதி வழங்கியதோடு, ஸ்டேடியத்தின் பொறுப்பாளரான ஸ்போர்ட்ஸ் ஆபீசருக்குத் தேவையான வசதிகள் அனைத்தும் வழங்க ஆணையும் பிறப்பித்தார்.

எல்லா ஏற்பாடுகளும் தயார். அனைத்துப் பணிகளிலும் எனது உதவி ஒருங்கிணைப்பாளர் பெருந்துணையாக இருந்தார். பலவற்றை அவரே முன்னெடுத்துச் செய்வார். அடையார் ஆனந்த பவன் உரிமையாளர்கள் அவருக்குக் குடும்ப நண்பர்கள். அந்தத் தொடர்பு, பயிற்சிக்கு மிகவும் பயனுள்ளதாக அமைந்தது. ஐந்து நாட்களும் மூன்று வேளையும் அறுசுவை உணவினை அவர்களது வாகனத்திலேயே கொண்டு வந்து பரிமாறிச் சென்றனர். அரசு நிர்ணயித்திருந்த செலவு விகிதத்துக்குட்பட்டே அவர்களது கட்டணம் அமைந்திருந்தது.

பயிற்சிக்கு முதல் நாள் முன்னிரவில் ஸ்டேடியம் சென்றேன். எல்லாப் பங்கேற்பாளர்களும் வந்துவிட்டார்களா என்று பார்க்க வேண்டும். முதல் நாள் மாலையிலேயே வந்துவிட வேண்டும் என்பது எங்களது ஆணை. கிட்டத்தட்ட எல்லோரும் வந்து விட்டனர். ஆனால் அங்கு எழுந்த ஒரு பிரச்சினை எனக்குச் சவாலாக அமைந்தது. என்னைப் பார்த்ததும் பத்து பதினைந்து பேர் ஒரு குழுவாக ஓடிவந்தனர். ஒரு ஆவேசம் தென்பட்டது.

‘என்ன ஏற்பாடு செஞ்சிருக்கீங்க? ஹாஸ்டலிலே ஒரு வசதியும் இல்ல’

'என்ன வசதி இல்ல, சொல்லுங்க?'

'ரூமிலே, ஃபேன் ஓடல. பாத்ரூமிலே பைப் ரிப்பேர். பக்கெட் இல்ல.'

'வேற?'

'சில ரூமிலே லைட் எரியல.'

எனக்கு அவர்கள் நோக்கம் புரிந்துவிட்டது. பிரச்சினை பண்ண வேண்டும்.

'வாங்க ஒவ்வொரு ரூமா பார்ப்போம்'.

மூன்று பேர் மட்டும் கூட வந்தார்கள். மற்றவர்கள் கழன்று கொண்டார்கள்.

அறை அறையாகச் சென்றேன். பல ஆசிரியர்கள் செட்டில் ஆகிவிட்டார்கள். 'எப்படி இருக்கிறது?' என்றேன். 'இது போதும் சார். கட்டில் இருக்கு. மெத்தை தலையணை இருக்கு. பிரச்சனை இல்ல சார்' என்றார்கள். குளியலறையையும் சென்று பார்த்தேன். ஒரே ஒரு அறையில் பைப் ரிப்பேர். 'ஸ்போர்ட்ஸ் ஆபீசரிடம் சொல்லி எல்லாக் குறைகளையும் உடனே சரி செய்துவிடுகிறேன்' என்றேன். இப்போது என்னுடன் வந்தவர்களில் இருவரைக் காணோம். ஒருவர் மட்டும் மீதி, முதலில் எகிறிப் பேசியவர் மட்டும்.

'நீங்க எந்த மாவட்டம் சார்?'

'தஞ்சாவூர்.'

'எந்த ஸ்கூல்?'

'அதெல்லாம் எதுக்கு சார்?'

'நீங்க சொல்லலைன்னாலும் நான் கண்டுபிடிச்சிருவேன், சொல்லுங்க' என்றேன். கும்பகோணத்தில் ஒரு தனியார் மேனிலைப் பள்ளியைச் சொன்னார்.

'உங்களுக்கு இங்கு வசதியில்லன்னா, நீங்க இருக்க வேண்டாம். போகலாம். உங்க போக்குவரத்துச் செலவை உங்க ஏ.டி.பி.சி.யிடம் வாங்கிக்கங்க' என்றேன்.

முனகிக்கொண்டே சென்றார்.

உடனடியாக, வந்திருந்த ஆசிரியர்கள் அனைவரையும் மீட்டிங் ஹாலுக்கு வரவழைத்தேன். அவர்கள் வருவதற்குள் நான் ஒரு காரியம் செய்தேன். தஞ்சாவூர் மாவட்ட ஏ.டி.பி.சி.யுடனும் சி.இ.ஓ.விடமும் அலைபேசியில் பேசினேன். நடந்த விவரங்களைச் சொன்னேன். "இது முதன்மைக் கருத்தாளர் பயிற்சி. இதில் பங்கு

318

கு. முத்துசாமி

பெற்றவர்கள்தான் மாவட்டங்களில் பயிற்சி அளிக்க வேண்டும். இனிவரும் காலங்களில் கவனமாகத் தெரிவு செய்து அனுப்புங்கள்" என்று சொன்னேன். அவர்களும் தங்கள் வருத்தத்தைப் பகிர்ந்து கொண்டார்கள். ஆனால் சி.இ.ஓ. அத்துடன் விடவில்லை என்பது சற்று நேரத்தில் தெரிந்தது.

எல்லோரும் அமர்ந்தவுடன் பேச ஆரம்பித்தேன். 'தமிழகம் முழுவதுமிருந்து அறுபத்து நான்கு பேர் மட்டும் முதன்மைக் கல்வி அலுவலர்களால் தேர்ந்தெடுக்கப்பட்டு இங்கே வந்திருக்கிறீர்கள். இது உங்களுக்குப் பெருமை தரும் வாய்ப்பு. இந்தப் பயிற்சி பல நாட்கள் திட்டமிடப்பட்டு நாளை பள்ளிக் கல்வி முதன்மைச் செயலராலும் திட்ட இயக்குநராலும் தொடங்கி வைக்கப்பட உள்ளது. இந்தப் பயிற்சி அகில இந்திய அளவில் புகழ்பெற்ற ஜவர்கர்லால் நேரு ஸ்டேடியத்தில் தான் நடத்தப்பட வேண்டும் என்று இயக்குநரும் இணை இயக்குநரும் முடிவு செய்து அதற்கான அனுமதியையும் பெருமுயற்சியில் பெற்றிருக்கிறோம்' இந்த இடத்தில் சற்று நிறுத்தினேன்.

'உங்களில் யாரெல்லாம் இந்த ஸ்டேடியத்துக்கு இதுக்கு முன்னாலே வந்திருக்கீங்க?'

ஒன்பது பேர் கை தூக்கினார்கள். அதில் ஆறு பேர், சென்னை, திருவள்ளூர், காஞ்சிபுரம் மாவட்டத்தைச் சேர்ந்தவர்கள்.

நான் தொடர்ந்தேன். 'ஸோ, பெரும்பாலோர் இப்போதுதான் கால் பதித்திருக்கிறீர்கள். எத்தனையோ சேம்பியன்களை உருவாக்கிய ஸ்டேடியம் இது. இன்டர்நேஷனல் வீரர்கள் பலர் இங்கே ஓடியிருக்கிறார்கள்; விளையாடியிருக்கிறார்கள். அந்த அனுபவத்தை நீங்க உங்கள் மாணவர்களுக்குத் தர வேண்டும். இங்கே ஒவ்வொரு துறையிலும், விளையாட்டிலும் பயிற்சி தர, என்.ஐ.எஸ் பாட்டியாலாவில் சான்று பெற்ற கோச்சஸ் தயாராக இருக்கிறார்கள். நீங்கள் பெறும் பயிற்சியினை, உங்கள் மாவட்டங்களுக்குச் சென்று, உங்கள் சக உடற்கல்வி ஆசிரியர்களுக்குக் கடத்த வேண்டும். எனவே உங்கள் பொறுப்பு பெரியது. இந்தப் பயிற்சியினை உங்களுக்குக் கிடைத்த பெரிய வாய்ப்பாகப் பயன்படுத்திக்கொள்ளுங்கள். ஐந்து நாட்களும் நான் உங்களுடன்தான் இருப்பேன். விளையாட்டில் எனக்கும் ஆர்வம் உண்டு. விளையாட்டு விதிகள் பல மாறியிருக்கின்றன. எல்லாவற்றையும் தெரிந்துகொள்ளுங்கள்'. சற்று விரிவாகவே பேசினேன். பேசி முடிந்தவுடன் ஆசிரியர்கள் என்னைச் சூழ்ந்து கொண்டு, 'சார், இங்க வந்ததிலே எங்களுக்கு ரொம்ப சந்தோஷம் சார், சூப்பரா பண்ணிரலாம் சார். எங்க பையன்களை எத்தனை மேட்சுக்குக் கூட்டிப் போயிருக்கோம். கஷ்டம் தெரியும் சார்'

என்றனர். ஆனால் அவர்களுக்கு ஒரு கஷ்டமும் தெரியாமல் நானும், உதவி ஒருங்கிணைப்பாளரும் பார்த்துக்கொண்டோம். பேசிக்கொண்டிருக்கும் போதே, கும்பகோணத்துக்காரரைக் கவனித்தேன். சற்று ஒதுங்கி நின்று யாரிடமோ சற்றுக் கெஞ்சிய குரலில் பேசிக்கொண்டிருந்தார்.

மற்றவர்கள் எல்லாம் அவரவர் அறைகளுக்குத் திரும்பினர். இவர் மட்டும் பரிதாபமான முகத்துடன் என் முன் வந்து நின்றார்.

'சார், எங்க மேனேஜ்மெண்டிலிருந்து பேசினாங்க, சார். அங்க போய் ஏன் ஸ்கூல் பேரைக் கெடுக்கிறீங்க? சஸ்பெண்ட் பண்ணனுமான்னு கேக்குறாங்க சார். தயவுசெஞ்சு நீங்க அவங்ககிட்டு பேசுங்க சார். என்னால இனிமே எந்த பிரச்சனையும் வராது சார்' என்றார். இதைத்தான் குழு உளவியல் என்பார்கள். குழுவாக இருக்கும்போது கூச்சல் போடுபவர்கள், தனியே வரும்போது அடங்கிவிடுகிறார்கள். பிரிட்டிஷ்காரர்கள் குழுக்களையும் கூட்டணிகளையும் உடைப்பதற்குப் பிரித்தாளும் கொள்கையை வெற்றிகரமாகக் கையாண்டார்கள்.

பயிற்சி தொடங்கியது. வகுப்பறையில் நடக்காமல் அந்தந்த மைதானங்களில் தியரி அன் பிராக்டிஸ் என்கிற முறையில் நடந்தது. எடுத்துக்காட்டாக வாலிபால் கோர்ட்டில் சர்வீஸ் போடுவதிலும் பிளாக் செய்வதிலும் சர்வதேச அளவில் என்னென்ன புதிய விதிமுறைகள் நடைமுறையில் உள்ளன என்று எடுத்துச் சொன்னார்கள். இதைப் போலவே எல்லா விளையாட்டுகளிலும் – புற விளையாட்டுகளுடன், செஸ் போன்ற உள்ளரங்க விளையாட்டுகளிலும் – பயிற்சி அளிக்கப்பட்டது. பெரிய ஸ்க்ரீன் செஸ் கட்டம் காண்பிக்கப்பட்டு, காய்கள் எவ்வாறு நகர்த்தப்படுகின்றன, புள்ளிகள் எவ்வாறு கணக்கிடப்படுகின்றன என்றெல்லாம் விளக்கினார்கள். எனக்கும் ஒரு நீண்டகால சந்தேகம் இருந்தது. சிப்பாய் தனது வரிசையிலிருந்து நகர்ந்து எதிர் வரிசையின் இறுதிக் கோட்டைத் தொட்டால் ராணிக்குரிய ஆற்றலைப் பெற்றுவிடுமா? கோச், 'ஆம்' என்று சொல்லி அதற்கான விதிமுறைகளையும் விளக்கினார். இரு பாலாரும் பங்குகொண்ட பயிற்சி. உடற்கல்வி ஆசிரியர்கள் இப்பயிற்சியைச் சீருடையில்தான் பெற வேண்டும் என்று விரும்பிய இணை இயக்குநர், அவர்கள் ஒவ்வொருவருக்கும், திட்ட நிதியிலிருந்தே ட்ராக் சூட்ஸ் வழங்கப்பட ஏற்பாடு செய்தார். பயிற்சி முடிவில், ஏற்பாட்டாளர்களுக்குப் பாராட்டு மழைதான்.

நிறைவு விழாவில் பள்ளிக் கல்வி முதன்மைச் செயலர், விளையாட்டு ஆணையத்தின் செயலர், திட்ட இயக்குநர் இளங்கோவன் சார், இணை இயக்குநர் கார்மேகம் சார் ஆகியோர்

கலந்து கொண்டு சான்றிதழ்கள் வழங்கியதோடு, மாவட்டங்களில் சக ஆசிரியர்களுக்கும் இதுபோலவே வல்லுநர்களையும், சாதனையாளர்களையும் அழைத்துப் பயிற்சி அளிக்க வேண்டும் என்று கேட்டுக்கொண்டனர். சலசலப்பில் தொடங்கிய பயிற்சி கலகலப்பில் நிறைவுற்றது.

அடுத்து ஓவிய ஆசிரியர்களுக்கான கருத்தாளர் பயிற்சி. ட்ராஸ்கி மருது அப்போது வெளிநாடு சென்றுவிட்டார். பயிற்சிக்கான கால அட்டவணையிலிருந்து அதனைச் செயல்படுத்துவதுவரை அனைத்தையும் ஓவியர் சந்துரு தனது பொறுப்பில் எடுத்துக்கொண்டார். தனக்குத் துணையாக சென்னை கவின் கலைக் கல்லூரியில் தன்னிடம் பயின்ற, தற்போது பிரபல ஓவியர்களாக இருக்கும் இரண்டு மாணவர்களையும் துணைக்கு வைத்துக்கொண்டார். சந்துரு எந்தப் பிரதிபலனையும் எதிர்பாராதவர். தான் பயின்ற கலைக்கு ஒரு சேவை என்றே இதை எடுத்துக்கொண்டார். பயிற்சி மையம், பங்கேற்போர் அவர்களுக்கான தங்குமிடம், உணவு வசதி இவற்றை மட்டும் நாங்கள் பார்த்துக்கொண்டால் போதும்.

பயிற்சி மையத்தில் ஒரே ஒரு வசதி கண்டிப்பாக இருக்க வேண்டும் என்று கேட்டுக்கொண்டார். பயிற்சி அரங்கத்தோடு, திறந்த வெளியில் அமர்ந்து ஆசிரியர்கள் ஓவியம் வரைய ஏற்றதாக இருக்க வேண்டும் என்றார். அரங்க வசதி, தங்கும் வசதி, உணவு வசதி, திறந்த வெளி அனைத்தும் கொண்ட வளாகத்தைத் தேட ஆரம்பித்தோம். பல தேடுதல்களுக்குப் பிறகு கண்டுபிடித்து விட்டோம். மாமல்லபுரம் சாலையில் முட்டுக்காட்டுக்குச் சற்று முன்னால், பிரபலமான தட்சிண் சித்ராவுக்கு எதிர்புறம் கிரினியோ எங்களுக்காகவே கட்டப்பட்டது போல இருந்தது. எழில்மிகு சூழலில், தங்குவதற்கு வசதியாக ஏராளமான குடில்களுடன், கூட்ட அரங்கு, உணவு வசதி அனைத்தும் கொண்டிருந்தது. சற்றுப் பழமையானது. எல்லாவற்றையும் சுத்தப்படுத்தித் தர நிர்வாகம் ஒப்புக்கொண்டது.

சிரமம் என்று சொன்னால், ஒன்றே ஒன்றுதான். சென்னை நகரின் மையப் பகுதியை விட்டுச் சுமார் இருபத்தைந்து, முப்பது மைல் தொலைவில் இருந்தது. அதுவும் எங்களுக்கு ஒரு வகையில் வசதிதான். ஐந்து நாட்களும் பயிற்சியாளர்கள், தூங்கும் நேரம் தவிர, மற்ற நேரங்களில் எல்லாம் தாங்கள் நேசித்த கலையில்தான் அவர்கள் வாசமும் சுவாசமும். சென்னை சென்று திரும்ப முடியாது.

தொடக்க விழா எப்போதும்போல, முதன்மைச் செயலர், திட்ட இயக்குநர், இணை இயக்குநர் ஆகியோர் பங்கேற்புடன்

நடைபெற்றது. மற்றைய இரண்டு பயிற்சிகளும் சென்னையிலேயே. செயலர் வந்ததில் வியப்பில்லை. ஆனால் ஒரு பணிநாளில் முற்பகல் நேரம் முழுவதையும் எங்களுக்காக ஒதுக்கி, சற்றுத் தொலைவில் உள்ள கிரினியோவுக்கு அவர் வந்தது நாங்கள் எதிர்பாராத மகிழ்ச்சி. அதுபோல் அவர் சற்றும் எதிர்பாராத மகிழ்ச்சியையும் நாங்கள் தந்தோம். கூட்டம் தொடங்கும் முன் கோயம்புத்தூர் மாவட்டத்தைச் சேர்ந்த ஒரு ஓவிய ஆசிரியர் இணை இயக்குநரிடம் வந்தார். 'சார், செக்ரட்டரி, கூட்டத்திலே பேசிக்கொண்டிருக்கும்போதே, அவரது ப்ரொபைலை நான் வரையலாமா? அவர் பேசி முடிக்கிறதுக்கு முன்னாலே நான் முடிச்சிருவேன். அவர்கிட்ட சொல்ல வேண்டாம். சர்ப்ரைஸா இருக்கட்டும்' என்றார். அவர் நல்ல ஓவியர். பாடநூல்களில் அவரது ஓவியங்கள் உண்டு. எனவே நம்பிக்கை கலந்த எதிர்பார்ப்புடன் இணை இயக்குநர் ஒப்புதல் தந்தார். ஆசிரியருக்கு வரைவதற்கு வசதியான இடத்தில், இருக்கை ஒதுக்கப்பட்டது.

கூட்டம் தொடங்கியது. வழக்கமான தமிழ்த்தாய் வாழ்த்து, வரவேற்புரை, தலைமை உரை, வாழ்த்துரை எல்லாம் முடிந்தது. நன்றியுரை கடைசி நாளில்தான். தனது உரையில் ஒரு கருத்தைச் சொன்னார். 'இந்த ஐந்து நாட்களில் ஆசிரியர்கள் வரையும் ஓவியங்களையெல்லாம் கடைசி நாளில் காட்சிப்படுத்தலாமே' என்றார். இயக்குநர், 'கண்டிப்பா சார், ஆனா நீங்க வந்து பார்க்கணும்'. செயலரும் கனிவுடன் ஒத்துக்கொண்டார். இதற்குள் ஆசிரியர் சார்ட்டுடன் வந்தார். இயக்குநரிடம் தான் வரைந்த, செயலரின் முகத்தோற்ற ஓவியத்தைக் கொடுத்தார். மகிழ்ந்து போன இயக்குநரும் அதை அப்படியே செயலரிடம் வழங்க, பார்த்தவர் திகைத்துப்போனார். 'எதிரே அமர்ந்து 'போஸ்' கொடுத்து வரைவதைப் பற்றித்தான் அறிந்திருக்கிறேன், அதுவும் எந்த அசைவும் இல்லாமல் அமர்ந்திருக்க வேண்டும். இது எப்படி' என்று வியந்துபோனவர், ஓவிய ஆசிரியரை அழைத்துக் கைகுலுக்கிப் பாராட்டினார். 'இது என்னிடமே இருக்கட்டும்' என்று சொல்லி எடுத்துக்கொண்டார்.

ஐந்து நாள் பயிற்சியையும் சந்துரு, தான் கற்ற கலைகள் அனைத்தையும் பயன்படுத்தி விரிவாகவே நடத்தினார். காலையில் வந்தவுடன் இன்று என்னவெல்லாம், எப்படி என்று சொல்லி அனுப்பிவிடுவார். கோட்டோவியங்கள், வண்ண ஓவியங்கள், கொலாஜ் என்று ஓவியத்தில் எத்தனை வகைகள் உண்டோ அத்தனையும் மீண்டும் உயிர் பெற்றன. ஒவ்வொரு ஆசிரியருக்கும் தேவைப்பட்ட சார்ட்ஸ், வகை வகையான தூரிகைகள் உள்ளிட்ட அத்தனை உபகரணங்களையும் ஆசிரியர்களுக்கு வழங்கியிருந்தோம். வளாகம் முழுவதும் அவர் சுற்றி வந்து,

ஒவ்வொருவரையும் கவனித்து, தேவைப்பட்டால் திருத்தங்களையும் சொல்லுவார். அவருக்கு உதவியாக வந்தவர்களை மற்றொரு பக்கம் காணலாம். சந்துரு சிறந்த ஓவியர் மட்டுமல்ல, புகழ்மிக்க சிற்பக் கலைஞரும் கூட. எனவே ஆசிரியர்களுக்குச் சிற்பக் கலையின் பல்வேறு நுணுக்கங்களையும் கற்றுத் தந்ததோடு மட்டுமல்லாமல், களிமண்ணில் கைகளால் அவற்றை உருவாக்கவும் வழிகாட்டினார். இவையெல்லாம் அவர்களுக்கு ஹோம் வொர்க்காக ஆகிப் போனது. இரவில் செய்து காய வைத்து மறுநாள் காட்சிப்படுத்த வேண்டும்.

நான்காவது நாள் மாமல்லபுரம் பயணம். சுற்றிப் பார்ப்பதற்காக அல்ல. ஒவ்வொரு சிற்பத்துக்கு முன்னாலும் நின்று அவற்றின் நுண்ணிய கலை வேலைப்பாட்டை, சிற்பக் கலைப் பார்வையில் சுட்டிக் காட்டினார். 'அறியாதன கண்டேன்' என்றார்கள் ஆசிரியர்கள்.

பயிற்சியின் நிறைவு நாளில் வாக்களித்ததுபோலவே பள்ளிக் கல்வித் துறை முதன்மைச் செயலர் டி.எஸ். ஸ்ரீதர் வருகைதந்தார். எல்லோரும் இணைந்து வரவேற்க, ஆசிரியர்கள் தங்களது கைவண்ணத்தால் உருவாக்கியிருந்த பலவகைக் கோட்டு ஓவியங்களையும், களிமண் சிற்பங்களையும் பொறுமையாகப் பார்வையிட்டு, உருவாக்கிய அனைவரையும் அழைத்து, பாராட்டிப் பெருமைப்படுத்தினார். பின்னர் நடைபெற்ற நிறைவு விழாக் கூட்டத்தில் வாழ்த்துரை, பாராட்டுரைகளோடு, இனி மாவட்ட அளவில் நடைபெறவிருக்கும் அனைத்து ஓவிய ஆசிரியர்களுக்கான பயிற்சிப் பணிமனைகளில் இவையனைத்தும் பிரதிபலிக்க வேண்டும் என்றும் கேட்டுக்கொண்டார். மெருகு தீட்டப்பட்ட ஆசிரியர்கள் தங்களைப் புதிதாய்ப் பிறக்கச் செய்த சந்துரு சாருக்கும் அவரது குழுவினருக்கும் எங்களுக்கும் நன்றி தெரிவித்துவிட்டு, கோயம்பேடு பேருந்து நிலையம், சென்ட்ரல், எழும்பூர் ரெயில்வே ஸ்டேஷன்களுக்குச் செல்வதற்கு ஏற்பாடு செய்யப்பட்டிருந்த பேருந்துகளில் ஏறி கை அசைத்துச் சென்றனர்.

பொதுவாகவே சிறப்புப் பாடங்கள் என்று கருதப்படும் இசை, ஓவியம் போன்றவற்றுக்கும் அதைக் கற்பிக்கும் ஆசிரியர்களுக்கும் அரசு பள்ளிகளில் பெரிய முக்கியத்துவம் அளிக்கப்படுவதில்லை. உடற்கல்வி கொஞ்சம் பரவாயில்லை. ஆனால் ஒரு பள்ளியில் உடற்பயிற்சிக்கும், விளையாட்டுகளுக்குமான முக்கியத்துவம் அவற்றைப் பயிற்றுவிக்கும் ஆசிரியர்களைப் பொறுத்தே அமைகிறது. பள்ளி நேரம் முடிந்த பின்னும் மாணவர்களுடன் சேர்ந்து விளையாடிக்கொண்டே பயிற்சி அளிக்கும் பல ஆசிரியர்கள் உண்டு. அந்த மாணவர்கள் மாவட்ட, மாநில அளவில் போட்டிகளில் கலந்துகொண்டு கோப்பைகளைத் தட்டி

வருவார்கள். அதே நேரத்தில், ஒரு சேர் போட்டு மைதானத்தில் உட்கார்ந்துகொண்டு பந்தை மட்டும் கொடுத்துவிட்டு 'மேற்பார்வை' செய்யும் ஆசிரியர்களும் சிலர் உண்டு.

அனைத்து ஆசிரியர்களுக்கும் பணியிடைப் பயிற்சி அளிக்கப்பட வேண்டும் என்றாலும் முதலில் சிறப்பாசிரியர்களிடமிருந்துதான் தொடங்கினோம். மாநில அளவிலான கருத்தாளர் பயிற்சி முடிந்து மாவட்ட அளவில் ஆசிரியர்களுக்கான நேரடிப் பயிற்சி தொடங்கியது. அதற்கான கால அட்டவணையும், பயிற்சி வழிமுறைகளும் இயக்ககத்திலிருந்தே அனுப்பப்பட்டன. மாநில அளவில் துறை வல்லுநர்களைப் பயன்படுத்தியதைப் போலவே, அந்தந்த மாவட்டங்களில் இருக்கும் சிறந்த ஓவியர்களையும் இசைப் பள்ளிகளையும் இசைவாணர்களையும் விளையாட்டுப் பயிற்சியாளர்களையும் வீரர்களையும் சிறப்புக் கருத்தாளர்களாக அழைத்துக் கொள்ளுங்கள் என்று சொல்லி அதற்கான நிதியையும் விடுவித்தோம். எல்லா மாவட்டங்களுக்கும் இயக்குநர், இணை இயக்குநர், ஆலோசகர் சென்று வர முடியாது என்பதால் உதவி ஒருங்கிணைப்பாளர்களும் பிரித்து அனுப்பப்பட்டனர். நான் விருதுநகர், கோவை, தஞ்சாவூர் ஆகிய மாவட்டங்களுக்குச் சென்று வந்தேன். தஞ்சையில் திருவையாறு இசைக் கல்லூரி பேராசிரியர்களின் பங்களிப்பு அபாரம்.

38

விருதுநகர் மாவட்டத்தில் பயிற்சி கிருஷ்ணன் கோவில் கலசலிங்கம் பல்கலைக்கழகத்தில் நடைபெற்றது. அழகான இயற்கைச் சூழல். பல்கலைக்கழக வளாகத்தை ஒட்டிய மலைச்சரிவில் மான்கள் சுதந்திரமாக உலாவுவதைப் பார்த்தேன். இந்தப் பயிற்சியில், ஆசிரியர்களுக்குக் கண்காட்சியாக ஒரு சிலம்பப் போட்டி நடைபெற்றது. மோதியவர்கள் ஒரு ஆண் உடற்கல்வி இயக்குநரும், ஒரு பெண் உடற்கல்வி இயக்குநரும், இதில் சிறப்பு. இருவரும் கணவன், மனைவி! வெவ்வேறு பள்ளிகளில் பணியாற்றிவந்தனர். உறைவிடப் பயிற்சி என்பதால் மாலையில், ஆசிரியர்களைப் பல்வேறு விளையாட்டுத் திடல்களில் பார்க்கலாம்.

கலசலிங்கம் பல்கலைக்கழகம் இதைத் தவிரப் பல்வேறு மாநிலம் தழுவிய பயிற்சிகளுக்கும் தளமாக இருந்திருக்கிறது. உணவு தவிர, ஆசிரியர்களுக்கான தங்கும் வசதி, விருந்தினர் விடுதி குளிரூட்டப்பட்ட அரங்குகள் எதற்கும் கட்டணம் வசூலிப்பதில்லை. நிர்வாகத்திடம் இனிய தொடர்புகொண்டு அனைத்தையும் முன்னின்று நடத்திய பண்பாளர் இன்று நம்மிடையே இல்லை. அக்கல்வி மாவட்டத்தின் உதவி ஒருங்கிணைப்பாளர் இன்றும் நினைவில் வாழும் செல்வராஜ்குமார்.

இயக்குநர் இளங்கோவன் சாரிடமிருந்து நான் புதிதாக ஒரு சொல்லைக் கற்றுக்கொண்டேன். இன்று அது பழசாகிவிட்டது. அன்று எனக்குப் புதிது. 'மாவட்டங்களுக்கு அனுப்பப்படும் சுற்றறிக்கைகளில் நீங்கள் வகித்த பதவியையும் குறிப்பிடுங்கள்; நீங்களும் முதன்மைக் கல்வி அலுவலர்தான் என்று தெரியட்டும்' என்றார். சுற்றறிக்கைகளில், "மேலும் தொடர்புக்கு: கு. முத்துசாமி, முன்னாள் முதன்மைக் கல்வி அலுவலர், அலைபேசி எண். _____ " என்று குறிப்பிட்டிருந்தேன். அவர்

உள்ளத்தனைய . . .

‘முன்னாள்’ என்பதை அடித்துவிட்டு,‘மேனாள்’ என்று எழுதினார். முதலில் என்னுள் ஐயம் எழுந்தாலும், பின்னர் அதுதான் சரி என்று தெரிந்து கொண்டேன். சென்னையில் நடைபெற்ற பயிற்சிகளின்போது, மாவட்டங்களுக்குச் சென்றபோதும் என்னிடம் பேசிய சிறப்பாசிரியர்கள் பலர், தாங்கள், தங்களது பள்ளிகளில் சந்திக்கும் இடர்பாடுகளை மனக்குமுறல்களாகச் தெரிவித்தனர்.

பாட ஆசிரியர்களுக்கு வசதியான பாடவேளைகள் ஒதுக்கிய பின்தான், இசை, ஓவிய ஆசிரியர்களுக்குப் பாடவேளைகள் ஒதுக்கப்படும். அதுவும் பெரும்பாலும் பிற்பகலில்தான். பத்தாம் வகுப்புக்கான சிறப்புப் பாடவேளைகள் பாட ஆசிரியர்களால், தலைமை ஆசிரியரின் கருணையோடு பறிக்கப்பட்டுவிடும். இசை ஆசிரியர்கள், மாணவர்கள் சேர்ந்து பாடுவதற்கு வாய்ப்பு அளிக்கவே முடியாது. பக்கத்து அறை கணித ஆசிரியர், ‘கூச்சல் தாங்க முடியல்லை’ என்று ஸ்டாப் போட்டுவிடுவார். வாய்ப்பாட்டைத் தவிர இசைக் கருவிகள் என்பன மாணவர்கள் பார்வைக்கே வருவதில்லை. இருந்தால்தானே வருவதற்கு! ஓவிய ஆசிரியர்கள் கரும்பலகையில் வரைந்திருக்கும் அழகோவியங்கள் அடுத்த பாடவேளை அறிவியல் ஆசிரியரால் அழிக்கப்பட்டுவிடும். மாணவர்கள் சார்ட் பேப்பரில் தங்களது திறமைகளைக் காட்டியிருந்தாலும் அவற்றைக் காட்சிப்படுத்த வசதியில்லை. இதற்குத் தீர்வு உண்டா? உண்டு. நான் தோவாளை அரசு மேனிலைப் பள்ளித் தலைமை ஆசிரியராகப் பணியாற்றிய போது, ஓவியத்துக்கென இரு அறைகளை ஒன்றாக்கி ஒரு அறையாக ஆக்கினேன். அங்கே கட்டப்பட்டிருக்கும் கயிறுகளில் மாணவர்களின் ஓவியப் படைப்புகள் தொங்கும். கரும்பலகைகளில் ஓவிய ஆசிரியரின் கைவண்ணம் காணலாம். இசைக்கு ஒதுக்குப்புறமான ஒரு அறை. இசை பாடவேளையின்போது ஆசிரியை அங்குதானிருப்பார். மாணவர்கள் / மாணவிகள்தான் வந்து செல்ல வேண்டும்.

அடுத்து ஆங்கிலம், தமிழ் மொழியாசிரியர்களுக்கான மாநில அளவிலான கருத்தாளர் பயிற்சிப் பணிமனைகளும், மாவட்டப் பணிமனைகளும் தொடர்ந்தன. தமிழ் பயிற்சிக்குத் தஞ்சாவூர் தமிழ்ப் பல்கலைக்கழகம் உதவிக்கு வந்தது. முதல் தடவையாக அந்த மாபெரும் வளாகத்துக்குள் நுழைகிறேன். என்னை அப்போது துணைவேந்தராக இருந்த முனைவர் திருமலையிடம் அழைத்துச் சென்றார்கள். எளிமையான மனிதர். ஆனால் பல்கலைக்கழக வளர்ச்சிக்குத் தேவையான நிதிப் பற்றாக்குறை பற்றிய ஆதங்கம் அவரது குரலில் தெரிந்தது.

பயிற்சி அரங்கத்துக்குள நுழைவதற்கு முன் வளாகத்தைச் சுற்றிப் பார்த்தேன். எவ்வளவு பெரிய வளாகம்! ஆங்காங்கே இருந்த கட்டடங்களின் தோற்றத்தைப் பார்க்கும்போதும் பெயர்களைப் பார்க்கும்போதும் சங்க காலத்துக்குள் நுழைந்தது போன்ற உணர்வு. ஒவ்வொன்றுக்கும், பழந்தமிழ் காப்பியங்களை ஒட்டி முற்றங்கள் எனப் பெயரிடப்பட்டிருந்தன. அதற்கேற்பச் சிற்பங்களும். மலையாளி என்று அழைக்கப்பட்டாலும் தமிழைத் தன் உயிர் போல நேசித்த முதல்வர் எம்.ஜி.ஆர். காலத்தில் உருவாக்கப்பட்டது. அதைவிடச் சிறப்பு, அதன் முதல் துணைவேந்தராகக் கண்டெடுத்த முனைவர் வ.அய். சுப்பிரமணியம். திருவனந்தபுரத்தில், தமிழகத்தின் எந்த வெளிச்சமும் படாமல் தமிழ்ப்பணி ஆற்றிக் கொண்டிருந்தவரைக் கொண்டுவந்து அந்த அரசு கட்டிலில் அமரச் செய்தார் எம்.ஜி.ஆர். தமிழறிஞர்களைத் தவிர மற்றவர்கள் கண்கள் எல்லாம் வியப்பால் விரிந்தன. வியந்தவர்கள் பாராட்டும் வண்ணம் மிகுந்த தொலைநோக்குப் பார்வையோடு, தமிழின் தொன்மையையும் சீரிளம் திறத்தையும் உலகுக்குப் பறைசாற்றும் வகையில் தமிழ்ப் பல்கலைக்கழகத்தை உருவாக்கித் தன்னுடைய பதவிக் காலம் முழுவதும் பேணிக் காத்தார்.

ஆனால் நான் சென்றபோது இருந்த காட்சி வேறு. ஊட்டி வளர்க்கப்பட்ட குழந்தை, சவலைப் பிள்ளையாகியிருந்தது. அதைவிடக் கொடுமை, தமிழ்ப் பல்கலைக்கழகத்தின் பரந்த வளாகம் ஆள்வோர் கண்களை உறுத்தி, அதன் ஒரு பகுதி மாவட்ட ஆட்சியர் அலுவலகத்துக்குத் தற்போது சொந்தமாக்கப்பட்டு விட்டது. இனி பல்கலைக்கழகத்துக்கு வருவோரைவிட 'கலெக்டரேட்டு'க்கு வருவோர் எண்ணிக்கைதான் அதிகமாக இருக்கும்.

பயிற்சியில் வழக்கம்போலத் தமிழகம் முழுவதுமிருந்து ஆசிரியர்கள் வந்திருந்தார்கள். ஒரு தமிழ்ப் பற்றாளனாக நாற்பது நிமிடங்கள் பேசினேன். பாரதி, பாரதிதாசன் வரிகளை யெல்லாம் சுட்டிக்காட்டி, தமிழின் வளமையையும், செழுமையையும் இளமை மாறாத் தன்மையையும் மாணவர்கள் உணர்ந்து நேசிக்கவும் தேடித் (தேடி) வாசிக்கவும் கற்றுக் கொடுங்கள் என்றேன்.

ஆங்கில மொழி ஆசிரியர்களுக்கான பயிற்சியும் பெங்களூரு RIE-SI (Regional Institute of English – South India), British Council வழிகாட்டுதலோடு திறம்பட நடைபெற்றது. தேர்ந்தெடுக்கப்பட்ட 30 பட்டதாரி ஆசிரியர்களுக்கு பெங்களூரில் பத்து நாள் சிறப்புப் பயிற்சி அளிக்கப்பட்டது. நானும் அங்கு சென்றிருந்து

இரண்டு நாட்கள் தங்கி பயிற்சியினைப் பார்வையிட்டு, ஆசிரியர்களை இந்த அரிய வாய்ப்பினை முழுமையாகப் பயன்படுத்திக்கொள்ளுமாறு கேட்டுக்கொண்டேன். அந்நிறுவனத்தின் பேராசிரியர் முனைவர் வெங்கடேசுவரன் கேட்டுக்கொண்டதற்கிணங்க இரண்டு நாட்களும் கருத்தாளராக, Aspects of Language – Phonetics என்னும் பொருளில் கடமையாற்றினேன். பாராட்டிய பேராசிரியர் பின் நெருங்கி நண்பராகவும் ஆனார். அதன் பயனாக, சென்னை, கிருஷ்ணகிரி, சேலம், தர்மபுரி ஆகிய மாவட்டங்களில் நடைபெற்ற பயிற்சி முகாம்களில் அவர் சிறப்பு அழைப்பாளராகக் கலந்து கொண்டார். அதைப் போலவே சென்னைப் பல்கலைக்கழகத்தின் ஆங்கிலத் துறைத் தலைவரான ஆர்ம்ஸ்ட்ராங். ஆங்கில ஆசிரியர்களுக்கான பயிற்சிக் கையேடு தயாரிக்கப்பட்ட போது அதனை மீள்பார்வை செய்து தேவையான ஆலோசனைகளை வழங்கி வழிகாட்டினார். இணை இயக்குநர் முனைவர் பூ.ஆ. நரேஷின் நீண்ட நாள் நண்பரான அவர் எனக்கும் நண்பரானார்.

ஆங்கிலப் பாட ஆசிரியர்களுக்கான முதல் கருத்தாளர் பயிற்சிப் பணிமனை திருச்சிராப்பள்ளி, ஆக்ஸ்போர்டு கல்லூரியில் நடைபெற்றது. அதைத் தொடர்ந்து ஒவ்வொரு ஆண்டும் மண்டல வாரியாகப் பல கல்லூரிகளில். ஆங்கில மொழிப் பயிற்சி என்றால் கண்டிப்பாக நான் அங்கு உண்டு. நானும் ஒரு கருத்தாளராகவே ஒரு மணி நேரத்துக்கும் மேலே வகுப்புகள் நடத்துவது உண்டு. சிறப்புக் கருத்தாளர்களுக்கு மதிப்பூதியமாக ஆயிரம் ரூபாய் வழங்கப்படும். பயிற்சி ஒருங்கிணைப்பாளரும், ஏ.டி.பி.சி.யும் எவ்வளவு வற்புறுத்தினாலும் நான் அதைப் பெற்றுக் கொள்வதில்லை. 'மாநில ஆலோசகர் என்கிற முறையில் அது என்னுடைய கடமை. நானாக விரும்பிச் செய்வது' என்று சொல்லி மறுத்துவிடுவேன்.

தொடர்ந்து பிற பாடங்களுக்கான பயிற்சி முகாம்கள். கருத்தாளர் பயிற்சி, மாநில அளவில் சென்னையிலோ அல்லது பிற மாவட்டங்களில், பெரும்பாலும் ஆய்வகமும், விடுதி வசதியும் கொண்ட பொறியியல் கல்லூரிகளில் அல்லது பல்கலைக்கழகங்களில் நடைபெற்றன. சென்னை ஐஐடி, சென்னை பல்கலைக்கழகம், காட்டாங்கொளத்தூர் எஸ்.ஆர்.எம். பல்கலைக்கழகம், நெல்லை மனோன்மணியம் சுந்தரனார் பல்கலைக்கழகம், தஞ்சாவூர் பெரியார் மணியம்மை பல்கலைக்கழகம், சாஸ்த்ரா பல்கலைக்கழகம், சேலம் கற்பக விநாயகர் பல்கலைக்கழகம், காரைக்குடி அழகப்பா பல்கலைக்கழகம் போன்ற பல்கலைக்கழகங்களிலும், லயோலா கல்லூரி, ஸ்டெல்லா மாரிஸ் கல்லூரி, திருச்சி தேசியக் கல்லூரி,

கோவை பி.எஸ்.ஜி கலை அறிவியல் கல்லூரி, ராமநாதபுரம் சையது அம்மாள் கல்லூரி போன்ற புகழ்மிக்க கல்வி நிறுவனங்களிலும், எண்ணற்ற சுயநிதிப் பொறியியல் கல்லூரிகளிலும் நடைபெற்ற பல்வேறு பயிற்சிகளையும் பார்வையிட்டு உரையாற்றியும் வந்திருக்கிறேன். நாகர்கோவில் பொன்ஜெஸ்லி பொறியியல் கல்லூரியில் நடைபெற்ற மாநில அளவிலான பயிற்சிகள் ஏராளம். அது ஒரு 'ஆஸ்தான' பயிற்சி மையம். தங்கும் வசதி, உணவு வசதி, குளிரூட்டப்பட்ட அரங்க வசதி, பஸ் வசதி என்று எல்லாமே தயக்கமின்றித் தேடி வரும். அதற்கு மிக முக்கியக் காரணம் அக்கல்லூரியின் நிறுவனரும் தாளாளருமான பொன் ராபர்ட் சிங். நாகர்கோவில் எஸ்.எல்.பி. அரசு மேனிலைப் பள்ளியின் முன்னாள் மாணவர். அதன் எழில் நிறைந்த வளாகம், வருகை தந்த இயக்குநர்களுக்கும், இணை இயக்குநர்களுக்கும் பங்கேற்பாளர்களுக்கும் மிகவும் பிடித்துப்போயிற்று.

அங்கு பயிற்சி முகாம் நடக்கும்போதெல்லாம், பிற மாவட்டங்களில் வழங்கப்படும் வழக்கமான உணவு வகைகளுக்கு மாற்றாக, நாஞ்சில் நாட்டின் காலை உணவான புட்டு பயறு பப்படம், இட்லி ரசவடை, ஆப்பத்துடன் கிழங்குக் கறி அல்லது கடலைக் கறி போன்றவையும், மதிய உணவில், பருப்பு, சாம்பார், புளிசேரி, கூட்டுக்கு அவியல், எரிசேரி, நார்த்தங்காய் பச்சடி, தயிர் பச்சடி போன்றவையும், சிறுபயறு பாயசம், அடைப் பிரதமன், சக்கை (பலாப்பழம்) பிரதமன், பால் பாயசம் என்று ஏற்பாடு செய்திருந்தேன். நிர்வாகப் பொறுப்பில் இருக்கும் லிங்கம் இதற்கு உறுதுணையாக இருந்தார். மீன் பிரியர்களுக்கு முட்டம் அல்லது கன்னியாகுமரி கடற்கரை சென்று சுவையான மீன்களை அவரே வாங்கிவருவார். இந்த உணவு வகைகளில் சொக்கிப்போகும் பயிற்சியாளர்களில் பலர், குறிப்பாகப் பெண்கள், சமையற்கூடம் சென்று சமையல் குறிப்புகளைப் பெற்று வருவார்கள்.

உயர்நிலை, மேனிலைப் பள்ளிகளின் தலைமை யாசிரியர்களுக்காக நிர்வாகப் பயிற்சி பல கட்டங்களாக பல மையங்களில் நடைபெற்றது. சிறப்பாகச் சொல்வதானால், பெங்களூருவின் இந்திய நிர்வாகப் பயிற்சி நிறுவனம் (Indian Institute of Management), சென்னை ஐ.ஐ.டி. அண்ணா நிர்வாகப் பயிற்சி நிறுவனம், திருச்சிராப்பள்ளி பாரதிதாசன் பல்கலைக்கழக நிர்வாகப் பயிற்சி மையம், மதுரை தியாகராசர் நிர்வாகப் பயிற்சிப் பள்ளி (School of Management) ஆகியவற்றைச் சொல்லலாம். சென்னை ஐ.ஐ.டி. வளாகத்துக்குள் நான் சென்றபோது, வளாக வனப்பைப் பார்த்து வியந்துபோனேன். எந்த அச்சமுமின்றி

துள்ளித் திரியும் புள்ளிமான் கூட்டங்களும் ஆங்காங்கே தடாகங்களும் அடர்ந்து படர்ந்த மரக்காவினூடே சிதறிக் கிடக்கும் கட்டடங்களும் ஒரு புதிய அனுபவத்தைத் தந்தன. ஐ.ஐ.டி.யின் ஒரு பிரிவான நிர்வாகப் பயிற்சி மையத்தில் பங்கேற்ற தலைமையாசிரியர்களுடன் அளவளாவும்போது, பலரும் இதே உணர்வைப் பெற்றிருந்தது புரிந்தது. அத்துறையின் தலைவரான முனைவர் கமலநாபன் நட்புறவுடன் பழகினார். பின்னாளில் அத்துறை சார்பாக நடைபெறும் கருத்தரங்குகளில் எனக்கும் அழைப்பு உண்டு.

தலைமையாசிரியர்களுக்கு நடைபெற்ற பல்வேறு பயிற்சிகளில் UKIERI (UK India Education and Research Initiative) என்னும் திட்டத்தின் கீழ் நடைபெற்ற பயிற்சியைக் குறிப்பிடாமல் இருக்க முடியாது. தனித்துவம் மிக்க இத்திட்டம் இந்தியா, ஐக்கிய அரசு இரண்டின் கூட்டு முயற்சியில் உருவானதாகும். முக்கியமான இந்தக் காலகட்டத்தில், திட்ட இயக்குநராக இருந்த என்மீது பரிவு கொண்டிருந்த முனைவர் ரெ. இளங்கோவன் சார் மாறுதலாகித் தொடக்கக் கல்வி இயக்குநராகப் பொறுப்பேற்றார். அவருக்குப் பதிலாக ஆசிரியர் தேர்வு வாரியத்தில் உறுப்பினராக இருந்த முனைவர் அ. சங்கர் வந்தார். அதற்கு முன்னதாகவே இணை இயக்குநர் கார்மேகமும் மெட்ரிக் பள்ளி இணை இயக்குநராக மாறுதலாகிச் சென்றுவிட, அரசுத் தேர்வுகள் இணை இயக்குநராக இருந்த பூ.ஆ. நரேஷ் சார் அவரிடத்தில் அமர்ந்தார். ஆக, என்னைச் சென்னையில் பணியமர்த்திய இருவரும் ஒருவர் பின் ஒருவராகப் பிரிந்து சென்றனர்.

UKIERI ஆயத்தப் பணிகளும் திட்டமிடலும் 2006ஆம் ஆண்டே தொடங்கி 2011ஆம் ஆண்டு செயல் வடிவம் பெற்றன. இதனைத் தமிழ்நாடு, ராஜஸ்தான் ஆகிய இரு மாநிலங்களில் மட்டும் முன்னோடியாகச் செயல்படுத்துவது என்று மத்திய, மாநில அரசுகள் முடிவு செய்தன. இத்திட்டத்தின் ஒருங்கிணைப்பாளர்களாக ஐக்கிய அரசு நாட்டிங்காம் பல்கலைக்கழகத்தைச் சார்ந்த பேராசிரியர் ராபினும் மத்திய அரசின் பிரதிநிதியாக முனைவர் ராஷ்மி சின்காவும் செயல்பட்டனர். இதனை ஒருங்கிணைப்பதற்காக NUEPAவிலிருந்து (National University of Planning and Administration) பள்ளித் தலைமைக்கான தேசிய மையத்துறைத் தலைவரான பேராசிரியர் முனைவர் ராஷ்மி திவானும் துணையாக அந்நிறுவனத்தின் இணைப் பேராசிரியர் முனைவர் கஷ்யபி அஸ்வதியும் கடமையாற்றினர். இதில் ராஷ்மி திவானைப் பற்றிக் கண்டிப்பாகச் சொல்லியாக வேண்டும். ஜம்மு பல்கலைக்கழகத்தில் கல்வியியல் முதுகலைப் பட்டத்தில் தங்கம் வென்றவர். புதுபுது தில்லி ஜாமியா

மிலியா பல்கலைக்கழகத்தில் கல்வியியலில் முனைவர் பட்டம் பெற்று "நியுபா"வில் தன்னை இணைத்துக்கொண்டு முப்பது ஆண்டுகளுக்கும் மேலாகக் கல்விப் பணியாற்றிவருகிறார். ஏராளமான நூல்களையும் ஆராய்ச்சிக் கட்டுரைகளையும் படைத்துள்ளார். நிறைகுடம். கல்வித் திட்ட மாநில ஆலோசகர் பொறுப்பிலிருந்து என்னை விடுவித்துக் கொண்டு நான் இல்லம் திரும்பிய பின்னரும் என்னிடம் அன்பும் பரிவும் கொண்டிருந்தார். சில மாதங்களுக்கு முன்னர், தலைமையாசிரியர்களுக்கான மேம்படுத்தப்பட்ட பயிற்சிக்கான சான்றோர் குழுவில் என்னை இணைத்துக்கொள்ள இசைவினை வேண்டினார். பல்வேறு காரணங்களால் என்னுடைய இயலாமையை நன்றியுடன் தெரிவித்துக் கொண்டேன்.

யுக்கேரி பயிற்சி தொடங்கியது. 21.10.2013முதல் 25.10.2013வரை ஐந்து நாட்கள். ஸ்ரீபெரும்புதூர் பாரதப் பிரதமர் ராஜீவ் காந்தியின் மறைவுக்குப் பின் அவரது நினைவாக நிறுவப்பட்டுள்ள ராஜீவ் காந்தி தேசிய இளைஞர் நல நிறுவனத்தில் *(Rajiv Gandhi National Institute of Youth Development)* நடைபெற்றது. தற்போது அது நிகர்நிலைப் பல்கலைக்கழகமாக உருப்பெற்றுள்ளது. மிகப் பெரிய வளாகம். குளிரூட்டப்பட்ட கூட்ட அரங்குகள். ஹாஸ்டல் வசதி. விருந்தினருக்கும் மாணவர்களுக்கும் தனித்தனியே உணவுக்கூடத்துடன் இணைந்த சமையற்கூடம். பல்வேறு பயனுள்ள துறைகளில் பட்டய, பட்ட, மேற்படிப்பு வகுப்புகள் நேரடியாகவும், தொலைதூரக் கல்வி மூலமாகவும் நடைபெறுகின்றன. தமிழகத்தில், சென்னைக்கு அருகில் இருந்தாலும் ஒரு வேதனை உண்டு. அங்கு படிப்போரில் தமிழக மாணவர்கள் குறைவு. பெரும்பாலான மாணவர்கள் வட மாநிலங்களைச் சேர்ந்தவர்கள்தான். தமிழகத்தில் செயல்படும் பல்வேறு மத்திய அரசு கல்வி நிறுவனங்களிலும், கல்லூரிகளிலும் பல்கலைக்கழகங்களிலும் இதே காட்சிதான்.

பயிற்சி தொடங்கும் நாளுக்கு முன்பே நான் பல்வகைத் திறன்மிக்க எனது ஒருங்கிணைப்பாளருடன் முன்னேற்பாடுகளுக்காக நிறுவனத்துக்குச் சென்றிருக்கிறேன். ஏற்பாடுகளை நிறுவன இயக்குநருடனும் பிற அலுவலர்களுடனும் பேசி நிறைவுசெய்தேன். மத்திய அரசின் நிறுவனம் என்பதாலும், இந்த நிகழ்ச்சியும் மத்திய மனிதவள மேம்பாட்டுத்துறை சார்ந்தது என்பதாலும் நல்ல ஒத்துழைப்பு கிடைத்தது. அதன் பின்னர், ஸ்ரீபெரும்புதூரில் நான் காண வேண்டும் என்று எண்ணியிருந்த இரண்டு தலங்களுக்குச் சென்றேன்.

இந்த இரண்டு பெயர்களும் எல்லோருக்கும் நினைவுக்கு வரும். ஆயிரம் ஆண்டுகளுக்கு முன், வைதீக வேதியக் குடும்பத்தில்

அவதரித்து, மண்ணைக் கிழித்தெழுந்து வந்த மகா விருட்சம் போல, எல்லா எதிர்ப்புகளையும் புறந்தள்ளி, உலகுக்குச் சமநீதியை உரக்கச் சொன்னதோடு மட்டுமல்லாமல் தனது வாழ்நாளிலேயே பலரும் ஏற்கும் வண்ணம் நடைமுறைப்படுத்திக் காட்டியவர் யுக புருஷர் ராமானுஜர். அவர் உதித்த புண்ணியத் தலம் அது. மண்ணில் ராமானுஜர் அவதரித்ததால் புகழ்பெற்ற ஸ்ரீபெரும்புதூர், மற்றொருவரின் எதிர்பாராத மறைவாலும் வரலாற்றில் இடம் பெற்றது.

ராமானுஜர் இளம் வயதில் வழிபட்ட ஆதிகேசவப் பெருமாள் குடி கொண்டிருக்கும் ஆலயத்தைத் தரிசித்த நான், ராஜீவ் காந்தி நினைவகத்துக்கும் சென்று வந்தேன்.

பயிற்சியின் தொடக்க நிகழ்ச்சிக்குப் பள்ளிக் கல்வித் துறை முதன்மைச் செயலர் சபிதா, இ.ஆ.ப. தலைமையேற்றுத் தொடங்கி வைத்தார். மாவட்டத்துக்கு இருவர் வீதம் மொத்தம் அறுபத்து நான்கு தலைமையாசிரியர்கள். பெங்களூரில் அமைந்துள்ள டீச்சர்ஸ் பவுண்டேஷன் என்னும் அமைப்பு பயிற்சியை நடத்தியது. இந்நிறுவனத்தின் கருத்தாளர்கள் பள்ளி நிர்வாகம் சார்ந்தும், தலைமைப் பண்புகள் குறித்தும் பல்வேறு தலைப்புகளில் பயிற்சி அளித்தனர். பயிற்சிகள் அனைத்தும் நவீன முறையில் ஒவ்வொரு தலைமையாசிரியரும் முழு ஈடுபாட்டுடன் பங்கேற்கும் வகையில் அமைக்கப்பட்டிருந்தன. பயிற்சி ஏற்பாடுகளில் எனக்கு உதவியாக மாவட்டங்களிலிருந்து மூவர் அழைக்கப்பட்டிருந்தனர். குமரி மாவட்டத்திலிருந்து நண்பர் நாகேஷ் வந்திருந்தார். அனைத்துச் செயல்பாடுகளிலும் உறுதுணையாக இருந்தார்.

மாநில அளவில் நடந்த இப்பயிற்சிக்குப் பின்னர் இதே தலைமையாசிரியர்கள் மாவட்ட அளவிலான பயிற்சியை ஒருங்கிணைத்துக் கருத்தாளர்களாகப் பணியாற்றினர்.

39

அலுவலர்கள் அரசியல் சூழ்நிலைக்கும், எஜமானர்களுக்கும் எப்படி பயப்படுகிறார்கள் என்பதற்கு ஒரு செய்தி உண்டு. தமிழ்நாட்டில் ஆட்சிப் பொறுப்பில் இருந்த அதிமுக அரசுக்கும் காங்கிரசுக்கும் அந்த காலகட்டத்தில் ஆகாது. எனவே ராஜீவ் காந்தி பெயரில் அமைந்த நிறுவனத்தில் மாநில அளவிலான பயிற்சியை நடத்துவது ஆட்சியாளர்களை உறுத்துமா என்ற அச்சம் இருந்தது. பல கட்ட யோசனைகளுக்குப் பின் ஒரு ஆலோசனை வழங்கப்பட்டது. செய்தித்தாள் களில் விளம்பரப்படுத்த வேண்டாம்; கூட்ட அரங்க மேடையில் இருக்கும் பெயர்ப் பலகை, புகைப்படத்தில் தெரியா வண்ணம் பார்த்துக் கொள்ளுங்கள் என்பன போன்ற அறிவுரைகள் மேலிடத்திலிருந்து வழங்கப்பட்டன.' நடுவண் அரசு நிறுவனத்தில் நடுவண் அரசின் நிதியுதவியுடன் நடத்தப்படுகின்ற ஒரு திட்டத்தில், அப்போது நடுவண் அரசை நடத்திக்கொண்டிருக்கிற கட்சியின் மறைந்த தலைவர், பிரதமராக இருந்தவரது பெயரே மறைக்கப்பட வேண்டும் என்ற வேடிக்கையும் விசித்திரமுமான சூழல்.

புதிதாகப் பணியேற்ற திட்ட இயக்குநரைப் பற்றியும் இப்போது சொல்லலாம். நான் நாகர்கோவில் தொடக்கக் கல்வி அலுவலராகப் பொறுப்பு வகித்த போது அதன் இணை இயக்குநராக இருந்தார். என்னுடைய செயல்பாடுகளைப் பற்றிய உயர்ந்த அபிப்பிராயம் அவருக்கு உண்டு. இதைப் பலமுறை பல அரங்குகளில் வெளிப்படுத்தி யிருக்கிறார். நான் தோவாளை தலைமையாசிரியராக இருந்தபோது பள்ளிக்கு இணை இயக்குநராக இரண்டு தடவை வருகை தந்திருக்கிறார். நான் இதை ஏற்கெனவே குறிப்பிட்டிருப்பேன் என்று நினைக்கிறேன். ஒரு அரசுப் பள்ளியில் இத்தனை

வசதிகளா என்று வியந்திருக்கிறார். சென்னையில் நடைபெற்ற பள்ளிக் கல்விச் செயலர் தலைமையிலான ஆய்வு அலுவலர்கள் கூட்டத்திலும் ஆங்கில மொழி ஆய்வகம் பற்றிய பேச்சு வந்தபோது, தோவாளைப் பள்ளி ஆய்வகம் ஒரு முன்மாதிரி ஆய்வகமாகச் செயல்படுகிறது; வாய்ப்பு கிடைத்தால் பாருங்கள் என்று சொல்லியிருக்கிறார். விருந்தினர் குறிப்பேட்டில் அவருடைய புகழுரையை இன்றும் பார்க்கலாம். அவர் நாட்டு நலப்பணித் திட்ட இணை இயக்குநராக இருந்தபோது, தென் மாவட்டங்களுக்கு வருகை தருகிறார் என்றால் எனக்குக் கண்டிப்பாக அழைப்பு வரும்.

எனக்கு மாவட்டக் கல்வி அலுவலர் பதவி உயர்வு தாமதமானபோது, அப்போதைய (2008-09) பள்ளிக் கல்விச் செயலர் குற்றாலிங்கத்திடம் அவரே பேசினார். அப்போது தகவல் ஆணையராக இருந்த பெருமாள்சாமியிடம் என்னை அறிமுகம் செய்து அவர் மூலமும் செயலரிடம் பேச ஆவன செய்தார். பெருமாள்சாமியை அண்ணாசாலை அலுவலகத்தில் சந்தித்தபோது என்னைப் பற்றிய முழு விவரங்களைக் கேட்டுத் தெரிந்துகொண்டு, பரிவுடனும், நேயத்துடனும் பேசினார். 'நானும் ஆங்கில ஆசிரியர்தான்' என்று தன்னையும் சரிசமமாக அறிமுகப்படுத்திக் கொண்ட பெருந்தகைமையாளர். பின்னாளில் அவர் நூருல் இஸ்லாம் நிகர்நிலைப் பல்கலைக்கழகத்தில் துணைவேந்தராகப் பொறுப்பேற்று இன்றும் அப்பணியில் தொடர்கிறார். சந்திக்கும்போதெல்லாம் அன்போடு பேசக்கூடிய மறக்க முடியாத மனிதர் அவர்.

ஆரம்பித்த இடத்துக்கே வருகிறேன். சங்கர் சாருக்கு நானும் இயன்ற முறையில் நன்றியைத் தெரிவித்திருக்கிறேன். அனைவருக்கும் இடைநிலைக் கல்வித் திட்டத்தில் நான் இணைந்தபோது, அதன் தொடக்கக் கல்வி இயக்குநராகப் பதவியேற்றார். அப்போது தான் தெரிந்தது, அவருக்கு இன்னொரு முகம் இருக்கிறது என்பது. அவரிடம் பணியாற்றிய யாரும் அவரைப் பற்றிப் பெருமையாகச் சொல்லவில்லை. தனக்குக் கீழே பணியாற்றுபவர்களிடம் கனிவாக நடந்து கொள்வதில்லை; தேவையில்லாமல் காக்கவைப்பது, அலுவலக நேரம் முடிந்த பின்னும் நீண்ட நேரம், பெண் பணியாளர்கள் உட்பட பணியாளர்களை எந்த வேலையும் இல்லாமல் அலுவலகத்தில், தான் வெளியேறிச் செல்லும்வரை உட்காரவைப்பது என்று வரிசையாக அடுக்குவார்கள். அப்போதெல்லாம் நான் அவரது அருமை பெருமைகளை எல்லாம் கூறி ஆதரவாகப் பேசுவேன்.

அவர் தொடக்கக் கல்வி இயக்குநராக இருக்கும்போது வளாகத்தினுள் என்னைப் பார்க்கும் போதெல்லாம், 'ஃப்ரீயா இருக்கும் போதெல்லாம் ஆபிசுக்கு வாங்க, கொஞ்சம் அகாடமிக்கா

கு. முத்துசாமி

பேசலாம், பிளான் பண்ணலாம்' என்பார். எனக்கு ஃப்ரீ டைமே இல்லை; எனவே போகவில்லை. ஒதுங்கியே இருந்தேன். அங்கு அவருக்கும், ஒரு இணை இயக்குநருக்கும் பிரச்சனை அரும்பு விட்டு மோதலாக வெடித்தது. விளைவு இருவரும் பணியிட மாற்றம் செய்யப்பட்டனர். இணை இயக்குநர் வேறொரு துறைக்குச் சென்றார். இயக்குநர் அப்போது 'டம்மி'யென்று கருதப்பட்ட ஆசிரியர் தேர்வு வாரியத்தின் கூடுதல் உறுப்பினராக மாற்றப்பட்டார். எல்லோரும் ஒதுங்கிவிட்ட சூழ்நிலையில் நான் மட்டும் பழைய நட்புணர்வோடு அவரைப் பார்க்கச் சென்றேன். ஏழாவது மாடியில், எந்த வசதியுமில்லாமல் அமர்ந்திருந்தார். அலுவலக உதவியாளர்கூடத் தனியாகக் கிடையாது. பிளாஸ்கில் இருந்த தேநீரை இருவரும் அருந்தினோம். எனது பேச்சு அவருக்கு ஆறுதலாக இருந்திருக்கக்கூடும்.

'அடிக்கடி வாருங்கள்' என்றார். பக்கத்துக் கட்டடம்தானே, எனவே நேரம் கிடைக்கும்போதெல்லாம் சென்றேன்.

சந்திக்கும் போதெல்லாம் அனைவருக்கும் இடைநிலைக் கல்வித் திட்டத்தைப் பற்றிக், கேட்பார். அவரது மனநிலை எனக்குப்புரிந்தது. அப்போதுதான் எங்கள் இயக்குநர் இளங்கோவன் சாரும் பணிமாறுதலில் தொடக்கக் கல்வி இக்குநராகப் பொறுப்பேற்றிருந்தார். 'சார், ஆர்.எம்.எஸ்.ஏ. டைரக்டர் போஸ்ட் காலியாத்தானே இருக்கு. நீங்க வாருங்களேன்?' ஒரு கணம் யோசித்துவிட்டு, 'பார்க்கிறேன், நீங்க கைடு பண்ணுவீங்கல்ல, அந்த தைரியத்திலதான் வரணும்' என்றார். அவருக்கு ஆசை துளிர்விட ஆரம்பித்தது. முயற்சி செய்ய ஆரம்பித்தார். ஆனால் ஒரு தடங்கல் இருந்தது. அந்த ஆண்டுதான் 'டெட்' எனப்படும் Teachers Eligibility Test அமலுக்கு வந்தது. அதற்கான தயாரிப்புப் பணிகள் சங்கர் சாரிடம்தான் ஒப்படைக்கப்பட்டிருந்தது. 'டெட் முடியட்டும், பார்ப்போம்' என்று சொல்லிவிட்டார்கள்.

டெட் முடிந்தது. மாறுதல் ஆணையும் வந்தது. உடனே தகவல் தந்தார். அடுத்த நாள் காலையிலேயே இயக்ககம் வந்து பணியேற்பதாகவும் சொன்னார். அடுத்த நாள் எங்களுக்கு அடுத்த கட்டடமான ஈ.வெ.கி. சம்பத் மாளிகையில், தனது அலுவலகத்திலிருந்து புறப்படும்போது, 'ஜாயின் பண்ண வந்துக்கிட்டிருக்கேன்' என்றார். வாசலில் சென்று வரவேற்றேன். காரில் வந்திறங்கியவர், சிரித்துக் கொண்டே படியேறினார். பொறுப்பேற்கும் சடங்கும் முடிந்தது. இணை இயக்குநர் நரேஷ் சார் உடனிருந்தார். பணியாளர்களை அறிமுகப்படுத்தத் தொடங்கினார். முத்துசாமியை அறிமுகப்படுத்த வேண்டாம் என்று இயக்குநர் சொல்லி விட்டார்.

உள்ளத்தனைய . . .

கீழே வந்த சக பணியாளர்கள் 'இனி அட்மின் சார்தான் டைரக்டர்' என்று வேடிக்கையாகச் சொன்னார்கள். அதுதான் வினையாக மாறியது என்று எண்ணுகிறேன். ஒரு வாரம் கூடவே வைத்துக் கொண்டார். எங்கு சென்றாலும் அழைத்துச் சென்றார். நான் விரும்பாமலேயே. இதிலிருந்து விடுபட வேண்டுமே என்று எண்ணிக்கொண்டிருந்தேன். அந்தச் சூழல் தானாகவே வந்தது. படிப்படியாக என்னை விடுவித்துக்கொண்டேன். இயக்குநரது போக்கும் மாற ஆரம்பித்தது. அவர் பார்வையும் மாறியது. முதலில் சார்நிலைப் பணியாளரான என்னை அவரது நெருங்கிய நண்பராக நடத்திய காலம் மாறியது. உறவு மாறத்தான் செய்யும். ஆனால் எந்தக் காரணமும் இல்லாமல் என்னை சிரமத்துக்குள்ளாக்குவதுதான், அவருக்கு மகிழ்ச்சி என்பதுபோல் தோன்ற ஆரம்பித்தது. பல சம்பவங்கள். உதாரணத்துக்கு ஒன்று. சென்னையை ஒட்டிய மாவட்டங்களுக்குச் சென்றுவிட்டு மாலையில் அவரது கார் தாம்பரத்தை நெருங்கும்போது மாலை 6.00 மணி இருக்கும். சென்னை அலுவலகத்தில் அலுவலக நேரம் முடிந்து எல்லோரும் வீட்டுக்குக் கிளம்பத் தயாராகிக்கொண்டிருப்போம். சரியாக அலைபேசியில் என்னை அழைப்பார்.

'முத்துசாமி, யாரும் போக வேண்டாம். நான் வந்துக்கிட்டிருக்கேன். அவசர வேலை இருக்கு' என்பார். பெண் ஊழியர்கள்தான் அதிகம். முகங்கள் தொங்கிப்போகும். 'இன்னைக்கும், எட்டு எட்டரைதானா?' என்ற சோகக் குரல்கள் எழும்பும்.

வரும் வழியிலேயே சரவணபவன் டிபனையும் முடித்து விட்டு ஏழு மணிக்கு மேல் நிதானமாக வந்து சேர்வார். நான் மேலே பார்க்கச் செல்வேன். 'எல்லாரும் இருக்காங்களா' என்று கேட்டுக் கொள்வார். 'சார், ஏதோ ஒர்க் இருக்குன்னு சொன்னீங்களே?'

'ஆமாம். நேத்து மீட்டிங் நடந்துச்சில்ல. அதில வந்து பேசின டாக்டருக்கு ஒரு தேங்க்ஸ் லெட்டர் அனுப்பனும். எழுதிட்டு வாங்க' என்பார். 'சார் மத்த ஸ்டாப் எல்லாம்?' 'இருக்கட்டும். பட்ஜெட் செஷன் வருதுல்ல; அதுக்கு பர்டிகுலர்ஸ் ரெடி பண்ணச் சொல்லுங்க' என்பார்.

தேங்க்ஸ் லெட்டர் கதை பெரிய கதை. முதலில் ஆங்கிலத்தில் எழுத வேண்டும். டைப் ஆன பின், அதில் ஆயிரம் திருத்தங்கள். பிறகு தமிழில். அதிலும் அவ்வாறே. பிறகு 'இது வேண்டாம்; நெட்ல பாருங்க, நிறைய மாடல் இருக்கும். அதைப் பார்த்திட்டு எழுதிட்டு வாங்க' என்பார். அதுவும் சரியில்லாமல் போக, 'சரி முதல்ல எழுதினதே இருக்கட்டும். நாளைக்கு பார்த்துக்கலாம்

எல்லோரும் போகலாம்' என்று அவர் சொல்லும் போது இரவு எட்டு முப்பது மணி தாண்டியிருக்கும்.

அவர் உடனே காரில் ஏறிச் சென்றுவிட நாங்கள் ஷேர் ஆட்டோ, ஆட்டோ, கால் டாக்ஸி, பஸ் என்று நேரம் கெட்ட நேரத்தில் அல்லாடுவோம். சில நேரங்களில் எதிர்பாராத மழை வந்துவிட்டால் இன்னும் சிரமம். இளங்கோவன் சார் எல்லாம், வெளியே சென்றால் அங்கிருந்து போன் செய்வார். 'முத்துசாமி நான் செக்ரட்டியேட்டில் இருக்கேன். வர நேரமாகும். நீங்க எல்லாரும் வெயிட் பண்ண வேண்டாம். ஆபீஸ் டைம் முடிஞ்சவுடன் கிளம்பியிருங்க' என்பார். பிறகு வந்த அறிவொளி சார், கண்ணப்பன் சார், இராமேஸ்வரமுருகன் சார் எல்லாரும் அப்படித்தான்.

அறிவொளி சார் என்னிடம் மிகுந்த அன்பும் மதிப்பும் கொண்டிருந்தார். பதவிகளுக்கு அப்பாற்பட்ட அன்பு அது. பல்திறப்பட்ட அனுபவங்களால் புடமிடப்பட்ட மனிதர் அவர். தான் நடந்து வந்த பாதையையும் பழகிய நண்பர்களையும் சற்றும் மறக்காதவர். தற்போதைய அரியலூர் மாவட்டத்தில் வீரநாராயணமங்கலம் என்ற இக்கால வீராணத்துக்கு அருகில் ஒரு கிராமத்தில் நடுத்தரக் குடும்பத்தில் பிறந்து மீன்சுருட்டி அரசு மேனிலைப் பள்ளியிலும் பின்னர் கும்பகோணம் அரசு கல்லூரியிலும் படித்துத் தனது விடாமுயற்சியால் பல்வேறு நிலைகளில் பணியாற்றி இளவயதிலேயே, இயக்குநர் உயரத்தை அடைந்தவர். இளங்கோவன் சாரும் இதே மீன்சுருட்டி பள்ளியில் சீனியராகப் படித்திருக்கிறார். அறிவொளி சார் தான் பிறந்த கிராமத்தைப் பற்றியும வீராணம் ஏரியைப் பற்றியும் சொல்லும் போதும் பெருமை கண்களில் தெரியும். பொன்னியின் செல்வன் நாவல் படித்திருக்கிறீர்களா என்று கேட்டுவிட்டு முதல் காட்சி என்ன என்பார். பின்னர் அவரே, நுரைததும்பும் ஆடிப் பெருக்கின்போது வந்தியத்தேவன் நுழையும் காட்சியை அழகுற வர்ணிப்பார்.

தான் பயின்ற பள்ளியில் ஓராண்டு மட்டுமே தனக்கு ஆங்கிலம் கற்பித்த ஆசிரியரைத் தேடிப் பிடித்து நன்றி தெரிவித்த நிகழ்வு ஒரு திரைப்படக் காட்சிபோல இருக்கும். அதில் எனக்கும் பங்கு உண்டு. ஒருமுறை திட்ட இயக்குநரது அறையில் அவருக்கு எதிரே நானும் இணை இயக்குநர் நரேஷ் சாரும் அமர்ந்து பொதுவாகப் பேசிக்கொண்டிருந்தோம். மதிய உணவுக்குப் பின், ப்ரீ டைம் என்று கூடச் சொல்லலாம். அறிவொளி சார் தான் கடலூர் மாவட்டத்துக்குச் சென்றபோது பார்வையிட்ட ஒரு பள்ளியைப் பற்றியும் அங்கு பாடம் நடத்திக்கொண்டிருந்த தமிழாசிரியை பற்றியும் சொல்லிக்கொண்டிருந்தார்.

‘வானரங்கள் கனிகொடுத்து மந்தியோடு கொஞ்சும்

மந்தி சிந்து கனிகளுக்கு வான்கவிகள் கெஞ்சும்’

என்று குற்றாலத் திரிகூட மலையின் புகழ் பாடும் திருக்குற்றாலக் குறவஞ்சி பாடலை ஆசிரியை மிகச் சிறப்பாகவும் சுவையாகவும் நடத்திக்கொண்டிருந்தார். ஆனால் அவர் எந்த இடத்திலும் அதனை யாத்த மேலகரம் திரிகூட ராசப்பக் கவிராயரைப் பற்றி மூச்சுவிடவில்லை. ரசித்துப் பார்த்துக் கொண்டிருந்த நான் இதை எழுதியவரைப் பற்றியும் சொல்லுங்கள் என்றேன். ‘கம்பர்தானே சார், சொல்கிறேன்’ என்றார். நான் அதிர்ந்துபோனேன். என்னைத் தலைமையாசிரியர் அறையில் வந்து பாருங்கள் என்று சொல்லிவிட்டு வந்துவிட்டேன். தயங்கித் தயங்கி வந்து நின்றவரிடம், அந்த பாடலை எழுதியவர் யாருன்னு சொன்னீங்க என்று வினவியபோது, மீண்டும், கம்பர்தானே சார் என்றார். ‘எப்படிக் கண்டுபிடிச்சீங்க?’ என்றேன்.

‘மந்தி, குரங்கு எல்லாம் கம்பராமாயணத்தில் தானே வரும் சார்’ என்றார் எனக்கு என்ன சொல்வது என்று தெரியவில்லை. ஒரு பாடலை ஆரம்பிக்கும் முன் பாடலின் ஆசிரியர், பின்னணி எல்லாம் தெரிந்துகொண்டுதானே ஒரு ஆசிரியர் வகுப்புக்குள் நுழைய வேண்டும்? திருக்குற்றாலக் குறவஞ்சியின் ஆசிரியர் மேலகரம் திரிகூட ராசப்பக் கவிஞர் என்பது படித்தவர்கள் எல்லோருக்கும் தெரியுமே? ஒரு மேனிலைத் தமிழாசிரியருக்கு எவ்வாறு தெரியாமல் போயிற்று?

ஒரு ஆதங்கத்துடன் அறிவொளி சார் நிறுத்தினார். பின் அவரே தொடர்ந்து பேசினார்.

‘எனக்குச் சொல்லிக் கொடுத்தவர்கள் எல்லாம் வித்தியாசமானவங்க. நான் இன்னிக்கு எந்த இன்டர்நேஷனல் கான்பரன்ஸ் ஆனாலும், எந்த வெளிநாட்டுக்காரர் வந்தாலும், ஏன் ஹிலாரி கிளிண்டன் வந்தப்பகூட என்னால சரளமா இங்கிலீசுல பேச முடிஞ்சதின்னா, அதுக்கு சின்ன வயசுல, ஒன்பதாம் கிளாசுல எனக்கு இங்கிலீஸ் சொல்லிக் கொடுத்த சார்தான் காரணம். கவர்ன்மென்ட் ஸ்கூல்ல, தமிழ் மீடியத்துல தான் படிச்சேன். எனக்கு இன்னமும் அந்த சாரை மறக்க முடியல; தேடிக்கொண்டிருக்கிறேன்’ என்று சொல்லிக்கொண்டிருந்தவர், என்னைப் பார்த்து, ‘அவரும் உங்கள் டிஸ்ட்ரிக்ட்காரர்தான்’ என்றார்.

எனக்கு சந்தோஷமும் ஆச்சரியமும்.

‘அவர் பேர் என்ன சார்?’

பாய்ந்து வந்தது பதில். 'நீதியப்பன் சார்'

'ஐ. நீதியப்பனா?" இது நான்.

'அதெப்படி இனிஷியலோடட கரெக்டா சொல்றீங்க?'

'சார், ரொம்ப காலமாத் தெரியும் சார். தோவாளையிலே என் பையனுக்கு டீச்சர். எஸ்.எல்.பி.யி.லேயே என் கலீக் சார். நான் அவரை அண்ணாச்சின்னுதான் கூப்பிடுவேன்'

'இப்ப இருக்காரா? நான் அவருகிட்ட பேசணும், பார்க்கணும் ஏற்பாடு பண்ணுங்க முத்துசாமி சார்'

இயக்குநரது மகிழ்ச்சி அளவிடற்கரியது.

உடனடியாக தொடர்பு ஏற்படுத்திக்கொடுத்தேன். அவருடைய அலைபேசி எண் என்னிடம் இருந்தது.

அவரிடம் பேசி நீண்ட நாட்களாகிவிட்டன. உடனே பேசினேன். "அண்ணாச்சி, நான் முத்துசாமி பேசுறேன்'.

'தம்பியா பிள்ளை (அப்படித்தான் என்னை பாசத்துடன் அழைப்பார்),எப்படியிருக்கீங்க? தோவாளைக்கு வந்திருக்கீங்களா?'

'இல்ல அண்ணாச்சி, சென்னையிலதான் இருக்கேன். உங்ககிட்ட டைரக்டர் பேசணும்னு சொல்றார்'.

'என்ன தம்பி சொல்றீங்க? டைரக்டரா? எதுக்கு, எனக்கு டைரக்டர்னு யாரையும் தெரியாதே'.

'முதல்ல. அவர்கிட்ட பேசுங்க, தெரியும்'.

இயக்குநருக்குப் பரபரப்பு தொற்றிக்கொண்டது. தான் மிகவும் நேசித்த ஆசிரியரிடம், நாற்பது ஆண்டுகளுக்குப் பிறகு, யூனிபார்ம் போட்ட உயர்நிலைப் பள்ளி மாணவன் என்ற நிலையிலிருந்து மாறி, பல கட்டங்களைத் தாண்டி, இன்று இயக்குநராக அதே ஆசிரியரிடம் பேசக்கூடிய இனிய வாய்ப்பு.

அதன் பின் நிகழ்ந்த அலைபேசி உரையாடலின் நெகிழ்ச்சியும் மகிழ்ச்சியும் எழுத்தில் வடிக்க முடியாதவை. கிட்டத்தட்ட அரை மணி நேர உரையாடலுக்குப் பின் 'முத்துசாமி சார், கண்டிப்பா நான் சாரை நேரில் பார்க்கணும், ஏற்பாடு செய்யுங்க, சேர்ந்து போவோம்' என்றார்.

அந்த சந்திப்பும் நடந்தது. நீதியப்பன் சார் ஊர், ராஜாவூர். புனித மிக்கெல் திருத்தலம். தோவாளையிலிருந்து ஐந்து மைல் தொலைவில் அழகிய கிராமம். அதனை அடுத்து மருங்கூர்க் குன்றின் மீது சுப்பிரமணிய சாமி திருக்கோவில். தோவாளையிலிருந்து,

கன்னியாகுமரி செல்வதானால், நாகர்கோவில் வழி போக வேண்டியதில்லை. பிரதான சாலையில் இடது பக்கம் திரும்பி, கோழிக்கோட்டு பொத்தை, ராஜாவூர், மருங்கூர், மயிலாடி அங்கிருந்து சேனல் வழியாக கொட்டாரம் சென்று கன்னியாகுமரி சென்றுவிடலாம். மலை வளத்தையும், மருத வளத்தையும் ரசித்துக் கொண்டே, எந்த டிராபிக் பயமும் இல்லாமல் விரைவில் சென்று விடலாம்.

அறிவொளி சார், அடுத்த வாரத்திலேயே ஒரு தேதியை முடிவு செய்து என்னிடம் சொல்லிவிட்டார். 'நீங்க தோவாளையில வீட்டில இருங்க. நான் திருநெல்வேலியிலே ஒரு விசிட்டை முடிச்சிட்டு, தோவாளை வாரேன். அப்படியே எல்லாரும் சாரைப் பார்க்கப் போயிரலாம்' என்றார். அவர் வருவதற்கு முதல் நாள் சென்னையிலிருந்து நான் தோவாளை சென்றுவிட்டேன். நீதியப்பன் சாருக்கும் சேதி சொல்லியாகிவிட்டது. அப்போது கன்னியாகுமரி மாவட்ட முதன்மைக் கல்வி அலுவலராகத் தற்போதைய இணை இயக்குநர் ஜெயக்குமார் இருந்தார். அவரும் தன்னுடைய ஜீப்பில் தோவாளையில் எனது வீட்டுக்கு வந்து விட்டார். சாரை எதிர்நோக்கிக் காத்திருந்தோம்.

சாரும் சொன்ன நேரத்தில் வந்தார். தாமதமின்றி எங்கள் வாகனங்கள் ராஜாவூர் நோக்கி விரைந்தன. நீதியப்பன் சார் வீடு ஒரு குறுகிய தெருவில் இருந்தது. தெரு முனையில் கார்களை நிறுத்தி விட்டு நீதியப்பன் வீடு நோக்கி நடந்தோம். வாசலிலேயே வருவிருந்து எதிர்நோக்கி காத்திருந்தார். தூரத்திலிருந்தே, தன்னுடைய 'சாரை', கிட்டத்தட்ட நாற்பது ஆண்டுகளுக்குப் பின் பார்க்கும் அளப்பரிய ஆனந்தம் இயக்குநரின் உடல்மொழியில் தெரிந்தது. அருகில் சென்றவுடன் அவரது கால்களில் குனிந்து வணங்கப் போனவரை நீதியப்பன் சார் தடுத்து, ஆரத் தழுவிக்கொண்டார். வீட்டுக்குள் சென்றோம். தட்டு நிறைய பழங்களை வழங்கி, சால்வை போர்த்தித் தன்னுடைய அன்பை இயக்குநர் தெரிவித்திட, ஆசிரியர் நெகிழ்ந்து போனார். இருவருக்கும் பேசுவதற்கு ஏராளமான விஷயங்கள் இருந்தன. எனவே, முதன்மைக் கல்வி அலுவலர், ஆர்.எம்.எஸ்.ஏ.யின் சுரேஷ், ஆறுமுகம் உட்பட அனைவரும் ஒதுங்கிக் கொண்டோம்.

விடைபெற்றுத் திரும்பும்போது, இயக்குநர், நீதியப்பன் சார் இருவருமே, இந்தச் சந்திப்புக்கு அடித்தளமிட்ட எனக்கு பெருமிதத்துடன் நன்றி தெரிவித்துக்கொண்டனர். அடுத்த நாளில் தமிழ்திசை இந்து நாளிதழில், இரண்டாம் பக்கத்தில் வந்த 'குருவைத் தேடிவந்த இயக்குநர்' என்ற செய்திக் கட்டுரை இருவரது பெருமையையும் ஊருக்குப் பறைசாற்றியது.

கு. முத்துசாமி

அறிவொளி சாரைப் பற்றிய வேறொரு முக்கிய செய்தியும் உண்டு. இணை இயக்குநராக இருந்து இயக்குநராகப் பதவி உயர்வு பெற்றபோது அவருக்கு வழங்கப்பட்ட பதவி பொதுநூலகத் துறை இயக்குநர். கலைஞர் முதலமைச்சர். தங்கம் தென்னரசு, பள்ளிக் கல்வித் துறை மற்றும் பொதுநூலகத் துறைக்கான அமைச்சர். அப்போது கருத்துருவாகி எழுந்ததுதான் ஆசியாவின் மிகப்பெரிய நூலகங்களில் ஒன்றான சென்னை கோட்டூர்புரத்தில் அமைந்துள்ள அண்ணா நூற்றாண்டு நூலகம். துணையாக நின்ற இணை இயக்குநர் முனைவர் பூ.ஆ. நரேஷ் சார், சென்னையின் மிக முக்கிய அடையாளங்களில் ஒன்றாக இன்று நிலைபெற்றிருக்கும் இந்நூலகத்தின் திறப்பு விழாவுக்கு ஹிலாரி கிளிண்டன் முதன்மை விருந்தினராக பங்கேற்றுச் சிறப்புரை ஆற்றியமையும் வரலாற்று நிகழ்வு.

அறிவொளி சார் மனிதநேயத்துக்கு மிகச் சிறந்த சான்று. புத்தாண்டு, பொங்கல், தீபாவளி ஆகிய விழாக் காலங்களில் அவரது அறைக்குக் கடைநிலைப் பணியாளர்கள், வளாகத்தில் உள்ள அனைத்துத் துறைகளிலிருந்தும் வருவார்கள். அவரவர் குடும்ப நிலையைப் பொறுத்து பரிசுகள் உண்டு. ஆடையாக இருக்கலாம்; அல்லது பணமாக இருக்கலாம். காலையில் தொடங்கி மாலைவரை இது நீடிக்கும். ஒருமுறை, மாலையில் அவரது கையிருப்பு தீர்ந்துவிட்டது. ‘முத்துசாமி சார், நீங்க ஏதாவது வச்சிருக்கீங்களா, எதிர்பார்த்து வந்திருக்கிறவங்களுக்குக் கொடுக்கணும்’ என்றார். ‘ஐந்து நிமிடத்தில் வருகிறேன்’ என்று சொல்லிட்டு, வளாக வாசலிலேயே இருந்த ஏ.டி.எம்.இல் எடுத்துக் கொடுத்தேன். ‘நாளைக்கு வாங்க’ என்று சொல்லியிருக்கலாம். அதை அவர் விரும்பவில்லை. அடுத்த நாள் அலுவலகம் வந்தவுடன், முதல் வேலையாக என்னை அழைத்து, அந்தப் பணத்தை வற்புறுத்தி என்னிடம் திரும்பத் தந்துவிட்டார்.

அவருடைய பணிக்காலத்தில் பல சிறப்பான திட்டங்களை நிறைவேற்றிய இணை இயக்குநர் பூ.ஆ. நரேஷ் அவர்களைப் பற்றியும் நான் கண்டிப்பாகச் சொல்ல வேண்டும். திருச்சி மாவட்டத்தில் ஒரு எளிய குடும்பத்தில் பிறந்து தன்னுடைய அறிவாற்றலால் மாவட்டக் கல்வி அலுவலராகப் பள்ளிக் கல்வித் துறையில் இணைந்தவர். சொல்லாற்றலும் எழுத்தாற்றலும் அவரது சிறப்பு. ஹிலாரி கிளிண்டன் பங்கேற்ற விழாவில் வரவேற்பு அலுவலராக அவரே பணியாற்றினார். நான் ஏற்கெனவே குறிப்பிட்ட ஒரு இயக்குநரைத் தவிர பிற இயக்குநர்களும் இணை இயக்குநர்களும் என்னிடம் தோழமை உணர்வுடனேயே பழகினார்கள்;

நரேஷ் சாரும் நானும் பல விஷயங்களில் ஒத்த அலைவரிசையுடையவர்கள் என்று சொல்லலாம். அவர் கையில் எப்போதும் ஏதாவது ஒரு புத்தகம் இருக்கும். நேரம் கிடைக்கும் போதெல்லாம் படிக்க ஆரம்பிப்பார். குறிப்பாகப் பயணங்களில். பயணம் முடியும்போது புத்தகம் முடிந்திருக்கும். இருநூறு பக்கத்தையும் எப்படி முடிச்சீங்க என்று கேட்டால், 'ஒவ்வொரு பக்கத்தையும் வரிவிடாமல் படிக்கணும்னு அவசியமில்லை. நாவல்கள்தான் அப்படி. மத்த புக்ஸ்ல எல்லாம் எந்தப் பகுதி நம்மை இம்ப்ரஸ் பண்ணுதோ அத மட்டும் படிச்சா போதும்' என்பார். எனக்கும் அது ஒரு டிப்ஸ் ஆகத் தெரிந்தது.

நானும் அவரும் ஒரு முறை தலைமையாசிரியர் பயிற்சி முகாமுக்காகத் திருநெல்வேலிக்குக் கன்னியாகுமரி எக்ஸ்பிரஸில் சென்று கொண்டிருந்தோம். இரண்டடுக்கு ஏ.சி. கோச். எனக்கு அப்பர் பெர்த்தும் அவருக்கு லோயர் பெர்த்தும் அலாட்டாகி இருந்தது. 'சார் நீங்க லோயர் எடுத்துங்குங்க. மேல உங்களுக்கு கஷ்டமா இருக்கும்' என்று சொன்ன மனித நேயம் அவருக்கு. வேண்டாம் என்றாலும் விடவில்லை. விழுப்புரம் ஸ்டேஷன் வந்தது. எங்கள் கம்பார்ட்மெண்ட் பக்கம் பிளாட்பாரத்தில் பத்துப் பதினைந்து பேருக்கு மேல் இணை இயக்குநருக்காக காத்திருந்தனர். அவர் விழுப்புரம் மாவட்டத்தில் முதன்மைக் கல்வி அலுவலராகப் பணியாற்றியபோது பெற்ற அன்பு. இறங்கியவுடன் அவரைச் சூழ்ந்துகொண்டனர். நின்ற ஐந்து நிமிடங்களில் ஏராளமான விசாரிப்புகள். அதற்கிடையில் அந்த நேரத்தில் மட்டும் விழுப்புரம் பிளாட்பாரத்தில் வேகவேகமாக விற்பனையாகும் தனித்துவமான உப்புமாவை தொன்னைகளில் வாங்கித்தந்தனர். சுவையோ சுவை. ட்ரெயின் புறப்படும்போது எங்கள் சீட்களில் இரவு உணவு, தண்ணீர் பாட்டில்கள், பழங்கள்.

நரேஷ் சார் ஆங்கிலத்திலும், தமிழிலும் அழகாக டிராப்டிங் பண்ணுவார். இருந்தாலும் அவற்றையெல்லாம் நான் ஒரு முறை பார்த்து விட்டால்தான் அவருக்குத் திருப்தி. அவருடன் இணைந்து மாணவர், ஆசிரியர் நலன் குறித்த பல்வேறு திட்டங்களைச் செயல்படுத்தினோம். வித்தியாசமான முயற்சியாக முதன்மைக் கல்வி அலுவலர்களுக்கான ஒரு மூன்று நாள் பயிற்சி முகாம் தேனி வெஸ்டர்ன் காட்ஸ் ஹோட்டலில் நடைபெற்றது. வழக்கமான அலுவலக நடைமுறைகள் சார்ந்த நிர்வாகப் பயிற்சியாக இல்லாமல், அவர்களது பணிச்சுமையிலிருந்து மாறுதலுடன் ஆறுதல் பெறும் வகையில், இலக்கியவாதிகள், மருத்துவச் சான்றோர் ஆகியோரை மேடையேற்றினோம்.

பாரதி கிருஷ்ணகுமார், அறிவியலாளர் பொன்ராஜ், பேராசிரியர் கு. ஞானசம்பந்தம், மருத்துவர் கு. சிவராமன்

போன்றோரின் உரைகள் இதமாக அமைந்திருந்தன. தினமும் காலையில் யோகா பயிற்சியும் உண்டு.

நரேஷ் சார் இடைநிலைக் கல்வி இணை இயக்குநராக மாறுதல் பெற்றுச் செல்ல, அவரது இடத்துக்கு வேலூர் மாவட்ட முதன்மைக் கல்வி அலுவலராக பணியுற்றிக் கொண்டிருந்த வை. குமார் சார் வந்தார். அது என்னவோ தெரியவில்லை; நான் இயக்ககத்தில் பணியாற்றிய சுமார் ஒன்பது ஆண்டுக் காலமும் “எனக்குக் கிடைத்த” இயக்குநர்களும் வல்லவர்களாகவும் நல்லவர்களுமாகவே இருந்தனர். வை. குமார், உலகப் புகழ்மிக்க கும்பகோணம் அரசு கலைக் கல்லூரியில் பத்தாண்டுகளுக்கும் மேலாக புவியியல் உதவிப் பேராசிரியராகப் பணியாற்றிவிட்டு மாவட்டக் கல்வி அலுவலராக நேரடி நியமனம் பெற்று வந்தவர். உலகப் புகழ்மிக்க கல்லூரி என்று சொல்வதற்குக் காரணம் உண்டு. இங்கிலாந்தில் கேம் நதிக்கரையில் அமைந்திருக்கும் கேம்ப்ரிட்ஜ் பல்கலைக்கழகத்தைப் போலவே, தமிழ்நாட்டிலும் காவிரி நதிக்கரையிலும் ஒரு பல்கலைக்கூடம் அமைக்கப்பட வேண்டும் என்ற ஆங்கிலேயக் கல்வியாளரின் கனவே கலைக் கல்லூரியாக 150 ஆண்டுகளுக்கு முன் நிஜமாக உருப்பெற்றது. உலகப் புகழ்மிக்க சான்றோர் பலர் இக்கல்லூரியின் மாணவர்களாகவோ, பேராசிரியர்களாகவோ இருந்திருக்கின்றனர். ஆங்கிலப் புலமைக்காகப் பெரும் புகழ்பெற்ற *Silver Tongued Orator* வலங்கைமான் வி.எஸ். ஸ்ரீனிவாச சாஸ்திரி இக்கல்லூரிப் பேராசிரியர். கும்பகோணம் தந்த உலகப் புகழ் மிக்க கணித மேதை ராமானுஜம் இக்கல்லூரியில் இன்டர்மீடியட் பயின்றவர். எங்கள் இணை இயக்குநரும் அங்கே பணியாற்றியவர்தான்.

ஒருமுறை நாகப்பட்டினத்தில் ஒரு புவியியல் முதுநிலைப் பட்டதாரி ஆசிரியருடன் உரையாடிய போது, “நான் குமார் சார் ஸ்டூடண்ட் சார் டீச் பண்ணும் அழகைப் பார்த்துத்தான், நானும் ஆசிரியராக வேண்டும் என்று ஆசைப்பட்டேன்” என்று சொன்னார். ஒரு ஆசிரியருக்கு இதைவிட என்ன பெருமை வேண்டும்? அறிவொளி சாரும் குமார் சாரும் ராமன் லக்குமணன் மாதிரி. அப்படியொரு புரிதல். எந்த பைலை அறிவொளி சாரிடம் கொண்டுபோனாலும், ‘குமார் பார்த்தாச்சா?’ என்றுதான் கேட்பார். ஆம் என்றால், போதும், மேலோட்டமாகப் பார்த்து விட்டுக் கையெழுத்திடுவார். அப்படியொரு நம்பிக்கை.

கும்பகோணத்தில், இக்கல்லூரி அருகே தொழிலதிபர் அமெரிக்கா பெரியசாமிக்குச் சொந்தமான ரிவர்சைட் ரிசார்ட் ஒன்று உள்ளது. தங்கும் குடில்களுடன் ஒரு கூட்ட அரங்கும் உண்டு. அங்கும் மாநில அளவிலான திட்ட அலுவலர்கள், கல்வி அலுவலர்கள் கூட்டம் நடத்தியிருக்கிறோம். அங்கு சென்ற

பின்தான் தெரியும், அதன் மேலாளர் எனது மாணவர் என்று. பின்னொரு நாளில் நான் குடும்பத்தோடு ஆன்மீகப் பயணம் மேற்கொண்ட போது அங்கே தங்கியிருக்கிறோம். அங்கே தங்கிய நாட்களில் எல்லாம், காலை மாலை இரு வேளைகளிலும் நடைப்பயிற்சிக்கு அருகிலுள்ள கல்லூரி வளாகத்துக்குத்தான் செல்வேன். கல்லூரிக் கட்டடம் கலைநயத்துடன், அழகிய விதானத்துடன் அமைக்கப்பட்டிருக்கிறது. தூண்களில்கூடச் சிறு சிறு சிற்பங்கள். கல்லூரியின் முகப்பில், காவிரியின் கிளை ஆற்றின் மேல் நடைபாலம். அழகான தோற்றம். ஆனால் கல்லூரியின் தற்போதைய நிலையைப் பார்க்கும்போது பாரதியின் பாடல் வரிகள்தான் நினைவுக்கு வந்தன.

நல்லதோர் வீணை செய்தே, அதை
நலம் கெடப் புழுதியில் எறிவதுண்டோ ?

குமார் சார் தன்னுடைய பேராசிரியர் பணிக்காலத்தில் எவ்வாறு கவர்ந்திருப்பார் என்பதை அவர், உதவித் திட்ட அலுவலர்கள் கூட்டங்களில் உரையாற்றும் முறையிலேயே அறிந்துகொண்டோம். அனைவருக்கும் இடைநிலைக் கல்வித் திட்டத்தில் அப்போது பற்றி எரிந்துகொண்டிருந்த ஒரு விஷயம், பல மாவட்டங்களில் நடுநிலைப் பள்ளிகளாக இருந்து அரசு உயர்நிலைப் பள்ளிகளாகத் தரம் உயர்த்தப்பட்டவற்றில், தேவையான நிதி வழங்கப்பட்ட பின்னும் வகுப்பறைக் கட்டடங்கள் கட்டி முடிக்கப்படாத நிலை. பல்வேறு பிரச்சினைகள். பெரும்பாலும் நிலப்பிரச்சினை. வினோதமான நிலப்பிரச்சினை. ஒன்றைச் சொல்கிறேன். நெல்லை மாவட்ட திசையன்விளைப் பேரூராட்சிக்குட்பட்ட சண்முகாபுரம் என்ற பகுதிக்கு, பொதுமக்கள் வேண்டுகோளுக்கிணங்க அங்கிருந்த ஊராட்சி ஒன்றிய நடுநிலைப் பள்ளி, அரசு உயர்நிலைப் பள்ளியாகத் தரம் உயர்த்தப்பட்டு ஆணை வழங்கப்பட்டது. ஆனால் கட்டடம் கட்ட அங்கு இடம் இல்லை. அவர்கள் ஒரு இடத்தைக் காட்டினார்கள். அது அந்தப் பகுதி இட்டமொழி பேரூராட்சி எல்லைக்குள் வருகிறது. அது தூத்துக்குடி மாவட்டம். நிர்வாகப் பிரச்சினை வரும். பல மாதங்களாக இழுத்துக்கொண்டிருந்த இப்பிரச்சினைக்குத் தீர்வு காண இயக்குநரின் அறிவுரைப்படி சென்றேன். ஒரு ஊர்க்கோவில் நிலம் கண்டறியப்பட்டு, நில உரிமை மாற்றப்பட்டு ஒருவழியாகக் கட்டடம் கட்டி முடிக்கப்பட்டுப் பள்ளி இன்று இயங்கிவருகிறது.

திண்டுக்கல் மாவட்டம், நத்தம் வட்டத்தில் சக்கிலியன் கொடை என்ற கிராமத்தில் தரம் உயர்த்தப்பட்ட பள்ளி. இங்கு மற்றொரு பிரச்சினை. கட்டடம் கட்ட தேர்ந்தெடுக்கப்பட்ட இடம் நடுநிலைப் பள்ளிக்கு அருகாமையிலேயே சற்று

மேட்டுப்பாங்கான இடம். உரிமையில் பிரச்சினையில்லை. ஆனால் பள்ளிக்கூடத்தை மேட்டுப்பாங்கான இடத்தில் கட்டுவதுதான் பிரச்சினை. அருகில் இருக்கும் அம்மன் கோவிலைவிட உயர்ந்த இடத்தில் கட்டினால் ‘அம்மனுக்குக் கோபம் வந்துவிடும். அம்மன் கோபிக்க ஊருக்கு கேடு வந்துவிடும்’. ஊர்க்காரர்களைப் பெற்றோர் ஆசிரியர் கழகம் மூலம் அழைத்து பேசினோம். இளைஞர்கள், ஒரு பட்டாளத்துக்காரர் உட்பட எங்களுக்கு ஆதரவாகப் பேசினார்கள். ஆனால் ஜன்னல் வழியாக வேடிக்கை பார்த்துக் கொண்டிருந்த ஒரு வயதான பெண்மணி சாபம் போட ஆரம்பித்தார். ‘உங்களையெல்லாம் அம்மா சும்மா விடமாட்டா’

கல்வித்துறை தரப்பில் அப்போதைய தொழிற்கல்வி இணை இயக்குநர் சுகன்யா, மாவட்ட முதன்மைக் கல்வி அலுவலர் சுபாஷினி, உதவித் திட்ட அலுவலர், தலைமையாசிரியர் எல்லோருமாகப் பேசி, கட்டடப் பணி தொடரச் செய்தோம். அடுத்த பிரச்சினை, இந்தத் தாமதத்தால் ஏற்பட்ட நிதி பற்றாக்குறை. அதற்கும் அறிவொளி சார் தீர்வு கண்டார். கட்டுமானத் துறையில் இருந்த தனது நண்பர் மூலம் கட்டடத்தை முடித்துக்கொடுக்கவும் ஏற்பாடு செய்தார்.

ஆரம்பித்த இடத்துக்கே வருகிறேன். இணை இயக்குநர் குமார் சார் இதுபோன்ற தொய்வுற்ற கட்டடப் பணிகள் விரைவாக நடந்தேறிட நேரடியாகக் களம் இறங்குவார். தெங்கு மரஹடா, எல்லோருக்கும் தெரிந்த பெயர். நீலகிரி மாவட்டத்தில் உள்ளது. ஆனால் ஈரோடு மாவட்ட எல்லை வழியாக, பவானிசாகர், மாயாறு தாண்டிச் செல்ல வேண்டும். அன்னக்கிளி திரைப்படத்தின் பெரும்பாலான பகுதிகள் இங்குதான் படமாக்கப்பட்டன. உயர்நிலைப் பள்ளியின் தேவை மிக அதிகம். ஆர்.எம்.எஸ்.ஏ. மூலமாக அங்கு இருந்த ஒன்றிய நடுநிலைப் பள்ளி, அரசு உயர்நிலைப் பள்ளியாகத் தரம் உயர்த்தப்பட்டது. ஆனால் பள்ளிக்காகத் தெரிவு செய்யப்பட்ட இடம் வனத்துறை கட்டுப்பாட்டில் இருந்தது. வனத்துறை, வருவாய்த்துறை ஆகியவற்றின் அனுமதி தேவைப்பட்ட சூழ்நிலையில் பல ஆண்டுகளாக முடங்கிக்கிடந்த பணி இது. நடுவண் அரசிடமிருந்து, நிதி விடுவிக்கப்பட்டும் ஆண்டுகள் கடந்தன. குமார் சார் இடைவிடாது உரிய அலுவலர்களிடம் பேசி அனுமதி பெற்று, இன்று பள்ளி புதிய கட்டடத்தில் சிறப்பாக இயங்கிவருகிறது.

பொதுவாக இயக்குநர், இணை இயக்குநர் ஆய்வுக் கூட்டம் என்றால் எந்தத் துறையாக இருந்தாலும் இறுக்கமான சூழ்நிலையே நிலவும். அந்தச் சூழ்நிலையையும் கலகலப்பாக மாற்றக்கூடிய சொல்லாற்றல் குமார் சாருக்கு உண்டு. அதைப் போலவே

தன்னுடைய சக பணியாளர்களிடம் கனிவு கலந்த புரிந்துணர்வும் கொண்டிருந்தார். சேலம் மாவட்டத்தில் ஒரு தொலைதூரக் கிராமத்திலிருந்து படித்து வளர்ந்தவர். அந்த ஊரில் குடும்பக் கோயில் ஒன்று உள்ளது. அந்த ஊர் வழக்கப்படி வருடத்தில் ஒரு நாள் பிரமாண்ட விருந்து நடைபெறும். மிக நெருங்கிய உறவினர்களும் நண்பர்களும் மட்டுமே கலந்துகொள்வர். இணை இயக்குநரின் தனிப்பட்ட அழைப்பின்பேரில் இரண்டு முறை அதில் நான் கலந்துகொண்டிருக்கிறேன்.

அனைவருக்கும் இடைநிலைக் கல்வித் திட்டத்தில் பணியிடைப் பயிற்சியில் வழக்கமான பாடங்களில் இருந்து வேறுபட்டு, வரைபடத்திறன்கள் சார்ந்து அனைத்து சமூக அறிவியல் ஆசிரியர்களுக்கும் சென்னை பல்கலைக்கழக புவியியல் துறைத் தலைவர் முனைவர் ஜெகநாதன் வழிகாட்டுதலில் பயிற்சி அளிக்கப்பட்டது. இப்பயிற்சி இணை இயக்குநரால் வடிவமைக்கப்ட்டு நடுவண் அரசால் ஏற்கப்பட்ட ஒன்றாகும். இப்பயிற்சி புவியியல் கற்பிக்கும் வரலாற்று ஆசிரியர்களுக்குப் பேருதவியாக அமைந்தது.

இணை இயக்குநர் குமார் சார் விருப்ப மாறுதல் பெற்று மதுரையைத் தலைமையிடமாகக் கொண்டு இயங்கும் கள்ளர் சீர்திருத்தத் துறை பள்ளிகளுக்கான இணை இயக்குநராகப் பணியாற்றச் சென்றிட, அவரது இடத்துக்கு அனைவருக்கும் கல்வி இயக்கத்தில் இணை இயக்குநராக இருந்த முனைவர் நாகராஜமுருகன் சார் வந்தார். அவர் விருதுநகர் மாவட்ட முதன்மைக் கல்வி அலுவலராகப் பணியாற்றியபோதே அறிமுகமானவர். இராமநாதபுரம் அரசு கலைக் கல்லூரியில் பொருளியல் உதவிப் பேராசிரியராகப் பணியாற்றிவிட்டு நேரடியாக மாவட்டக் கல்வி அலுவலராக, குமார் சார்போலவே நியமனம் பெற்றார்.

ஒவ்வொரு அலுவலரிடமும் தனித்துவமான திறமைகள் இருப்பதை நான் கண்டறிந்திருக்கிறேன். நாகராஜமுருகன் சார் அதீத நினைவாற்றல் கொண்டவர். சரியாகத் திட்டமிட்டுச் செயல்படுத்துவதில் நிபுணர். உணர்ச்சிகளுக்கு இடம் கொடாமல் பிரச்சனைகளுக்குச் சாதுரியமாகத் தீர்வு காண்பார். குமார் சார் மாறுதலாகி, நாகராஜமுருகன் சார் பொறுப்பேற்ற நாட்களில் வேறொரு முக்கிய நிகழ்வு.

ஷாலா ஷிதி – *Shala Sidhi* என்பது ஒரு புதிய உட்கூறு. ஒரு பள்ளியின் வளர்ச்சியைப் பல்வேறு நிலையில் மதிப்பீடு செய்வதற்காக அமைக்கப்பட்ட ஒரு அளவீடு என்றுகூடக் கொள்ளலாம். இதனைத் தமிழ்நாட்டில் ஒருங்கிணைக்கும்

பணிக்காக அழகப்பா பல்கலைக்கழகம் தெரிவு செய்யப்பட்டு, அதன் ஒப்புதலும் பெறப்பட்டது. அனைத்து மாவட்ட உதவித் திட்ட அலுவலர்களுக்கும், கல்வி மாவட்ட ஒருங்கிணைப்பாளர்களுக்குமான ஒரு வழிகாட்டுதல் கூட்டம் 2017, நவம்பர் 9 10 ஆகிய இரு நாட்களும் பல்கலைக்கழகத்திலேயே நடத்துவது என்றும் முடிவு செய்யப்பட்டது. அனைத்து அலுவலர்களுக்கும் சுற்றறிக்கை அனுப்பப்பட்டுவிட்டது. முதல் நாளில் திட்ட இயக்குநர், இணை இயக்குநர், பல்கலைக்கழகத் துணைவேந்தர், பதிவாளர் ஆகியோர் பங்கேற்றுத் தொடங்கி வைப்பதாக முடிவு செய்யப்பட்டிருந்தது.

ஆனால் அந்த இரு தினங்களும், இயக்குநரோ, இணை இயக்குநரோ வர இயலாத சூழ்நிலை. இயக்குநருக்கு அமைச்சரது மீளாய்வுக் கூட்டம். இந்த நாட்களில்தான் இணை இயக்குநர் குமார் சார் பொறுப்பு ஒப்படைக்க, நாகராஜமுருகன் சார் பொறுப்பேற்க உள்ளார். எனவே அவர்களும் வர இயலாது. திட்ட இயக்ககத்தின் சார்பாக ‘நீங்களே தொடக்க விழாவில் கலந்துகொள்ளுங்கள்’ என்று இயக்குநர் அறிவுரை வழங்கினார். தொடக்க விழாவில் துணைவேந்தர் முனைவர் சுப்பையா, பதிவாளர், சிவகங்கை மாவட்ட முதன்மைக் கல்வி அலுவலர் மகேஸ்வரி முதலானோர் கலந்துகொள்ள, இயக்ககம் சார்பாக நான் தொடக்கவுரை நிகழ்த்தினேன். வள்ளல் அழகப்பரைப் பற்றிச் சொல்ல வேண்டும் என்பதற்காக வலைதளத்தில் தேடிய போதுதான், எவ்வளவு பெரிய மாமனிதர் அழகப்பர் என்று புலனாயிற்று. நான் ஏற்கெனவே அறிந்தது கொஞ்சம்; அறியாதது ஏராளம். இங்கிலாந்தில் நேருவின் வகுப்புத் தோழர், அந்த தோழமையால் வந்த விருதுகளையும் பதவிகளையும் மறுதலித்தவர், வறண்ட சேது சீமையில் மத்திய அரசின் உயர்கல்வி நிறுவனம் ஒன்று வேண்டும் என்று வாதாடி, ‘சிக்ரி’ எனப்படும் *Central Electro Chemical Research Institute* பெற்றுத்தந்தவர். அதற்காகத் தேவையான நிலத்தையும், ஒரு பெருந்தொகையையும் தானமாக அளித்தவர். தான் வாழ்ந்த மாளிகையை மகளிர் பள்ளிக்கென வழங்கியவர். ஒரு தொழில்நுட்பக் கல்லூரி காரைக்குடியில், சென்னையில் அண்ணா பல்கலைக்கழகத்துடன் இணைந்த ஏ.சி. காலேஜ் ஆப் டெக்னாலஜி, எல்லாவற்றுக்கும் மகுடம் வைத்தாற்போல அழகப்பா பல்கலைக்கழகம். இவையனைத்தும் அவரது கொடையால் வந்தவை என்றாலும் அவையனைத்தும் இன்று அரசுக்குச் சொந்தம். அடுத்தவர் சொத்துக்கு உரிமை கொண்டாடும் இக்காலத்தில், தனது சொத்துகளனைத்தையும் கல்விக்காகத் தானமாக வழங்கியவர் வள்ளல் அழகப்பச் செட்டியார். இவ்வாறு நான் சொல்லச் சொல்ல, எல்லோருக்கும் வியப்பும் பரவசமும்.

நான் காரைக்குடியில் தங்கியிருந்த நாட்கள் அனைத்தும் பயனுள்ளவையாகவே அமைந்தன.

அறிவொளி சாருக்குப் பிறகு, முனைவர் கண்ணப்பன் சார் திட்ட இயக்குநராகப் பொறுப்பேற்றார். எஸ்.சி.இ.ஆர்.டி. இயக்குநர், மெட்ரிக் பள்ளிகளின் இயக்குநர், இரண்டு காலகட்டங்களில் பள்ளிக் கல்வி இயக்குநர் எனப் பல்வேறு பதவிகளை வகித்தவர். விழுப்புரம் மாவட்ட முதன்மைக் கல்வி அலுவலராகப் பல ஆண்டுகள் முத்திரை பதித்தவர். எல்லோரிடமும் இனிமையாகப் பழகக்கூடியவர். அவரது வீடு சென்னை அயப்பாக்கத்தில் இருந்தது. பல நேரங்களில் அலுவலகப் பணியால் நேரமாகிவிட்டால் இரவில் வீட்டுக்குத் திரும்பும்போது என்னையும் தனது காரிலேயே அழைத்துக்கொண்டு நான் இருக்கும் முகப்பேர் சந்திப்பில் இறக்கிவிட்டுச் செல்வார். காரில், மனம்விட்டுப் பலவற்றைப் பகிர்ந்துகொள்வார். ஆர்.எம்.எஸ்.ஏ.ஐ அடுத்த கட்டத்துக்குள் கொண்டு சென்றதில் அவரது பங்கு முக்கியமானது. அவரது வழிகாட்டுதலில் பல முக்கியத் திட்டங்கள் செயல்படுத்தப்பட்டன. ஆண்டுதோறும் ஒவ்வொரு மாநிலமும் அடுத்த ஆண்டுக்கான உத்தேசச் செயல்திட்டத்தையும் அதற்குத் தேவையான செலவு மதிப்பீட்டையும் தயாரித்து ஒப்புதலுக்காகப் புது தில்லிக்கு அனுப்ப வேண்டும். இதற்காக ஒரு தொழில்நுட்பக் குழு அமைக்கப்பட்டு, இதற்கான பணி இரண்டு வாரங்களுக்கு மேல் நடை பெறும்.

பல ஆண்டுகளாக இதற்கான பணிமனை நுங்கம்பாக்கம், ரட்லண்ட்கேட் சாலையில் உள்ள ஆஷாநிவாஸில் நடைபெற்று வந்தது. ஆர்.எம்.எஸ்.ஏ. ஒருங்கிணைப்பாளர்களும், ஆசிரியர்களு மாகச் சுமார் பதினைந்து பேர் அங்கேயே தங்கி இப்பணியைச் சிறப்பாகச் செய்து முடிப்பார்கள். பின்னர் Project Approval Board – PAB ஒப்புதலுக்காக அனுப்பப்படும். ஒவ்வொரு மாநிலத்துக்கும் ஒரு தேதி குறிப்பிடப்பட்டு அந்தத் தேதியில் PAB ஆலோசனைக் கூட்டம் நடைபெறும். பள்ளிக் கல்வித் துறைச் செயலர், இதில் கலந்து கொண்டு, திட்டங்களை விளக்கி, அனுமதி பெற்று வருவார். இக்குழுவை வழிநடத்தும் பொறுப்பில் நான் இருந்தேன். இயக்குநர்களும் இணை இயக்குநர்களும் அவ்வப்போது வந்து புதிய திட்டங்கள் சார்பாகப் பயனுள்ள ஆலோசனைகளையும் வழங்குவார்கள்.

இவற்றில் ஒரு சிலவற்றை மட்டும் குறிப்பாகச் சொல்ல லாம். IMPART என்ற சுருக்குப் பெயர் கொண்ட ஒரு திட்டம். விரிவுபடுத்தினால், Improved Participation (of students) என்று வரும். பள்ளிப் பருவத்திலேயே மாணவர்களுக்கு ஆராய்ச்சி மனப்பான்மையை உருவாக்கி வளர்ப்பதற்கான செயல்திட்டம்.

ஒன்பதாம் வகுப்பு மாணவர்கள் பெருமளவு ஆர்வத்துடன் இதில் பங்கேற்றனர். வழிகாட்டியாக ஒரு ஆசிரியர் இருப்பார். முதலில் முன்னோட்டமாக, காஞ்சிபுரம், கடலூர், இராமநாதபுரம், விழுப்புரம் முதலான சில மாவட்டங்களில் செயல்படுத்தப்பட்டு மாணவர்களின் சாதனை பாராட்டைப் பெற்றது. எடுத்துக்காட்டாக,

- *நீர்நிலைகள் ஏன் பாழ்பட்டுப்போயின?*
- *எழுத்தறிவில் ஆண் பெண் வேறுபாடு*
- *தொலைக்காட்சித் தொடர்களால் ஏற்படும் தாக்கம்*
- *கிராமங்களிலிருந்து நகரங்களுக்குப் பெருமளவு மக்கள் குடிபெயர்தல்.*
- *கிராம நூலகங்கள் வெற்றி பெற்றனவா?*
- *இயற்கை விவசாயம் வருவாயைப் பெருக்க உதவுகிறதா?*

போன்ற ஆர்வமூட்டும் தலைப்புகள்.

மாணவர்கள் மாலை நேரங்களில் தங்களது தலைப்புக்கேற்ப வீடு வீடாகச் சென்று மக்கள் கருத்தை ஒரு வினாப்பட்டியல் வழியாகக் கேட்டறிந்து, பின் தொகுப்பறிக்கைகள் தயார் செய்தனர். பிரச்சினைகளுக்கான தீர்வுகளையும் கடைசியில் ஆலோசனைகளாகத் தந்தனர்.

சிறந்த ஆராய்ச்சிக் கட்டுரைகளுக்கு மாவட்ட அளவில் பரிசுகளும் வழங்கப்பட்டன. இதற்காக ஏற்பாடு செய்யப்படும் கூட்டங்களில் முதன்மைக் கல்வி அலுவலர் உள்ளிட்ட அலுவலர்கள் முன்னிலையில் தங்களது அறிக்கைகளைச் சமர்ப்பித்து எழும் கேள்விகளுக்குப் பதிலும் அளிப்பார்கள். நான் சில மாவட்டங்களுக்கு சென்று பார்த்து வியந்திருக்கிறேன்.

இயக்குநர் கண்ணப்பன் சாரும் வாய்ப்பு ஏற்படும்போது இந்தக் கூட்டங்களுக்கு வருவார். இளம் மாணவர்களின் ஆர்வத்தையும் திறமையையும் கண்டு மகிழ்ந்தவர், அடுத்த திட்ட அலுவலர்கள் கூட்டத்தில் ஒரு அறிவிப்பு செய்தார். "ஒவ்வொரு மாவட்டத்திலும் முதலிடம் பெறும் மாணவ, மாணவியருக்கான இறுதிப் போட்டி உதகமண்டலத்தில் நடைபெறும். மாணவர்களின் ஈடுபாட்டுக்கான பரிசு இது" என்றார். எல்லோரும் கைதட்ட, இறைவனின் சித்தம் வேறுமாதிரி இருந்தது. இறுதிப் போட்டிக்கு அனைவரும் தயாரானபோது திட்ட இயக்குநராக கண்ணப்பன் சார் இல்லை. மாறுதலாகி மெட்ரிக் பள்ளி இயக்குநராகச் சென்றுவிட, முனைவர் இராமேஸ்வரமுருகன் சார் திட்ட

இயக்குநராக வந்தார். எல்லாம் அவருக்குப் புதிது. ஆனாலும் எளிதில், விரைவாக அனைத்துச் செயல்பாடுகளையும் புரிந்து கொண்டார். 'இறுதிப் போட்டி உதகமண்டலத்தில்தான் நடத்த வேண்டுமா; இங்கேயே, ஒரு பெரிய அரங்கில் கல்வி அமைச்சரும் கலந்துகொள்ளும் வகையில் நடத்தலாமே' என்றார். நான் இரண்டே காரணங்களைச் சொன்னேன்; முதலாவதாக மாணவர்களுக்கு வாக்கு கொடுத்தது முன்னாள் திட்ட இயக்குநர். அதை நாம் காப்பாற்ற வேண்டும். இரண்டாவதாக மாணவர்கள் உதகமண்டலம் செல்லும் பெருங்கனவில் இருக்கிறார்கள். முகம் மாறாமல் ஒப்புக்கொண்டார். ஆனால் 'என்னால் அங்கு கலந்து கொள்ள இயலாது; தலைமைச் செயலகத்தில் கூட்டம் இருக்கிறது, நீங்கள் சென்று நடத்தி வையுங்கள்' என்றார்.

நீலகிரி போவதற்கு முன்னால், கண்ணப்பன் சாரைப் பற்றி மேலும் சில வரிகள். பிற்காலத்தில் பள்ளிக் கல்வி இயக்குநர் பதவியில் இருக்கும்போதும் என்னிடம் அன்பும் மதிப்பும் கொண்டிருந்தார். பள்ளிக் கல்வி இயக்ககத்தில் முக்கிய சுற்றறிக்கைகள், ஆணைகள், ஏதேனும் தயாரிக்கும்போது என்னையும் அதில் ஈடுபடுத்திக்கொள்வார். இடைநிலைக் கல்வி இணை இயக்குநராக நரேஷ் சார் அப்போது இருந்தது மற்றொரு காரணம்.

உதகமண்டலம் யூத் ஹாஸ்டலில் ஆசிரியர்களும் மாணவ, மாணவியரும் தங்குவதற்கு ஏற்பாடு செய்திருந்தனர். முதன்மைக் கல்வி அலுவலர் செந்தில்வேல்முருகன் தனிப்பட்ட கவனம் செலுத்தியிருந்தார். மாவட்ட உதவித் திட்ட அலுவலரும் கல்வி மாவட்ட ஒருங்கிணைப்பாளரும் உணவு உட்பட எல்லாவற்றை யும் 'பார்த்துப் பார்த்து'ச் செய்திருந்தனர். ஹாஸ்டலை ஒட்டிய உள்ளரங்கம் போட்டிகளை நடத்த வசதியாக இருந்தது. இரண்டு நாட்களும் பகலில் மாணவர்களின் திட்ட அறிக்கைகள் பரிசீலனை. மாலையில் பயனுள்ள கருத்துரைகள் – குன்னூர் லூயி பாஸ்டர் ஆராய்ச்சி மையத்திலிருந்தும், உதகமண்டலம் விண்வெளி ஆராய்ச்சி மையத்திலிருந்தும் *(Radio Astronomy Tower)* அறிவியல் அறிஞர்கள் வருகைதந்து மாணவர்களுக்கு மட்டுமல்ல, ஆசிரியர்களுக்கும் பயனுள்ள பல புதிய தகவல்களைக் கூறினார்கள்.

இராமேஸ்வரமுருகன் சார் குறைந்த காலம்தான் திட்ட இயக்குநராக இருந்தார். அவரது திட்டமிடுதல் எல்லாம் பெரிய அளவில் இருக்கும். திட்டங்களின் தொடக்க விழா எல்லாம் பள்ளிக் கல்வித் துறை அமைச்சர், துறைச் செயலர் முன்னிலையில் நடைபெற வேண்டும் என்று விரும்புவார்; அவ்வாறே நடத்தினார். பணியாளர்களை நடத்துவதில் அவரும் மென்மையான

அணுகுமுறையையே கையாண்டார். யாருடைய வெறுப்பையும் வருத்தத்தையும் சம்பாதிக்கக் கூடாது என்பது அவரது கொள்கை என்று எனக்குப் பட்டது. தனிப்பட்ட முறையில் அவரது செயல்பாடுகள் மிக எளிமையாக இருக்கும். அமைச்சரிடமும் செயலரிடமும் அளவு கடந்த பணிவைக் காட்டுகிறாரோ என்று சில நேரங்களில் தோன்றும். என்னைப் பற்றிய உயரிய மதிப்பீடு அவரிடம் உண்டு. எந்தக் கோப்பையும், குறிப்பாக டிராப்டை நான் பார்த்து சரி என்று சொல்ல வேண்டும் என்று விரும்புவார். என்னுடைய இரு மொழிப்புலமை மீது அவ்வளவு நம்பிக்கை.

இந்த நம்பிக்கை, சில மாதங்களிலேயே அவர் பள்ளிக் கல்வி இயக்குநராக மீண்டும் நியமனம் பெற்றபோதும் தொடர்ந்தது. ஒரு டிராப்டை அவரிடம் உதவியாளரோ, கண்காணிப்பாளரோ நீட்டினால், 'கீழே ஆர்.எம்.எஸ்.ஏ. ரூமிலே முத்துசாமி இருப்பார். அவரிட்ட கொடுத்துச் சரிபார்த்துட்டு வாங்க' என்பார். அவர்களும் வருவார்கள். எனக்கு தர்மசங்கடமாக இருக்கும். பெரும்பாலும் ஆங்கிலக் கடிதங்கள்தான். எழுத்தர்கள் தங்களுக்குத் தெரிந்த ஆங்கிலத்தில் எழுதியிருப்பார்கள். நான் மேம்படுத்திக் கொடுப்பேன்.

ஒரு முக்கியமான திட்டம் அவரது எண்ணத்தில் உதித்தது. மாணவர்களைப் போலவே, ஆசிரியர்களுக்கும் மடிக்கணினி கொடுத்தால் என்ன என்று சிந்தித்த இயக்குநர் அதற்கான ஒப்புதலையும் அமைச்சரிடம் பெற்றுவிட்டார். "இதற்கான ஆசிரியர் எண்ணிக்கை சார்ந்த புள்ளிவிவரங்கள், தேவையான நிதி ஒதுக்கீடு, இதற்கான அவசியம் குறித்து வலுவான வாதங்களுடன் அரசுக்கு ஒரு விரிவான கோரிக்கையினைத் தயாரிக்க வேண்டும். ஒரு வாரத்துக்குள் முடித்துவிடுங்கள்" என்று பொறுப்பை என்னிடம் ஒப்படைத்துவிட்டார். திருவாரூர் கவுதமன் தேவையான தரவுகளை அளிக்க, பத்து பக்கங்களில் கருத்துரு தயாரானது. இயக்குநருக்குப் பரம திருப்தி. அவர் அதை வனப்பு மிக்க வண்ணங்களில் கிராபிக்ஸ் உதவியுடன் அச்சடித்து முதல் பிரதியை என் கையிலேயே தந்தார்.

'நாம, டெக்ஸ்ட் புக் சொஸைட்டி மூலமாத்தான் இதைச் செய்யப்போறோம். அங்க போய் எம்.டி. ஜெகநாதன் சார்கிட்ட காமிச்சுட்டு வாங்க. அவர் ஓ.கே. சொன்ன பிறகு செக்ரட்டரியிட்டயும் மினிஸ்டர்ட்டியும் போகலாம்' என்றார். டெக்ஸ்ட்புக் சொஸைட்டி தூரமில்லை. அடுத்த வளாகம்தான். ஈ.வெ.கி. சம்பத் மாளிகையில் இருக்கும் தமிழ்நாடு பாடநூல் கழகத்தில் ஜெகநாதன், இ.ஆ.ப.வை அவருடைய அறையில் சந்தித்தேன். ஏராளமான கேள்விகள். அனைத்துக்கும் பதில் சொன்னேன். 'நாம, இதை எல்லா டீச்சர்ஸ்க்கும் ஒரே

தடவையில் கொடுக்க முடியாது. பி.ஜி., பி.டி என்று பல கட்டமா கொடுக்கலாம். செக்ரட்டரிகிட்ட நானே பேசிக்கிறேன். ரெண்டு காப்பி கொடுத்துட்டுப் போங்க' என்றார்.

இப்படிப் பல படிகள். ஒவ்வொன்றாகக் கடந்தோம். இப்போது இத்திட்டம் நடைமுறைக்கு வந்து ஆசிரியர்கள் கைகளில் மடிக்கணினிகள். ஆனால் இதற்கு அடித்தளமிட்ட இராமேஸ்வரமுருகன் சார் திட்டம் நடைமுறைக்கு வரும்போது பள்ளிக் கல்வி இயக்குநர் பதவியில் இல்லை. மாறுதலாகிச் சென்று விட்டார். நானும் பணிதுறந்து வீடு திரும்பிவிட்டேன்.

கு. முத்துசாமி

40

மீள்பார்வையாக நினைத்துப் பார்க்கும்போது, ஒருசில முன்னோடித் திட்டங்கள், பாராட்டப்பட்ட செயல்பாடுகள் மனக்கண்ணில் நிற்கின்றன.

பத்து மற்றும் பன்னிரண்டாம் வகுப்பு படித்துக் கொண்டிருக்கும் மாணவர்களுக்கு, படிப்பை முடித்த பின் தொடர்ந்து என்ன படிக்கலாம், அல்லது, ஏதேனும் வேலைக்குப் போக வேண்டும் என்று விரும்பினால் அதற்கான வாய்ப்புகள் என்ன இருக்கின்றன என்பதை வழிகாட்டும் வகையில் Career Guidance என்ற செயல்திட்டத்தை உருவாக்கினோம். இதனை எவ்வாறு செயல்படுத்துவது என்று ஆலோசிப்பதற்காக, கிண்டியில் அமைந்திருக்கும் மாநில வேலைவாய்ப்பு மற்றும் வழிகாட்டல் துறை இயக்குநர் அலுவலகம் சென்றேன். அதன் இயக்குநராக சுப்பையன், இ.ஆ.ப. இருந்தார். தஞ்சாவூர் மாவட்ட ஆட்சித் தலைவராக இருந்தவர். இன்முகத்துடன் வரவேற்று பல பயனுள்ள ஆலோசனைகளையும் வழங்கினார். தனது இணை இயக்குநர்களை அழைத்து, 'இது நாமே செய்ய வேண்டியது. அவர்கள் செய்கிறார்கள். நம்ம ப்ராஜக்ட் போலவே எடுத்துச் செய்யலாம். சார் என்ன கேட்கிறாரோ அதைச் செஞ்சு கொடுங்க' என்றார்.

இணை இயக்குநர்கள் அனுசுயா, விஜயகுமார், உதவி இயக்குநர் கலைவாணி ஆகியோர் மிகவும் உதவிகரமாக இருந்தனர். செயல்திட்டம் வகுக்கப் பட்டது. மாநில அளவிலான கருத்தாளர் பயிற்சி முகாம் எழும்பூர் மாநில அரசு பெண்கள் மேனிலைப் பள்ளி வளாகத்தில் அமைந்துள்ள ஆர்.எம்.எஸ்.ஏ.கருத்தரங்கில் நடைபெற்றது. இயக்குநர் அறிவொளி சார் தலைமை தாங்க சுப்பையன், இ.ஆ.ப., தொடங்கிவைத்தார். இத்துறையில் மாநில அளவில் புகழ்பெற்ற ஜெயப்பிரகாஷ் காந்தி, நெடுஞ்செழியன் ஆகியோர் சிறப்பு விருந்தினர்கள். வேலைவாய்ப்பு வழிகாட்டல் துறையில் பல்வேறு நிலைகளில் பணியாற்றும்

அலுவலர்கள் பல தலைப்புகளில் – தொழில்நுட்பக்கல்வி, மருத்துவத் துறை, வணிகவியல் பிரிவுகள் போன்றவை தவிர இன்று பிரபலமாகிவரும் நானோ டெக்னாலஜி, விண்வெளித் துறை, பைலட் பயிற்சி போன்ற நூற்றுக்கணக்கான துறைகள் பற்றியும், மத்தியப் பல்கலைக்கழகங்கள் பற்றியும், பாதுகாப்புத் துறையில் இருக்கும் வாய்ப்புகள் பற்றியும் அதற்கான தேர்வுகள் குறித்தும் பவர் பாயிண்ட் பிரசன்டேஷன், ஸ்லைட்ஸ் போன்றவை மூலமாகவும் விளக்கமாக எடுத்துரைத்தனர்.

இதனைத் தொடர்ந்து தேர்ந்தெடுக்கப்பட்ட பதினோரு மாவட்டங்களில் முன்னோடித் திட்டமாக இது செயல்படுத்தப் பட்டது. விழுப்புரம், கடலூர், மயிலாடுதுறை, நாகப்பட்டினம், இராமநாதபுரம், வேலூர், காஞ்சிபுரம் உள்ளிட்ட அத்தனை மாவட்டங்களுக்கும் நானும் சென்று வந்தேன். அந்தந்த மாவட்டங்களில் உள்ள வேலைவாய்ப்புப் பயிற்சித் துறை அலுவலர்கள் மற்றும் வல்லுநர்கள் கருத்தாளர்களாகக் கடமையாற்றினார்கள். கூடுதலாக “பத்தாம் வகுப்புக்குப் பின்”, “பன்னிரண்டாம் வகுப்புக்குப் பின்” என்ற தலைப்புகளில் மாநில அளவில் வழிகாட்டும் கையேடுகள் தயாரிக்கப்பட்டு அச்சிட்டு அனைத்து மேனிலைப் பள்ளிகளுக்கும் வழங்கப் பட்டன. இதைத் தவிர ஒவ்வொரு பள்ளிக்கும் மாணவர்கள் எப்போதும் பார்த்துத் தெரிந்துகொள்ளும் வகையில் துணை இயக்குநர் கலைவாணி வடிவமைத்த உயர்கல்விவாய்ப்புகள் குறித்த தகவல் விளக்கப்படம், வினைல் போர்டுகளாகப் பள்ளிகளுக்கு வழங்கப்பட்டன. இந்த பயிற்சி வகுப்புகளில் நானும் உரையாற்றுவேன். “பன்னிரண்டாம் வகுப்பு என்பது நம் வாழ்வில் ஒரு போக்குவரத்துச் சந்திப்பு போன்றது. நாம் எந்தத் திசையில் செல்லப் போகிறோம் என்பதைச் சிந்தித்து முடிவெடுக்க வேண்டிய தருணம் இது” என்பதை வலியுறுத்திக் கூறுவேன். அமெரிக்கப் பெருஞ்கவிஞன் ராபர்ட் ப்ராஸ்டின் “*The Road Not Taken*” என்ற பிரபலக் கவிதை எனக்குத் துணை நிற்கும்.

பள்ளிக் கல்வித் துறையில் செயலர் நிலையில் ஒரு முக்கிய மாற்றம் நிகழ்ந்தது. இரண்டு கட்சி ஆட்சிகளிலும் முதன்மைச் செயலராகத் தொடர்ந்த சபிதா, இ.ஆ.ப. மாற்றப்பட்டு உதயச்சந்திரன், இ.ஆ.ப. பொறுப்பேற்றார். அவரது வழிகாட்டலில் பல பாராட்டத்தக்க மாறுதல்கள். ஆசிரியர் பணியிடைப் பயிற்சி முகாம்கள் அவரது நேரடி மேற்பார்வையிலேயே நிகழ்ந்தன. அவரே பல பயிற்சி முகாம்களுக்குச் சென்று பார்வையிடுவதோடு, ஆசிரியர்கள் எவ்வாறு ஈடுபாட்டுடனும், ஆர்வத்துடனும் தத்தம் வகுப்புகளைக் கொண்டுசெல்ல வேண்டும் என்று

வலியுறுத்தியும் பேசுவார். அவரது நீண்ட உரை காணொலியாகப் பதிவு செய்யப்பட்டு, அனைத்து பயிற்சிகளிலும் முதல் நாள் நிகழ்வாக காட்சிப்படுத்தப்பட்டது. அவரிடம் நான் கண்டு மிகவும் வியந்த விஷயம், எவ்வளவு நேரமானாலும், ஆங்கிலச் சொல் ஒன்றுகூட கலக்காமல் அழகிய தமிழில் உரையாற்றுவதுதான். இன்னொரு மாற்றத்தையும் பயிற்சியில் கொண்டு வந்தார். பாடம் சம்பந்தமான பயிற்சியோடு இலக்கிய ஆளுமை ஒருவருடைய உரையும் கண்டிப்பாக இருக்க வேண்டும் என்று கூறி அவரே ஒரு பட்டியலும் தந்து, அது அனைத்து மாவட்டங்களுக்கும் அனுப்பி வைக்கப்பட்டது.

பள்ளிக் கல்வித் துறையில் செயலராகப் பொறுப்பேற்றவுடன் முதல் கூட்டம் ஆர்.எம்.எஸ்.ஏ. உதவித் திட்ட அலுவலர்கள் கூட்டம்தான். அவரது உரையின் முதல் சொற்றொடர் இன்றும் நினைவில் உள்ளது. "நான் நேசித்த காதலி இப்போதுதான் எனக்கு மனைவியாக வந்திருக்கிறாள்". ஆனால் அந்த "மனைவியை", விரைவிலேயே அரசியல் சதிராட்டம் அவரிடமிருந்து பிரித்துவிட்டது என்பதுதான் சோகம்.

அடிக்கடி தலைமைச் செயலகத்திற்கு, குறிப்பாக ஆறாம் தளத்தில் அமைந்திருக்கும் பள்ளிக் கல்வித் துறைக்கு, ஏதாவது ஒரு கலந்தாலோசனைக் கூட்டங்களுக்கு நாங்கள் செல்வது வழக்கம். மாவட்டங்களில் ஆட்சித் தலைவர்களாக ஏராளமான ஜபர்தஸ்துகளுடன் உலா வந்தவர்கள், தலைமைச் செயலகத்தின் நீண்ட தாழ்வாரங்களில் எந்தத் துணையுமின்றி சர்வ சாதாரணமாக நடைபோடுவதைப் பார்க்கலாம். பள்ளிக் கல்வித் துறை செயலரது அறைக்கு நேர் எதிரே உயர்கல்வித் துறைச் செயலரின் அறை. அறையை விட்டு ஒருமுறை வெளிவந்த அதன் செயலர் சுனில் பாலிவால், இ.ஆ.ப. என்னை அடையாளம் கண்டுகொண்டார். 'எப்படி இருக்கீங்க'? என்று கேட்டு இரண்டு நிமிடங்கள் பேசிவிட்டுச் சென்றார்.

உதயச்சந்திரன் சார் காலத்தில் என்னிடம் ஒரு மிகப்பெரிய பொறுப்பு ஒப்படைக்கப்பட்டது.

ஒருநாள் அறிவொளி சார், செயலர் அவசரமாக அழைப்பதாகக் கூற இருவரும் அவரைச் சந்திக்கச் சென்றோம். "முதன்மைக் கல்வி அலுவலர்களுக்கும் மாவட்டக் கல்வி அலுவலர்களுக்கும் ஒரு பயிற்சி முகாம் நடத்த வேண்டும். அதுவும் வித்தியாசமாக" என்று சொல்லிப் பல ஆலோசனைகள் வழங்க ஆரம்பித்தார். குறித்துக்கொண்டேன். அறிவொளி சார் என்னைப் பற்றியும் உயர்வாகச் சொன்னார். செயலருக்கு நம்பிக்கை பிறந்தது.

ஒரு குழு அமைத்துக்கொண்டு அதற்கான ஏற்பாடுகளில் இறங்கினேன். சிறப்பு அழைப்பாளர்களைத் தொடர்புகொள்ள, அறிவொளி சாரின் வேண்டுகோளின்படி திருச்சிராப்பள்ளி எஸ்.ஆர்.வி. மெட்ரிக் மேனிலைப் பள்ளி முதல்வர், பன்முக ஆற்றலாளர், கனவு ஆசிரியர் என்னும் தொகுப்பு நூலின் ஆசிரியர், நண்பர் துளசிதாசன் உதவிக்கு வந்தார். எங்கு நடத்த வேண்டும் என்பதைச் செயலரே முடிவுசெய்து சொல்லியிருந்தார். மதுரை தேனி சாலையில் உள்ள பில்லர் சென்டர். ஏற்கெனவே எனக்கு அறிமுகமான மையம். ஹாஸ்டல், மெஸ், ஹால்கள் என்று அனைத்து வசதிகளையும் கொண்டது. மதுரை முதன்மைக் கல்வி அலுவலராக இருந்தவர். நண்பர் ஆஞ்சலோ இருதயசாமி. அவரும் இதில் தனிப்பட்ட கவனம் செலுத்தி, உதவித் திட்ட அலுவலரையும் அழைத்துக்கொண்டு, பில்லர் சென்டருக்கு நேரடியாகச் சென்று மெனு உட்படப் பேசி முடித்து எனக்குத் தகவல் தந்தார்.

அறிவொளி சார், 'செயலர் உதயசந்திரன் சார் எல்லா விவரங்களுடனும், செக்ரட்டரியேட்ல, அவரது ரூமுக்கு உங்களை வரச் சொல்லியிருக்கார். போயிட்டு வாங்க' என்றார். சென்றேன். என்னைப் பார்த்தவுடனேயே செயலரின் நேர்முக உதவியாளர், 'நீங்க வந்திட்டீங்களான்னு சார் கேட்டார் உள்ளே போங்க' என்றார். இது அபூர்வம். செயலர்கள் பெரும்பாலும் இயக்குநர், இணை இயக்குநர்களுடன்தான் நேரடியாகப் பேசுவார்கள். என்னை அழைத்ததன் மூலம், இந்த நிகழ்ச்சியில் எந்த அளவுக்கு அவருக்கு ஆர்வமும் ஈடுபாடும் இருக்கிறது என்று தெரிந்தது. எனக்கு உள்ளூர பயமும் தோன்ற ஆரம்பித்தது. உள்ளே சென்றேன்.

'வாங்க, உட்காருங்க'

வணங்கி அமர்ந்தேன். நான் கொண்டுவந்திருந்த, அச்சிடப்படாத நிகழ்ச்சி நிரலைக் கொடுத்தேன். பத்து இந்திய ஆட்சிப்பணி அலுவலர்கள், மிகப்பெரிய இலக்கிய ஆளுமைகள், அவர்களுக்கான தலைப்புகள் எல்லாவற்றையும் கவனமாகப் படித்துப் பார்த்தார்.

'நல்லா வந்திருக்கு. எல்லாருக்கும் ட்ராவல் அரேஞ்ச்மென்ட் பண்ணிட்டீங்களா?'

'ஆமா சார். ஒவ்வொருவருக்கும் பிளைட் டிக்கெட், தங்கும் வசதி, அழைத்து வர கார், எல்லாம் ஏற்பாடு பண்ணிட்டேன். திட்ட அலுவலர்கள் சிலரை இதற்கு பொறுப்பா போட்டிருக்கோம் சார்.'

‘மெஸ் எப்படி?’

நான் கொண்டுபோயிருந்த மெனுவை நீட்டினேன்.

‘பரவாயில்லையே. அதையும் தயாரா வச்சிருக்கீங்களே’ என்று சொன்னவர், மெனுவையும் ஆராய்ந்தார்.

‘நான் வெஜ்ஜும் இருக்கா?’

‘ஆமா சார். லஞ்ச் அல்லது டின்னருக்கு தினமும் உண்டு சார்’

‘நீங்க நல்லாப் பண்ணுவீங்கன்னு எனக்கு நம்பிக்கை வந்திருச்சு. அறிவொளிகிட்ட நான் பேசிக்கிறேன்’ என்றார். நான் சற்று தயங்கி நின்றேன்.

‘என்ன? எதுவானாலும் சொல்லுங்க’ என்றார்.

முதல் தடவையாக அவரிடம் ஆங்கிலத்தில் பேசினேன்.

‘Still I am a little apprehensive whether I will live upto your expectations, Sir” சிரித்து விட்டார். *‘Why apprehensions?’ Be confident. You can.’*

‘நான் உங்களிடம் தொடர்பிலேயே இருப்பேன். முதல் நாளும் வருவேன். கடைசி நாளும் வருவேன். இடையிலே எப்ப வேணுமானாலும் போன்ல கூப்பிடுங்க’ என்று சொல்லி புன்னகையுடன் அனுப்பிவைத்தார்.

இயக்ககம் திரும்பி அறிவொளி சாரைப் பார்த்தவுடன், ‘கலக்கிட்டிங்க போல’ என்று பெருமையுடன் சிரித்தார். அதுதான் அவரது தனிச்சிறப்பு. இதற்கிடையில் எதிர்பாராத விதமாக அறிவொளி சார் எஸ்.சி.இ.ஆர்.டி.க்கு மாறுதலாகிச் சென்று விட்டார். இங்கே கண்ணப்பன் சார். ஆனால் இருவருமே இந்தப் பயிற்சி முகாமில் கலந்துகொள்ள வேண்டும் என்று செயலர் சொல்லிவிட்டார். மதுரைக்கு முதல் நாளே எனது குழுவினருடன் சென்றுவிட்டேன். பில்லர் சென்டரில் நிர்வாக அலுவலர் ஜோ, கன்னியாகுமரிக்காரர், நெருங்கிய நண்பராகிப்போனார். எனவே கேட்ட வசதிகள் எல்லாம் கிடைத்தன. தேனி, சிவகங்கை உதவித் திட்ட அலுவலர்களும் கூடுதல் ஒருங்கிணைப்பாளர்கள். பள் என்றால் எண்ணெயாக நின்றார்கள். முதன்மைக் கல்வி அலுவலர்களும் மாவட்டக் கல்வி அலுவலர்களும் வர வர அறைகள் ஒதுக்கீடு செய்யப்பட்டன.

2017ஆம் ஆண்டு மே மாதம் 3ஆம் தேதி திறன் மேம்பாட்டுப் பயிற்சி தொடக்க விழா. செயலர் ஏற்கெனவே சொன்னதற்கு ஏற்ப எஸ்.சி.இ.ஆர்.டி. இயக்குநரான அறிவொளி சாரும் திட்ட இயக்குநர் கண்ணப்பன் சாரும் அதிகாலையிலேயே வந்து

விட்டனர். கண்ணப்பன் சார் நான்கு நாட்களும் பயிற்சி முகாமிலேயே இருந்தார்.

எஸ்.சி.இ.ஆர்.டி. இயக்குநர் அறிவொளி சார் வரவேற்புரை நிகழ்த்த, மதுரை மாவட்ட ஆட்சியர் கொ. வீரராகவ ராவ், இ.ஆ.ப., தலைமை தாங்க, திட்ட இயக்குநர் கண்ணப்பன் சார் முன்னிலையில் செயலர் த. உதயச்சந்திரன், இ.ஆ.ப. பயிற்சியினைத் தொடங்கிவைக்க, இணை இயக்குநர் வை. குமார் சார் நன்றி கூறலுடன் தொடக்க விழா நிறைவுபெற்றது.

முதல் நிகழ்வாக இந்திய ஆட்சிப் பணி அலுவலர் என்பதைத் தாண்டி, தமிழின் தொன்மை குறித்தும், தமிழரின் பண்பாட்டு வேர்கள் குறித்தும் ஆழமாகவும், விரிவாகவும், ஆராய்ச்சி செய்து வரும் ஒடிசா மாநில கூடுதல் தலைமைச் செயலர், தமிழில் தேர்வெழுதி முதலில் வென்ற ஆர். பாலகிருஷ்ணன், இ.ஆ.ப "ஆசிரியர்–கல்வியாளர்–தலைவர்" என்ற தலைப்பில் சிறப்புரையாற்றினார்.

பின்னர் இரண்டாம் நிகழ்வாக சாகித்திய அகாடமி விருது பெற்ற எழுத்தாளர், இன்றைய நாடாளுமன்ற உறுப்பினர் சு. வெங்கடேசன் 'தமிழகத்தில் கல்வி மரபு' குறித்து உரையாற்றி னார். அகழ்வாராய்ச்சி, கோவில் கல்வெட்டுகள், சங்க கால இலக்கியங்கள் மூலமாகப் பழந்தமிழர் பெற்றிருந்த கல்வி அறிவு குறித்தும் அந்த மரபினை நாம் எவ்வாறு போற்றிய பாதுகாக்க வேண்டும் என்றும் வலியுறுத்திப் பேசினார். குழந்தைகள் மற்றும் மகளிர் நல மருத்துவர் டி. அமுதா ஹரி, குழந்தைகளைப் புரிந்துகொள்வோம் என்ற தலைப்பிலும், பணிநிறைப் பேராசிரியர், மருத்துவர் குமாரபாபு வளரிளம் பருவத்தினரின் திறன்களை வெளிக்கொணர்தல் பற்றியும் பேசினார்கள்.

இரண்டாம் நாள் நிகழ்வில் சாகித்திய அகாடமி விருது பெற்ற மற்றொரு பிரபல எழுத்தாளர் எஸ். ராமகிருஷ்ணன் "கல்வியும் பண்பாடும்" என்பது சார்ந்தும், பேராசிரியர் ச. மாடசாமி, "ஆசிரியர் மாணவர் உறவு" சார்ந்தும் கருத்துரையாற்றினர். பிரபல கல்வியாளர் டி. நெடுஞ்செழியன், "பள்ளிப் படிப்புக்குப் பின் மேற்கொண்டு என்ன படிக்கலாம், எங்கு படிக்கலாம்" என்ற தலைப்பில் விரிவாகப் பேசினார். மாலை நேரத்தில், மதுரை மாவட்ட அரசுப் பள்ளி மாணவர்களின் நாட்டுப்புறக் கலை நிகழ்ச்சி, புலன்களுக்கு விருந்தாக அமைந்தது.

மூன்றாம் நாள் நிகழ்ச்சிகள் இணை இயக்குநர் முனைவர் இரா. பாஸ்கர சேதுபதி தலைமையில் நடைபெற்றன. முதல் நிகழ்வாக "இலக்கியத்தில் கல்வி" என்ற தலைப்பில் பேராசிரியர்

முனைவர் கு. ஞானசம்பந்தன் உரையாற்ற, அவரைத் தொடர்ந்து மருத்துவர் கு. சிவராமன் "உணவே மருந்து" என்ற பொருளில் கலந்துரையாடினார். பிற்பகலில், எழுத்தாளர் மற்றும் ஆவணப்பட இயக்குநர் பாரதி கிருஷ்ண குமார் "வகுப்பறையிலிருந்து வாழ்க்கை வரை" விளக்கிக் கூறினார். நான்காவது நிகழ்வாகச் சிந்தனையாளர் தாமரைக் கண்ணன், "கனவு ஆசிரியர்" யார் என்ற வினா எழுப்பி விளக்கவுரை ஆற்றினார்.

நான்காம் நாள் தொடக்கமாக, தமிழகத் தொடக்கக் கல்வித் துறையில் ABL முறையை அறிமுகப்படுத்திய அனைவருக்கும் கல்வி இயக்கக மேனாள் இயக்குநர் எம்.பி. விஜயகுமார், இ.ஆ.ப. கல்வியின் நோக்கங்கள் குறித்தும் அந்த இலக்கை அடைவதற்கான செயல்திட்டங்கள் குறித்தும் பவர்பாயிண்ட் பிரசன்டேஷன் மூலம் விளக்கிப் பேசினார். தொடர் நிகழ்வாக, ஆர். அனந்தகுமார், இ.ஆ.ப. "கல்விச் செயல்பாடுகளை ஒருங்கிணைத்தல்" என்ற தலைப்பில் தாம் கற்ற, பெற்ற அனுபவங்களைப் பகிர்ந்து கொண்டார். "நின்னைச் சரணடைந்தேன்" என்ற பாரதி பாடலை இசையோடு பாடி தன்னுடைய உரையை நிறைவுசெய்தார்.

அன்றைய பிற்பகல், டாக்டர் எம். தாரேஷ் அகமது, இ.ஆ.ப. அவர்களுக்கும் நந்தகுமார், இ.ஆ.ப., அவர்களுக்கும் ஒதுக்கப்பட்டிருந்தது. ஆனால் அவர்கள் இருவரது பங்கேற்பும் ஒரு திரைப்படக்காட்சி போல இருந்தது. அவர்கள் இருவரும் ஒன்றாக அரங்கினுள் நுழைந்தனர். அவர்களைத் தொடர்ந்து பதினைந்துக்கும் மேற்பட்ட இளைஞர்கள் அமர்ந்திருந்தவர்கள் ஊடே உள்ளே நுழைந்தனர். யார் இவர்கள், எதற்காக எனத் திகைத்தோம். அதற்கான விடை சில நிமிடங்களில் கிடைத்தது. இரண்டு இ.ஆ.ப. அலுவலர்களும் சில காலம் முன்புவரை பெரம்பலூர், இராமநாதபுரம் மாவட்டங்களின் ஆட்சித் தலைவர்களாக இருந்தவர்கள் இருவரும் மேடைக்குச் செல்லவில்லை. உடன் வந்த இளைஞர்களை மேடைக்குக் கீழே வரிசையாக நிற்கச் செய்தார்கள். முதலில் நின்றவரிடம் மைக் கொடுக்கப்பட்டது, அவர் பேசியதும் அடுத்தவரிடம். இப்படி வரிசையாக.

ஒவ்வொருவர் சொன்னதும் அரசுப் பள்ளிகள் பெருமை கொள்ளும் செய்தி. வந்த இளைஞர்கள் அரசு மருத்துவக் கல்லூரிகளில், கால்நடை மருத்துவக் கல்லூரியில், வேளாண்மைக் கல்லூரிகளில், அண்ணா பல்கலைக்கழகத்தில், உயர்தரப் பொறியியல் கல்லூரிகளில் இங்கெல்லாம் தாங்கள் பயின்று வரும் பட்டங்களைப் பற்றி அடுக்கிக்கொண்டே போனார்கள். எல்லோரும் வறிய குடும்பங்களிலிருந்து வந்தவர்கள். "நாங்கள்

உள்ளத்தனைய . . .

மேனிலைத் தேர்வில் பெற்ற மதிப்பெண்கள்தான் இங்கெல்லாம் சேர்வதற்கு உதவியாக இருந்தது. நாங்கள் உயர்ந்த மதிப்பெண்கள் பெறுவதற்கு ஊக்க சக்தியாக இருந்தவர்கள், இந்த ஆட்சித் தலைவர்கள்தான். அவர்கள் பல சிறப்புத் திட்டங்களை எங்கள் மாவட்டங்களில் செயல்படுத்தினார்கள். எங்களுக்குத் தனி வகுப்புகள் நடத்தப்பட்டன. நாங்கள் வெற்றி பெற்று இன்று உங்கள் முன் நிற்கிறோம்" என்று விரிவாகச் சொன்னார்கள். அதற்குப் பின்தான் இருவரும் மேடை ஏறினார்கள். "பின்தங்கிய மாவட்டங்கள் என்று கருதப்படும் பெரம்பலூர், இராமநாதபுரம் மாவட்டங்களில் இது சாத்தியம் என்றால் உங்கள் மாவட்டங்களில் உங்களால் முடியாதா?"

தொடர்ந்து அந்தந்த மாவட்ட முதன்மைக் கல்வி அலுவலர்களுடனும் தலைமையாசிரியர்களுடனும் இணைந்து தாங்கள் எவ்வாறு பணியாற்றினோம் என்று விவரித்தார்கள். 'நெல்லும் உயிரன்றே நீரும் உயிரன்றே மன்னன் உயிர்த்தே மலர்தலை உலகம்' என்னும் புறநானூற்று வரிகளுடன் தங்கள் உரையை நிறைவுசெய்தனர்.

அடுத்த நிகழ்வில், புது தில்லியிலிருந்து வருகை தந்திருந்த என். சி.இ.ஆர்.டி. இணை இயக்குநர் முனைவர் ராஜாராம் சர்மா, கணினி சார்ந்த கல்வி குறித்த வழிகாட்டு நெறிமுறைகளை வழங்கினார். பிற்பகல் நிகழ்வில் பிரபல நரம்பியல் உளநல ஆலோசகர் மருத்துவர் பி.எஸ். விருதகிரிநாதன், வளரிளம் பருவத்தினருக்குரிய பள்ளிச் சூழலை உருவாக்குதல் சார்ந்து உரையாற்றினார்.

நிறைவு நாள் நிகழ்ச்சிகள் அரசியல் நிகழ்ச்சியாக மாறிப்போயின. பள்ளிக் கல்வித் துறை அமைச்சர் கே.ஏ. செங்கோட்டையன், கூட்டுறவுத் துறை அமைச்சர் கே. ராஜு ஆகியோரும் மதுரை மாவட்ட சட்டமன்ற உறுப்பினர்களும் கலந்து கொண்டனர். மாவட்ட ஆட்சித் தலைவர் கொ. வீரராகவ ராவ், இ.ஆ.ப. தலைமையேற்க, பள்ளிக் கல்வி இயக்குநர் முனைவர் ரெ. இளங்கோவன் சார் வரவேற்பையும், திட்ட இயக்குநர் ச. கண்ணப்பன் சார் நன்றியுரையும் வழங்கினர்.

முதலிலேயே சொன்ன வாக்கை காப்பாற்றும் வகையில் பள்ளிக் கல்விச் செயலர் தினமும் என்னை அலைபேசியில் தொடர்பு கொண்டு நடப்பன பற்றி அறிந்து கொண்டார். சிரமம் ஏதும் இல்லை, பங்கேற்பாளர்கள் மகிழ்ச்சியுடனும் மனநிறைவுடனும் உள்ளனர் என்றேன். அவர்களது பின்னோட்டம் மிகவும் முக்கியம் "ஒவ்வொரு நாள் நிகழ்வு குறித்தும் அவர்களிடமிருந்து எழுதி வாங்கிக்கொள்ளுங்கள். பொத்தாம் பொதுவாக இல்லாமல் ரேட்டிங் ஸ்கேலுடன்

கு. முத்துசாமி

இருக்கட்டும்' என்றார். அவ்வாறே செய்தோம். எல்லோருக்கும் நன்றி சொல்லிவிட்டு சென்னை திரும்பினேன். அடுத்த நாளே செயலர் என்னை அழைக்க, சந்திக்கச் சென்றேன். கைகுலுக்கிப் பாராட்டினார்.

'நாம பிளான் பண்ணுனதற்கு மேலேயே எல்லாம் சிறப்பா முடிஞ்சிருக்கு. நானும் ரேன்டமா சில சி.இ.ஓ.க்களிட்ட பேசினேன். எல்லோரும் ரொம்ப நல்லாயிருந்திச்சு. இந்த நாலு நாளும் ரொம்ப ரிலாக்சா பீல் பிண்ணினோம்னு சொன்னாங்க. உங்க டைரக்டர்கிட்டயும் பேசினேன். வந்து பேசின எல்லாருக்கும் நன்றி தெரிவிச்சு லெட்டர் அனுப்பியிருங்க'.

'சரி சார்'

'பிறகு சி.இ.ஓஸ், டி.இ.ஓஸ் எல்லாரிட்ட இருந்தும் பீட் பேக் வாங்கிட்டீங்களா?'

'கொண்டு வந்திருக்கேன் சார்'

நான், அவர் கேட்பார் என்று எதிர்பார்த்து, பெற்ற படிவங்கள் தனியே, தாளில் எழுதித் தந்த கருத்துக்கள் தனியே என எல்லாவற்றையும் வரிசையாக அடுக்கி பைல் செய்து வைத்திருந்தேன். அதை நீட்டினேன். புன்னகை தவழ பெற்றுக் கொண்டார்.

'இது என்னிடமே இருக்கட்டும்'.

கை கூப்பி விடைபெற்றுக்கொண்டேன்.

மதுரை பயிற்சி முகாமை என்னுடைய பணிவாழ்வின் உச்சம் என்றே சொல்லலாம். மாநிலத்தின் அனைத்து நிலை கல்வி அலுவலர்கள், இலக்கியப் பேராண்மைகள், பத்துக்கும் மேற்பட்ட இந்திய ஆட்சிப் பணி அலுவலர்கள், பல்துறை வித்தகர்கள் அனைவரையும் ஒரே இடத்தில் ஒருங்கிணைத்து, பள்ளிக் கல்விச் செயலர் தலைமையில், இயக்குநர்கள் வழிகாட்ட, ஒரு குழுவாக இணைந்து சரியான திட்டமிடுதலோடு வெற்றிகரமாக நிறைவு செய்த மகிழ்ச்சி இன்றும் எனக்கு உண்டு. அனைத்துச் சொற்பொழிவுகளும் உரையாடல்களும் ஒலிப்பதிவு செய்யப்பட்டு, ஒலி நாடாக்களாக அனைத்து மாவட்டங்களுக்கும் பின்னர் அனுப்பிவைக்கப்பட்டன.

உலக சமுதாய சேவா சங்கம் தத்துவ ஞானி வேதாத்திரி மகரிஷியால் 1958இல் நிறுவப்பட்டது. தொடர்ந்து அதன் முக்கியக் கூறாக மனவளத்தையும் உடல்நலத்தையும் பேணிக் காக்கும் பயிற்சிகளை உருவாக்கி, சமுதாயம் பயன்படும் வகையில் ஒரு ஆராய்ச்சி மையமாக பொள்ளாச்சிக்கு அருகே ஆழியாறு

அணைக்கருகில் மலைச்சாரலில் அறிவுத் திருக்கோயில் உருவானது. உலகெங்கும் அது வேரூன்றி, பரப்பி மனவளக்கலை மன்றங்களாகச் செயல்பட்டு வருகிறது. பொதுமக்களுக்கு இம்மன்றங்கள் மூலம் பல்வேறு பயிற்சி முகாம்கள் நடத்தப்பட்டுவருகின்றன. ஆழியாறில் இதன் இயக்குநராகச் செயல்பட்டு வருபவர், முனைவர் பெருமாள். நாகர்கோவில்காரர். ஆசிரியர்களுக்கும், மாணவர்களுக்கும் இதுபோன்றே பயிற்சிகளை ஆர்.எம்.எஸ்.ஏ. மூலம் அளிக்கும் ஒரு திட்டத்தோடு அவரும், அதே பெயர் கொண்ட மற்றொரு இயக்குநருமாக எங்களை நாடி 2011இல் சென்னை இயக்ககம் வந்தனர். இயக்குநர், இணை இயக்குநரோடு என்னையும் சந்தித்தனர். ஆனால் அது அந்த ஆண்டு பல நிர்வாகக் காரணங்களால் நிறைவேறவில்லை.

அடுத்த ஆண்டு. எங்களது ஆண்டுத் திட்டத்திலேயே யோகா பயிற்சியை உடற்கல்வி ஆசிரியர்களுக்கு வழங்குவது என ஒப்புதல் பெற்றோம். 2012ஆம் ஆண்டு மார்ச் மாதம், அனைத்து மாவட்டங்களிலிருந்தும் தேர்ந்தெடுக்கப்பட்ட உடற்கல்வி ஆசிரியர்களுக்கு பல கட்டங்களாக ஆழியாறில் மூன்று நாட்கள் பயிற்சி அளிக்கப்பட்டது. பயிற்சியைப் பார்வையிடச் சென்றிருந்த நான் இரண்டு நாட்கள் தங்கியிருந்தேன். பயிற்சியிலும் கலந்து கொண்டேன். அமைதியான, வனப்புமிக்க சூழல். ஒவ்வொருவரும் தாமாகவே அமைத்துக் கொள்ளும் ஒழுங்கு, கட்டுப்பாடு. மனதையும் உடலையும் ஒழுங்குபடுத்தும் வருத்தாத பயிற்சிகள். மீண்டும் வரவேண்டும் என்று நினைத்தேன். அந்த வாய்ப்பும் வந்தது.

உடற்கல்வி ஆசிரியர்களைத் தொடர்ந்து பட்டதாரி ஆசிரியர்களுக்கான பயிற்சி, இந்த அமைப்பின் மாவட்ட மன்றங்களில் பரவலாக நடந்தது. ஆசிரியர்களுக்கு வழங்கப்பட்ட பயிற்சியினை, அதனை முன் நின்று ஒருங்கிணைக்கும் மாவட்ட உதவித் திட்ட அலுவலர்களுக்கும் கல்வி மாவட்ட ஒருங்கிணைப்பாளர்களுக்கும் வழங்கினால் என்ன என்ற எண்ணம் சிந்தனையில் உதித்தது. அப்போது திட்ட இயக்குநராக இருந்த கண்ணப்பன் சாரும் இசைவு தந்தார். மாவட்டங்களுக்கு மட்டுமா, எங்களுக்கு இல்லையா என்ற கேள்வி மாநில இயக்கப் பணியாளர்களிடம் எழுந்தது. ஆனால் இதற்குத் திட்ட நிதியிலிருந்து செலவிட வாய்ப்பில்லை. ஆனால் வழங்க வேண்டும். என்ன செய்யலாம். இயக்குநரும் நானும், ஆழியாறு சேவா சங்க இயக்குநர் பெருமாளிடம் பேசினோம். அவர் மனமுவந்து, மாநிலத் திட்ட இயக்ககத்தில் இணை இயக்குநர் தொட்டு அனைவருக்கும் எந்தக் கட்டணமுமின்றி மூன்று நாட்கள் உறைவிடப் பயிற்சி வழங்க ஒப்புக்கொண்டார். மீண்டும் ஒரு வாய்ப்பு. 2017ஆம்

கு. முத்துசாமி

ஆண்டு ஆகஸ்டில் 19முதல் 20வரை ஆழியாறு சேவை மையத்தில் உறைவிடப் பயிற்சி. இயக்ககப் பணியாளர்கள் அனைவருக்கும் மிகுந்த மகிழ்ச்சி. அப்போது, திட்ட இயக்ககத்தில் துணை இயக்குநராகவும், பின்னர் இணை இயக்குநராகவும் இருந்த வாசு வந்திருந்தார் இருவரும் ஒரே அறையில். மனம்திறந்து பல அனுபவங்கள் பரிமாற்றம். இன்று அவர் இல்லை.

திட்ட இயக்ககத்தில் பணியாற்றியபோது பலமுறை பணிக்காகத் தனியாகவோ, இயக்குநர், இணை இயக்குநரோடோ புது தில்லி சென்றிருக்கிறேன். மனிதவள மேம்பாட்டுத் துறை, நியூபா (NIEPA – National Institute of Educational Planning and Adminis tration), என்.சி.இ.ஆர்.டி. போன்றவற்றில் நடைபெறும் கலந்தாய்வுக் கூட்டங்கள், விக்ஞான் பவன் கருத்தரங்குகள் என்று பல. புது தில்லி புதிதல்ல. ஆனால் ஒவ்வொரு முறையும் இந்தியத் தலைநகரில் அன்னியனாகவே உணர்ந்திருக்கிறேன். மொழி முக்கியக் காரணம். பள்ளியில் படிக்கும்போது, இந்தி படித்திருக்கிறேன். எஸ்.எஸ்.எல்.சி பொதுத்தேர்வில் ஐம்பது விழுக்காடு மதிப்பெண்கள் பெற்றுத் தேர்ச்சியும் பெற்றிருக்கிறேன். ஆனால் அந்த இந்தி யெல்லாம் புது தில்லியின் தெருக்களில் உதவவில்லை. கருத்தரங்குகளிலும், வட இந்தியப் பங்கேற்பாளர்களின் பேசு மொழி இந்திதான். மேடையில் பேசுபவர்களுக்கும் ஆங்கிலத்தை விட இந்தி சரளமாக வருவதால், இந்தியில்தான் பெரும்பாலும் பேசுவார்கள். நாடாளுமன்றம் போல மொழிபெயர்க்கும் வசதி செய்யப்படாததால் நாம்தான் சிரமப்பட வேண்டும். அவர்கள் நம்மைப் பார்க்கும் பார்வையும் வித்தியாசமாக இருக்கும். ஏதோ வேற்றுக் கிரகவாசிகள் போல.

எனது மகன் சிங்கப்பூரில் பணிபுரிந்து வருதால் அங்கு பல தடவை சென்றிருக்கிறோம். ஒருமுறை மலேசியாவும் சென்று வந்தோம். மலேசியாவில் என்னுடைய மாணவர், முனைவர் – கவிகுமார், தற்போது ஜோஹர் பல்கலைக்கழக கணிதத் துறைத் தலைவர் அனைத்து ஏற்பாடுகளையும் பார்த்துக்கொண்டார். இரண்டு நாடுகளிலும் எங்களுக்கு அந்நியர் என்ற உணர்வே இல்லை. எல்லோரும் தமிழைப் புரிந்துகொள்கிறார்கள். தமிழ் கூடுதல் ஆட்சி மொழி என்பது மற்றொரு பெருமை.

மலேசியாவோடு ஒப்பிடும்போது சிங்கப்பூர் ஒரு படிமேல். மலாய், ஆங்கிலம், மாண்டரின் (சைனீஸ்) ஆகியவற்றோடு தமிழ். எந்தப் பொது இடங்களிலும், அறிவிப்பும் அறிவிப்புப் பலகைகளும் இந்த நான்கு மொழிகளிலும் இருக்கும். தமிழ் ஆட்சி மொழிகளில் ஒன்று. மொழிக்கு மட்டுமல்ல, தமிழர்களுக்கும் மதிப்பு உண்டு. அமைச்சரவையிலும் பெரும்பங்கு உண்டு. அதற்கு காரணம், நவீன சிங்கப்பூரை வடிவமைத்த, லீகுவான்யு. எங்கும் வறுமை,

எங்கும் அடிமைத்தனம், வன்முறை, அன்னிய சக்திகளின் அடக்குமுறை என்றிருந்த சிங்கப்பூர் என்ற ஒரு பெரிய கிராமத்தைப் புதிதாகக் கட்டமைத்து, வளம்மிக்க சிங்காரச் சிங்கப்பூராக மேலை நாடுகளுக்கு ஈடாகக் கட்டமைத்த பெருமை அவருக்கு, அவருக்கு மட்டுமே உண்டு. அந்த நெருக்கடியான காலகட்டங்களில் தன்னுடன் தோளோடு தோள் நின்று கடுமையாக உழைத்தவர்கள் தமிழர்கள் என்ற நன்றியுணர்வு அவருக்கு நிரம்பவே இருந்தது. அதற்கு அவர் வழங்கிய சிம்மாசனம்தான் தமிழுக்கு ஆட்சி மொழி உரிமை. இந்திய அரசு சமீப காலங்களில் அந்த உரிமையை இந்திக்குத் தாருங்கள் என்று கேட்டபோது உறுதியாக மறுதலித்துவிட்டார். அவரது மறைவுக்குப் பின்னர் அவரது மகனும் தற்போதைய பிரதமர் லீ சியன் லூங் அதே நிலையைத் தொடர்கிறார்.

பெங்களூருக்குச் சென்றதைப் பற்றி ஏற்கெனவே குறிப்பிட்டிருக்கிறேன். ஹைதராபாத் ஏற்கெனவே பரிச்சயமான ஊர். ஆன்மீகச் சுற்றுப்பயணமாக, ஒடிஷாவின் பூரி, கோனார்க்கின் சூரியனார் கோவில், தலைநகர் புவனேஸ்வர் ஆகிய இடங்களுக்குச் சென்றிருந்தாலும் ஒடிஷா மண்ணின் மக்களை முழுமையாகப் புரிந்துகொள்ள அப்போது வாய்ப்புக் கிடைக்கவில்லை. இந்தியா முழுமைக்குமான இடைநிலைக் கல்வித் திட்டத்துக்கான மாதிரித் திட்ட வரைவினைத் தயாரிக்கும் பணி 2014ஆம் ஆண்டு ஒடிஷா மாநிலத்துக்கும் தமிழகத்துக்கும் ஒப்படைக்கப்பட்டது. தமிழகத்தில் தேனி, சேலம் ஆகிய இரு மாவட்டங்களும் இதற்கெனத் தேர்ந்தெடுக்கப்பட்டன. இதற்கான ஆயத்தப் பணிமனை 2014ஆம் ஆண்டு டிசம்பர் மாதம் சென்னை வெஸ்டின் பார்க் ஹோட்டலில் ஒரு வாரம் நடைபெற்றது. நியுபா பேராசிரியர்கள் ஜைடி, பிஸ்வாஸ், மொகந்தி ஆகியோர் வழிநடத்தினர். ஒடிஷா மாநிலத்தில் அனைவருக்கும் இடைநிலைக் கல்வித் திட்ட அலுவலர்களும் இதில் கலந்துகொண்டனர்.

இதன் தொடர் நிகழ்வு ஒடிஷா தலைநகர் புவனேசுவரத்தில் 2015ஆம் ஆண்டு நடைபெற்றது. நான்கு நாட்கள் குழுவினரோடு பங்குகொண்டேன். எங்கு தங்கியிருந்தாலும் காலை நேரங்களில் நடைப்பயிற்சிக்காக நகரில் உலா வருவது வழக்கம். ஒவ்வொரு நாளும் ஒவ்வொரு திசை. மாலையிலும் செல்வேன். பெரும்பாலும் தனியேதான். செய்தித்தாள்கள் வழியாகவும் செவி வழிச் செய்தியாகவும் ஒரு நகரைப் பற்றி, அம்மக்களைப் பற்றி அறிந்து கொள்வதைவிட அவர்களூடே செல்வது ஒரு நல்ல அனுபவம். நான் வெளியே செல்லும்போது ஹோட்டல் டெஸ்கில் இருந்தவர்கள், ஆங்கிலத்தில் ஹோலி பண்டிகை காலம் என்பதால் சற்று கவனமாகச் செல்லுமாறும், சாயத்தை மேலே தெளித்து

விடுவார்கள் என்றும் சொன்னார்கள். உள்ளூர பயம்தான். ஆனால் அப்படி ஏதும் நடக்கவில்லை. சந்திக்கும் மனிதர்களெல்லாம் நல்ல நட்புறவுடனேயே பழகினார்கள்.

எனக்கென்னவோ, ஒடிஷாவை வடமாநிலம் என்று கருதத் தோன்றவில்லை. தனி மொழி, தனிப் பண்பாடு. அனைத்திலும் திராவிடத்தின் சாயலும் தெரிந்தது. பூகோள அடிப்படையிலும் அது வடக்கே அதிகம் செல்லவில்லை. பண்டைக் காலத்தில் கலிங்கம் என்று அழைக்கப்பட்ட காலத்திலேயே தமிழகத்தோடு கலாசாரத் தொடர்பு இருந்திருக்கிறது.

தங்களுடைய முதலமைச்சரான நவீன் பட்நாயக்கைப் பற்றிப் பெருமையான உணர்வு அம்மக்களிடையே உள்ளது. பிஜு பட்நாயக் என்ற மிகப் பெரிய ஆளுமையின் மகன். வெளிநாட்டில் படித்து வந்தவர் என்பதால் தொடக்கக் காலத்தில் ஆங்கிலம் மட்டுமே அவரது பேசுமொழியாக இருந்திருக்கிறது. பின்னர் தனது தாய் மொழியில் பாண்டித்தியம் பெற்றுவிட்டார். சிறந்த நிர்வாகி. அவரை மிஞ்சி அவரது அரசில் எதுவும் நடக்காது. முடிந்த அளவு ஊழலற்ற நிர்வாகத்தை அளிக்க முயற்சி செய்து வருகிறார் என்று சொன்னார்கள். விளையாட்டுத் துறையில் மிகுந்த ஆர்வம். குறிப்பாக ஹாக்கியில். கலிங்கா ஸ்டேடியம் என்ற உலகத் தரம் வாய்ந்த ஸ்டேடியம் அங்கே உள்ளது. இந்திய ஹாக்கி அணியில் எப்போதும் குறைந்தது ஒடிஷா வீரர் ஒரு வீரனும் இருப்பார். பணிமனை முடிந்து சென்னை திரும்பினேன். அதிலும் ஒரு நிர்வாக விந்தை. அரசு அலுவலர்கள் ஏர் இந்தியா விமானத்தில்தான் பயணம் செய்ய வேண்டும். புவனேசுவரத்திலிருந்து சென்னைக்கு நேரடி ஏர் இந்தியா விமான சேவை இல்லை. எனவே ஏர் இந்தியா மூலம் மும்பை சென்று அங்கிருந்து சென்னை திரும்பினேன். காலவிரயமும் கூடுதல் செலவும்.

உள்ளத்தனைய . . .

41

இந்தியப் பள்ளிக் கல்வித் துறை வரலாற்றில் 2018ஆம் ஆண்டு ஒரு முக்கிய நிகழ்வைச் சந்தித்தது. அது எதிர்பார்த்த விளைவுகளைத் தந்ததா என்று இன்று வரை எனக்குத் தெரியவில்லை. ஒருங்கிணைந்த பள்ளிக்கல்வி இயக்கம் (SSA), அனைவருக்கும் இடைநிலைக் கல்வித் திட்டம் (RMSA), ஆசிரியர் கல்வி (Teacher Education) மூன்றும் ஒருங்கிணைக்கப்பட்டு 'அனைவருக்கும் கல்வி' (Samagra Shiksha) என்ற புதிய திட்டம் உதயமானது. மூன்றும் ஒருங்கிணைக்கப்பட்டு என்று சொல்வதுகூட ஒருவகையில் தவறு. அனைவருக்கும் கல்வி இயக்கத்தில் (SSA) மற்ற இரண்டும் ஐக்கியமாயின என்று சொல்வதுதான் சரியாக இருக்கும்.

ஆர்.எம்.எஸ்.ஏ. திட்டத்தில் இயங்கி வந்த திட்ட இயக்குநர், துணை இயக்குநர், கணக்கு அலுவலர் ஆகிய பணியிடங்கள் மாற்றம் கண்டன. திட்ட இயக்குநர், புதிய அமைப்பில் கூடுதல் திட்ட இயக்குநர் ஆனார். இதுவரை சுயமாகப் பணி யாற்றியவர், இனி மாநிலத் திட்ட இயக்குநரின் கீழ் ஒரு சார்நிலை அலுவலராகப் பணியாற்ற வேண்டிய நிலை. இந்திய ஆட்சிப் பணி அலுவலர்களின் மாறுதலின்போது முதலமைச்சரின் தனிச் செயலாளர்களில் ஒருவராகப் பணியாற்றிய சுடலைக்கண்ணன், இ.ஆ.ப., சமக்ர சிக்ஷா அமைப்பின் மாநிலத் திட்ட இயக்குநராகப் பொறுப்பேற்றார். மேலும் மூன்று மாற்றங்கள்: பணியாளர் தொகுதி இணை இயக்குநராக இருந்த குப்புசாமி பதவி உயர்வு வழங்கப்பட்டு கூடுதல் திட்ட இயக்குநராகப் பொறுப்பேற்றார். அவரது இடத்துக்கு எங்களது இணை இயக்குநர் முனைவர் நாகராஜ முருகன் மாறுதலாகிச் சென்றார். அவரது இடத்துக்கு முனைவர் அருள் முருகன் வந்தார்.

கு. முத்துசாமி

அருள் முருகன், இடைநிலை ஆசிரியராகத் தன் பணியைத் தொடங்கித், தனது இடைவிடா முயற்சியால், உழைப்பால் பட்டங்களையும் பதவிகளையும் பெற்றவர். தொல்லியலிலும் இலக்கியத்திலும் மிகுந்த ஆர்வம் கொண்டவர். பாறை ஓவியங்களின் மீது ஆர்வ மிகுதியால் ஆராய்ச்சிகளும் மேற்கொண்டு நூல்களும் வெளியிட்டிருக்கிறார். புதுக்கோட்டை, கோயம்புத்தூர் உள்ளிட்ட மாவட்டங்களில் முதன்மைக் கல்வி அலுவலராகப் பணியாற்றியவர். உதயசந்திரன், இ.ஆ.ப., புதிய பாடநூல் தயாரிக்கும் பணிக்கென சிறப்புப் பொறுப்பு ஏற்றபோது அவரால் அப்பணிக்கு ஈர்க்கப்பட்டுப் பணியாற்றியவர். இவரது அர்ப்பணிப்பு உணர்வைப் பெரிதும் பாராட்டி, உதயசந்திரன் சார் ஆனந்த விகடனில் தான் எழுதிய கட்டுரைத் தொடரில் சிலாகித்திருக்கிறார். பின் பதவி உயர்வு மூலம் இணை இயக்குநராக சமக்ர சிக்ஷாவில் இணைந்தவர். என்னிடம் நேசம் கொண்டவர். நான் சமக்ர சிக்ஷாவில் ஆலோசகர் பணி துறந்து வெளிவந்தபோது 'நீங்க இருக்கிறீங்கன்னு சந்தோஷமா வந்தேன், நான் வந்தவுடன் போறேன்னு சொல்றீங்களே' என்று சொல்லி வருத்தப்பட்டார். இதை நான் எழுதும் காலகட்டத்தில் (2021 டிசம்பர்) பள்ளிக் கல்வித் துறை அமைச்சரின் சிறப்பு நேர்முக உதவியாளராகத் தேர்ந்தெடுக்கப்பட்டுப் பணியாற்றிவருகிறார்.

ஆர். சுடலைக்கண்ணன், இ.ஆ.ப., மாநிலத் திட்ட இயக்குநர், கோவில்பட்டி அருகில் ஒரு கிராமத்தில் பிறந்து வளர்ந்தவர். எளிமையானவர். எனக்கு முன்பின் அறிமுகம் இல்லை. ஆனால் என் மீது மதிப்பும் இனம் புரியாத பரிவும் கொண்டிருந்தார். தெக்கத்திக்காரர் என்பதும் காரணமா என்று தெரியவில்லை. இரண்டு சம்பவங்களைச் சொல்லலாம். மூன்றாவது முறையாக நானும் மனைவியும் சிங்கப்பூர் செல்ல வேண்டிய கட்டாயம். மகன் ஒரு மாதத்துக்கான விசாவை பெற்று அனுப்பிவிட்டான். திட்ட இயக்குநரைச் சந்தித்து வெளிநாடு சென்று வர அனுமதி கோரினேன். காரணத்தைக் கேட்டறிந்தவர், 'தாராளமா போயிட்டு வாங்க. எவ்வளவு நாள் பிளான் பண்ணியிருக்கீங்க?'

'ஒரு மாசம் சார்'

'ஒண்ணும் அவசரமில்லை. எவ்வளவு நாள் பையன் கூட இருக்க முடியுமோ, இருந்துட்டு வாங்க. தங்குறதுக்கு வசதியான அபார்ட்மெண்ட் இருக்குன்னு சொல்றீங்க. வெளிநாட்டில இந்த மாதிரி வாய்ப்பு எல்லோருக்கும் கிடைக்காது. நீங்க ரெண்டு பேரும் போறது பையனுக்கு சந்தோஷமா இருக்கும். போயிட்டு வாங்க.'

முகம் மலர்ந்து கூறினார்.

எஸ்.எஸ்.ஏ., ஆர்.எம்.எஸ்.ஏ., இரண்டும் முழுமையான அரசு நிறுவனங்கள் அல்ல. சொஸைட்டி ஆக்டின் கீழ், அரசு நிதி பெற்று தனித்தனி விதிகளின்கீழ் *(bye-laws)* செயல்படுபவை. இவை இரண்டும் ஆசிரியர் கல்வியோடு சமக்ர சிக்ஷா என்ற பெயரில் இணைக்கப்பட்டன. எனவே சமக்ர சிக்ஷாவுக்கு புதிய விதிகள் ஏற்படுத்தி அரசின் ஒப்புதல் பெற்று அதன் பின்னர் சொஸைட்டி ஆக்டின்கீழ் பதிவு செய்யப்பட வேண்டியிருந்தது.

இதற்கிடையில் நான் 2018 ஆகஸ்ட் மாதம், மனைவியுடன் சிங்கப்பூர் சென்றுவிட்டேன். மகனுடைய அபார்ட்மெண்டில் வாசம். சிங்கப்பூரில் என்னைக் கவர்ந்த விஷயம், பசுமை. அபார்ட்மெண்டிலும் சரி, சாலை ஓரங்களிலும் சரி மண்ணை, மணலைப் பார்க்கவே முடியாது. புல்வெளி, செடிகள், மரங்கள்தான். அபார்ட்மெண்ட் வளாகத்தில் நீச்சல் குளங்களும் உண்டு. விமான நிலையம் செல்லும் வழியில் கடைசி மெட்ரோ ஸ்டேஷன் அமைந்திருக்கும் பாஸிர் ரிஸ் என்னும் பகுதியில் மெட்ரோ ஸ்டேஷனிலிருந்து நடந்து செல்லும் தூரத்தில் பேலட் என்னும் அபார்ட்மெண்ட் வளாகத்தில் பதினான்காம் தளத்தில் மகனுடைய வாடகை பிளாட் இருந்தது. அந்த பால்கனியிலிருந்து பார்க்கும்போதே, சிங்கப்பூரின் வனப்பும், நவீனமும் தெரியும். சாலைகளில் ஒழுங்காக விரைந்து செல்லும் தினுசு தினுசான வாகனங்கள். அபூர்வமாக பைக்குகள். ஒவ்வொரு குடும்பத்துக்கும் கார் இருக்கும். ஆனால் அதிகம் பயன்படுத்துவது எப்போதும் தயாராக இருக்கும் மெட்ரோ, பேருந்துகள், கூப்பிட்ட ஐந்து நிமிடங்களில் வந்து நிற்கும் டாக்ஸிகள்தான்.

அபார்ட்மெண்டிலிருந்து சுமார் ஒன்றரை கிலோமீட்டர் தூரத்திலேயே கடற்கரை. எந்த அசுத்தமுமில்லாத மணற்பரப்புடன் கடற்கரை. தென்னைமரங்கள், கடற்கரை அருகிலேயே மனிதன் உருவாக்கிய வனம். அமர இருக்கைகள், கேன்டீன், கழிப்பறை. மாலை நேரங்களில் நடந்து சென்றே கடற்கரையில் நடப்போம், நிதானமாக வரும் அலைகளில் கால்களை நனைப்போம். பின் அமர்ந்து தூய காற்றை உட்கொண்டு மகிழ்வோம். சிங்கப்பூரின் ஆதாரமே, கடலும் கடல் வணிகமும்தான். தூரத்தில் பல கப்பல்கள் பயணப்பட்டுக்கொண்டிருப்பதைப் பார்க்க முடியும்.

எப்படியும் தாயகம் திரும்ப வேண்டுமே. ‘சொர்க்கமே என்றாலும் அது நம்மூருக்கு ஈடாகுமா’ என்ற திரைப்படப் பாடல், சிங்கப்பூரில் படமாக்கப்பட்டதுதானே. ஒரு மாதம் போனதே தெரியவில்லை. இருவரும் சென்னை திரும்பினோம்.

விமான நிலையத்தை விட்டு வெளியே வந்து, கறை படிந்த சுவர்களையும், தூண்களையும், தரையையும் பார்க்கும்போது சிங்காரச் சென்னைக்குத் தான் வந்திருக்கிறோம் என்பது உறுதியானது.

மீண்டும் அலுவலகம். வந்தவுடனேயே மாநிலத் திட்ட இயக்குநரைச் சந்தித்து மகிழ்ச்சியையும், மனமார்ந்த நன்றியையும் தெரிவித்துக் கொண்டேன். அவர் கேட்ட முதல் கேள்வியே, 'பையன் எப்படி இருக்கிறார்?' என்பது தான். தொடர்ந்து, 'லஞ்ச் முடிச்சிட்டு வாங்க. பை லாசை (Bye laws): பைனல் பண்ணிடுவோம்' என்றார். என்னுடைய அறைக்குத் திரும்பிய போதுதான் தெரிந்தது. அந்தக் கோப்பை வேறொரு ஆலோசகர் பார்த்துக்கொண்டிருக்கிறார் என்பது. பின் ஏன் என்னை வரச் சொன்னார் என்று யோசிக்க ஆரம்பித்தேன். எப்படி அவரிடம் கேட்பது?

மதிய உணவுக்குப் பின், திட்ட இயக்குநரைச் சந்திக்கச் சென்றேன். கோப்பு அவரது மேசையில் இருந்தது. 'இதைப் பார்த்து கரெக்ஷன்ஸ் போட்டு ஏதாவது விடுபட்டிருந்தா சேர்த்து கொண்டு வாங்க' என்றார். கோப்போடு எனது இருக்கைக்குத் திரும்பினேன். நண்பரின் முகம் சரியில்லை. எனக்கும் தர்ம சங்கடம் தான். கோப்புக்குள் மூழ்கிப்போனேன். ஒரு நல்ல உரைக்கு இலக்கணம், 'Proper words in proper places' என்பதுதான். அது அங்கு இல்லை. இலக்கணமும் இடித்தது. எல்லாவற்றையும் சரிசெய்து கொண்டு மாலையில் இயக்குநரது அறைக்குச் சென்றேன். 'சார் உங்களுக்காகத்தான் வெயிட்டிங்' என்றார் உதவியாளர். கோப்பின் இரு நகல்களைத் தயார் செய்து வைத்திருந்த திட்ட இயக்குநர் வரி வரியாகப் படித்துக்கொண்டே திருத்தங்கள் சொல்ல ஆரம்பித்தார். நான் எதிரே அமர்ந்து அவற்றைக் குறித்தெடுத்துத் திருத்தங்களை மேற்கொண்டேன்.

எனது வருகைக்காக மற்றொரு முக்கியமான புராஜக்ட் காத்திருந்தது. பள்ளியில் பயிலும் மகளிருக்காக, அவர்களது உடல்நலம் சார்ந்த முன்னோடித் திட்டம். "Enable – Health and Nutrition for Girls" என்பது அதற்கான பெயர். எங்களது ஆண்டுச் செயல்திட்டத்தோடு இணைக்கப்பட்டு புது தில்லியில் வாதாடி நிதியுதவி வழங்கப்பட்ட திட்டம். சென்னை மகளிர் கிறித்துவக் கல்லூரி மனையியல் பேராசிரியைகளோடு விவாதித்து அவர்களது வழிகாட்டுதலின்பேரில் இது உருவானது. இத்திட்டத்தின் இலக்கு, கிராமப்புற அரசுப் பள்ளி மாணவிகள்தான். ஊட்டச்சத்து நிறைந்த எளிய உணவு வகைகளைப் பற்றியும், அன்றாட வாழ்வில் அவர்கள் பின்பற்ற வேண்டிய சுகாதார வழிமுறைகளைப்

உள்ளத்தனைய...

பற்றியும் விழிப்புணர்வை ஏற்படுத்துவதும்தான். தலைசிறந்த மருத்துவர்கள், ஊட்டச்சத்து வல்லுநர்கள், உடற்கல்வியாளர்கள் கருத்தாளர்களாகக் கடமையாற்ற மனமுவந்து இசைவு தந்திருந்தனர்.

எத்திராஜ் மகளிர் கல்லூரி பேராசிரியை முனைவர் எம். மேனகா, சத்துணவு மற்றும் உடல்நல வல்லுநர் திருமதி மீரா சீனிவாசன், மருத்துவர் கு. சிவராமன், சுந்தரம் பவுண்டேஷன் சத்துணவு நிபுணர் எம். பாமினி, சென்னை மருத்துவக் கல்லூரியின் சுகாதாரம் மற்றும் தூய்மைத் துறைப் பேராசிரியை டாக்டர் சுதர்ஷினி சுப்பிரமணியம், மகளிர் கிறித்துவக் கல்லூரிப் பேராசிரியை முனைவர் சரினா, போரூர் ஸ்ரீ ராமச்சந்திரா மருத்துவக் கல்லூரிப் பேராசிரியை டாக்டர் பி. குந்தனா ரவி, டாக்டர் ஹண்டே மருத்துவ மையத்தின் சத்துணவு மற்றும் உடற்பயிற்சி நிபுணர் திருமதி ஷைனி சுரேந்திரன், போரூர் ஸ்ரீ ராமச்சந்திரா மருத்துவக் கல்லூரியின் மருத்துவ சத்துணவுத் துறைப் *(Clinical Nutrition)* பேராசிரியை திருமதி ஷைனி லிசியா, அதே கல்லூரியின் பேராசிரியை டாக்டர் வாணிஸ்ரீ ஸ்ரீராம், டாக்டர் ஏ.ஜே. ஹேமமாலினி ஆகியோர் கருத்தாளர்களாக அமைந்தனர்.

இதற்கான திட்டமிடல் 2018 அக்டோபர் மாதமே தொடங்கி விட்டது. கிறித்தவ மகளிர் கல்லூரி, எங்கள் இயக்கக வளாகத்தைத் தொட்டே அமைந்திருந்தது எங்களுக்கு மிகவும் வசதியாகப் போயிற்று. நானும் என்னுடைய உதவி ஒருங்கிணைப்பாளரும் அடிக்கடி அங்கு சென்று, மனையியல் துறை பேராசிரியப் பெருமக்கள் முனைவர் ஷாஜினி, முனைவர் ஆனெட் பியாட்ரிஸ் ஆகியோரைச் சந்தித்து பயிற்சிக்கான முன்னேற்பாடுகளை விவாதித்து முடிவு செய்தோம். கல்லூரி முதல்வர் முனைவர் லிலியன் அவர்களும், கல்லூரியில் புதிதாக நிர்மாணிக்கப்பட்ட விசாலமான, நவீன வசதிகளுடன் கூடிய கலையரங்கத்தையும், உணவகத்தையும் எந்தத் தடையுமின்றிப் பயன்படுத்திக்கொள்ள அனுமதியளித்தார்.

மகளிர் கிறித்தவக் கல்லூரியைப் பற்றி ஒரு சிறப்புச் செய்தி உண்டு. அது தமிழகத்தின் புராதனமான கல்லூரிகளில் ஒன்று. நூற்றாண்டு விழா கண்ட இக்கல்லூரி 1915ஆம் ஆண்டு தொடங்கப்பட்டது. இக்கல்லூரி வளாகத்தினுள் அமைந்திருக்கும் டவுட்டன் மாளிகை *(Devoton Building)* சென்னையின் பாரம்பரியச் சின்னங்களில் ஒன்றாக ஆவணப்படுத்தப்பட்டுள்ளது. அதே நேரத்தில் நுங்கம்பாக்கத்தில் இக்கல்லூரி அமைந்திருக்கும் சாலை கல்லூரிச் சாலை என்றழைக்கப்படுவதற்கும் இக்கல்லூரிக்கும்

என்று பாராட்டியவர், 'நீங்கள் அமைப்பிலேயே பணியைத் தொடரலாமே' என்றார். ஆனால் என் மனம் மாறவில்லை.

30.11.2018. பயிற்சியின் இறுதி நாள். ஆலோசகர் பணியின் இறுதி நாளும்கூட. நண்பகல் இடைவேளையில் அடுத்த வளாகத்தில் இருக்கும் பள்ளிக் கல்வி இயக்ககத்துக்குச் சென்றேன். நான் பணியாற்றிய அனைத்து இயக்குநர்களுக்கும் இணை இயக்குநர்களுக்கும் நட்புறவு மூலம் நான் பழகிய அனைத்து உயர் அலுவலர்கள், சக அலுவலர்கள், கடைநிலைப் பணியாளர்கள் அனைவருக்கும் நன்றி தெரிவித்து விடைபெற வேண்டும். இனிமை மாறா அன்புடன் இன்றும் தொடர்பில் இருக்கும் தொடக்கக் கல்வி இயக்குநர் முனைவர் கருப்பசாமி சார் பொன்னாடை போர்த்தி விடை கொடுத்தார். பள்ளிக் கல்வி இயக்குநர், மேனாள் திட்ட இயக்குநர் முனைவர் இராமேஸ்வரமுருகன் சார் 'நீங்க இன்னும் இருந்திருக்கலாம். இயக்ககத்துக்கு ஒரு இழப்புதான்' என்ற இன்சொற்களுடன் பொன்னாடை போர்த்திச் சிற்றுண்டியுடன் வாழ்த்தி அனுப்பினார். அங்கு தற்செயலாக வந்திருந்த மேனாள் இயக்குநர், நான் தொடக்கக் கல்வி அலுவலராகப் பணியாற்றிய போது அறிமுகமான லெட்சுமி அவர்களும் தன்னுடைய குமரி மாவட்ட வருகையை நினைவுகூர்ந்து அன்பைப் பரிமாறிக் கொண்டார்.

அடுத்து ஆளுமை மிக்க முனைவர் அறிவொளி சார். இப்போது மாநிலக் கல்வியியல் ஆராய்ச்சி மற்றும் பயிற்சி நிறுவன (SCERT) இயக்குநர். 'வாங்க முத்துசாமி சார். என்ன புறப்பட்டீங்களா?' என்றார். சிரித்தேன். 'நல்லா பண்ணுனீங்க. போயிட்டு வாங்க. அடிக்கடி பேசுங்க. நீதியப்பன் சாரை பார்த்தா கேட்டதாச் சொல்லுங்க.' ஒரு புத்தகம் நினைவுப் பரிசாக வந்தது. அடுத்து மெட்ரிக் பள்ளி இயக்குநர், மேனாள் திட்ட இயக்குநர் முனைவர் கண்ணப்பன் சார். எப்போதும் ஆதரவாக இருப்பவர். அன்பைப் பரிமாறிக் கைகுலுக்கி, ஒரு புத்தகம் வழங்கி அனுப்பிவைத்தார். பணிநிறைவு பெற்ற இயக்குநர் முனைவர் இளங்கோவன் சாருக்கும், என்னை இயக்ககப் பணிக்கு ஈர்த்த எஸ். கார்மேகம், இ.ஆ.ப., (அப்போது பொள்ளாச்சி சார் ஆட்சியர்) அவர்களுக்கும் அலைபேசி மூலம் நன்றி தெரிவித்துக்கொண்டேன். வளாகத்திலிருந்து இணை இயக்குநர்களுக்கு நேரிலும் முகாமிலிருந்தவர்களுக்கு அலைபேசி மூலமாகவும் எனது அன்பையும் நன்றியையும் தெரிவித்துக் கொண்டேன்.

பிற்பகலில் பயிற்சி முகாம் திரும்பி நிறைவு நிகழ்ச்சிகளில் பங்கேற்றேன். நான் இல்லாத நிலையிலும் என்னுடைய உதவி ஒருங்கிணைப்பாளர் எல்லா ஏற்பாடுகளையும் முறையாகச் செய்திருந்தார்.

இணை இயக்குநர் முனைவர் அருள்முருகன் நிறைவுரை நிகழ்த்த, நான் அனைவருக்கும் நன்றி கூற என்னுடைய இயக்ககப் பணியும், திட்டப் பணியும் மகிழ்வாக நிறைவுக்கு வந்தன.

ஒரு புதிய உலகத்தையும் அனுபவங்களையும் அள்ளி வழங்கிய டி.பி.ஐ. வளாகத்தில் அனைத்து அலுவலகங்களையும் திசை நோக்கித் தொழுது இனிப்புடன் வீடு திரும்பினேன்.

நான் முதன் முதலாகச் சென்னையைப் பார்த்து என்னுடைய இருபத்து நான்காவது வயதில் பி.எட்., பட்டப்படிப்புக்கான நேர்முகத் தேர்வுக்காக வந்தபோதுதான். பத்து மாதப் பயிற்சி. விடுதி வாசம். மாலைநேரத் திரைப்படங்கள். கோவில்கள். அப்போது பார்த்த சென்னை, ஆண்டுக்கு ஆண்டு மாறிக்கொண்டேவந்து, நான் சென்னைக்கு 2010இல் குடும்பத்துடன் குடிபெயர்ந்தபோது முற்றிலும் மாறியிருந்தது. நான் படிக்கும்போது அண்ணாநகரே இல்லை. இன்று அண்ணாநகர் சென்னையின் இதயப் பகுதி. சென்னை மாநகரம் இப்போது சென்னை பெருநகரம். கிரேட்டர் சென்னை! ஏரிகள் மறைந்து புதிய குடியிருப்புகள். கோயம்பேடு என்னும் மிகப்பெரிய பேருந்து நிலையம். அதுவும் போதாது என்ற நிலை. மால்கள் என்றழைக்கப்படும் பெரு வணிக வளாகங்கள். நாங்கள் வாசம் செய்த முகப்பேரே புதிய பகுதிதான்.

வசதிகள் பெருகியிருக்கின்றன. அவற்றுடன் சுகாதாரச் சீர்கேடுகளும். தனித்தனி வீடுகள் அருகி, அடுக்குமாடிக் குடியிருப்புகள் பெருகிவிட்டன. அவற்றில் ஒன்றில் எங்கள் குடும்பம். அபார்ட்மெண்ட் வாழ்க்கை விசித்திரமாக இருந்தது. அடுத்த வீட்டில் யார் குடியிருக்கிறார்கள் என்றே தெரியாது. எல்லா வீட்டுக் கதவுகளும் பூட்டியே இருக்கும். லிப்டில் பார்க்கும்போது ஒரு புன்னகை. அவ்வளவுதான். நாங்கள் இருந்த அபார்ட்மெண்டில் ஒரு இந்தியாவே இருந்தது. பல்வேறு மொழி பேசும் மக்கள் தத்தமது மொழி வாரியாக இணைந்து கொள்வார்கள். ஆனால் பொது மொழி தமிழ்தான்.

அலுவலகப் பணி முடித்து மாலையில் அல்லது இரவில் வீடு திரும்பும்போது எனக்கு மலர்ச்சி தருவது எனது குடும்பம்தான். குறிப்பாக பேத்தி, பேரன். இருவரும் வளர்ந்துவிட்டார்கள். எங்கள் இருவரது துணையும் இல்லாமலேயே அவர்களால் தனித்து இயங்க முடியும் என்ற நிலை வந்துவிட்டது. எனவே நமது ஊருக்கே திரும்பிச் செல்லலாம். அங்குக் கடமைகள்

காத்திருக்கின்றனவே! வந்துவிட்டோம். எப்படி நேரம் போகிறது என்று யாரும் கேட்டால், நேரம் போதவில்லை என்றுதான் சொல்லிக்கொண்டிருக்கிறேன். காரணம் புத்தகங்கள். என் சிறுவயது முதல் என்னுடன் வருபவை. காலையில் வீட்டை ஒட்டிய தோட்டத்தில் வேலை. மாலையில் எங்கள் குடியிருப்பை ஒட்டிய முல்லை நிலப்பகுதியில் நடைப்பயிற்சி. நானும் மனைவியும். தொடர்வண்டி நிலையத்தில் அமர்ந்து பேச, பழைய, புதிய நண்பர்கள். சுத்தமான காற்றும் நீரும். வாழ்வின் மற்றொரு அத்தியாயம். இதுவே கடைசி அத்தியாயமாகக்கூட இருக்கலாம்.